SỰ TƯƠNG ĐỒNG KỲ DIỆU GIỮA HAI DÒNG TRIẾT HỌC
QUY LUẬT PHÁT TRIỂN TƯƠNG THÀNH
VÀ TƯƠNG LAI XÃ HỘI LOÀI NGƯỜI

Quyển 2

SỰ TƯƠNG ĐỒNG KỲ DIỆU GIỮA HAI DÒNG TRIẾT HỌC
QUY LUẬT PHÁT TRIỂN TƯƠNG THÀNH
VÀ TƯƠNG LAI XÃ HỘI LOÀI NGƯỜI

Quyển 2

Tài liệu nghiên cứu Nguyễn Tùng Uyên

Bìa: Nguyễn Thành

Trình bày: Nguyễn Thành

Nhân Ảnh Xuất Bản 2019

ISBN: **9781989705131**

SỰ TƯƠNG ĐỒNG KỲ DIỆU GIỮA HAI DÒNG TRIẾT HỌC QUY LUẬT PHÁT TRIỂN TƯƠNG THÀNH VÀ TƯƠNG LAI XÃ HỘI LOÀI NGƯỜI

Tài liệu nghiên cứu

Tác giả NGUYỄN TÙNG UYÊN

Quyển 2

Nhân Ảnh

2019

Chương IV

HỌC THUYẾT ÂM DƯƠNG VÀ TIẾN TRÌNH LỊCH SỬ NHÂN LOẠI

IV.1- HỌC THUYẾT ÂM DƯƠNG CÓ THỂ LÝ GIẢI LỊCH SỬ

Một tương lai xán lạn cho con người là ước mơ cháy bỏng ư? Một nền hòa bình bền vững cho nhân loại! Là mơ ước viển vông ư?

Ước mơ thì cháy bỏng, nhưng mơ ước không viển vông. Đó là niềm tin sắt đá của những trí tuệ minh mẫn, không thiên kiến, để nhận thức được rằng, quy luật vận động của hiện thực đang dẫn tới tương lai huy hoàng đó.

Sau khi chứng minh được rằng, học thuyết Âm Dương tương đồng với triết học Duy vật biện chứng, hãy thử dùng học thuyết AD để lý giải quy luật vận động của lịch sử loài người. Đương nhiên, việc lý giải chỉ ở cấp độ vĩ mô, còn ở cấp độ vi mô của các khoa học cụ thể, thì đó là công việc đồ sộ của nhiều ngành khoa học.

Tình cờ tôi nhìn thấy quyển "Thế giới phẳng" ở hiệu sách Đinh Lễ Hà Nội. Thấy tên sách là lạ, tôi xem qua lời giới thiệu và mua về đọc. Gạt sang một bên những định kiến chủ quan khi lý giải về " ý thức hệ", sách đã mô tả sinh động những hiện tượng thực tế về toàn cầu hóa và hợp tác khoa học công nghệ, trong thời đại tin học. Các hiện tượng nêu ra có thể làm dẫn liệu chứng minh cho nguyên lý "phát triển tương thành" trong học thuyết AD. Vì vậy tôi cố gắng đọc và suy ngẫm.

Tác giả "thế giới phẳng" (TGP), Thomas L.Friedman mô tả rất say sưa và đầy tinh thần lạc quan về các hiện tượng hợp tác kinh tế và công nghệ trong phạm vi toàn cầu. Điều đó sẽ làm cho thế giới này bớt mấp mô, gập ghềnh và ngày càng "phẳng" hơn. Kinh tế toàn cầu sẽ phát triển và con người sẽ hạnh phúc hơn.

Song, có điều làm tôi ngỡ ngàng, là về cuối sách, tác giả lại buông một tiếng thở dài não nuột: " Phải nói thẳng thừng rằng, tôi không biết quá trình phẳng hóa thế giới sẽ dẫn tới đâu" (Sđd, Nxb Trẻ - 2007, tr 661). Điều làm tôi ngạc nhiên hơn nữa, là khi đọc đến phần kết cuốn sách, tác giả lại kể một mẩu chuyện về gia đình mình, đầy nghịch lý. T.L.Friedman viết:

"Tôi muốn khép lại cuốn sách này bằng câu chuyện sau đây. Khi con gái tôi nhập học Đại học vào mùa thu 2004, tôi và vợ tôi đưa cháu đến trường trong một ngày tháng 9 ấm giá. Trời nắng đẹp. Con gái tôi đầy hào hứng. Nhưng tôi có thể nói một cách rất thật rằng, đó là một trong những ngày buồn nhất trong cuộc đời tôi. Đó không đơn thuần là ngày "bố và mẹ tiễn con vào trường đại học". Không, tôi bận tâm vào một điều khác. Đó là cảm giác rằng. Tôi đang đưa con gái tôi vào một thế giới có nhiều nguy hiểm hơn rất nhiều so với thế giới mà nó được sinh ra. Tôi cảm thấy rằng, tôi có thể giành cho nó một phòng ngủ mỗi khi về nhà nhưng tôi không thể mang lại thế giới cho nó, một thế giới vô tư mà tôi từng tưởng tượng ra, khi còn ở tuổi của nó. Điều đó làm tôi thực sự bận tâm cho đến ngày nay? (TGP, Sđd, tr. 812)

Thật là tồi tệ, khi chúng ta không biết thế giới này đi về đâu, một bình minh rực rỡ hay một hoàng hôn ảm đạm? Ước mơ về một tương lai tốt đẹp cho nhân loại sẽ xa vời; điều đó không gây hứng thú hành động cho những người thiện chí, muốn xây dựng một xã hội đầy hoa thơm, trái ngọt. Điều đó làm tăng nhiệt tình cho bọn khủng bố, muốn có tấm vé qua cửa ải "thiên đường". Thiếu lòng tin vào tương lai là mảnh đất màu mỡ để đâm chồi nảy lộc những tư tưởng xa lạ với cuộc sống, làm suy giảm tài năng và nỗ lực của nhân loại muốn vươn lên tầm cao của hạnh phúc con người; và đó cũng là ước mơ của tác giả TGP. Ông viết và đặt dấu hỏi:

"Ta cần làm gì để có thể vun đắp một trí tưởng tượng chan chứa hy vọng, tình yêu cuộc sống và tính khoan dung hơn cho những người khác quanh mình?" (Sđd. tr. 782).

Ai sẽ trả lời câu hỏi này? Những trí tuệ mẫn tiệp mang đầy tinh thần nhân văn và trách nhiệm đối với con người, có nghĩa vụ trả lời câu hỏi đó. Câu trả lời không chỉ là trí tưởng tượng mà là trí thức khoa học và phương pháp khoa học, phù hợp với quy luật vận động của hiện thực, để hướng dẫn nhân loại thực hiện ước mơ cao đẹp của mình.

Trong tiến trình lịch sử của mình, con người đã dày công tìm tòi chân lý. Những chân lý đó đều dẫn dắt nhân loại hành động và đạt được những thành quả vĩ đại như ngày nay.

Duy có một chân lý, liên quan đến tương lai nhân loại thì còn đang tranh luận sôi nổi, không chỉ là tranh luận, mà nhiều khi, nhân loại còn phải bịt tai về những lời chỉ trích đao to búa lớn, phi văn hóa. Có kẻ còn dùng cường quyền, bom đạn và cả bom nguyên tử, để áp đặt "lẽ phải" với một tư duy phi nhân tính.

"Lẽ phải thuộc về sức mạnh!" Kẻ đó nên nhớ rằng, không bao giờ tìm được chân lý trong hình nấm của quả bom hạt nhân.

Học thuyết Duy vật biện chứng ra đời, phù hợp với quy luật vận động của thế giới khách quan, nhưng còn bị một phần nhân loại tương phản đối kháng bởi những cái đầu mang tính đối kháng vì những lợi ích phi nhân bản.

Học thuyết âm dương ngũ hành được khám phá, cách nay hơn 3000 năm, không liên quan gì đến lợi ích của ngày nay đối với nhân loại hiện đại, học thuyết đã hoàn toàn vô tư, không thiên vị ai.

Một điều kỳ diệu là học thuyết đó lại hoàn toàn tương đồng với học thuyết duy vật hiện đại ở những quy luật cơ bản nhất.

Vũ trụ cứ bình thản đi theo con đường của mình, không ai biết xuất xứ từ đâu, từ năm nảo năm nào, xa xăm lắm, từ khi loài người chưa được mang thai. Cách nay gần 4000 năm, loài người đã đủ trí khôn, nhìn thấy vũ trụ và mô tả nó bằng học thuyết Âm Dương rồi bằng học thuyết Ngũ Hành. Vũ trụ cứ dạo chơi ung dung trên con đường thênh thang và mênh mông. Con người cứ chiêm ngưỡng và nhìn thấy nhiều điều mới lạ. Đến thế kỷ thứ XIX, người ta lại tìm cách mô tả nó và con đường đi của nó bằng học thuyết Duy vật biện chứng. Mô tả cùng một phạm trù hiện thực, hai dòng triết học Âm Dương và DVBC, nếu mô tả tương đối đúng quy luật vận động của nó, tất yếu có sự tương đồng, chỉ khác nhau về ngôn ngữ diễn đạt, giống như ta dùng cụm từ Tổ quốc - Giang Sơn - Đất nước, dị âm mà đồng nghĩa.

Khoa học thế giới không tiếc lời ca ngợi tinh hoa văn hóa Phương đông, đặc biệt là học thuyết ADNH và Kinh Dịch. Người ta tìm những mỹ từ đẹp nhất để nói về nó. Nhưng việc có ý nghĩa hơn là tìm cách sử dụng "thiên tài" của nó để giải quyết những vấn đề thực tại, thì thành quả chưa nhiều.

Việc tương hợp giữa hai dòng triết học, khám phá cách nhau gần 4000 năm, chứng minh tính chân lý của cả hai học thuyết; mở ra một chân trời rộng lớn cho việc nghiên cứu phối hợp ứng dụng, để lý giải và giải quyết những vấn đề của thực tiễn. Những hiện tượng "lắt léo", trong nhiều trường hợp, dùng ngôn ngữ của học thuyết AD để lý giải lại trở nên dễ hiểu và gợi mở những khám phá bất ngờ.

Việc tương thành giữa hai dòng triết học làm tăng sức mạng trí tuệ nhân loại trong nhận thức hiện thực, làm tư duy con người tiếp cận gần hơn với hiện thực.

Trong phần này sử dụng hệ thống khái niệm của cả hai dòng triết học nhằm chứng minh rằng, bình minh rực sáng đang chờ loài người đi tới.

Người viết tin tưởng sắt đá rằng, tương lai tươi đẹp của nhân loại sẽ thành hiện thực. Trong một tương lai như thế, con người không còn lo sợ khủng bố và chiến tranh. Người ta tấp nập bay lên cung trăng và sao hỏa như trẩy hội, và sống tuần trăng mật trên đó. Con người sẽ được chiêm ngưỡng những cảnh đẹp hùng vĩ của tạo hóa. Trái đất sẽ trở thành chị Hằng sáng gấp nhiều lần Mặt trăng với những bức họa thiên nhiên diễm lệ. Những con người nhìn nhau, yêu thương và tin cậy. Chữ thù hận sẽ biến mất khỏi ngôn ngữ nhân loại.

Tôi không phải là con người theo chủ nghĩa lạc quan, tưởng tượng viển vông, ước mơ hão huyền, để tự an ủi mình, khi chung quanh còn nhiều khổ đau, bất công, dối trá và dã man nữa (những "mỹ từ" này rồi sẽ biến đi khỏi ngôn ngữ nhân loại). Tôi tin tưởng vào quy luật vận động khách quan của thế giới sẽ dẫn tới điều tốt lành đó. Và điều đó sẽ đến nhanh hơn, nếu chúng ta nhận thức được và hành động theo quy luật đó, với bản lĩnh làm chủ của một vật thể vũ trụ có trí tuệ, giàu tính sáng tạo và tinh thần nhân đạo cao cả, vị tha, không vị kỷ.

Tôi cũng tin tưởng rằng, đến một ngày nào đó không xa lắm, có thể là trong thế kỷ XXI này, toàn nhân loại sẽ nhận thức được điều đó. Và ngày đó không còn ai tranh cãi về ý thức hệ, không còn chiến tranh tư tưởng, không còn trí tưởng tượng dẫn đến chủ nghĩa khủng bố, không còn các kho vũ khí. Loài người yên tâm sáng tạo và chăm lo cho đời sống văn minh rực rỡ của mình.

Tương lai đó sẽ tồn tại lâu dài hàng tỷ năm, cùng với trạng thái cân bằng của vũ trụ, của hệ mặt trời - trái đất - mặt trăng(MT-TĐ-Mt). Bởi vì con người có trí tuệ ngày càng siêu việt, không ai muốn xóa đi một xã hội đang vận hành tốt đẹp như thế, và loài người không cho phép ai làm điều đó.

Chỉ khi nào hệ Mặt trời - trái đất - mặt trăng không còn đủ sức nuôi dưỡng đứa con thân yêu của mình vì bị bệnh tật hiểm nghèo do "tuổi già sức yếu", gây ra những biến động khí hậu dữ đội mà sinh linh không chịu đựng và thích nghi nổi. Lúc này, con người đành phải vĩnh biệt cuộc sống thiên đường để trở về cội nguồn là vũ trụ vô sinh. Chỉ tiếc rằng những tri thức khoa học quý báu, tích lũy được trong hàng tỷ năm, không có cách gì truyền lại được cho thế hệ loài người kế tiếp.

Đến bao giờ loài người phải nghe tiếng chuông cầu nguyện của vũ trụ? Còn dài và dài lắm! Theo tính toán của các nhà vũ trụ học, hệ MT - TĐ đã hoạt động 5 tỷ năm và đang đi vào giai đoạn ổn định tốt hơn. Ít nhất Mặt trời - trái đất - mặt trăng còn vận hành bình thường 5 tỷ năm nữa. Xã hội loài người mới thoát ly cuộc sống động vật cách nay khoảng 6-7 triệu năm; nếu không tính đến trường hợp bất khả kháng, là vũ trụ nổi giận, ném một thiên thạch lớn hàng chục km xuống TĐ, mà khoa học đành bó tay, không chống đỡ nổi, như trường hợp vũ trụ tiêu diệt loài khủng long cách nay 65 triệu năm; thì nhân loại còn được hưởng hạnh phúc nhiều lắm lắm. Thiên thạch khổng lồ đến thăm TĐ! Đó mới chỉ là trí tưởng tượng. Vì trước khi loài khủng long bị tuyệt chủng, cách đó nhiều tỷ năm, không có bằng chứng nào về một thiên thạch lớn như thế bay vào TĐ. Chỉ có một giả thuyết mà hiện nay không đứng vững, là có một thiên thạch khổng lồ; khoét lõm TĐ ở khu vực biển Thái Bình dương để tạo thành Mtrăng. Như vậy, theo chu kỳ xuất hiện thiên thạch lớn, thì TĐ phải còn chờ đợi hàng tỷ năm nữa. Lúc đó khoa học đã có thể phát hiện trước hàng trăm năm và đủ thời gian đối phó, người ta đã tính toán được sao chổi Suyphototơn, có chu kỳ 134 năm, năm 2126 sẽ tới gần TĐ, 22 triệu km, có lõi hàng chục km. Một bộ phận nhân loại sẽ được cứu sống để duy trì loài người. Với các thiên thạch nhỏ, hiện nay khoa học đã kiểm soát chặt chẽ, theo dõi từng bước đi của nó, và sẵn sàng có biện pháp trừng phạt, nếu cố ý làm hại TĐ.

Loài người hãy yên tâm để phấn đấu cho tương lai tươi sáng của mình.

Một câu hỏi lại đặt ra: Lịch sử loài người có điểm "dừng" không và dừng ở điểm nào?

Học thuyết AD đã chứng minh rằng, AD tương giao đạt trạng thái hòa (cân bằng) mới sinh vạn vật. Trong quá trình vận động, sự vật hiện tượng đạt trạng thái dừng, có sự cân bằng thống nhất giữa hai mặt đối lập AD mới sinh ra vật thể với tên gọi riêng của nó. Lúc đó vật thể mới là đối tượng nhận thức của con người.

Học thuyết AD, cũng sẽ chứng minh được rằng, xã hội loài người đang được cấu trúc ngày càng chặt chẽ, để trở thành một vật thể vũ trụ. Trong quá trình cấu trúc, xã hội loài người trải qua nhiều hình thái xã hội trung gian, trong đó hình thái tư bản chủ nghĩa là một giai đoạn trung gian như thế. Hình thái tư bản chủ nghĩa sẽ chuyển hóa lên một giai đoạn khác, trong đó trạng thái cân bằng xã hội, trạng thái "hòa" của vận động AD đạt tới đỉnh điểm, và đó là thời điểm "dừng tạm thời" của quá trình vận động xã hội. Trong quá trình vận động của sự vật hiện tượng, trạng thái "dừng tạm thời" có thể kéo dài cỡ giây như một số nguyên tố hóa học; nhưng cũng có trạng thái "dừng tạm thời" kéo dài hàng chục tỷ năm như hệ Mặt trời - trái đất - mặt trăng (Theo sách "ALMANACH những nền văn minh thế giới, trang 2058") và với vũ trụ còn lâu hơn nữa, kéo dài từ Bigbang nọ sang Big bang kia, có thể vài chục tỷ năm, như khoa học vũ trụ dự đoán. Sau khi đạt trạng thái dừng, xã hội loài người sẽ vận hành trong trạng thái cân bằng ổn định, trong đó quy luật vận động "tương thành" là chủ yếu, tương phản là tương phản cân bằng, tự động điều chỉnh; để tương thành tốt hơn, không có tương phản đối kháng. Trạng thái "dừng" của xã hội loài người sẽ đồng hành với trạng thái dừng của hệ MT-TĐ-Mt. Ước mơ của nhân loại từ nhiều ngàn năm trước, muốn có một thế giới đại đồng, không áp bức bóc lột, không chiến tranh, TĐ trở thành một ngôi nhà chung xinh đẹp, người với người là bạn, chứa chan hạnh phúc và tình yêu, không còn là câu chuyện viễn tưởng và không tưởng nữa.

IV.2- QUY LUẬT HÌNH THÀNH VŨ TRỤ

Vũ trụ học đã kết hợp lý thuyết với quan sát hiện thực và thực nghiệm khoa học để mô tả quá trình hình thành vũ trụ sau vụ nổ lớn (Bigbang - BB)

Việc mô tả đã sử dụng tri thức khoa học và thực nghiệm khoa học hiện đại.

Quá trình vận động của vật chất (chất và trường năng lượng) sau BB, để hình thành vũ trụ, mà ta nhìn thấy bằng mắt thường, hoặc quan sát được bằng các thiết bị khoa học, đã chứng minh một nguyên lý của học thuyết âm dương.

"Âm Dương tương giao đạt trạng thái "hòa" mới sinh vạn vật, chưa hòa chưa sinh vạn vật".

Nếu diễn đạt theo triết học DVBC có nghĩa là: Quá trình tương tác của hai mặt đối lập, đạt trạng thái cân bằng (mâu thuẫn thống nhất) thì sự vật hiện tượng mới được sinh ra, với cái tên gọi riêng của nó, và khác với các sự vật hiện tượng khác, với cái tên gọi khác. Đó là trạng thái "dừng", "đứng im" tạm thời của vật chất không ngừng vận động và phát triển. Khái niệm sự vật (vật thể) ở đây, trong ý nghĩa hoàn chỉnh của nó là các cấu trúc vô cùng nhỏ đến các cấu trúc vô cùng lớn. Trong phần này chỉ xét các cấu trúc cấp nguyên tử trở lên.

Để đạt đến trạng thái hòa, quá trình tương giao âm dương phải tăng dần trạng thái "tương thành" và giảm dần trạng thái tương phản đối kháng. Nói cách khác, hai mặt đối lập AD phải tăng cường hợp tác, ngày càng cố kết chặt chẽ, thu hút nhau vào một hệ thống cấu trúc; quá trình hủy diệt nhau ngày càng giảm dần, hình thành hệ thống tự động điều chỉnh (tương phản cân bằng) để phát triển trạng thái cân bằng và làm suy yếu tương phản đối kháng, đi đến thủ tiêu tương phản đối kháng. Lúc này vật thể vũ trụ mới hình thành, trạng thái "dừng" đạt đỉnh điểm. Vật thể vận động ổn định theo quy luật cân bằng Âm dương, với những quy luật chung và riêng. Quy luật riêng quy định bản chất riêng của từng vật thể, phân biệt với các vật thể khác: "nó " là "nó", với cái tên gọi của riêng nó, như mặt trời, trái đất, mặt trăng,...

Sau Bigbang, vũ trụ hình thành nhiều cặp AD: Hạt và phản hạt (có khối lượng bằng hạt nhưng điện tích trái dấu), hạt và các trường năng lượng, quan hệ AD giữa ba trường năng lượng (trường điện từ, trường hấp dẫn, trường tương tác mạnh, còn gọi là trường hạt nhân)..

Quá trình hình thành vũ trụ sau Bigbang được sách: "ALMANACH những nền văn minh thế giới" mô tả ở chương " A- Vũ trụ và sự hình thành thế giới thiên hà vô tận." (tr. 2035).

Đối chiếu với các khái niệm của Vũ trụ luận trong học thuyết AD có thể tóm lược như sau:

1. Điểm "Kỳ dị"tương ứng với khái niệm vô cực trong lý giải về học thuyết AD. Điểm kỳ dị có kích thước vô cùng nhỏ, nhưng tỷ trọng cực lớn, nhiệt độ cực cao, tàng chứa một năng lượng cực lớn, tới 10^{15} Gev. Đây là một cấu trúc AD đặc biệt của các hạt siêu cơ bản và các trường năng lượng, mà vũ trụ học chưa mô tả được rõ ràng. Từ khi bắt đầu vụ nổ cho tới thời điểm 10^{-43} giây, gọi là thời điểm Plăng (Plank), vũ trụ ở trạng thái hỗn độn, không thời gian không liên tục mà thăng giáng, chỉ mô tả được bằng lý thuyết "hấp dẫn lượng tử". Đây là trạng thái vô cực của vận động vật chất AD. Vô cực sinh ra thái cực, là một sự chuyển hóa do sự phát triển tương phản đối kháng trong vận động của vô cực.

2. Thái cực bắt đầu từ thời điểm Plăng, sau BB 10^{-43} giây. Tại thời điểm này. VT có kích thước cực nhỏ 10^{-33} cm, gọi là độ dài Plank (lấy tên nhà bắc học Plank). Nhiệt độ cực lớn 10^{-33} K, mật độ 10^{94} g/cm^3 (=10^{88} tấn/ cm^3)! Là điều kiện lý hóa ban đầu của vũ trụ nguyên thủy.

- Sau thời điểm Plank, VT tràn ngập các hạt cơ bản, năng lượng cao, như ê lêctrôn (e), nơtrinô và quark, tất cả 12 hạt cơ bản, gọi là các hạt fermion (Phermion). Hạt quark có kích thước nhỏ hơn 10^{-17} cm, được coi là thành phần cơ bản nhất của vật chất, theo khả năng quan sát hiện nay.

- Sau BB 10^{-36} giây, VT giãn nở cực nhanh, theo hàm số

mũ, trong một thời gian cực nhỏ. Kích thước vũ trụ tăng lên ít nhất 1030 lần và sau đó giãn nở theo thời gian. Hiện nay, kích thước vũ trụ do BB sáng tạo khoảng 3 x 10^{23} km, tức 30 tỷ năm ánh sáng (Thiên hà của chúng ta có kích thước 90 ngàn năm ánh sáng). Sau 10^{-28} giây, một hạt proton nặng khoảng 10^{-24} gam ra đời.

- 10^{-6} giây sau BB, khi nhiệt độ giảm xuống còn khoảng 10 ngàn tỷ độ (10^{13}K), một cuộc chiến tranh huynh đệ tương tàn rất khốc liệt đã xảy ra giữa hạt và phản hạt. Kết thúc cuộc chiến là toàn bộ phản hạt bị tiêu diệt. Số hạt chỉ sống sót một phần tỷ và photon được sinh ra tràn ngập VT. Số hạt còn lại và phô tôn là cơ sở vật chất để hình thành VT ngày nay. Bằng máy gia tốc khổng lồ, chu vi 27 km, đặt ở Thụy Sĩ, các nhà khoa học đã mô tả được bằng thực nghiệm, tương tác giữa hạt và phản hạt và cho kết quả trên. Bằng máy gia tốc này, có năng lượng 100 tỷ ev (100 Gev = 10^{11} ev) cũng chỉ khảo sát được tới thời điểm 10^{-10} giây (một phần mười tỷ giây) sau BB, còn trước đó chỉ được mô tả bằng lý thuyết và không thể thực nghiệm để xác minh, vì không thể chế tạo máy gia tốc có năng lượng bằng năng lượng BB, vào khoảng 10 ngàn tỷ năng lượng máy gia tốc nói trên.

3- Giai đoạn thái cực sinh AD. Cụm từ này mang tính giai đoạn mà không chính xác về mặt khoa học. Vì AD có từ điểm kỳ dị, các hạt cơ bản đều mang AD, vì mọi sự vật hiện tượng đều có hai mặt đối lập. Vài phút sau BB, nhiệt độ VT giảm còn 1 tỷ K, các hạt prôtôn và nơtrôn mới tổng hợp được thành hạt nhân Hyđro nặng Dơtri (1p và 1n), tiếp sau là hạt nhân Hêli (2 p và 2n). Ở giai đoạn này, trạng thái tương thành AD bắt đầu xuất hiện. Nhiệt độ giảm, các hạt cơ bản có vận tốc giảm xuống, khi gặp nhau có điều kiện thu hút liên kết, để tạo ra p, n và các hạt nhân nhẹ của Hyđro nặng, Hêli, Liti. Nhưng trạng thái tương thành ban đầu này không bền, bị tương phản đối kháng phá vỡ.

Các hạt có thể bị tách ra do va chạm với phton năng lượng cao. Ở giai đoạn nhiệt độ giảm, vũ trụ trở nên không đồng đều. Các trung tâm vật chất và năng lượng xuất hiện, làm tiên đề cho việc hình thành các vật thể vũ trụ (sao) về sau.

- Ba phút sau BB, vũ trụ tiến hóa rất nhanh, với những tương tác lý hóa kế tiếp nhau dồn dập. Những hạt nhân của Hyđro và Hê li được sinh ra nhiều nhất trong 3 phút đầu. Trạng thái tương thành ở giai đoạn này bền vững hơn, nhưng chưa nhiều, tương phản đối kháng vẫn vượt trội, các êlêctrôn chưa kết hợp được với p, n để sinh ra nguyên tử, do tác động đối kháng của phôtôn năng lượng cao, tốc độ vận động của các e, p, n còn lớn, do nhiệt độ còn cao.

- Một triệu giây sau BB, nhiệt độ tiếp tục giảm, trạng thái mất đối xứng của VT tăng lên; các trung tâm vật chất và năng lượng xuất hiện ngày càng nhiều.

- 100 năm sau BB, vũ trụ tràn ngập bức xạ gama, năng lượng cao, gọi là "thời đại bức xạ". Vũ trụ như một đám sương mù dày đặc toàn êlêctrôn và pho ton năng lượng cao, phôtôn năng lượng cao dứt êlêctrôn ra khỏi Hyđro, ngăn chặn photon di chuyển tự do. Tương phản đối kháng dữ dội, nguyên tử chưa được sinh ra.

Giai đoạn thái cực kéo dài từ thời điểm Plank 10^{-43} giây sau BB tới 100 năm sau đó, là thời kỳ các cặp AD tương phản đối kháng là chủ yếu, tương giao tương thành chưa bền vững, nên chưa sinh ra các nguyên tố hóa học. Giai đoạn này chủ yếu là sự vận động của các hạt cơ bản và các trường năng lượng, giai đoạn hỗn mang của vận động vật chất.

4- Giai đoạn âm dương sinh vạn vật

Nhiệt độ ở giai đoạn này giảm mạnh, còn 4000 K (khoảng 500.000 năm sau BB). Lúc này êlêctron mới tái ngộ với proton, để sinh ra nguyên tử Hyđrô và bức xạ phôtôn mới đứt liên kết với các hạt, để truyền tự do trong vũ trụ. Thời đại này được gọi là "thời đại vật chất" hay "thời đại đứt liên kết". Trong giai đoạn này, mật độ e giảm hẳn xuống, chỉ còn 1 e trên 100.000 H_2. Bức xạ tự do (còn gọi là bức xạ tàn dư) không đủ năng lượng để đối kháng với hạt mà tồn tại cho đến ngày nay, nhiệt độ từ 4000 K, giảm xuống còn 2,735K nên gọi là bức xạ 3K, có cường độ mạnh nhất ở sóng vô tuyến mm. Trong giai đoạn này, các nguyên tố nhẹ sinh ra rất nhiều, gồm H_2, Dơ tê ri, Hê, Li ti, là những nguyên tố có ít n và p: H_2 (1p). - Dơtêri (1 p + 1n) - Hêli (2p + 2n) - Liti (3P + 4n). Lý thuyết tiên đoán có 25% p và n được tổng hợp thành Hê li. Nguyên tố hêli được quan sát thấy có tỷ lệ như nhau (25%) ở các thiên hà; chứng tỏ Hêli được sinh ra từ BB. Trái lại độ giàu các nguyên tử nặng hơn Hêli, như C, Si, Fe,... thay đổi rất nhiều, tùy theo các thiên thể.

Khi nhiệt độ giảm dưới 1 tỷ độ (thời kỳ thái cực sinh AD), VT bắt đầu mất đồng đều. Ở những vị trí cường độ bức xạ cao hơn trung bình thì mật độ vật chất và trường hấp dẫn cũng tăng. Vật chất chung quanh bị thu hút bởi trường hấp dẫn và ngưng tụ thành những đám mây nguyên thủy. Khi đám mây có khối lượng bằng 100 tỷ mặt trời là mầm mống của thiên hà. Những vật thể được hình thành trước tiên ở những địa điểm có tích tụ vật chất lớn nhất. 400 triệu năm sau BB, ngôi sao đầu tiên bắt đầu phát sáng (có tài liệu ghi 200 triệu năm). Các ngôi sao lần lượt ra đời. Hai tỷ năm sau BB, vũ trụ có thiên hà đầu tiên với hàng trăm tỷ ngôi sao cỡ MT hoặc lớn hơn. Phản ứng nhiệt hạch trong các ngôi sao là điều kiện để tổng hợp các hạt nhân nặng của các nguyên tố nặng hơn Hêli như C, Si, Fe, v.v,... Khi ngôi sao bùng nổ, vật chất ngôi sao bắn ra chung quanh và hình thành các thiên thể mới, có các nguyên tố nặng với tỷ lệ không đồng đều. Có thể tinh vân nguyên thủy, mầm mống khai sinh Hệ mặt trời, là sản phẩm của vụ nổ siêu sao nào đó. Do đó, trái đất mới có các nguyên tố nặng như vàng, sắt, niken, si lic, uranium,...

Quá trình hình thành các nguyên tố hóa học bắt đầu từ việc tổng hợp hạt nhân Hydro nặng (Dơteri) với một proton hết hợp với một notron, sau đó là hạt nhân Hêli có 2p kết hợp với 2n, ở những thời điểm vũ trụ có nhiệt độ cao hàng chục triệu độ, nhờ quá trình tương giao tương thành giữa p và n cùng các trường năng lượng: Hấp dẫn, hạt nhân, điện từ. Tương phản cân bằng cũng xuất hiện song song, giữ vai trò tự động điều chỉnh quá trình tương thành để các hạt nhân cấu trúc ổn định và chặt chẽ. Các tương phản đối kháng bị suy yếu, không phá vỡ được quá trình hình thành vật thể. Các ngôi sao hình thành với quy luật tương tự. Các đám mây vật chất đủ đậm đặc, lực hấp dẫn đủ lớn, sẽ thu hút và cố kết các nguyên tố hóa học thành các ngôi sao cùng với các hạt cơ bản như e, p. Trong lòng ngôi sao lực hấp dẫn lớn, áp lực vật chất lớn, lực điện từ lớn, nhiệt độ tăng lên hàng chục triệu độ, phản ứng nhiệt hạch xuất hiện và ngôi sao phát sáng. Trong ngôi sao hình thành tương phản cân bằng giữa năng lượng hấp dẫn và năng lượng điện từ, làm cho ngôi sao vận hành ổn định.

Một cách tiếp cận khác có thể lý giải quá trình hình thành các ngôi sao, là quá trình tương giao giữa hai nguồn năng lượng hấp dẫn và điện từ. Lực hấp dẫn làm co vật chất trong đám mây nguyên thủy, nhưng áp lực của khí trong đám mây (do năng lượng điện từ @ năng lượng nhiệt, làm cho tốc độ vật chất cao, gây ra áp lực lớn), sự dãn nở của vũ trụ làm loãng đám khí, cản trở sự co (sự dãn nở cũng do tốc độ vật chất cao, nguyên nhân từ năng lượng điện từ sau vụ nổ). Khi lực hấp dẫn lớn hơn lực điện từ, các chất bắt đầu co lại; các chất càng co, lực hấp dẫn càng tăng, cho đến lúc cấu trúc ổn định. Ở đây, giữa chất và năng lượng hấp dẫn là tương giao tương thành, giữa hai năng lượng là tương phản đối kháng. Quá trình tương thành ngày càng tăng, khi thắng tương phản đối kháng, thì vật thể hình thành. Quá trình tương thành đồng thời là quá trình hình thành hệ thống tự động điều chỉnh (tương phản cân bằng) hỗ trợ cho quá trình tương thành phát triển để chiến thắng tương phản đối kháng. Khi đối kháng không còn, lực lượng đối kháng trở thành lực lượng tương thành hoặc tương phản cân bằng. Cả âm và dương đều chuyển sang trạng thái mới, trạng thái "hòa", cân bằng ổn định. Trong các vật thể và hiện tượng, có các cặp AD cơ bản: Giữa chất và chất, giữa chất và các trường năng lượng, giữa các trường năng lượng với nhau. Vì vậy quá trình tương giao tương thành là một quá trình phức tạp trong đó phải đạt được sự cân bằng trong từng cặp AD và giữa các cặp AD với nhau. Hiện nay khoa học chưa mô tả được quá trình hình thành thiên hà ở cấp độ vi mô.

Một vụ nổ lớn sản sinh ra nhiều thiên hà, mỗi thiên hà có hàng chục tỷ sao. Thiên hà họp thành những quần thể thiên hà. Thiên hà của chúng ta là quần thể nhiều thiên hà, có hàng trăm tỷ ngôi sao. Một trong những quy luật phổ biến của vũ trụ là các vật thể khối lượng nhỏ thường quay quanh vật thể khối lượng lớn hơn, như điện tử quay quanh hạt nhân, TĐ quay quanh MT, MT quay quanh tâm Thiên hà. Thiên hà của chúng ta đang lao vun vút về một nơi xa xăm nào đó với tốc độ ngày càng lớn mà vũ trụ học chưa xác định được. Liệu thiên hà của chúng ta có tuân theo quy luật nói trên không? Nó đang quay quanh một trung tâm vật chất nào đó, có khối lượng lớn hơn nó hàng triệu lần theo quỹ đạo ê líp. Giống như TĐ quang quanh MT, khi tiến gần tới trung tâm vật chất thì nó sẽ quay nhanh hơn, theo định luật Kếp Le. Lực hấp dẫn của trung tâm vật chất nào đó đối với thiên hà của chúng ta phải chăng là lực "phản hấp dẫn" như một số nhà khoa học nêu ra, và là nguồn gốc của "chất đen" mà vũ trụ học đang tìm kiếm!?

Vũ trụ đang dãn nở. Các thiên hà đang chia xa nhau với tốc

độ ngày càng lớn. Đó là kết quả quan sát của Vũ trụ học hiện đại. Người ta quan sát thấy một siêu sao nào đó, nằm ngoài Thiên hà của chúng ta, bùng nổ, mà các bức xạ của nó cứ xa dần Thiên hà của chúng ta. Điều đó chứng minh vũ trụ đang dãn nở! Có thể có cách tiếp cận khác. Ngôi sao đó là sản phẩm của một BB khác, đang vận động theo quy luật vận động của BB khác?! Vũ trụ là vô cùng vô tận về không gian và thời gian. Vũ trụ hình thành không bởi một BB duy nhất, mà có thể từ nhiều BB. Bức xạ tàn dư 3K, mà chúng ta phát hiện được, có thể của một BB khác. Vì bức xạ tàn dư sản sinh do BB của chúng ta, cách nay 13,7 tỷ năm, không thể đồng hành với Thiên hà của chúng ta. Tốc độ ánh sáng của bức xạ đó sau 13,7 tỷ năm có còn chung thủy với Thiên hà chúng ta nữa không? Vì Thiên hà chúng ta vận động với tốc độ rất khủng, nhưng còn thua xa tốc độ ánh sáng. Đó là vấn đề đáng tồn nghi.

* Quá trình khai sinh và trưởng thành của hệ MT, trong đó có cái nôi của loài người, không nằm ngoài quy luật phổ biến của tự nhiên. Giả thuyết của Kant (Căng tơ, 1724 - 1804) và Laplace (Laplatx, 1749 - 1827), cho rằng, hệ MT được hình thành từ một đám tinh vân nóng chảy, co dần vào trung tâm do lực hấp dẫn. Do tự quay, nên phần vật chất vùng xích đạo đã tách ra thành vành đai, và phát triển dần thành các hành tinh, trong đó có TĐ, còn phần lõi trở thành MT. Năm 1972, nhà vũ trụ học người Nga, TS. Phêsencôv lại cho rằng, hệ MT được hình thành từ đám tinh vân có nhiệt độ thấp, khi co lại, áp lực hấp dẫn lớn đã làm cho toàn bộ khối vật chất nóng chảy. Mặt trời có khối lượng lớn nhất nên nhiệt độ ở nhân đã lên tới hàng chục triệu độ, tạo điều kiện cho phản ứng nhiệt hạch, làm nên vai trò "lãnh tụ" của MT. Các hành tinh còn lại, do khối lượng nhỏ hơn, lực hấp dẫn trung tâm nhỏ hơn, không đủ làm cho nhiệt độ tăng cao, để gây ra phản ứng nhiệt hạch, nên chịu vai trò là "thần dân", là hành tinh nguội, không được gọi là "sao". Giả thuyết về việc hình thành hệ MT

vẫn còn nhiều tranh luận. Tuy nhiên, không nằm ngoài quy luật phát triển các mặt tương thành, tự động điều chỉnh (tương phản cân bằng), giảm thiểu tương phản đối kháng của các mặt đối lập AD.

Hệ MT vận hành ổn định hơn 5 tỷ năm (số liệu mới nhất là 6,6 tỷ năm) nhờ sự cân bằng trong vận động giữa MT, các hành tinh và năng lượng hấp dẫn tương hỗ giữa chúng, với hệ thống tự động điều chỉnh nhậy bén; mặc dù quy luật vận động riêng của các hành tinh, vệ tinh tương đối đa dạng. Vũ trụ phải mất một thời gian 8 tỷ năm sau BB mới xác lập được một trạng thái cân bằng ổn định như vậy.

Mỗi hành tinh trong hệ MT cũng có lịch sử riêng của mình, có quy luật hình thành quá trình cân bằng riêng của mình.

* Hành tinh xanh của chúng ta ra đời cách nay 6,6 tỷ năm, đã trải qua 5 lần kiến tạo và đã bước sang thời kỳ kiến tạo thứ 6 được 15 triệu năm. Loài người đã xuất hiện trong thời kỳ này.

- Thời kỳ kiến tạo thứ nhất, kéo dài 200 triệu năm, cách nay từ 6,6 - 6,4 tỷ năm. Giai đoạn này hình thành nhân TĐ, chủ yếu là các nguyên tố nặng Ni, Fe, Au, có đường kính 3500 Km, nhiệt độ hàng ngàn độ (hiện nay khoảng 5000^0 C).

- Thời kỳ kiến tạo thứ hai, kéo dài 1600 triệu năm, để hình thành lớp vỏ ngoài của nhân, chủ yếu là magiê và can xi, gọi là lớp Manti, được lớp nhân phun trào qua các đứt gãy, do tác động vận động của nội lực và ngoại lực.

- Thời kỳ thứ ba; kéo dài 1600 triệu năm, là thời kỳ hình thành vỏ đại dương. Sự sống xuất hiện trong giai đoạn này.

- Thời kỳ thứ tư, kéo dài 1600 triệu năm, hình thành vỏ lục địa nguyên thủy, cách nay từ 3,2 - 1,6 tỷ năm. Thế giới hữu sinh đã phát triển phong phú với hai dòng động vật và thực vật.

- Thời kỳ thứ năm: kéo dài 1600 triệu năm, hình thành các đai uốn nếp của hành tinh và kết thúc từ 15 triệu năm trước.

- Hiện nay là thời kỳ thứ 6, đã trải qua 15 triệu năm. Đây là thời kỳ kiến tạo núi, do sự vận động của các mảng lục địa. Các vành đai động đất và núi lửa hình thành ở vị trí tách giãn đáy đại dương và vị trí nén ép các mảng lục địa, các dãy núi đã hình thành và nâng cao. Con người đã xuất hiện trong giai đoạn này và hình thành xã hội loài người.

**** Từ quy luật kiến tạo TĐ, có thể rút ra mấy nhận xét.***

+ Qua mỗi thời kỳ kiến tạo, TĐ lại được cấu trúc chặt chẽ hơn, là tiền đề cho sự sống xuất hiện vào thời kỳ thứ 3, khi hình thành vỏ đại dương và xuất hiện nước, nhiệt độ vỏ giảm dần.

+ Các giai đoạn kiến tạo kế tiếp, tạo ra những điều kiện khí hậu, tuy khắc nghiệt, nhưng là điều kiện cho thế giới hữu sinh tiến hóa và phát triển ngày càng thuận lợi hơn.

+ Việc xuất hiện sự sống là bước nhảy vọt của quá trình vận động và phát triển của giới tự nhiên. Các loại hình vận động cấp thấp từ các hạt cơ bản, vận động vật lý, vận động hóa học, là quá trình tương thành ngày càng phát triển giữa chất và các trường năng lượng. Quá trình tương thành tăng dần về lượng và chất, đến thời điểm chín muồi (điểm nút) thì nhảy vọt, bước sang một trạng thái AD mới với hình thái tương thành mới. Sự tương giao tương thành đặc biệt, cuộc hôn nhân tay tư đặc biệt giữa 5 nguyên tố hóa học C - H_2 - O_2 - N - P với sợi dây tơ hồng là các trường năng lượng, với quy luật vận hành cũng đặc biệt là quy luật Ngũ Hành, đã đưa thế giới vô sinh, vô tri, vô giác thành thế giới hữu sinh sống động.

Khí hậu TĐ hoạt động ồn ào, dữ dội, trong những thời kỳ kiến tạo đầu tiên, đã bình lặng dần dần qua các giai đoạn kiến tạo. Đến thời kỳ kiến tạo thứ 6, mà chúng ta đang chứng kiến, bão lụt, động đất, núi lửa vẫn còn gây tang tóc cho sinh linh; nhưng mức độ đã hiền hậu hơn rất nhiều, so với các giai đoạn kiến tạo trước đây. Vì thế mà xã hội loài người mới đạt được những thành quả vĩ đại, trong quá trình xây đắp hạnh phúc cho mình.

+ Con người và xã hội loài người xuất hiện là một bước nhảy vọt kỳ diệu của quá trình vận động, phát triển của tự nhiên nói chung và của thế giới hữu sinh nói riêng. Nói rằng thiên nhiên đã nghiêm khắc rèn luyện thế giới động vật bằng những giai đoạn biến đổi khí hậu bất thường, để rồi con người được sinh ra trong "cái lò bát quái" đó. Đó chỉ là một khía cạnh. Khía cạnh đó có thể dẫn đến sự nhầm lẫn, cho rằng tương phản đối kháng giữa khí hậu và giới động vật đã sản sinh ra con người. Hãy lấy thành quả để nhìn nhận đánh giá lại phương thức hành động. Con người với bộ não là cấu trúc văn minh nhất của tự nhiên, không thể ra đời trong đối kháng. Chiến tranh bom đạn không xây nên tòa nhà chọc trời. Đó phải là thành quả của quá trình tương thành và tương phản cân bằng, có sức mạnh vượt trội so với tương phản đối kháng.

Đó là kết quả phối hợp kiên trì và khéo léo của quá trình vận động năng lượng theo quy luật Ngũ Hành gốc (Ngũ hành mẹ) với các chất (các nguyên tố hóa học) của TĐ và các thế hệ Ngũ Hành hậu duệ, với nhiều tính cách phong phú và sống động. Trong đó, đứa con trưởng của Ngũ Hành mẹ là khí hậu, có vai trò to lớn, nhưng hay "uốn éo, nũng nịu, làm mình làm nẩy". Song không thể chống lại cái vòng "kim cô" của NH mẹ.

Sự kết hợp tương thành tinh tế nhất là việc kết nạp dần dần các nguyên tố hóa học vào cơ thể sống. Cứ mỗi lần cơ thể sống có thêm một người bạn, thì sự sống khôn lên. Các chức năng sinh lý ngày càng phân biệt rõ ràng hơn. Cứ như thế, sự sống ngày càng hoàn thiện và bước nhảy vọt cao nhất là con người với đại não, trong đó tự nhiên đạt tới ý thức về mình (ý của Ăng ghen). Từ 5 nguyên tố hóa học của tế bào sống đầu tiên, trải qua 3,8 tỷ năm, trường kỳ gian khổ, phát triển lực lượng; đến nay con người đã thu nhận gần 60 nguyên tố hóa học. Một lực lượng hùng hậu như vậy, giúp con người làm nên những kỳ tích vĩ đại.

Đó là "vòng nguyệt quế" của quá trình tương thành, chiến thắng các tương phản đối kháng suốt 3,8 tỷ năm qua.

+ Hiện nay, chúng ta đang ở thời kỳ kiến tạo thứ 6 của TĐ. Theo quy luật, thời kỳ này sẽ kéo dài 1600 triệu năm, mà mới chỉ trải qua 15 triệu năm. Theo tính toán của các nhà vũ trụ học, mặt trời còn hoạt động bình ổn ít nhất 5 tỷ năm nữa. Mặt trời và Mặt trăng, có vai trò lớn nhất trong hoạt động kiến tạo của TĐ. Mặt trăng chắc rằng đang trong quá trình ổn định hơn. Do đó, chu kỳ kiến tạo hiện nay sẽ làm cho TĐ ngày càng hiền hòa hơn, động đất, núi lửa, bão lụt ngày càng giảm mức độ "đối kháng". Con người ngày càng yên tâm hơn, nếu họ hành động sáng suốt để bảo vệ môi trường sinh thái, "tay phải không đánh vào tay trái".

Vỏ TĐ, hiện chưa cố kết chặt chẽ như một quả cầu đặc; nó được cấu tạo thành các "mảng", đang di chuyển tách giãn hoặc "húc" vào sườn nhau, tạo nên những ngọn núi cao chót vót và hùng vĩ trên đất liền, như ngọn Hymalaya ở biên giới Trung Ấn, hoặc những dãy núi dưới đáy Đại Tây dương, kéo dài từ Bắc cực về Nam cực, dài hơn 6000 km, làm thành "Vạn lý trường thành" của biển cả.

Theo luận thuyết kiến tạo mảng mới nhất, vỏ TĐ được chia làm 6 mảng không bằng nhau. Mảng Thái Bình dương chỉ có đáy đại dương. Các mảng khác vừa có đáy đại dương vừa có lục địa. Đáy đại dương như cái sà lan, lục địa như hành khách đứng trên đó và được sà lan chở đi. Các mảng vỏ TĐ trượt lên lớp quyển mềm Manti (được cấu thành chủ yếu bởi Mg và Si, có nhiệt độ ở trạng thái mềm; còn gọi là lớp Sima, dày khoảng 150 km, bao quanh nhân cứng Ni - Fe - Au của lõi TĐ (dày 3500 km). Các mảng lục địa dịch chuyển hàng năm cỡ cm, nên phải hàng triệu năm mới cảm nhận được rõ rệt. Hiện nay, núi Himalaya đang cao lên, chứng tỏ mảng Ấn Độ đang nén ép vào mảng Á-Âu và dịch chuyển về phía bắc. Dãy núi giữa Đại Tây dương ngày càng tách xa nhau, dung nham ở lớp sima phun lên bù vào vùng tách giãn, Đại tây dương ngày càng mở rộng. Mảng Thái Bình dương đang chui vào mảng Á-Âu, tạo ra vành đai núi lửa Đông Thái Bình dương, chạy dọc từ Camtratca của Nga, xuống Nhật Bản và chạy dài xuống tận phía Tây châu Úc. Mảng Tây Thái Bình dương tiến sát và chui vào rìa phía Tây Châu Mỹ, tạo ra vành đai núi lửa bờ biển Tây Thái Bình dương.

Thuyết kiến tạo mảng được nhà khoa học Đức, A. Wegenner (1880 - 1930) đề xướng năm 1912, được coi là học thuyết cơ bản nhất của khoa học Địa chất và được trao giải Noben. Song thuyết này còn một mảng trống là chưa lý giải được, động lực nào đã làm chuyển động các mảng. Có giả thuyết cho rằng, do dòng đối lưu trong lớp Man ti (Sima) là nguyên nhân chủ yếu gây ra hiện tượng đó.

Theo thiển ý, mọi sự chuyển động của vật thể đều do năng lượng sinh ra. Khoa học đã tìm ra ba nguồn năng lượng: điện từ, hấp dẫn và hạt nhân. Năng lượng tương tác mạnh (hạt nhân) chỉ được giải phóng khi có phản ứng hạt nhân. Bình thường, các vật thể chuyển động đều do hai nguồn năng lượng điện từ và hấp dẫn sinh ra. Ta tìm nguyên nhân gây ra sự di chuyển lục địa từ hai nguồn năng lượng này. Giả thuyết về đối lưu nhiệt của lớp Manti là giả thuyết có cơ sở khoa học. Đó là hiện tượng được sinh ra từ sự phối hợp giữa lực điện từ và lực hấp dẫn trong lòng TĐ; Đó là một thành phần năng lượng góp công vào việc di chuyển các mảng. Thành phần thứ hai là năng lượng hấp dẫn tương hỗ của hệ MT - TĐ - Mt, theo quy luật Ngũ Hành. Năng lượng này gây ra chế độ thủy triều, biến đổi có chu kỳ theo giờ, ngày tháng và có cường độ khá lớn. Có nơi như ở vịnh Fundy, Nôva Scotia, thủy triều dâng cao tới 16m. Lực hấp dẫn tương hỗ của MT - Mt đối với TĐ đã kéo nước của biển cả mênh mông lệch về một bên và dâng cao tới như vậy, đủ thấy rằng, năng lượng hấp dần này có thể tác động khá lớn vào các mảng lục địa, đặc biệt ở các thời điểm MT, Mt và TĐ gần thẳng hàng (Mt ở giữa). Mặt khác, do lượng nước dao động, lúc ít, lúc nhiều ở các vùng biển, cũng gây ra những xung động đối với các mảng.

Thành phần thứ ba là do TĐ tự quay quanh một trục nghiêng với mặt phẳng quỹ đạo một góc 66^0 33'. Theo nguyên lý con quay cơ học, trục quay bao giờ cũng có xu hướng vuông góc với mặt phẳng điểm tựa, ở đây mặt phẳng điểm tựa là vô hình, ta chưa xác định được là có trùng với mặt phẳng quỹ đạo hay không. Tuy vậy vẫn có thể gây ra những xung động tác động vào các mảng, đặc biệt là vỏ TĐ nhấp nhô, gây ra các lực lệch tâm khi quay.

Năng lượng hấp dẫn Ngũ hành và năng lượng do TĐ tự quay, cũng tác động đến năng lượng đối lưu của quyển mềm Manti; làm cho năng lượng đối lưu vận động theo chu kỳ. Ba dạng năng lượng này đều vận động theo chu kỳ, nên năng lượng tổng hợp cũng vận động theo chu kỳ và tác động vào các mảng lục địa cũng theo chu kỳ, nhưng phương tác động khác nhau tùy vị trí các mảng. Ví dụ, năng lượng Ngũ Hành tác động mạnh, theo hướng bắc vào các mảng phía bắc vào mùa hè ở Bắc bán cầu, và ngược lại; tác động mạnh vào các mảng phía nam bán cầu theo hướng nam vào thời điểm mùa đông ở bắc bán cầu, tức là mùa hè ở Nam bán cầu. Do hướng tác động tổng hợp khác nhau, giá trị năng lượng khác nhau, theo vị trí và thời gian, gây ra hiện tượng "li dị" hoặc "kết hôn" giữa các mảng lục địa. Cũng từ nguyên nhân này, có thể tốc độ tách giãn và hợp nhất khác nhau ở vị trí khác nhau. Vì vậy Đại Tây dương được mở rộng mà Thái Bình dương cứ hẹp dần.

Hiện tượng tách giãn đáy đại dương, gây ra hiện tượng núi lửa trong lòng biển cả và hệ quả là sinh ra hiện tượng các dòng nước nóng Elnino và dòng nước lạnh Elnina làm biến động lớn đến khí hậu toàn cầu. Dòng nước lạnh Elnina sinh ra do núi lửa phun dưới đáy biển băng, gây áp lực đẩy nước lạnh (4^0 C) ra phía ngoài, sức nóng núi lửa nhanh chóng bị nước lạnh trung hòa và làm tăng nhiệt độ nước biển quanh vùng không đáng kể. Đường đi của hai dòng nước này, do năng lượng tổng hợp của hai nguồn năng lượng từ hiện tượng hấp dẫn theo quy luật Ngũ hành và việc TĐ tự quay sinh ra, phối hợp với tương tác năng lượng của nguồn nước biển ở vị trí phát sinh.

+ Một câu hỏi lại đặt ra: Việc di chuyển lục địa có khi nào dừng lại không?

Lịch sử di chuyển lục địa đã trải qua 150 triệu năm và hiện nay đang tiếp tục tiến trình của mình. Trái đất bước vào giai đoạn kiến tạo thứ 6. Có thể hiện tượng di chuyển lục địa là hình thái vận động chủ yếu của giai đoạn này. Theo các nhà địa chất học, thời kỳ đầu tiên của chu kỳ kiến tạo thường xảy ra dữ dội và kéo dài khoảng 200 triệu năm. Chúng ta đang sống trong bước đi đầu tiên của chu kỳ và đã đi qua 15 triệu năm. Mười lăm triệu năm qua là một giai đoạn quá độ kỳ diệu; Xã hội loài người hình thành và phát triển đã làm nên những kỳ tích như ngày nay. Nói rằng giai đoạn quá độ "dữ dội" nhưng "êm ái" hơn các chu kỳ trước rất nhiều; quá trình tương thành có bước nhảy vọt để sáng tạo ra con người; rồi số lượng nhân loại phát triển nhanh chóng đến "khủng khiếp"; có nguy cơ mất cân bằng với điều kiện sống, nên Liên Hợp Quốc đã phải ra tay "phanh" lại bằng chương trình "kế hoạch hóa sinh đẻ".

Có những loại vi rút, vi khuẩn, côn trùng và cả giới thực vật, khi điều kiện khí hậu thuận lợi thì sinh sôi nhanh chóng. Các mùa vụ trồng trọt cũng như vậy; mưa thuận gió hòa là điều con người mong ước. Từ logic hiện thực trên, chúng ta đủ niềm tin để nói rằng, dù hiện nay chưa tính toán được hành trình di chuyển lục địa, nhưng điều kiện khí hậu thời tiết, tuy có dao động, nhưng vẫn vận hành theo xu hướng ngày càng ưu ái với con người. Chu kỳ kiến tạo 1600 triệu năm này sẽ là thời gian thiên nhiên mang nhiều hạnh phúc đến cho con ngươi. Hiện tượng động đất, núi lửa, Elnino, Elnina, bão lụt, ngày càng giảm về số lượng và cường độ.

Trường năng lượng điện từ thường có đặc tính của hành hỏa, sôi động và "nóng nảy" làm cho vật thể vận động nhiều hơn. Trường năng lượng hấp dẫn có đặc tính của hành thủy, thường làm cho sự vật, vận động ổn định hơn. Lực hấp dẫn của TĐ đối với các mảng lục địa có cường độ vượt trội sẽ tham gia có hiệu quả vào quá trình cân bằng các lực tương tác, làm cho các mảng di chuyển chậm dần, và đạt trạng thái "dừng tạm thời" kéo dài nhiều tỷ năm. Thời gian "dừng tạm thời", TĐ vận động cân bằng ổn định hơn tuy có dao động chút ít. Khí hậu sẽ hiền lành hơn ngày nay rất nhiều.

Nói rằng TĐ quay quanh MT theo quỹ đạo elip, nhưng thực ra, khối tâm chung TĐ - Mt, cách tâm TĐ 4635 km, mới quay theo quỹ đạo elip; còn TĐ thì dao động quanh đó. Thế mà toàn hệ vẫn ổn định 6,6 tỷ năm nay. Hệ thống tự động điều chỉnh năng lượng hấp dẫn (tương phản cân bằng) đã làm cho quỹ đạo TĐ ổn định; và hệ thống tự động điều chỉnh của bản thân TĐ cũng sẽ giữ cho trái đất ổn định lâu dài. Khi TĐ đạt được trạng thái cân bằng AD như vậy thì mới đủ tư cách là một vật thể vũ trụ. Quá trình thoái hóa của MT sau 5 tỷ năm, có thể là nguyên nhân chủ yếu, làm cho TĐ mang bệnh hiểm nghèo, và đó là giây phút tiếng chuông cáo chung của nền văn minh nhân loại ngân lên não nùng và bi ai. Song con người cũng không nên ân hận gì, khi phải trở về cội nguồn là thế giới vô sinh. Vì đã được sống dư thừa hạnh phúc hàng tỷ năm rồi.

*** Từ kết quả quan sát hiện thực, thực nghiệm khoa học và hệ thống tri thức hiện có, có thể đi tới kết luận về quy luật hình thành các vật thể vũ trụ:**

"Quy luật hình thành các vật thể vũ trụ là quá trình vận động tương giao tương thành của các mặt đối lập âm dương "chất-trường" ngày càng phát triển, tương phản đối kháng ngày càng giảm dần. Khi đạt trạng thái cân bằng giữa các mặt đối lập AD, hệ thống tự động điều chỉnh, tương phản cân bằng, hình thành một cách tương ứng, tương phản đối kháng không còn, thì vật thể vũ trụ được sinh ra".

Quy luật này hoàn toàn phù hợp với nguyên lý AD sinh vạn vật mà người xưa từng phát hiện: " Âm dương tương giao đạt trạng thái "hòa" mới sinh vạn vật, không "hòa" không sinh vạn vật".

Để đạt trạng thái hòa thì tương thành phải phát triển, tương phản đối kháng phải tàn lụi. Để có nguyên tử thì điện tử phải tương thành liên kết với hạt nhân. Để có phân tử thì các nguyên tử phải liên kết với nhau. Đối với các vật thể lớn như TĐ, các mảng vật chất phải liên kết chặt chẽ với nhau. Quá trình liên kết dần dần, bắt đầu từ lớp bụi các nguyên tố (tinh vân), từ kết hợp nhỏ đến kết hợp lớn hơn. Đó là quá trình tương thành của các chất, nhờ năng lượng hấp dẫn làm chất keo kết dính.

Với thế giới hữu sinh, trong một vật thể, các cặp AD phong phú và đa dạng hơn rất nhiều; sự đa dạng và phong phú, mức độ tinh vi trong vận động AD, phát triển trong quá trình tiến hóa. Các cặp AD cấp cao và cấp thấp cùng tương thành hoạt động, trong đó cặp AD cấp cao chi phối và quy định quy luật vận động các cặp AD cấp thấp. Trong con người, cặp AD đại não chi phối vận động của các cặp AD tặng phủ, tế bào. Vận động tâm lý chi phối vận động sinh lý và các vận động lý hóa trong cơ thể.

Sự phức tạp và tinh tế trong vận động tâm lý là thành quả tương giao tương thành của vật chất sinh lý đại não và các mối quan hệ xã hội, vận động theo quy luật, trải qua nhiều tầng, nhiều lớp, nhiều mối liên hệ nhân quả theo chiều ngang (cùng một thời kỳ) và theo chiều dọc của thời gian.

Từ sau Vụ nổ lớn (BB), quy luật tương thành đã làm cho vật chất vận động và tiến hóa theo từng nấc thang, từ thấp đền cao; từ sự vận động của các hạt cơ bản; tiến lên sự vận động lý, hóa, sinh học, tâm lý-ý thức và xã hội.

Các tương phản đối kháng thường chặn đường quá trình tương thành. Mỗi lần chiến thắng đối kháng, vận động tương thành của AD lại có bước phát triển tinh tế hơn, "trí tuệ " hơn.

Hệ thống tương phản cân bằng hình thành song song với quá trình tương thành, có vai trò rất quan trọng trong việc giữ cho AD vận động cân bằng. Trí tuệ loài người, phản ánh hiện thực vũ trụ, đã biết thiết kế hệ thống này trong các sáng tạo của mình. Các máy móc tự động như rô bốt, máy tính điện tử hiện đại, hệ thống thiết bị tự động, VTTH, vv.. đều có hệ thống tự động điều chỉnh giữa các khâu (các cặp AD). Các cấu trúc AD trong con người có vô số hệ thống tự động điều chỉnh, từ đại não, các tạng phủ, đến các tế bào, mà sinh lý học hiện đại đã khám phá.

Quá trình tự động điều chỉnh là quá trình tương phản cân bằng, là quá trình "đấu tranh" giữa các mặt AD, khi gặp "trục trặc", để lập lại cân bằng trong tương tác. Khác với tương phản đối kháng, làm cho mất cân bằng hơn, dẫn đến hủy diệt và chuyển hóa. Khi hệ thống tương phản cân bằng kém hiệu quả, tương phản đối kháng sẽ xuất hiện, nếu hệ thống tương thành và tương phản cân bằng không kiềm chế và "tiêu diệt" thì đối kháng sẽ phát triển ngày càng mạnh lên. Trong các thiết bị tự động cũng có tình trạng tương tự; hệ thống tự động điều chỉnh hư hỏng, không phát hiện và sửa chữa kịp thời, sẽ làm cho máy móc hư hỏng.

Trong hoạt động sinh lý của con người, khi tim (hỏa) thận (thủy) mất cân bàng, thường sinh bệnh đau đầu, mất ngủ hoa mắt, chóng mặt. Thầy thuốc phải dùng phương dược "giao thông tâm thận", tức là lập lại hệ thống tương phản cân bằng giữa hai hành Thủy, Hỏa, bằng các vị như "Hoàng liên - Thạch xương bồ" hoặc " lục vị địa hoàng hoàn gia mạch môn, ngũ vị ngưu tất". Ta có thể tìm thấy vô số ví dụ như thế trong hoạt động muôn hình, muôn vẻ của con người.

Một cặp vợ chồng không tự động điều chỉnh xung đột, sẽ dẫn đến tan vỡ.

Một tổ chức, hệ thống phê bình tự phê bình, không có hiệu quả sẽ dẫn đến mất đoàn kết nội bộ, làm suy yếu tổ chức.

Một cấu trúc chức năng nhà nước, nếu không xây dựng được hệ thống tương phản cân bằng, tự động điều chỉnh, đủ mạnh và hiệu quả, giữa Đảng - nhân dân - Mặt trận - Quốc hội - Chính phủ, hoặc giữa chính trị - kinh tế - văn hóa giáo dục - Khoa học công nghệ - Môi trường (10 hệ thống tự động điều chỉnh theo quan hệ Ngũ hành), tương phản đối kháng sẽ phát sinh trong hệ thống hoặc bị tương phản đối kháng bên ngoài gây ảnh hưởng nguy hiểm và dẫn đến suy yếu, thậm chí tan vỡ như Liên Xô, Đông Âu, thời kỳ cuối thế kỷ XX. Lịch sử phát triển của xã hội loài người có rất nhiều hiện tượng tương tự.

* Từ hiện thực vận động của vũ trụ, được mô tả theo tri thức khoa học hiện đại, có thể điều chỉnh nội hàm một số khái

niệm trong học thuyết AD.

Khái niệm, phạm trù, quy luật là phương thức mô tả hiện thực của tư duy. Mức độ chính xác trong nội hàm các khái niệm chịu sự hạn chế của trình độ tư duy và tri thức khoa học đương thời. Hiện thực luôn luôn vận động, tư duy phản ánh hiện thực cũng luôn luôn vận động và phát triển. Vì vậy, khái niệm, phạm trù, quy luật lôgic, cũng vận động. Căn cứ vào từng nấc thang chuyển hóa của vận động khách quan, các nội hàm của khái niệm cũ, cần được hiệu chỉnh, bổ sung hoặc thay thế cho phù hợp với sự chuyển hóa đó, thậm chí có thể chuyển sang khái niệm khác khi sự vật đã biến đổi cơ bản về chất lượng. Nếu khư khư giữ lấy khái niệm cũ với những nội hàm đã "lạc hậu", chúng ta sẽ phạm sai lầm giáo điều và siêu hình, dẫn tới sai lầm có thể rất nghiêm trọng trong chỉ đạo thực tiễn và nghiên cứu khoa học.

V.I.Lênin từng viết: "Những khái niệm của con người không bất động, mà luôn luôn vận động, chuyển hóa từ cái nọ sang cái kia, tràn từ cái nọ sang cái kia; không như vậy, chúng không phản ánh đời sống sinh động. Sự phân tích những khái niệm, việc nghiên cứu chúng, nghệ thuật vận dụng chúng" (Ăng ghen), bao giờ cũng đòi hỏi việc nghiên cứu sự vận động của các khái niệm, mối liên hệ giữa chúng, sự chuyển hóa lẫn nhau giữa chúng (Lê nin, toàn tập, tập 29, bút ký triết học, Nxb Tiến bộ Matxcơva 1981, tr. 267). "Sự vận động của khái niệm phản ánh sự vận động của thế giới khách quan" (Sđd, tr. 188).

Trong học thuyết Âm Dương, Tiền nhân chưa tách biệt việc trình bày những khái niệm về Vũ trụ luận và những khái niệm triết học. Cần phân loại những khái niệm đó để tìm sự tương đồng giữa triết học AD và triết học DVBC.

+ Khái niệm "vô cực" của người xưa được giải thích là hư vô, không có gì, vũ trụ từ không đến có. Khái niệm vô cực do

Chu Đôn Di đời Tống đề xuất, tương đồng với khái niệm "Đạo", do Lão Tử chủ trương. Khái niệm Đạo sau này được Trang Tử mở rộng, cho rằng Đạo là lực lượng ràng buộc để Âm Dương vận động cân bằng (vòng tròn Đạo bao quanh hai con cá AD). Các nhà Dịch học đời Hán lại mở rộng một lần nữa khái niệm Đạo, cho rằng Đạo là quy luật vận động của AD: "Dịch là biến đổi để theo Đạo" (Kinh Dịch).

Các bậc Tiên triết không bao giờ đơn giản trong tư duy để đưa ra khái niệm Đạo hay vô cực; các nhà tri thức thời đó cũng không dễ dàng chấp nhận khái niệm Đạo của Lão tử, nếu không được hiện thực chứng minh. Có sở hiện thực của "Đạo" hay "vô cực" phải từ bầu trời. Với "kính thiên văn Ha bơn" duy nhất là đôi mắt sáng quắc với niềm đam mê tìm hiểu vũ trụ; trong một đêm quang đãng, bầu trời trong xanh, không một áng mây trôi. Đôi mắt tiền nhân chăm chú quan sát bầu trời mông lung, sâu thẳm. Bỗng nhiên từ vùng trời đêm xanh thẳm, không một vì sao, lóe lên một vùng sáng kỳ lạ, vùng sáng tồn tại kéo dài, đủ thời gian để người xưa quan sát và suy ngẫm về nguồn gốc của vạn vật. Vùng sáng lóe lên kỳ lạ đó đã được nhà phong thủy học Quách Phác, sống trước Chu Đôn Di khoảng 800 năm, mô tả trong sách "Thanh nang kinh" của ông.

Vùng sáng lóe lên trong đêm đen kỳ lạ như thế cũng được biên niêm sử các nước ở thế kỷ XI ghi chép ti mỷ. Theo sử Trung Quốc "Tống hội yếu", sáng ngày 4-7-1054, bầu trời phía sao Thiên quan, chòm Kim Ngưu bỗng nhiên sáng rực suốt 25 ngày đêm, khi có ánh sáng MT vẫn nhìn thấy, vùng sáng lạ thường đó đã tồn tại 650 ngày đêm, đến ngày 6/4/1056 mới tắt hẳn, mắt thường có thể chiêm ngưỡng. Vũ trụ học hiện đại xác định đó là vụ nổ của một siêu sao, mà vết tích của nó hiện nay vẫn còn tồn tại, được gọi là "tinh vân con cua", một đám khí có hình dạng con cua đang bò, phát ra bức xạ vô tuyến cực mạnh, các chất khí của nó bay tản ra chung quanh với tốc độ cua bò khổng lồ, cỡ 10.000 km trong một giây (Theo sách "Vũ trụ nhìn thấy và không nhìn thấy"). Sđd, tr. 690). Theo "Tống hội yếu", vụ nổ sao đã xuất hiện ở các năm 1006 - 1054 - 1572 - 1604. Ngày 23 - 2 - 1987, sự phát hiện vụ nổ khổng lồ sao siêu mới 1987 A, thuộc tinh vân Magienlăng, cách ta 160 ngàn năm As, cách vụ nổ năm 1604 gần 4 thế kỷ.

Có thể Chu Đôn Di, đã quan sát được hiện tượng này trong thời đại ông sống, còn Lão Tử và Quách Phác đã quan sát được các hiện tượng tương tự trước đó nhiều thế kỷ. Cho nên Chi Đôn Di đã chấp nhận khái niệm Đạo của Lão tử và gọi bằng cái tên khác là vô cực. Còn các nhà dịch học đời Hán, không dùng khái niệm đạo mà chỉ dùng khái niệm Thái cực, trong đó bao hàm AD ở trạng thái hỗn độn.

Ngoài hiện tượng hùng vĩ của các vụ nổ Siêu sao, còn có hiện tượng phổ biến "từ không đến có" là Sao chổi, sao sa, mưa sao, mà mọi người có thể nhìn thấy.

Sao chổi là các thiên thể có khối lượng rất nhỏ (hàng chục vạn lần bé hơn khối lượng TĐ), chuyển động quanh MT với quỹ đạo elip rất dẹt, với viễn điểm vượt ra ngoài hệ MT. Khi chúng chuyển động đến gần MT, khoảng vài đơn vị thiên văn (1 đvtv = 1,496. 10^8 km " 150 triệu Km = khoảng cách từ TĐ đến MT ở vị trí xa nhất) ta mới nhìn thấy, thoạt đầu là một chấm mờ sau đó nở to dần và hình thành đuôi. Hàng năm có thể quan sát hàng chục sao Chổi; có những sao chổi hơn 400 năm mới về thăm MT một lần. Nhân sáng sao chổi là H_2O, Amoniac (NH_3), Meetan (CH_4) ở thể băng. Vỏ nhân bao gồm các phân tử OH, NH_2, CH_2, CH, Cr. Dưới tác dụng của bức xạ MT, các chất trên bay hơi và nở to dần. áp lực ánh sáng đẩy các phần tử bốc hơi ra xa, làm thành cái đuôi sao chổi kéo dài hàng chục triệu km. Nhân sao chổi có thể bị tan ra nhiều mảnh. Thế kỷ XIX đã có 4 sao chổi bị vỡ. Cuối thế kỷ XX, năm 1997, sao chổi Lêvy đã vỡ thành các dòng hạt đâm vào Sao Mộc. Nếu đám vật chất bị vỡ, sa vào khí quyển, sẽ bị bốc cháy thành một dòng liên tục, gọi là sao băng hay mưa sao. Vào ba năm 1833, 1866, 1899; nhân loại đã được chiêm ngưỡng những đêm pháo hoa rực rỡ của thiên nhiên như vậy. Hàng năm, quanh ngày 15 tháng 11, có thể thấy"mưa sao" nhẹ vào các đêm, do quỹ đạo TĐ tiếp xúc với quỹ đạo một sao chổi đã phân rã thành vành vật chất bay quanh MT.

Sao sa là hiện tượng các mảnh vụn vật chất chuyển động trong không gian giữa các hành tinh, có vận tốc hàng chục km/giây, khi sa vào khí quyển, bị bốc cháy (thường ở độ cao 80km). Vật chất sao sa (thiên thạch) khoảng 90% là sắt, còn lại là canxi. Các thiên thạch lớn hàng chục Km, trọng lượng hàng chục tấn trở lên, thường từ vành đai thiên thạch ở gần hệ MT bay vào TĐ, đang được khoa học kiểm soát chặt chẽ. Thiên thạch lớn nhất khoảng 60 tấn, đã rơi xuống Tây Nam Phi vào đầu thế kỷ XX. Hiện tượng sao sa, hay còn gọi là sao băng, sao đổi ngôi, hàng năm xuất hiện hàng trăm lần.

Từ các hiện tượng này, người xưa đã hình thành, tư tưởng "vũ trụ từ không đến có" và đưa ra khái niệm "Đạo", "Vô cực", "Hư vô".

So sánh với học thuyết "Vụ nổ lớn" hiện nay, khái niệm vô cực, tương ứng với "Điểm kỳ dị"; tuy rằng căn cứ hiện thực của "vô cực" không đồng nhất với điểm kỳ dị; nhưng về mặt triết học có thể chấp nhận, khi khái niệm "vô cực" được vận động, mà không giáo điều, siêu hình.

V.I. Lênin đã viết: "Sự phù hợp giữa tư tưởng và khách thể là một quá trình: Tư tưởng (= con người) không nên hình dung chân lý dưới dạng một sự đứng im, chết cứng, một bức tranh (hình ảnh) đơn giản, nhợt nhạt (lờ mờ), không khuynh hướng, không vận động, y như một thần linh, một số, một tư tưởng trừu tượng".

(V.I. Lênin, toàn tập, tập 29, Bút ký triết học, Nxb Tiến bộ Matcova - 1981, tr. 207).

"Điểm kỳ dị" trước khi bùng nổ là một vật thể, một trạng thái AD cân bằng giữa chất và các trường năng lượng. Chúng ta chưa biết được điểm kỳ dị đã "đứng im" bao nhiêu lâu, rồi mới bùng nổ do tương phản đối kháng mãnh liệt trong nội bộ của nó. Như vậy từ "vô cực" với nội hàm "hư vô", vận động sang "vô cực" với nội hàm là AD ở trạng thái cân bằng đặc biệt, tương ứng với điểm kỳ dị trong mô hình vũ trụ Bigbang.

+ Khái niệm "thái cực" của người xưa với nội hàm là trạng thái AD hỗn độn, chưa được tách ra, chưa sinh lưỡng nghi. Tuy nhiên nếu theo hình vẽ hai con cá ôm ấp nhau thì AD không phải hỗn độn mà phân biệt rõ ràng, trong âm có một mầm dương, trong dương có một mầm âm, không cô âm, cô dương. So sánh với lý thuyết BB thì Thái cực tương ứng với thời kỳ vận động của các hạt cơ bản và các trường năng lượng, bắt đầu từ thời điểm nổ đến giai đoạn "đứt liên kết"; chưa có nguyên tố hóa học nào được sinh ra do foton năng lượng cao bao vây, ngăn cản electron tìm đến proron; tình yêu tương thành giữa electron và proton đã bị foton tương phản đối kháng chặn lại.

+ Tiếp theo là khái niệm "AD sinh vạn vật". Sau khoảng 500.000 năm, vật chất vụ nổ đã dãn nở, chiếm lĩnh không gian rộng lớn; nhiệt độ giảm còn 4000^0 K, năng lượng foton giảm hẳn không còn đủ sức cản trở tình yêu của proton và electron, kết quả là nguyên tố đầu tiên: Hydro được tạo ra tràn ngập vũ trụ. Cứ theo quan niệm của người xưa thì vạn vật bắt đầu từ nguyên tử Hydro, trong đó AD cân bằng, trung hòa về điện. Tiếp đến các ngôi sao, thiên hà, mặt trời - trái đất - mặt trăng, con người ra đời.

+ Hãy để cho tư duy vận động thêm chút nữa.

Lý thuyết BB đã chứng minh tính hiện thực trong các khái niệm của học thuyết AD. Chúng ta không biết được bản luận án khoa học của học thuyết AD và tác giả của nó. Các khái niệm Hư vô, Đạo, Vô cực, Thái cực, là do người đời sau đưa vào để giải thích học thuyết và sự hình thành các quẻ dịch. Các sách đời nay cũng dựa vào các khái niệm của người xưa để bàn luận.

Việc đưa thêm khái niệm vô cực, thái cực, hư vô vào hệ thống khái niệm của học thuyết AD là có sự lầm lẫn giữa cái cụ thể của Vũ trụ luận và cái phổ quát của triết học.

Nói rằng AD sinh vạn vật có nghĩa là AD không chỉ một vật cụ thể nào, mà là một phạm trù tổng quát nhất tương ứng với phạm trù vật chất trong triết học DV hiện đại. Âm Dương vận động theo quy luật tương thành tương phản, có thuộc tính không gian, thời gian; có mối liên hệ phổ biến và phát triển, đã được chứng minh ở các phần trên.

Không có gì sinh ra AD. Âm dương, tự nó có sẵn trong vũ trụ, là một "khái niệm ẩn dụ" để chỉ hai mặt đối lập trong các sự vật, hiện tượng, quá trình tồn tại khách quan, không phụ thuộc vào ý thức con người và được con người nhận thức.

Khái niệm hư vô ra đời khi con người không có thiết bị quan sát vũ trụ. Khái niệm vô cực, thái cực, là những dạng tồn tại cụ thể của AD, một dạng chuyển hóa cụ thể của AD, là khái niệm Vũ trụ luận cổ đại. Lý thuyết BB là lý thuyết hình thành vũ trụ vô sinh, là khoa học cụ thể, là Vũ trụ luận hiện đại, có thể dùng để chứng minh cho các tư tưởng triết học, nhưng không phải là triết học.

Cho nên, trong học thuyết AD, nên hiểu các khái niệm hư vô, vô cực, thái cực, là các khái niệm của Vũ trụ luận. Còn khái niệm Âm, Dương, mới là khái niệm triết học.

Triết học AD chỉ bao gồm phạm trù AD và hệ thống quy luật của nó.

Việc dùng khái niệm vô cực, thái cực để lý giải sự ra đời của quẻ dịch là không đúng với lôgic sáng tạo quẻ Dịch. Hệ thống quẻ Dịch là mô hình ứng dụng triết học AD vào Dự đoán học. Phù hiệu quẻ Dịch là phù hiệu hai mặt đối lập âm và dương, do con người sáng tạo, không phải từ thái cực sinh ra.

Chỉ có thể chấp nhận khái niệm "Đạo" để chỉ hệ thống quy luật vận động của AD: "Dịch là biến đổi để theo Đạo".

Với việc loại trừ các khái niệm vô cực, thái cực, học thuyết AD trở thành triết học AD, hoàn toàn tương đồng với triết học Duy vật hiện đại ở những phạm trù cơ bản nhất.

Nói đến tính "ẩn dụ" của khái niệm AD là để so sánh với khái niệm vật chất. Người xưa mô tả luôn quy luật vận động cơ bản của sự vật và hiện tượng khách quan là quy luật tương thành tương phản của hai mặt đối lập, được gọi là AD. Cho nên, nói đến AD cũng có thể hiểu là "vật chất, với hai mặt đối lập của nó". Khái niệm "AD" và khái niệm "vật chất" là những phạm trù triết học tương đương nội hàm như đã chứng minh ở phần học thuyết AD và các phần tiếp theo.

+ Mặt chưa hoàn hảo của học thuyết AD là không làm rõ quy luật A - D cùng thịnh, A - D cùng suy, cũng dẫn đến chuyển hóa; chỉ nhấn mạnh quy luật Âm thịnh thì Dương duy và ngược lại, Dương thịnh Âm suy, đến mức độ "chín muồi", thì chuyển hóa sang sự vật mới. Quy luật này có lẽ suy lý từ ký hiệu quẻ Dịch, tương tự như việc suy lý 12 quẻ tháng.

Với các nguyên tố hóa học, nếu tương thành 1 e và 1p ta có nguyên tử Hy dro. Nếu số lượng e và p tăng lên, tức A - D cùng thịnh thì ta được các nguyên tố khác nhau với thuộc tính khác nhau. Việc hình thành các vật thể vũ trụ như MT - TĐ - Mt, đều theo quy luật AD cùng thịnh. Quá trình tương thành AD ngày càng nhiều, vật chất rời rạc được hội tụ ngày càng lớn, lượng, chất đều biến đổi, vận động tới trạng thái cân bằng để hình thành vật thể.

Quy luật vận động của TĐ tiến dần tới cân bằng ổn định cũng tuân theo quy luật AD cùng thịnh. Để AD cùng thịnh thì quan hệ tương thành AD ngày càng phát triển. Lượng và chất tương thành tăng dần, dẫn đến chuyển hóa, sự vật ra đời. TĐ quay quanh MT đã 6,6 tỷ năm. Vật chất TĐ, kể cả biển và các mảng lục địa, đón nhận sự tương tác của MT - Mt theo quy luật Ngũ hành, vận hành theo chu kỳ hàng năm, đã 6,6 tỷ năm. Một số lượng tương tác lớn như vậy đã làm cho TĐ trải qua 6 giai đoạn kiến tạo, 6 giai đoạn chuyển hóa, theo khuynh hướng ngày càng ổn định. Xã hội loài người sinh ra và phát triển từ số lượng tương thành khổng lồ đó.

Như vậy không chỉ mâu thuẫn đấu tranh, tương phản đối kháng ngày càng phát triển, mới dẫn đến chuyển hóa; mà mâu thuẫn thống nhất, tương giao tương thành ngày càng phát triển, khi đủ về lượng, chất, cũng dẫn đến nhảy vọt, chuyển hóa .

Đối với từng cá thể con người, quá trình lớn lên từ bào thai cho đến tuổi trưởng thành, tự lập thân, là quá trình AD cùng thịnh, quá trình tích lũy tương giao tương thành của AD, như đã chứng minh ở phần trước.

Đôi trai gái yêu nhau là quá trình tích lũy các dấu hiệu tương thành tình yêu, mới dẫn đến chuyển hóa thành hôn nhân.

Một tập thể có nhiều tương thành hợp tác giữa cấp trên và cấp dưới, lập được thành tích ngày càng xuất sắc, sẽ chuyển hóa thành tập thể anh hùng.

Quy luật "tương thành tích lũy" cũng dẫn đến chuyển hóa, nhảy vọt, chúng ta chưa đề cập nhiều, thường chỉ nhấn mạnh mặt tương phản đối kháng, đấu tranh phát triển, mới dẫn đến biến hóa về chất.

Các chuyển biến cách mạng trong lịch sử nhân loại cho đến nay (đầu thế kỷ XXI) là quá trình vận động song song của quy luật tương phản đối kháng và tương giao tương thành, sẽ được phân tích ở các phần tiếp theo. Quy luật âm thịnh dương suy và ngược lại, thường xảy ra ở các cặp AD liên hệ, có quy luật vận động đối kháng nhau; hoặc ở cặp AD cấu trúc đã phân hóa thành hai cặp AD liên hệ, do phát triển tương phản đối kháng, sẽ được mô tả ở các phần sau.

IV.3- XÃ HỘI LOÀI NGƯỜI ĐANG CẤU TRÚC THÀNH MỘT VẬT THỂ VŨ TRỤ.

IV.3.1- Thế nào là một "vật thể vũ trụ"

* Vật thể vũ trụ, với tính chỉnh thể của nó, là một cấu trúc AD vận động cân bằng; trong đó, quy luật vận động chủ yếu là quy luật tương thành và quy luật tương phản cân bằng; quy luật tương phản đối kháng chỉ xuất hiện cục bộ ở các cấp AD thành phần với cường độ thấp, dễ dàng bị quy luật tương thành và quy luật tương phản cân bằng loại bỏ. Nói cách khác, trong vật thể đó, mâu thuẫn thống nhất là chủ yếu, mâu thuẫn "đấu tranh" giữ vai trò tự động điều chỉnh, có tác dụng tăng cường tính thống nhất giữa các mặt đối lập AD. Vật thể đang ở trạng thái "dừng" đứng im tạm thời. Vận động của chất, lượng, vẫn tuân theo quy luật vận động cơ bản của sự vật.

* Con người là sản phẩm của tự nhiên, là một thành phần của tự nhiên, tồn tại và phát triển dựa vào tự nhiên. Cấu thành với tự nhiên thành một cặp AD liên hệ, luôn luôn có mối liên hệ tương thành, tương phản với tự nhiên, bị quy luật tự nhiên chi phối và tương tác với tự nhiên "một cách trí tuệ". Vì vậy từng

con người, được người xưa quan niệm là "một tiểu vũ trụ", một vũ trụ nhỏ, một vật thể vũ trụ. Khi con người cố kết với nhau trong một cộng đồng, có nguyên tắc tổ chức chặt chẽ; cộng đồng trở thành điều kiện sống và phát triển của từng con người, thì một cộng đồng như thể có thể hình thành một vật thể vũ trụ, giống như nhiều nguyên tử hợp thành một phân tử, nhiều phân tử hợp thành đại phân tử, nhiều hệ thống con hợp thành hệ thống mẹ, nhiều cấu trúc nhỏ hợp thành cấu trúc lớn..

* Các tổ chức, các quốc gia đang ở trạng thái vận hành ổn định, nhân dân và lãnh đạo "tâm đầu ý hợp", có hệ thống pháp luật và những nguyên tắc đạo đức phù hợp với chủ nghĩa nhân đạo, được mọi người tự giác thực hiện, ai ai cũng cảm thấy hạnh phúc, thì tổ chức và quốc gia đó là một vật thể vũ trụ theo đúng ý nghĩa của khái niệm đó.

* Một quy luật phổ biến của vũ trụ là: các vật thể được hình thành một cách dần dần, tiến tới cân bằng ổn định, "dừng" tạm thời, sau đó mới chuyển hóa do tương phản đối kháng trong cấu trúc (nội bộ), hoặc tác động đối kháng mãnh liệt từ các cặp AD liên hệ (bên ngoài). Vì vậy vũ trụ mới có hàng tỷ tỷ thiên thể, đang vận động ổn định, TĐ mới có hàng triệu loài sinh vật đang sinh sống.

* Các vật thể hình thành dần dần từ mức cân bằng thấp đến mức cân bằng cao, tiến tới ổn định. Ở một giai đoạn hình thành nào đó, vật thể đã có những thuộc tính cơ bản, đặc trưng, vì vậy nó có thể được đặt tên. TĐ hiện nay chưa cân bằng hoàn toàn, chưa có tính chỉnh thể của một vật thể vũ trụ; nhưng khi loài người xuất hiện, có ngôn ngữ, TĐ được đặt tên, vì nó có điều kiện cơ bản để nuôi dưỡng sự sống. Đứa trẻ mới ra đời, AD chưa cân bằng, nhưng vẫn gọi là con người, vì nó đã có những thuộc tính để phân biệt với loài vật. Có thể so sánh với bức vẽ của một họa sĩ. Lúc đầu là phác thảo những nét lớn, đã có thể gọi

tên. Tiếp theo là quá trình tương thành giữa chủ đề tư tưởng bức họa và phương pháp nghệ thuật thể hiện. Bức vẽ được tô màu, chỉnh sửa dần dần cho đến lúc có sự cân bằng giữa nội dung tư tưởng và hình thức biểu hiện (giữa logic hình thức và logic biện chứng), lúc này bức vẽ mới tương ứng hoàn toàn với cái tên gọi của nó.

* Xã hội loài người hiện nay chưa phải là một vật thể vũ trụ, vì chưa đủ tiêu chí cân bằng ổn định, song vẫn gọi là xã hội loài người, vì có những đặc trưng cơ bản là được cấu trúc bằng những con người. Tuy nhiên cấu trúc chưa chặt chẽ, là một hỗn hợp, chưa phải là "một đại phân tử".

* Hai mặt AD cơ bản của xã hội là tầng lớp thống trị và tầng lớp bị trị, bộ phận lãnh đạo và cấp dưới. Sự cân bằng ổn định của xã hội được quyết định chủ yếu bằng sự cân bằng của cặp AD này. Sự cân bằng của các cặp AD khác (thành phần) như kinh tế, văn hóa, v.v...do trạng thái cân bằng của cặp AD cơ bản quyết định, đồng thời, đóng vai trò là phương tiện, là sự tương thành, hỗ trợ, góp công làm nên sự cân bằng của cặp AD cơ bản.

Quy luật dẫn đến sự cân bằng của cặp AD không nằm ngoài quy luật phổ biến hình thành các vật thể vũ trụ. Đó là: Tương thành giữa hai mặt AD tăng dần, tương phản đối kháng giảm dần, mâu thuẫn thống nhất tăng dần, mâu thuẫn đối kháng giảm dần, hệ thống tương phản cân bằng, hệ thống tự động điều chỉnh ngày càng hoàn thiện và phát huy hiệu quả lớn hơn trên con đường dẫn tới điểm "dừng".

Song, con đường đã đi và đang đi, không hề bằng phẳng. Đó là một phương trình phức tạp, nhiều ẩn số, có nhiều cực đại, cực tiểu, uốn khúc gặp ghềnh, vì có nhiều cặp AD thành phần và AD liên hệ, lập thành nhiều cấu trúc Ngũ Hành, làm nên sự phức tạp trên con đường dẫn tới sự cân bằng, như đã phân tích ở các phần phía trước.

* Là lịch sử của con người, nên còn bị chi phối bởi quy luật vận động và phát triển của ý thức, biểu hiện trình độ phát triển các tri thức khoa học như: triết học, chính trị, kinh tế, văn hóa, kỹ thuật, công nghệ và các hình thái ý thức xã hội khác. Hệ thống quy luật phổ quát và quy luật riêng dẫn dắt tiến trình lịch sử nhân loại đã được trình bày khái quát ở chương III. Phần này diễn giải thêm một vài vấn đề cụ thể.

Thế giới loài người cao hơn thế giới loài vật ở trí tuệ. Vì vậy, lịch sử vận động và phát triển của thế giới loài người gắn liền với lịch sử vận động và phát triển của trí tuệ, gắn liền với các phát minh, khám phá chân lý, ở mọi lĩnh vực, đặc biệt trong lĩnh vực triết học, các khoa học thúc đẩy sản xuất của cải vật chất, và chủ nghĩa nhân đạo.

Trí tuệ dẫn đường lịch sử, "văn hóa soi đường quốc dân đi". (Hồ Chí Minh). "Không có lý luận cách mạng thì không có phong trào cách mạng" - ý Lê nin được Hồ Chí Minh nhắc lại trong Đường Cách Mệnh".

Ngoại trừ thời kỳ mông muội, giai đoạn công xã nguyên thủy, khi lịch sử chưa thành văn, các chuyển biến cách mạng trong lịch sử bao giờ cũng được chuẩn bị trước bằng trí tuệ, bằng cuộc cách mạng tư tưởng theo khuynh hướng chủ nghĩa nhân đạo. Cách mạng tư tưởng dẫn đường cho hành động cách mạng, làm nên sự chuyển biến lịch sử. Hiện thực vận động lịch sử từ trước đến nay đã minh chứng rõ ràng cho quy luật đó.

Trí tuệ là sản phẩm tương tác của vật chất có tổ chức văn minh nhất của thế giới hiện thực, là bước nhảy vọt cao nhất của vật chất vận động và phát triển, là sự phản ánh các quy luật của thế giới khách quan. Vì vậy, những con người riêng lẻ mới nhận thức được những vấn đề chung của xã hội, gọi là ý thức xã hội.

Con ngựa, con dê, con thỏ, có thể ăn cỏ, vì chúng có bộ máy tiêu hóa được cấu tạo gần giống nhau. Con người có cấu trúc đại não giống nhau nên có thể tiếp nhận ý thức chung.

Nhân loại ở bất cứ phương trời nào của TĐ, đều có thể cảm thụ được cái hay, chan chứa tình người, của thơ Pusskin, kịch Sêchspia, nhạc Mooza hay Bethôven, cái đẹp trong nụ cười ẩn hiện của nàng Mona Lida trong bức họa nổi tiếng của Lêônadvinci. Có thể giải chung một bài toán hình học, hoặc trầm trồ trước công thức huyền diệu $E = mc^2$ của Anhxtanh. Đó là cái chung của ý thức con người, gọi là ý thức xã hội. Cái chung đó bắt nguồn từ một cái chung trong quy luật vận hành của vũ trụ, sáng tạo nên đại não con người. Đó là quy luật âm dương ngũ hành. Năng lượng ADNH vẫn đang hàng ngày, hàng giờ, chi phối tư duy của nhân loại.

Tuy nhiên, do trạng thái cân bằng ADNH có mặt khác nhau ở từng con người, dẫn đến chỉ số thông minh ("IQ) khác nhau và có quá trình phát triển dần dần từ thấp đến cao, nên ý thức không phải lúc nào cũng phản ánh đúng quy luật vận động của thế giới khách quan. Mức độ chính xác của phản ánh được nâng dần theo thời gian; và ngay trong cùng một thời gian, mức độ chính xác cũng khác nhau ở những con người "đại trí thức", có vai trò khởi nguồn và chi phối ý thức chung xã hội. Vì vậy, ý thức chung xã hội không như nhau, trong từng khu vực địa lý và trong từng thời điểm. Sự phát sinh ý thức đối kháng với quy luật vận động khách quan, là hiện tượng thường thấy trong lịch sử.

Tính đối kháng mãnh liệt của ý thức xảy ra ở buổi rạng đông của lịch sử nhân loại và được giảm dần, cùng với sự tăng tiến của trí thức.

Ý thức phản ánh sự vận động và phát triển của hiện thực. Sự phản ánh chính xác đến mức độ nào, một mặt phụ thuộc vào trình độ tư duy, mặt khác còn phụ thuộc vào động cơ "lợi ích chủ quan". "Lợi ích chủ quan" là lợi ích không cân bằng với cống hiến sáng tạo; nó vượt lên sự cống hiến của con người (lợi cao hơn đức); nó là sự kế thừa tàn dư của quá khứ tiến hóa; nó nằm ở đáy sâu vô thức; "vô thức bản thiện" không đủ sức kiềm chế nó, nên nó trỗi dậy chi phối ý thức; làm cho ý thức phản ánh méo mó hiện thực theo động cơ lợi ích. Động cơ lợi ích này lại trở thành vô thức, khó cải tạo. Một ý thức méo mó như vậy đương nhiên sẽ đối kháng với ý thức phản ánh đúng chân lý khách quan.

Một ý thức méo mó, có thể trở thành "ý thức xã hội" của một cộng đồng, khi các hiện tượng xã hội bị xuyên tạc bản chất vào nhào nặn cho méo mó, để nó ăn khớp với cái ý thức méo mó đó, theo kiểu "nồi méo úp vung méo" và được tuyên truyền dồn dập, làm cho cộng đồng không đủ thời gian để kiểm chứng nó và tiếp nhận nó theo con đường vô thức, hoặc theo "tâm lý đám đông". Đó là kiểu tuyên truyền theo công thức Gơben, bộ trưởng tuyên truyền của phát xít Hitsle: Những điều không có thực trong thực tại, nói lặp lại hàng vạn lần, sẽ trở thành có thực trong ý thức-tâm lý con người, và điều khiển con người hành động theo cái không có thực đó.

Lê nin đã từng phê phán kiểu tuyên truyền như vậy: "cứ nói dối, cứ làm ầm ĩ lên, cứ hét lên, cứ lặp lại những điều dối trá đi", thế nào cũng còn lại một cái gì đó".

Đây cũng là hiện tượng tương phản đối kháng giữa ý thức phản ánh hiện thực và quy luật vận động khách quan của hiện thực.

Các trào lưu tư tưởng xa lạ với cuộc sống cứ ra đời theo cái ý thức méo mó này.

Song, chân lý khách quan có sức mạnh ứng xử của nó. Nó cứ ung dung lăn trên những lý thuyết phi hiện thực, để đi theo con đường riêng của mình.

Cùng với sự vận động của chân lý khách quan và sự phát triển của chủ nghĩa nhân văn, những lợi ích mất cân bằng sẽ giảm dần và bị kiềm chế có hiệu quả trong vô thức nhân loại - ý thức méo mó mờ nhạt dần, dẫn tới sự thống nhất ý thức hệ, phù hợp với quy luật vận động khách quan của hiện thực.

Quy luật "tương thành âm dương phát triển" trong vận động xã hội và vận động tư duy, ắt dẫn tới sự thống nhất ý thức hệ.

Với những "bộ não chi phối sự vận động" xã hội, muốn có chỗ đứng trong hàng ngũ những trí tuệ, kiến tạo nền văn minh nhân loại, hãy đón lấy quy luật đó và hành động theo nó. Hãy tương thành, đừng đối kháng ! Để xã hội loài người trở thành một vật thể vũ trụ, mang hạnh phúc chứa chan tới từng con người.

IV.3.2- Những phương thức hình thành vật thể mới.

Vật thể mới được hình thành là kết quả tương thành, tương phản của hai mặt đối lập AD trong vật thể cũ. Song phương thức tương thành, tương phản không như nhau ở mọi vật thể. Mỗi vật thể có cách phủ định riêng của mình (Ăngghen), được quy định bởi trình độ tổ chức AD, số lượng cặp AD, và đặc điểm mâu thuẫn của nó, số cặp AD liên hệ và đặc điểm tương tác với cặp AD cấu trúc.

Sau đây là những phương thức chuyển hóa điển hình

1- Phương thức tương thành:

Vật thể mới được hình thành từ quy luật tích lũy tương thành giữa hai mặt đối lập AD và tương phản đối kháng bị loại bỏ. Phương thức này, đã được mô tả ở trên, thường xảy ra đối với các vật thể được hình thành từ các vật chất "tan rã" của vật thể cũ. Đây là một quá trình tập hợp lực lượng từ các thành viên vận động rời rạc. Các thiên thể hình thành sau BB, trong đó có MT - TĐ - Mt, nằm trong phương thức này; gọi ngắn gọn là "phương thức tương thành".

2- Phương thức song song:

Phương thức song song thường xảy ra ở các vật thể đã trải qua giai đoạn cân bằng AD. Tuy nhiên, sức mạnh tương thành bị giảm sút, lực lượng đối kháng phát triển. Vật thể cũ phân hóa thành hai cặp AD thành phần, đối kháng nhau; trong hai cặp đó, cặp nào phát triển được sức mạnh tương thành vượt trội, loại trừ được cặp còn lại, sẽ chuyển hóa thành vật thể mới.

Có thể mượn đồ hình con cá âm dương để mô tả.

Đây là mô hình AD ở trạng thái cân bằng, trong âm có dương và trong dương có âm, được Đạo, hình vành khăn, ôm bên ngoài để ràng buộc trạng thái cân bằng, trong quá trình vận động và tương tác AD.

ĐẠO

<u>Bị rạn nứt</u>

D_2
A_2

D_1
A_1

Hình IV-1: Chuyển hóa AD cấu trúc

Đối với vận động cấp thấp, từ vận động sinh học trở xuống, Đạo chính là hệ thống tự động điều chỉnh, tương phản cân bằng, để giúp AD tương thành vận hành ổn định và loại trừ các tương phản đối kháng xuất hiện. Đối với vận động cấp cao là vận động xã hội, Đạo là hệ thống ý thức hệ, Hiến pháp, đường lối, các nguyên lý đạo đức, pháp luật,... để điều chỉnh hành vi con người, làm cho con người vận động theo cái "tất yếu" không sa vào thứ tự do dân chủ vô chính phủ. Có như vậy mới đảm bảo cho hệ thống vận hành ổn định lâu dài.

Đạo cũng là một hệ thống AD, đòi hỏi có cấu trúc vận hành hợp với quy luật vận động của hiện thực. Nếu không như vậy, Đạo sẽ bị "rạn nứt", không còn hiệu lực ràng buộc. Sự vận động của AD sẽ phá vỡ Đạo và chuyển hóa. Trong xã hội, hệ thống đạo đức, pháp luật, đường lối chính sách, phải phù hợp với quy luật vận động của xã hội trong từng giai đoạn phát triển. Sự vận động âm dương bước sang giai đoạn khác, Đạo phải có sự thay đổi tương ứng, giống như sự thay đổi của hệ thống tự động điều chỉnh, khi AD chuyển hóa.

Có thể mô tả khái quát quá trình chuyển hóa từ vật thể cũ sang vật thể mới bằng đồ hình này.

Giả sử tương phản đối kháng xuất hiện từ phía dương. Giống như lực và phản lực, bên âm sẽ tìm cách đối kháng trở lại. Song, sự vật không có cô âm cô dương, việc chia AD chỉ là tương đối. Trong quá trình đối kháng, mầm dương ở bên âm lớn dần và hoạt động tương thành với âm, dần dần trở thành một cặp AD vận động cân bằng, gọi là A_2D_2. Mầm âm A_1 cũng lớn dần lên, làm thành cặp A_1D_1. Trong quá trình đối kháng, bên nào mạnh hơn sẽ chiến thắng, chuyển thành cặp AD mới, mang thuộc tính của cặp AD chiến thắng. Nếu vật thể cũ không bị tan rã thành nhiều cấu trúc, thì cặp AD "chiến bại" sẽ chuyển hóa phù hợp (tương thành) với cặp AD chiến thắng, để trở thành một cặp AD chung, một vật thể mới với cái tên gọi mới và hoạt động theo quy luật mới ra đời. Vật thể mới có thể có cấp vận động cao hơn vật thể cũ, nếu là phủ định phát triển; có thể cùng cấp vận động với vật thể cũ, như hiện tượng các triều đại phong kiến thay thế lẫn nhau; có thể bị phủ định thụt lùi xuống cấp vận động thấp hơn.

Vì cặp AD mới được cấu trúc bằng các "chất liệu" của cặp AD cũ, nên nó kế thừa các thuộc tính của cặp AD cũ còn phù hợp với quy luật vận động của nó và cải biến các thuộc tính không phù hợp.

Vận động cấp cao bao giờ cũng kế thừa các yếu tố còn phù hợp của vận động cấp thấp, với những mức độ khác nhau, tùy thuộc vào hình thái phù hợp, rồi cải biến dần theo quy luật vận động cấp cao; chỉ loại bỏ các yếu tố đối kháng. Vận động tâm lý bao giờ cũng kế thừa vận động lý, hóa, sinh học và nương tựa, tương thành với các vận động đó. Song, các vận động lý, hoá sinh học, phải được cải biến lại, tổ chức lại cho phù hợp với hoạt động của các nơron thần kinh đại não.

Trong quá trình vận động chuyển hoá từ cặp AD cũ sang cặp AD mới thường xảy ra các sự kiện chủ yếu, làm thành các giai đoạn phát triển.

- Thoạt đầu, vì Đạo suy yếu, không còn khả năng ràng buộc kiềm chế, vi phạm quy luật tương thành; tự động điều chỉnh kém, đối kháng phát triển dần lên, phân hóa cặp AD cũ thành hai cặp AD đối kháng nhau: A_1D_1 và A_2D_2.

- Cặp AD mạnh hơn, là cặp AD có quá trình tương thành ngày càng phát triển, không có tương phản đối kháng, tương phản cân bằng có hiệu quả, vận động theo xu hướng phát triển lên cấp độ cao hơn và ngày càng cân bằng.

- Cặp AD yếu hơn, là cặp AD có quá trình tương thành yếu, tồn tại tương phản đối kháng, lại bị đối kháng của cặp AD liên hệ làm cho suy yếu thêm.

- Khi tương quan lực lượng ngả về phía cặp AD mạnh hơn, đối kháng bị tiêu diệt dần, vật thể mới được thai nghén và lớn dần trong lòng vật thể cũ.

- Khi đối kháng hoàn toàn bị loại bỏ, vật thể mới ra đời với cái tên gọi mới và quy luật vận động mới, tuy chưa đạt sự cân bằng hoàn toàn vì còn tàn dư của đối kháng cũ, cần một thời kỳ quá độ để cải biến các thuộc tính cũ cho phù hợp với vật thể mới và loại bỏ các thuộc tính không còn phù hợp. Nói "Vật thể" mới ra đời, có nghĩa là "vật thể" đó đã đạt trình đọ cân bằng AD ở những thuộc tính chủ yếu, ở những cặp AD thành phần chủ yếu, biểu hiện được bản chất tương đối rõ nét của "vật thể mới". Do đó, vật thể mới phải được cấu trúc gần hòa chỉnh khi tiêu diệt xong đối kháng của vật thể cũ.

- Trong học thuyết AD có quy luật Âm thịnh Dương suy và ngược lại. Nhưng riêng Âm, riêng Dương không phải là vật thể, vì hiện thực không có cô Âm cô Dương. Để Âm thịnh, cần có Dương tương thành bên cạnh và ngược lại, để Dương thịnh, cần có Âm tương thành bên cạnh, Âm Dương hỗ trợ nhau để cùng thịnh. Vì vậy, quá trình đối kháng AD trong vật thể cũ, các mầm âm, dương (hai hình tròn nhỏ trong đồ hình con cá AD) lớn dần lên, hình thành hai cặp AD mới , giống như việc ta cắt một thanh nam châm làm hai phần thì được hai thanh nam châm vậy. Giả dụ cặp AD hình thành từ bên Âm cũ (ở đây là A_2D_2) mạnh hơn cặp AD hình thành từ bên Dương cũ (A_1D_1) thì ta có thể hiểu tượng trưng là Âm thịnh, Dương suy và ngược lại).

- Trong Kinh Dịch có nêu quy luật : Vật cực tắc phản, Âm cực sinh Dương và Dương cực sinh Âm. Đây là cách suy diễn theo ký hiệu quẻ dịch, không phải là lôgic hiện thực. Ký hiệu chỉ phản ảnh một khía cạnh của hiện thực, không bao giờ phản ánh đầy đủ quy luật vận động của hiện thực trong phạm trù mô tả của ký hiệu. Suy diễn hiện thực từ ký hiệu, trong nhiều trường hợp vượt quá giới hạn mô tả của nó, thường sẽ phạm sai lầm. Cách suy diễn như vậy là "lôgic" hình thức, không phải là lôgic biện chứng. Âm không vận động một mình đến trạng thái "cực". Vì vậy không có "Âm cực". Dương cũng như vậy. Đây là công thức phi hiện thực.

Trong quá trình đối kháng, Âm Dương không chuyển hoá sang nhau: Âm không tiêu diệt Dương để trở thành Dương, không có công thức như vậy trong hiện thực. Như trên đã mô tả, trong quá trình đối kháng, AD trong vật thể cũ sẽ phân hóa thành hai cặp AD có bản chất khác nhau và khác với bản chất của cặp AD cũ. Cặp AD chiến thắng hình thành vật thể mới, có bản chất mới với những thuộc tính AD mới. Âm, Dương trong vật thể cũ (A_1D_1) cũng chuyển hoá cho phù hợp với vật thể mới.

Cách suy diễn trên đây là của người đời sau để lý giải Kinh Dịch, không phù hợp với quy luật vận động cơ bản của học thuyết AD. Trong Kinh Dịch có nêu quy luật "phản phục tuần hoàn" (Vật thể hết tiến trình vận động lại quay về như cũ, không có tiến hoá), cũng gặp sai lầm tương tự, sai lầm suy diễn từ ký hiệu quẻ Dịch. Những sai lầm này sẽ được làm rõ ở chương hai: Lại bàn về Kinh Dịch.

- Trong quá trình chuyển hoá từ vật thể cũ sang vật thể mới, có nhiều hình thức vận động của quy luật "lượng-chất". Giả dụ, trong đồ hình, A_2D_2 (Âm trong vật thể cũ) thắng. Quy luật vận động của A_2D_2 là tương thành ngày càng lớn lên về lượng, làm cho lượng cấu trúc thành phần trong khu vực A_2D_2 không ngừng tăng lên. Vì cùng trong một vật thể AD cũ, nên việc tăng số lượng cấu trúc thành phần trong A_2D_2 phải từ A_1D_1 chuyển sang (Âm cũ thịnh lên). Trong khu vực A_1D_1 tương thành giảm dần, bị đối kháng làm sao cho suy yếu thêm, cuối cùng, bản chất cơ bản của A_1D_1 cũ bị diệt vong và chuyển hóa sang bản chất của A_2D_2. Lượng đối kháng có thể tăng trong giai đoạn đầu. Sau đó giảm dần. Quá trình chuyển hoá có thể mô tả theo đồ thị.

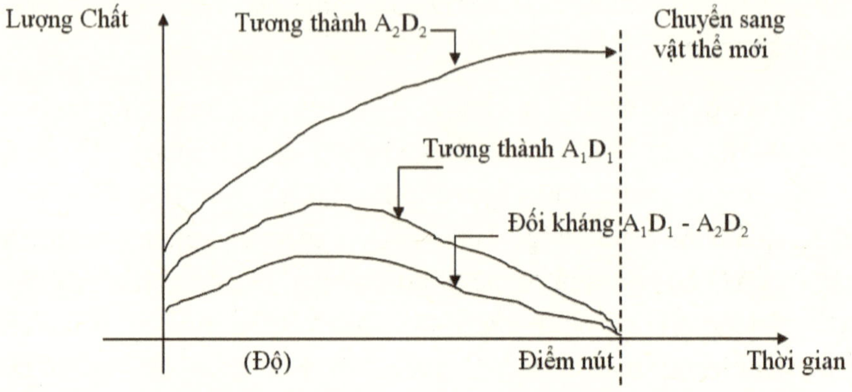

Hình IV-2: Đồ thị chuyển hóa AD cấu trúc

Xét một cách tổng quát, quá trình hình thành vật thể mới, về cơ bản, là quá trình tương thành AD tăng dần, tương phản đối kháng giảm dần. Chất "mới" cũng tăng dần về lượng trong qúa trình trưởng thành. Có như vậy, khi chuyển sang vậy thể mới, chất mới và lượng mới đã có sự cân bằng bước đầu. Quy luật tương thành vận động trong xã hội, xuất phát từ lợi ích chung, đi đến thống nhất đích chung và hành động chung.

Trong hai trạng thái chuyển hoá vừa mô tả, phương thức phát triển tương thành vẫn là phương thức chủ yếu để hình thành vật thể mới.

Hai mặt đối lập của vật thể, mặt nào có vai trò lớn hơn trong việc chi phối quá trình vận động của sự vật được xem là Dương, mặt còn lại là Âm. Trong hệ Mặt trời - Trái đất - Mặt trăng, Mặt trời có năng lượng lớn nhất, giữ vai trò quyết định sự vận động cân bằng của toàn hệ, đóng vai trò Dương. Trái đất, Mặt trăng đóng vai trò Âm. Trong hệ Trái đất - Mặt trăng, Trái đất đóng vai trò Dương còn Mặt trăng đóng vai trò Âm. Trong cặp AD vợ chồng, thường chồng đóng vai trò dương, vợ đóng vai trò âm.

Quá trình đối kháng, bên Dương có xu hướng giữ lại bản chất vốn có của sự vật, còn bên âm muốn chuyển hoá. Trong phản ứng hoá học, hạt nhân mang điện dương, còn nguyên vẹn, điện tử mang điện âm thực hiện việc liên kết để thành một hợp chất. Nhưng muốn có nguyên tố mới thì phải phá vỡ hạt nhân cũ như trong phản ứng nhiệt hạch.

Muốn có sự vật mới, phải xoá bỏ bản chất của cặp AD cũ, bằng cách chuyển hoá hoàn toàn mặt Dương vật thể cũ sang vật thể mới. Còn mặt âm cũ thì đã chuyển hoá trong quá trình tương thành và đối kháng.

- Quá trình đối kháng, nếu cặp AD hình thành từ bên Âm cũ không đủ mạnh, do tương thành không đủ về lượng, chất, sẽ bị cặp AD hình thành bên Dương cũ loại bỏ, vật thể cũ được khôi phục, tuy có điều chỉnh chút ít để loại trừ đối kháng của bên Âm cũ.

- Việc hình thành vật thể mới theo phương thức hai thường xảy ra trong thế giới hữu sinh. Đối với thế giới vô sinh, thường theo phương thức một hoặc phương thức (tan rã) sẽ được mô tả tiếp theo.

Trong hiện thực có nhiều ví dụ có thể chứng minh cho phương thức này.

Một cặp vợ chồng, nếu xuất hiện đối kháng bắt đầu từ phía chồng, yếu tố dương bên vợ sẽ phát triển thành ý muốn ngoại tình. Dần dần một tình lang xuất hiện. Nếu hiện tượng ngoại tình phát triển tương thành, tình cảm với người chồng cũ giảm dần, đối kháng của người chồng cũ trở nên vô nghĩa với người vợ, người chồng cũ bị loại bỏ trong tình cảm của người vợ và dẫn đến ly hôn.

Trong một tổ chức, xuất hiện đối kháng giữa cấp trên và cấp dưới. Cấp dưới sẽ tương thành với một cấp trên khác, dần dần tìm cách loại bỏ thủ trưởng cũ bằng phiếu bầu, hoặc bằng việc đề nghị cấp trên thay thế.

Các cuộc kháng chiến giành độc lập tự do của nhân dân Việt Nam là một minh chứng điển hình cho quy luật này. Các trang sử vinh quang của dân tộc đã mô tả đầy đủ quá trình vận động của quy luật, đặc biệt là hai cuộc kháng chiến chống Pháp và Mỹ.

Thực dân Pháp xâm lược nước ta. Giữa chúng và nhân dân ta bắt đầu đối kháng. Pháp ở vai trò "dương" vì chúng mạnh hơn gấp nhiều lần và đang chi phối vận mệnh dân tộc ta. Nhân dân ta ở vị trí Âm. Mầm Dương ở trong Âm bắt đầu phát triển. Các cuộc khởi nghĩa kháng Pháp do những người yêu nước lãnh đạo phát triển khắp nơi. Tuy nhiên, đường lối tương thành của các nhà yêu nước chưa đủ sức tập hợp lực lượng to lớn của toàn dân tộc. Các cuộc kháng chiến không cân sức đã bị thất bại. Một mầm dương khác lại lớn lên. Đường lối tương thành của Đảng Cộng sản và lãnh tụ thiên tài Hồ Chí Minh đã đủ sức tập hợp mọi lực lượng yêu nước của toàn dân tộc. Cách mạng Tháng Tám thành công rực rỡ và cuộc kháng chiến 9 năm thắng lợi huy hoàng. Một dân tộc nô lệ đã chuyển hoá thành một dân tộc độc lập tự do. Sự vật cũ chuyển hoá sang sự vật mới nhờ quá trình tương thành phát triển, Âm Dương cùng thịnh, lực lượng cán bộ lãnh đạo cách mạng lớn dần lên về số lượng và chất lượng, tương thành với lực lượng quần chúng, làm cho lực lượng quần chúng cũng mạnh dần lên. Quá trình tương thành là quá trình kết hợp giữa tư tưởng và tổ chức, dưới sự dẫn đường của "Đạo", là đường lối cách mạng, là quy luật vận động khách quan của hiện thực Âm Dương.

Cuộc chống Mỹ của nhân dân ta cũng tuân theo quy luật như vậy.

Hiện thực trên đây chứng minh cho tính phổ quát của quy luật vận động âm dương. Sự vận động cụ thể, còn phải tuân theo các quy luật của khoa học cụ thể, đó là khoa học cách mạng;

khoa học khởi nghĩa, giành và giữ chính quyền; khoa học quân sự, v.v...

- Vật thể mới hình thành có thể vận động theo hai xu hướng : Tiến tới cân bằng ổn định cao hơn và duy trì trạng thái ổn định lâu dài, nếu sự tương thành ngày càng phát triển, các tàn dư đối kháng được loại bỏ triệt để. Vật thể xứng đáng với tên gọi của nó. Hoặc tương thành suy giảm, xuất hiện đối kháng mới ngày càng lớn lên, không khắc phục được. Vật thể lại bị phủ định, có thể phủ định tiến hoá, hoặc phủ định thụt lùi. Sự phủ định tiến hoá nhẹ nhàng hơn, vì phù hợp với quy luật vận động khách quan, đưa vật thể tiến lên vị trí cân bằng bền vững hơn. Sự phủ định tiến hoá, về cơ bản không hình thành vật thể mới mà nhằm trừ bỏ nguyên nhân đối kháng, tăng cường tương thành để đưa vật thể đã được hình thành lên trạng thái cân bằng ổn định tốt hơn. Sự phủ định thụt lùi "đau đớn" hơn, vì nó huỷ diệt vật thể mới, quay về vật thể cũ, nó loại trừ đối kháng mới, nhưng khôi phục đối kháng cũ, lịch sử tiến hoá phải chịu tổn thất vì sự lặp lại của thời gian.

- Vật thể mới hình thành là một cặp AD cấu trúc, có liên hệ với nhiều cặp AD cấu trúc khác thành các cặp AD liên hệ, khi cặp AD liên hệ tương thành với vật thể mới là thuận, nếu đối kháng là nghịch. Sự đối kháng của cặp AD liên hệ có thể làm cho tàn dư đối kháng trong vật thể mới phát triển, phối hợp với tương phản đối kháng của cặp AD liên hệ, làm cho vật thể mới đứng trước sự thách thức lớn. Nếu tương thành và tương phản cân bằng trong vật thể mới đủ mạnh, loại trừ được tương phản đối kháng nội bộ và ngược lại, thì vật thể mới sẽ tồn tại và phát triển tới trạng thái cân bằng bền vững, ngược lại vật thể mới có thể chuyển hoá ngược, phủ định thụt lùi.

- Đạo là hệ thống tự động điều chỉnh, được hình thành trong quá trình phát triển của vật thể, nhằm loại bỏ tương phản đối kháng có thể phát sinh trong quá trình tương thành. Đạo phù hợp với quy luật vận động AD của vật thể và cùng vận động phát triển để luôn luôn thích ứng với AD. Vì Dương đóng vai trò lớn hơn trong xu thế vận động của vật thể nên cũng có vai trò lớn hơn trong việc hình thành Đạo. Vì vậy Đạo "nặng" với Dương mà "nhẹ" với Âm. Khi AD tương thành ở trình độ cao, vật thể ở trạng thái cân bằng "bền vững" không có đối kháng, Đạo không còn phân biệt AD nữa .

Trong việc hình thành các nguyên tử, hạt nhân mang điện dương và có khối lượng lớn hơn e nhiều lần, nên thu hút các điện tử (e) về phía mình. Chi phối việc sắp xếp các lớp điện tử theo các mức năng lượng khác nhau. Khi liên kết với các nguyên tử khác, hạt nhân giữ các "phi tần " ở gần mình, còn các "cung phi" ở xa thì phân công làm nhiệm vụ liên kết. Các điện tử quay quanh hạt nhân mà không có trường hợp ngược lại. Hạt nhân đóng vai trò chủ yếu, hình thành hệ thống tự động điều chỉnh, được cấu thành bằng các nguồn năng lượng hạt nhân, điện từ và lực hấp dẫn nguyên tử, đảm bảo cho nguyên tử vận hành cân bằng "bền vững".

Đối với hệ Mặt trời, Mặt trời có khối lượng lớn hơn Trái đất 333.000 lần, lớn hơn Sao Mộc (là hành tinh lớn nhất trong hệ mặt trời) 1050 lần (khối lượng Sao Mộc bằng 318 lần khối lượng Trái đất). Do đó, Mặt trời bắt đàn em bé bỏng quay quanh mình và chi phối hệ thống tự động điều chỉnh, giữ cho hệ vận hành yên ổn đã gần 7 tỷ năm. Phương trình Képle mô tả hệ thống tự động điều chỉnh cho từng hành tinh với Mặt trời. Phương trình để mô tả toàn hệ chưa được khám phá. Mặt trời đóng vai trò Dương và các hành tinh đóng vai trò Âm.

Vật thể tiến hoá càng cao, hình thái vận động AD càng phong phú và đa dạng, phức tạp, và có nhiều cặp AD thành phần được cấu trúc tầng tầng, lớp lớp. Do đó, Đạo cũng có sự phức tạp tương ứng. Trong con người, tế bào là một cặp AD cơ bản và có Đạo ở trong đó. Các cấu trúc chức năng như đại não, các tạng, phủ và mối liên hệ giữa chúng đều có Đạo.

Từ cấp vận động sinh học tiến lên cấp vận động tâm lý, ý thức, xã hội, Đạo cũng tiến lên một cách tương ứng. Đạo ở đây không chỉ giữ vai trò tự động điều chỉnh, mà còn giữ vai trò dẫn dắt khuynh hướng vận động của AD. Ví dụ, với tính cách con người, Đạo giữ cân bằng giữa ham muốn vật chất và ham muốn tinh thần, nếu sự chênh lệch thái quá sẽ phát sinh đối kháng, con người bị stress hoặc bị bệnh thần kinh, tâm thần. Nếu chủ nghĩa hưởng lạc phát triển vượt trội so với tính cộng đồng, tính thiện, con người sẽ có hành động "quái gở", xã hội sẽ trở thành một xã hội bệnh hoạn và tội phạm.

Từ cấp vận động tâm lý tiến lên cấp vận động xã hội, Đạo có vai trò dẫn dắt các hành động xã hội, vận động theo quy luật phát triển lịch sử. Đạo là ý thức hệ, Dường lối của Đảng cầm quyền, Hiến pháp, pháp luật, các nguyên lý đạo đức, các hình thái ý thức xã hội,...,do thượng tầng kiến trúc sáng tạo. Lịch sử phát triển của Đạo đồng hành với lịch sử phát triển của xã hội.

Đạo chi phối quy luật vận động, giữ vai trò tương phản cân bằng, tự động điều chỉnh, có ý nghĩa lớn trong tiến trình tương thành AD, hình thành và hoàn thiện vật thể mới và giữ cho vật thể mới vận hành ổn định lâu dài.

Phương thức hai, gọi ngắn gọn là "Phương thức song song", vì sự vận động tương thành và đối kháng xảy ra song song từ hai phía AD, cặp AD cũ phân liệt thành 2 cặp AD mới từ cặp AD cấu trúc, dần dần phân hoá thành hai cặp AD liên hệ, một cặp AD đồng thịnh, một cặp đồng suy. Cặp AD phát triển tương thành, đồng thịnh, quyết định xu thế phát triển của sự vật.

3. Phương thức tan rã:

Đây là trường hợp vật thể cũ chuyển hoá thành nhiều vật thể mới do AD cùng suy, tốc độ đối kháng tăng nhanh hơn tốc độ tương thành, quá trình tương thành không đủ sức cố kết và chuyển hoá toàn bộ AD cũ sang AD mới, mà bị tan rã thành nhiều cấu trúc nhỏ. Các cấu trúc nhỏ thường vận động ở cấp độ thấp hơn cấu trúc ban đầu, một số rất ít các cấu trúc nhỏ có khối lượng đủ lớn có thể vận động gần như vật thể ban đầu.

Điển hình cho phương thức tan rã là việc nổ các quả bom, quả đạn. Do phản ứng hoá học năng lượng điện từ sinh ra với tốc độ cực nhanh, vận tốc các hạt rất lớn, gây áp lực khổng lồ "đè bẹp" lực hấp dẫn và bùng nổ. Vật chất tan rã bung ra không gian. Năng lượng kíp nổ đã kích thích đối kháng AD trong vật thể quả bom. Các electron vượt khỏi quỹ đạo sinh ra năng lượng điện từ (các photon) làm cho tốc độ vận động của hạt nhân (Dương) và cả điện tử (Âm) tăng lên rất lớn, không có khả năng kết hợp để tạo thành vật thể mới, trong vật thể cũ cặp AD tổng thể tan rã thành các cặp AD thành phần, Âm bị phân rã và Dương cũng bị phân rã, AD đều suy. Khi bung ra, nhiệt độ giảm thấp, lúc này điện tử của hạt nhân mới có khả năng kết hợp thành nhiều cấu trúc nhỏ. Vật thể cũ bị tan rã.

Đối với con người, khi về già, AD đều suy, ở giai đoạn cận kề cái chết. Âm suy quá không giữ được Dương (không tương thành được với Dương), các phần tử giàu năng lượng (ATP) cuối cùng phân giải thành nhiệt, làm cho nhiệt độ cơ thể người hấp hối tăng lên. Đó là tình trạng "thoát dương". Khi ATP đã bị phân rã hết, nhiệt độ người quá cố nguội dần. Vì thiếu năng lượng (Dương) máu (Âm) không được tạo ra, âm thoát, cả A và D đều thoát, đưa lá rụng về cội, cơ thể tan rã thành các nguyên tố hoá học. Từ sự vận động cấp cao là sự vận động tâm lý, sinh học, chuyển về sự vận động cấp thấp, vận động cơ, lý, hoá.

Lịch sử xã hội loài người có nhiều hiện tượng chứng minh cho phương thức tan rã. Một trong những hiện tượng tan rã điển hình là hiện tượng được mô tả trong "Tam quốc diễn nghĩa".

Triều đình nhà Hán suy vong (Dương suy) tương phản đối kháng với nhân dân (Âm). Mầm dương trong âm phát triển, đó là các lãnh tụ của cuộc khởi nghĩa Khăn vàng. Một cặp AD mới (A_2D_2) xuất hiện, tương thành và cùng mạnh lên. Cuộc khởi nghĩa Khăn vàng nổ ra đối kháng với triều đình. Cặp AD nhà Hán phân liệt thành hai cặp AD đối kháng A_1D_1 - A_2D_2. Trong quá trình đối kháng, A_2D_2 tương thành không tốt (A cũ suy) nên bị thất bại. A_1D_1 cũng tan rã thành nhiều mảng cát cứ (D cũ suy). Cuối cùng, cặp AD nhà Hán, do A, D điều suy, tan rã thành ba cặp AD Nguỵ - Thục - Ngô, có cấp vận động như cũ, cấp vận động xã hội Phong kiến.

Phương thức hình thành vật thể mới là biểu hiện sinh động của quy luật "Lượng - Chất" trong học thuyết Duy vật hiện đại. "Lượng - Chất" phát triển tương thành đồng bộ. Hiện tượng đối kháng AD đã bị quy luật tương thành loại bỏ dần từng bước, đưa vật thể tiến lên cấp vận động mới. Nói cách khác, quy luật phát triển tính thống nhất giữa hai mặt đối lập, loại dần hiện tượng "đấu tranh đối kháng", đưa sự vật tiến lên mức cân bằng mới với những quy luật vận động mới, cùng cái tên gọi mới.

IV.3.3- Xã hội loài người đang trên đường cấu trúc thành vật thể vũ trụ:

1.- "Con đường tương thành" của nhân loại:

Bất cứ cấp vận động nào của AD đều có thể cấu thành vật thể Vũ trụ. Khi khoa học chưa tìm thấy cấp vận động thấp hơn, sự vận động của các hạt cơ bản cùng với các trường năng lượng là sự vận động có cấp độ thấp nhất. Trong đó, các hạt cơ bản là các vật thể Vũ trụ, có cấu trúc AD vi mô.

Sự vận động vật lý là nguồn gốc hình thành các nguyên tố có trình độ tổ chức các hạt từ thấp đến cao, từ nguyên tử Hydrro, chỉ có 1 e + 1p đến các nguyên tử nhiều e, nhiều p, nhiều n, thể hiện trong bảng tuần hoàn Menđêleep. Sự vận động vật lý của các nguyên tử hình thành nên phân tử , các cấu trúc tinh thể tập hợp hàng tỷ phân tử. Vận động vật lý đã tạo ra các vật thể "nguyên chất" có khối lượng từ cỡ nguyên tử đến khối lượng hàng tỷ tấn.

Vận động hoá học hình thành các hợp chất của nhiều nguyên tố, từ hai nguyên tố như H_2O, đến 5 nguyên tố trở lên như các hợp chất hữu cơ, các Protein sinh học, các hợp chất tạo thành các chất đa phân tử khổng lồ, như trong công nghệ chất dẻo.

Sự vận động hoá học "tiến hoá" dần và nhảy lên nấc thang vận động cao hơn. Đó là vận động sinh học, trong đó quá trình tương tác vật chất mang tính chủ động, hình thành các hệ thống tự động điều chỉnh ngày càng phức tạp, cấu trúc AD ngày càng phong phú. Vận động sinh học cũng nâng dần cấp độ của mình từ thấp đến cao, từ một mầm sống đơn giản chưa có cấu trúc tế bào Côaxecva, đến con vi khuẩn đã hoàn thiện cấu trúc tế bào, đến con người.

Con người với đại não phải được xem là bước nhảy vọt từ vận động sinh học lên vận động tâm lý, ý thức. Trong con người, cùng lúc tồn tại hai cấp vận động gắn bó chặt chẽ với nhau, là điều kiện tồn tại của nhau, lập thành một cặp AD. Đó là cặp AD *"sinh lý-tâm lý"* hoặc *"sinh lý-ý thức"*.

Cấp vận động ý thức cũng tuân theo quy luật chung, có quá trình phát triển từ thấp đến cao, từ ít thông minh đến thông minh hơn, từ phản ánh ít chính xác đến phản ánh ngày càng chính xác và đầy đủ quy luật vận động muôn màu, muôn vẻ, của thế giới hiện thực. Đại não là một vật thể Vũ trụ của cấp vận động tâm lý. Đại não có quá trình phát triển từ thấp đến cao, từ "đơn giản" đến tinh vi. Các bộ phận đại não phát triển, phù hợp với quá trình phát triển của tâm lý ý thức, được sự dẫn dắt của quy luật phát triển tương thành, trong quan hệ giữa con người với thiên nhiên, con người với con người, trong quá trình lao động sáng tạo. Khả năng tư duy trừu tượng ngày càng tinh tế và phức tạp, sự tăng lên của trí nhớ, chứng minh cho sự phát triển của đại não. Có thể có các nơron mới ra đời với những chức năng mới. Trong đại não, sự vận động sinh học được luôn luôn cải biến cho phù hợp với sự phát triển của vận động tâm lý. Các sản phẩm sáng tạo của con người ngày càng phức tạp, tinh vi, như máy tính tốc độ siêu cao, rô bốt thông minh, công nghệ sinh học, công nghệ na nô,..., chứng minh cho sự phát triển của vận động trí tuệ và đại não. Con người đang bước vào kỷ nguyên sáng tạo.

Đại não là vật thể vũ trụ, là một cặp AD đòi hỏi sự hoạt động cân bằng, tương thành là chủ yếu, đi đôi với tương phản cân bằng, không có tương phản, đối kháng. Có như vậy con người mới khoẻ mạnh và có sức sáng tạo dồi dào.

Sự vận động cấp cao, bao giờ cũng được "nuôi dưỡng" bằng các vận động cấp thấp, đặc biệt là cấp vận động cận kề. Vận động hoá học phải được nuôi dưỡng bằng vận động vật lý. Vận động sinh học phải được nuôi dưỡng bằng vận động hóa học và vận động tâm lý phải được nuôi dưỡng bằng vận động sinh học. Vận động tâm lý của đại não, được cấu trúc lôgic nơron thực hiện, phải được nuôi dưỡng bằng vận động sinh lý của toàn cơ thể. Khi vận động sinh lý về "cõi hư vô", vận động tâm lý, tinh thần, cũng không tồn tại.

Để rộng đường nghiên cứu, có thể chia đại não thành ba cặp AD thành phần: Cặp AD sinh lý (A_1D_1), cặp AD tinh thần (A_2D_2), cặp AD sáng tạo (A_3D_3) là cặp AD phối hợp giữa A_1D_1 và A_2D_2. Sự phân chia này chỉ là mô hình để nghiên cứu, không thể mô tả về giải phẫu, vì ba cặp AD này không phân biệt về giải phẫu học mà chúng hoạt động hoà quyện vào nhau. Cặp A_2D_2, được mô tả trong sơ đồ mô hình xử lý thông tin của đại não "với khái niệm "Não dương", "Não âm". Hoạt động sinh lý mang đặc tính AD, đã được sinh lý học hiện đại và sinh lý học cổ truyền mô tả".

Cặp AD cơ bản nhất của đại não là cặp "tinh thần - sinh lý" (A_2D_2 - A_1D_1) , trong đó A_2D_2 ở cấp vận động cao nhất, có vai trò lớn hơn trong vận hành đại não, nên đóng vai trò Dương, cặp A_1D_1 đóng vai trò Âm. Cặp AD đại não ảnh hưởng tới toàn bộ cơ thể (giận quá hại gan, vui quá hại tâm,...). Để đảm bảo cho sức khoẻ tinh thần và thể lực, cặp AD này cần vận hành cân bằng và ổn định, giữa hoạt động tâm lý và hoạt động sinh lý phải tương thành, không đối kháng. Có như vậy mới thuận lợi cho hoạt động của cấu trúc sáng tạo.

Song, hoạt động tâm lý và sinh lý của mỗi con người lại liên quan đến người khác và cộng đồng. Để hoạt động sinh lý cần phải có cái ăn, cái mặc tức là cần sản xuất ra của cải vật chất, cần hoạt động kinh tế. Hoạt động tinh thần được nuôi dưỡng và phát triển trong lao động sản xuất, trong giao lưu tinh cảm, văn hoá, tư tưởng.

Sự tương thành trong hoạt động tâm lý của cộng đồng là yếu tố quan trọng hàng đầu, đảm bảo cho sự tương thành trong mỗi con người, cũng là yếu tố để nhân loại cấu trúc thành một vật thể Vũ trụ, đồng thời là yếu tố cấu thành hạnh phúc của con người.

Từ đây có thể suy ra rằng, để tương thành, trong hoạt động kinh tế và xã hội, không có hiện tượng áp bức, bóc lột giữa người và người. Giữa người với người là những người bạn tương thành, không đối kháng.

Tuy nhiên, quá trình hình thành vật thể Vũ trụ luôn luôn tuân theo quy luật phát triển từ thấp đến cao, tương thành AD được tích luỹ dần dần về chất và lượng. Tương phản đối kháng giảm dần cho đến thời điểm AD đạt trạng thái cân bằng ổn định. Trong một tiến trình như thế, con người phải chịu nhiều bất hạnh do tương phản đối kháng. Song bất hạnh giảm dần cùng với đối kháng theo con đường của quy luật phát triển tương thành.

Con đường tương thành của nhân loại không phải là con đường thẳng tắp, trơn tru, mà đó là con đường gập ghềnh, uốn khúc, nhiều chông gai và có cả vực thẳm, do phải đấu tranh để loại trừ tương phản đối kháng. Song càng đi, trở ngại càng giảm dần và nhiều đoạn đường còn gặp rừng hoa thơm, trái ngọt. Bình minh rực rỡ cuối con đường luôn luôn rọi sáng ước mơ, niềm tin và định hướng những bước đi.

Trên con đường tương thành, cặp AD chủ thể phải luôn luôn tương tác với các cặp AD liên hệ, nhiều hình, nhiều vẻ, tầng tầng, lớp lớp. Đó là các cặp AD của Ngũ Hành gốc. Cặp AD khí hậu, cặp AD của thế giới hữu sinh và các cặp AD thành phần trong AD chủ thể. Trong quá trình tương tác, tương thành và đối kháng đan xen nhau, làm nên sự phức tạp của con đường phát triển. Song con đường của quy luật vận động AD đã được vạch sẵn, tương thành, tương phản cân bằng luôn luôn vượt lên đối kháng để đi lên phía trước.

2. Loài người đã và đang đi trên con đường tương thành:

Lịch sử loài người đã trải qua những chặng đường tương thành tiến hoá mà khoa học xã hội gọi là các chế độ hoặc các hình thái kinh tế - xã hội. Đó là :

Chế độ công xã nguyên thuỷ.

Chế độ chiếm hữu nô lệ .

Chế độ phong kiến.

Chế độ tư bản chủ nghĩa.

Và đang hình thành chế độ xã hội chủ nghĩa.

Khái niệm "Hình thái kinh tế xã hội " là một khái niệm chính xác, mô tả đúng đắn quy luật vận động khách quan của xã hội loài người, không những phù hợp với tư tưởng triết học duy vật hiện đại mà còn phù hợp với triết học Âm Dương.

Như phần trên đã phân tích, quy luật vận động và phát triển của con người là quy luật không ngừng phát triển và hoàn thiện quá trình tương thành giữa cấu trúc tâm lý và cấu trúc sinh lý.

Về mặt xã hội, quy luật đó biểu hiện ra thành quy luật tương thành (ngày càng phát triển) trong vận động kinh tế, vận động tinh thần, văn hoá, tư tưởng. Đó là nội dung vận động của con người, và tương thành là tương thành của con người trong các nội dung vận động đó:

Cặp AD cơ bản trong hình thái kinh tế-xã hội là cặp AD " thống trị-bị trị", "lãnh đạo-quần chúng". Con người thống trị giữ vị trí Dương, con người bị trị giữ vai trò Âm. Vận động kinh tế xã hội chủ yếu là vận động của cặp AD này. Tương thành và đối kháng trong xã hội biểu hiện chủ yếu trong vận động của hình thái kinh tế - xã hội, là tương thành và đối kháng của tầng lớp thống trị và tầng lớp bị trị. Phần sau sẽ chứng minh rằng, phạm trù Hình thái kinh tế-xã hội là hiệu ứng nhân quả của cặp phạm trù "Khoa học công nghệ-chủ nghĩa nhân đạo" (KHCN-CNNĐ). Xét về tầm sâu vi mô, quy luật phát triển chủ nghĩa nhân đạo và quy luật phát triển khoa học công nghệ là hai quy luật vận động cơ bản nhất của xã hội loài người. Đi sâu vào bản chất hơn nữa, hai quy luật này lại là sản phẩm sáng tạo của quy luật Phát triển tương thành. Vấn đề này đã được đề cập ở chương III và sẽ còn quay lại.

Lịch sử phát triển của trí tuệ đồng hành với lịch sử phát triển của hình thái kinh tế - xã hội, có ảnh hưởng lớn và gần như tương ứng với lịch sử hình thái kinh tế - xã hội. Song hoạt động trí tuệ được biểu hiện một phần trong hoạt động tâm lý, ý thức, nó nằm trong phần dương của cặp AD "tâm lý - sinh lý" trong đại não con người, nó cũng là phần Dương của cấu trúc sáng tạo A_3D_3 "Trí tuệ - Sinh lý". Trí tuệ không vận động một mình, nó phải nương tựa và được vận động sinh lý nuôi dưỡng và phối hợp để có được sản phẩm sáng tạo; ở đây cũng không có cô âm, cô dương.

Trí tuệ con người, còn chịu ảnh hưởng của quy luật ADNH. Vận động trí tuệ luôn luôn tương tác với sóng điện từ của Vũ trụ, vận động theo quy luật ADNH, tạo nên những cấp độ trí tuệ khác nhau ở từng con người. Những cấp độ khác nhau đó lại được cố kết với nhau trong lao động, sáng tạo, giống như một giàn hợp xướng. Sản phẩm sáng tạo mang tính cộng đồng trí tuệ như một âm thanh tổng hợp của giàn hợp xướng. Từ đây, hình thành một trí tuệ chung, một trí tuệ bình quân, một chỉ số IQ bình quân trong tập thể sản xuất và hoạt động kinh tế, hoạt động khoa học. Lịch sử phát triển trí tuệ nhân loại là nói đến lịch sử phát triển trí tuệ bình quân này. Sáng tạo của một trí tuệ thiên tài phải được nhân loại hiểu và chấp nhận, đồng thời hiểu cách vận dụng nó vào hoạt động thực tiễn để giải đáp những vấn đề của con người. Từ đó trí tuệ thiên tài trở thành trí tuệ chung của toàn nhân loại. Song việc hiểu và vận dụng không như nhau ở từng cộng đồng, nên mang tính bình quân.

Xã hội loài người đang bước vào kỷ nguyên sáng tạo, đó là nói về phạm trù phát triển trí tuệ. Mọi người lao động đều được trí thức hoá, mới có thể hợp tác để làm ra các sản phẩm sáng tạo, có hàm lượng trí tuệ cao. Lúc này trí tuệ chung được nâng lên rất nhiều. Song như trên đã phân tích, trí tuệ không vận hành một mình, nó phải có sự tương thành, không đối kháng của sinh lý mới có thể sáng tạo. Quá trình tương thành này chịu sự chi phối chủ yếu của cặp AD "Thống trị - Bị trị". Điều đó có nghĩa : Cặp AD "Trí tuệ - sinh lý" là một cặp AD thành phần trong cặp AD cơ bản, là một hệ thống con trong hệ thống lớn. Mô hình "Ba làn sóng" văn minh trí tuệ của Anvin Tốpphlơ mới mô tả hệ thống con, chưa mô tả hệ thống lớn mà cũng chỉ mô tả một nửa của hệ thống con (mặt Dương). Vì vậy học thuyết đó không thể thay thế học thuyết "Hình thái kinh tế - xã hội" của Mác.

- Quá trình phát triển của các hình thái kinh tế - xã hội là quá trình tích luỹ tương thành của cặp AD cơ bản. Lần đầu tiên trong lịch sử tư tưởng chính trị nhân loại, nhà chủ nghĩa xã hội không tưởng vĩ đại đầu thế kỷ XIX là Xanh Xi Mông (1760 - 1825), trong các tác phẩm của mình, ông đã xem lịch sử như vận động của các quy luật khách quan, tuần tự và mang ý nghĩa tiến bộ, từ thấp đến cao. Ông cũng là người đầu tiên đưa khái niệm "đấu tranh giai cấp" giữa người chủ sở hữu và người vô sở hữu. Theo Ph.Ăng ghen, khám phá đó vào năm 1802 là một "khám phá thiên tài". Nhà CNXH không tưởng vĩ đại cùng thời là Sáclơ Phuriê (1772 - 1837) thì chủ trương rằng, lịch sử nhân loại phải qua 4 giai đoạn phát triển từ thấp lên cao, đó là : Mông muội, dã man, gia trưởng và văn minh.

Cho đến ngày hôm nay (đầu thế kỷ XXI), đã có nhiều luận thuyết về sự phát triển lịch sử xã hội loài người, dù các luận thuyết đó có cách tiếp cận khác nhau, nhưng có một điểm hội tụ là : Lịch sử loài người phát triển theo chiều hướng ngày càng tiến bộ. Học thuyết mô tả đầy đủ và phù hợp với quy luật vận động khách quan của lịch sử, về chiều hướng tiến bộ đó của xã hội loài người, là học thuyết hình thái kinh tế - xã hội. Học thuyết này cũng là bằng chứng hiện thực của tư tưởng triết học Âm Dương, chủ trương rằng quá trình hình thành và phát triển (tiến bộ) của vật thể Vũ trụ tuân theo quy luật tương thành. Chúng ta thử tìm hiểu quy luật đó qua các hình thái kinh tế - xã hội, tập trung ở sự vận động của cặp AD cơ bản.

- Hình thái thị tộc nguyên thuỷ là hình thức sinh hoạt cộng đồng đầu tiên của loài người khôn ngoan. Tiêu biểu là dạng người Crômanhon (Cro Magron). Hóa thạch của họ tìm thấy ở Pháp năm 1868, sau đó ở Tây Âu và Bắc Phi, cao 1,80m có não bằng não người hiện đại (trung bình 1450cm^3). Hang động của họ có nhiều tranh vẽ mô tả quá trình sản xuất và những cảnh tôn giáo. Họ sống ở thời đại đồ đá cũ cách nay 3 - 5 vạn năm. Hình thái thị tộc chuyển sang chế độ công xã nguyên thuỷ vào thời đại đồ đá giữa, cách nay 1,5 -2 vạn năm và tồn tại suốt thời đại đồ đá mới (cách nay 7 - 10.000 năm). (Tiếp theo thời đại đồ đồng cách nay khoảng 5.500 năm, rồi thời đại đồ sắt cách nay khoảng 3000 năm).

Trong giai đoạn này, công cụ sản xuất còn rất thô sơ, thức ăn kiếm được không nhiều, không có để dự trữ. Từ bản năng duy trì nòi giống kế thừa trong quà trình tiến hoá, họ phải phân phối bình quân các thứ kiếm được. Người chỉ huy của họ sống "đồng cam cộng khổ" với họ. Trong cộng đồng tương thành về tinh thần và vật chất (tâm lý và sinh lý). Giữa chỉ huy và mọi người chưa có hiện tượng đối kháng, áp bức bóc lột. Hiện tượng đối kháng chỉ xảy ra giữa họ và thiên nhiên, hoặc với công xã khác. Vì chưa có đối kháng nên các tư tưởng thiện - ác chưa nảy sinh. Văn hoá tín ngưỡng xuất hiện, vì họ tin vào thần linh là hiện tượng siêu nhiên, do họ tưởng tượng ra chi phối cuộc sống của họ. Hiện tượng bất thường của tự nhiên đã được thần linh hoá. Chế độ công xã nguyên thuỷ kéo dài hàng vạn năm, cuộc sống mông muội , gian khổ nhưng quan hệ giữa người với người không đè nén, cướp giật nhau. Cặp AD chủ yếu trong thời kỳ này là con người và thiên nhiên, trong đó thiên nhiên đóng vai trò dương, con người còn lệ thuộc nhiều vào thiên nhiên nên "khiêm tốn " giữ vai trò âm. Tuy nhiên đây là cặp AD liên hệ, A cần đến D mà D không cần đến A.

Song trong giai đoạn này, quy luật phát triển tương thành vẫn giữ vai trò điều khiển. Thiên nhiên vẫn tương thành với con người. Vì vậy số lượng con người ngày càng tăng lên, trí tuệ con người ngày càng phát triển. Công cụ đồ đồng đã xuất hiện, làm giảm tính đối kháng của thiên nhiên đối với con người, chuẩn bị cho xã hội loài người bước sang một giai đoạn mới, trong đó quy luật phát triển tương thành giữa con người chi phối chủ yếu tiến trình lịch sử nhân loại. Cần đánh giá rằng, chế độ Công xã nguyên thuỷ có sự bình đẳng trong nội bộ thị tộc, song, các cuộc chiến tranh liên miên giữa các thị tộc để tranh giành không gian sinh tồn, cùng với sự đối kháng dữ dội của thiên nhiên, hạnh phúc con người vẫn ở giai đoạn thấp nhất. Mác cho rằng, sự bình đẳng của chế độ CXNT là sự hài hước của lịch sử.

- Chế độ chiếm hữu nô lệ.

Bước sang thời kỳ đồ đồng, công cụ sản xuất có những bước tiến nhảy vọt, trí tuệ con người tiếp tục phát triển, sáng tạo công cụ ngày càng tinh xảo, số lượng con người tăng nhanh, hợp tác sản xuất ngày càng hiệu quả, phân công lao động ngày càng chuyên sâu. Nông nghiệp, chăn nuôi, thủ công nghiệp, trở thành những ngành riêng biệt. Tất cả những điều đó làm cho của cải vật chất được sản xuất ra nhiều hơn . Đất đai màu mỡ nhiều, người còn ít, kỹ thuật canh tác tiến bộ, lương thực bắt đầu dư thừa, cần được tích trữ. Chế độ mẫu hệ chuyển dần sang chế độ phụ hệ. Đàn ông dần dần chiếm vai trò chủ yếu trong sản xuất và bảo vệ công xã. Của cải dự trữ đòi hỏi có người quản lý. Nhóm này liên hệ mật thiết với người chỉ huy. Thường xuyên tiếp xúc với của cải dư thừa, lại "nhàn cư", cái "bản thiện" chưa có trong ý thức, bản năng "đấu tranh sinh tồn" cướp giật của đồng loại bị chôn sâu trong vô thức thời kỳ gian khó, nay có điều kiện trỗi dậy. Họ bèn liên hiệp với người chỉ huy, bọn tăng lữ trông coi thần linh., mượn cái uy danh của thần linh để biến của cải công xã thành của họ. Dưới chế độ Tư bản, lao động bị làm cho tha hoá, là nguồn gốc của chiếm hữu, sẽ được phân tích ở phần sau. Đến giai đoạn này, công xã đã có một đội quân dũng mãnh để chanh chấp lãnh thổ với công xã khác, theo bản năng tranh giành lãnh địa thời kỳ tiến hoá, đồng thời để bảo vệ cộng đồng chống thú rừng phá hoại mùa màng và nơi cư trú. Đội quân này dưới quyền điều khiển của người chỉ huy. Khi trong công xã có người chống lại việc "biến của công thành của tư" , họ bèn dùng đội quân này để "trừng trị", Bọn "thần quyền "này dần dần bành trướng thành một tập đoàn thống trị, có quân đội đàn áp. Họ dã đủ sức mạnh bắt những người còn lại trong công xã và tù binh làm nô lệ cho họ.

Cặp AD của xã hội cổ đại xuất hiện như vậy. Mức độ tương thành AD như cặp "chủ nô - nô lệ "này có độ chênh lệch quá lớn. Người nô lệ được chủ nô nuôi (tương thành) theo chế độ súc vật. Họ bị chém giết bất cứ lúc nào, chủ nô còn bắt họ chém giết nhau để làm trò tiêu khiển. Bao nhiêu của cải vật chất do nô lệ làm ra đều vào kho lẫm của chủ nô. Đây là chế độ áp bức bóc lột tàn bạo nhất trong lịch sử. Sự phản kháng của nô lệ liên tiếp xảy ra. Điển hình là cuộc khởi nghĩa của Apactac ở vùng núi lửa Ve-du-vơ, La Mã năm 73 Tr CN, nhưng đều bị bọn quý tộc đàn áp dã man, 6 vạn nghĩa quân bị giết, hơn 6 nghìn bị tên tướng La Mã tàn bạo Crasut đóng đinh lên giá thập tự theo con đường từ Papu đến La mã ; Chiến thắng có ý nghĩa lịch sử của những người nô lệ là cuộc đấu tranh giải phóng dân tộc của nhân dân nô lệ da đen ở đảo Hai-ti, vùng biển Ca-ri-bê. Hòn đảo này của người Da Đỏ. Từ thế kỷ XVI đến thế kỷ XVIII, Tây Ban Nha và Pháp xâm lược, giết tới 90% dân bản sứ và đưa người da đen từ Châu Phi về làm nô lệ cho chúng. Năm 1791 nô lệ da đen đã nổi dậy khởi nghĩa giành thắng lợi. Họ đã thông qua Hiến pháp của người da đen đầu tiên trên thế giới: "Vĩnh viễn loại bỏ chế độ nô lệ. Con người, không phân biệt màu da, đều bình đẳng". Napôlêông đã đưa 55 chiến hạm và 3 vạn quân đến đàn áp. Chúng lừa dối đàm phán và bắt lãnh tụ Tuxăng mang về Pháp. Cuối 1803, quân khởi nghĩa phản công đánh bại quân Napôlêông. Ngày 01/01/1804, nước Cộng hoà Hai-ti tuyên bố độc lập. Thắng lợi của nhân dân da đen ở Hai-ti đã nêu một tấm gương lớn và cổ vũ phong trào giải phóng dân tộc ở các nước Châu Phi, Mỹ la tinh và thế giới. Phương Đông, điển hình là cuộc khởi nghĩa của Thành Thang (Trung Quốc), tiêu diệt vua Kiệt nhà Hạ vào năm 1766 TCN, lập ra nhà Thương (1766 - 22. TCN)

Thời kỳ đầu của chế đọ chiếm hữu nô lệ chưa có chữ viết, luật pháp ban ra từ miệng bọn chủ nô, chưa có giá trị tác động điều chỉnh (tương phản cân bằng) trong cặp AD này . Vì vậy tương phản đối kháng là chủ yếu. Xã hội luôn mất ổn định, luôn luôn có chiến tranh, có đàn áp. Về cấu trúc ngũ hành của bộ máy thống rị, chỉ tương đương hai hành tương khắc : Chủ nô - nô lệ.

Khoảng 1000 năm cuối cùng của chế độ chiếm hữu nô lệ, khi chữ viết đã được hoàn thiện, trí tuệ loài người có bước phát triển nhảy vọt, tư duy trừu tượng phát triển tới trình đọ cao, tư tưởng chính trị bắt đầu được viết thành văn. Lúc này xuất hiện tư tưởng pháp luật (Đạo) của nhà nước chiếm hữu nô lệ. Nhưng các tư tưởng pháp luật này vẫn nghiêng về Dương, bảo vệ quyền lợi cho giai cấp thống trị. Đại diện điển hình cho loại Tư tưởng này là Pitago (khoảng 580-500 TCN), Hêraclit (Khoảng 530-470 TCN), Xôcrat (469-399TCN), Platon(427-347), Arixtôt (384 -322 TCN); đặc biệt là bộ luật I.uxtinian do các nhà luật học La Mã xây dựng, biện hộ cho chế độ bóc lột nô lệ vô nhân đạo và sự đàn áp dã man, quần chúng bị áp bức, muốn kéo dài chế đọ Nôlệ. Loại "Đạo" kiểu này không những không có tác dụng tự động điều chỉnh mà còn tăng thêm đối kháng. Song, bên cạnh dàn hợp xướng ầm ĩ bảo vệ giai cấp chủ nô, đã xuất hiện dàn hợp xướng khác, tương thành với người bị áp bức. Điển hình đầu tiên được ghi vào lịch sử là nhà thơ Solon (Xô-Lông) Hy Lạp. Sau khi chỉ huy đánh thắng bọn xâm lược, ông được bầu làm chấp chính quan thứ nhất (vào năm 594 TrCN). Là người giàu lòng yêu thương nô lệ, ông quyết định cải cách chính trị toàn Hy-Lạp. Ông quy định Đại hội công dân là cơ quan quyền lực cao nhất của Nhà nước, ra "Lệnh xoá nợ" cho người nô lệ, "cấm biến người aten thành nô lệ". Cải cách của ông đã bị bọn chủ nô, chống lại quyết liệt. Khoảng năm 570 (TCN) ông phải bí mật rời bỏ chức vụ đi ở ẩn. Năm 560 (TCN) ông qua đời, để lại những trang sách đầu tiên về lịch sử phát triển chủ nghĩa nhân đạo của xã hội loài người ở Châu Âu.

Đêmôcrit (460-370) cho rằng, Nhà nước phải biểu hiện quyền lợi chung của công dân. Anh em Grakhơ và Tibêrơ là những nhà quý tộc có tư tưởng tiến bộ, đòi trao cho nhân dân quyền tự phân chia đất đai quốc gia, hạn chế đại điền chủ. Đáng lưu ý là Tibêrơ đã nỗ lực thực hiện được tư tưởng về quyền tối cao của nhân dân La Mã. Ông đã thành lập Hội đồng nhân dân, bên cạnh cơ quan Nhà nước và có quyền lực cao hơn Viện Nguyên lão - chỗ dựa của giới quý tộc La mã. Còn ở Trung Quốc, thời đại Hạ, Thương có nhiều "vua hiền". Như Đại Vũ (Hạ), Thành Thang (Thương) được truyền thống dân gian ca tụng. Nhà Thương tồn tại tới 650 năm và có tới 6 "vua hiền", mỗi vua đều có ảnh hưởng tới 4 đời. Khi vua Trụ tàn bạo, Văn Vương muốn diệt trừ Trụ, nhưng ông quan sát dân tình thấy đa số còn nuối tiếc nhà Thương, nên đời ông chưa diệt được Trụ. Phải đợi đến đời con ông là Cơ Phát, lúc này sự tàn bạo của Trụ, đã tới tột đỉnh, nhân dân không còn nuối tiếc được nữa, đành đi theo Cơ Phát để diệt Tru và lập ra nhà Chu.

Những nhà hiền triết, những Vua Hiền đã hạn chế sự tàn

bạo của bọn chủ nô, Cùng với sự phản kháng của nô lệ, bọn chủ nô phải trả tự do cho người nô lệ ngày một nhiều. Họ trở thành những nông dân tự do, thoát khỏi sự áp bức trực tiếp của bọn chủ nô, chỉ phải nộp địa tô cho bọn địa chủ. Hình thức kinh tế - xã hội phong kiến đang hình thành sâu trong lòng chế độ CNNL. Mầm Dương ngày một lớn lên trong Âm.

Sự ra đời của chế độ phong kiến Châu Âu và phương Đông có những nét khác biệt.

Ở Châu Âu, chế độ nô lệ tan rã chậm hơn, bắt đầu khoảng thế kỷ thứ VI. Do tình trạng chiến tranh liên miên để mở rộng lãnh thổ của các dân tộc (người ta gọi là rợ): Giéc man (Gơmain), Visigoth, Normand, các triều đình chế độ nô lệ cũ tan rã, không có khả năng hội tụ công dân để lập nên nhà nước có quy mô lớn, khi chuyển sang chế độ phong kiến. Các quý tộc, lãnh chúa, phải tự bảo vệ điền trang. Họ quy tập nông dân tự do vào điền trang họ. Họ tổ chức quân đội để tự bảo vệ, trở thành một đơn vị hành chính độc lập như các sứ quân của ta thời kỳ sau Ngô Quyền (thế kỷ X). Tình trạng cát cứ phong kiến như vậy kéo dài đến thế kỷ XIII. Sau đó những tập đoàn cát cứ hùng mạnh hơn đã thôn tính các tập đoàn nhỏ, các nhà nước quy mô lớn hình thành, trở thành các quốc gia Châu Âu, có tên gọi như ngày nay. Sự kiện giống như Đinh Tiên Hoàng dẹp loạn 12 sứ quân, để nước ta thành lập quốc gia thống nhất, với chế độ quân chủ tập quyền hùng mạnh hơn.

Ở Phương Đông, như Trung Quốc, chế độ Phong kiến ra đời sớm hơn, từ sau khi nhà Ân bị Cơ Phát tiêu diệt và lập ra nhà Chu (1122 TCN), sớm hơn Châu Âu 1500 năm.

Nhà Chu chia đất cho dân theo chính sách "Tỉnh điền" được mô tả trong Kinh thư và sách Mạnh Tử. Một khoảng đất vuông được chia thành 9 ô vuông, tám gia đình canh tác ở 8 ô chung quanh. Ô giữa, 8 gia đình chung nhau canh tác, nộp thóc cho Vua theo quy định. Cách chia như vậy giống hình tượng chữ Tỉnh, nên gọi là "Tỉnh điền".

Các vua đầu tiên thời đại nhà Chu thường là Vua hiền (giống như Lê Thánh Tông, Bác Hồ gọi là vua hiền), có ý thức chăm lo đời sống cho dân. Chính sách "Tỉnh điền" làm cho nông dân dễ chịu, họ hăng hái canh tác, khai hoang nên lương thực dư giả. Các bậc hiền triết đời sau đều khen ngợi chính sách này. Họ còn thần thánh hoá, cho rằng, đó là chính sách trời ban cho dân (Từ Lạc Thư).

Thoát khỏi chế độ nô lệ, người dân dễ chịu hơn một chút. Sự tương thành AD "Tâm lý-sinh lý" có nhích lên một ít. Mức độ dễ chịu phụ thuộc vào Vua hiền, quan hiền. Song người hiền chỉ đếm trên đầu ngón tay, còn Vua dữ, quan dữ thì nhiều hơn cá mập ngoài biển cả. Nông dân vẫn là người phải chịu áp bức, bóc lột tàn tệ. Tâm lý của họ bị đè nén vì bị khinh rẻ, bị cướp bóc. Sinh lý của họ bị khốn khổ vì đói rét.

Tư tưởng chính trị, pháp luật (Đạo) thời kỳ phong kiến, có giảm mức độ cực đoan so với thời kỳ chế độ nô lệ, người dân không bị coi là súc vật. Song, Đạo này vẫn "nhất bên trọng, nhất bên khinh", bảo vệ chủ yếu lợi ích của tập đoàn thống trị. Vì vậy, khả năng tương phản cân bằng, tự động điều chỉnh rất hạn chế. Các cuộc khởi nghĩa của nông dân xảy ra liên tục.

Tư tưởng chính trị phong kiến Châu Âu xuất xứ từ các học thuyết "thần quyền", ảnh hưởng lớn nhất là tư tưởng chính trị Thiên chúa giáo. Thiên chúa giáo sơ khai phản kháng sự áp bức bóc lột, căm thù giai ấp chủ nô, coi như lũ "Hoàng đế - thú vật". Ph. Ăng ghen đã nhận xét : "Thiên chúa giáo xuất hiện như một phong trào của quần chúng bị áp bức, ban đầu nó như là tôn giáo của người nô lệ và nô lệ được tự do, của người nghèo khổ và các dân tộc bị xâm lược". (C. Mác, Ph.Ăng ghen : Toàn tập, tập 22 - NXB chính trị quốc gia, H 1966, tr 661). Nhưng Thiên chúa giáo đã bị tập đoàn thống trị lợi dụng. Giới cầm đầu giáo hội đã tuyên bố, chế độ nê lệ và pháp quyền đế chế La Mã là do "ý Chúa". Tômát Đa Canh (1225 - 1274), nhà tư tưởng lớn của Thiên chúa giáo, ra sức thần thánh hoá thể chế đẳng cấp phong kiến, coi chế độ quân chủ là hình thức nhà nước cao nhất.

Tư tưởng chính trị Châu Âu coi chính quyền do Chúa sinh ra, tư tưởng chính trị phương Đông coi Vua là "Thiên tử" (con Trời). Vua trị quốc bằng phương thức nào ? Có hai trường phái : Đức trị và Pháp trị.

Tư tưởng Đức trị do Khổng tử đề xuống. Ông phát triển tư tưởng "Trung Chính", được Văn Vương đề xuất trong Kinh Dịch, và đề ra thuyết "Chính danh". Trong thiên XIII.2, sách Luận Ngữ, Khổng Tử giải thích cho Tử Lô, học trò của ông, nội dung Chính danh như sau: "Nếu danh không chính thì lời nói không thuận lý, lời nói không thuận thì việc không thành, việc không thành thì lễ nhạc, chế độ, không kiên lập được, lễ nhạc chế độ không kiên lập được thì hình phạt không trúng, hình phạt không trúng thì dân không biết đặt tay chân vào đâu. Cho nên, người quân tử đã dùng cái danh thì ta phải nói ra được (thuận lý), đã nói điều gì thì phải làm được ".

Trong thiên VIII.14, ông còn giải thích thêm: "Bất tại kỳ vị, bất mưu kỳ chính", không ở chức vụ đó thì đừng mưu tính việc của chức vụ đó. Có nghĩa rằng, người hãy làm tròn chức trách được bổ nhiệm, không làm cao hơn hoặc thấp hơn chức vụ đó (không lấn sân hoặc lười nhác).

Từ thuyết Chính danh dẫn tới tư tưởng Đức trị. Ông chủ trương rằng, người trị dân phải có đức. Trong Luận Ngữ, ông nhắc hàng chục lần như vậy. Ông nói "Quân quân, thần thần" (thiên XII.11), Vua phải ra Vua, bề tôi phải làm hết đạo bề tôi. Vua phải có tư cách vua để làm gương cho bề tôi. Nội dung đạo đức của ông là Nhân, Lễ, Nghĩa, Trí Tín. Trí ở đây là ham học, ham hiểu biết để thực hiện tốt các nội dung của đức.

Đức của Khổng Tử không phải là "Đức lộn ngược", mà có căn cứ hiện thực từ chế độ kinh tế "Tỉnh điền". Tư tưởng Chính danh, Đức trị của ông rút ra từ kết quả quan sát hiện thực và kế thừa tư tưởng "Trung Chính" trong Kinh Dịch của Văn Vương. Khổng Tử đang sống trong thời đại Nhà Chu. Chính sách kinh tế tỉnh điền, không mang yếu tố bóc lột, hợp lòng dân, được các bậc hiền triết ca ngợi, là cơ sở vật chất của tư tưởng Trung Chính Văn Vương, đồng thời là cơ sở hiện thực của tư tưởng Đức trị của Khổng Tử. Kinh Dịch không chỉ là sách bói toán trên cơ sở khoa học của học thuyết AD, mà trước hết, đó là tư tưởng chính trị của Nhà Chu, xuất phát từ quy luật cân bằng AD, quy luật vận động khách quan của thế giới hiện thực. Tư tưởng chính trị đó, được Văn Vương thực tiễn hoá bằng chính sách Tỉnh điền, mà ông thực hiện, khi ông là người của Nhà Ân. Bước sang triều đại Nhà Chu, do Cơ Phát, con ông sáng lập, sau cuộc khởi nghĩa diệt Trụ thắng lợi, vẫn tiếp tục kế thừa chính sách Tỉnh điền. Bằng việc lấy thuế hoa lợi của một ô ruộng trên chín ô ruộng, bằng 11% tổng thu hoạch, chính sách Tỉnh điền không mang yếu tố bóc lột. Đó là yếu tố nhân hoà cơ bản của xã hội Nhà Chu, để Nhà Chu cường thịnh suốt 700 năm. Một số thế hệ triều đại Nhà Chu có thể có hiện tượng tranh giành quyền lực tại triều đình, song, trong quần chúng nông dân, suốt 700 năm, không xảy ra cuộc khởi nghĩa nào, do lãnh tụ nông dân khởi xướng, để phản đối chính sách Tỉnh điền. Giai đoạn cuối của Nhà Chu, thời kỳ Chiến quốc, kéo dài 200 năm, tư tưởng Tỉnh điền bị bỏ rơi dần. Người ta thu thuế tới 50% hoa lợi. Tầng lớp thống trị bỏ rơi chính sách Tỉnh điền đồng thời bỏ rơi luôn tư tưởng đạo đức Trung Chính và tư cách Quân tử của người làm quan, mà

Văn Vương và Khổng Tử dày công xây dựng. Từ hiện thực Kinh tế-Chính trị Nhà Chu, có thể rút ra những kết luận khoa học và thực tiễn:

- Giai cấp thống trị chỉ có thể tương thành với quần chúng, tạo ra hình thái xã hội "nhân hoà", ổn định lâu dài, bằng chính sách kinh tế bình đẳng, công bằng, không mang yếu tố bóc lột.

- Tư tưởng Chính trị, Đạo đức nhân bản, chỉ có thể tồn tại và vận động, phát huy tác dụng nhân văn, trên cơ sở một nền kinh tế được vận hành phù hợp với quy luật phát triển chủ nghĩa nhân đạo. Những kết luận trên đây hoàn toàn phù hợp với biện chứng duy vật lịch sử, về mối quan hệ giữa thượng tầng kiến trúc và hạ tầng cơ sở.

Liên quan đến tác phẩm Kinh Dịch, bộ kỳ thư tải Đạo Trung Chính, hai huyền thoại Hà Đồ, Lạc Thư, được các Nhà Dịch học tranh luận không ngớt, suốt hai ngàn năm nay. Giống như các truyện cổ tích, một huyền thoại tồn tại lâu dài trong lòng nhân loại, khi huyền thoại đó được xây dựng với mục đích nhân bản và nội dung huyền thoại hàm chứa những tư tưởng nhân văn cao cả. Chương ba: "Lại bàn về Kinh Dịch" sẽ chứng minh rằng, huyền thoại Hà Đồ, được các nhà Dịch học Nhà Chu xây dựng để truyền bá tư tưởng Trung Chính của Kinh Dịch, huyền thoại Lạc Thư được các nhà hiền triết thời Chiến quốc xây dựng, để bảo vệ và duy trì chính sách kinh tế Tỉnh điền. Với trình độ con người cách nay hơn 2000 năm, các nhà hiền triết đành mượn uy danh thiên thần, làm phương tiện gieo hạt nhân văn vào tầng lớp quan lại và quần chúng. Các nhà Dịch học đời sau chưa hiểu thâm ý của Tiên hiền, cứ dựa vào ẩn dụ thần thánh để lý giải. Vì vậy, nhận thức khó tiếp cận hiện thực sáng tạo hai huyền thoại.

Sau khi bỏ phương thức kinh tế Tỉnh điền và chính trị theo tư tưởng Đức trị, xã hội rối loạn, chiến tranh liên miên, dân tình điêu đứng. Các nhà Nho không ngớt phê phán tập đoàn cầm quyền. Đó là cơ sở hiện thực để tư tưởng Pháp trị ra đời.

Tư tưởng Pháp trị do các Pháp gia đời Chiến quốc, như Thương Ưởng, Hàn Phi đề xuất, tiêu biểu nhất là Hàn Phi. Thuyết Pháp trị phủ định thuyết Đức trị của Khổng tử và chủ trương lấy Pháp luật là phương tiện duy nhất để trị quốc. Tần Thuỷ Hoàng dùng thuyết Pháp trị, đốt sách, giết nhà Nho, thực hành chính sách cai trị tàn bạo, phi nhân nghĩa. Kết quả, triều đại nhà Tần có công lớn thống nhất Trung hoa, nhưng tồn tại ngắn ngủi và kết thúc đầy bi thảm. Nhà Hán thay nhà Tần có tư tưởng chính trị thực tế hơn. Đổng Trọng Thư, chính trị gia chủ chốt của triều Hán đã xây dựng "Chính trị luận", dung hoà Đức trị và Pháp trị, nhưng đưa quyền lực nhà Vua tới mức cực đoan. Ông dùng học thuyết Âm Dương Ngũ Hành Thiên nhân tương ứng, đã bị bóp méo, để biện hộ cho tư tưởng chính trị của ông, song đã là sợi chỉ đỏ xuyên suốt 2000 năm phong kiến Trung Hoa, và có ảnh hưởng lớn tới các nước Phương Đông khác.

Ngày nay chúng ta học tập đạo đức Hồ Chí Minh nhưng không quên tư tưởng "Thần linh pháp quyền" của Người, đó là sự kế thừa tinh hoa tư tưởng chính trị của người xưa.

Bên cạnh các tư tưởng chính trị bảo vệ chế độ quân chủ chuyên chế của tầng lớp thống trị, còn có tư tưởng của các bậc hiền triết tương thành với quần chúng nhân dân. ở Châu Âu có Tômát Morơ và Tômađo Campanela, đã vượt lên tư tưởng thần quyền, nhìn nhận vấn đề từ hiện thực xã hội. Hai ông lên án chế độ tư hữu, áp bức bộc lột, đề xuất một xã hội tốt đẹp, trong đó quần chúng lao động tham gia quản lý nhà nước. Thời kỳ chuẩn bị cho cách mạng Tư sản đã nở rộ các trào lưu tư tưởng tiến bộ, lên án chế độ quân chủ phong kiến và muốn xoá bỏ nó. Đó là các tư tưởng chính trị của Vonte (1694 - 1778). Môngtéckiơ (1689 - 1775), nhà triết học Duy vật Pháp Điđrô (1713 - 1784). Tiểu biểu nhất là Giăng Giắc Rút xô (1712 - 1978). Nguyên tắc cơ bản trong học thuyết chính trị của ông là chủ quyền của nhân dân lao động. Ông cho rằng quyền lập pháp là của nhân dân. Chính phủ phụ thuộc vào quyền lập pháp, nhân dân tiến hành thường kỳ Đại hội nhân dân "để kiểm tra Chính phủ". Tư tưởng của ông đã tiếp cận tư tưởng chính trị XHCN về sau.

Ở Phương Đông, Khổng Tử là người thân dân, đồng thời là người tôn quân. Ông không vượt quá thời đại của mình. Tư tưởng Đức trị của ông, trước tiên, ông đòi hỏi ở Đức của người làm vua. Ông muốn quay về quá khứ, thời kỳ Nghiêu Thuấn, mà ông mô tả là thời kỳ công xã nguyên thuỷ, không áp bức, mọi người bình đẳng, Vua mẫu mực và thương dân. Mạnh Tử, học trò của ông, sống sau ông hơn một thế kỷ, đã bổ sung tư tưởng tôn quân của ông, bằng chủ trương : "Dân vi quý, xã tắc vi nhị, quân vi khinh". Quý số một là dân, thứ hai là xã tắc, vua thứ ba (nhẹ). Xã hội phong kiến Trung Quốc và cả Việt Nam, hấp thụ một phần các tư tưởng tiến bộ này, nhưng lại phụ thuộc vào Vua hiền, quan hiền.

Tư tưởng chính trị tiến bộ thành văn đầu tiên ở phương Đông là Kinh Dịch của Văn Vương. Kinh Dịch đề cao tư tưởng trung chính trong hành động. Khổng Mạnh đã hấp thụ tư tưởng này và mở rộng hơn. Hai ông đã tôn Văn Cương là bậc Thánh Vương và ước mơ lập được sự nghiệp như Văn Vương, Chu Công".

Dù giá trị thực tiễn của các tư tưởng tiến bộ còn bị bạn chế, do chế độ áp bức, bóc lột, nhưng nó đã góp phần tích luỹ tương thành giữa những con người. Giai đoạn cuối của xã hội phong kiến Trung Hoa, xuất hiện tư tưởng "Tam Dân" của Tôn Trung Sơn. Dân tộc độc lập - Dân sinh - Hạnh phúc - Dân quyền tự do - Tư tưởng này được vận dụng vào thực tiễn qua cuộc cách mạng Tân Hợi, tiếc rằng về sau bị Tưởng Giới Thạch phản bội, nhưng đã được tư tưởng XHCN thay thế.

"Đạo" (tư tưởng chính trị và pháp luật) trong chế độ Nô lệ và Phong kiến, một mặt nghiêng về giai cấp thống trị, mặt khác đó là thứ Đạo truyền miệng, vì nhân dân hầu hết không biết chữ. Có vua hiền nào đó ban được vài điều có lợi cho dân, việc thực thi lại phụ thuộc và quan hiền, còn quan dữ thì không đưa điều lợi đó tới dân . Thời Xuân Thu, Tử Sản là một quan hiền nước Trịnh, đã cho đúc hình thư trên các chuông đồng. Đó là cách ban bố pháp luật. Song, dân cũng không đọc được. Cách giải thích và thi hành phụ thuộc và từng ông quan. Vua hiền phải tổ chức các quan thanh tra đi đến các nơi, vi hành, gặp dân để kiểm tra việc thi hành pháp luật của quan lại. Việc làm đó có giá trị tích cực đối với dân, nhưng không phải khi nào cũng thực hiện được.

Ở nước ta, Vua hiền các triều đại, như Lê Thánh Tông, cũng làm điều đó, các vua dữ thì bỏ đi.

Từ đó, Đạo giảm tác dụng tương phản cân bằng mà còn hàm chứa tính đối kháng trong đó, nên dễ bị nứt rạn.

Các cuộc đối kháng xảy ra liên miên, nhưng mầm Dương trong Âm không đủ khả năng phát triển tương thành với dân để thành một cặp AD mới, đủ sức chiến thắng đối thủ. Trí tuệ các mầm Dương mới không đưa ra được một hệ tư tưởng tiến bộ hơn. Giá như có thắng lợi cũng quay về cái Đạo cũ, với tính chất đối kháng như cũ, rồi lại sụp đổ.

Chỉ đến giai đoạn cuối của chế độ phong kiến, khi hình thái kinh tế TBCN, thai nghén trong lòng chế độ, đã phình to lên, quan hệ sản xuất phong kiến không đủ sức kiềm chế. Các tư tưởng chống lại chế độ chuyên chế, đẳng cấp PK, xây dựng nhà nước pháp quyền tư sản, nẩy mầm từ thế kỷ 16 đã nở rộ như hoa mùa xuân ở thế kỷ XVIII. Thế kỷ XVIII được gọi là thế kỷ Ánh sáng, với các nhà khai sáng nổi tiếng như : Vonte, Môngtexkiơ, Điđơro, Gôn bách (1723 - 1789), Genvetxi (1715 - 1771), Rút xô. Tư tưởng của họ làm cơ sở cho bản "Tuyên ngôn nhân quyền và dân quyền" 1789 nổi tiếng, là sự chuẩn bị tư tưởng cho cách mạng tư sản Pháp (1789 - 1794) và các nước sau đó.

Các tư tưởng chính trị xã hội chủ nghĩa, cũng nở rộ trong giai đoạn này. Đó là Điđơrô, Xanhximông (1760 - 1825), Ôoen (1771 - 1858), Phuriê (1772 - 1837). Họ lên án chế độ tư hữu, là nguyên nhân gây ra bất công, áp bức bóc lột, đòi xoá bỏ chế độ Tư bản và đề xuất một xã hội công bằng, nhân đạo. Song, họ không chỉ ra được con đường, lực lượng và những phương thức cách mạng, để đạt mục đích tốt đẹp đó. Vì vậy tư tưởng xã hội chủ nghĩa của họ mang tính không tưởng. Tuy nhiên, nó là những viên gạch đầu tiên xây nên ngôi nhà chủ nghĩa xã hội khoa học.

"Đạo" của chế độ Tư bản đã có bước tiến bộ về chủ nghĩa nhân đạo. Bây giờ không còn ông Vua con Trời, muốn lấy đầu ai lúc nào cũng được. Chính quyền tư sản phân biệt lập pháp, hành pháp, tư pháp, mang tính quyền lực tập thể giám sát lẫn nhau, hạn chế chuyên chế độc quyền. Song nó vẫn là thứ Đạo bảo vệ chế độ chiếm hữu, bảo vệ quyền áp bức bóc lột của giai cấp hữu sản. Thứ Đạo đó vẫn mang trong mình tính đối kháng sâu sắc. Vì vậy nó rạn vỡ dần, nhường chỗ cho một thứ Đạo tiến bộ và bền vững hơn. Mầm Dương trong Âm đang đâm chồi nẩy lộc, phù hợp với quy luật tương thành phát triển, nó vượt lên phong ba bão táp và không ngừng lớn lên.

Một câu hỏi lại được đặt ra: Trong các chế độ áp bức, bóc lột, quy luật phát triển tương thành vận động như thế nào ? Hiệu ứng nhân quả của quy luật đó biểu hiện ở hiện thực nào?

Sự vận động của một quy luật mang lại nhiều hiệu ứng nhân quả khác nhau. Con người và thiên nhiên là một chỉnh thể. Quy luật phát triển tương thành vận động trong cả hai phạm trù hiện thực, sự tương tác giữa con người với tự nhiên và giữa con người với con người.

* Trong phạm trù "con người-thiên nhiên", vận động của quy luật mang lại những hiệu ứng nhân quả phát triển tích cực:

+ Con người phát triển về số lượng cho đến nay đã gần 7 tỷ (dự báo khoa học vào năm 2012, dân số thế giới đạt 7 tỷ, năm 2028 đạt 8 tỷ, năm 2054 đạt 9 tỷ). Hàng trăm năm về trước, 1804 mới có 1 tỷ.

+ Trí tuệ con người phát triển không ngừng. Quy luật tự nhiên được khám phá ngày càng phong phú. Con người làm chủ các quy luật đó, đưa quy luật vào thực tiễn, sáng tạo được nền văn minh vật chất thật là rực rỡ. Đồng thời, đối kháng giữa thiên nhiên với con người ngày càng giảm dần. Con người và tự nhiên ngày càng hiểu nhau hơn, thân thiện với nhau hơn.

* Trong phạm trù "con người-con người", hoặc phạm trù "tâm lý-xã hội".

+ Sản xuất ngày càng tri thức hoá, xã hội hoá, đòi hỏi con người tăng cường hợp tác, đến nay đã ở cấp độ toàn cầu. Do đó, cấp độ tương thành trong nhân dân lao động có bước phát triển mới, lan ra phạm vi toàn lục địa.

+ Chủ nghĩa nhân đạo phát triển ngày càng hoàn thiện và ngày càng thâm nhập sâu vào đời sống hiện thực, tăng cường quan hệ tương thành giữa con người, tạo sức mạnh để loại trừ đối kháng giữa con người với con người trong một tương lai không xa.

Bốn hiệu ứng nhân quả này cũng tương tác với nhau, làm nên những hiệu ứng nhân quả tích cực hơn. Vấn đề này sẽ còn quay lại.

3.- Đặc điểm chuyển hóa AD và cấu trúc Ngũ Hành của các chế độ xã hội:

* Vật thể có cấp vận động càng cao, cấu trúc càng phức tạp. Vì đó là thành quả tương tác tầng tầng lớp lớp, với nhiều quan hệ nhân quả liên tiếp nhau của nhiều cấp AD. Trong vật thể có một cặp AD cơ bản, biểu hiện bản chất chủ yếu của sự vật và chi phối khuynh hướng vận động của nó. Ngoài ra có nhiều cặp AD chức năng thành phần. Các cặp AD liên quan chặt chẽ với nhau trong quá trình vận động, tương thành với nhau, làm nên sự phát triển của vật thể theo xu hướng của cặp AD cơ bản. Các cặp AD có thể phân tích và tổng hợp thành một cặp AD chung có tính phổ quá nhất. Một vật thể có nhiều chất, nhiều lượng, nhiều thuộc tính là như vậy.

Sự chuyển hoá các chế độ chủ yếu là sự chuyển hoá của cặp AD cơ bản, thường theo phương thức song song. Mầm Dương bên Âm phát triển và tương thành với Âm, cùng thịnh lên trở thành cặp AD mới trong lòng cặp AD cũ. Mầm Dương bên Âm là lực lượng có tư tưởng chính trị mới, muốn xoá bỏ hệ thống chính trị cũ, phù hợp và tương thành hơn với quần chúng bị áp bức.

Mầm Dương trong Âm phát triển khi đối kháng trong cặp AD cũ ngày càng trở nên mãnh liệt. Lực lượng sản xuất phát triển không còn chịu đựng nổi vòng Kim cô của quan hệ sản xuất lỗi thời. Cái "Đạo" cũ cần được phá vỡ để cặp AD mới lớn lên.

Lực lượng sản xuất và quan hệ sản xuất làm thành một cặp AD, gọi là phương thức sản xuất, trong đó lực lượng sản xuất giữ vai trò Dương, quan hệ sản xuất giữ vai trò Âm. Vì nó là hình thức của lực lượng sản xuất.

Ở đây nghiên cứu quá trình phát triển tương thành giữa người và người, cho nên cần lọc ra trong phương thức sản xuất các mối quan hệ này.

Lực lượng sản xuất gồm tư liệu sản xuất và người lao động

với tri thức và phương pháp sản xuất, kỹ năng và thói quen lao động. Lực lượng sản xuất phản ánh trình độ trí tuệ của con người tác động vào tự nhiên, trong quá trình sản xuất của cải vật chất.

Trong quá trình tác động vào tự nhiên, con người phải liên hệ với nhau và chỉ có liên hệ với nhau, con người mới tác động ngày càng có hiệu quả vào tự nhiên, của cải làm ra ngày càng nhiều hơn. Hình thức liên hệ qua lại giữa người với người trong quá trình sản xuất gọi là quan hệ sản xuất. Quan hệ sản xuất là hình thức vận động xã hội trong sản xuất, thường biểu hiện trên ba mặt chủ yếu.

- Quan hệ sở hữu tư liệu sản xuất.
- Quan hệ trong tổ chức quản lý sản xuất.
- Quan hệ trong phân phối thành quả lao động.

Như vậy *:* Trong lực lượng sản xuất có cả con người thống trị và con người bị trị. Cặp AD trong phạm trù này tương thành với nhau. Người lao động chấp hành mọi quy tắc sản xuất và quy trình công nghệ. Đây là sự thống nhất của hai mặt đối lập AD. Sự thống nhất này làm cho lực lượng sản xuất, trình độ trí tuệ trong sản xuất, luôn luôn tiến về phía trước.

Trong quan hệ sản xuất, cặp AD này tương thành ở giai đoạn đầu hình thành vật thể. Vì nó là cặp AD mới chiến thắng cặp AD cũ, do thực hiện quy luật tương thành Âm Dương cùng thịnh.

Sau một thời gian tương thành, lực lượng sản xuất (LLSX) phát triển, do "Đạo" thiên về Dương, không giữ được vai trò tự động điều chỉnh , tương phản cân bằng, các mầm đối kháng tiềm ẩn trong QHSX và có trong LLSX lớn dần lên.

Quan hệ sở hữu đóng vai trò chủ yếu trong QHSX. Với tư cách chủ sở hữu tư liệu sản xuất, giai cấp hữu sản nắm luôn quyền phân phối thành quả lao động và họ phân phối một cách bất công, trả công rẻ mạt cho người lao động, cướp đoạt giá trị về tư liệu sản xuất và giá trị dư thừa. Trong tổ chức sản xuất họ bắt người lao động làm việc quá sức. Vì vậy đối kháng trong cặp AD cơ bản luôn luôn đồng hành với chế độ tư hữu bóc lột.

Lực lượng sản xuất là yếu tố Dương, yếu tố động, nên là yếu tố cách mạng nhất trong quá trình chuyển hoá AD.

Một câu hỏi lại đặt ra : Cái gì làm cho lực lượng sản xuất luôn luôn tiến về phía trước, không bao giờ lùi bước.

Con người có một ước mơ không bao giờ tàn lụi , không bao giờ dừng lại mà luôn luôn sôi động, đó là mong muốn cuộc sống ngày mai phải hơn ngày hôm nay. Cái gì đã đạt được ngày hôm nay thì ngày mai phải có cái đẹp hơn, tốt hơn. Đó là ý chí và động lực tinh thần cho những sáng tạo không ngừng

Các sáng tạo công nghệ và sự nâng cao tay nghề của người lao động, đã đáp ứng nhu cầu sáng tạo đó. Công cụ sản xuất ngày càng tinh xảo, năng suất lao động ngày càng cao. Đó là thực tiễn sinh động của quy luật phát triển khoa học công nghệ, dẫn dắt nền sản xuất nhân loại từ thô sơ lạc hậu, tiến lên nền kinh tế tri thức.

Đáng ra, LLSX và sáng tạo là một cặp AD luôn luôn tương thành, chỉ có tương phản cân bằng và không đối kháng. Âm và Dương cùng thịnh để sản xuất của cải vật chất nhanh hơn, biến ước mơ của con người thành hiện thực sớm hơn.

Tiếc rằng, trong lịch sử tư hữu bóc lột, cặp AD đó chỉ tương thành trong giai đoạn ngắn và chuyển dần sang đối kháng. Chủ tư hữu đã giam nhiều sáng tạo có giá trị vào ngăn kéo, không dám sử dụng nó. Để ứng dụng một sáng tạo lớn thường phải phá bỏ máy móc cũ, phải đào tạo lại người lao động, điều đó làm cho các túi tư bản vơi đi khá nhiều. Họ không dám mạo hiểm (vì một phần họ không có trí thức về sáng tạo đó), để nghĩ rằng, sáng tạo đó chỉ làm cái túi của họ vơi đi lúc đầu rồi lại đầy hơn nhiều lần sau đó.

Tình trạng giam hãm sáng tạo xảy ra phổ biến ở các nước tư bản Tây Âu và Bắc Mỹ khoảng trước những năm 70 của thế kỷ trước.

Cách mạng Tháng Mười Nga vĩ đại, thổi luồng gió tương thành đầy hứng khởi vào nhân dân lao động. Sáng tạo khoa học có dịp "trăm hoa đua nở". Vì vậy nền kinh tế nước Nga có bước nhảy vọt. Năm 1910, nước nga Sa hoàng, sản lượng thép và than chỉ 3 triệu tấn và 2,5 triệu tấn, thấp hơn nhiều so với 10, 270 triệu tấn của Anh ; 15, 150 triệu tấn của Đức và còn thua xa Mỹ hơn nữa. Nhưng chỉ sau hai kế hoạch 5 năm 1928 - 1938, ngành chế tạo của Liên Xô đã tăng 7,5 lần, nhảy vọt lên đứng hàng thứ hai thế giới sau Mỹ. Còn kinh tế Mỹ trong giai đoạn này khủng hoảng nghiêm trọng. Chiến tranh thế giới thứ hai gây tổn hại nghiêm trọng cho Liên Xô. Nhưng Mỹ lại phát tài lớn. Tuy vậy, sau chiến tranh, tốc độ tăng trưởng của Liên Xô luôn luôn cao hơn Mỹ, rút ngắn khoảng cách rất nhanh giữa Liên Xô và Mỹ. Năm 1950 giá trị tổng sản lượng công nghiệp của Liên Xô chưa bằng 30% của Mỹ. Năm 1980 đã đạt 80%. Thu nhập quốc dân của Liên Xô chỉ bằng 31% của Mỹ, năm 1980 đã đạt tới 67%.

Nước Trung Hoa XHCN cũng sáng tạo ra tốc độ tăng trưởng đầy kinh ngạc, mặc dù họ gặp những sai lầm về đường lối kinh tế kéo dài.

Thành quả sáng tạo đáng khâm phục của Liên Xô nẩy nở trong khoa học chinh phục Vũ trụ. Liên Xô là nước đầu tiên phóng vệ tinh nhân tạo (1957) và cũng là nước đầu tiên đưa con người vào Vũ trụ (1961). Tổng thống Mỹ Kennơđi đã hốt hoảng, la hét ầm ĩ: "Nước Mỹ không được thua họ. Họ đưa người vào Vũ trụ, chúng ta phải đưa người lên mặt trăng !"

Trong những năm 70 của thế kỷ trước. Nicxơn, trong tác phẩm "Chiến thắng không cần chiến tranh" đã nhắc lại suy nghĩ của mình trong thời gian đó: "Chủ nghĩa Tư bản đang đi vào đường hầm không lối thoát". Và để thoát khỏi đường hầm bế tắc, họ đã không quản ngại khó nhọc, đi tìm chiếc đũa thần cứu mạng ngay trong học thuyết "Đào mồ chôn CNTB". Họ đã tìm ra lời dạy vàng ngọc ghi trong *Tuyên ngôn của Đảng cộng sản*: " Giai cấp tư sản không thể tồn tại, nếu không luôn luôn cách mạng hoá công cụ sản xuất". (C.Mác - Ph.Ăng ghen tuyển tập - Tập 1, Tuyên ngôn của Đảng cộng sản , Nxb. Sự thật - Hà Nội 1980, tr. 544).

Họ phấn đấu phát động cuộc cách mạng công nghệ, nhà nước tài trợ vốn cho các nhà tư bản để họ vứt bỏ máy móc cũ kỹ, lôi trong tủ sắt ra các sáng tạo đã bị giam cầm và chế tạo ra các sản phẩm mới, thiết bị mới có giá trị cao hơn.

Tiếc rằng, những nhà lãnh đạo các nước XHCN đã không chú ý đầy đủ tới cuộc cách mạng công nghệ đó. Họ mắc căn bệnh trầm kha giáo điều, siêu hình, duy ý chí. Họ thoả mãn ngồi ngắm mãi bức tranh vàng son của quá khứ mà quên đi lời nhắc nhở của Lênin: "Ưu điểm kéo dài mãi sẽ trở thành khuyết điểm". Từ lâu rồi, họ không chịu nghiên cứu sự vận động của cặp AD đối kháng, phát hiện muộn tính đối kháng đang phát triển trong lòng xã hội Xô Viết. Hai lực lượng đối kháng trong và ngoài đã tương thành với nhau, sinh ra năng lượng cộng hưởng, làm sụp đổ chế độ XHCN trong chốc lát.

Cuộc cách mạng công nghệ đã giúp kinh tế TBCN tăng trưởng nhẩy vọt. Sản xuất TBCN đã bung ra toàn thế giới - CNTB bước vào giao đoạn CNTB toàn cầu hoá với những tiếng cười sảng khoái của các chủ tư bản, xen lẫn tiếng nấc của những con người bị áp bức bóc lột, chưa tìm được lối thoát . Trong toàn cầu hoá, các công ty siêu quốc gia liên hiệp với nhau, trở thành công ty siêu độc quyền, sự kìm hãm sáng tạo lại tiếp diễn.

Khái niệm sáng tạo có hai ý nghĩa: ý tưởng sáng tạo của người sáng tạo ban đầu và lao động sáng tạo của người thực hiện ý tưởng sáng tạo đó.

Sự kìm hãm sáng tạo còn xảy ra ở lĩnh vực phân phối thành quả sáng tạo. Chủ sở hữu trả công cho ý tưởng sáng tạo và lao động sáng tạo, không tương thành với giá trị sáng tạo. Đời sống vật chất của người lao động không được nâng lên một cách tương ứng và điều đó làm cho tâm lý của họ bị kìm nén. Đó là sự mất cân bằng trong cấu trúc sáng tạo của con người có ý tưởng sáng tạo và con người thực hiện ý tưởng sáng tạo. Sự mất cân bằng trong cặp AD "trí tuệ - sinh lý". Sự mất cân bằng đó kìm hãm sáng tạo, kìm hãm sự phát triển của lực lượng sản xuất.

Lực lượng kìm hãm sáng tạo được Đạo, sản phẩm của thượng tầng kiến trúc đồng tính bảo hộ, nên duy trì được một thời gian.

Giống như chiếc lò xo bị nén, sẽ sinh ra nội lực tương ứng chống lại sự nén đó, đó là đối kháng AD giữa chủ sở hữu và người sáng tạo.

Sự kìm hãm còn xảy ra trong lĩnh vực tổ chức sản xuất. Thí dụ, khi công nghiệp phát triển, cần đất để xây dựng nhà máy thì chúa đất đã ngăn cản điều đó, sinh ra đối kháng giữa chủ tư hữu mới và chủ tư hữu cũ.

* Sự vận động xã hội là bước nhảy vọt của vận động tâm lý, có cấp vận động cao hơn cấp vận động tâm lý, và có lẽ là bậc thang cuối cùng, bậc thang cao nhất của các cấp vận động vũ trụ.

Theo quy luật chuyển hoá, vận động xã hội phải được nuôi dưỡng bằng vận động tâm lý của từng con người và cải biến vận động tâm lý cho phù hợp với quy luật vận động xã hội. Cấu trúc sáng tạo, trong đó trí tuệ ở vị trí Dương, có vai trò nổi bật trong việc nuôi dưỡng vận động xã hội.

Cấu trúc tâm lý là cấu trúc tinh thần trong phạm trù quan hệ vật chất tinh thần. Khái niệm tâm lý có nhiều nội hàm, đó là hoạt động nhận thức, nhân cách, ý chí, tính mục đích, khí chất và năng lực trí tuệ, ...

Năng lực trí tuệ là năng lực sáng tạo. Năng lực sáng tạo chịu ảnh hưởng của toàn bộ hoạt động tâm lý, làm thành cặp AD với cấu trúc sinh lý. Cấu trúc sinh lý liên quan đến toàn bộ cơ thể. Là một cặp AD có quan hệ tương thành, trong đó cấu trúc sinh lý là cơ sở vật chất sinh học của cấu trúc tâm lý và có nhiệm vụ nuôi dưỡng cấu trúc tâm lý về mặt sinh học. Vận động xã hội và vận động tự nhiên là cơ sở vật chất nuôi dưỡng và phát triển cấu trúc tâm lý về phương diện phản ánh hiện thực. Như vậy, vận động tâm lý cùng lúc vận động trong hai cặp AD: *Tâm lý-Sinh lý* và *Tâm lý-Xã hội.*

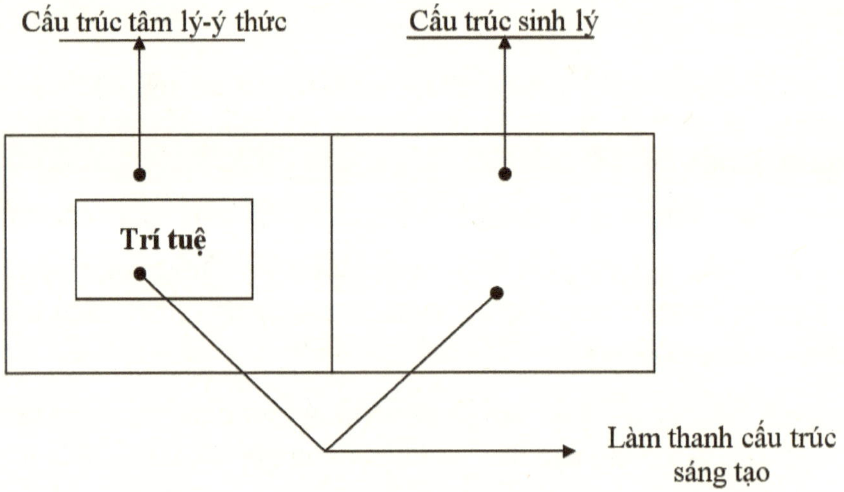

Hình IV-4: Sơ đồ cấu trúc đại não

Con người cấu thành xã hội, là cấu trúc thành phần trong cấu trúc tổng thể xã hội. Cặp AD tâm sinh lý của con người và cặp AD tổng thể của xã hội nuôi dưỡng và phản ánh lẫn nhau. Cấu trúc AD sinh lý, tâm lý con người phản ánh cấu trúc AD kinh tế - xã hội hoặc gọi là hình thái kinh tế - xã hội. Điều đó phản ánh tính thống nhất giữa hệ thống mẹ và hệ thống con. Cặp AD trí tuệ - sinh lý phản ánh cặp AD : Khoa học công nghệ - sản xuất, cũng là hệ thống con trong hệ thống lớn. Quy luật vận động của hệ thống lớn quyết định quy luật vận động của hệ thống con. Do đó làn sóng văn minh khoa học công nghệ chịu ảnh hưởng quyết định của quy luật vận động hình thái kinh tế - xã hội. Lịch sử loài người vận động chủ yếu ở sự vận động của hình thái kinh tế - xã hội. lịch sử văn minh khoa học công nghệ, biểu hiện văn minh lực lượng sản xuất, là một thành phần trong đó.

** Sự chuyển hoá các hình thái kinh tế-xã hội đi song song với sự thay đổi hình thức đối kháng giữa giai cấp thống trị và giai cấp bị trị, nhưng bản chất đối kháng chưa thay đổi.*

Chế độ Nô lệ, đối kháng giữa chủ nô và nô lệ.

Chế độ Phong kiến, đối kháng giữa địa chủ và nông dân.

Chế độ Tư bản, đối kháng giữa tư sản và công nhân.

Mác gọi 3 chế độ này là 3 "chế độ tiền sử". B ởi vì, hình thức đối kháng thay đổi, nhưng bản chất đối kháng không thay đổi. Đó là đối kháng về sở hữu, nội dung bóc lột vẫn tồn tại, lịch sử xã hội loài người vẫn đang ở giai đoạn "tiền sử". Vì vậy, sau khi chuyển hoá, quá trình tương thành giữa giai cấp thống trị và giai cấp bị trị chỉ diễn ra ban đầu, rồi chuyển dần sang đối kháng, để tiếp tục phủ định.

Trước khi chuyển hoá chế độ, thường có bước tương thành và đối kháng về tư tưởng. Sự đối kháng về tư tưởng thường xuất hiện đầu tiên ở những tri thức mang trong mình chủ nghĩa nhân đạo. Họ bất bình với sự áp bức tàn bạo. Họ đòi xoá bỏ chế độ đó và đề xuất phương thức chính trị, tương thành với giai cấp bị áp bức. Cùng lúc đó giai cấp hữu sản (ở đây sử dụng các khái niệm tư sản, hữu sản, tư hữu, để chỉ sự chiếm hữu sở hữu cá nhân chân chính của người lao động) tương lai cũng muốn xoá bỏ phương thức sản xuất cũ đang kìm hãm lực lượng sản xuất mới của họ. Để xoá bỏ chế độ cũ họ cần có lực lượng quần chúng. Họ bèn "Tiền hô hậu ủng" các tư tưởng tiến bộ của các nhà nhân đạo chủ nghĩa. Họ trở thành mầm Dương phát triển trong lòng quần chúng và tương thành với quần chúng. Số lượng của họ đông hơn nhiều so với các nhà nhân đạo chủ nghĩa. Họ "hứa hươu, hứa vượn" với quần chúng bằng những ngôn từ đẹp nhất. Khi lật đổ được chế độ cũ bằng sức mạnh của quần chúng bị áp bức, họ xây dựng nhà nước mới của họ. Nhà nước của họ không hề có mặt đại diện những người đã khiêng họ đặt lên ngai vàng và cũng không có mặt những nhà tư tưởng nhân đạo, đã giúp cho cái trí tuệ sặc mùi tư hữu có được những tư tưởng tương thành với quần chúng, để họ lừa bịp. Khi nhà nước mới của họ đã được củng cố vững chắc, họ bèn quay ngoắt 180^0, đè đầu cưỡi cổ những người đã xây đài vinh quang cho họ. Đó là lôgic của quá trình chuyển hoá từ tương thành sang đối kháng giữa kẻ thống trị và người bị trị. Những nhà nhân đạo chủ nghĩa bị họ đàn áp, nếu tư tưởng nhân đạo của họ tiếp tục gây mầm đối kháng mới.

Đối với những kẻ nặng mùi tư hữu họ có thể phủ định cả công thức $E = mc^2$ của Anhxtanh, nếu công thức đó vi phạm túi tiền của họ.

Tuy nhiên, nhờ áp lực đấu tranh của quần chúng bị áp bức, nhờ sự phát triển của văn minh trí tuệ, vận động trong khoa công nghệ và chủ nghĩa nhân văn, cái Đạo của chế độ được thượng tầng kiến trúc đồng tính đẻ ra, giảm dần tính đối kháng với quần chúng nhân dân. Song nó, vẫn giữ nguyên tính đối kháng, thậm chí còn dã man hơn với những lực lượng uy hiếp sự tồn vong của chế độ tư hữu. Đảng cộng sản Mỹ đã bị tổng thống Kennơ đi đặt ra ngoài vòng pháp luật là như vậy.

Chế độ tư hữu đầu tiên của xã hội loài người là chế độ Nô

lệ. Chế độ tư hữu đầu tiên này không hề được kế thừa từ quá khứ bị nó phủ định là công xã nguyên thuỷ. Vậy nó phát sinh theo quy luật nào?

Lời giải đáp đi từ các quan hệ nhân quả, đi từ quan hệ và tính kế thừa từ cấp vận động thấp sang cấp vận động cao. Xã hội loài người là sự tiến hoá, là sự phủ định phát triển đối với "xã hội" loài vật, "là động vật có xương sống, trong đó tự nhiên đạt tới ý thức về mình" (Ph.Ăng ghen). Con người kế thừa (trong phủ định) tới 90% cấu trúc sinh lý của động vật cấp thấp, ắt kế thừa một phần tâm lý cấp thấp, mang bản năng sinh tồn. Đó là tình mẹ con, sự cướp giật thức ăn của đồng loại, tính tổ chức của động vật sống bầy đàn, sự tranh giành lãnh thổ. Những loại hình tâm lý này trở thành thói quen "vô thức" bền vững trong não bộ động vật. Con người ắt kế thừa một phần "vô thức" đó và tái tạo trong vận động của xã hội loài người".

Những côn trùng nhỏ bé như con ong, con mối, con kiến đều có chúa và "pháp chế nhà nước" nghiêm minh, không hề bị vi phạm.

Xã hội loài người đã trải qua một giai đoạn lịch sử có Vua. Chúng ta ca ngợi những ông Vua hiền, không hề vi phạm chủ nghĩa nhân đạo và tính tất yếu của lịch sử. Chúng ta không thể phê phán tư tưởng tôn quân của Khổng Tử, vì ông Vua tồn tại như một chân lý khách quan trong điều kiện lịch sử đó. Đó là tính kế thừa cần thiết từ quá khứ tiến hoá, ở giai đoạn phát triển của xã hội và của văn minh trí tuệ.

Chế độ chiếm hữu đầu tiên được nảy sinh từ các yếu tố:

+ Yếu tố kế thừa từ quá khứ tiến hoá, tiềm ẩn trong vô thức của những kẻ chiếm hữu, bây giờ có điều kiện bùng phát, khi đứng trước của cải, công cụ sản xuất dự trữ của công xã.

+ Yếu tố quyền lực: Chỉ có những kẻ có quyền lực chỉ huy

hoặc được bảo vệ bằng quyền lực mới có khả năng tập hợp đồng bọn, tạo thành tập đoàn thống trị, để chiếm hữu tài sản công xã và đàn áp những người chống lại việc đó.

+ Văn minh trí tuệ đang ở trình độ thấp, chưa đưa ra được những tư tưởng tiến bộ, đối kháng lại tư tưởng chiếm hữu. Hay nói cách khác, tư tưởng nhân đạo chủ nghĩa từ "vốn bản thiện" chưa trở thành ý thức đủ sức kiềm chế sự chiếm đoạt.

Chế độ tư hữu được củng cố liên tục bởi sự bảo hộ của "Đạo", pháp luật của nhà nước chiếm hữu, bởi chế độ kế thừa tài sản. Yếu tố "vô thức tiến hoá" lại được củng cố ngày càng bền vững, bởi tính pháp lý của "Đạo", trở thành tính "tất yếu" buộc mọi người phải công nhận như là ý muốn của Chúa Trời. Vì vậy giai cấp hữu sản không bao giờ tự nguyện từ bỏ tài sản tư hữu của mình, trừ một số trí thức rất hiếm, mang nặng trong mình chủ nghĩa nhân đạo và nhận thức sâu sắc quy luật vận động của lịch sử.

Sự vận động của một cặp AD, khi chưa chuyển hoá, luôn luôn có xu hướng bảo tồn bên Dương, vì bên Dương chi phối chủ yếu quy luật vận động của cặp AD. Chỉ có đối kháng của bên âm đủ mạnh, tức là mầm Dương bên Âm phát triển thành cặp AD đối kháng mới bắt bên Dương (cũ) chuyển hoá.

Chế độ tư hữu đẻ ra áp bức bóc lột, kìm hãm lực lượng sản xuất, song cũng giống như sự tồn tại tất yếu tạm thời của ông Vua, nó cũng có tính tất yếu trong một giai đoạn lịch sử nhất định, tương ứng với trình độ văn minh trí tuệ ở thời điểm nó tồn tại. Chỉ đến giai đoạn lịch sử của CNTB, tính "tất yếu" tư hữu mới mờ nhạt dần. Trình độ văn minh trí tuệ của loài người đòi hỏi phải loại trừ tính "tất yếu" tư hữu đó. Đó là quy luật phát triển khoa học công nghệ dẫn đến xã hội hoá lực lượng sản xuất ngày càng phát triển, đến nay đã bung ra toàn cầu. Đó là quy luật phát triển chủ nghĩa nhân đạo, đòi hỏi xoá bỏ áp bức, bóc lột, dân chủ và công bằng xã hội.

Tuy nhiên, là đặc điểm của Dương, chủ tư sản không bao giờ tự nguyện rút lui khỏi chế độ tư hữu, vì cái vô thức tiến hoá thâm căn cố đó đã tiêm nhiễm vào nhân cách của họ. Chỉ có bên Âm mới giải phóng được họ khỏi cái "vô thức" đáng nguyền rủa đó. Đối kháng tư hữu không tồn tại mãi mãi. Sức mạnh tương thành ngày càng phát triển sẽ loại bỏ tính đối kháng đó.

Trong sản xuất hiện đại, một tư liệu sản xuất có sự tham gia của nhiều thành viên, không chỉ ở trong một nước mà mở rộng ra nhiều quốc gia. Một chiếc máy tính xách tay Dell Inspiron 600m, sản xuất từ 400 công ty, rải khắp Bắc Mỹ, Châu Âu, Châu Á, thuộc 30 hãng chủ chốt. Có hàng vạn người làm ra chiếc máy tính đó (theo "Thế giới phẳng" Sđd. Tr 743). Một chiếc máy bay Bôing sản xuất từ 650 công ty ở 30 nước. Một sự liên kết sản xuất như vậy, góp phần phát triển tương thành và cố kết những người lao động trên toàn thế giới, song cũng góp phần phát triển vượt bậc giá trị thặng dư của chủ Tư bản. Hình thái bóc lột giá trị thặng dư đã lan toả ra toàn thế giới.

Có ý kiến cho rằng học thuyết giá trị thặng dư quên mất công lao tổ chức quản lý của nhà tư bản và họ cũng phải được hưởng thụ xứng đáng với cống hiến của họ. "Hưởng thụ xứng đáng với cống hiến của họ", điều đó đúng! Song, hãy thử phân tích tương quan giữa người sáng tạo công nghệ và người quản lý sản xuất, ai có cống hiến lớn hơn ?

Từ thế kỷ XIX đến nay, có nhiều nhà tư bản rất giỏi quản lý, rất giỏi làm giàu, rất nhiều tỷ phú, có rất nhiều giải Noben kinh tế, nhưng đã không cứu được CNTB ra khỏi "Con đường hầm không lối thoát". Nhưng những sáng tạo công nghệ, mạng thông tin toàn cầu, vi chíp điện tử, đã làm kinh tế TBCN phát triển nhảy vọt, mở được lối ra của con đường hầm, tăng sức mạnh chống phá CNXH. Những nhà sáng tạo như vậy họ phải có đội ngũ tỷ phú nhiều hơn các chủ tư bản. Trên thực tế, may mắn lắm số lượng chỉ đếm trên đầu ngón tay, ở các nhà sáng tạo có tài kinh doanh như Bilgas.

Nói rằng nhà Tư bản kiếm công ăn việc làm cho người lao động, thử hỏi không có sáng tạo công nghệ thì người lao động làm gì, chỉ suốt ngày đi quét lá đa mà thôi. Cho nên công lao của nhà sáng tạo đối với xã hội lớn hơn nhiều lần các chủ tư bản. Thế mà thu nhập bình quân của họ kém hơn chủ tư bản hàng trăm hàng ngàn lần. Những nhà sáng tạo phải được giác ngộ về điều đó. Cuộc sống trung lưu của họ là một bức vẽ hạng tồi của chủ nghĩa tư bản, để che lấp hình ảnh thực về sự bóc lột tàn tệ của tư bản đối với họ.

Còn người lao động, là những nhà sáng tạo cấp hai, họ phải có tri thức và tay nghề cao mới thực hiện được các sáng tạo. Nhưng cùng một công việc, người công nhân ở các nước tư bản phát triển được trả công cao gấp hàng trăm lần so với người công nhân được chủ tư bản thuê ở các nước đang phát triển. Chênh lệch tiền công đó nằm ở đâu ? Một phần làm cho giá cả cạnh tranh giảm đi có lợi cho người tiêu dùng chút ít, nhưng số lượng công nhân thuê ngoài rất nhiều, làm cho giá trị thặng dư tích luỹ lớn lên nhiều lần. Tốc độ giầu có của chủ tư bản tăng lên rất nhanh, còn người lao động, tiền lương tuyệt đối có tăng nhưng tiền lương thực tế lại giảm như ở Mỹ. Nói theo pháp quyền tư sản, phân phối theo lao động, song trên thực tế lại không như vậy.

Đây là những con số thống kê công bố trên mạng thông tin toàn cầu được các tài liệu thông tin ghi chép lại. (thông tin năm 2006).

- Tỷ suất bóc lột giá trị thặng dư, tức tỷ lệ giữa lợi nhuận và tiền lương của người lao động, đạt mức khổng lồ : 500%

- Năm 1980 có 25 quốc gia được xếp hạng kém phát triển nhất (LDC) đến năm 2001 đã có tới 48 quốc gia LDC, tổng sản phẩm quốc nội hàng năm chưa bằng tài sản 5 tỷ phú Mỹ.

- 3/4 dân số các nước đang phát triển có mức tăng thu nhập bình quân đầu người giảm từ 229 USD/ năm 1980, xuống còn 210 USD/ năm 1993.

- Năm 1993, thu nhập toàn thế giới 23 ngàn tỷ USD thì các nước phát triển chiếm 18.000 tỷ.

- GDP của 550 triệu dân Châu Phi chỉ bằng GDP của bước Bỉ (10 triệu dân)

- Thu nhập 358 người giầu nhất thế giới lớn hơn thu nhập hàng năm của 45% dân số thế giới.

- Trong các nước OECD, thu nhập bình quân đầu người khoảng 20.000 USD, nhưng có khoảng 100 triệu người sống dưới mức nghèo khổ.

- Ngân hàng thế giới khẳng định: Châu Phi, Mỹ La Tinh... một số nước GDP/ đầu người thấp hơn 10 năm trước đây; Trong nhiều nước Châu Phi còn thấp hơn 20 năm trước. "Một thế giới mà trong đó, từ 20 năm nay, ở Châu Phi, Mỹ La Tinh, mức sống không ngừng giảm...Đó là điều hoàn toàn không thể chấp nhận được, trong lúc một số vùng khác lại tăng lên".

(Theo Rơnê Đuymông : Một thế giới không thể chấp nhận được)

- Ở Mỹ, số người giàu 1% chiếm 37% tài sản quốc dân; ở Pháp 10% người giàu chiếm 51% tài sản quốc dân.

Toàn cầu hoá về kinh tế đã sản sinh ra toàn cầu hoá về đối kháng giai cấp và dân tộc, khi xét riêng về mặt đối kháng.

Sự vật tiếp tục vận động phát triển tương thành để loại trừ

đối kháng. Chỉ khi nào loại trừ được đối kháng, chỉ còn tương phản cân bằng và tương thành, AD ở trạng thái cân bằng ổn định, thì sự vật tạm ở vị trí "dừng", lịch sử xã hội loài người chấm dứt thời kỳ tiền sử, như cách diễn đạt của Mác, và chuyển sang trang sử mới, "Trang sử của Xã hội Loài Người" với đầy đủ ý nghĩa của nó, huy hoàng hơn và dài lâu hơn.

Văn minh trí tuệ đã tác động tích cực vào quá trình chuyển hoá các chế độ xã hội. Ngày nay, văn minh trí tuệ đã có bước phát triển mới trong cả hai lĩnh vực, chủ nghĩa nhân văn và khoa học công nghệ. Loài người đã trải qua hai nền văn minh: Văn minh nông nghiệp, văn minh công nghiệp. Vào giữa những năm 80/TK20, cuộc cách mạng khoa học công nghệ chuyển sang giai đoạn mới với nhiều sáng tạo đặc biệt và phong phú, làm cho năng suất lao động và hàm lượng trí thức trong sản phẩm tăng lên rất nhanh, các nhà khoa học gọi là nền kinh tế tri thức.

Trong nền kinh tế tri thức, khoa học công nghệ (KHCN) đã trở thành lực lượng sản xuất trực tiếp. Thời gian sáng tạo mới thay thế sáng tạo cũ co ngắn lại, phạm vi ứng dụng mở rộng, đòi hỏi sự kết hợp chặt chẽ giữa chính sách kinh tế và chính sách khoa học công nghệ. Quốc gia nào có được chính sách thông minh như vậy, làn sóng kinh tế tri thức tràn vào rất nhanh.

Với nền kinh tế trí thức, lực lượng sản xuất xã hội giàu hàm lượng tài nguyên thiên nhiên chuyển sang giầu hàm lượng tri tuệ, hao phí cơ bắp giảm xuống, hao phí trí tuệ tăng lên.

Một nền kinh tế trí thức có tổng sản phẩm các ngành kinh tế trí thức chiếm khoảng 70% GDP. Hiện nay kinh tế trí thức các nước OECD chiếm 50% GDP, Mỹ 55,3%, Nhật bản 53%, Canada 51%... có những sản phẩm hàm lượng trí thức chiếm tới 90%.

* *Kinh tế trí thức có các đặc điểm:*

+ Trí thức trở thành lực lượng sản xuất trực tiếp, quyết định sự tăng trưởng kinh tế và làm biến đổi sâu sắc phương thức hoạt động kinh tế.

+ Thông tin trở thành tài nguyên quan trọng nhất của nền kinh tế.

+ Nguồn nhân lực nhanh chóng được tri thức hoá. Học tập và sáng tạo trở thành nhiệm vụ trung tâm của xã hội.

+ Lực lượng sản xuất được xã hội hoá ở cấp độ toàn cầu. Vận động kinh tế liên quan đến toàn cầu, có ảnh hưởng tiêu cực và tích cực đan xen nhau trong mỗi quốc gia và toàn thế giới.

Kinh tế trí thức đẩy nhanh tốc độ phát triển kinh tế ở các nước tư bản phát triển, Các nước tư bản nghèo (chiếm khoảng 70% các quốc gia trên thế giới). đứng trước thách thức lớn hơn cơ hội. Họ không đủ khả năng sáng tạo công nghệ cao vì chất lượng đào tạo kém, nên không chủ động được kế hoạch phát triển kinh tế. Họ phải nhờ vào công nghệ hạng hai, hạng ba, trừ các nước giầu và trở thành người làm thuê, bị bóc lột tàn tệ. Kinh tế "càng trí thức", sự bóc lột càng dễ che dấu và tốc độ bóc lột càng cao. Trong một sản phẩm, chi tiết có hàm lượng trí tuệ cao nhất, được giữ lại ở các nước giầu, họ thuê các nhà nước nghèo làm các chi tiết trí thức kém hơn với giá rẻ mạt. Họ còn kiêu hãnh ban ơn rằng họ đã kiếm việc làm cho các nước nghèo. Song, trong lương tâm của họ cũng biết rằng, không có người lao động làm thuê ở nước ngoài, sản phẩm của họ không thể cạnh tranh và bị sập tiệm, còn cái túi tư bản của họ không lớn nhanh đến chóng mặt như vậy. Giấc mơ trở thành "Con Rồng", nếu đi theo con đường TBCN, được họ thổi phồng lên để lừa bịp, may ra thành hiện thực ở một vài nước cá biệt, có điều kiện thuận lợi, hoặc ở vài nước có tầm quan trọng chiến lược đối với họ, được họ ủng hộ về công nghệ, tiền vốn và ưu đãi thương mại.

Còn hàng trăm nước khác vẫn chìm đắm trong cảnh nợ nần. Các quốc gia Châu Phi vốn giầu tài nguyên thiên nhiên, hàng năm phải trả nợ 150 tỷ USD. Độ chênh lệch giầu nghèo trung bình đã tăng tới 74 lần từ đầu thế kỷ 20 đến cuối thế kỷ 20 trong phạm vi thế giới. Bảng thống kê ở trên đã nói lên phần nào tình trạng bi đát của các nước TBCN nghèo trong nền kinh tế trí thức toàn cầu hoá. Tuy nhiên các nước giầu cũng phải ban ơn ít nhiều cho sự phát triển của các nước nghèo, vì không như vậy, các nước nghèo không có tiền mua hàng hoá của họ. Nếu các nước nghèo không có được chiến lược kinh tế khoa học công nghệ khôn ngoan, thì mãi mãi là lao động làm thuê hạng hai, hạng ba cho các nước giàu mà thôi.

Cái mặt trái của toàn cầu hoá nổi cộm lên một cách thách thức và khó chịu đến mức, từ trung tâm tư bản chủ nghĩa, các học giả cũng phải ngao ngán mà nói lên những suy nghĩ thực rằng, chủ nghĩa tư bản là không thể chấp nhận (R.Đuymông), rằng chủ nghĩa tư bản không phải là câu trả lời cho thế kỷ XXI (G.Đêriđa). Nguyên ngoại trưởng Mỹ H.Kítxinhgiơ cũng phải chua chát trước một Châu á nghèo, một Châu Phi đói và một Mỹ La Tinh nợ nần chồng chất, đương đối diện với các nước "phồn vinh" như một sự lên án và căm hờn, còn trùm tài phiệt G.Sơrôt, đã có lần nói : "Thật là sai lầm, nếu chỉ nghĩ đến lợi nhuận mà không nghĩ đến xúc cảm giữa con người", thì nay lại thất vọng trước nguy cơ khủng hoảng của chủ nghĩa Tư bản trong nền kinh tế toàn cầu.

Toàn cầu hoá và tri thức hoá kinh tế, cộng với mạng thông tin toàn cầu, đang cố kết nhân loại thành một vật thể Vũ trụ. Nếu vật thể đó mất cân bằng AD nghiêm trọng sẽ dẫn tới đối kháng và khủng hoảng. Suy nghĩ của ông G.Sôrôt hoàn toàn chính xác. Song, có điều là, suy nghĩ của Sôrôt thuộc trong số những người" nói 100 lần thế nào cũng có một lần đúng", vì sách *Chiến tranh tiền tệ* đã gọi tỷ phú siêu hạng G.Sôrốt là "sát thủ tài chính", thủ phạm hàng đầu của nhiều cuộc khủng hoảng tiền tệ thế giới tàn hại nhất, gây ra nhiều đau đớn cho nhân dân lao động các nước.

Đội ngũ công nhân và lao động được tri thức hoá ở các nước OECD (29 nước) đang chuyển sang nền kinh tế trí thức, đã chiếm tới 35 - 40% lao động.

Các nhà sáng tạo công nghệ, nếu họ không chìm đắm trong mức sống trung lưu, mà chủ tư bản ban phước cho họ, nếu họ được giác ngộ về sự bóc lột tàn bạo và tinh vi, sự thiếu tôn trọng của chủ TB đối với họ, họ sẽ cùng với công nhân, trí thức chính quốc và đội ngũ hùng hậu của "công nhân thuê ngoài", sẽ là mầm Dương trong Âm, một phương thức sản xuất hậu tư bản sẽ lớn dần lên trong lòng chủ nghĩa tư bản, với lợi thế của mạng thông tin toàn cầu và tri thức.

Thông tin và tri thức đã trở thành tư liệu sản xuất đặc biệt, có khả năng phá vỡ thế độc tôn chiếm hữu tư liệu sản xuất và tổ chức sản xuất của chủ nghĩa tư bản hiện đại, làm suy yếu cơ chế tái sản xuất giai cấp tư sản từ sự kế thừa tài sản, cha truyền con nối và từ ý thức hệ tư sản. Thông tin, trí thức trở thành tài sản chung mà nhân loại được phổ cập trên mạng thông tin toàn cầu, phá vỡ thế độc quyền chiếm hữu sáng tạo của chủ TB, thúc đẩy xã hội hoá lực lượng sản xuất và sáng tạo, chỉ có thể trở thành hiện thực khi thực hiện cơ chế Đồng sở hữu theo quy luật sở hữu cá nhân chân chính. Bởi vì, người có điều kiện tiếp nhận thông tin và tri thức trên mạng, để đưa vào sản xuất tại các nước, lại là những tri thức đang làm thuê cho các chủ tư bản, thành quả ứng dụng lại trở thành công cụ bóc lột họ.

Từ sau Cách mạng Tháng Mười, đến những năm 70 của thế kỷ XX, Chủ nghĩa xã hội ra đời đã tỏ rõ tính ưu việt của nó trước toàn nhân loại so với chủ nghĩa tư bản, tạo ra niềm tin lớn trong lòng nhân loại về sự thắng lợi của một chế độ tốt đẹp, thay thế chủ nghĩa tư bản, gây ra khủng hoảng tư tưởng đối với các nước Tư bản. Đứng trước hiện thực đó, chủ nghĩa tư bản có rất nhiều cố gắng trong việc đối trọng với hệ thống xã hội chủ nghĩa. Họ đã thực hiện được cuộc cách mạng khoa học công nghệ, điều chỉnh quan hệ sản xuất và chính sách xã hội, giảm bớt đối kháng giai cấp trong nước, nỗ lực bóc lột các nước nghèo, cướp bóc tài nguyên thiên nhiên của họ, tăng thêm động lực để làm phồn vinh trong nước, tăng cường phúc lợi cho người lao động. Vì vậy kinh tế của họ tăng trưởng mạnh. Họ lấy cái "ưu việt" tạm thời đó để đánh lừa mọi người rằng, chủ nghĩa Tư bản là tốt đẹp, là vĩnh cửu, là điểm dừng của lịch sử, còn chủ nghĩa xã hội là quái thai, v.v...

Tuy nhiên, trong nền kinh tế toàn cầu hoá, khi nền kinh tế toàn thế giới đang cấu trúc thành một hệ thống chung, ngày càng chặt chẽ, chủ nghĩa tư bản vẫn còn khả năng tự điều chỉnh để làm giảm tương phản đối kháng trong nước và còn vì những mầm Dương trong Âm chưa đủ lớn, để đẩy mạnh quá trình tương thành với phần Âm. Chủ nghĩa tư bản chỉ có thể điều chỉnh theo quy luật vận động của xã hội loài người, đã trình bày ở chương III. Và như vậy, chủ nghĩa tư bản sẽ tiến hóa hòa bình lên chủ nghĩa xã hội. Mọi sự điều chỉnh trái quy luật, dù sớm dù muộn, sẽ tất yếu thất bại.

Giống như việc hình thành các vật thể vũ trụ sau BigBang, vận động AD phải trải qua một quá trình quá độ. Trong quá trình qúa độ đó, đối kháng giảm dần, tương thành tăng dần. AD chuyển hoá trong từng giai đoạn, cuối cùng đạt trạng thái cân bằng mới ra đời các vì sao, hành tinh và thiên hà. Xã hội loài người cũng trải qua một quá trình quá độ, các chế độ tư hữu là các giai đoạn quá độ đó. Những giai đoạn tồn tại của nó mang tính tất yếu tạm thời của quá trình vận động và phát triền để tiến tới thủ tiêu đối kháng giữa các các cấu trúc thành phần là con người. Những quan hệ nhân quả nối tiếp nhau trong các chặng đường quá độ là sự chuẩn bị điều kiện cho sự thủ tiêu đối kháng đó. Phân tích tính đối kháng của chủ nghĩa tư bản để thấy rằng, đó là một chặng đường, *không phải là duy nhất,* mà nhân loại đã đi qua ở một số nước và chưa phải là điểm dừng của họ. Họ còn phải đi tiếp tới chặng đường vinh quang hơn. Đó là quy luật bất dịch của "tạo hoá" mà không ai cản được Chân lý khách quan, quy luật phát triển tương thành, có đủ nghị lực và sức mạnh để đi theo con đường của mình, không chệch hướng.

Chương VII sẽ chứng minh rằng, nhân loại không nhất thiết từ chế độ bóc lột Phong kiến, phải đi qua chặng đường bóc lột tư bản chủ nghĩa, rồi mới tiến lên chế độ xã hội chủ nghĩa, không bóc lột, mà có thể "bỏ qua giai đoạn phát triển tư bản chủ nghĩa", để tiến thẳng lên chủ nghĩa xã hội, không hề trái quy luật. Thế nào là "bỏ qua giai đoạn phát triển tư bản chủ nghĩa"? Khái niệm này sẽ được làm rõ nội hàm cơ bản của nó, nhằm nhìn rõ hơn con đường đi lên của nhân loại, trong điều kiện của thế giới hiện đại. Từ thế kỷ XXI, nhân loại có thể chia tay vui vẻ với chủ nghĩa tư bản mà không cần đến súng trường và bom đạn.

4- Quá trình tương thành phát triển và sự hoàn thiện cấu trúc ADNH của chế độ xã hội.

Có thể dùng cấu trúc âm dương ngũ hành của chế độ xã hội chủ nghĩa, là cấu trúc hoàn thiện nhất, để nghiên cứu các cấu trúc trước đó. Dùng cấu trúc của vận động cấp cao đề nghiên cứu cấu trúc vận động cấp thấp, mà nó kế thừa, cho ta những tiếp cận dễ dàng. Các thành phần trong cấu trúc này luôn luôn vận động, song cần đảm bảo sự cân bằng ADNH của cấu trúc. Khi xã hội bước vào trạng thái cân bằng "bền vững", các khái niệm của cấu trúc sẽ được điều chỉnh và bổ sung nội hàm.

Vận động năng lượng theo quy luật Ngũ hành là biểu hiện cụ thể của vận động AD, do vận động đặc thù của hệ Mặt trời - trái đất - mặt trăng sinh ra. Thành quả vận động dài lâu của nó góp phần quyết định sản sinh ra xã hội loài người và xã hội loài người ắt phải vận động theo quy luật đó, như đã chứng minh ở phần trước. Quy luật vận động của chất bao giờ cũng mang thông tin về quy luật vận động của trường năng lượng, là yếu tố đảm bảo sự vận động của nó.

Trong đồ hình cấu trúc, Ngũ hành là năm cặp AD thành phần trong cặp AD tổng thể xã hội. Thời kỳ quá độ của xã hội loài người, chế độ xã hội chủ nghĩa là cấp vận động cao nhất. Trong các nước XHCN thường có cấu trúc tổ chức như sơ đồ. Với đặc điểm chức năng và phương hướng hoạt động, các cặp AD thành phần thích ứng với các ngũ hành như sơ đồ, đã có dịp trình bày ở phần trên.

Đây là sơ đồ hợp lý nhất, đảm bảo phát triển tương thành, tương phản cân bằng và loại trừ đối kháng có hiệu quả, nếu phương thức tổ chức phản ánh đúng quy luật vận động của sơ đồ.

Trong sơ đồ có 5 cặp AD cấu trúc tương ứng với các hành và 10 cặp AD liên hệ. Mỗi cặp AD cấu trúc có quan hệ tương thành, tương phản cân bằng với 4 cặp AD còn lại, trong bản thân cặp AD cấu trúc cũng tồn tại quá trình tương thành, tương phản cân bằng. Sự cân bằng bền vững của cặp AD cấu trúc quyết định sự vận động cân bằng và hiệu quả vận động của toàn hệ thống, trong đó Mộc đóng vai trò quan trọng nhất, Mộc là cặp AD chủ yếu chi phối khuynh hướng vận động của toàn hệ.

Nhân dân làm nên lịch sử, nhưng khi Đảng và Nhân dân có cùng lợi ích tương thành thì Đảng có vai trò quyết định. Quan hệ tương thành giữa Đảng và Nhân dân là rõ ràng. Đảng chăm lo cuộc sống tinh thần và vật chất của dân, nhân dân chăm lo xây dựng Đảng. Đảng xây dựng hệ thống tương phản cân bằng giữa nhân dân và Đảng. Đảng thường xuyên nắm được tâm tư của Dân và Dân thường xuyên góp ý với Đảng.

. Đảng có trách nhiệm lãnh đạo xây dựng "Đạo", là đường lối phát triển đất nước, Hiến pháp, pháp luật, các nguyên lý đạo đức,...phù hợp với ý thức hệ. Đạo đóng vai trò định hướng vận động, tương phản cân bằng, tự động điều chỉnh trong toàn hệ. Khi Đạo đã được xây dựng, Đạo đứng trên tất cả, Đạo chi phối khuynh hướng vận động của Ngũ Hành.

Đạo phản ánh quy luật vận động của lịch sử, thể hiện quy luật tương thành AD giữa bộ phận lãnh đạo và nhân dân. Sau khi có Đạo cần có bộ phận kiểm tra thực hiện Đạo, phát hiện nhanh chóng tương phản đối kháng. Khi Ngũ Hành vận động đến một giai đoạn nhất định, trong hệ thống có những yếu tố "biến đổi", Đạo cũng được điều chỉnh cho phù hợp.

Đặc điểm "nhân cách" của hành Mộc là "Nhân", Đảng yêu thương Dân. Toàn bộ Ngũ Hành đều có đảng viên trong đó đảng viên yêu thương dân. Đặc điểm ý chí của Mộc là "Dũng", Đảng dũng cảm vượt mọi khó khăn, thử thách để đưa đất nước đi lên. Đặc điểm khuynh hướng của Mộc là vươn lên, năng lượng Mộc biến thiên tăng dần, tương ứng với mùa Xuân. Vì vậy Đảng luôn có đường lối đưa đất nước ngày càng phát triển.

Đảng lãnh đạo quốc hội xây dựng pháp luật, Đảng lãnh đạo Chính phủ thực hiện kế hoạch xây dựng đất nước, nâng cao đời sống nhân dân. Đảng lãnh đạo Mặt trận xây dựng khối dại đoàn kết toàn dân, Đảng bố trí cán bộ trong các cơ quan đó. Đó là quan hệ tương thành, Mặt khác Đảng cần xây dựng hệ thống tương phản cân bằng với các bộ phận để thông tin kịp thời và thông suốt, ngăn ngừa tương phản đối kháng có hiệu quả. Đối kháng ở đây có nhiều nội dung: Một chính sách không còn phù hợp, quan liêu, tham nhũng, mất đoàn kết, sự phối hợp không ăn khớp... Ngoài ra còn có đối kháng ngoại lai tác động vào.

Hệ thống tương phản cân bằng có những đặc trưng tổ chức và phương thức hoạt động tương thích với chức năng của từng cặp Ngũ hành. Hệ thống tương phản cân bằng cần phát hiện sớm "những ưu điểm kéo dài mãi đã trở thành khuyết điểm". Cái đúng của ngày hôm qua có thể là cái sai của ngày hôm nay. Các chức năng Ngũ Hành nếu lấn sân nhau thì không còn tính độc lập tương đối của Ngũ Hành, dẫn đến mất cân bằng của hệ thống. Đảng làm thay công việc cụ thể của Chính phủ, sẽ trở thành Chính phủ song trùng, tự nhiên một Ngũ Hành bị tiêu vong hoặc teo lại, tính độc lập tự chủ và trách nhiệm sẽ được thay thế bằng tính ỷ lại; đối kháng xuất hiện.

Quốc hội ban hành Pháp luật mang tính nguyên tắc là chủ yếu, làm cho mọi người hành động theo cái "tất yếu", không để tự do dân chủ bung ra vô Chính phủ. Vì vậy Quốc hội mang hành "KIM", có tính cứng và thu sáp.

Nhân cách của hành KIM là "Nghĩa" là cân bằng "Đức - Lợi". Hiền nhân từng dạy : "Kiến đắc tư nghĩa", sinh lợi phải từ điều nghĩa, khi được lợi phải nghĩ đến điều nghĩa. Pháp luật Quốc hội ban hành đều chứa đựng tư tưởng này. Luật kinh doanh yêu cầu chủ doanh nghiệp không làm trái Pháp luật, không cạnh tranh thiếu lành mạnh. Khi có lợi nhuận cần quan tâm đến đời sống người lao động, trả công không thể hiện yếu tố bóc lột, góp phần xóa nghèo, làm cho đất nước phồn vinh. Đó là Đạo làm giầu của nhà doanh nghiệp.

Vì vậy, Quốc hội thể hiện đầy đủ ý nghĩa của hành KIM. Mọi pháp luật của Quốc hội ban hành đều chứa đựng tính nguyên tắc về đức nghĩa, nó là một bộ phận của Đạo.

Mặt trận Đại đoàn kết dân tộc, đó là cấu trúc vận hành

mềm dẻo, thuyết phục, để đạt được hai chữ "nhân hòa". Nhân hòa là yếu tố quan trọng nhất trong ba yếu tố "Thiên thời - Địa lợi - Nhân hòa". Thiên thời - địa lợi thường "có sẵn" hoặc khó tác động, chỉ lợi dụng được bằng sự khôn ngoan. Còn "Nhân hòa", con người có thể tác động. Các chế độ xã hội bị sụp đổ và chuyển hóa đều từ yếu tố nhân hòa bị suy yếu. Sự mất cân bằng AD giữa người với người, giữa thống trị và bị trị, làm tàn lụi yếu tố nhân hòa. Yếu tố nhân hòa quan trọng nhất là nhân hòa trong cặp AD cơ bản. Mặt trận xây dựng khối Đại đoàn kết toàn dân, trong đó quan trọng nhất là sự đoàn kết giữa lãnh đạo và nhân dân. Sự đoàn kết đó không chỉ trong các việc nho nhỏ hàng ngày, mà lớn nhất là sự tương thành giữa lãnh đạo và nhân dân trong việc thực hiện Đạo. Lãnh đạo thực hiện Đạo, nhân dân sẽ được chăm lo. Nhân dân thực hiện Đạo, tức thực hiện kế hoạch xây dựng quê hương đất nước,thực hiện đạo đức, pháp luật, lãnh đạo mới có điều kiện chăm lo cho dân.

Mặt trận không những "Hòa" mà còn phải "Trí". Người xưa cho rằng hành Thủy đại diện cho trí, tức thông minh sáng suốt. Người có Thủy vượng thường thông minh hơn các hành khác. Toàn dân có nhiều tầng lớp khác nhau: Dân tộc, Tôn giáo, Việt kiều, Trí thức, Công nhân, Nông dân... Do đó để làm việc "Nhân hòa", Mặt trận phải có văn hóa bao trùm văn hóa toàn dân. Vì vậy Mặt trận được cấu trúc bằng dại diện của mọi tầng lớp nhân dân.

Mặt trận xây dựng sự đoàn kết trong nhân dân, đồng thời còn tác động mạnh mẽ vào bộ phận lãnh đạo, vì bộ phận này là Dương, có vai trò lớn trong khối ĐĐK toàn dân. Cho nên, tổ chức "Mặt trận" cần được cấu trúc tương xứng với chức năng của mình và cân đối với các Ngũ hành khác. Tổ chức Mặt trận xuất hiện ở cấp vận động cao nhất của xã hội, trong điều kiện có sự thống nhất lợi ích giữa lãnh đạo và quần chúng. Các xã hội cấp thấp không có tổ chức này.

Mặt trận đã xuất hiện khi chưa có nhận thức về hệ thống Ngũ Hành. Nó đã ra đời một các tự nhiên, hợp quy luật, thể hiện bước tiến hóa trong cấu trúc xã hội. Biết bao quy luật tự nhiên và xã hội vẫn bình thản vận động, con người cứ âm thầm đi theo sự dẫn dắt của nó, sau đó mới khám phá và mô tả. Chân lý khách quan cứ ung dung dẫn dắt con người đi theo con đường của mình, vì con người là thực thể tự nhiên, chịu sự ràng buộc của các quy luật.

Cấu trúc Mặt trận ra đời là kết quả của quy luật phát triển tương thành, là một bước tiến của văn minh trí tuệ. Cách mạng Việt Nam nhờ khám phá và sáng tạo ra cấu trúc này mà đạt được đại thành công trong quá khứ. Sự tồn tại của nó vẫn là quy luật của hiện tại và tương lai. Nó đẩy mạnh sự tương thành giữa con người, làm giảm dần tính đối kháng, tăng cường tính thống nhất giữa các mặt đối lập AD. Cơ cấu tổ chức địa phương nặng về hành pháp, vì vậy cấu trúc Ngũ Hành có thể hơi khác với cấp cao nhất để giảm bớt cồng kềnh và tăng tính nhanh nhậy, tăng tính hiệu qủa của "hành pháp". Song thay đổi như thế nào thì cấu trúc vẫn mang quy luật Ngũ hành và đảm bảo tính cân đối bền vững.

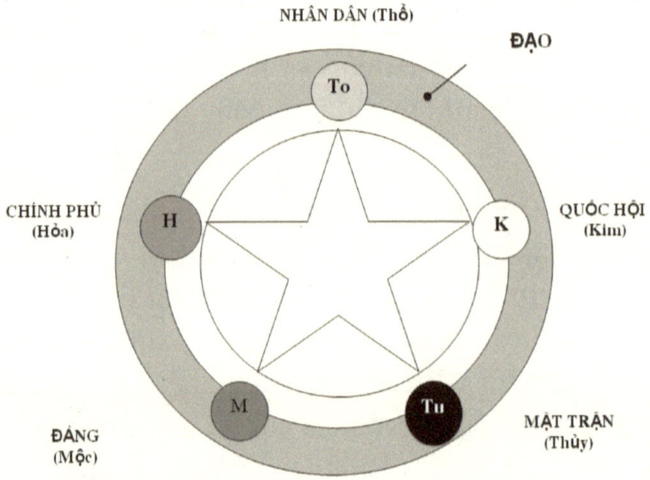

Hình IV-5: Cấu trúc ngũ hành của tổ chức nhà nước

Hội đồng nhân dân tương ứng với Quốc hội, song kế hoạch và pháp luật đã có Đảng và Nhà nước lo. UBND tổ chức thực hiện, HĐND kiểm tra là chủ yếu. Vì vậy có thể thay HĐND bằng cơ quan kiểm tra, thanh tra, hoạt động độc lập chỉ chịu sự lãnh đạo của Đảng, hoạt động theo Đạo, không phụ thuộc UBND, nó đóng vai trò hành Kim có hiệu lực.

Mặt trận giữ nhiệm vụ "Nhân hòa", nên có vai trò lớn trong việc loại trừ đối kháng, như quan liêu, tham nhũng, là những yếu tố làm suy giảm tương thành trong cặp AD cơ bản.

Chính phủ được đặc trưng bằng hành Hỏa. Đặc điểm của hành Hỏa là hoạt động nhiệt thành, sôi động, năng lượng dồi dào, không suy giảm. Đó là đặc điểm cần thiết của cấu trúc chấp hành. Ưu điểm thường đi với những nhược điểm tương ứng. Vì nhiệt thành sôi động nên cũng có lúc chệch hướng. Điều đó được điều chỉnh bằng tương phản cân bằng của 4 hành còn lại.

"Nhân cách" của hành Hỏa là "Lễ". "Lễ" là đi đúng đường lối, chính sách pháp luật, tức là đi đúng Đạo. Hành Hỏa có năng lượng dồi dào, đi chệch Đạo sẽ nhanh chóng kéo lệch hệ thống (ý nghĩa năng lượng còn tiềm ẩn trong yếu tố tài chính). Nếu hành Hỏa quan liêu, tham nhũng, sẽ tác hại lớn, vì làm giảm năng lượng và hiệu quả của cấu trúc chấp hành, làm giảm tương thành. Nếu làm xuất hiện đối kháng về Đạo thì càng trở nên nghiêm trọng. Vì vậy hệ thống tương phản cân bằng của 4 hành còn lại phải được tổ chức một cách khoa học, hoạt động có hiệu quả, để loại trừ những đối kháng xuất hiện trong hành Hỏa.

Nhân dân tương ứng với hành Thổ. Nhân dân nuôi dưỡng tất cả, con người trong các hành đều từ nhân dân mà ra. Nhân cách của Thổ là "Tín", giữ lời hứa. Nhân dân đòi hỏi các hành khác phải giữ chứ Tín. Người xưa đã từng nói, chữ Tín là tài sản quốc gia. Tín là lời nói đi đôi với việc làm, là liêm chính, cấp lãnh đạo giữ chữ Tín thì nhân dân cũng giữ chữ Tín. Nhân dân sẽ chấp hành nhiệm vụ và pháp luật một cách nghiêm túc.

Trong cặp AD tổng thể của cấu trúc xã hội, nhân dân ở vị trí Âm, các hành khác giữ vị trí Dương. Các hành Dương xây dựng Đạo phù hợp với lợi ích của toàn dân. Đó là yếu tố tương thành đầu tiên của AD. Nếu Dương vi phạm Đạo thì dân không cò tin Đạo. Mầm Dương trong Âm sẽ có cơ hội phát triển và xã hội xuất hiện đối kháng, mất ổn định.

Trong vận động xã hội, hạt nhân của Đạo là Hệ tư tưởng. Hệ tư tưởng là cấp trí tuệ cao nhất của Đạo. Nếu Hệ tư tưởng bị "vi rút" xâm nhập, Đạo sẽ mang bệnh. Nếu vi rút không được loại trừ kịp thời, Đạo có nguy cơ bị rạn nứt, toàn hệ thống bất an.

Để cấu trúc vận hành ổn định và có hiệu quả, trước tiên mỗi hành phải cân bằng ổn định, chỉ có tương thành và tương phản cân bằng, không có đối kháng, đặc biệt yêu cầu cao đối với hành chủ là hành Mộc. Do đó đối với chế độ XHCN không thể có đa Đảng và không cần đến đa Đảng, vì cấu trúc Ngũ hành đầy đủ. Đa đảng, đa lợi ích, làm cho cấu trúc hỗn tạp, Đạo không thuần khiết, dễ phát sinh đối kháng, hệ thống luôn luôn ở trạng thái mất cân bằng, tiềm ẩn những hệ thống giả, hệ thống mờ, dễ bùng phát, đốm lửa nhỏ có thể dẫn đến cháy rừng. Mặt khác đối kháng bên ngoài dễ xâm nhập làm tăng đối kháng bên trong. Có ai đó cho rằng có thể dùng đa Đảng để tương phản cân bằng. Song, muốn tương phản cân bằng phải thống nhất lợi ích, thống nhất Đạo. Nếu không như vậy, tương phản cân bằng sẽ chuyển nhanh sang tương phản đối kháng. Hiện thực về "cách mạng màu" đã chứng minh điều đó. Mặt khác, mục tiêu xoá bỏ bóc lột của CNXH không dung hoà trong môi trường đa đảng. Vì vậy, nguyên lý: "một Đảng Cộng sản chân chính và duy nhất lãnh đạo xây dựng CNXH" mang tính quy luật. Những điều kiện để quy luật có thể vận hành sẽ còn bàn tiếp.

Hệ thống chính trị XHCN đủ tương thành với nhân dân, không đối kháng, đạt được cấp vận động cao nhất của thời kỳ quá độ trong lịch sử nhân loại, với lôgic hiện thực đó thì đa Đảng là có hại, là phá vỡ quan hệ tương thành.

Đối với cấu trúc xã hội cấp thấp, ngũ hành chưa hoàn thiện, Đạo chưa tương thành hoàn toàn với nhân dân thì có thể đa đảng, nhưng phải có một Đảng đại diện cho lợi ích của đa số nhân dân để làm nhiệm vụ tương phản cân bằng. Nếu được như vậy thì cấu trúc đó giảm được đối kháng, lãnh đạo tăng tính tương thành với nhân dân, có lợi phần nào cho nhân dân.

Khái niệm Đạo có hai cấp độ: Đạo lớn, tượng trưng bằng hình vành khăn ôm hệ Ngũ Hành, là hệ thống Ý thức hệ, Hiến pháp, đường lối, chính sách, pháp luật, các nguyên lý đạo đức xã hội, do thượng tầng kiến trúc xây dựng, trên cơ sở thống nhất hệ tư tưởng. Đạo có tác dụng dẫn dắt hành động, tự động điều chỉnh, tương thành trong toàn hệ. Đạo thành phần là hệ thống tự động điều chỉnh (tương phản cân bằng) trong các cặp AD cấu trúc (các hành) và các cặp AD liên hệ (giữa các hành).

Từ cấu trúc Ngũ hành hoàn chỉnh của xã hội XHCN, có thể suy ra mức độ không hoàn thiện của xã hội cấp thấp và sự tiến hoá của nó từ thấp đến cao.

Sự tiến hoá của cấu trúc Ngũ hành chế độ xã hội, đi song hành với sự tiến hoá của văn minh trí tuệ và sự chuyển hóa các hình thái kinh tế - xã hội, là kết quả đấu tranh chống áp bức bóc lột của quần chúng nhân dân. Đó là kết quả của các mối quan hệ nhân quả và quy luật lượng - chất.

Sự tiến hoá đó có thể so sánh với sự tiến hoá trong thế giới hữu sinh đi dần từ thấp đến cao.

Chế độ chiếm hữu nô lệ, hệ thống NH khiếm khuyết nhất, vì vậy mà đối kháng cao nhất. Nó chỉ là một cặp AD, chưa hình thành Ngũ hành. Giai đoạn cuối chế độ CHNL xuất hiện Viện Nguyên Lão, đại diện cho giai cấp quý tộc, là mầm mống của Nghị viện về sau.

Chế độ Phong kiến đã hình thành các bộ, do Tể Tướng đứng đầu, có vai trò gần với Chính phủ, ngoài ra còn có Hội đồng nhà vua, gần với nghị viện.

Đến chế độ Tư bản đã có bước phát triển lớn : Có Đảng, Nghị viện, Chính phủ, như vậy là có 4 hành.

Sang chế độ XHCN có đủ 5 hành.

Như vậy, sự chuyển hoá chế độ là sự đi tới hoàn thiện cấu trúc xã hội theo quy luật Âm Dương Ngũ Hành. Là một thành phần của tự nhiên, xã hội loài người thống nhất quy luật vận động với tự nhiên.

Một tiến trình vận động của vật thể Vũ trụ thường qua ba giai đoạn mang tính quy luật: Giai đoạn hình thành là giai đoạn quá độ phát triển tương thành AD. Giai đoạn cân bằng ổn định, Âm Dương đạt trạng thái cân bằng, mâu thuẫn AD đạt tính thống nhất cao, không đối kháng. Giai đoạn AD đều suy và chuyển hoá, kết thúc một tiến trình, quay lại những thông tin ban đầu đã hình thành vật thể (nhưng có biến đổi ít nhiều).

Loài người là sản phẩm của hệ MT - TĐ - Mt, vận động theo quy luật ADNH. Tiến trình của loài người đồng hành với tiến trình của hệ MT - TĐ- Mt. Khái niệm "Tiến trình loài người" được mở rộng như vậy phù hợp với lôgic hiện thực. Để có loài người, Vũ trụ đã vận hành từ thế giới vô sinh, qua thế giới hữu sinh, trải qua giai đoạn tiến hoá lâu dài mấy tỷ năm, mới có con người, rồi xã hội loài người. Các nhà Vũ trụ học đã nói rằng, việc hình thành loài người đã được chương trình hoá trong "điểm kỳ dị". Vì nếu Vũ trụ vận động khác với hiện nay thì có thể không có loài người.

Xã hội loài người là cấp vận động cao nhất của Vũ trụ, nó phải đạt tới trạng thái cân bằng như các vật thể Vũ trụ khác, rồi sau đó mới chuyển hoá. Như vậy giai đoạn phát triển trước khi đạt trạng thái cân bằng là giai đoạn hình thành, giai đoạn quá độ. Giai đoạn quá độ trải qua nhiều chặng đường: Vô sinh, hữu sinh, con người, xã hội loài người. Xã hội loài người trải qua nhiều chặng nhỏ, là các chế độ xã hội tiến hoá từ thấp đến cao, cho đến trạng thái cân bằng ổn định. Giai đoạn quá độ của xã hội loài người gắn liền với các giai đoạn quá độ của Trái đất và kéo dài mấy tỷ năm. Chắc rằng giai đoạn cân bằng cũng kéo dài hàng tỷ năm, vì Trái đất cũng đang đi vào giai đoạn cân bằng và giai đoạn cân bằng của Trái đất kéo dài mấy tỷ năm (Theo khoa học dự báo là 5 tỷ năm nữa). Nếu nói theo các nhà khoa học Vũ trụ thì giai đoạn quá độ hình thành xã hội loài người phải bắt đầu từ "điểm kỳ dị", tiếp đó là BigBang, đến nay đã 13,7 tỷ năm.

Từ cách nhìn của học thuyết AD về quy luật vận động của Vũ trụ, đến đây đã có đủ căn cứ hiện thực và thực nghiệm khoa học, để nói rằng, tiếp theo chặng đường quá độ chủ nghĩa Tư bản, xã hội loài người sẽ vận động đến trạng thái cân bằng ổn định, trong đó không có đối kháng giữa con người với con người, CNTB là xã hội tiếp cận xã hội cân bằng đó.

Thường các vật thể Vũ trụ có hệ thống năng lượng vận động ở cường độ thấp, khi đạt trạng thái cân bằng, có xu hướng bảo tồn sự cân bàng lâu dài. Chỉ khi có đối kháng bên ngoài tác động đủ mạnh thì mới phá vỡ sự cân bằng đó hoặc hệ thống lớn mất cân bằng, phá vỡ sự cân bằng của hệ thống "con".

Các nguyên tố hoá học liên kết nguyên tử thành khối như vàng, bạc, platin, kim cương (C)... nếu không có ngoại lực như nhiệt độ cao, áp lực cao, thì hàng tỷ năm nó vẫn như vậy. Đối với nguyên tố các bon có 4 dạng liên kết : than chì, kim cương (liên kết dạng lăng trụ tam giác đều), liên kết dạng cầu hình quả bóng đá, liên kết dạng ống, 2 loại này có độ cứng cao hơn kim cương. Như vậy, mỗi loại liên kết của nguyên tử các bon có một thứ "Đạo" riêng, được hình thành ở điều kiện lý hoá đặc thù nào đó.

Nguyên tử Sắt cũng có dạng liên kết tinh thể, có độ đối xứng cao, đạt độ cứng cao hơn sắt bình thường hàng chục lần. Độ liên kết càng bền chặt (đạo, hệ thống tương phản cân bằng tối ưu) tác động của đối kháng bên ngoài càng khó khăn, vật thể càng bền vững. Các chế độ xã hội của xã hội loài người có thể so sánh với các hình thức liên kết như vậy.

Trái đất là thiên thể nguội, sự vận động năng lượng ở cường độ thấp, có xu hướng bảo toàn trạng thái cân bằng lâu dài. Các thiên thể có khối lượng bé hơn 0,1 khối lượng Mặt trời, nhiệt độ tại tâm thấp, không đủ điều kiện xảy ra phản ứng hạt nhân, nên gọi là hành tinh mà không gọi là Sao. Mặt trời có cường độ vận động năng lượng cao, sự chuyển hoá của mặt trời sẽ ảnh hưởng tới Trái đất, phá vỡ trạng thái cân bằng của Trái đất và hậu quả lôgic là phá vỡ cân bằng của xã hội loài người. Thiên văn học mô tả mô hình giả thuyết về sự tiến hoá của Mặt trời như sau:

Buổi ra đời khoảng 6,6 tỷ năm trước, một đám bụi vật chất khổng lồ đã hội tụ dần, do lực hấp dẫn, phần trung tâm ngày càng đậm đặc, áp suất ngày càng tăng, nhiệt độ ngày càng lớn. Đến khoảng 3000K thì bắt đầu toả sáng. Sự co nén tiếp tục khi nhiệt độ tăng lên hàng chục triệu độ, phản ứng hạt nhân tổng hợp Hêli từ Hydro diễn ra. Khi năng lượng bức xạ (điện từ) tạo áp suất cân bằng với áp lực hấp dẫn, MT giữ kích thước và nhiệt độ không đổi, xứng đáng là vật thể vũ trụ như hiện nay. MT vận hành ổn định như vậy đã được khoảng 6,6 tỷ năm và còn tồn tại ổn định như vậy 5 tỷ năm nữa.

Khi nhiên liệu hydro đã cạn, Mặt trời tiếp tục co, nhiệt độ ở tâm tăng dần cho đến 10^8K (100 triệu độ). Lúc này có phản ứng nhiệt hạch biến He thành Cacbon. $3^4He \dashrightarrow {}^{12}C + 8$

Độ trưng tăng lên 10^4 lần (cường độ sáng tăng lên một vạn lần). Lượng bức xạ lớn này thoát ra không gian, khi đó, vỏ của nó nở rộng ra đến 100 lần bán kính trước đó và được gọi là Sao kềnh đỏ. Nếu Thuỷ tinh không bay ra xa do lực hấp dẫn của MT giảm, nó sẽ nằm lọt thỏm trong vỏ Mặt trời. Lúc này Trái đất, dù có văng xa ra cũng sẽ rất nóng, không còn nước, sự sống chấm dứt. Tồn tại ở trạng thái kềnh đỏ khoảng 100 triệu năm, Mặt trời phóng một lớp khí ra chung quanh. Sản phẩm còn lại He và Hydro tiếp tục co, cho đến khi $R = Ro.10^{-2}$, bằng cỡ Trái đất. Lúc này áp suất bức xạ cân bằng với lực hấp dẫn, Mặt trời không còn nữa và chuyển hoá sang vật thể mới, với trạng thái cân bằng mới, Thiên văn học gọi là Sao lùn trắng, có nhiệt độ cao tới 10.000K nhưng độ trưng nhỏ.

Những đứa con của Mặt trời, các hành tinh có lẽ phải từ bỏ người mẹ của mình, đã trở thành quái vật hung dữ, và không còn đủ sức ôm ấp chúng, để kiếm một chỗ dung thân nào đó. Còn Trái đất thì đành phải đưa di hài những đứa con mang nặng đẻ đau và nuôi nấng gần 8 tỷ năm trời, về nơi cực lạc ở cõi vô biên.

Các Sao có khối lượng lớn hơn Mặt trời, nhiệt độ ở tâm lớn hơn, quá trình tổng hợp hạt nhân nhanh hơn, do đó có cuộc đời ngắn hơn Mặt trời và có chuyển hoá khác Mặt trời. Khi hết H_2 , He thì C trở thành nhiên liệu tiếp theo... cho đến phản ứng hạt nhân cuối cùng tạo ra sắt (Fe) ở nhiệt độ 3 tỷ độ (3.10^9K). Lúc này Sao được cấu tạo bằng nhiều lớp, lớp ngoài cùng là H, tiếp theo là He, rồi đến C, O... trong cùng là Fe.

Khi không còn phản ứng hạt nhân gây ra áp suất bức xạ cân bằng với lực hấp dẫn, vật chất sẽ co lại vào tâm, các hạt chuyển động gần nhau đến mức Proton liên kết với e trở thành Nơtron, nhiệt độ lên tới 5 tỷ độ ((5.10^9 độ). Có hai khả năng xảy ra hoặc là Sao nổ, như trường hợp Sao nổ tạo thành tinh vân con Cua, đã mô tả ở phần trên, hoặc trở thành sao Nơtron quay cực nhanh.

Đối với các Sao có khối lượng lớn hơn 3 lần Mặt trời, lực hấp dẫn sẽ ngăn cản cả bức xạ ánh sáng. Sao tắt thành lỗ đen.

Ở đây, muốn mô tả rộng hơn một chút để bạn đọc hiểu xa hơn về hệ Mặt trời và số phận loài người chúng ta.

Như vậy, sau khi xã hội loài người đạt trạng thái vận động cân bằng, kéo dài hàng tỷ năm, giai đoạn chuyển hoá tiếp theo do hệ Mặt trời quyết định. Xã hội loài người, cấp vận động AD cao nhất của hệ MT, có tiến trình tiến hoá đồng hành và đồng bộ với hệ Mặt trời và gần gũi nhất với tiến trình của Trái đất.

5- Các mốc lịch sử tương thành:

Phần trên: Nghiên cứu quy luật phát triển tương thành trong phạm trù vận động giai cấp. Mục này xem xét quy luật tương thành trong phạm trù nhân loại nói chung, biểu hiện ở qúa trình hợp tác quốc tế.

Sự phát triển của hợp tác Quốc tế làm tăng tính tương thành của mọi tầng lớp xã hội trong phạm vi thế giới, tạo yếu tố thuận lợi cho quy luật tương thành phát triển. Hợp tác quốc tế có những vấn đề đượm màu sắc giai cấp, đặc biệt trong lĩnh vực kinh tế, song yêu cầu tương thành, đồng thuận vẫn có tính phổ biến.

Các tổ chức có quy mô toàn cầu, như Liên hợp quốc (LHQ) , WTO với hệ thống luật pháp Quốc tế ngày càng phủ kín mọi hoạt động của con người, có ý nghĩa trong việc cố kết nhân loại toàn hành tinh thành một cấu trúc. Quá trình phát triển tương thành sẽ liên kết con người của Trái đất thành một vật thể Vũ trụ. Sự vận động của quy luật phát triển tương thành, tương phản cân bằng, đối kháng, ngày càng mang sắc thái, là sự vận động toàn cầu.

** Con người muốn tương thành trước tiên phải biết mặt nhau và quan hệ với nhau. Vì vậy những phát kiến địa lý bao giờ cũng là mốc đầu tiên trong tương thành nhân loại.*

- Mốc lịch sử tương thành đầu tiên phải kể tên "con đường tơ lụa" dài 7.000km. Từ thế kỷ III TCN, nhà sử học Hylạp cổ đại Apôrốt, đã ghi chép về một "mốc tơ lụa". Đến năm 138 TCN, Trương Khiêm, một đại thần của Hán Vũ Đế, làm đại sứ các nước Tây Vực 12 năm, đã phát hiện ra con đường này. Con đường tơ lụa bắt đầu từ vùng buôn bán tơ lụa sầm uất, tập trung ở kinh đô Trường An, qua Tân Cương, cao nguyên Pamia, sang Trung á, đến bờ Địa Trung Hải rồi đến Hylạp, Lamã. Con đường này tồn tại khoảng 10 thế kỷ. Đến đời Đường được thay thế bằng đường biển, thuận lợi hơn "con đường tơ lụa", đã góp phần to lớn trong việc giao lưu kinh tế, văn hoá giữa các dân tộc Á-Âu. Không chỉ tơ lụa mà nhiều sản phẩm khác, các sáng tạo văn hoá, khoa học, đã đi tiếp con đường này, để lan toả ra nhiều dân tộc, làm thành sự hoà hợp văn minh ở một khu vực rộng lớn của nhân loại.

- Khoảng năm 1000, Ericxơn (Ericsson) tìm ra bờ biển Bắc Mỹ, đặt tên là Winland.

- Nhưng để khẳng định châu Mỹ, năm 1492 - 1504, Crítxtốp Côlômbô đã tiến hành 4 cuộc thám hiểm sang vùng đất này, nhưng mới đặt chân lên các đảo, trong đó có Cuba.

- Ngày 27/3/1513, nhà hàng hải Tâybannha là Juan Poncede Leon đặt được chân lên bán đảo Florida, phía Đông Nam nước Mỹ ngày nay, mở đầu cuộc hành trình khám phá Bắc Mỹ. Đến đây hai nửa hành tinh đã gặp nhau.

- Năm 1519-1522, Magellen đi vòng quanh thế giới bằng thuyền vượt biển, đã chứng minh quả đất tròn, như dự đoán của nhiều nhà khoa học và mở ra con đường hàng hải nối liền các lục địa.

Những cuộc phát kiến địa lý ở trên là chương bình minh của lịch sử cấu trúc nhân loại.

* Quá trình tiến hoá của nền văn minh nhân loại, đến một

thời điểm nào đó xuất hiện các tổ chức liên minh quốc tế, nhằm đấu tranh bảo vệ lợi ích của liên minh, hoặc cùng nhau giải quyết những vấn đề khu vực hay toàn cầu, mà một quốc gia không đủ sức giải quyết.

- Tổ chức quốc tế có ý nghĩa đầu tiên trong lịch sử nhân loại là "Đồng minh những người cộng sản ", với khẩu hiệu: "Vô sản các nước đoàn kết lại", nhằm tập hợp và giác ngộ giai cấp công nhân, tiến hành cuộc đấu tranh chống áp bức bóc lột của giai cấp tư sản. Tổ chức được Mác thành lập tháng 6/1847. Lần đầu tiên trong lịch sử nhân loại, lý luận khoa học cách mạng đã được đưa vào hoạt động thực tiễn. Ăngghen đánh giá, đây là một trong ba cống hiến vĩ đại nhất của Mác đối với sự nghiệp giải phóng giai cấp vô sản và nhân dân lao động.

- Ngày 28/4/1864 thành lập Hội Chữ thập đỏ quốc tế

- Ngày 28/9/1864 thành lập Hội Liên hiệp lao động quốc tế (Quốc tế I)

- Ngày 7/11/1917 : Cách mạng Tháng Mười Nga vĩ đại, cắm một mốc son chói lọi trên con đường phát triển tương thành, phát triển chủ nghĩa nhân đạo và cố kết nhân loại toàn cầu.

- Ngày 17/3/1919 thành lập Quốc tế cộng sản (QT III).

- Ngày 30/10/1922 thành lập Liên bang CHXHCN Xô Viết.

- Ngày 01/01/ 1942 thành lập Đồng minh chống phát xít.

- Năm 1945, sức mạnh tương thành đánh bại chủ nghĩa phát xít, mở đầu kỷ nguyên phong trào giải phóng dân tộc và hệ thống XHCN.

- Ngày 14/12/1946, thành lập tổ chức Giáo dục khoa học - Văn hoá LHQ (UNESCO).

- Ngày 03/10/1948, thành lập Liên hiệp Công đoàn thế giới.

- Ngày 01/10/1949, nước Cộng hoà nhân dân Trung Hoa ra đời.

- Ngày 17/4/1955, Hội nghị 29 nước Á-Phi ở Băng đung (Indonêsia), nhất trí những nguyên tắc cùng tồn tại Hoà bình.

- Ngày 8/8/1967, thành lập ASEAN.

- Ngày 01/1/1995, thành lập các tổ chức thương mại thế giới WTO.

- Ngày 10/6/1979, bầu Nghị viện Châu Âu EC .

- - Năm 2000, với sáng kiến của Đảng Lao động Braxin và sự đồng tình của 4.700 đại biểu, thuộc hơn 900 tổ chức chính trị xã hội, trong đó có không ít trí thức, chính khách và Nhà tư bản tiến bộ, "Diễn đàn xã hội thế giới" chính thức ra đời tại thành phố Poóctô Alê-grê (Braxin), mỗi năm tổ chức hội nghị một lần, trở thành tập hợp công dân toàn cầu rộng lớn nhất, chống chủ nghĩa Tư bản, như là đối trọng với "Diễn đàn" kinh tế (WEF).

- Ngày 9/7/2002, thành lập Liên minh Châu Phi AU

- Ngày 26/8/2002, Hội nghị bảo vệ môi trường và chống nghèo đói, họp tại Nam Phi.

- Trong những năm 90 của thế kỷ XX, rất nhiều tổ chức hợp tác kinh tế ra đời, các khu vực Bắc Mỹ (NAFTA) , Mỹ La Tinh (26 nước SELA), hai bờ Thái Bình Dương (APEC)... Đặc biệt là các các tổ chức kinh tế có tác dụng điều chỉnh quan hệ kinh tế toàn cầu như WTO, WB, IMB, VNDP...Tháng 12/2008 ở Brazil, diễn ra hội nghị thượng đỉnh các nước Mỹlatinh và Caribê, trừ Mỹ và Canađa, Cuba cũng tham dự hội nghị này. Hội nghị chủ trương thành lập tổ chức Mỹla tinh và Cribê có mục đích và hình thái hoạt động như EU, nhằm thoát khỏi sự can thiệp của Mỹ.

Các tổ chức quốc tế là những cặp AD, trong đó tồn tại mối quan hệ qua lại giữa tương thành và đối kháng. Song, đa số các nước tham gia đều mong muốn tương thành phát triển và giảm tính đối kháng. Vì vậy, nó là những mầm hội tụ để cố kết toàn nhân loại, sức mạnh tương thành ngày càng lớn lên, đối kháng đang được thay thế dần bằng tương phản cân bằng, trong các mầm hội tụ đó.

Liên hiệp quốc (LHQ) là tổ chức quan trọng nhất của hành tinh. Hiến chương LHQ có hiệu lực từ ngày 24/10/1945, đó cũng là ngày kỷ niệm sự ra đời của tổ chức toàn cầu này.

Hiến chương LHQ biểu hiện ước vọng tương thành của nhân loại, được ghi trong Điều 1 về mục đích của mình.

1. Duy trì hoà bình và an ninh quốc tế,... , cấm mọi hành vi xâm lược hoặc phá hoại hoà bình khác, điều chỉnh hoặc giải quyết bằng phương pháp hoà bình các vụ tranh chấp hoặc những tình thế có tính chất quốc tế, có thể đưa đến sự phá hoại hoà bình, theo đúng nguyên tắc của công lý và pháp luật quốc tế.

2. Phát triển các quan hệ hữu nghị giữa các dân tộc, trên cơ sở tôn trọng nguyên tắc bình đẳng và tự quyết của các dân tộc...

3. Thực hiện hợp tác trong việc giải quyết những vấn đề quốc tế về kinh tế - xã hội - văn hoá... tôn trọng các quyền về con người và các quyền tự do cơ bản nhất cho tất cả mọi người, không phân biệt chủng tộc, nam nữ, ngôn ngữ hoặc tôn giáo.

4. Trở thành trung tâm phối hợp mọi hành động của các dân tộc, nhằm đạt được các mục đích nói trên.

Việt Nam gia nhập LHQ ngày 20/9/1977, sau 3 lần bị Mỹ, Pháp, Trung Hoa (Tưởng Giới Thạch) bác đơn xin gia nhập (vào các năm 1948-1949-1951).

Điều 1 của Hiến chương được thông qua sau nhiều tranh cãi gay go giữa các quan điểm trái ngược nhau, chứng minh rằng chủ nghĩa nhân đạo là xu hướng phát triển của nền văn minh nhân loại. Có những thế lực đặt bút ký vào Hiến chương, nhưng khi cần cho lợi ích riêng tư của mình, thì sẵn sàng "đặt HC ra ngoài vòng pháp luật". Người ta bắt buộc phải thừa nhận chủ nghĩa nhân đạo trên lý thuyết, nhưng trong thực tiễn tìm mọi cách lẩn tránh nó. Năm 1990, trong cuốn sách "Nước Mỹ đứng trước thử thách thế giới một siêu cường". Nichxơn, nguyên Tổng thống Mỹ, không úp mở, viết: "Chúng ta cần LHQ khi nó giúp được chúng ta đạt mục đích, trong trường hợp ngược lại, chúng ta hành động theo cách riêng của mình". Hiện thực về hành động của Mỹ chứng tỏ nhiều lần tư tưởng đó. Điều đó chứng minh rằng, hiện nay đang là thời kỳ trung gian để xã hội loài người hình thành vật thể Vũ trụ, trong đó tương thành và đối kháng đang diễn ra song song. Tuy nhiên, theo quy luật phát triển tương thành, tương phản đối kháng đang dần dần bị loại bỏ, và được thay thế bằng tương phản cân bằng.

Trong tương lai, các "mầm hội tụ" sẽ mang tính tương thành ngày càng cao. LHQ là chồi non của một "nhà nước toàn cầu". Việc cải tổ LHQ để nâng cao hiệu quả thực hiện Hiến chương và giải quyết những vấn đề toàn cầu, đáp ứng sự phát triển của nền văn minh nhân loại, là một việc làm cần thiết và phù hợp với quy luật phát triển tương thành. Chắc chắn việc cải tổ sẽ thành công, vì phù hợp với quy luật vận động của thế giới hiện thực.

Có tới 15 tổ chức quốc tế độc lập, liên hiệp chặt chẽ với LHQ, để giải quyết những vấn đề toàn cầu như : Tổ chức Lao động Quốc tế (ILO) - Tổ chức khí tượng thế giới (WMO). Tổ chức y tế thế giới (WHO) - UNESCO - Tổ chức sở hữu trí tuệ thế giới (WIPO) - Tổ chức nông lương LHQ (FAO) - Quỹ tiền tệ quốc tê (IMF) - Quỹ phát triển nông nghiệp quốc tế (IFAD)... các tổ chức này, làm phong phú thêm những "mầm hội tụ" của thế giới.

Tổ chức thương mại thế giới (WTO) là tổ chức thứ hai,

sau LHQ, có vai trò lớn trong việc phát triển mối quan hệ tương thành toàn cầu. Hoạt động kinh tế là hoạt động chủ yếu của nhân loại. WTO đóng vai trò tích cực liên kết kinh tế toàn cần và quá trình toàn cầu hoá. Là tổ chức vận động kinh tế trong bối cảnh còn tồn tại đối kháng, WTO mang trong mình hai quá trình tương thành và đối kháng. Song xu hướng tương thành vẫn là xu hướng chủ yếu, mà các nước phấn đấu để đạt tới. Tuy rằng, thời gian để đạt tới không thể tính bằng năm tháng.

* Sự vận động của quy luật tương thành đi song song với sự phát triển của văn minh trí tuệ. Văn minh trí tuệ có vai trò lớn trong việc thúc đẩy chuyển hoá các hình thái kinh té - xã hội, đồng thời thúc đẩy quá trình tương thành của nhân loại. Văn minh trí tuệ có nhiều biểu hiện phong phú; ở một chuẩn mực nhất định, nó đồng nghĩa với khái niệm văn hoá. Song, khái niệm văn minh trí tuệ ở đây được xem xét gắn liền với khái niệm hình thái kinh tế - xã hội, mà tác động của nó chủ yếu ở hai mặt: Văn minh khoa học-công nghệ và văn minh nhân đạo. Khoa học công nghệ thúc đẩy lực lượng sản suất phát triển, tư tưởng nhân đạo làm cho quần chúng nhân dân giác ngộ về thân phận bị áp bức bóc lột, nuôi dưỡng ý thức giải phóng khỏi sự bất công đó. Một sự chuyển hoá xã hội thường được chuẩn bị âm thầm và lâu dài bằng quy luật phát triển khoa học công nghệ và được chuẩn bị trước bằng cách mạng tư tưởng. Tại các chế độ tư hữu, tư tưởng cách mạng không phải tương thành với chủ tư hữu tương lai, mà tương thành với quần chúng bị áp bức. Tuy nhiên như đã phân tích ở phần trước, chủ tư hữu tương lai nắm lấy tư tưởng nhân đạo đó, tập hợp quần chúng lật đổ chế độ cũ. Sau khi giành được chính quyền thì vứt bỏ không thương tiếc, những tư tưởng văn minh nhân đạo đó. Song, văn minh nhân đạo có sức sống mãnh liệt, vẫn đi lên theo con đường của mình, đến một lúc nào đó, lại đủ sức chôn vùi kẻ đã ruồng rẫy nó.

Sự vận động AD của hiện thực xã hội biểu hiện thành ba quy luật đồng hành.

- Quy luật phát triển tương thành là quy luật chủ yếu nhất.

- Quy luật phát triển văn minh vận chất (Khoa học công nghệ)

- Quy luật phát triển văn minh tinh thần, mà cốt lõi là chủ nghĩa nhân đạo.

Ba quy luật này sẽ đưa loài người đến tương lai xán lạn.

Ba quy luật này dẫn tới sự cân bằng Âm Dương trong từng con người và toàn xã hội. Đó là sự cân bằng giữa cuộc sống vật chất và cuộc sống tinh thần. Cuộc sống tinh thần ở đây được hiểu là tư tưởng nhân đạo chủ nghĩa, "bản thiện" trong mỗi con người. Các tôn giáo tồn tại được nhờ bộ phận "nhân bản" trong giáo lý tương đồng với "bản thiện" của con người.

Từ khi trí tuệ loài người có năng lực tư duy trừu tượng, chủ nghĩa nhân đạo xuất hiện. Những mốc lịch sử của nó gắn liền với những chuyển biến lịch sử.

Trong sách "ALMANACH những nền văn minh thế giới", giới thiệu 29 nhà tư tưởng và triết gia nổi tiếng thế giới, 135 danh nhân văn hoá nổi tiếng, 123 những nhà khoa học tự nhiên nổi tiếng. Hầu hết các danh nhân nổi tiếng này, trong các tác phẩm của mình, đều thể hiện tinh thần nhân đạo chủ nghĩa, tương thành với quần chúng bị áp bức. Từ danh sách danh nhân cũng có thể rút ra được quy luật vận động của văn minh trí tuệ. Chỉ có những ai đứng về phía quần chúng bị áp bức là sống mãi trong lòng nhân loại, những kẻ tàn bạo như "Hít le, Kiệt, Trụ" không bao giờ đứng trong hàng ngũ danh nhân. Đó là hiện thực rõ ràng nói lên rằng, văn minh loài người tiến lên theo con đường của chủ nghĩa nhân văn.

Một hiện thực ngược lại cũng chứng minh chân lý đó, không ai dám "thẳng thắn" công kích chủ nghĩa nhân đạo, tuy rằng họ không tương thành với tư tưởng đó. Họ chỉ nói quanh co rằng, chủ nghĩa nhân đạo là ảo tưởng, là viển vông, không bao giờ thực hiện được. Họ ngậm đắng nuốt cay ký vào các bản công ước, hiệp ước quốc tế, mang tư tưởng của chủ nghĩa nhân đạo. Nhưng chữ ký chưa ráo mực họ đã phớt lờ nó bằng những việc làm tráo trở. Công ước về quyền trẻ em mang tính nhân văn không ai bác bỏ được, họ cũng không chịu ký. Nhưng hàng ngày họ vẫn dạy bảo nhân loại không ngớt, về việc thực hiện quyền con người. Họ phớt lờ, cố tình quên đi rằng:

Giá trị nhân đạo, giá trị dân chủ và nhân quyền cao nhất của con người trong giai đoạn hiện tại, là quyền lực của người lao động đối với thành quả lao động chân chính của mình, thực hiện bằng nguyên lý Đồng sở hữu.

Nguyên lý Đồng sở hữu, thực hiện tư tưởng sở hữu của Mác và Ăngghen sẽ được trình bày ở các phần tiếp theo. Thực tiễn sở hữu XHCN ở thế kỷ XX đã không hiểu và không theo đúng sự chỉ dẫn của Mác và Ăngghen, trình bày trong tác phẩm "Hệ tư tưởng Đức" và sau đó được Mác nhấn mạnh lại trong Tư bản luận, được lý giải rõ thêm trong tác phẩm "Phê phán cương lĩnh Gôtha", đã để lại những di chứng nặng nề. Cần nhấn mạnh rằng, các công ty cổ phần chưa sử dụng tiền lương của người lao động, trong đó có lãnh đạo, mà chỉ căn cứ giá trị cổ phần để phân phối lợi nhuận là chưa đúng nguyên lý Đồng sở hữu, yếu tố bóc lột vẫn tồn tại, vi phạm nội dung chủ yếu của giá trị nhân đạo, dân chủ và nhân quyền. Gía trị nhân đạo, dân chủ và nhân quyền cao nhất của xã hội loài người là sự phát triển tự do và toàn diện của mỗi con người, chỉ có điều kiện thực hiện ở giai đoạn văn minh sau CNXH. Vấn đề này sẽ còn quay lại.

Danh sách giới thiệu những danh nhân xuất hiện từ thế kỷ

VI-tr.CN về sau. Chúng ta không quên Văn Vương (Cơ Xương), Chu Công Đán (Cơ Đán) là hai tác giả bộ Kinh Dịch, xuất hiện từ thế kỷ XII-tr.CN. Thế giới ngày nay không ngớt ca ngợi Kinh Dịch, thì cũng không được quyền quên người đã sáng tạo ra nó. Hai tác giả Kinh Dịch đã mượn quẻ Dịch để đưa triết lý nhân đạo vào đó. Nhà cách mạng Phan Bội Châu đã từng đánh giá: Tấm lòng từ bi của Kinh Dịch sánh ngang với tấm lòng từ bi của Đạo Phật - Có thể đây là sáng tạo văn hoá thành văn, mang tư tưởng nhân đạo chủ nghĩa đầu tiên của nhân loại. Nội dung của chủ nghĩa nhân đạo biến dịch theo lịch sử, song cốt lõi của nó luôn luôn tương thành với nhân dân bị áp bức, hoặc ít ra không mang tư tưởng áp bức con người. Kinh Dịch luôn luôn đề cao tư tưởng "trung chính" trong hành động. Tư tưởng của nó đã giúp nhà Chu tiêu diệt Trụ tàn bạo và tồn tại ngót 900 năm, trong đó có gần 700 năm cường thịnh. Một triều đại Phong kiến "sống thọ" nhất trong lịch sử nhân loại và có nhiều "Vua hiền". Nguyên nhân của hiện tượng nằm ở đâu, đó là điều cần tiếp tục suy ngẫm.

Tư tưởng Kinh Dịch đã được Khổng Tử và các học trò của ông tiếp nhận, là cơ sở của học thuyết "Đức trị" trong phép trị quốc an dân. Khổng Tử tôn vinh Văn Vương, Chu Công là những bậc "Thánh Vương" và luôn luôn mong ước lập được sự nghiệp như hai ông. Kinh Dịch ra đời có sức sống mãnh liệt, vượt qua "Lò lửa đốt sách" của Tần Thuỷ Hoàng và đến nay vẫn còn phong độ cường tráng của tuổi thanh xuân. Chứng tỏ rằng, sáng tạo đó tương thành với nhân loại và có thể là mốc tương thành tư tưởng văn hoá đầu tiên của lịch sử loài người; vì hơn 3000 năm trước, chưa tìm thấy sáng tạo tư tưởng văn hoá thành văn nào như thế. Kinh Dịch mang trong minh học thuyết Âm Dương, nhưng học thuyết này chúng ta chưa tìm thấy văn bản và tác giả của nó. Nếu có thì học thuyết Âm Dương đã là cái mốc đầu tiên, sáng chói của nền văn minh nhân loại.

Vận dụng học thuyết Âm Dương, Khổng Tử đã đưa ra tư tưởng "Hoà", "Trung Dung" là nguyên tắc sống cân bằng Âm Dương, khác hẳn với chủ nghĩa chiết trung hiện đại, sống chơi vơi giữa những tư tưởng trái ngược nhau, và cũng khác với lối sống "ba phải" trong đời thường. Tư tưởng "Hoà" xuất phát từ nguyên lý cân bằng AD : Âm Dương tương tác đạt trạng thái "hoà" mới sinh vạn vật, hoặc nói theo cách khác: Âm Dương giao hoà mới sinh vạn vật. "Hoà" là trạng thái thống nhất giữa hai mặt đối lập AD. Trạng thái "Hoà" chỉ có tương thành và tương phản cân bằng, không có tương phản đối kháng. "Hoà" cũng là phương thức ứng xử tốt nhất giữa người và người. Vì thế, khi đọc Khổng Tử, nhà văn nổi tiếng của Pháp, Albert Camus đã nói với bác sỹ Nguyễn Khắc Viện rằng : Học thuyết Khổng Tử có thể làm cơ sở để bảo vệ hoà bình thế giới.

(Theo "Đạo và Đời" của Nguyễn Khắc Viện, Nxb KHXH - 2007 - tr.12).

Trong buổi khai mạc Thế vận hội lần thứ 18, được tổ chức ở Trung Quốc đêm 8/8/2008, màn trình diễn nghệ thuật đầu tiên là màn tôn vinh Khổng Tử như một nhà văn hoá lớn của thế giới, đồng thời tôn vinh tư tưởng "Hoà" của ông bằng việc xếp chữ Hoà (   ) rất lớn giữa quảng trường khai mạc.

"Chữ Hoà" được học thuyết AD phát hiện, được Văn Vương - Chu Công cụ thể hoá bằng "Đạo Trung Chính" trong Kinh Dịch, được Khổng Tử mở rộng và làm sâu sắc hơn trong sách Trung Dung. Song, để thể hiện được tư tưởng khoan dung đó là một quá trình phấn đấu gian khổ của lịch sử, nó còn gắn liền với sự phát triển của văn minh trí tuệ và chỉ thực hiện được trọn vẹn khi áp bức bóc lột đã bị chôn vùi. Phương thức ứng xử Hoà thường được thực hiện và nâng cao dần từng bước trong quan hệ giữa những người bị áp bức, còn trong quan hệ thống trị-bị trị, nó chỉ tồn tại như một phương tiện thuận lợi cho giai cấp thống trị. Chỉ khi thủ tiêu được tình trạng người áp bức người, chữ "Hoà" mới được biểu hiện một cách tự nhiên và đầy đủ.

Tư tưởng Hoà đã góp phần xoá bỏ chế độ nô lệ sau cuộc cách mạng diệt Trụ. Nhà Chụ đã tiến hành chia ruộng đất cho nông dân theo phương thức "Tỉnh điền" và việc thu thuế theo phương thức đó không mang yếu tố bóc lột. Chính sách kinh tế Tỉnh điền dã nuôi dưỡng tư tưởng đạo đức Trunh Chính. Một nguyên lý dạo đức muốn tồn tại, vận động và phát huy hiệu quả, phải đi đôi với chính sách kinh tế tương ứng, phù hợp. Đến giai đoạn Chiến quốc, chính sách Tỉnh điền bị dần dần loại bỏ, nguyên lý Trung Chính và tư tưởng Hoà mất dần tác động thực tiễn của nó. Chế độ pháp trị tàn bạo của nhà Tần ra đời.

Cách ứng xử theo nguyên lý Hoà đã trình bày ở phần học thuyết Âm Dương. Ứng xử theo nguyên lý đó tạo được hoà khí giữa con người. Cụm từ "Hoà Bình" mang trong mình nó ý nghĩa của "Hoà - Cân bằng" có nguồn gốc từ học thuyết Âm Dương.

Các mốc lịch sử của tư tưởng nhân đạo gắn liền với những giai đoạn chuyển hoá xã hội. Thời kỳ chiếm hữu nô lệ có ba nhà chính trị tiến bộ là Xôlông, Grakhơ và Tibêrơ đã được giới thiệu ở phần trên. Thời kỳ Phong kiến xuất hiện trào lưu chính trị xã hội chủ nghĩa không tưởng của Tômát Morơ, Campanela, Xanh Ximông, Phurie, Ôoen. Các nhà tư tưởng thế kỷ ánh sáng là Vonte, Môngtexkiơ, Điđơrô, Gonbach. Genvetxi, đặc biệt là Giăng Giắc Rutxơ, ông đã tiếp cận tư tưởng XHCN. Các tư tưởng nhân đạo chủ nghĩa và tư tưởng chính trị về một nhà nước pháp quyền là sự chuẩn bị tư tưởng cho cuộc cách mạng tư sản lật đổ chế độ Phong kiến. Tiến trình phát triển của văn minh nhân đạo, tất yếu sẽ dẫn đến chủ nghĩa nhân đạo hoàn bị nhất, ở nấc thang phát triển cao nhất của xã hội loài người.

Chủ nghĩa nhân đạo hoàn thiện nhất, đòi hỏi sự giải phóng

triệt để nhân loại khỏi xiềng xích áp bức, bóc lột và sự tha hoá; phát triển khoa học công nghệ, tri thức hoá nền sản xuất, để có điều kiện không ngừng nâng cao đời sống con người, làm tiền đề phát triển con người toàn diện và tự do, ở giai đoạn phát triển văn minh, sau CNXH. Chủ nghĩa nhân đạo hoàn thiện được C.Mác và Ăng ghen sáng tạo, được Lênin phát triển, trở thành học thuyết khoa học nhất về giải phóng con người. Học thuyết về CNXH khoa học. Đó là đỉnh cao trong tiến trình phát triển của văn minh tinh thần nhân loại.

Song song với quy luật phát triển văn minh tinh thần là quy luật phát triển văn minh vật chất, tức văn minh khoa học công nghệ.

Trong hiện thực hai quy luật này nương tựa nhau và thúc đẩy nhau cùng phát triển, có liên hệ chặt chẽ với nhau. Vì vậy việc phân loại chỉ mang tính tương đối. Không có tư tưởng Duy vật biện chứng soi đường, khoa học tự nhiên sẽ gặp bế tắc, và ngược lại, không có thành tựu của khoa học tự nhiên thì tư tưởng Duy vật biện chứng thiếu những căn cứ thực tiễn để phát minh và hoàn thiện. Chương VII sẽ chứng minh rằng, chủ nghĩa nhân đạo và khoa học công nghệ làm thành cặp phạm trù AD, thúc đẩy sự vận động và phát triển của quy luật tiến hoá hình thái kinh tế-xã hội, dẫn đến hình thái kinh tế-xã hội XHCN.

Về tiến trình phát triển của văn minh khoa học công nghệ (KHCN), các nhà khoa học đã phân ra một số giai đoạn điển hình, căn cứ vào đặc trưng của tư liệu lao động.

- Văn minh nông nghiệp kéo dài nhiều thế kỷ, được tính từ khoảng 8.000 năm tr.CN đến thế kỷ XVII, tư liệu lao động (TLLĐ) chủ yếu là lao động thủ công (cơ bắp) có lợi dụng sức mạnh thiên nhiên, nhưng chưa được cải biến nhiều, như sức gió, nước, sức kéo động vật. Phát minh khoa học có ý nghĩa là đòn bẩy, mặt phẳng nghiêng (khoảng 5000 năm tr.CN), bánh xe (khoảng 3000 năm tr.CN).

- Cuộc cách mạng công nghiệp lần thứ nhất kéo dài từ thế kỷ XVII đến thế kỷ XIX (200 năm). Tư liệu lao động với nguồn lực là : Máy hơi nước, còn nguyên liệu là sắt, than đá. Cuộc CMCN-I này làm cho lực lượng sản xuất phát triển nhảy vọt, làm tiền đề cho cách mạng Tư sản và sự chiến thắng của quan hệ sản xuất TBCN. Phát minh công nghệ điển hình là máy hơi nước của James Watt (1781), đầu máy xe lửa chạy bằng hơi nước (1804).

- Cuộc cách mạng công nghiệp lần thứ 2 diễn ra vào cuối thế kỷ XIX và đầu thế kỷ XX (khoảng 50 năm) với nguồn động lực là động cơ đốt trong, động cơ điện, năng lượng là điện, dầu mỏ, khí đốt, sản xuất từ đại cơ khí, chuyển sang tự động hoá cục bộ. Năng suất lao động tăng vượt bậc so với giai đoạn trước. Cuộc cách mạng này tạo tiền đề khoa học và thực tiễn cho sự thắng lợi của quan hệ sản xuất XHCN.

Phát minh điển hình về công nghệ trong giai đoạn này là động cơ đốt trong (1863), động cơ điện ((1871), mát phát điện xoay chiều (1882). Phát minh khoa học cơ bản, quan trọng nhất, của thế kỷ XIX là học thuyết tế bào, thuyết chọn lọc tiến hoá Oalac-Đácuyn, và định luật bảo toàn chuyển hoá năng lượng.

- Cuộc cách mạng khoa học kỹ thuật (KHKT) từ thập niên 40 đến thập niên 80 của thế kỷ XX, với đặc điểm chủ yếu là tự động hoá và điều khiển học trở nên phổ biến, nhờ phát minh máy tính điện tử (1946). Từ đây tổ hợp máy móc từ 3 khâu nâng lên 4 khâu: Động cơ - cơ cấu truyền lực - điều khiển tự động - máy công tác. Dựa vào việc phát hiện chất phóng xạ Uran và công thức $E = mc^2$ của Anhxtanh, nguồn năng lượng mới ra đời: Năng lượng hạt nhân. Cho đến nay năng lượng hạt nhân đã đạt xấp xỉ năng lượng thuỷ điện.

Nhờ phát minh động cơ phản lực (do nhà bác học Nga Xiôncôpski) (1857 - 1935) thiết kế, khoa học chinh phục vũ trụ đã phát triển rực rỡ, làm cơ sở hạ tầng cho cuộc cách mạng thông tin và nhiều ngành công nghiệp khác.

Việc đột phá vào cấp vi mô, siêu vi mô (mức nguyên tử, hạt cơ bản và dưới hạt cơ bản) của vật chất, cuộc cách mạng KHKT đã tăng cường gấp bội sức mạnh vật chất và văn minh trí tuệ của con người, đưa năng lực tư duy con người lên một tầm cao mới trong việc nhận thức các quy luật vận động của thế giới thực tại.

Cuộc cách mạng KHKT đã đẩy nhanh tốc độ phát triển kinh tế ở các nước Tư bản phát triển, giúp CNTB tự điều chỉnh và vượt qua được cuộc khủng hoảng về kinh tế và tinh thần trong thập niên 70 của thế kỷ trước, để tiếp tục tồn tại và phát triển sang giai đoạn CNTB toàn cần hoá.

Như vậy là, chỉ trong vòng chưa đầy 300 năm, kể từ cuối thế kỷ XVII đến cuối thế kỷ XX, sự phát triển như vũ bão của khoa học, kỹ thuật và công nghệ đã đưa loài người từ thời đại nông nghiệp (khoảng 8.000 - 10.000 năm tr.CN đến thế kỷ XVII) tiến qua thời đại công nghiệp, đặc trưng bởi hai cuộc cách mạng công nghiệp lần thứ nhất và lần thứ hai.

- Cuộc cách mạng công nghiệp lần thứ ba được chia làm hai giai đoạn, mở màn bằng cuộc cách mạng KHKT và hiện nay đã tiến vào giai đoạn hai bằng cuộc cách mạng KHKT hiện đại, mà đặc trưng là sự thay thế phần lớn chức năng lao động của con người (kể cả lao động chân tay và trí óc) bằng các thiết bị tự động hoá hoàn toàn, trong quá trình sản xuất bằng cấu trúc cơ-điện tử, vi điện tử và các ngành sản xuất chuyển sang các ngành công nghệ cao, như công nghệ thông tin, công nghệ na nô, công nghệ vật liệu, công nghệ sinh học, công nghệ năng lượng mới, công nghệ vũ trụ,..., là những công nghệ giảm đáng kể tính đối kháng với môi trường.

Cuộc cách mạng công nghiệp lần thứ ba làm biến đổi sâu sắc quá trình vận động kinh tế, đặc biệt là mở rộng quy mô xã hội hoá lực lượng sản xuất ra toàn hành tinh, tạo thêm những tiền đề thuận lợi cho việc xuất hiện quan hệ sản xuất mới tiến bộ hơn. Từ những biến đổi đó, kéo theo những biến đổi toàn diện trong mọi mặt đời sống xã hội, mà nếu sao nhãng sự điều tiết cân bằng AD trong từng con người, trong mỗi quốc gia và toàn thế giới, thì sức mạnh KHCN lại có thể biến thành con quỷ xảo quyệt, cướp đi hạnh phúc của con người.

Trong tiến trình phát triển nền văn minh nhân loại, cuộc "cách mạng thông tin" giữ vai trò đặc biệt. Theo đánh giá của khoa học, nhân loại đã trải qua 4 cuộc cách mạng thông tin (CMTT) và hiện nay đang tiến hành cuộc CMTT lần thứ năm. Tiêu chí để phân biệt các cuộc CMTT là những thay đổi căn bản về công cụ tiếp nhận, lưu trữ, xử lý, truyền thông tin và về khối lượng thông tin truyền đến mọi người.

+ Cuộc CMTT lần thứ nhất: con người có tiếng nói.

+ Cuộc CMTT lần thứ hai: sự ra đời của chữ viết, mà sự cống hiến của nó là vĩ đại và vô cùng, đối với nền văn minh nhân loại.

+ Cuộc CMTT lần thứ ba: sự ra đời của kỹ thuật in, được ghi nhận là sự sáng tạo đầu tiên từ người Trung Quốc, vào năm 202 tr.CN.

+ Cuộc CMTT lần thứ tư: sự ra đời của các thiết bị truyền thông bằng điện, điện tử (điện thoại, điện báo, radio, VTTH). Máy điện báo đầu tiên do S.Morse chế tạo năm 1835.

+ Cuộc CMTT lần thứ năm, mà biểu trưng đặc sắc là mạng thông tin toàn cầu Internet. Bắt đầu từ năm 2010 được gọi là kỷ nguyên thông tin.

Cuộc CMTT làm cho khoảng cách co ngắn lại rất nhiều. Anh có thể nói chuyện với bất cứ ai trong số 7 tỷ người sống trên Trái đất này. Người đang ngồi nói chuyện với anh có khuôn mặt hiền từ, dễ mến và giọng nói hài hước gây cười, chỉ cách anh vài ba gang tay. Có biết đâu rằng người ấy đang sống cuộc sống thực cách anh nửa vòng trái đất. Cuộc cách mạng thông tin đã làm cho quan hệ tương thành mở rộng ra phạm vi toàn thế giới, nếu có một ngôn ngữ chung được phổ cập toàn cầu và chắc rằng việc phổ cập ngôn ngữ chung này không phải là việc khó, mà còn là lý do phát triển của mọi dân tộc.

Bước vào thế kỷ XXI, có các kỷ nguyên KHCN sau đây:

1. Kỷ nguyên thông tin bắt đầu từ 2010

2. Kỷ nguyên sinh học bắt đầu khoảng 2040, với kỷ nguyên này, người ta có thể chế tạo máy tính sinh học từ cơ chế ADN.

3. Kỷ nguyên vật liệu mới, với đặc trưng là vật liệu siêu dẫn ở nhiệt độ bình thường và nhiệt độ cao, được ứng dụng rộng rãi.

4. Kỷ nguyên năng lượng mới : Năng lượng nhiệt hạch, không gây ô nhiễm phóng xạ, được khám phá từ 1991, trở thành nguồn năng lượng được sử dụng rộng rãi.

5. Kỷ nguyên siêu cơ bản : Dựa trên những khám phá mới nhất về vật lý lượng tử ở cấp siêu cơ bản, mô tả được tính thống nhất tự nhiên phong phú và đa dạng, mở ra những hướng mới trong nghiên cứu khoa học và ứng dụng thực tiễn.

6. Kỷ nguyên Vũ trụ, khai thác được mặt trăng và đưa con người lên sao Hoả.

Cuộc cách mạng KHCN phát triển với tốc độ phi thường, làm cho cuộc sống vật chất của con người nâng lên nhiều lần, đặc biệt ở các nước phát triển. Nhưng, nếu không chú ý phát triển cuộc sống tinh thần để Hoà, cân bằng với cuộc sống vật chất, sẽ gây rối loạn tâm sinh lý trong từng con người, dẫn đến rối loạn xã hội và những tác hại khôn lường trong phạm vi toàn cầu. Vấn đề này sẽ bàn đến ở một phần khác.

Đấu tranh là động lực phát triển của xã hội. Song, nếu suy cho cùng thì quy luật tương thành mới là yếu tố quyết định để chuyển hoá xã hội. Biết bao nhiêu cuộc khởi nghĩa của quần chúng bị áp bức đã thất bại, vì yếu tố tương thành chưa đủ làm nên sức mạnh áp đảo để chiến thắng kẻ thù. Tuy nhiên đối kháng giai cấp đã là động lực thúc đẩy quá trình tương thành. Nói một cách đầy đủ, "phương thức song song" tương thành và đối kháng (đã phân tích ở phần trên) là quy luật chuyển hoá xã hội, trong đó tương thành giữ vai trò quyết định cuối cùng và cặp AD tương thành (A_2D_2) làm nên chế độ mới. Cũng nên nhắc lại một số mốc lịch sử điển hình về cuộc đấu tranh của quần chúng bị áp bức.

- Dưới chế độ nô lệ có cuộc khởi nghĩa nổi tiếng do Spartacus lãnh đạo (73 - 71 tr.CN) nhưng bị thất bại.

- Dưới chế độ Phong kiến Châu Âu, cuộc cách mạng Pháp mở đầu bằng cuộc nổi dậy phá phục Bastille. Ngày 14/7/1778 bọn Bảo Hoàng đã phản công nhiều lần, hàng trăm năm sau, cuộc cách mạng tư sản điển hình mới giành được thắng lợi triệt để.

- Dưới chế độ Phong kiến Phương Đông có cuộc cách mạng Tân Hợi (1911) ở Trung Hoa do Tôn Trung Sơn lãnh đạo, đã xoá bỏ chế độ phong kiến tồn tại hơn 3000 năm.

- Dưới chế độ TBCN: Công xã Pari 18/3/1871. Sau cuộc cách mạng Tư Sản Pháp chưa đầy 100 năm, CNTB Pháp chưa đứng vững trên đôi chân quyền lực, nhưng đã bộc lộ đối kháng gay gắt với giai cấp công nhân và nhân dân lao động. Dưới ánh sáng "Tuyên ngôn của Đảng cộng sản" do C.mác và Ph.Ăngghen công bố năm 1848, giai cấp công nhân Pari đã nổi dậy khởi nghĩa, thắng lợi, thành lập chế độ công xã, là nhà nước XHCN đầu tiên của giai cấp công nhân. Do chưa đủ kinh nghiệm, lý luận, năng lực giành giữ và phát triển chính quyền, chưa liên minh được với giai cấp nông dân, nên cuối cùng đã thất bại, để lại những bài học thực tiễn quý báu cho việc xây dựng lý luận cách mạng về sau.

- Cách mạng Tháng Mười Nga vĩ đại 7/11/1917.

Trong phạm vi nước Nga và cả thế giới, đây là Mầm Dương phát triển trong Âm đạt được sức mạnh tương thành để chiến thắng kẻ thù, không những trong nội bộ nước cách mạng, mà còn chiến thắng 14 nước Đế quốc Châu Âu, đem quân hòng đè bẹp cách mạng Nga.

Thắng lợi của cách mạng Nga và những kỳ tích mà Liên Xô đạt được trong thời gian 80 năm, làm cho CNTB lo lắng, là một thực tiễn hùng hồn chứng minh rằng : Quy luật tương thành vẫn đang vững bước trên con đường của mình. Sự sụp đổ CNXH ở Liên Xô có nguyên nhân từ sự vi phạm quy luật tương thành, làm cho đối kháng phát triển. Đối kháng nội bộ và ngoại lai khuấy đảo nước Nga, phủ một lớp gai góc trên con đường tương thành của nhân loại.

Khi con người bình tâm trở lại, kỳ tích của gần 80 năm xây dựng CNXH và tâm địa gai góc của đối kháng, sẽ làm rõ con đường tương thành cần phải đi.

Trong sách "Thế giới phẳng" (TGP), ThomasL. Friedman cho rằng, sự sụp đổ bức tường Béc linh ngày 9 tháng 11 năm 1989, mở đầu cho thời kỳ "làm phẳng thế giới". Khái niệm "làm phẳng" gần tương ứng với khái nhiệm "tương thành phát triển", là sự tăng cường hợp tác trên toàn thế giới, thay dần cho sự đối kháng xã hội.

Ý nghĩa chân chính của "làm phẳng thế giới" phải là sự tương thành giữa con người và con người, không có đối kháng, tức là không có áp bức bóc lột. Tác giả TGP không làm rõ điều đó, mà còn quanh co, lẩn tránh và biện hộ cho CNTB, tuy rằng tác giả ca ngợi C.Mác đã tiên đoán về thế giới phẳng trong "Tuyên ngôn của Đảng cộng sản".

Giá trị của sách TGP là đã mô tả được những hiện thực sinh động về quá trình phát triển hợp tác quốc tế trong nền kinh tế toàn cầu hoá, những tác động lớn lao của khoa học công nghệ, đặc biệt là cuộc cách mạng tin học vào quá trình hợp tác đó, làm cho thế giới ngày càng cố kết chặt chẽ, con người ngày càng gần gũi nhau hơn, tương thành phát triển có khả năng ngăn chặn chiến tranh, giảm dần đối kháng.

Hiện thực sinh động đó đã chứng minh cho "Quy luật tương thành ngày càng phát triển" trong sự vận động của xã hội loài người, dẫn đến một bước ngoặt chuyển hoá, khi tương thành đạt được sức mạnh thủ tiêu đối kháng.

Các mốc lịch sử tương thành "làm phẳng thế giới" đã được mô tả ở phần trước. Trong đó có một mốc lớn có ý nghĩa thời đại, đánh dấu sự chuyển hoá của thời đại là cách mạng Tháng Mười Nga.

Cách mạng Tháng Mười Nga thắng lợi cùng với sự ra đời của hệ thống XHCN đã tạo ra ba hệ thống làm phẳng thế giới, với những mức độ và quy luật làm phẳng khác nhau.

Hệ thống XHCN thực hiện tương thành với con người theo quy luật tương thành của một xã hội có cấp vận động cao hơn CNTB. Tiếc rằng có một bộ phận đã phạm sai lầm đối kháng với quy luật nên sụp đổ. Lênin đã từng nói : "Cuộc cách mạng XHCN là cuộc cách mạng sâu sắc nhất, chưa có tiền lệ trong lịch sử nên dễ phạm sai lầm, có thể phải làm đi, làm lại nhiều lần". Sai lầm của Liên Xô không nằm ngoài lời cảnh tỉnh của Lênin.

Những thành tích kỳ diệu trong thời gian tồn tại của hệ thống XHCN đã kích thích phong trào giải phóng dân tộc trên toàn thế giới phát triển. Chủ nghĩa thực dân cũ rồi chủ nghĩa thực dân mới kế tiếp nhau tan rã. Sau chiến thắng phát xít 1945, hàng trăm nước đã giành được độc lập, trong đó có hai nước với số dân khổng lồ là Trung Quốc và Ấn Độ. Cuộc kháng chiến của nhân dân Việt Nam, thắng hai Đế quốc to, cùng uy tín quốc tế của Hồ Chí Minh, là nguồn cổ vũ to lớn cho phong trào giải phóng dân tộc. Nhân dân các nước giành được độc lập đã thoát khỏi xiềng xích nô lệ, tự mình chăm lo cho hạnh phúc của mình. Đó là hệ thống làm phẳng thứ hai, ý nghĩa tương thành hàm chứa trong đó, tuy mức độ thấp hơn hệ thống XHCN.

Để làm đối trọng với CNXH, các nước Đế quốc bắt buộc phải quan tâm nhiều hơn đến quần chúng lao động. Một chính trị gia Tư sản đưa ra lời lý giải : Sở dĩ có cách mạng Tháng Mười bởi vì nhà nước Tư sản thiếu trách nhiệm với nhân dân... Nhờ cướp bóc được nhiều tài nguyên và bóc lột nhân dân lao động các nước thuộc địa, các nước đế quốc đã có nền kinh tế phát triển vượt trội. Họ có điều kiện để tương thành với nhân dân nước họ về mặt vật chất. Nhờ các cuộc cách mạng công nghiệp, đặc biệt từ 1980 đến nay, nền kinh tế các nước TBCN phát triển tăng trưởng vượt bậc, có điều kiện để nâng cao đời sống người lao động, điều hoà đối kháng giai cấp, che dấu được sự bóc lột tinh vi và ngày càng nhiều hơn đối với nhân dân nước họ và nhân dân các nước hợp tác với họ. Mức sống vật chất nhân dân các nước này cao hơn mức sống nhân dân các nước XHCN. Họ lấy đó làm tấm gương để tuyên truyền lừa bịp và tấm gương giả đó đã đánh lừa được không ít người nhẹ dạ mắc mưu "Diễn biến hoà bình" của họ. Sự phồn vinh của một số nước TBCN đã là một trong những nguyên nhân đói nghèo của hàng trăm nước "bè bạn" của họ. Dù sao, đây cũng là một "hệ thống phẳng đặc biệt", trong đó quần chúng lao động được cải thiện về đời sống vật chất, tuy rằng tỷ lệ thất nghiệp và nghèo khổ ở các nước này còn chiếm trên dưới 10%.

Vì là "hệ thống phẳng ảo", nên họ đối kháng quyết liệt với hệ thống XHCN và hệ tư tưởng XHCN. Nếu họ tin chắc chắn rằng CNTB là điểm dừng của lịch sử, CNXH sẽ tự tiêu vong vì trái quy luật, họ không cần phải "một mất một còn" như vậy.

Sự ra đời của Liên Xô và hệ thống XHCN làm cho thế giới vận động theo hướng tích cực hơn, tương thành hơn với quần chúng bị áp bức, kích thích CNTB đi vào cuộc cách mạng KHCN sớm hơn, nhanh chóng hơn để kéo dài sự tồn tại trước sức mạnh tương thành của CNXH (tiếc rằng Liên Xô đã chậm chạp trong cuộc cách mạng KHCN này và là một trong những nguyên nhân quan trọng của sự sụp đổ. Vì như C.Mác và Ph.Ăng ghen đã nói : "Sức sản xuất phát triển rất cao là tiền đề thực tiễn tuyệt đối cần thiết" cho yếu tố XHCN). Nhà xã hội học Nga Alếchxandrơ Dinôviép (đã từng bị Đảng cộng sản Liên Xô khai trừ năm 1976) đã có lý khi giả định rằng : "Nếu như không có cuộc cạnh tranh sâu sắc và quyết liệt giữa hai hệ thống thì tôi chắc chắn rằng nhân loại đã tiến hoá khác đi rồi, chí ít là không thể năng động đến như vậy" (Theo Báo Độc lập Nga, ngày 29/10/2002).

Trong khi phân tích những sai lầm trong "mô hình Xô Viết" ,chúng ta cũng không thể phạm sai lầm là phủ định những cống hiến vĩ đại của nhân dân Liên Xô trong gần 80 năm xây dựng CNXH đối với nhân loại. Nguyên Tổng thống mỹ R.Níchxơn cũng phải thừa nhận rằng "CNCS chuyên quyền mà ở đầu thế kỷ này mới chỉ là một âm mưu trong hầm chứa, nay đã lãnh đạo hơn 35% dân số thế giới... Sự phát triển có ý nghĩa nhất của thế kỷ XX, không phải là sự chấm dứt chủ nghĩa thực dân hoặc sự tiến bước của nền dân chủ, mà là sự lớn mạnh của CNCS chuyên quyền" (sách : 1999 - chiến thắng không cần chiến tranh).

Khi Liên Xô chủ trương cải tổ, cũng trong sách trên, R.Níchxơn không dấu diếm sự lo lắng của mình : "Việc bắt đầu kỷ nguyên Gorbachốp không nói lên sự kết thúc của thế kình địch

Mỹ - Xô. Trái lại, nó tiếp bước cho sự bắt đầu của một thời kỳ đấu tranh mới đầy nguy hiểm và thách thức giữa các siêu cường".

Và cách đặt vấn đề của Mỹ là : Phải thắng, không thắng thì sẽ thua. Ông ta nhắc lại lời của tướng Dôglas Mas Arthur phát biểu tại quốc hội Mỹ 36 năm trước : "Liên Xô tìm cách giành thắng lợi mà không có chiến tranh. Câu trả lời của chúng ta không thể đơn giản là hoà bình mà không cần thắng lợi. Chúng ta cũng tìm cách giành thắng lợi mà không có chiến tranh". Kết cục đã rõ, với sự non kém và tâm lý đầu hàng, nhóm lãnh đạo cải tổ đã bị chiến lược diễn biến hoà bình của CNĐQ thao túng và điều khiển, đó là một trong những nguyên nhân góp phần làm Liên Xô sụp đổ.

* *Tại sao* "mô hình CNXH Xô Viết" sụp đổ ? Nhiều nhà chính trị học đã phân tích nguyên nhân chủ quan và khách quan theo tư duy biện chứng Duy vật và chủ nghĩa Duy vật lịch sử.

Ở đây thử tìm sự tương đồng trong cách lý giải từ học thuyết Âm Dương Ngũ Hành.

Căn cứ vào hệ thống cấu trúc xã hội, có thể phân tích từng cấu trúc thành phần gồm :

+ Trước hết nói đến Đạo.

Đạo là hệ thống Hiến pháp, đường lối, chính sách, pháp luật, đạo đức,..., do thượng tầng kiến trúc xác lập, trong đó Đảng giữ vai trò chủ yếu trong việc lãnh đạo xây dựng Đạo. Yêu cầu cao nhất của Đạo trong chế độ XHCN là tương thành với quần chúng nhân dân, không đối kháng. Đương nhiên, Đạo cũng tương thành với toàn hệ thống Ngũ Hành. Từ yêu cầu đó, Đạo có vai trò dẫn đường và tương phản cân bằng. Khái niệm Đạo ở đây, tương đồng với khái niệm "Đạo lý" vẫn thường dùng. Khi chiết tự, thì Đạo có nghĩa là con đường, Lý là quy luật khách quan. Do đó, Đạo phải phù hợp với quy luật khách quan, ở đây là phù hợp với hệ tư tưởng Mác-Lênin.

Trong các nội dung về Đạo, đường lối kinh tế là quan trọng nhất. Đề phòng khủng hoảng kinh tế, Liên Xô đã sớm bỏ chính sách kinh tế mới (NEP) của Lênin, không phát huy sức mạnh của kinh tế sản xuất hàng hoá nhiều thành phần, nhiều hình thức sở hữu, mà sự tồn tại của nó mang tính tất yếu khách quan trong thời kỳ xây dựng XHCN. Vận động cấp cao bao giờ cũng tồn tại vận động cấp thấp, vận động cấp thấp được cải biến dần dần cho phù hợp với vận động cấp cao. Vận động cấp thấp còn có tác dụng "nuôi dưỡng" vận động cấp cao. Vận động tinh thần của đại não được "nuôi dưỡng" bằng vận động sinh lý của tế bào não, trong vận động sinh lý của tế bào não lại tồn tại các vận động cấp thấp hơn là vận động lý hoá của các chất dinh dưỡng, nhưng vận động lý hoá được "cải biến" cho phù hợp với vận động sinh lý tế bào não và vận động "sinh lý tế bào não được cải biến cho phù hợp với vận động tâm lý. Vì thế vận động sinh lý tế bào não (nơron) ắt phải khác với vận động sinh lý của tế bào khác trong cơ thể. Kế thừa những yếu tố phù hợp của cấp vận động cũ, rồi cải biến nó, đó là quy luật chung của mọi vật thể Vũ trụ và mọi hiện tượng vận động, khi chuyển hoá sang cái mới.

Các thành phần kinh tế được nhà nước XHCN điều tiết theo định hướng XHCN, là sự cải biến vận động cấp thấp cho phù hợp với vận động cấp cao, cải biến vận động kinh tế mang sắc thái TBCN cho phù hợp với CNXH trong điều kiện nhà nước đã nằm trong tay giai cấp công nhân và nhân dân lao động, và cũng là biện pháp đề phòng khủng hoảng kinh tế.

Chế độ sở hữu XHCN không thể là sự sở hữu "cha chung không ai khóc". Cách mạng vô sản đưa sở hữu tư liệu sản xuất nằm trong một người hoặc một nhóm nhỏ người về với sở hữu toàn dân, tức là sở hữu của nhiều người, trong đó mỗi người có phần sở hữu của mình, gắn liền với mình, theo quy luật tâm lý "của đi theo người. Trong hoạt động sản xuất, tư liệu sản xuất và con người làm thành một cặp AD; từng cá thể con người và phần tư liệu sản xuất họ sử dụng, là một cặp AD thành phần trong hệ thống sản xuất có nhiều người (trong một xí nghiệp). Khi sản xuất còn lạc, mỗi cá thể chỉ dùng riêng một công cụ, ví dụ: cái cuốc. Trong sản xuất hiện đại không thể chia nhỏ cái máy ra được, mà phải để dùng chung. Song tâm lý khách quan của người lao động là họ muốn trong cái máy chung đó phải có phần riêng "rõ ràng" của bản thân mình, họ phải được hưởng lợi ích từ cái máy chung đó, ngoài phần tiền lương làm ra sản phẩm của họ (đã tính trong giá thành sản phẩm). Nói khái quát, từng người lao động phải có phần vốn đó ngoài tiền công, có như vậy từng con người lao động và tư liệu sản xuất mới trở thành một cặp AD thành phần, không cô Âm cô Dương. Có như vậy mới khuyến khích họ nỗ lực lao động. Các công ty cổ phần nhà nước, ngoài cái vốn của người lao động góp cổ phần, họ còn có cái vốn tiềm ẩn trong tài sản nhà nước, cần được bóc tách để chia thêm lợi nhuận cho họ. Đó là "Sở hữu cá nhân" của người lao động khác với sở hữu cá nhân bóc lột và có thể gọi là "Sở hữu cá nhân chân chính". Có thể tiếp cận vấn đề từ phạm trù "riêng-chung". Cái "riêng" có vận động thì cái "chung" mới được biểu hiện. Sở hữu chung có kết quả nhờ sự vận động của sở hữu riêng. Các công ty nhà nước chưa làm rõ vấn đề này nên năng suất lao động còn thấp, vì người lao động chưa được làm chủ lợi ích thực sự của họ. *Vì không thể kiến tạo tinh thần làm chủ khi vật chất làm chủ không vận động.* Người lao động không được phân phối lợi nhuận trong thành quả lao động chân chính của họ, vì thế họ không cảm nhận được vai trò làm chủ sở hữu công cộng. Đó cũng là hiệu ứng nhân quả của nguyên lý : vận động vật chất có trước, vận động tinh thần có sau.

Không thể xây dựng tinh thần làm chủ tập thể chỉ bằng phương thức tinh thần, là giáo dục, mà thiếu năng lượng của "vật chất làm chủ" để dính kết các yếu tố tinh thần đó. Vấn đề sẽ được chứng minh ở chương VII.

Trong nền kinh tế tri thức, các sáng tạo KHCN trở thành tư liệu sản xuất trực tiếp, tức là trở thành vốn sản xuất. Các chủ Tư bản, lẽ ra phải chia lợi nhuận cho các sáng tạo (gồm nhà sáng tạo và công nhân thực hiện sáng tạo đó), nhưng họ chỉ trả tiền công, họ đã cướp mất vốn sản xuất của người lao động.

Cuộc khủng hoảng kinh tế trầm trọng của các nước Tư bản phát triển trong những năm 1929 - 1930 đã nảy sinh tư duy cần phải điều hành kinh tế tập trung có kế hoạch từ trên xuống trong Ban lãnh đạo nhà nước Xô Viết. Và ngay hiện nay, trong nền kinh tế toàn cầu hoá, các nước Tư bản đặc biệt là đệ nhất siêu cường Hoa Kỳ đã có nhiều kinh nghiệm chống khủng hoảng, song, đáng ngạc nhiên là, ngay tại đất nước đệ nhất siêu này, Tổng thống Bus, trong những ngày thu nắng đẹp của tháng 9 năm 2008, đã phải ngậm ngùi tuyên bố trước thế giới rằng, kinh tế Mỹ đang lâm nguy, đang bị khủng hoảng trầm trọng, còn nặng nề hơn cuộc khủng hoảng những năm 1929 - 1930 và là cuộc khủng hoảng tồi tệ nhất trong lịch sử kinh tế Mỹ. Ông Bus đã phải đề nghị Quốc hội Mỹ thông qua ngân sách 700 tỷ USD để cứu vãn các ngân hàng đang đứng trước bờ vực phá sản.

Các nước tư bản phát triển ở Châu Âu, Canada, Nhật cũng phải ra tay cứu vớt nhất siêu trọc phú này với ngân sách hàng trăm tỷ USD (những con số khổng lồ).

Nước Mỹ không ngớt rao giảng và khuyến khích thế giới rằng, tư nhân hoá tự do kinh doanh là siêu việt, nếu nhà nước điều tiết can thiệp là vi phạm dân chủ, vi phạm nhân quyền trong hoạt động kinh tế. Tiếc thay, thực tế thật đáng buồn. Trong khoá họp Đại hội Đồng LHQ tháng 9/2008, Tổng thống Achentina, bà Phécnan-đết chỉ trích mạnh mẽ chính sách hai mặt của Mỹ, bà nói: "Thế giới đang chứng kiến sự can thiệp mạnh mẽ nhất của một Chính phủ vào thị trường tài chính ngay tại đất nước vẫn thường quảng bá chính sách tự do kinh tế. Ông TôniBen, Cựu Bộ trưởng và là Nghị sĩ Công Đảng Anh nhận định : "Đây là cuộc khủng hoảng toàn cầu và nghiêm trọng hơn cuộc khủng hoảng hồi năm 1929.

Đây chính là thất bại của một cơ chế chỉ dựa vào thị trường mà không đếm xỉa tới Chính phủ. Thị trường đã thể hiện sự thất bại ? (Nguồn : Báo nhân dân 27/9/2008). Mọi hành động bất chấp quy luật đều phải trả giá.

Trong thời gian đầu cho đến những năm 70 của thế kỷ trước, nền kinh tế kế hoạch hoá tập trung đã có bước tăng trưởng ngoạn mục, làm cho nền kinh tế Liên Xô tiếp cận nền kinh tế các nước tư bản phát triển. Đó là nhờ một phần vào tinh thần lao động quên mình của nhân dân Xô Viết được giải phóng và các chính sách tương thành của Nhà nước Xô Viết, làm nên những yếu tố ưu việt của CNXH. Điều đó không thể phủ nhận. Bên cạnh đó, các căn bệnh trầm kha trong bộ máy Đảng, Nhà nước đang ở dạng tiềm ẩn, chưa bộc lộ tác hại rõ ràng. Song "ưu điểm" kéo dài mãi sẽ trở thành khuyết điểm. Ban lãnh đạo Xô Viết đã quên lời dạy đó của Lênin. Nền kinh tế tập trung kéo dài mãi đã trở thành xiềng xích trói buộc lực lượng sản xuất và sự chủ động sáng tạo của người lao động. Quy luật "sở hữu cá nhân chân chính" trong sở hữu toàn dân và sở hữu tập thể kèm theo lợi ích tương ứng của người lao động không được phát hiện để giải quyết thoả đáng. Bộ máy nhà nước bị quan liêu hoá cùng với những tiêu cực, là con đẻ của nó, làm cho quan hệ tương thành với nhân dân giảm dần và đối kháng tăng dần. Nhiệt tình và kỷ luật lao động của nhân dân giảm sút. Nền kinh tế tăng trưởng dựa vào lòng nhiệt tình cách mạng không còn nữa. Đạo đã bị rạn nứt. Vấn đề sẽ được tiếp tục làm rõ trong chương VII.

+ Vẽ cấu trúc Ngũ hành của Thượng tầng kiến trúc:

Phương thức Đảng lãnh đạo nhà nước chưa được nghiên cứu hoàn thiện về mặt lý luận từ kinh nghiệm thực tiễn. Đảng, Chính phủ chưa phải là hai "hành" với những chức năng phân biệt rõ ràng giữa lãnh đạo và tổ chức thực hiện. Có tình trạng "Nhà nước hoá" Đảng và "Đảng hoá" nhà nước, thành một cơ cấu quyền lực song trùng; hai hành thành một hành hỗn tạp, cấu trúc Ngũ hành bị xộc xệch mất cân đối, hệ thống tương thành và tương phản cân bằng bị méo mó, không phát huy được hiệu lực giữ vững cân bằng ổn định và loại trừ đối kháng. Đảng bao biện làm thay nhà nước, sao nhãng chức năng kiểm tra, thiếu nghiên cứu đối thủ, không phát triển lý luận cho phù hợp với sự vận động của hiện thực trong nước và các nước TBCN, làm ngơ hoặc không phát hiện được cuộc cách mạng khoa học công nghệ ở các nước Tư bản đã đẩy nhanh sự phát triển kinh tế ở hệ hống TBCN, làm cán cân lực lượng ngày càng có lợi cho CNTB. Nhà nước ỷ vào Đảng, thiếu chủ động sáng tạo, bị quan liêu hoá kèm theo những căn bệnh tiêu cực, làm xói mòn niềm tin của nhân dân. Đảng là hành chủ yếu trong Ngũ hành đã bị suy thoái về lý luận, tổ chức và đạo đức, trở thành đối kháng với nhân dân.

Việc sửa chữa sai lầm, tăng cường tương thành và tương phản cân bằng, loại trừ đối kháng, đã trở thành yêu cầu cấp bách. Tiếc thay, bộ máy lãnh đạo cao nhất của Đảng, người chỉ huy cao nhất việc sửa chữa sai lầm, đã rơi vào tay bọn cơ hội, háo danh và ham mê quyền lực. Công cuộc cải tổ đã bị thế lực bên ngoài "điều khiển" theo mục tiêu diễn biến hoà bình và dẫn đến thảm bại. Theo quy luật vận động Âm Dương, mầm Âm trong Dương (Không phải là mầm Dương trong Âm) phát triển, đem lại kết quả nghịch biến xã hội Xô Viết.

Mô hình CNXH thực tiễn Xô Viết sụp đổ, song đã để lại những bài học, một tiền lệ lịch sử đắt giá cho các nước kế tục xây dựng CNXH. Sự sụp đổ của mô hình Xô Viết là sự sụp đổ của các yếu tố phi hiện thực, trong việc vận dụng các quy luật xây dựng CNXH, nằm trong chủ nghĩa chủ quan, nóng vội, duy ý chí, siêu hình, giáo điều và sự trì trệ trong phát triển lý luận, đặc biệt là sai lầm trong lý luận "sở hữu công cộng" sẽ được phân tích ở phần sau. Quy luật khách quan đành phải lăn trên các yếu tố phi thực hiện đó để đi theo con đường của mình. Liên Xô sụp đổ đã gần 20 năm, các nước XHCN còn lại vẫn đứng vững và phát triển ngoạn mục, phong trào cánh trả đã giành được chính quyền trong hơn 10 nước ở Châu Mỹ La Tinh, nhiều nước tuyên bố đi theo con đường XHCN với mô hình thích hợp. Điều đó chứng minh quy luật tương thành vẫn tiếp tục phát triển.

Liên Xô sụp đổ, nhưng những hạt giống chân lý vẫn tiếp tục nẩy mầm trong lòng đất nước Xô Viết.

**** Tôn giáo và quy luật tương thành:***

Tín ngưỡng, tôn giáo là hình thái ý thức xã hội, phản ánh mâu thuẫn của đời sống hiện thực, sự bất lực thực tiễn của con người được giải quyết một cách hư ảo trong ý thức con người.

Theo C.Mác : "Sự nghèo nàn của tôn giáo vừa là biểu hiện của sự nghèo nàn hiện thực, vừa là sự phản kháng chống sự nghèo nàn hiện thực ấy. Tôn giáo là tiếng thở dài của quần chúng bị áp bức, là trái tim của thế giới không có trái tim".

(C.Mác và Ph.Ăng ghen toàn tập, NXB chính trị quốc gia Hà Nội 1994, t1, Tr 570).

Tôn giáo có khả năng đền bù, bổ sung một cách hư ảo cái hạnh phúc mong muốn, mà con người chưa có khả năng thực hiện trước sức mạnh tự nhiên và điều kiện khách quan của vận động xã hội. Vì vậy tôn giáo luôn luôn được giai cấp thống trị lợi dụng như một công cụ tinh thần để củng cố địa vị thống trị của họ, trong các xã hội còn tồn tại giai cấp.

Tôn giáo phản ánh nguyện vọng của quần chúng bị áp bức muốn được sống trong một thế giới hạnh phúc, công bằng, mọi người thương yêu nhau, không có áp bức bóc lột, song không tìm được phương pháp thực hiện trong thực tiễn, nên họ gửi gắm niềm tin và các lực lượng siêu trần thế.

Để lợi dụng tôn giáo lâu dài, những người soạn giáo án đã bắt mạch được nguyện vọng quần chúng, trong giáo lý đều có một phần chứa đựng những giá trị văn hoá phù hợp với đạo lý con người. Quần chúng gắn bó với tôn giáo là nhờ phần đạo lý này. Phần "hư ảo" ru ngủ ý chí đấu tranh chống áp bức của quần chúng, thì phần đạo lý đem lại hạnh phúc tương thành trong nhân dân lao động, là "trái tim trong thế giới không có trái tim". Điều này cũng chứng minh rằng, tương thành là ước muốn, là bản thiện, là quy luật vận động của đa số nhân loại.

Trong mỗi con người, cấu trúc sinh lý và cấu trúc tinh thần làm thành một cặp AD. Cặp AD này luôn luôn tương thành với nhau làm cho con người khoẻ mạnh và hạnh phúc. Một tâm hồn trong trẻo, một cơ thể cường tráng, hạnh phúc con người không ngoài điều đó. Cấu trúc sinh lý rất lo ngại trước trạng thái tinh thần thái quá. Giận quá hại gan, vui quá hại tim, lo quá hại tỳ, buồn quá hại phổi, sợ quá hại thận. Đối với quần chúng nhân dân, lao động nhọc nhằn và nghèo khổ, cộng thêm sự áp bức về tinh thần, thường làm cho họ có những phản ứng thái quá. Bất lực trước thực tiễn, họ tìm đến tôn giáo để tìm sự hoà giải và bù đắp, phần nào lập lại cân bằng tâm sinh lý cho họ. Cuộc sống vật chất đầy đủ cũng thường đem lại sự thư thái, họ được bù đắp bằng hư ảo thiêng liêng.

Cuộc sống tinh thần trong trẻo, thư thái nhờ sự hoà thuận giữa con người và con người trong gia đình và xã hội. Sự hoà thuận đó dựa vào bản thiện, giao lưu bằng sự hoà ái, sự quan tâm lẫn nhau, quần chúng tìm thấy điều này trong giáo lý nhân văn của tôn giáo.

Trong xã hội còn áp bức bóc lột, hạnh phúc vật chất không tìm thấy trong thực tại, nhưng hạnh phúc tinh thần thì có thể tìm thấy một phần trong quan hệ giữa con người với con người trong cùng giai cấp. Vì vậy, sự gắn bó của quần chúng với tôn giáo chủ yếu ở điều này. Những con người cùng cảnh ngộ tương thành với nhau, làm vơi đi những tủi nhục từ chế độ áp bức bất công. Đó là sự bù đắp thực tại. C. Mác đã từng nói, tôn giáo là thuốc phiện của quần chúng bị áp bức, cũng hàm ý như vậy.

Ngày nay, chủ nghĩa Tư bản khuyến khích, quảng bá chủ nghĩa thực dụng, chủ nghĩa cá nhân, là trái với giáo lý nhân văn của tôn giáo, trái với quy luật cân bằng AD trong cấu trúc con người. Kết quả là "gieo gió gặt bão". Cuộc sống vật chất và cuộc sống tinh thần trong cá thể con người mất cân bằng nghiêm trọng, dẫn đến việc gia tăng tội phạm, làm rối loạn xã hội. Không thể chấp nhận một xã hội lại bán súng cho dân "để tự vệ" (ở Mỹ có khoảng 200 triệu vũ khí sở hữu cá nhân, gây ra cái chết của 30.000 người trong một năm).

Việc giáo dục nhân cách theo tinh thần chủ nghĩa nhân đạo song song với việc nâng cao đời sống vật chất là một quy luật làm nên hạnh phúc con người, là phù hợp với quy luật cân bằng Âm Dương đối với từng con người và toàn xã hội. Điều này chỉ có thể thực hiện trong các xã hội đang vận động theo chiều hướng tiến bộ.

**** Sinh học phân tử và quy luật tương thành:***

Hệ thống tự nhiên - xã hội là một chỉnh thể. Tính thống nhất của tự nhiên và xã hội nằm trong tính thống nhất vật chất, tính thống nhất Âm - Dương và quy luật vận động Âm Dương. Quy luật tương thành AD làm chuyển hoá cấp vận động của vật chất từ thấp đến cao, từ thế giới vô sinh lên thế giới hữu sinh, "lên con người" với đại não có cấp tổ chức vật chất cao nhất của giới tự nhiên. Vận động tinh thần tâm lý của đại não là cấp vận động cao hơn cấp vận động sinh học và vận động xã hội là cấp vận động cao nhất, được tiến hoá từ cấp vận động tâm lý tinh thần.

Vận động cấp cao bao giờ cũng kế thừa các vận động cấp thấp và cải biến hình thái vận động cấp thấp cho thích ứng với quy luật vận động cấp cao. Do đó giữa vận động cấp cao và vận động cấp thấp có những cái "chung" bên cạnh những cái "riêng", có quy luật vận động chung bên cạnh quy luật vận động riêng. Quy luật chung nhất của mọi cấp vận động là các quy luật đã được mô tả trong chủ nghĩa duy vật biện chứng và đồng thời là quy luật của học thuyết Âm Dương.

Riêng đối với thế giới hữu sinh, được hình thành từ hệ thống năng lượng Âm Dương Ngũ Hành của hệ Mặt trời - Trái đất - Mặt trăng và các chất trên Trái đất, là quy luật chung nhất của hệ MT -TĐ - Mt. Đó là quy luật đặc thù của quy luật AD, nhưng mang tính phổ quát triết học đối với hệ Mặt trời - trái đất - mặt trăng và kết quả biện chứng là : Quy luật đó cũng là quy luật phổ quát của thế giới hữu sinh, con người và xã hội loài người.

Có thể hình dung vấn đề qua sơ đồ tiến hoá vận động AD (vận động vật chất) trong hệ MT - TĐ - Mt.

Năng lượng vận động theo quy luật ADNH có mặt thường xuyên từ khi hình thành hệ Mặt trời - trái đất - mặt trăng đến nay và tồn tại cho đến thời điểm hệ bắt đầu chuyển hoá. Khí hậu là đứa con trưởng của năng lượng ADNH, đồng hành với năng lượng ADNH. Năng lượng và khí hậu thường xuyên tác động vào các chất có trên TĐ, sinh ra các hiệu ứng nhân quả là thế giới hữu sinh và quá trình tiến hoá. Các ô ghi chữ cái A_1-A_1... , B_1 - B_2... , C_1-C_2... , Z_1 - Z_2... có thể hiểu là các hiệu ứng nhân quả, làm nên các cấp tiến hoá của thế giới hữu sinh, dẫn đến loài người với bộ não có cấp vận động tâm lý tinh thần cao hơn thế giới hữu sinh và cấp vận động sinh học. Rồi đến xã hội là cấp vận động cao nhất

Để hình thành một cấp tiến hoá, có 4 loại tương tác : Tương tác của năng lượng ADNH, tương tác của khí hậu, tương tác của các cấp vận động thấp hơn, tương tác trong cùng một cấp tiến hoá. Kết quả tổng hợp của 4 loại tương tác này làm nên một cấp tiến hoá.

Các cấp tiến hoá tương tác hai chiều với khí hậu, có khả năng làm biến đổi khí hậu, đặc biệt trong giai đoạn của cuộc cách mạng công nghiệp lần thứ ba. Năng lượng chỉ tương tác được một chiều, vì thế giới hữu sinh không vươn tới uy lực lớn lao của Hệ. Khí hậu cũng thường ra oai tác quái, nhưng chỉ từng thời điểm và từng vùng đất, rồi bị người mẹ năng lượng ADNH trừng phạt, phải trở lại trạng thái yên hoà.

Từ sơ đồ có thể thấy quá trình tiến hoá dẫn đến xã hội loài người luôn luôn có "Ân" và "Uy" của quy luật ADNH (năng lượng, khí hậu). Do đó, thế giới hữu sinh không thể không không mang chung một gen di truyền, mang sắc thái quy luật ADNH. Điều đó không có gì lạ, khi toàn bộ thế giới hiện thực (tự nhiên - xã hội - tư duy) vận động theo các quy luật chung nhất được mô tả trong triết học DVBC, thì thế giới hữu sinh kể cả xã hội loài người, vận động theo quy luật ADNH, một cách mô tả đặc thù, tương đồng với quy luật DVBC là điều hợp với tự nhiên.

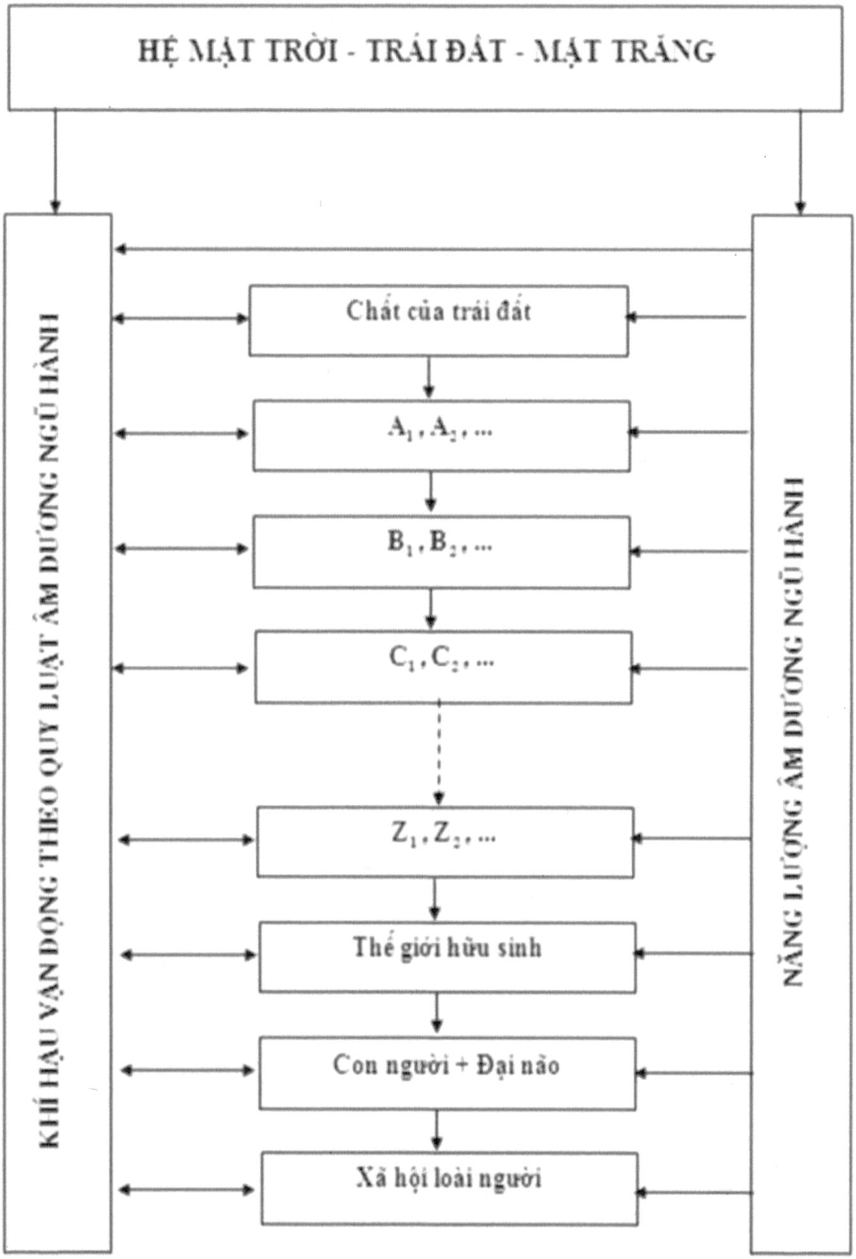

Hình IV-6: Sơ đồ tiến hoá của vận động ADNH trên Trái đất

Vũ trụ cấu trúc bằng chất và trường (năng lượng), chất và trường làm thành cặp AD cơ bản của Vũ trụ, luôn luôn có mặt trong mọi vật thể Vũ trụ. Giữa chất và trường có quan hệ tương thành, tương phản cân bằng, để giữ cho vật thể vận động cân bằng và có thể có tương phản đối kháng để chuyển hoá lẫn nhau.

Trường làm cho chất vận động và tương tác với nhau, sản phẩm tương tác thường mang thông tin về sắc thái biến thiên của trường. Vấn đề này đã từng đề cập ở các chương mục trước.

Quá trình hình thành và tiến hoá của thế giới hữu sinh luôn luôn được cung cấp năng lượng mang quy luật ADNH. Vì vậy thế giới hữu sinh mang thông tin về quy luật ADNH. Điều này giải thích tại sao thế giới hữu sinh lại có chung một mã thông tin di truyền ADN.

Năm 1953, sinh học đã khám phá ra cấu trúc phân tử di truyền ADN. Ngành sinh học phân tử ra đời đã chứng minh cho tính thống nhất của thế giới hữu sinh, làm nên cuộc cách mạng về nhận thức sự sống.

Các đại phân tử sinh học (axit nuclêích, Prôtêin, ...) là cơ sở vật chất của sự sống, đều được cấu tạo từ các nguyên tố hoá học trong bảng tuần hoàn Menđêlêép.

Sự đa dạng của các đại phân tử sinh học làm nên sự da dạng và phong phú của thế giới hữu sinh. Hàng vạn loài sinh vật khác nhau từ thực vật đến động vật, từ con vi khuẩn nhỏ xíu đến cá nhà táng khổng lồ, rồi đến sinh vật cấp cao nhất là loài người, mỗi loại có những đại phân tử riêng biệt. Nhưng các đại phân tử này lại có cùng một đơn vị cấu trúc giống nhau, gồm 20 loại axitamin và 4 loại nuclêôtít. Mã di truyền là chung cho mọi sinh vật.

Sự đa dạng của đại phân tử là do sự sắp xếp thứ tự khác nhau, số lượng khác nhau của cấu trúc đơn vị, giống như trò chơi trí uẩn, dùng 7 quân gỗ mà xếp được hàng ngàn hình khác nhau:

con cá, ngôi nhà, anh bộ đội, xe tăng... Người ta tính ra có đến hàng triệu tỷ (10^{15}) cách sắp xếp đại phân tử từ 20 axitamin và 4 nuclêôtít

Một công thức hoá học C_2H_6O mà cho hai chất hóa học có đặc điểm khác hẳn nhau: Rượu êtylíc (chất lỏng) và đimêtyl ête (chất khí) do trật tự liên kết các nguyên tử khác nhau.

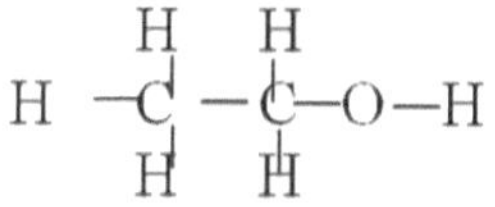

Rượu Etylíc (lỏng)

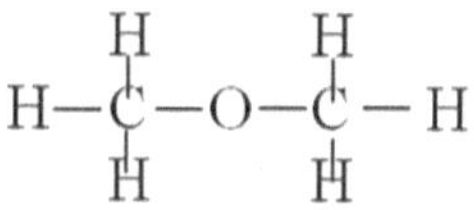

Đimêty ete (khí)

Công thức C_4H_4 có 2 chất

Công thức $C_{10}H_{22}$ có tới 75 chất

Quá trình phát triển tương thành làm nên sự tiến hoá cũng được thể hiện ở cấu trúc phân tử. Nhiễm sắc thể của sinh vật có nhân chính thức, khác NST của sinh vật không nhân, không những ở hàm lượng của ADN (ADN sinh vật bậc cao chứa hàng vạn gen, của vi khuẩn chỉ vài ngàn gen) mà còn ở sự kết hợp với Prôtêin loại histon, tạo nên hiệu ứng “đóng”, “mở” gen để hình thành các mô khác nhau, một hình thức tổ chức cao hơn sinh vật đơn bào.

Sự “nhận biết” lẫn nhau giữa các đại phân tử, khiến cho chúng có khả năng tự tổ chức kết hợp với nhau theo một nguyên tắc nhất định và thực hiện những chức năng khác nhau. Các đại phân tử kết hợp với nhau thành các bào quan rồi thành tế bào hoàn chỉnh, các tế bào hợp thành các mô rồi thành cơ thể. Sự “nhận biết” lẫn nhau nhờ “mạng Internet cơ thể, cho đến nay khoa học chưa mô tả được. Phải chăng sự hình thành tổ chức xã hội là sự mô phỏng, “phỏng sinh học” quá trình này. Tổ chức xã hội là sáng tạo của đại não con người, là vận động cấp cao có quá trình phản ánh thông tin của cấp thấp. Ngày nay, nhờ mạng thông tin toàn cầu, con người “nhận biết” lẫn nhau mở rộng ra toàn hành tinh và có thể tự tổ chức thành các cấu trúc chức năng, theo nguyên tắc tương thành trong phạm vi toàn cầu.

Thông tin về năng lượng ADNH có thể tiềm ẩn trong 20 axit amin và ADN. Các axitamin có thể tạo thành 5 nhóm mang đặc điểm của 5 hành. Còn ADN được cấu tạo từ bốn loại Bazơnitric mang đặc điểm của 4 hành : Mộc - Hoả - Kim - Thuỷ và "tay thang" đường Đêôxiribô và axits phốtphoric mang đặc tính hành thổ, có nhiệm vụ nuôi dưỡng và cung cấp năng lượng cho ADN hoạt động. Khi ADN nhân đôi "tay thang" này không thay đổi. Mã di truyền cấu tạo bằng 5 nguyên tố hoá học C.H.O.N.P là chung cho thế giới hữu sinh, từ thực vật, động vật đến con người và cả con virut. Sự vận động và phát triển của chúng luôn luôn gắn liền với sự vận động của năng lượng ADNH. Đặc điểm và cấu tạo của chúng, quy luật vận động của chúng ắt phải chịu sự chi phối của năng lượng ADNH và mang thông tin về quy luật ADNH. Con số 5 này có mối liên hệ biện chứng nhân quả với quy luật năng lượng Ngũ Hành.

Khoa học chưa khám phá được quy luật năng lượng trong quá trình vận động sinh học của cơ thể sống, nhưng chắc rằng năng lượng làm nên vận động sống có sự chi phối của năng lượng Vũ trụ, theo quy luật ADNH. Sự sống chưa được chào đời trong ống nghiệm, bởi vì chúng ta chưa tác động đúng quy luật năng lượng vào đó.

Vật thể cấu trúc và vận động bằng chất và trường, song quá trình vận động của trường năng lượng trong sinh vật chưa được mô tả rõ ràng, chỉ mới được nghiên cứu sâu về phân tử năng lượng ATP.

Quá trình tiến hoá là quá trình phát triển tương thành của chất và trường bao gồm việc "kết nạp" lần lượt các nguyên tố hoá học vào cơ thể sống. Nguyên tố hoá học được kết nạp càng nhiều thì cấp tiến hoá càng cao, sự sống ngày càng "khôn" hơn. Song song với việc kết nạp các nguyên tố hoá học là việc làm phong phú các đại phân tử và "hiện đại hoá" chúng.

Việc xuất hiện con người là kết quả của hiệu ứng nhân quả tầng tầng, lớp lớp của quá trình tương thành giữa các chất trên Trái đất và năng lượng ADNH.

Xã hội loài người là kết quả hiệu ứng nhân quả tầng tầng lớp lớp của các yếu tố vận động cấp thấp tiềm ẩn thông tin năng lượng ADNH, tất yếu mang thông tin ADNH trong quy luật vận động của xã hội.

Con người đã biết dùng thông tin ADNH để dự đoán sự việc, dự đoán mệnh vận và tiên tri về lịch sử xã hội. Nếu chúng ta tin vào hiện tượng "tiên tri" thì thuyết "định mệnh lịch sử" có chỗ đứng trong khoa học lịch sử. Sự vận động lịch sử tiềm ẩn quy luật ADNH. Lá cờ Hàn Quốc, in hình biểu tượng AD và 4 quẻ Dịch : Càn - Khôn - Thuỷ - Hoả phấp phới bay khắp nơi trên hành tinh xanh, chứng minh niềm tin vào tính chân lý khoa học của học thuyết AD ở một bộ phận nhân loại có tiếp xúc với học thuyết này. Niềm tin đó xuất phát từ kiểm chứng thực tiễn.

Có một câu hỏi cần được lý giải: Có "chất đen" trong cấu trúc sự sống không ? Theo các nhà khoa học, trong Vũ trụ còn một khối lượng rất lớn "chất đen" là các chất không bức xạ phôtôn, nên không nghiên cứu được. Liệu các chất đen này có vận động trong thế giới hữu sinh không ? Đặc biệt là nó có làm bạn với con người không ?

Vật thể Vũ trụ không thể ôm hết mọi thứ và mọi quy luật của Vũ trụ. Các vật thể, đặc biệt là thế giới hữu sinh phong phú và đa dạng, vì "nó" không hàm chứa hết mọi thứ.

Khoa học có thể làm máy đọc suy nghĩ con người, có thể làm Rôbốt thông tin, như Rôbốt đánh cờ chiến thắng cả vô địch

Cờ quốc tế Casparốp, rồi Rôbốt kéo đàn Vi ô lông. Năm 2008 kha học đã chế tạo được bàn tay nhân tạo làm việc bằng tư duy của người lắp bàn tay đó. Người ta còn dùng cả chíp sinh học điện tử ADN để chế tạo bộ não nhân tạo, đưa dòng điện vào não một cách thích hợp để khai thác tiềm năng con người, người không học vẽ mà vẽ được, không học nhạc mà sáng tác được nhạc. Những sáng tạo khoa học này không hề dùng đến chất đen. Tư duy lôgíc phức tạp như Rôbốt đánh cờ, tương đương với một phần thông minh của đại não mà không có mặt chất đen, chỉ được cấu tạo bằng chất sáng. Tất cả đã chứng minh một cách sinh động và rõ ràng trong cấu tạo con người không có chất đen. Hoạt động sáng tạo của con người không cần đến chất đen. Người ta muốn dùng sự mơ hồ của chất đen để lý giải hiện tượng linh hồn. Song đó chỉ là sự tưởng tượng xa lạ với tự nhiên. Bản chất khoa học của hiện tượng linh hồn sẽ được lý giải trong chương: Hoạt động âm dương của đại não.

6- Những yếu tố tương thành hiện đại:

Loài người bước vào thế kỷ XXI hoạt động thật náo nức và sôi động. Song, niềm vui và nỗi buồn vẫn đen xen nhau. Nơi này cuộc sống vật chất dư thừa, nơi khác chìm trong đói nghèo và bệnh tật. Nơi này sống trong yên bình, nơi khác còn chết chóc đau thương vì xung đột và khủng bố. Quy luật phatr triển tương thành vẫn hoạt động bền bỉ làm tăng thêm những yếu tố tương thành giữa những con người, từ đó tăng thêm hạnh phúc và vơi đi những đau khổ.

Yếu tố tương thành đầu tiên phải kế đến là khu vực các nước XHCN, đang tiếp tục phát huy tính ưu việt của một xã hội tương lai. Tuy cuộc sống vật chất chưa bằng các nước Tư bản phát triển, còn nhiều tàn dư rác rưởi của xã hội cũ chưa được dọn sạch trong một sớm, một chiều, như tham nhũng, quan liêu, song quyền làm chủ của nhân dân được đảm bảo bằng pháp chế, yếu tố nhân văn ngày càng phát triển. Đây là mầm Dương trong Âm đang vươn lên với tuổi thanh xuân dạt dào sức sống.

Yếu tố thứ hai là phong trào cảnh tả có xu hướng phát triển, trong đó có nhiều nước tuyên bố đi theo con đường xã hội chủ nghĩa. Trong hoàn cảnh hệ thống xã hội chủ nghĩa sụp đổ cùng với chiến dịch phản tuyên truyền về sự cáo chung của chủ nghĩa cộng sản, thì hiện tượng phát triển của phong trào cảnh tả, tuy còn những yếu tố bấp bênh, do sự tấn công từ phía đối lập, dã chứng minh tính chân lý của thời đại, là thời đại từ quá độ từ chủ nghĩa tư bản lên một xã hội văn minh hơn, tương thành trọn vẹn hơn giữa con ngườii với con người. Rằng chủ nghĩa tư bản đang chứa đựng nhiều đau thương của con người mà không có lối thoát, không thể sống chung vĩnh viễn với nó, muốn tìm thấy hạnh phúc phải đi qua chủ nghĩa tư bản mà không dừng lại ở đó.

Yếu tố tương thành thứ ba là sự phát triển của các tổ chức quốc tế và khu vực. Tuy có xen lẫn đối kháng, nhưng tương thành giữa các quôc gia vẫn là xu thế lớn và không thể đảo ngược.

Tổ chức quốc tế là đầu mối hợp tác để giải quyết những vấn đề toàn cầu, những vấn đề chung của nhân loại trong các lĩnh vực kinh tế, văn hoá, xã hội, nhân đạo, ..., góp phần duy trì hoà bình, củng cố an ninh quốc tế, tăng cường sự đoàn kết giữa các dân tộc, thúc đẩy sự phát triển chung của thế giới.

Nhiều tổ chức quốc tế bị lợi dụng vào những âm mưu đối kháng, song hiệu ứng tương thành vẫn vượt lên, chủ nghĩa nhân đạo, nhờ đó từng bước phát triển.

Các tổ chức quốc tế và khu vực là những mầm hội tụ để cố kết nhân loại toàn cầu. Liên Hiệp Quốc với hiến chương và các công pháp quốc tế, thể hiện chủ nghĩa nhân văn, là mầm ươm của một nhà nước toàn cầu tương lai.

Quy luật phát triển của nền văn minh nhân loại là quy luật phát triển của chủ nghĩa nhân đạo và quy luật phát triển của khoa học công nghệ, dưới sự dẫn dắt của quy luật phát triển tương thành.

Các tổ chức quốc tế, với những hiệp ước tương thành, là hiện thực vận động của ba quy luật đó.

Yếu tố tương thành thứ tư là toàn cầu hoá (TCH)

C.Mác và Ph.Ăng ghen trong "Tuyên ngôn của Đảng cộng sản" công bố năm 1848 đã từng tiên đoán về TCH.

"... Do luôn bị thôi thúc bởi nhu cầu mở rộng thị trường cho sản phẩm của nó. Nó phải xâm nhập vào khắp nơi, trụ lại ở khắp nơi và thiết lập những mối liên hệ ở khắp nơi.

Bằng việc khai thác thị trường thế giới, giai cấp tư sản đã làm cho sản xuất và tiêu dùng tất cả các nước mang tính chất thế giới. Mặc cho bọn phản động(tức chủ nghĩa Phong kiến-TG) đau buồn, nó đã làm cho công nghiệp mất cơ sở dân tộc. Những ngành công nghiệp dân tộc có từ lâu đời hoặc đã bị tiêu diệt hoặc đang ngày càng bị tiêu diệt. Chúng bị thay thế bằng những ngành công nghiệp mới, những ngành mà việc du nhập chúng trở thành một vấn đề sống còn đối với tất cả các dân tộc văn minh. Những ngành công nghiệp không dùng những nguyên liệu bản xứ mà dùng những nguyên liệu đưa từ những miền xa xôi nhất trên trái đất đến và sản phẩm làm ra không những được tiêu thụ tại chỗ mà còn được tiêu thụ ở tất cả các nơi trên trái đất. Thay cho những nhu cầu cũ được thoả mãn bằng những sản phẩm trong nước thì nảy sinh ra những nhu cầu mới, đòi hỏi được thoả mãn bằng những sản phẩm đưa từ những xứ xa xôi nhất về. Thay cho tình trạng biệt lập và tự cung tự cấp trước kia của các địa phương và các dân tộc, ta thấy phát triển những quan hệ phổ biến, sự phụ thuộc lẫn nhau phổ biến giữa các dân tộc. Mà sản xuất vật chất đã như thế thì sản xuất tinh thần cũng không kém như thế. Những thành quả hoạt động tinh thần của một dân tộc trở thành tài sản chung của mọi dân tộc. Tính chất đơn phương và phiến diện dân tộc ngày càng không thể tồn tại và từ nền văn học dân tộc và địa phương muôn hình, muôn vẻ, đang nẩy nở ra một nền văn học toàn thế giới.

Nhờ cải tiến mau chóng công cụ sản xuất và làm cho các phương tiện giao thông trở nên vô cùng tiện lợi, giai cấp tư sản lôi cuốn tất cả, kể cả các dân tộc dã man nhất vào trào lưu văn minh. Giá rẻ của các sản phẩm là trọng pháo bắn thủng tất cả những bức tường vạn lý trường thành và buộc những người dã man bài ngoại ngoan cường nhất cũng phải hàng phục. Nó buộc tất cả các dân tộc phải chấp nhận phương thức sản xuất tư sản, nếu không sẽ bị tiêu diệt, nó buộc tất cả các dân tộc phải du nhập cái gọi là văn minh, nghĩa là phải trở thành tư sản. Nói tóm lại nó tạo ra cho nó một thế giới theo hình ảnh của nó".

(C.Mác và Ph.Ăng ghen - tuyển tập - tập 1 - Sđd.tr.545)

Thế giới hiện đại đang vận động gần đúng như những tiên đoán siêu phàm của Tuyên ngôn Cộng sản.

Nhờ các cuộc cách mạng khoa học công nghệ, lực lượng sản xuất phát triển nhanh chóng. Nền kinh tế thế giới mang tính quốc tế hoá cao, một sản phẩm được sản xuất ở nhiều nước. Toàn cầu hoá kinh tế kéo theo TCH nhiều mặt của đời sống xã hội trong từng quốc gia. Trong TCH mối quan hệ phụ thuộc, thẩm thấu lẫn nhau ngày càng tăng, trong đó các quốc gia vừa phụ thuộc lẫn nhau, vừa phụ thuộc vào những thiết chế mang tính toàn cầu.

Toàn cầu hoá là xu thế tất yếu khách quan, xuất hiện trên nền tảng tất yếu của sự phát triển của lực lượng sản xuất, ngày càng được tri thức hoá. Mọi quốc gia đều bị lôi cuốn vào đó.

TCH có lợi nhiều nhất cho các nước tư bản phát triển, song các quốc gia có đường lối kinh tế và khoa học công nghệ thích ứng tốt với TCH cũng được hưởng lợi và tăng trưởng, ngược lại nếu đường lối kinh tế và KHCN kém thích ứng, sẽ bị tụt hậu và phản phát triển.

Nhờ sự phát triển nhanh chóng của mạng thông tin toàn cầu và công nghệ giao thông hiện đại, TCH dường như làm cho khoảng cách không gian thu hẹp lại, biên giới quốc gia về kinh tế gần như bị xoá nhoà. Bên cạnh đó, các tổ chức quốc tế và khu vực phát triển mạnh mẽ, hầu như không có quốc gia nào đứng ngoài tổ chức quốc tế. Tất cả những điều đó làm cho con người toàn hành tinh gần gũi hơn, tương thành với nhau hơn, thế giới như trở thành "làng toàn cầu", nhân loại đang từng bước được cấu trúc thành vật thể Vũ trụ.

Cuộc cách mạng KHCN đã sáng tạo ra những sản phẩm có công nghệ phức tạp, đòi hỏi phải phối hợp lực lượng nhiều quốc gia mới triển khai được. Phần trên đã nêu ví dụ về việc một máy tính xách tay của hãng Dell đã sản xuất từ 400 công ty của 30 hãng chủ chốt, an lạc tại các nước suốt ba châu : Âu-Á-Mỹ; còn chiếc máy bay Boing được khai sinh từ 650 công ty, nằm rải rác khắp các nước Âu Mỹ.

Một ví dụ khác là, công ty Rolls-Royce ra đời từ nước Anh, sản xuất Tuabin máy bay, tàu thuỷ, thiết bị năng lượng. Công ty có khách hàng ở 120 nước, sử dụng 35 ngàn công nhân, nhưng chỉ có 21 ngàn ở Anh, còn lại là mạng lưới sản xuất, sáng tạo công nghệ, dịch vụ trải dài 50 nước, sử dụng công nhân 50 quốc tịch, 50 thứ tiếng, sản xuất 75% chi tiết, còn 25% chi tiết công nghệ cao thì sản xuất tại chính quốc. Giám đốc điều hành Rose tự hào nói rằng : "Mặt trời đã có thể lặn trên đế quốc Anh, nhưng không bao giờ lặn trên hãng Rolls-Royce của chúng tôi".

Một lực lượng lớn lao của nhiều quốc gia tập trung vào một công ty sẽ trở thành một mầm hội tụ. Có thể bảo vệ lợi ích người lao ộng, làm giảm sự bóc lột của chủ tư bản, nếu như có mầm Dương phát triển trong Âm. Khi các nhà sáng tạo công nghệ hiểu rõ được thân phận của mình, bị coi thường, bị những cách ứng xử văn minh dối trá, che đậy sự bóc lột thực sự, họ sẽ là những mầm Dương như vậy. Giá như có những nhà sáng tạo có năng lực kinh doanh, hiểu được quy luật vận động của lịch sử, mang tâm hồn của chủ nghĩa nhân đạo, họ sẽ đứng ra tự tổ chức triển khai sản phẩm sáng tạo của mình, xây dựng một quan hệ sản xuất tiến bộ. Đó là một tấm gương, một mầm Dương để hình thành và phát triển quan hệ sản xuất XHCN trong lòng xã hội TBCN, Cuộc cách mạng KHCN và cách mạng thông tin tạo những tiền đề thuận lợi cho một sự nẩy mầm như vậy. Cuộc cách mạng tư tưởng trong phạm vi toàn cầu cần làm sáng tỏ những khả năng đó.

Toàn cầu hoá phát triển tương thành giữa các quốc gia, tạo ra những tiền đề tinh thần và vật chất để ngăn ngừa xung đột quốc tế, góp phần tích cực đảm bảo hoà bình và an ninh thế giới.

Cuộc khủng hoảng hạt nhân Ấn Độ-Pakistan năm 2002, được tháo ngòi nổ là một ví dụ. Hai nước đang trên bờ vực của cuộc chiến tranh tổng lực, sử dụng vũ khí hạt nhân về vấn đề Kashmir (Casmia). Dòng người tị nạn đang chạy khỏi Ấn Độ, nhiều công ty nước ngoài làm ăn với Ấn Độ, mang lại những lợi ích rất lớn cho cả 2 bên, đã cảnh báo với Chính phủ Ấn Độ rằng, nền kinh tế của Ấn Độ sẽ lâm nguy nếu có chiến tranh. Các công ty sẽ rời khỏi Ấn Độ và khó quay trở lại khi kết thúc chiến tranh. Vì họ không tin rằng đây là cuộc chiến cuối cùng. Hợp tác kinh tế toàn cầu, yếu tố đặc biệt quan trọng cho sự tăng trưởng kinh tế Ấn Độ sẽ bị ảnh hưởng tiêu cực lâu dài, vì hậu quả của chiến tranh hạt nhân. Còn một tỷ nhân dân Ấn Độ muốn nói lên rằng:

Họ cần một cuộc sống tốt đẹp hơn, chứ không cần nhiều lãnh thổ hơn. Lệnh ngừng bắn được ban ra, xuất phát từ nhiều yếu tố, trong đó "yếu tố TCH" góp một vai trò mang nhiều ý nghĩa.

Ví dụ thứ hai, có thể là cuộc bầu cử ở Đài Loan vào tháng 12 năm 2004. Đảng dân chủ tiến bộ ủng hộ chủ trương của Trần Thuỷ Biển, người đang đứng đầu Chính phủ Đài Loan, muốn Đài Loan độc lập về mặt pháp lý. Đảng dân tộc chủ nghĩa chủ trương để nguyên hiện trạng và quan hệ gần gũi với Bắc Kinh. Kết quả bầu cử mang lại thất bại cho đảng của Trần Thuỷ Biển. Hơn ai hết, nhân dân Đài Loan thấy rõ lợi ích của mình đang gắn liền với những quan hệ kinh tế lục địa và hợp tác toàn cầu, và họ đã sáng suốt lựu chọn giữ nguyên trạng nền độc lập thực tế của mình, hơn là gắng gượng có được nền độc lập về pháp lý, để rồi châm ngòi cho sự xung đột quân sự với lục địa, với những hậu quả bi thảm khôn lường.

Tôi đang chuẩn bị bản thảo quyển sách này thì được chứng kiến một hiện tượng lịch sử hiếm có của nước Mỹ. Người da màu đầu tiên đã trúng cử Tổng thống nước Mỹ, ông Barack Obama, gốc Phi, với số phiếu trúng cử áp đảo đối thủ. Người ta đánh giá đó là thắng lợi vang dội và được dư luận toàn thế giới quan tâm đến từng bước đi của ông trong đổi mới tư duy chính trị. Tôi thấy cần phải ghi lại vài nét về hiện tượng này, vì nó là minh chứng sinh động cho "quy luật tương thành phát triển", là một trong những "điểm cực trị" của "hàm số" quy luật này.

Cùng một lúc, nước Mỹ xảy ra hai hiện tượng lịch sử có liên hệ mật thiết với nhau. Khủng hoảng kinh tế tội tệ nhất trong lịch sử nước Mỹ và lan ra toàn cầu và người da màu thứ nhất trúng cử Tổng thống với tỷ số phiếu cao nhất trong 44 đời Tổng thống Mỹ. Như vậy có ba cái nhất cùng xảy ra đồng thời, tiềm ẩn những ý nghĩa của tương lai.

Người tiền nhiệm của ông Obama là Tổng thống Bus. Với tư duy chính trị "Đệ nhất siêu cường - đơn cực" và tư duy kinh tế tự do kinh doanh, đã mang lại những thành quả đau buồn.

- Khủng hoảng kinh tế trầm trọng kéo dài.

- Thất bại trong hai cuộc chiến tranh ở Irắc và Ápganittăng (ông Obama đã đánh giá như vậy), tuy đã tiêu tốn hàng ngàn tỷ USD.

- Phần còn lại của thế giới cảnh giác hơn và lạnh nhạt hơn. Niềm tin vào một chỗ dựa bị suy giảm nhanh chóng.

Tại sao, một đệ nhất siêu cường nổi trội về vật chất như vậy lại không thể chiến thắng như "một lẽ đương nhiên"? Có cái gì không ổn ở đây ? Dư luận thế giới và khoa học đang giải phẫu nguyên nhân ở tầm vĩ mô và vi mô.

Song về mặt quy luật vận động AD, tư duy chính trị của bộ máy lãnh đạo nước Mỹ đã để mất cân bằng nghiêm trọng. Cân bằng AD giữa vật chất và tinh thần, một vật chất siêu cường đi đôi với một tinh thần siêu nhược. Tinh thần ở đây là mối quan hệ tương thành với nhân dân Mỹ và phần thế giới còn lại. Nước Mỹ muốn điều khiển thế giới bằng cái gậy chỉ huy, không chân thành lắng nghe, hợp tác, muốn thu lợi nhiều hơn, không muốn bình đẳng về lợi ích, coi thường tương phản cân bằng (ý kiến của LHQ và các tổ chức quốc tế, dư luận xã hội chân chính), lôgíc tất yếu ắt dẫn tới sự phát triển của tương phản đối kháng và thất bại .

Chưa đủ thời gian để nghiên cứu và đánh giá toàn diện, chính xác về nguyên nhân khủng hoảng, nhưng những phát biểu của một số nhà lãnh đạo các nước Tư bản phát triển cho thấy tư duy của họ đã có những "đổi mới" gần với thực tiễn hơn. Trong hội nghị thượng đỉnh Liên minh Châu Âu (   ) bàn về chống khủng hoảng kinh tế, Thủ tướng Anh đã nói rằng : "Phải chăng, khủng hoảng là sự thất bại của tư duy kinh doanh tự do? Cần phải xây dựng một thiết chế tài chính toàn cầu mới. Chủ nghĩa cục bộ không thể là liều thuốc chống khủng hoảng, cần phải có sự hợp tác rộng rãi trên phạm vi thế giới, mới có thể thoát ra khỏi tình trạng tồi tệ hiện nay". Hầu hết các ý kiến đều hàm ý như vậy. Còn Tổng thống Pháp cho rằng: "Các biện pháp chống khủng hoảng không phải là xoá bỏ mà nhằm "đạo đức hoá" chủ nghĩa Tư bản (?!).

Ông Obama, tổng thống mới đắc cử của Mỹ là khách mời đặc biệt của hội nghị. Mọi người chăm chú lắng nghe ý kiến của ông: "Nước Mỹ vẫn còn là một nước mạnh nhất thế giới, nhưng tôi đến đây không phải để rao giảng, mà để lắng nghe và đối thoại những vấn đề gay cấn của thế giới, như khủng hoảng kinh tế, chống khủng bố, chống biến đổi khí hậu, chống vũ khí hạt nhân, chống buôn bán ma túy...., riêng một quốc gia không thể giải quyết được mà cần tới sự nỗ lực toàn cầu ...".

Đến hội nghị thượng đỉnh 34 nước Châu Mỹ, ông Obama giơ bàn tay thân thiện với các nước, kể cả các nước cánh tả đã từng lên án gay gắt nước Mỹ, như Vênêduêla; tuyên bố và thực hiện xoá bỏ một phần nội dung cấm vận CuBa và sẵn sàng đối thoại với Cu ba (Tuy nhiên các nước yêu cầu Mỹ xoá bỏ hẳn lệnh cấm vận bạo ngược này đã có từ 50 năm nay). Obama nói rằng, muốn thay đổi hình ảnh của Mỹ đối với các nước "Sân sau", muốn chân thành đối thoại và hợp tác. Người ra vỗ tay hoan nghênh tư duy mới của ông và chờ đợi kết quả thực tiễn.

Như vậy, "con Lừa không đi theo lối mòn Voi chạy". Sự lớn mạnh của các Quốc gia, như Nga, Trung Quốc, Ấn Độ, ..., xu thế độc lập với Mỹ và sự phát triển của phong trào cánh tả, thực tiễn đáng buồn và tư duy mới của nhiều chính khách Tư sản, đã làm cho Obama biết mềm mỏng, tôn trọng, tương thành hơn với phần còn lại và chấp nhận thế giới đa cực. Khi Obama trúng cử Tổng thống, một nhà báo phỏng vấn một cử tri Mỹ rằng : "Phải chăng, với thắng cử của Obama, ông hy vọng rằng chương phân biệt chủng tộc sẽ kết thúc ở đây ?". Người Mỹ đó trả lời: "Còn hơn thế nữa, chúng tôi muốn một xã hội bình đẳng và công bằng giữa những con người". Hai nhiệm kỳ 8 năm của Barack Obama không thể thực hiện được kỳ vọng đó của đa số nhân dân Mỹ. Song sự đổi mới trong tư duy đối nội và đối ngoại, đã chứng minh cho tính tất yếu, hy vọng chân chính của đa số nhân dân Mỹ, sẽ trở thành hiện thực.

Quy luật phát triển tương thành tiếp tục diễu hành trên con đường thắng lợi của mình, ngày càng có nhiều lực lượng hội nhập vào con đường vinh quanh đó.

"Tuyên ngôn của Đảng cộng sản" ra đời cách nay đúng 160 năm (1848 - 2008), những tiên đoán căn cứ vào chân lý khách quan của vận động lịch sử và sự trùng hợp của tiên đoán với lịch sử, lại chứng minh cho tính chính xác của khám phá chân lý.

Khoảng thời gian 160 năm, lịch sử loài người ghi chép được những biến động dữ dội, những bước thăng trầm lớn lao, song những nguyên lý cơ bản của Tuyên ngôn cộng sản vẫn dẫn dắt các sự kiện, quy luật tương thành vẫn chỉ đường các sự kiện và ngày càng phát triển. Những yếu tố tương thành của thế giới hiện đại chứng minh cho điều đó.

Kế thừa dòng chảy lịch sử từ quá khứ, thế giới hiện đại còn tồn tại yếu tố đối kháng cơ bản và những hiện tượng phản tương thành. Song nó vẫn tiếp tục chứng minh rằng, sự phát triển của xã hội loài người luôn luôn chịu tác động của ba quy luật:

- Quy luật tương thành ngày càng phát triển, đối kháng ngày càng giảm dần.

- Quy luật phát triển chủ nghĩa nhân đạo, là hiệu ứng nhân quả của quy luật phát triển tương thành.

- Quy luật phát triển khoa học công nghệ, mà theo các nhà nghiên cứu, quy luật này phát triển theo cấp số nhân. Đó là sự tổng hoà của sự phát triển chất lượng và số lượng tri thức (tri thức tăng + người có tri thức tăng), cũng là hiệu ứng nhân quả của quy luật phát triển tương thành.

Ba quy luật gắn bó với nhau, thúc đẩy lẫn nhau làm thành một hợp lực, một nguồn năng lượng, một động cơ của con tàu, đưa nhân loại tiếp tục tiến lên phía trước, phía có ánh bình minh rực rỡ.

Thế giới hiện đại đang trên đường cấu trúc nhân loại thành một vật thể Vũ trụ, một nền hoà bình bền vững, tài sản quý báu nhất của nhân loại, đang trở thành hiện thực tương lai gần.

Khái quát những thành quả phát triển tương thành của Vũ trụ:

<table>
<tr><th>TT</th><th>Thành quả</th><th>Thời gian</th><th></th></tr>
<tr><td>1</td><td>- Điểm “kì dị” được tạo thành từ kết quả phát triển tương thành AD sau “vụ co lớn”.</td><td>- Chưa xác định</td><td rowspan="2">CVĐ HẠT CƠ BẢN</td></tr>
<tr><td></td><td>+ Điểm kỳ dị mất cân bằng sinh ra vụ nổ lớn BigBang - BB, sự hoạt động của các hạt cơ bản và trường năng lượng, sự huỷ cặp hạt - phản hạt.</td><td>- Cách nay khoảng 13,7 tỷ năm</td></tr>
</table>

TT	Thành quả	Thời gian	
2	- Hạt Proton ra đời	-Khoảng 10-28s sau BB	**CẤP VẬN ĐỘNG CƠ LÝ HÓA**
3	- Hạt nhân Hydro và Dơtêri (1p + 1n) tiếp theo là hạt nhân Hêli (2p + 2n) ra đời nhưng chưa bền vững.	- Khoảng vài phút sau BB	
4	- Nguyên tử đầu tiên ra đời: Hyđrô, tiếp theo là các nguyên tố hoá học : Đơtêri, Hêli, Liti	500.000 năm sau BB	
5	- Ngôi sao đầu tiên phát sáng + Các nguyên tố nặng như C - Si - Fe ra đời nhờ phản ứng nhiệt hạch trong các ngôi sao.	400 triệu năm sau BB (có tài liệu ghi 200 triệu năm)	
6	- Thiên hà đầu tiên với hàng trăm tỷ ngôi sao cỡ Mặt trời hoặc lớn hơn.	- Hai tỷ năm sau BB	
7	- Hệ Mặt trời ra đời, trong đó hệ Mặt trời - trái đất - mặt trăng tạo ra hình thái vận động năng lượng theo quy luật Ngũ Hành.	- Cách nay khoảng 6,6 tỷ năm, sau BB khoảng 7 tỷ năm.	
8	- Hình thành nhân Trái đất chủ yếu là nguyên tố nặng Ni - Fe - Au	- Hoàn thành cách nay khoảng 6,4 tỷ năm	
9	- Hình thành lớp vỏ ngoài của nhân TĐ: Chủ yếu là Mg và Ca gọi là lớp Manti.	- Hoàn thành cách nay khoảng 4,8 tỷ năm	

TT	Thành quả	Thời gian	
10	- Hình thành vỏ các đại dương	- Hoàn thành cách nay 3,2 tỷ năm	CẤP VẬN ĐỘNG SINH HỌC
11	- Tế bào sống đầu tiên ra đời (côaxecva) trong thời kỳ hình thành vỏ đại dương, cấp vận động sinh học ra đời.	- Cách nay khoảng 3,8 tỷ năm (Sau BB 10 tỷ năm)	
12	- Hình thành vỏ lục địa Nguyên Thuỷ - Thế giới hữu sinh phát triển phong phú bằng hai dòng động vật và thực vật.	- Cách nay khoảng 1,6 tỷ năm	
13	- Hình thành các đai uốn nếp của hành tinh, kết thúc 15 triệu năm về trước.		
14	- Cấu trúc TĐ đi vào giai đoạn ổn định hơn, bắt đầu từ 15 triệu năm trước và kéo dài 1,6 tỷ năm. Là giai đoạn kiến tạo mà loài người đang sống và phát triển.	- Đang vận động đi vào ổn định cân bằng lâu dài, thiên tai giảm dần.	
15	- Con người xuất hiện với hoạt động tâm lý cấp cao ngày càng phát triển, nhờ quá trình tương thành với nhiều nguyên tố hoá học, lao động, ngôn ngữ và vận động xã hội.	- Cách nay khoảng hơn 1,8 triệu năm (có sách ghi 5 đến 7 triệu năm)	CVĐ TÂM LÝ Ý THỨC

TT	Thành quả	Thời gian	
16	- Hình thành xã hội loài người bắt đầu từ thời kỳ mông muội, sống bầy đàn. - Quy luật tương thành làm dân số phát triển.	- Cách nay từ 1,8 triệu năm đến 4 vạn năm -Đến năm 2000 gần 7 tỷ người (1801:1 tỷ)	**CẤP VẬN ĐỘNG XÃ HỘI TIẾN TỚI CÂN BẰNG VÀ CƯỜNG THỊNH**
17	- Chế độ công xã nguyên thuỷ (thị tộc - bộ lạc) hình thành người hiện đại, khôn ngoan (Homo sapiens)	- Cách nay từ 4 vạn năm đến 6000 năm	
18	- Chế độ chiếm hữu nô lệ ra đời ở lưu vực sông Nil (Ai cập).	- Khoảng 2000 năm TrCN.	
19	- Chế độ phong kiến nhà Chu ra dời ở Trung Quốc.	- Khoảng 1050 năm TrCN	
20	- Đại cách mạng tư sản triệt để ở Pháp 1789, mở đầu kỷ nguyên chủ nghĩa Tư bản trên thế giới (Sau cách mạng Tư sản Hà Lan 1566) và Anh (1689) nhưng không triệt để).	- Năm 1789	
21	- Cách mạng XHCN Tháng Mười Nga, mở đầu thời đại quá độ từ CNTB lên CNXH.	- Năm 1917	
22	- Sức mạnh tương thành loại trừ chủ nghĩa Phát xít, mở ra kỷ nguyên giải phóng dân tộc và CNXH.	- Năm 1945	
23	- Sự phát triển của chủ nghĩa nhân đạo, loại trừ dần tính đối kháng trong các xã hội áp bức, phát triển tương thành giữa con người, góp phần loại trừ chiến tranh, thúc đẩy phát triển khoa học công nghệ, nâng cao hạnh phúc con người.		

<table>
<tr><th>TT</th><th>Thành quả</th><th>Thời gian</th><th></th></tr>
<tr><td>24</td><td>- Sự phát triển của khoa học công nghệ, phát triển tương thành giữa con người (là tự nhiên có ý thức) với giới tự nhiên, thúc đẩy phát triển chủ nghĩa nhân đạo và nâng cao đời sống con người</td><td>- Kể từ khi con người chế tạo được công cụ sản xuất.</td><td rowspan="6">CẤP VẬN ĐỘNG XÃ HỘI TIẾN TỚI CÂN BẰNG VÀ CƯỜNG THỊNH</td></tr>
<tr><td>25</td><td>- Liên hợp quốc, WTO, các tổ chức quốc tế và khu vực ngày càng phát triển, phủ kín hành tinh. Tính tương thành trong các tổ chức ngày càng cao.</td><td>- Thế kỷ XX-XXI.</td></tr>
<tr><td>26</td><td>- Chiến tranh thế giới thứ 3, chiến tranh hạt nhân bị đẩy lùi và có khả năng loại trừ, chiến tranh cục bộ bị kiềm chế.</td><td>-Thế kỷ XX-XXI.</td></tr>
<tr><td>27</td><td>- Xu hướng tiến tới thống nhất ý thức hệ hợp quy luật và một nhà nước toàn cầu.</td><td>- Tiên đoán theo quy luật phát triển tương thành và kinh nghiệm lịch sử thế kỷ XX-XXI.</td></tr>
<tr><td>28</td><td>- Xã hội XHCN toàn cầu. Không còn áp bức bóc lột, nền kinh tế trí thức, đồng sở hữu, đời sống con người được nâng cao vượt bậc. Hoà bình bền vững.</td><td>- Xã hội là một vật thể vũ trụ vận động cân bằng, ổn định lâu dài.</td></tr>
<tr><td>29</td><td>- Văn minh nhân đạo ở giai đoạn hoàn thiện, con người có hạnh phúc trọn vẹn, phát triển toàn diện và tự do.</td><td>(Khoảng giữa thế kỷ XXIII về sau chăng?!)</td></tr>
</table>

IV.4- TÓM TẮT VÀ MỞ RỘNG:

Việc sử dụng học thuyết Âm Dương Ngũ Hành để lý giải lịch sử là một vấn đề mới. Đây là nhát cuốc khai hoang đầu tiên ở một miền đất lạ. Là một ý kiến thảo luận, mong được sự quan tâm của các nhà khoa học hiện đại và tương lai. Để bạn đọc dễ theo dõi xin tóm tắt ý chính của mục này và mở rộng một số vấn đề.

- Mục II-1 đặt vấn đề học thuyết AD tương đồng với học thuyết duy vật biện chứng, nên có thể lý giải lịch sử, tức là tìm sự tương đồng giữa chủ nghĩa Duy vật lịch sử với học thuyết AD trên một số khái niệm cơ bản, lý giải những khái niệm đó bằng hệ thống khái niệm của học thuyết AD gắn liền với hiện thực vận động lịch sử.

- Mục II-2 nói về quy luật hình thành vũ trụ trên cơ sở của học thuyết AD.

Thiên văn học hiện đại đã mô tả quá trình hình thành vũ trụ bằng lý thuyết Bigbang (Vụ nổ lớn) nhưng chưa khái quát thành quy luật ở cấp độ triết học.

Ở đây, trên cơ sở mô tả hiện thực của học thuyết Bigbang, khái quát quy luật hình thành vũ trụ trên cơ sở của học thuyết AD. Các quy luật này được rút ra từ việc hình thành nguyên tử Hydro đến các Sao, nhưng có tầm khái quát cho việc hình thành mỗi vật thể vũ trụ, trong đó có các hạt cơ bản, vì nó là quy luật phổ quát nhất của học thuyết AD.

Nội dung của quy luật thứ nhất là : "Quá trình hình thành các vật thể Vũ trụ là quá trình tương thành và tương phản cân bằng Âm Dương tăng dần, tương phản đối kháng giảm dần, cho đến lúc đạt trạng thái cân bằng Âm Dương, tức là AD vận động tương tác trong quan hệ tương thành, tương phản cân bằng, tương phản đối kháng không còn khả năng ảnh hưởng tới quy luật vận động cơ bản của sự vật ".

Trạng thái cân bằng AD tương ứng với trạng thái "dừng tạm thời", trạng thái thống nhất mâu thuẫn trong phạm trù triết học duy vật biện chứng.

Xã hội loài người là sản phẩm tiến hoá của Vũ trụ, thống nhất với Vũ trụ ở tính vật chất, tính AD và quy luật vận động cơ bản. Do đó có thể từ quy luật tiến hoá của vũ trụ để nghiên cứu quy luật tiến hoá của xã hội loài người và cũng có thể ngược lại, vì các cấp vận động của vật chất có quá trình phản ánh thông tin lẫn nhau.

Tiếp theo là quy luật thứ hai: "Quá trình vận động của vật thể thường trải quá trạng thái cân bằng, sau đó mới chuyển hoá". Vật thể kết thúc một tiến trình tiến hoá bao giờ cũng đi qua trạng thái cân bằng và chuyển hóa sang vật thể mới với cái tên gọi mới hoặc chuyển về cấp vận động thấp hơn. Người xưa thường gọi là quy luật Thành - Thịnh - Suy - Huỷ.

Có quy luật này mới có hàng tỷ ngôi sao và nhiều vật thể khác làm nên Vũ trụ lớn. Đây là quy luật phổ biến. Cá biệt có trường hợp vật thể chưa qua trạng thái cân bằng đã bị vật thể khác "đối kháng" và tan vỡ về cấp vận động thấp.

Xã hội loài người hiện nay đang trên đường cấu trúc thành vật thể vũ trụ, chưa đạt trạng thái cân bằng. Vì vậy, theo quy luật, "Nó" phải tiến tới trạng thái cân bằng, sau đó thì chuyển hoá cùng hệ Mặt trời - Trái đất - Mặt trăng.

- Mục II-3, trình bày các phương thức hình thành vật thể mới. Có ba phương thức: Phương thức tương thành, phương thức song song và phương thức tan rã. Phương thức song song là quy luật phổ biến được diễn đạt bằng quy luật một, trong đó quá trình tương thành quyết định sự chuyển hoá, vật thể mới được hình thành từ cặp AD tương thành, sau khi đã "chiến thắng" cặp AD đối kháng. Phương thức tương thành là trường hợp riêng của phương thức song song, vì tính chất đối kháng không đáng kể.

Hiện thực lịch sử dường như chứng minh rằng, đấu tranh là động lực phát triển của lịch sử, tuy nhiên một giai cấp muốn chiến thắng thì phải vận động theo quy luật phát triển tương thành, phải có phương pháp cách mạng đúng đắn để tập hợp lực lượng đủ sức mạnh áp đảo kẻ thù.

Cặp AD tương thành làm nên xã hội mới. Suy đến cùng, quy luật phát triển tương thành là yếu tố cơ bản để chuyển hoá sự vật cũ sang sự vật mới

Trong mục mô tả hiện thực vận động của quy luật tương thành, chứng minh tính đúng đắn của phạm trù "Hình thái kinh tế - xã hội" và sự tương ứng của nó với học thuyết Âm Dương. Mọi cuộc đấu tranh của quần chúng nhân dân đều là biểu hiện vận động của quy luật tương thành giữa con người với con người. Hạnh phúc của con người nằm trong sự tương thành giữa người và người. Vận động lịch sử là vận động của con người, vận động đó làm nên quy luật tiến hoá của lịch sử và làm nên sự tiến hoá của chính bản thân con người. Vì vậy mọi nghiên cứu về lịch sử xã hội loài người, không thể tách rời việc nghiên cứu các mối quan hệ giữa người và người.

Quy luật phát triển tương thành chỉ ra rằng, xã hội loài người không dừng lại ở CNTB vì tính đối kháng của nó, mà phải vượt qua CNTB để tiến lên một xã hội tương thành, không đối kháng. Điều đó hoàn toàn phù hợp với quy luật vận động của Vũ trụ.

Trong mục chứng minh rằng, xã hội loài người là sản phẩm đặc biệt của hệ MT - TĐ - Mt, là sản phẩm vận động của chất và trường theo quy luật ADNH. Do đó quy luật vận động của xã hội tiềm ẩn sắc thái của quy luật ADNH.

Việc nghiên cứu xã hội theo quy luật ADNH nên là một hướng lớn của khoa học xã hội. Ở đây có nhiều gợi ý khám phá mới mẻ để lý giải và giải quyết có hiệu quả nhiều vấn đề của hiện thực và thực tiễn. Quy luật ADNH cũng tiềm ẩn những giá trị sâu sắc trong khoa học tự nhiên, cần được nghiên cứu để lý giải và ứng dụng.

Trong mục nêu lên những yếu tố tương thành của xã hội hiện đại đang vận động theo quy luật phát triển tương thành với sắc thái rầm rộ hơn, nhờ kết quả phát triển của chủ nghĩa nhân văn, của khoa học công nghệ, của cuộc cách mạng thông tin, và những mầm Dương trong Âm đang nảy lộc đâm chồi với sức sống dào dạt.

Khi phân tích lịch sử, người ta thường nói nhiều về tác động của các cuộc cách mạng khoa học công nghệ tới những chuyển biến lịch sử mà ít chú ý tới việc phân tích tác động của chủ nghĩa nhân đạo. Các cuộc cách mạng tư tưởng thường đi trước và dẫn đường cho cách mạng xã hội. Trong cách mạng tư tưởng yếu tố nổi bật thường là chủ nghĩa nhân đạo, tương ứng với thời kỳ lịch sử nhất định. Chủ nghĩa nhân đạo là sự phản ánh của quy luật tương thành, quy luật chủ yếu của chuyển hoá xã hội. Ở đây có một lý do tiềm ẩn: Thường sự vận động của đấu tranh giai cấp và khoa học công nghệ nổi trên bề mặt, với hình thái sôi nổi và phong phú, dữ dội và nhiều màu sắc, nên đã tác động vào tư duy con người. Đấu tranh giai cấp ở những giai đoạn cuối cùng thường có đấu tranh vũ trang, chiến tranh cách mạng, khởi nghĩa và các cuộc chiến tranh khác. Với bom đạn và trọng pháo làm rung chuyển không gian, rung chuyển đại não con người, rung chuyển các phương tiện báo chí và truyền thông hàng ngày, gây chết chóc đau thương. Vì vậy nó gây được ấn tượng mạnh mẽ đối với tư duy con người. Các cuộc vận động tương thành thì tĩnh hơn, âm thầm hơn, là sự vận động của chủ nghĩa nhân văn. Song nó làm nên sức mạnh của "tĩnh" chế "động" và chiến thắng "động". Một nguyên nhân khác là, trong các chế độ tiền sử, số lượng các bậc hiền triết theo chủ nghĩa nhân đạo thường ít hơn nhiều so với số lượng mặt tương phản. Những âm thanh dịu dàng, du dương sâu lắng của tâm hồn con người, thường bị át đi bởi tiếng gào thét của cái ác, song nó lại có sức mạnh tiềm tàng của dông bão.

Cuộc cách mạng khoa học công nghệ cũng vậy, nó nổi lên bề mặt một cách ngoạn mục, bằng sự tăng trưởng kinh tế, bằng các sản phẩm giầu trí tuệ, đẹp mắt, tiện lợi, đem lại sự hấp dẫn mới lạ đối với cuộc sống vật chất của con người. Nó được sự tương thành của mọi xã hội . Còn chủ nghĩa nhân văn lại thường bị đối kháng, bởi mục đích duy trì một xã hội phản tương thành. Điều đó làm mất cân bằng nghiêm trọng với xã hội khoa học công nghệ. Nếu không điều chỉnh thì xã hội phải trả giá rất đắt.

Song, sự phát triển của chủ nghĩa nhân văn gắn liền với quy luật phát triển tương thành, vẫn ung dung đi trên con đường của mình, mặc cho sự gào thét ác cảm, dối trá và run sợ.

THƯỢNG TẦNG KIẾN TRÚC

Hình IV-7: Sơ đồ cấu trúc ADNH của vận dộng xã hội.

Chúng ta thử quan sát cấu trúc Ngũ hành của một xã hội, đây là cấu trúc tương đương với cấu trúc đã quan sát, có ý nghĩa như hai phương trình đại số tương đương.

Sự vận động của lịch sử xã hội loài người là sự vận động của cấu trúc ADNH này. Trong đó các hành H - To - K thuộc hình thái kinh tế - xã hội, các hành M - Tu thuộc văn minh trí tuệ, sự phân loại chỉ là tương đối. Hành M là cặp AD con người, thiên nhiên, hành Tu là cặp AD con người - con người.

Khi xã hội vận động cân bằng không đối kháng, năm hành này vận động trong quan hệ tương thành và tương phản cân bằng, có sức mạnh chi phối xã hội gần như nhau.

Hành Thổ (To) đại diện cho quan hệ sản xuất (QHSX) đóng vai trò chủ đạo trong vận động của cấu trúc, là yếu tố chủ yếu hình thành Đạo, tuy rằng Đạo do Thượng tầng kiến trúc xây dựng. Hành To tiềm ẩn mối quan hệ giữa giai cấp thống trị và bị trị, ở đây tập trung mâu thuẫn của hệ thống.

Trong các "xã hội tiền sử" (Khái niệm "tiền sử" sử dụng theo khái niệm của C.Mác, là các xã hội trước xã hội XHCN, là các xã hội có giai cấp), cấu trúc Ngũ Hành bị lệch nghiêm trọng, do hành Thuỷ (Tu), chủ nghĩa nhân văn kém phát triển. Vì vậy xã hội không thể vận hành cân bằng do đối kháng giai cấp. Tuy nhiên hành Tu ngày càng phát triển do chuyển biến xã hội và đóng vai trò tích cực làm chuyển hoá xã hội. Trong các xã hội tiền sử, giai cấp thống trị không chú ý phát triển chủ nghĩa nhân văn mà còn đối kháng với nó. Trong giai đoạn này, chủ nghĩa nhân văn phát triển tự phát từ trong nhân dân, từ các bậc hiền triết. Đó là sự phát triển của quy luật tương thành. Trong chế độ sau tiền sử, chế độ XHCN, thượng tầng kiến trúc cần phát triển chủ nghĩa nhân văn sao cho đảm bảo sự cân bằng của cấu trúc, chủ nghĩa nhân văn và khoa học công nghệ cần phát triển song

song. Đạo thể hiện sự phát triển cân bằng của cả năm hành. Có như vậy, xã hội mới không xuất hiện đối kháng).

Nhiều vấn đề phát triển xã hội có thể nghiên cứu từ cấu trúc này. Ví dụ xây dựng nội dung và phương thức tương thành, tương phản cân bằng, giữa các hành như thế nào, để đảm bảo tính cân đối giữa các hành, trong việc hoạch định đường lối chính sách, pháp luật, xây dựng và hoàn thiện đạo đức xã hội và nhân cách con người. Chủ nghĩa Tư bản khuyến khích lối sống cá nhân và thực dụng, đó là những nòng súng quay ngược, những tổ mối trong thân cây gỗ.

Sơ đồ cấu trúc cũng nói lên rằng: KHCN chỉ là một hành trong cấu trúc vận động lịch sử, ba làn sóng văn minh công nghiệp chỉ là lịch sử vận động của một hành, không thể quyết định tiến trình lịch sử nhân loại, mà chỉ là một yếu tố của tiến trình lịch sử.

Chủ nghĩa Tư bản chưa làm cho cấu trúc cân bằng, vì vậy lịch sử không dừng lại ở đó.

Cái yếu nhất của các xã hội tiền sử là chủ nghĩa nhân đạo. Chủ nghĩa nhân đạo đòi hỏi chống áp bức, bóc lột, chống làm tha hoá con người, coi trọng nhân phẩm, thương yêu con người, đảm bảo quyền con người được phát triển tự do, coi lợi ích con người là tiêu chuẩn đánh giá các quan hệ xã hội. Chủ nghĩa nhân đạo trong cấu trúc ngũ hành còn có ý nghĩa là hệ thống giáo dục con người theo tư tưởng của chủ nghĩa nhân đạo, hoàn thiện nhân cách con người theo mô hình của chủ nghĩa nhân đạo. Đạo cũng phải thể hiện điều đó. Chủ nghĩa nhân đạo ảnh hưởng tới toàn bộ cấu trúc, tương thành với mọi cấu trúc và làm cho toàn hệ tương thành, đồng thời đóng vai trò tương phản cân bằng loại trừ đối kháng. Nó đảm bảo yếu tố nhân hoà trong hệ thống, làm cho hệ thống đạt trình độ phát triển ngày càng văn minh. Chủ nghĩa nhân đạo tương ứng với hành Thuỷ (Tu), mềm dẻo, uyển chuyển, giầu trí tuệ, giành chiến thắng bằng phương thức tĩnh, lấy tĩnh chế động. Do đó, chủ nghĩa nhân đạo xứng đáng đóng vai trò là một trong những quy luật vận động cơ bản của lịch sử xã hội loài người. Những trí tuệ tiêu biểu của nhân loại luôn luôn cảm nhận và nêu lên những tư tưởng sâu sắc về vấn đề đó:

"Chúa Giê Su dạy : Đạo đức là bác ái.

Phật Thích Ca dạy : Đạo đức là từ bi.

Khổng Tử dạy : Đạo đưc là nhân nghĩa"...

(Hồ Chí Minh - Kết luận bài: Đạo đức của Mỹ - Báo nhân dân 14/6/1951)

Còn khi nói về tương lai của dân tộc Việt Nam, Hồ Chí Minh đã viết : " Nơi Mặt trời đang mọc rạng rỡ, nơi tung bay kiêu hãnh lá cờ Nhân đạo và Lao động" (Văn thơ Hồ Chí Minh - Tác phẩm và lời bình - Nxb Văn học 2007. tr.145). Nhân đạo và lao động sáng tạo đã trở thành nội dung cơ bản nhất của xã hội văn minh. Tuyên ngôn độc lập của nước Mỹ năm 1776 và "Tuyên ngôn nhân quyền và dân quyền" của cách mạng Pháp 1791, được Hồ Chủ Tịch trích dẫn trong Tuyên ngôn độc lập của nước Việt Nam, đã thể hiện tinh thần nhân đạo cao cả, như là biện chứng của tự nhiên, gắn kết với việc sản sinh ra loài người.

"Tất cả mọi người sinh ra đều có quyền bình đẳng. Tạo hoá cho họ những quyền không ai có thể xâm phạm được, trong những quyền ấy có quyền được sống, quyền tự do và quyền mưu cầu hạnh phúc".

"Người ta sinh ra tự do và bình đẳng về quyền lợi và phải luôn luôn được tự do và bình đẳng về quyền lợi". (Nguyên lý này là "Quy luật sở hữu cá nhân chân chính" sẽ được bàn ở phần tiếp theo).

Lao động sáng tạo được biểu hiện bằng sự phát triển của khoa học và công nghệ, nó không bị lợi dụng vào mục đích phi nghĩa, thì đó cũng là hành động của chủ nghĩa nhân đạo, vì nó mang lại hạnh phúc vật chất và tinh thần cho con người.

Như vậy chủ nghĩa nhân đạo và khoa học công nghệ là hai "Hành" của cấu trúc Ngũ Hành vận động xã hội hoàn toàn hợp lôgíc khách quan, biểu hiện tính thống nhất trong quy luật vận động của tự nhiên và xã hội, phù hợp với biện chứng duy vật và biện chứng Âm Dương Ngũ Hành.

Sau Liên Xô sụp đổ, một số học giả Phương Tây không ngớt đưa ra những tư tưởng triết học chính trị "mới lạ", như một "ý thức hệ" mới dẫn đường cho thế giới sau kỷ nguyên chiến tranh lạnh. Một trong những luận thuyết gây nhiều tranh cãi, là luận thuyết "sự đụng độ giữa các nền văn minh". Năm 1995, tạp chí "Thông tin khoa học xã hội" đã ra chuyên đề bình luận về vấn đề này. Cho đến nay, luận thuyết trên đã bị nhiều học giả, trong đó có các học giả Phương Tây và hiện thực vận động của thế giới bác bỏ. Bằng cách tiếp cận từ học thuyết ADNH, xin nêu ra một số vấn đề.

Cũng như khái niệm văn hoá, khái niệm văn minh là một khái niệm đa nghĩa (nhiều nội hàm), có nghĩa rộng, nghĩa hẹp, nhiều trường hợp là khái niệm của một khoa học chuyên ngành, nhiều trường hợp dùng tương đồng với khái niệm văn hoá hoặc dùng song song hai khái niệm : Văn hoá/ văn minh. Có nhiều cụm từ cũng đa nghĩa như vậy, như cụm từ tâm linh, ...

Đối với đa số nhân loại hiện đại, khi nói đến khái niệm "xã hội văn minh", người ta đều quan niệm rằng, đó là một xã hội tốt đẹp, đảm bảo sự hài hoà giữa văn minh vật chất và văn minh tinh thần, "người với người là bạn", không có áp bức, bóc lột. Việt Nam đưa ra mục tiêu xây dựng một xã hội "Dân giàu, Nước mạnh, Dân chủ, Công bằng, Văn minh", cụm từ Văn minh ở đây cũng hàm ý như vậy. Người ta không thể tưởng tượng được lại có "chiến tranh giữa các nền văn minh" hiện đại. Nhân loại chỉ có thể quan niệm được rằng, chỉ có chiến tranh dã man và dã man hoặc dã man và văn minh.

Theo S.Huntington, tác giả luận thuyết, thì nguồn gốc cơ bản của mọi xung đột thế giới thời kỳ sau chiến tranh lạnh "Sẽ không còn là hệ tư tưởng hay kinh tế nữa. Các ranh giới quan trọng nhất chia rẽ loài người và nguồn gốc bao trùm các xung đột sẽ là văn hoá", rằng "Sự đụng độ giữa các nền văn minh sẽ trở thành nhân tố chi phối chính trị thế giới", rằng "cuộc chiến tranh thế giới tới đây" nếu nó xảy ra sẽ là cuộc chiến tranh của các nền văn minh.

Cái luận thuyết quái lạ và phi hiện thực này không che dấu được động cơ chính trị thực sự của tác giả, khi ông không giấu giếm suy nghĩ thực của mình : "Giới lãnh đạo Phương Tây bao gồm Hoa Kỳ và Châu Âu" phải có trách nhiệm bảo tồn và bảo vệ những lợi ích và giá trị độc nhất vô nhị của nền văn minh Phương Tây trước xu thế "Phi phương Tây hoá" đang diễn ra mạnh mẽ ở phần còn lại "Phi phương tây của thế giới". Như thế là đã rõ, ông ta muốn thế giới còn lại phải thuần phục thế giới phương tây, nếu không như vậy hệ quả lôgic không tránh khỏi là thế giới "phi Phương Tây" phải chịu sự trừng phạt của cuộc "chiến tranh văn minh" từ thế giới Phương Tây.

Cái học thuyết kỳ cục đó đã được nhiều giới lãnh đạo Phương Tây đón tiếp hậu hĩ, như là một sự "gỡ bí", một hướng chiến lược hành động của Hoa Kỳ và Phương Tây sau chiến tranh lạnh. Đó mới là nguyên nhân của các cuộc tranh luận "nẩy lửa".

Bằng học thuyết ADNH đã chứng minh được rằng sự phát triển của nền văn minh nhân loại là tổng hoà vận động của ba quy luật : Quy luật phát triển tương thành, quy luật văn minh theo tư tưởng nhân đạo và quy luật phát triển khoa học công nghệ. Hai quy luật sau luôn luôn tương thành với con người và thúc đẩy quy luật tương thành phát triển. Quy luật phát triển tương thành dẫn dắt loài người đến một thế giới không có đối kháng giữa con người. Đó là một xã hội đạt trình độ văn minh cao. Sự vận động của cấu trúc ngũ hành hướng tới một vật thể vũ trụ đạt trạng thái cân bằng, một xã hội loài người vận động trong tương thành, không đối kháng, thực chất là sự vận động của chủ nghĩa nhân đạo. Do đó khái niệm "sự đụng độ giữa các nền văn minh" vừa làm méo khái niệm văn minh trong phạm trù vận động lịch sử của nhân loại, vừa không phù hợp quy luật vận động của lịch sử. Nó chứng minh sự bế tắc của hệ tư tưởng tư sản, trong việc tìm tòi chân lý và bản chất thâm căn cố đế, trong việc bảo vệ chế độ tư hữu của những chính trị gia tư sản.

Một luận thuyết khác cũng rất nổi tiếng, đó là luận thuyết "Sự tận cùng của lịch sử". Tư tưởng chủ đạo của luận thuyết này là : Chiến tranh lạnh kết thúc, chứng tỏ lịch sử đã kết thúc bằng sự đắc thắng của giá trị văn hoá Phương Tây. Do đó các xã hội phi Phương Tây, sẽ không còn sự lựa chọn con đường phát triển nào khác, ngoài con đường của Phương Tây, phải coi ý thức hệ Phương Tây là phổ quát và toàn năng, là đường hướng phát triển thịnh vượng của các quốc gia. Khi mô tả và phân tích nền văn minh Phương Tây, ông Francis Fukuyama, tác giả luận thuyết, đã khái quát nét đặc trưng tạo thành bản sắc riêng của nền văn hoá-văn minh này là ý thức hệ dân chủ tự do, với chủ nghĩa cái tôi, chủ nghĩa thực dụng, sẽ là điểm tận cùng mà lịch sử nhân loại phải đi đến.

Luận thuyết "Sự đụng độ giữa các nền văn minh" và luận thuyết "sự tận cùng của lịch sử" là hai cái bình mẫu mã khác nhau nhưng đựng cùng một thứ rượu. Nó đều nhằm chứng minh rằng, CNTB là điểm kết thúc của lịch sử, rằng Hoa Kỳ là hiện diện rực rỡ của Văn hoá - Văn minh Phương Tây, xứng đáng là siêu cường thống trị thế giới, là cái đích của lịch sử.

Như đã phân tích nhiều lần ở trên, chủ nghĩa cá nhân, chủ nghĩa thực dụng (ý thức hệ dân chủ tự do Phương Tây) đi ngược quy luật tương thành giữa con người với con người, làm mất cân bằng AD giữa cấu trúc tâm lý và cấu trúc sinh lý, là mảnh đất màu mỡ của bệnh tâm thần, stress và tội phạm.

Bác sĩ Nguyễn Khắc Viện (1913 - 1997), một nhà khoa học có uý tín và có nhiều cống hiến cho đất nước. Tiến sĩ sử học Charles Fourniau, chủ tịch Hội hữu nghị Pháp-Việt đã tôn ông làm bậc thầy. Ông đã từng sống 26 năm ở Pháp. Trong tác phẩm "Đạo và Đời" (Nxb KHXH - 2007), ông tâm sự với độc giả rằng, ông đã hấp thụ sâu sắc chủ nghĩa tự do cá nhân, nhưng rồi ông rút ra nhận xét : "Ba trăm năm phát triển tư bản đã làm cho con người Phương Tây đứt hết gốc rễ, trở thành những cá nhân năng động, tự lập tự chủ, nhưng cũng khá cô đơn"(Sđd, tr.66). Ông viết tiếp: "Trong mấy chục chuyên khoa y học, riêng chuyên khoa tâm thần quá 1/3 số bác sỹ. Đó là chưa nói đến cả một đội ngũ tâm lý học làm tư vấn, bầy ra trăm phép trị liệu, mong làm yên tâm cho hàng chục triệu người. Các hãng thuốc lớn, mỗi ngày tung ra một vị thuốc mới, gọi là tâm dược (chữa dược tâm lý), chống loạn óc, chống lo hãi, chống trầm nhược. Ít ai biết là các ngành Y tế ở các nước giầu mạnh hạng nhất như Mỹ, đang đứng trước nghịch lý chưa tìm được lối thoát". (Sđd, tr.190) "... Bạo lực, sa đoạ, tiêu xài vô tội vạ, dâm ô tràn lan, bộ mặt man rợ của nền kinh tế tư bản không che dấu được nữa. Cả loài người đang đứng trước nguy cơ hết sức nghiêm trọng. Nếu không bị một chiến tích nguyên tử huỷ diệt, thì những rối loạn tâm thần tràn lan rồi cũng dẫn đến tiêu vong" (Sđd. tr. 191).

Cái gốc rễ CNTB làm đứt hết ở con người Phương Tây,

theo ông là truyền thống tốt đẹp của một dân tộc. Truyền thống tốt đẹp được hun đúc từ tình người và tính người. Tình người làm cho con người gắn bó với nhau, sống có tình có nghĩa với nhau. Tính người làm cho con người khác thú vật. Khác thú vật là có lễ, có văn. Có lễ là biết tự kiềm chế các dục vọng, ép mình vào kỷ cương xã hội, Có văn là chịu khó học tập, mở mang lý trí, biết được đạo lý, đạo không chỉ có tin mà phải có lý. Lý là quy luật vận động khách quan của thế giới. Tình người làm cho con người có trách nhiệm với gia đình, xã hội, quốc gia, thiên hạ. Ngôn ngữ Việt Nam thường ghép hai chữ Tính Tình - "Tính Tình con người" là như vậy (Sđd. tr.192). Ý kiến của BS.Nguyễn Khắc Viện hoàn toàn phù hợp với nguyên lý cân bằng AD trong cấu trúc tâm sinh lý con người.

Báo Sài Gòn giải phóng ngày 01/11/1995, kể lại câu chuyện một băng thanh niên Việt Nam đã di tản qua Autralia, trấn lột, buôn lậu, sát hại nhau, làm rối loạn cả một địa phương ở Úc, cảnh sát sở tại không trị nổi. Băng thanh thiếu niên phạm pháp ấy đặt tên là 5T : Tiền - Tình - Tội - Tù - Tử. Làm tiền bằng bất cứ giá nào, thoả mãn tình dục, phạm tội không sợ tù, có chết cũng mặc. Đó là một lối sống theo "nguyên lý dân chủ tự do".

Để tránh 5 chữ T tự huỷ diệt, BS. Nguyễn Khắc Viện khuyên thanh thiếu nên nên sống theo 3 chữ T.

1.Tạo Thế đứng vững giữa xã hội, sống tự lập, không phải nhờ vả ai.

2. Nuôi dưỡng cái Tình người cho phong phú.

3. Tạo cái Tâm ổn định, vững vàng trước sóng gió cuộc đời.

Sống buông thả lại dẫn đến 5T, thất thế - thất tình - thất chí - thất vọng, rồi dẫn đến thất nhân tâm (Sđd. tr.197)

Từ chiều sâu tư duy về lẽ sống Đông - Tây, ông đã đến với

Đảng cộng sản. Ông tâm sự với bạn đọc "Tôi xin gia nhập Đảng cộng sản"vì :

- Độc lập dân tộc, đòi hỏi bức thiết của người dân mất nước.

- Chủ nghĩa nhân đạo, cốt lõi của ngành y.

- Chủ nghĩa quốc tế, nguyện vọng thiết tha của những con người từng có bè bạn ở nhiều nước.

- Có khoa học, chứ không phải tín ngưỡng, cảm tính (Sđd, tr. 95).

Không chỉ những nhà khoa học như BS. Nguyễn Khắc Viện lo lắng về lối sống dân chủ tự do của thanh thiếu niên, mà những nhà doanh nghiệp nổi tiếng thế giới, cũng có những chia sẻ tương đồng. Ông Kim Wo Choong, chủ tịch và là nhà sáng lập tập đoàn công nghiệp DAEWO (Hàn Quốc), đã viết một quyển sách tâm tình với thế hệ trẻ tựa đề "Thế giới quả là rộng lớn và có rất nhiều việc phải làm". Quyển sách được xuất bản vào tháng 8/1989 tại Hàn Quốc, chỉ trong vòng 4 tháng, đã tái bản 74 lần với 1,5 triệu cuốn, đã bán hết. Tại Việt Nam, đã được nhà xuất bản Thông tin dịch và cho in bằng Tiếng Việt.

Kim Woo Choong viết : "Tôi thấy rằng ngày nay, phần nhiều lớp trẻ đắm mình vào những chuyện tầm thường, khả năng cùng tài trí không được nuôi dưỡng vun trồng một cách thích hợp. Và hình như là, khi đã dư thừa vật chất, nền giáo dục xã hội và giáo dục đạo đức trong gia đình gặp phải muôn vàn khó khăn. Vả lại, nuôi dưỡng vun trồng người có đầu óc sáng tạo trở nên khó thấy. Những điều này rất đúng ở Nam Triều Tiên. Hiện nay có thể thấy những vấn đề tương tự đối với thanh niên nhiều nước" (Sđd. tr. 9). Ông viết tiếp : "Dù tôi là nhà doanh nghiệp, nhưng tôi thực sự tin rằng, tinh thần còn quan trọng hơn vật chất... Vật chất là điều tốt đẹp, chừng nào mà sự phát triển về mặt tinh thần cũng phong phú như vậy, Nếu không, chủ nghĩa vật chất sẽ trở thành nguy hiểm cho bản thân và tâm hồn con người. Loại phát triển kinh tế đó là một tai hoạ chứ không phải là phúc lành" (Sđd.tr.80). Theo quan niệm của Kim : "Những tâm hồn lành mạnh điều khiển hướng đi của những hệ thống giá trị... Tầm quan trọng của sức khoẻ tinh thần hơn là sức khoẻ thể chất và chủ nghĩa vật chất... Một cái bao tử no đầy với một tâm hồn trống rỗng hay méo mó thì phỏng có ích gì ?" (Sđd. tr. 81). Từ những suy nghĩ đó, Kim xác định sứ mệnh của các doanh nhân:

"Tôi tin rằng, doanh nhân là người được giao sứ mệnh góp phần phát triển và hoàn thiện dân tộc, thông qua hoạt động kinh tế. Nếu tôi không cảm nhận theo cách đó mà nghĩ rằng, kinh doanh là để cải thiện cuộc sống bản thân và gia đình, thì tôi đã vứt bỏ công việc của mình, Sẽ chẳng bao giờ được niềm vui, hạnh phúc đích thực, bởi vì bản thân của lòng tham vật chất là không có giới hạn. Kiểu tham lam ấy có thể đẩy một kẻ giàu có đã có 99 thứ, giết chết người khác vì chỉ cần một thứ để cho hắn đủ 100" (Sđd. tr.169). Và ông nói : "Không thể chối cãi được rằng, mục đích kinh doanh là làm ra tiền bạc, nhưng tôi nghĩ rằng, một công ty không nên tồn tại chỉ vì lợi nhuận" (Sđd. tr.169). Ông không cho phép Daewo tham dự một số lĩnh vực kinh doanh. Trước tiên là những dịch vụ mua vui cho kẻ hưởng lạc, mặc cho những dịch vụ như vậy kiếm được tiền nhiều và nhanh chóng (Sđd. tr.160). Ông khuyên thanh niên : "Tôi hy vọng rằng, bạn không sa lầy vào tính vị kỷ, ích kỷ và các bạn trở thành những người tin tưởng lẫn nhau. Và nếu làm được như vậy, bạn có thể tạo nên một thế giới đẹp tuyệt vời." (Sđd. tr. 148). Là một doanh nhân, hoạt động ở nhiều địa bàn rộng lớn và lâu năm ở Hoa Kỳ, ông chua chát nhận xét: "Ngày nay, Hoa Kỳ đôi lúc bị coi là một người khổng lồ đang suy sụp. Đạo đức bị băng hoại. Nguyên nhân chính là do các truyền thống cần cù, trung thực bị đả kích, còn lối sống hiện đại thì bị lạm dụng tới mức tối đa. Bạo lực, tội ác và nạn ma tuý, đang đục ruỗng nhân tính, nhiều thanh niên hoang phí cả một phần quan trọng của cuộc đời để đi tìm lạc thú" (Sđd. tr. 172).

Không chỉ người ngoài đánh giá về nội tình đạo đức nước Mỹ, mà chính ngay những người lãnh đạo cao nhất, cũng phải ngậm bồ hòn trước thực trạng đó. Cuộc phỏng vấn ngày 25/6/1992 của tờ "Thời báo New Jóc" (New yoric times) với ông B.Clinton, ứng cử viên Đảng dân chủ, tranh cử tổng thống thứ 42 cho ta biết phần nào thực trạng xã hội Mỹ hiện nay:

"Hỏi: Có bằng chứng cho thấy rằng, tính cộng đồng ở đất nước này đã đi đến chỗ đổ vỡ, các cuộc rối loạn, mức độ đi bỏ phiếu thấp, tỷ lệ tội phạm cao, cảm giác muốn ngãng ra của nhiều người ...cảm giác bị cô lập vô vọng của nhiều người ở tầng lớp đáy cùng (của xã hội). Phải chăng chúng ta đã tiến một cách nguy hiểm tới chỗ tan vỡ những gì là tốt đẹp chung...?"

Trả lời : Tôi luôn khó chịu khi phải là người dự đoán sự tàn lụi, song tôi nghĩ chúng ta đang thực sự gặp rắc rối. Xã hội chúng ta đang tan rã đúng vào lúc nó cần, một cách tuyệt vọng, phải có sự liên kết lại. Có thể thấy điều này ở tỷ lệ tội phạm tăng lên, ở mức độ bạo lực ngày càng tăng trong thanh nien ta. Cũng có thể thấy điều đó ở sự tham gia ngày càng giảm trong các cuộc bầu cử, ở một số người từ chối ra tranh cử, ở sự nghi ngờ sâu sắc đến độ độc địa của những cử tri hay công dân thực sự không cho rằng, lá phiếu của họ còn có ý nghĩa gì. Có những người vẫn đi bỏ phiếu nhưng lại không tin lá phiếu của họ còn làm được gì? Và có người cho rằng hệ thống này không hoạt động được". Đó là câu trả lời của năm 1992, là thời điểm nước Mỹ đang reo vui vì Liên Xô sụp đổ. Bẩy năm sau. R.Nichxơn (nguyên Tổng thống Mỹ) trong cuốn sách "1999 - chiến thắng không cần chiến tranh", lại than vãn rằng, là đệ nhất siêu cường, có sứ mệnh lãnh đạo và dẫn dắt thế giới, nhưng nước Mỹ chưa gương mẫu, tỷ lệ tội phạm cao nhất thế giới, 45 triệu người nghèo chưa được chăm sóc y tế".

Trong bối cảnh như vậy, Liên Xô và các nước xã hội chủ nghĩa tiến hành cải tổ, cải cách đổi mới với mục tiêu "Nhiều chủ nghĩa xã hội" hơn, phát triển kinh tế mạnh mẽ để đến năm 2000 tăng tiềm lực kinh tế lên nhiều lần, đã được Mỹ đánh giá là một thách thức to lớn đối với Mỹ, đối với cuộc đấu tranh giữa hai con đường phát triển của nhân loại. Cùng trong cuốn sách trên R.Nichxơn viết "Việc bắt đầu kỷ nguyên Goóc ba chốp không nói lên sự kết thúc của thế kình địch Mỹ - Xô. Trái lại, nó tiêu biểu cho sự bắt đầu một thời kỳ đấu tranh, với đầy nguy hiểm và thách thức giữa các siêu cường".

Từ thế so sánh lực lượng, lẽ ra Liên Xô không nghịch biến mà có thể giành chiến thắng. Tiếc rằng kết cục đã ngược lại. V.I.Lênin đã từng nói : "Không ai có thể tiêu diệt được chúng ta, ngoài những sai lầm của bản thân chúng ta". Sự sụp đổ của Liên Xô và Đông Âu có nguyên nhân sâu xa và cơ bản từ sự thực hiện sai lầm quy luật sở hữu xã hội chủ nghĩa, đã được học thuyết Mác hướng dẫn trong các tác phẩm chủ yếu: Hệ tư tưởng Đức, Những nguyên lý của chủ nghĩa cộng sản, Tuyên ngôn của Đảng cộng sản, Tư bản, Phê phán cương lĩnh Gôtha, làm cho nền kinh tế tụt hậu và sản sinh ra nhiều hậu quả trầm trọng khác (vấn đề này sẽ được trình bày cụ thể ở chương VII). Nguyên nhân bên ngoài là những liều thuốc độc diễn biến hoà bình của chủ nghĩa đế quốc và nguyên nhân trực tiếp là sự suy thoái của Đảng Cộng sản Liên Xô (mà Goóc ba chốp cũng là con đẻ của sự suy thoái đó). Ở Mỹ, thế lực thống trị làm tha hoá thanh niên bằng lối sống "dân chủ tự do", còn ở Liên Xô, sự suy thoái của Đảng là tấm dương phản cảm, làm tha hoá thanh niên. Hầu hết cử tri là thanh niên đã bỏ phiếu cho "mầm Âm" trong cuộc bầu Tổng thống Nga đầu tiên, vì họ cần có cuộc sống "dân chủ tự do" kiểu Phương Tây. Nước Mỹ làm tha hoá thanh niên để bảo vệ lợi ích chủ nghĩa tư bản và kéo dài sự tồn tại của nó. Còn ở Liên Xô, sự tha hoá tự phát của thanh niên, phản lại lợi ích của họ và góp phần làm sụp đổi chủ nghĩa xã hội.

Cho nên, đối với chủ nghĩa xã hội, việc rèn luyện nhân cách con người theo hướng của chủ nghĩa nhân đạo, làm cân bằng AD trong cấu trúc tâm sinh lý con người, có ý nghĩa sống còn đối với chế độ và sự phát triển đi lên của vận động lịch sử. Trong đó những đảng viên Đảng cộng sản phải là những tấm gương mẫu mực và hấp dẫn. Tại sao Đảng cộng sản Liên Xô suy thoái? Nguyên nhân của nguyên nhân nằm ở đâu, sẽ được trình bày ở chương VII.

Trong cấu trúc âm dương ngũ hành của vận động xã hội, hình thành hai nhóm lớn : Nhóm Hỏa - Thổ - Kim thuộc hình thái kinh tế-xã hội. Nhóm Thủy - Mộc, thuộc động lực của nền văn minh nhân loại.

Như vậy quá trình vận động xã hội là sự vận động của 5 yếu tố thống nhất trong cấu trúc ngũ hành, trong đó nhóm hình thái kinh tế-xã hội trực tiếp chuyển hoá xã hội, nhóm Tu - M là động lực, là nguồn năng lượng cho sự chuyển hoá đó.

Ở đây nền văn minh nhân loại được cấu trúc thành hai yếu tố: chủ nghĩa nhân đạo và khoa học công nghệ (CNNĐ - KHCN).

KHCN gắn liền với khoa học tự nhiên, là sự khám phá các quy luật có sẵn trong tự nhiên và ứng dụng nó. Ưng dụng các sáng tạo của KHCN vô cùng phong phú, nghìn hình muôn vẻ và dường như vô tận; nó mở rộng không ngừng ở tầm vĩ mô và đi vào chiều sâu vi mô, siêu vi mô; nó luôn luôn vươn lên phía trước nên tương ứng với đặc tính hành Mộc; nó tương thành với con người. Chỉ trong xã hội tiền sử, giai cấp thống trị mới lợi dụng nó để đối kháng với con người bằng các cuộc đàn áp và chiến tranh phi nghĩa, sử dụng KHCN làm vũ khí sát hại quần chúng vô tội. Khoa học công nghệ chủ yếu góp phần nâng cao đời sống vật chất cho con người, xây đắp nên nền văn minh vật và góp phần thúc đẩy chủ nghĩa nhân đạo phát triển.

Khác với khoa học công nghệ, văn minh nhân đạo không có sẵn trong tự nhiên. Nó là sản phẩm riêng có, bản sắc riêng có của con người và xã hội loài người; nó là cái để phân biệt xã hội loài người và xã hội loài vật. Vì vậy, khi nói về quy luật phát triển của nền văn minh nhân loại, không thể không nói đến vai trò dẫn đường của văn minh nhân đạo và nghiên cứu nó với tư cách là động lực chuyển hoá xã hội và là bản chất cơ bản của một xã hội văn minh trong tương lai.

Vận đông xã hội là vận động cao nhất của vận động vật chất, của vận động AD, của vận động vũ trụ, trong đó văn minh nhân đạo là cấp vận động cao nhất của vận động xã hội. Mỗi cấp vận động có quá trình phát triển đi lên. Văn minh nhân đạo đạt trạng thái hoàn thiện khi xã hội không còn giai cấp, không còn áp bức bóc lột và con người rũ bỏ được phần tha hoá của mình, quan hệ giữa người và người chỉ có tương thành mà không còn đối kháng.

Xã hội loài người và tự nhiên là một chỉnh thể, thống nhất ở tính AD và quy luật vận động AD. Văn minh nhân đạo không có sẵn trong tự nhiên, song nó không tách rời quy luật vận động cơ bản của tự nhiên, của AD. Văn minh nhân đạo thuộc phạm trù tinh thần, tâm lý, là sản phẩm của vận động xã hội và của vật chất có tổ chức cao nhất, là đại não con người, nhưng đã được xã hội hoá thành ý thức xã hội, trở thành hình thái ý thức xã hội. Trong mỗi con người, cấu trúc tinh thần và cấu trúc sinh lý là một cặp AD, vận động theo quy luật tương thành, quy luật tương thành làm cho con người sống khỏe và hạnh phúc. Song quy luật tương thành trong mỗi con người lại đòi hỏi phải sống tương thành, hoà ái với người xung quanh. Khổng Tử đã phát hiện ra quy luật này. Trong sách luận ngữ, ông đã khen học trò yêu nhất của ông là Nhan Hồi, khi Nhan Hồi trả lời rằng: Muốn yêu người thì trước tiên phải yêu mình. Yêu người để người yêu mình, đó chính là yêu mình. Văn minh nhân đạo chính là ở đó.

Cặp AD trong mỗi con người là một cặp AD thành phần trong tổng thể xã hội, làm thành cặp AD xã hội, cặp AD xã hội và cặp AD trong mỗi con người phản ánh thông tin lẫn nhau, giống như ADN có mặt ở mọi tế bào của con người và làm nên tổng thể con người, với sự thống nhất thông tin giữa tế bào và con người.

Sự thống nhất thông tin giữa con người và xã hội làm nên quy luật vận động tương thành của xã hội, biểu hiện dưới hình thái phát triển tương thành giữa con người, sự phát triển văn minh vật chất cân bằng với phát triển văn minh tinh thần. Điều đó thống nhất với quy luật phát triển tương thành làm nên vật thể vũ trụ. Như vậy, sự phát triển của nền văn minh nhân đạo, là hiệu ứng nhân quả, là người bạn đồng hành tương cầu, tương ứng với quy luật phát triển tương thành của xã hội loài người. Mọi luận thuyết về sự phát triển của xã hội, bỏ qua chủ nghĩa nhân đạo, đều xa rời quy luật vận động khách quan của lịch sử và bị hiện thực vận động lịch sử loại bỏ.

Nội dung của nền văn minh nhân đạo không phong phú và không phát triển rầm rộ như văn minh KHCN. Quá trình tiến hoá của văn minh nhân đạo gắn liền với quá trình tiến hoá của cấu trúc sinh lý và quá trình vận động xã hội. Song, nội dung cơ bản đã được hình thành từ chế độ nô lệ, trong tư tưởng của các nhà hiền triết. Để biến các các tư tưởng đó thành hiện thực, không nhanh chóng như các sáng tạo khoa học công nghệ, mà thấm sâu lan toả dần dần trong các tầng lớp tri thức và trong quần chúng. Nó thúc đẩy tiến trình lịch sử và được hoàn thiện ở giai đoạn phát triển cao nhất của lịch sử nhân loại. Tiến bộ lịch sử không có điểm dừng, khái niệm "Giai đoạn phát triển cao nhất của lịch sử" là để phân kỳ, phân biệt với giai đoạn tiền sử, mà đặc điểm cơ bản ở giai đoạn này là chế độ người áp bức bóc lột người đã bị xoá bỏ.

- Quá trình vận động của chủ nghĩa tư bản mang lại hai hiệu ứng nhân quả. Hiệu ứng chủ quan nằm trong mục tiêu "phấn đấu" của chủ nghĩa tư bản là lợi nhuận tối đa. Hiệu ứng khách quan mang lại những giá trị văn minh chung cho nhân loại và những tiền đề cho tiến bộ lịch sử và chuyển tiếp lịch sử. Hiệu ứng khách quan có sự tham gia của lực lượng đông đảo các nhà sáng tạo và quần chúng nhân dân, nằm ngoài khả năng tổ chức của các nhà Tư sản. Đó là các sản phẩm của trí tuệ, của sự đam mê sáng tạo, của những bàn tay tài hoa. Có nhiều thiên tài sáng tạo để lại cho loài người những tài sản vô giá, nhưng đã phải sống một cuộc đời nghèo khổ, bất hạnh, mà nhà nước bóc lột không hề quan tâm tới, như Vangốc, Bétthôven…

Tuy nhiên, CNTB đã có vai trò nhất định trong các cuộc cách mạng công nghiệp và khoa học công nghệ, tạo ra một nền sản xuất hiện đại, tiến tới nền kinh tế trí thức, với sức sản xuất rất cao. Giai cấp công nhân được tri thức hoá, tạo ra tiền đề kinh tế cho những mầm mống quan hệ sản xuất XHCN, trong đó, *hình thức công ty cổ phần là bước quá độ để tiến hoá sang phương thức Đồng sở hữu* . Thời kỳ hình thành, CNTB đã có công cố kết nhân loại trong phạm vi rộng lớn hơn, đã tạo ra cơ sở hiện thực, để các bậc minh triết đề xuất những tư tưởng tiến bộ về dân chủ, pháp quyền, nhân quyền... tiến tới học thuyết về giải phóng loài người. Đó là những hiệu ứng nhân quả khách quan.

Song điểm yếu nhất của CNTB là đối kháng với chủ nghĩa nhân đạo ở nội dung cơ bản nhất: Quan hệ tương thành giữa con người với con người. Quy luật vận động khách quan của vũ trụ, của AD, của xã hội loài người, đành phải đi tiếp con đường của mình, để đưa loài người đến một tương lai xán lạn hơn, hạnh phúc trọn vẹn hơn. Và đó không phải là sáng tạo của ước mơ, mà là hiện thực đang vận động từ những tiền đề, những động lực, những nguồn năng lượng, đã và đang được chuẩn bị trong thế giới TBCN hiện đại.

Phê phán chủ nghĩa tư bản đối kháng với chủ nghĩa nhân đạo, không có nghĩa CNXH chỉ là lý tưởng đạo đức. Chủ nghĩa nhân đạo XHCN đòi hỏi phải xoá bỏ áp bức bóc lột, xoá bỏ chế độ tư hữu TBCN, chống tha hoá con người. Đó là nội dung cơ bản của chủ nghĩa nhân đạo XHCN, đảm bảo hạnh phúc tương thành cho con người. Điêù đó không thể thực hiện được bằng việc "cải thiện đạo đức" của giai cấp tư sản, mà chỉ có thể thực hiện bằng việc xoá bỏ hình thái chiếm hữu, đi đến xóa bỏ toàn bộ các giai cấp (phương thức xóa bỏ sẽ còn bàn tiếp ở các chương sau).

Chủ nghĩa nhân đạo xã hội chủ nghĩa là phạm trù của hệ tư tưởng xã hội chủ nghĩa. Với kinh nghiệm thực tiễn của cuộc đấu tranh giữa hai hệ thống, trong những năm tháng của thế kỷ XX, chủ nghĩa tư bản đã nhận thức rằng, muốn giành thắng lợi trong cuộc đối kháng này, trước tiên phải giành thắng lợi triệt để về hệ tư tưởng, phải giải quyết triệt để hệ tư tưởng XHCN, và đó là mục tiêu quan trọng nhất, mục tiêu hàng đầu trong chiến lược "Diễn biến hoà bình" của chủ nghĩa tư bản, và nó đã góp phần trong sự sụp đổ của Liên Xô và Đông Âu. Âm mưu giảo hoạt đó vẫn đang tiếp tục con đường của mình một cách tinh vi hơn, thâm độc hơn, và quyết liệt hơn, đối với các nước xã hội chủ nghĩa còn lại.

Từ hiện thực đó, chủ nghĩa nhân đạo xứng đáng là một Hành có vai trò tương xứng với các hành khác trong cấu trúc.

IV. 5- SỰ VẬN ĐỘNG CỦA CÁC KHÁI NIỆM:

Từ khi chủ nghĩa Mác ra đời đến nay, các học giả Tư sản không ngừng "sáng tạo" ra các luận thuyết, nhằm bác bỏ hệ thống khái niệm cơ bản trong cấu trúc của chủ nghĩa Mác. Trong không khí reo vui "Liên Xô sụp đổ", các luận thuyết lại càng hứng khởi "trăm hoa đua nở, trăm nhà đua tiếng", vì đã có một hiện thực lịch sử "hiển nhiên và sinh động", chứng minh cho "tính chân lý không thể bác bỏ"của các luận thuyết đó.

Tư tưởng của học thuyết Âm Dương có khả năng tham gia thảo luận vấn đề nàykhông ? Hãy mạnh dạn thử nghiệm điều đó.

Các khái niệm cơ bản trong hệ thống cấu thành chủ nghĩa Mác có mối liên hệ và hiệu ứng nhân quả bền chặt, trở thành một cấu trúc, mà V.I. Lênin đã từng đánh giá là "cấu trúc thép". Hệ thống khái niệm đó, vận động song song, đồng bộ và tương ứng với sự vận động của hiện thực. Chỉ cần một khái niệm chuyển hoá sẽ kéo theo một loạt các khái niệm khác cùng chuyển hoá, ảnh hưởng lớn đến vận động xã hội.

Thế giới hiện đại (đầu thế kỳ XXI), bao gồm các bộ phận tương thành và đối kháng, vẫn đang vận động trong phạm vi nội hàm các khái niệm cơ bản của chủ nghĩa Mác.

Học thuyết AD đã chứng minh được rằng, CNTB không phải là điểm dừng của lịch sử. Vì vậy các khái niệm hình thành trên cơ sở nghiên cứu thực tiễn vận động của CNTB, mà C.Mác và Ph.Ăng ghen nêu ra, vẫn đang vận hành phù hợp với nội hàm cơ bản mà các ông đã xác định cho các khái niệm đó. Toàn cầu hoá và sự phát triển như vũ bão của khoa học công nghệ chưa làm thay đổi ý nghĩa của các nội hàm cơ bản đó.

1. Về phạm trù Hình thái kinh tế -xã hội:

Hướng tiếp cận và quan sát hiện thực để xây dựng khái niệm "hình thái kinh tế-xã hội" là một phương pháp hoàn toàn hợp lý và khoa học, để nghiên cứu quy luật vận động của lịch sử xã hội loài người.

Lịch sử của con người do chính con người sáng tạo ra, từ khát vọng mưu cầu hạnh phúc, song nó còn phải phù hợp với quy luật vận động của tự nhiên, cái căn nguyên sản sinh ra loài người, và đang nuôi dưỡng loài người, chi phối bước đi của loài người.

Việc nghiên cứu quy luật vận động của xã hội loài người, phải xuất phát từ con người và vì con người. Bởi con người tương tác với nhau và tương tác với tự nhiên, vì mục đích nâng cao hạnh phúc con người, là điều kiện duy nhất để sản sinh ra các quy luật đó.

Khát vọng hạnh phúc của con người được cấu thành từ hai yếu tố cơ bản:

- Khát vọng về cuộc sống vật chất ngày càng được thoả mãn đầy đủ hơn, văn minh hơn.

- Khát vọng về cuộc sống tinh thần ngày càng tương thành hơn giữa con người với con người. Đó là mối quan hệ hoà ái, bình đẳng, yêu thương, giúp đỡ lẫn nhau, không có áp bức bất công giữa con người và con người.

Điều kỳ diệu là, khát vọng này hoàn toàn tương ứng với quy luật cân bằng AD trong từng con người. Sự cân bằng và tương thành giữa cấu trúc sinh lý và cấu trúc tâm lý, làm cho con người cảm thấy thoải mái, thư thái về tinh thần và khoẻ mạnh về thể lực, tạo nên niềm vui hạnh phúc. Đó là tính chỉnh thể thống nhất giữa tự nhiên và con người, từ tính vật chất AD và quy luật vận động AD.

Những tư tưởng lớn của các cuộc cách mạng xã hội, đều chứa đựng những khát vọng này. Trong "Tuyên ngôn độc lập" của nước Mỹ, mà Chủ tịch Hồ Chí Minh đã chọn đoạn sâu sắc nhất, chân lý nhất, ghi vào lời mở đầu "Tuyên ngôn độc lập" của nước Việt Nam, đã hàm chứa cái "quyền tự nhiên" của con người : Con người sinh ra đã có quyền bình đẳng, quyền sống và quyền mưu cầu hạnh phúc. Quyền bình đẳng là khát vọng tinh thần, quyền sống là khát vọng vật chất. Hai quyền đó cấu thành quyền mưu cầu hạnh phúc. Tuyên ngôn nước Mỹ cho rằng, đó là quyền do "Chúa trời ban cho", còn Hồ Chí Minh thì Người cho rằng đó là quyền "tạo hoá" ban cho. Chúng ta hiểu ngầm rằng, đó là quyền của tự nhiên mà không phải là loài người cho lẫn nhau. Cách lý giải như vậy hoàn toàn phù hợp với quy luật tự nhiên và quy luật sinh ra con người.

Con người, một vật thể vũ trụ, một "tiểu Vũ trụ", đều do Âm Dương giao hoà mà sinh ra: Nói theo tri thức khoa học hiện đại, con người là một tổ chức vật chất đặc biệt của các nguyên tố hoá học, hoặc ADN, và các trường năng lượng. Bất cứ ai cũng như vậy, điều đó tạo nên sự bình đẳng tự nhiên giữa con người. Con người được tự nhiên sinh ra một cách bình đẳng sẽ phải được bình đẳng về quyền sống và quyền mưu cầu hạnh phúc.

Con người được sinh ra từ quy luật tương thành của tự nhiên (AD giao hoà), ắt sẽ vận động theo quy luật đó. Trong qúa trình vận động, nó phải loại trừ đối kháng để giữ vững tính tương thành mà thiên nhiên đã cấu trúc nên nó.

Con người hành động từ động cơ thúc đẩy là mưu cầu hạnh phúc. Chính điều đó sáng tạo ra quy luật vận động lịch sử.

Để có hạnh phúc vật chất, con người phải vận động kinh tế, làm cho văn minh kinh tế, văn minh vật chất, luôn luôn tiến lên phía trước, thoả mãn nhu cầu ngày càng cao của con người. Đó là nguồn động lực chinh phục thiên nhiên, là nguồn năng lượng của sáng tạo không ngừng về khoa học, công nghệ, làm nên quá trình phát triển không ngừng của lực lượng sản xuất, làm giàu năng lực trí tuệ, năng lực trừu tượng hoá, khái quát hoá trong nhận thức thế giới ngày càng phát triển, đi đôi với nó là việc hiện đại hoá công cụ sản xuất, tăng năng suất lao động.

Trong vận động kinh tế, con người có quan hệ với nhau, ngôn ngữ phát triển, sự hợp tác được tăng cường, hoạt động tinh thần tâm lý ngày càng phong phú, làm nên quá trình tiến hoá về nhận thức xã hội, hình thành cấu trúc và vận động xã hội. Hạnh phúc tinh thần phải tìm thấy ở đây, vì vận động xã hội là bước chuyển hoá của vận động tâm lý, có cấp vận động cao hơn cấp vận động tâm lý tinh thần của từng con người.

Chế độ công xã nguyên thủy chưa có hạnh phúc vật chất, nhưng đã có hạnh phúc tinh thần trong nội bộ từng thị tộc. Trong thời kỳ bình minh của nhân loại, con người được sống trong bình đẳng, tương thành, không áp bức, nhưng còn bị thiên nhiên thống trị. Như vậy, vận động xã hội là sản phẩm của vận động kinh tế, là hình thức xã hội của vận động kinh tế. Đó là một cặp AD vận động theo quy luật phát triển tương thành.

Chế độ tư hữu ra đời, cùng với nó là áp bức, bóc lột, đã cướp đi hạnh phúc tinh thần và một phần hạnh phúc vật chất của đa số nhân loại.

Cách mạng khoa học công nghệ để "chống" lại sự thống trị của thiên nhiên, cách mạng xã hội để chống lại sự thống trị của áp bức bóc lột. Đó là hai cuộc cách mạng của con người, có quan hệ chặt chẽ với nhau, để thực hiện khát vọng mưu cầu hạnh phúc.

Phạm trù "hình thái kinh tế - xã hội" đã mô tả được hai trạng thái vận động tự nhiên của loài người: Vận động kinh tế và vận động xã hội, làm thành cặp AD tương tác theo quy luật tương thành, tương phản cân bằng và tương phản đối kháng, nhưng theo xu hướng của quy luật phát triển tương thành, phản ánh trong quan hệ phù hợp giữa quan hệ sản xuất với trình độ nhất định của lực lượng sản xuất. Khi sự phù hợp bị phá vỡ, đối kháng AD sẽ xuất hiện, đồng thời với sự phát triển của mầm Dương trong Âm, làm cho hình thái kinh tế-xã hội đạt sự cân bằng ổn định, trong đó quan hệ giữa con người và con người chỉ còn là quan hệ tương thành, không còn áp bức bóc lột. Lợi ích vật chất và lợi ích tinh thần đáp ứng được khát vọng hạnh phúc của con người.

Cặp AD tổng quát "kinh tế-xã hội" được tổng hoà từ hai cặp AD thành phần: Lực lượng sản xuất và quan hệ sản xuất.

Lực lượng sản xuất là cặp AD giữa con người và tự nhiên. Cặp AD này cũng phát triển theo quy luật tương thành. Những khám phá khoa học công nghệ, giúp cho con người ngày càng hiểu biết tự nhiên nhiều hơn, tránh được đối kháng của tự nhiên nhiều hơn và do đó, tự nhiên phục vụ con người ngày càng tốt hơn. Đó là sự phát triển tương thành của tự nhiên với con người, từ tính chủ động của con người,với vai trò bên Dương. Mặt khác, con người không ngừng tương thành với tự nhiên bằng khoa học công nghệ bảo vệ môi trường sinh thái, theo tinh thần như C.Mác đã nói : "Không thể đối xử với thiên nhiên như một kẻ xâm lược". Khi con người đối kháng với thiên nhiên, thiên nhiên sẽ bắt con người phải trả giá. Sự nổi giận của thiên nhiên gây nên biến đổi khí hậu bất thường, tăng cường thiên tai bão lụt, băng tan, ở thời kỳ cuối thế kỷ 20 và đầu thế kỷ 21, là sự trừng phạt của thiên nhiên đối với con người, khi con người gây ra hiệu ứng nhà kính và việc chọc thủng tầng ôzôn, phá rừng và gây ô nhiễm môi trường sống...

Kết quả vận động của cặp AD này đóng góp vai trò chủ yếu xây nên toà lâu đài văn minh vật chất của nhân loại.

Quan hệ sản xuất làm nên cặp AD giữa con người và con người. Trong xã hội tiền sử (xã hội có giai cấp), là cặp AD giữa giai cấp thống trị và giai cấp bị trị. Thượng tầng kiến trúc chủ yếu mang "gen" của quan hệ sản xuất, nên không bàn riêng.

Quan hệ sản xuất cũng vận động theo quy luật phát triển tương thành. Trong đó, số nhân loại (quần chúng nhân dân lao động cùng giai cấp) vận động theo quy luật tương thành một cách tự nhiên, đặc biệt phát triển khi hình thành giai cấp công nhân.

Giai cấp thống trị và giai cấp bị trị chỉ tương thành trong giai đoạn đầu của cách mạng. Khi giai cấp thống trị tổ chức được cơ cấu quyền lực nhà nước, họ phản bội lại những giá trị tương thành ban đầu, tuy ít ỏi, rồi chuyển sang đối kháng. Mức độ tương thành mà giai cấp thống trị, ứng xử với giai cấp bị trị vừa đủ để tái sản xuất sức lao động, làm ra giá trị thặng dư cho họ.

Theo quy luật phát triển thành, mầm Dương trong Âm bắt đầu đâm chồi nẩy lộc, hình thành một cặp AD mới (A_2D_2) lớn lên theo quy luật AD cùng thịnh và loại trừ đối kháng. Cặp AD cũ mang tính đối kháng bị cặp AD mới phát triển theo quy luật tương thành thay thế. Quan hệ sản xuất mới ra đời thay thế quan hệ sản xuất cũ, cùng với lực lượng sản xuất đã phát triển, hình thành phương thức sản xuất mới và hình thái kinh tế-xã hội mới. Như vậy, quan hệ sản xuất hình thành theo quy luật một cách tự nhiên và khách quan, thông qua quy luật vận động AD. Quan hệ sản xuất không phải là phương tiện để phát triển lực lượng sản xuất mà con người có thể tuỳ ý thay đổi hay áp đặt. Vấn đề QHSX còn được bàn tiếp ở phần nói về quy luật sở hữu cá nhân chân chính.

Những vấn đề nêu trên đây đã có dịp đề cập một phần ở các chương mục trước.

Trong cặp AD: Quan hệ sản xuất (QHSX), lực lượng sản xuất (LLSX), QHSX giữ vai trò Dương, vì có vị trí chi phối sự vận động của cặp, là cơ sở để hình thành "Đạo" (sản phẩm của thượng tầng kiến trúc đồng tính). Đạo luôn luôn có khuynh hướng giữ vững thuộc tính của Dương, vì vậy Dương là một hệ thống tương đối ổn định. LLSX giữ vai trò Âm, nhưng rất hoạt động trong quá trình tương tác, giống như trong phản ứng hoá học giữa các chất, hạt nhân mang điện Dương luôn luôn được bảo tồn, chỉ có điện tử mang điện Âm là hợp tác với nhau.

LLSX biểu hiện mối quan hệ giữa con người với tự nhiên, biểu hiện năng lực thực tiễn làm chủ thiên nhiên. Những khám phá khoa học về tự nhiên thường được thực nghiệm khoa học kiểm chứng dễ dàng và thực tiễn chấp nhận nhanh chóng trong ứng dụng sản xuất. Đó là căn nguyên để LLSX phát triển năng động và nhanh chóng hơn QHSX, trở thành động lực phá vỡ QHSX kìm hãm nó.

Cần phải làm rõ khái niệm "phá vỡ quan hệ sản xuất".

QHSX có ba nội hàm:

- Quyền sở hữu tư liệu sản xuất.
- Quyền phân phối thành quả lao động.
- Quyền tổ chức sản xuất.

Trong ba chế độ tiền sử, các quyền đó đều thuộc kẻ chiếm hữu tư liệu sản xuất. "Phá vỡ quan hệ sản xuất" là phá vỡ cái gì ở ba nội hàm đó? Hiện thực lịch sử chứng minh rằng, trong các xã hội có giai cấp, ba quyền đó không hề bị phá vỡ. Cái bị phá vỡ là hình thái tổ chức sản xuất không phù hợp với sự phát triển của khoa học công nghệ. Lực lượng sản xuất phát triển theo khoa học công nghệ mới, tiên tiến hơn, đòi hỏi có hình thái tổ chức phù hợp với nó. Lực lượng đại diện cho trình độ sản xuất tiên tiến hơn, bắt buộc phải làm cách mạng để phá vỡ hình thái tổ chức sản xuất lạc hậu, kìm hãm lực lượng sản xuất tiên tiến. Như vậy, bản chất cơ bản của QHSX trong ba chế độ tiền sử không hề bị phá vỡ. Đó vẫn là quan hệ bóc lột giữa kẻ chiếm hữu và người bị chiếm hữu tư liệu sản xuất. Chỉ có cách mạng XHCN mới phá vỡ quan hẹ sản xuất TBCN, đưa "ba quyền" trong quan hệ sản xuất trả lại cho tập thể những người lao động. Vấn đề sẽ còn quay lại.

QHSX biểu hiện mối quan hệ giữa con người. Đó là sự vận động và tương tác tinh thần - tâm lý. Sự vận động và phát triển của vận động cấp cao bao giờ cũng chậm chạp hơn vận động và phát triển của vận động cấp thấp. Sự vận động tâm lý - tinh thần bao giờ cũng chậm chạp hơn vận động lý hoá, bởi lẽ quá trình tương tác phức tạp hơn. Để có nguyên tố Hydro chỉ cần sự kết hợp giữa hai hạt cơ bản điện tử và proton với sự xe duyên của các trường năng lượng. Để nơron hoạt động, cần nhiều sự phối hợp phức tạp của các chất và trường năng lượng trong cơ thể, cần nhiều thời gian để hình thành và nuôi dưỡng sự vận hành của nó. Để có một nhận thức hiện thực, cần sự vận động của hàng tỷ Nơron với chức năng khác nhau trong một quá trình dài. Để duy trì một nhận thức, phải tổ chức một hệ thống hàng tỷ nơron, với cơ chế sống và thông tin, vận hành liên tục, khi nhận thức đó chưa thay đổi. Ở đây vận động cấp cao là vận động tâm lý, nhận thức, đã cải biến vận động sinh lý của hệ nơron cho phù hợp với nó. Việc thay đổi một nhận thức đòi hỏi phải thay đổi tổ chức hệ thống nơron, giống như việc bố trí lại lực lượng các đơn vị quân đội, cho phù hợp với trận đánh mới. Đó là căn nguyên giải thích vì sao có sự trì trệ, bảo thủ trong nhận thức hiện thực, sự lạc hậu của tư tưởng so với hiện thực, bệnh giáo điều, siêu hình, sự chậm chạp của tư duy, nếu không cảnh giác với khiếm khuyết của đại não. Đặc điểm cấu trúc ngũ hành của đại não cũng ảnh hưởng tới độ nhanh nhạy và chính xác trong việc thay đổi tổ chức nơron, làm nên cấp độ thông minh của từng con người. Đây là nguồn gốc của việc hình thành bản sắc khác nhau của con người : Bao gồm nhân cách và các phạm trù tâm lý-ý thức như thế giới quan, ý chí, khuynh hướng, năng lực sáng tạo...Sự vận động chậm chạp của quan hệ sản xuất so với LLSX có một phần nguồn gốc ở đây, song nguyên nhân chủ yếu từ tâm lý tư hữu được duy trì bằng cấu trúc sinh lý nơron bền chặt, từ sự kế thừa vô thức của quá khứ tiến hoá, sẽ được lý giải ở các phần tiếp theo.

Tuy nhiên, cần phải đánh giá đúng mức vai trò động lực của văn minh trí tuệ và khoa học kỹ thuật, công nghệ (gọi tắt

KHCN) và văn minh nhân đạo, làm thành cấu trúc ADNH của quy luật vận động xã hội.

Ngày nay, xuất phát từ kinh nghiệm lịch sử, thế giới đặt chính sách phát triển giáo dục và KHCN lên quốc sách hàng đầu, chứng minh vai trò quan trọng của nó trong phát triển xã hội. Song giáo dục văn minh nhân đạo chưa được đề cập đầy đủ ở nhiều quốc gia.

Dường như văn minh về KHCN phát triển nhanh hơn văn minh chủ nghĩa nhân đạo. KHCN phát triển nhờ khám phá các quy luật có sẵn trong tự nhiên. Văn minh nhân đạo là sự khám phá ngay chính bản thân con người, từ quy luật vận động tâm lý - tinh thần con người, quy luật vận động tâm lý tinh thần lại bị chi phối mạnh mẽ bởi vô thức của quá khứ tiến hoá và cấu trúc ngũ hành của đại não từng người.Trong những tài năng khám phá, tài năng khám phá về tự nhiên có số lượng vượt trội, tài năng khám phá về xã hội ít hơn nhiều và thường phạm sai lầm của chủ nghĩa duy tâm và siêu hình, đặc biệt tài năng khám phá về nhân đạo lại càng ít. Sau các chuyển biến cách mạng, giai đoạn tương thành (phù hợp) giữa QHSX và LLSX thường ngắn và chuyển nhanh sang đối kháng, do chế độ tư hữu. Tuy nhiên giai đoạn đối kháng rất dài sau đó mới chuyển hoá. Sự khởi đầu của các chuyển hoá cách mạng thường là cuộc cách mạng tư tưởng mang tinh thần của chủ nghĩa nhân đạo, song số lượng tài năng chuẩn bị cho nó là rất ít, thường một số trí thức tiến bộ nằm trong giai cấp thống trị, còn trong quần chúng bị áp bức rất hiếm, vì họ không được học hành, tài năng bị thui chột, mầm Dương phát triển trong Âm vì vậy mà chậm chạp, mâu thuẫn đối kháng có thể đã chín muồi nhưng cách mạng không thể nổ ra. Các cuộc cách mạng phong kiến và tư sản, giai cấp hữu sản tương lai đã nắm lấy ngọn cờ nhân đạo để tập hợp lực lượng quần chúng, làm "mầm Dương ảo" trong quần chúng, để chuyển hoá chế độ cũ.

Bước vào thời kỳ cách mạng XHCN, tình hình có khác. Do sự phát triển của văn minh trí tuệ, con người được học hành nhiều hơn, cùng với sự ra đời của học thuyết khoa học về quy luật vận động của lịch sử, trong đó hàm chứa sự phát triển hoàn chỉnh chủ nghĩa nhân đạo lý luận, do đó văn minh nhân đạo lan toả mạnh mẽ hơn, mầm Dương trong Âm phát triển dễ dàng hơn, cách mạng xã hội đã nổ ra sớm hơn các giai đoạn trước đó như công xã Pari, cách mạng Tháng Mười Nga, hệ thống XHCN.

Ngày nay, CNTB nuốn duy trì chế độ áp bức bóc lột, họ phải làm suy yếu chủ nghĩa nhân đạo, loại trừ hệ tư tưởng XHCN bằng việc tuyên truyền khuyến khích chủ nghĩa thực dụng, chủ nghĩa tự do cá nhân, diễn biến hoà bình ở các nước XHCN, tuyên truyền văn hoá phản tiến hoá, khơi dậy cái vô thức của quá khứ tiến hoá và củng cố nó. Song, quy luật phát triển tương thành, nguồn gốc của phát triển văn minh nhân đạo chắc chắn sẽ làm cho những âm mưu phản tiến bộ đó thất bại.

Căn cứ lý luận và thực tiễn trên đây chứng minh rằng : Văn minh nhân đạo là ngòi nổ của các cuộc cách mạng, là động lực quan trọng của lịch sử, nó xứng đáng là một hành ngang tầm với cấu trúc ngũ hành của vận động xã hội.

Cấu trúc vận động xã hội phải là cấu trúc ngũ hành, điều đó nằm trong tính thống nhất của chỉnh thể tự nhiên-xã hội.

Từ trình bầy trên đây có thể rút ra một số kết luận thực tiễn:

- Phạm trù "Hình thái kinh tế - xã hội" của chủ nghĩa Mác là chính xác và khoa học để khám phá các quy luật vận động lịch sử, phù hợp với hiện thực vận động lịch sử, phù hợp với chủ nghĩa duy vật biện chứng đồng thời phù hợp với học thuyết Âm Dương.

- Để đẩy nhanh tốc độ tiến hóa cần tăng cường phát triển chủ nghĩa nhân đạo. Toàn cầu hoá về kinh tế, khoa học công nghệ đi song song với toàn cầu hoá về văn minh nhân đạo xã hội chủ nghĩa. Tri thức hoá giai cấp công nhân, trong đó có các nhà sáng tạo khoa học công nghệ, và tầng lớp tuổi trẻ, đi đôi với tri thức hoá văn minh nhân đạo đối với cán bộ. Đây là qúa trình khó khăn và lâu dài, vì sự trì trệ của tâm lý con người và sự đối kháng phản tiến bộ. Song, quy luật phát triển tương thành sẽ là sự dẫn dắt có hiệu quả, là sự đảm bảo của thắng lợi.

- Sự phát triển của văn minh khoa học công nghệ, mà các nhà tương lai học chia làm 3 giai đoạn: văn minh (vm) nông nghiệp, vm công nghiệp, vm hậu công nghiệp (vm tin học hay vm trí tuệ) có vai trò rất lớn thúc đẩy lực lượng sản xuất phát triển, xứng đáng là một hành độc lập trong cấu trúc ngũ hành vận động xã hội. Song nó chỉ là một hành có chức năng riêng, không thể thay thế các Hành trong phạm trù hình thái kinh tế - xã hội (H - To - K). Nó có nhiệm vụ tương thành và tương phản cân bằng với các hành khác trong hệ thống, cùng hệ thống vận hành ổn định và có hiệu quả. Lịch sử văn minh khoa học công nghệ, nếu tách khỏi con người, chỉ là một phần của lịch sử nhân loại. Quan hệ giữa con người với con người, biểu hiện tổng hoà trong phạm trù khoa học công nghệ và chủ nghĩa nhân đạo, là điểm trọng tâm của lịch sử nhân loại. Điểm trọng tâm đó nằm trong toàn bộ hệ thống ngũ hành xã hội.

- Khái niệm "nền văn minh nhân loại" phải được hiểu là sự hài hoà cân bằng giữa văn minh vật chất và văn tinh tinh thần, trong đó văn minh thần, mà nội dung chủ yếu là chủ nghĩa nhân đạo xã hội chủ nghĩa, đang phát triển, là tiêu chí cốt lõi. Có những quốc gia, trình độ vm vật chất khá cao, song không cân bằng trong toàn xã hội, trình độ vm tinh thần lại ở trong hình thái phản tương thành, nên không thể gọi là quốc gia văn minh.

Khái niệm "đụng độ giữa các nền văn minh" là một khái niệm "ảo" để che dấu một khái niệm thực là "chiến tranh xâm lược, để bảo vệ lợi ích tư bản chủ nghĩa". Khi tôi đang viết những dòng này, thì VTTH đưa tin, ngày 28/10/2008, máy bay Mỹ từ Irắc đã bay qua lãnh thổ Xyri và vô cớ ném một quả bom vào khu dân cư làm 8 người thiệt mạng và nhiều người khác bị thương, có cụ già, trẻ em và phụ nữ. Chính phủ Xyri phản ứng thì được Mỹ trả lời là ... "nhầm". Một siêu cường quân sự công nghệ siêu cao mà "nhầm" giữa ban ngày ban mặt. Phải chăng, đây là "sự đụng độ giữa các nền văn minh !? Những đồng minh của Mỹ như Anh, Pháp... đã bực tức, toàn thế giới phẫn nộ. Liên hợp quốc lại mất thời giờ vàng ngọc, nhóm họp để nghiên cứu sự "đụng độ văn minh" này.

Gabrien Gacxia Macket, giải Nôben Văn chương 1982, trong "Đấu tranh cho một thế giới hoà bình" đã viết:

"Hôm nay, ngày 8/8/1986", hơn 50.000 đầu đạn hạt nhân được bố trí khắp hành tinh. Nói nôm na ra, điều đó có nghĩa là, mỗi người không trừ trẻ con, đang ngồi trên một thùng bốn (4) tấn thuốc nổ. Tất cả chỗ đó nổ tung lên sẽ làm biến hết thảy, không phải là một lần mà 12 lần mọi dấu vết của sự sống trên Trái đất... Có thể tiêu diệt tất cả 9 hành tinh của hệ Mặt trời, cộng thêm 4 hành tinh nữa và phá huỷ thế cân bằng của hệ Mặt trời... Năm 1981, UNICEP đã định ra chương trình phải giải quyết những vấn đề cấp bách cho 500 triệu trẻ em nghèo khổ nhất thế giới như cứu tế thực phẩm, giáo dục sơ cấp, cứu trợ y tế... Nhưng chỉ là ước mơ, vì không kiếm đâu ra 100 tỷ USD, mặc dù chi phí này chỉ bằng chi phí sản xuất 100 máy bay ném bom B1B của Mỹ hoặc chi phí cho 7000 tên lửa xuyên lục địa... Chỉ cần 27 tên lửa MX là đủ trả tiền công cụ cần thiết cho các nước nghèo sản xuất đủ thực phẩm trong 4 năm tới, cứu 575 triệu người suy dinh dưỡng (theo FAO - 1985)". Thế giới đang có 1,4 tỷ người sống dưới mức nghèo khổ 1,25 USD/người. Thế đấy, người ta đã làm ngơ và thay thế một nền văn minh nhân đạo thực sự bằng một nền "văn minh dã man". Sự "đụng độ văn minh" hạt nhân xoá đi thành quả sáng tạo 3,8 tỷ năm của vũ trụ, để có được loài ngườinhư hôm nay với những tiếng hát mê say về tình yêu và hoa hồng. Thế mà tác giả chủ thuyết "sự đụng độ văn minh" vẫn lớn tiếng kêu gọi "siêu cường đệ nhất" hãy chuẩn bị cho một cuộc chiến tranh văn minh nhằm xoá bỏ đi nền "văn minh lạc hậu" trên thế giới, trang bị cho họ nền văn minh huy hoàng... kiểu Mỹ. Thật là "nhân đạo" hết chỗ nói. Sau cuộc chiến văn minh này, những "người" còn lại để ngưỡng mộ và tiếp nhận nền giáo dục văn minh là các "công dân phóng xạ" và sự đổ nát hoang tàn.

Năm 2009, Barack Obama đã nhận chức Tổng thống Mỹ thứ 44 trong tình trạng khủng hoảng kinh tế trầm trọng và sự thất bại của chiến tranh Irắc, Apganittăng. Hiện thực đó làm đảo lộn tư duy về một nước Mỹ đệ nhất siêu cường bất khả chiến bại, chuyển sang tư duy về một thế giới đa cực thực tế hơn. Chiến tranh hạt nhân không còn là con "ngáo ộp" để hù doạ loài người, nếu nó xảy ra thì nước Mỹ cũng chìm trong lò lửa huỷ diệt của nó. Vì vậy Obama tuyên bố sẽ đi đầu trong việc giải trừ vũ khí hạt nhân. Nền văn minh nhân đạo của con người tiến thêm một bước.

2. Khái niệm sở hữu và sự bền vững của tâm lý tư hữu:

Sở hữu là khái niệm cơ bản trong phạm trù hình thái kinh tế-xã hội, đang là chủ đề tranh luận sôi nổi của hai hệ thống ý thức hệ.

Sở hữu cá nhân không bóc lột và sở hữu cá nhân bóc lột về tư liệu sản xuất là hai khái niệm "đối chọi" nhau, là căn nguyên của đấu tranh và chuyển hoá xã hội, là nguồn gốc vận động của văn minh và quy luật phát triển tương thành.

Các chính trị gia tư sản đang cố chứng minh rằng, thế giới hiện đại, với nền văn minh hậu công nghiệp và toàn cầu hoá kinh tế, khái niệm "tư hữu" đang đi về cõi vĩnh hằng và kẻ nô lệ trung thành tuyệt đối với nó là khái niệm "bóc lột giá trị thặng dư" cũng theo "chủ" mà từ biệt cõi đời này. Song các tấm bình phong luận thuyết bằng vải thưa không che được mắt thánh, đang nhìn thấy rõ mồn một các khái niệm này vẫn vận động tăng cường độ và rất ồn ào trong "thế giới văn minh". Khái niệm tư hữu đang sống ẩn hiện trong cái áo choàng đầy sắc màu của Văn minh khoa học công nghệ, pha lẫn với văn hoá ứng xử dối trá tinh vi của thời kỳ kinh tế trí thức. Các học giả tư sản chỉ cái áo choàng ấy và nói với người lao động rằng, áp bức bất công không còn nữa, chúng ta có thể kiêu hãnh vì kiếm được nhiều việc làm và đời sống khá giả của tầng lớp trung lưu. Duy hàng tỷ người nghèo khổ thì hoài nghi về điều đó.

Khái niệm tư hữu có nguồn gốc từ đâu, cái gì sản sinh ra nó ? Sự vận động của thế giới "tiền con người" dẫn đến loài người chứng minh rằng, khái niệm tư hữu có nguồn gốc từ "tâm lý tư hữu", là sản phẩm của vận động tâm lý ý thức, được kế thừa từ vận động tâm lý cấp thấp và cải biến thành vô thức ở vận động tâm lý cấp cao của con người.

Có một quy luật về mối liên hệ phổ biến và phát triển giữa các cấp vận động của thế giới vật chất, chưa được chú ý khai thác để lý giải và ứng dụng giải quyết các vấn đề của thực tiễn:

Quy luật vận động cấp cao bao giờ cũng kế thừa và được nuôi dưỡng bằng quy luật vận động cấp thấp và cải biến dần dần các quy luật vận động cấp thấp cho phù hợp với quy luật vận động cấp cao, trong quá trình phát triển tương thành, dẫn đến hình thành các vật thể vũ trụ.

Cặp AD mới được chuyển hoá thành vật thể mới từ phương thức song song và quy luật tương thành, mang theo mọi thứ có từ cặp AD cũ và cấu trúc lại cho phù hợp với quy luật vận động mới. Nó kế thừa hoàn toàn những thuộc tính phù hợp (100%), cải tạo những thuộc tính ít phù hợp (< 100%) và loại bỏ thuộc tính đối kháng. Những thuộc tính phù hợp (£ 100%) nuôi dưỡng sự vận động của cặp AD mới để tiếp tục phát triển đi lên. Cặp AD mới đạt được sự cân bằng ổn định, trở thành vật thể vũ trụ khi nó cải tạo hoàn chỉnh các thuộc tính không phù hợp, loại bỏ hoàn toàn đối kháng và hoàn hảo các quy luật vận động theo bản chất của nó. Chân lý giản dị này đang hiện hữu trong "cây đời mãi mãi tươi xanh ". Quá trình cải tạo các thuộc tính và loại bỏ đối kháng, đòi hỏi thời gian dài ngắn khác nhau, tuỳ tính chất của cặp AD và mức độ "bảo thủ" của thuộc tính và đối kháng cũ. Đối với xã hội loài người, thời gian phải tính bằng đơn vị thế kỷ. Nếu thuộc tính và đối kháng thuộc cấp vận động tâm lý, có những thuộc tính phải cải tạo bằng nhiều thế hệ, nếu nó lại được củng cố trong vận động thực tiễn. Tâm lý tư hữu nằm trong số các thuộc tính đó.

Con người với vận động tâm lý-ý thức của đại não, là cấp vận động cao có sự kế thừa tâm lý cấp vận động cấp thấp là thế giới động vật. Con người kế thừa hơn 90% cấu trúc sinh lý của động vật có vú, ắt kế thừa một phần tâm lý cơ bản cấp thấp như tâm lý bảo vệ và mở rộng không gian sinh tồn, tâm lý tranh giành thức ăn của đồng loại, tâm lý quyền lực tuyệt đối của kẻ đứng đầu bầy đàn,...Các loại tâm lý này vận động một cách "vô thức - bản năng", thường được gọi là tâm lý đấu tranh sinh tồn.

Các nội dung mà con người kế thừa đã nuôi dưỡng "cấp vận động con người" và được cải biến dần dần cho phù hợp với "con người". Trong cấu trúc sinh lý, con người đã "để mất" cái đuôi, phát triển sự khéo léo của tay chân, sự đẹp đẽ của hình dáng. Trải qua hàng triệu năm tiến hoá, con người đã hoàn thiện ngôn ngữ, bên cạnh tâm lý vô thức có tâm lý hữu thức.

Tâm lý vô thức cấp thấp của động vật được tổ chức nơron

não động vật duy trì (bằng vận động sống và thông tin) bền vững và chuyển thông tin vào gen di truyền, di truyền sang các hậu duệ cùng với việc di truyền nòi giống. Tâm lý này được di truyền sang thế hệ đầu tiên của loài người. Thế hệ đầu tiên của loài người là thế hệ bắt đầu sản xuất ra tư liệu sinh hoạt cho mình.

Vận động tâm lý cấp cao của loài người cải biến và "hiện đại hoá" dần dần vận động tâm lý cấp thấp và phát triển cao hơn cho phù hợp với loài người và vận động xã hội.

Chất lượng và tốc độ cải biến phụ thuộc rất nhiều yếu tố. Các quy luật vận động của tự nhiên và xã hội, các quy luật vận động của bản thân trí tuệ, quy luật phân bố tài năng, nhân cách, bản sắc con người, ảnh hưởng cấu trúc Ngũ hành của đại não.

Có những tâm lý vô thức cấp thấp được kế thừa, đã chìm sâu trong thời kỳ công xã nguyên thuỷ, lại được kích thích, trỗi dậy và vận hành mạnh mẽ trong các chế độ tiền sử, đó là "tâm lý tư hữu".

Tâm lý "tư hữu cấp thấp" biểu hiện ở việc tranh giành lãnh thổ, bảo vệ lãnh thổ sinh tồn của động vật sống bầy đàn, biểu hiện ở việc tranh giành thức ăn của đồng loại, dự trữ thức ăn,... Những biểu hiện đó là quy luật đấu tranh sinh tồn được lặp đi lặp lại gần như vô hạn, tâm lý tư hữu đã được cấu trúc sinh lý tổ chức duy trì và bảo tồn bền vững, đưa vào gen di truyền và lại được tiếp tục củng cố qua nhiều thế hệ. Thế hệ loài người đầu tiên đã thừa hưởng sự di truyền đó và bắt đầu cải biến để tâm lý tư hữu của động vật cấp thấp thành tâm lý tư hữu của loài người mang tính "nhân đạo" hơn.

Giai đoạn công xã nguyên thuỷ ở thời kỳ thị tộc mẫu hệ, con người còn bị thiên nhiên thống trị, thức ăn kiếm được không có dự trữ, công cụ sản xuất chưa đáp ứng nhu cầu. Mặt khác, đây là giai đoạn "người mẹ" thống trị thị tộc như một ong chúa, quyền lực thuộc về người mẹ, từ bản tính nhân từ, công bằng và thương con của người mẹ, các thức ăn đều được phân phối công bằng. Công cụ sản xuất và thức ăn mà người mẹ phân cho mỗi người, đó là sở hữu riêng của mỗi người, đó là tư hữu, nhưng chưa có sự chiếm đoạt tư hữu của người khác.

Bước sang thời kỳ Bộ lạc (là liên minh của nhiều thị tộc) chế độ phụ hệ thay cho chế độ mẫu hệ. Công cụ bằng kim loại đã xuất hiện, sản xuất phát triển, phân công lao động xã hội hình thành, có các ngành trồng trọt, chăn nuôi, thủ công nghiệp, ... Đó là tiền đề xuất hiện chế độ chiếm hữu tư hữu, tức là chiếm hữu tư liệu sản xuất của người khác hoặc của cộng đồng công xã.

Bộ tộc xuất hiện với sự liên minh của nhiều bộ lạc trên một vùng lãnh thổ. Đây là thời kỳ tan rã hoàn toàn của công xã nguyên thuỷ. Sở hữu tư nhân (tư hữu) và chế độ chiếm hữu tư hữu (hiện nay thường gọi là chế độ tư hữu) ra đời thay thế cho sở hữu tập thể của thị tộc, bộ lạc.

Đứng trước đống của cải của công xã (mà chủ yếu là tư liệu sản xuất), trong bộ máy lãnh đạo công xã, tâm lý chiếm đoạt di truyền từ tâm lý cấp thấp, được kích hoạt và trỗi dậy. Họ dùng quyền lực chiếm đoạt của công xã và chia nhau. Một bộ phận lớn người lao động đã bị tước đoạt tư liệu sản xuất, sở hữu cá nhân (tư hữu) của người lao động để chung trong kho công xã, đã bị chiếm hữu. Hiện tượng chiếm hữu tư hữu đầu tiên xuất hiện như vậy. Bọn chiếm hữu bắt tù binh chiến tranh và những người bị tước đoạt làm nô lệ cho họ, trở thành kẻ chiếm hữu nô lệ và đối xử với họ như một tư liệu sản xuất biết nói, không có nhân tính. Nhà nước chiếm hữu nô lệ, cơ cấu quyền lực bảo vệ bọn chủ nô xuất hiện, trở thành tổ chức chính trị xã hội có giai cấp đầu tiên của xã hội loài người.

Từ hiện thực trên đây, có thể xác định ba yếu tố hình thành

chế độ chiếm hữu tư hữu đầu tiên của xã hội loài người.

- Sự trỗi dậy từ tâm lý vô thức cấp thấp kế thừa trong con người.

- Yếu quyền lực. Bộ máy lãnh đạo công xã là người có tài năng trong công xã. Theo quy luật phân bố tài năng, khoảng 20% nhân loại có tài năng tổ chức ở cấp độ khác nhau. Số tài năng này nằm trong bộ máy công xã và sau này hầu hết trở thành chủ nô. Không có quyền lực thì không thể cướp đoạt.

- Chưa xuất hiện tư tưởng nhân đạo để kiềm chế, chỉ sau khi xuất hiện giai cấp với sự đối xử tàn bạo của chủ nô với nô lệ, tư tưởng nhân đạo mới xuất hiện, trước tiên trong một số tri thức chủ nô tiến bộ.

Trong "bản thảo kinh tế - triết học 1844" (C.Mác- Ph.Ăng ghen, tuyển tập, tạp 1 -Nxb sự thật Hà Nội 1980), C.Mác phân tích rằng, dưới chế độ tư bản, lao động của người công nhân "bị làm cho tha hoá", sản phẩm sáng tạo của họ "xa lạ" với bản thân họ, nằm ngoài quyền "sở hữu chân chính" của họ. Đó là nguồn gốc của sở hữu tư nhân, là sự chiếm hữu sở hữu chân chính của người công nhân. Trường hợp xuất hiện chế độ chiếm hữu đầu tiên của loài người, có những điểm khác. Của cải dư thừa của công xã dự trữ trong kho, chưa "xa lạ" với người lao động. Trước khi bị chiếm hữu, của cải đó vẫn thuộc quyền quản lý của người lao động, lao động chưa bị làm cho tha hoá. Sau khi chiếm hữu xuất hiện, được nhà nước chiếm hữu bảo vệ, lao động mới bị làm cho tha hoá. Trong tác phẩm trên, C.Mác đã sử dụng khái niệm "Sở hữu chân chính của con người" (Sđd, tr. 127) đó là quyền sở hữu toàn bộ sản phẩm do cá nhân người lao động sáng tạo ra, bao hàm sản phẩm tiêu dùng và tư liệu sản xuất. Trong sách này (của TG) khái niệm "Sở hữu cá nhân chân chính" gồm hai nội hàm cơ bản:

+ Cá nhân người lao động có quyền sở hữu toàn bộ sản phẩm do họ sáng tạo ra, sau khi đã nộp thuế và trích vào các quỹ xã hội.

+ Không dùng quyền sở hữu đó để bóc lột người khác.

Sự chiếm hữu tư liệu sản xuất xảy ra lúc đầu bằng chiếm đoạt trắng trợn, sau này giai cấp thống trị chủ yếu chiếm đoạt lao động thặng dư, sự dã man đã có chỗ ẩn mình ! Những tư liệu sản xuất mà chủ nô mua sắm thêm để mở rộng sản xuất đều có nguồn gốc từ lao động thặng dư, đây là sự chiếm hữu tư liệu sản xuất gián tiếp, được che dấu dưới hình thức mua bán công khai của chủ nô. Dưới chế độ tư bản chủ nghĩa cũng diễn ra tương tự. Bằng học thuyết giá trị thặng dư, C.Mác đã mô tả một cách khoa học về hiện tượng này, coi như là quy luật kinh tế tuyệt đối của chủ nghĩa tư bản.

Chế độ sở hữu cá nhân chân chính là hình thái sở hữu phổ biến thời kỳ tiền tư bản, được thực hiện bằng lao động của bản thân, không có yếu tố bóc lột, có thể gọi là sở hữu cá nhân không bóc lột. Theo học thuyết Mác, sau khi giai cấp vô sản nắm được chính quyền nhà nước, tư hữu bóc lột được xóa bỏ và khôi phục lại chế độ sở hữu cá nhân không bóc lột trên cơ sở thành tựu của chủ nghĩa tư bản và sự lao động hợp tác. Phần khôi phục sở hữu cá nhân không bóc lột sẽ được trình bày ở chương VII.

Ở đây cần phân biệt : Tâm lý sở hữu cá nhân và tâm lý chiếm hữu sở hữu cá nhân (chiếm hữu tư hữu). Sở hữu cá nhân có hai phần : Sở hữu tư liệu sản xuất và sở hữu tư liệu sinh hoạt. Phần này chỉ bàn đến sở hữu về tư liệu sản xuất.

Từ khi thoát khỏi thế giới động vật, trở thành thế giới loài người, con người luôn luôn gắn mình với tư liệu sản xuất, dù mình là chủ sở hữu ảo trong các chế độ bóc lột. Tâm lý vô thức về "tư hữu" kế thừa từ tâm lý cấp thấp, nay tiếp tục được củng cố, trở thành "tâm lý sở hữu cá nhân" ngày càng bền vững. Con người và tư liệu sản xuất trở thành một cặp AD cấu trúc bền chặt, chỉ vận động trong tương thành và tương phản cân bằng, không đối kháng. Quá trình vận động làm nên thành quả là của cải vật chất (trong đó có TLSX mới) và sự phát triển của trí tuệ, tức là thành quả tâm lý, tinh thần. Lôgíc thực tiễn là con người muốn làm chủ thành quả lao động của mình : "của phải theo người". Đó là tâm lý sở hữu cá nhân, "tâm lý tư hữu", một hiện tượng tâm lý rất bền vững, nếu đạt được, xem như là niềm vui hạnh phúc.

"Tuyên ngôn về Nhân quyền và Dân quyền" của cách mạng Tư sản Pháp 1789 đã viết : "Sở hữu là một quyền không thể xâm phạm và thiêng liêng của con người. Không ai có thể bị tước quyền sở hữu. Chỉ từ khi sự cần thiết công cộng được xác định một cách hợp pháp, đòi hỏi rõ ràng như vậy, và trong trường hợp đó, thì trước hết phải có sự bồi thường công bằng".

Còn trong tuyên ngôn Độc lập của nước Mỹ, viết: "... Người ta sinh ra có quyền bình đẳng, quyền được sống và quyền mưu cầu sở hữu...". Tuyên ngôn Nhân quyền và Dân quyền của cách mạng Tư sản Pháp và Tuyên ngôn Độc lập nước Mỹ coi sở hữu là hạnh phúc. Tiếc rằng sở hữu chân chính mà con người có được bằng vinh quang lao động đã bị tước đoạt. Từ thực tế đó, Hồ Chí Minh đã thay cụm từ "mưu cầu sở hữu" trong tuyên ngôn nước Mỹ, bằng cụm từ "mưu cầu hạnh phúc" trong tuyên ngôn Độc lập của nước Việt Nam. Việc thay thế đó có nhiều ẩn dụ sâu sắc, được một nhà nghiên cứu lịch sử người Mỹ đánh giá là một sáng tạo của Người, trong việc tiếp thu tinh hoá văn hoá nhân loại.

Tâm lý chiếm hữu sở hữu cá nhân chân chính của người lao động có sự kế thừa từ quá khứ vô thức, được phát triển bắt đầu từ chế độ chiếm hữu nô lệ, trong số khoảng 20% nhân loại, từ những kẻ có quyền lực, có tài kinh doanh sau này và những kẻ "ăn theo" trong thượng tầng kiến trúc, đặc biệt trong bộ máy quyền lực, những kẻ không được trang bị văn hoá tâm lý nhân đạo chủ nghĩa. Trong chế đô TBCN, "tiền trao cháo múc" thay thế cho mọi quan hệ tình cảm tương thành của con người.

Thực ra, tâm lý nhân đạo có phần kế thừa của vô thức quá khứ (tình mẹ con, tình nhân loại), được biểu hiện một cách tự nhiên trong chế độ công xã nguyên thuỷ, cũng một cách vô thức, chưa được củng cố ở cấp độ trí tuệ, hữu thức. Đến chế độ nô lệ, tâm lý nhân đạo đã bị phá hoại bởi hệ thống pháp lý phản nhân đạo của giai cấp quyền lực.

Chế độ nô lệ chỉ tương thành với đa số quần chúng ở mức đủ để duy trì sự sống của những công cụ biết nói, còn lại là sự đối kháng dã man. Nhưng chế độ đó vẫn kéo dài sự tồn tại mấy ngàn năm. Nguyên nhân là trình độ và sự phát triển của LLSX chưa đủ sức phá vỡ QHSX. Song, yếu tố quyết định nhất của LLSX vẫn là con người. Người nô lệ mù chữ và bị áp bức đến cùng cực, đã làm tài năng bị thui chột, sự phát triển của trí tuệ bị kìm hãm, phát minh khoa học không nẩy nở, tâm lý nhân đạo bị áp chế, tài năng quản lý tổ chức bị chìm đắm, mầm Dương không đủ lực lượng lãnh đạo để phát triển tương thành trong Âm, vì thế không tạo được sức mạnh lật đổ chế độ. Việc giải phóng chế độ nô lệ lại xuất phát từ những trí thức tiến bộ trong tầng lớp chủ nô, hoặc từ tầng lớp quý tộc phong kiến mới hình thành. Cuộc cách mạng Tư sản về sau cũng diễn ra tương tự. Người lao động được hưởng niềm vui giải phóng trong chốc lát, rồi lại phải chịu đựng một phương thức áp bức bóc lột mới. Trong ba chế độ tiền sử, hình thái chiếm hữu sở hữu cá nhân chân chính không thay đổi.

Thời đại ngày nay tình thế có khác, nhân loại và giai cấp công nhân được trí thức hoá, tâm lý nhân đạo được dần dần hồi phục và phát triển do ảnh hưởng mạnh mẽ của học thuyết nhân đạo. Mầm Dương trong Âm có điều kiện đâm chồi nảy lộc phong phú hơn, sức mạnh tương thành phát triển thuận lợi hơn các giai đoạn lịch sử nô lệ và phong kiến. Do đó, chủ nghĩa tư bản không thể kéo dài sự tồn tại như chế độ phong kiến và nô lệ. Cách mạng Tư sản chưa ổn định được cơ cấu nhà nước đã có ngay công xã Pari, và chỉ hơn 100 năm sau, đã có cách mạng Tháng Mười, đủ sức đánh bại sự can thiệp của 14 nước Đế quốc; 38 năm sau đó đủ sức chiến thắng chủ nghĩa phát xít, hình thành hệ thống xã hội chủ nghĩa. Thế giới bước vào thời kỳ chuyển hoá chế độ, khi chủ nghĩa tư bản hình thành mới hơn một thế kỷ. Lịch sử các giai đoạn trước không có hiện tượng đó. Chúng ta không vội vàng tiên đoán chắc chắn thời kỳ tàn lụi của chủ nghĩa tư bản, nhưng chắc rằng, quá trình chuyển hoá sẽ rút ngắn hơn rất nhiều so với các giai đoạn chuyển hoá trước đó.

Để đẩy nhanh tốc độ chuyển hoá xã hội, việc trí thức hoá quần chúng nhân dân về khoa học công nghệ, cần tiến hành song song với việc trí thức hoá văn minh nhân đạo và chống lại có hiệu quả các loại "văn hoá" phản tiến hoá, nhằm duy trì chế độ chiếm hữu tư hữu.

* Như vậy, trong tiến trình lịch sử, khái niệm sở hữu vận động dưới bốn hình thái: Sở hữu công cộng nguyên thuỷ, chiếm hữu sở hữu cá nhân (chiếm hữu tư hữu) ở các chế độ tiền sử, sở hữu cá nhân chân chính ở giai đoạn XHCN và sở hữu công cộng văn minh. Vấn đề sở hữu sẽ còn bàn tiếp ở chương VII.

- Sở hữu cá nhân là tâm lý tự nhiên của loài người, không ai không có, trở thành tâm lý vô thức bền vững, trở thành quy luật vận động tâm lý cơ bản của con người. Tâm lý sở hữu cá nhân gắn liền với thành quả lao động chân chính của con người, đó là tâm lý sở hữu cá nhân chân chính, phù hợp quy luật vận động của lịch sử, đồng thời phù hợp quy luật vận động AD trong từng con người.

Sở hữu cá nhân chân chính khuyến khích con người hăng say lao động, hăng say sáng tạo, vì thành quả lao động không bị ai cướp đoạt. Và từ đó giúp cho việc phát triển trí tuệ, phát triển tâm lý văn minh nhân đạo và quan hệ tương thành giữa con người.

Sở hữu cá nhân chân chính được trích một phần vào công cuộc kiến thiết xã hội một cách công bằng, được nhân dân thừa nhận, thông qua nguyên tắc chung như pháp luật, chính sách thuế...

Nhà nước có công nghệ chính sách sáng suốt, vận dụng được quy luật "sở hữu cá nhân chân chính", sẽ mang lại hiệu quả rất lớn. Hiện thực vận động kinh tế đã chứng minh một cách hiển nhiên và sinh động cho chân lý đó. Chính sách khoán trong nông nghiệp của Việt Nam và Trung quốc là một thực tiễn hùng hồn, tuy còn phải tiếp tục hoàn thiện. Ở đây, tư liệu sản xuất chủ yếu là ruộng đất, đã được công hữu hoá và giao quyền sử dụng cho hộ nông dân lâu dài, với một số quyền hạn khác trên mảnh đất đó. Với cách giao quyền như vậy, người nông dân cảm nhận như là tài sản của chính mình và nhận thức được rằng, đó không phải là công cụ để họ bị bóc lột. Với quyền quản lý công hữu của nhà nước, họ cũng không thể trở thành kẻ chiếm hữu và trở thành địa chủ. Trong các ngành kinh tế hộ gia đình thuộc lĩnh vực thủ công nghiệp, hiện trạng cũng tương tự, ở đây không có tư liệu sản xuất bị chiếm hữu.

Khi công cụ sản xuất còn lạc hậu, không thể dùng chung, người lao động dùng TLSX của mình sản xuất ra giá trị thặng dư. Họ dùng giá trị thặng dư để cải thiện đời sống, mua sắm thêm TLSX cho chu kỳ sản xuất mới. Những trường hợp như vậy lập thành nền kinh tế cá thể. Nếu chính sách thuế hợp lý thì người lao động được hưởng thụ hoàn toàn thành quả lao động của mình, trong đó có giá trị thặng dư, vốn sản xuất (TLSX) vẫn là của họ. Họ không bóc lột ai, vì vậy họ là những người lao động chân chính, sở hữu cá nhân của họ là sở hữu cá nhân chân chính.

Trong nền sản xuất hiện đại, sở hữu cá nhân còn vận động dưới hình thái sở hữu trí tuệ, sở hữu sức lao động của chính bản thân mình tức là sở hữu cấu trúc tinh thần, cấu trúc sinh lý và cấu trúc sáng tạo của chính bản thân minh. Bản sắc cá nhân bao gồm toàn bộ hoạt động tâm lý, trong đó có nhân cách, khả năng sáng tạo, sự khéo léo của bàn tay, năng khiếu, ý chí,..., đều ảnh hưởng đến cấu trúc sáng tạo, hiệu quả sáng tạo, thực tiễn làm ra các sản phẩm sáng tạo là TLSX và tư liệu tiêu dùng. Vì vậy sở hữu bản sắc cá nhân được thể hiện chủ yếu trên cơ sở sở hữu cá nhân: Sở hữu trí tuệ sáng tạo và sức lao động cơ bắp.

Trong sở hữu cá nhân, sáng tạo và lao động cơ bắp sản xuất ra giá trị thặng dư, TLSX (máy móc,công cụ) và tư liệu tiêu dùng, tức là sinh ra vốn sản xuất để tái sản xuất giản đơn hoặc tải sản xuất mở rộng, đồng thời nâng cao đời sống vật chất và tinh thần.

- Chiếm hữu sở hữu cá nhân:

Người lao động bị tước đoạt TLSX cá nhân như công cụ, ruộng đất trong chế độ nô lệ, phong kiến và giai đoạn tích luỹ TBCN. Họ bắt buộc phải làm việc cho kẻ chiếm đoạt từ đời này sang đời khác. Là người bị tước đoạt TLSX ban đầu, họ tiếp tục bị tước đoạt thành quả lao động tiếp theo. Kẻ chiếm hữu chỉ trả cho họ phần tư liệu tiêu dùng hạn chế, để có thể tái sản xuất sức lao động, tức là tái sản xuất giản đơn công cụ bóc lột, còn phần giá trị thặng dư, là vốn sản xuất và tái sản xuất mở rộng, thì họ bị cướp không. Như vậy người lao động đã sản sinh ra toàn bộ cái phương tiện để kẻ chiếm hữu bóc lột mình (bao gồm sức lao động và TLLĐ = toàn bộ LLSX).

Hiện thực này chứng minh rõ ràng rằng, mâu thuẫn giữa LLSX và QHSX chính là mâu thuẫn giữa kẻ chiếm hữu và người bị chiếm hữu, mâu thuẫn giữa người và người. Đó là mâu thuẫn chủ yếu và cơ bản của lịch sử, mà nhiệm vụ của lịch sử là phải giải quyết mâu thuẫn đó để trả lại quyền sở hữu cá nhân chân chính cho con người.

Các lý luận gia Tư sản đang cố sức chứng minh rằng, trong thế giới hiện đại, toàn cầu hoá, thông tin hoá, trí thức hoá kinh tế, không còn chuyện chiếm hữu và bóc lột. Luận thuyết "Ba làn sóng" cho rằng, ngày nay, làm ra giá trị không phải chủ yếu bằng lao động trực tiếp, không phải do chiếm hữu TLSX mà "hình thức hiện nay, hình thức quan trọng hơn hết của tài sản, lại là những thứ không cảm giác được. Nó là siêu tượng trưng, siêu ký hiệu, vì nó là trí thức. Cùng một sáng tạo có thể được nhiều người sử dụng cùng một lúc để tạo ra của cải và sản xuất ra nhiều trí thức khác. Không giống nhà máy hay cánh đồng, tri thức, xét về mọi phương diện là không bao giờ bị khai thác đến cạn kiệt". (Alvin Toffler và Heidi Toffler :"Tạo dựng một nền văn minh mới, chính trị của làn sóng thứ ba", Nxb. Chính trị quốc gia, Hà Nội 1996, tr.140)

Cùng một phát minh khoa học, cùng một sáng tạo kỹ thuật công nghệ, được toàn thế giới sử dụng, điều đó đã xẩy ra từ khi có loài người và luôn luôn xẩy ra. Các phát minh về toán, lý, hoá, công nghệ chế tạo máy,..., thường xuyên được giảng dạy trong nhà trường và ứng dụng vào thực tiễn ở bất cứ đâu và bất cứ thời gian nào. Các tri thức đó chỉ sinh lợi mà không bao giờ cụt vốn.

Với sự phát triển của văn minh trí tuệ, ngày nay, con người chế tạo được những công cụ tinh xảo hơn, làm giảm nhẹ lao động cơ bắp, nhưng tăng cường lao động trí tuệ và làm ra các sản phẩm "giàu trí tuệ hơn", nhưng giá thành rẻ hơn. Sự tiến hoá của văn minh trí tuệ như một dòng chảy tiên tục của con sông, càng về cuối sông, nước càng lớn lên, vì nó mang quy luật kế thừa và phát triển. Riêng về văn ninh KHCN người ta phân ra 3 giai đoạn : vm nông nghiệp, vm công nghiệp, vm hậu công nghiệp. Người ta đã không chú ý đến văn minh đặc trưng cho con người và xã hội loài người, là sự phát triển của vm nhân đạo.

Văn minh KHCN ngày nay là dòng chảy hiện tại, giống như giá trị của hàm số tiến hoá theo đối số thời gian. Dòng chảy đó sẽ chảy liên tục về tương lai. Hàm lượng chất xám trong sản phẩm có thể tăng tới 70%, 80% hay hơn nữa, nhìn ngược quá khứ nó đã tăng từ 1% . 10%.... 40%... 60%... chỉ có điều khác là tốc độ tăng sau này không phải theo hàm số đường thẳng mà hàm số Prapon hoặc Hypebon. Đó là sản phẩm của quá trình tích luỹ tri thức, tầng tầng, lớp lớp, cộng với sự phát triển của trí tuệ con người, nó cũng tuân theo quy luật "lượng đổi - chất đổi" qua từng giai đoạn chuyển hoá.

Các TLSX hiện nay và sau này ngày càng giàu tính trí tuệ. Người lao động kết hợp với LLSX làm thành lực lượng sản xuất cũng giàu trí tuệ, lao động cơ bắp ngày càng được thay thế bằng lao động trí tuệ. Lực lượng sản xuất là "Lực lượng trí tuệ".

Văn minh KHCN thì phát triển như vậy, song trong suốt "thời kỳ tiền sử", quan hệ giữa kẻ chiếm hữu và người bị chiếm hữu chưa hề thay đổi. Trong cơ cấu thành quả lao động của người bị chiếm hữu, phần giá trị thặng dư (nguồn gốc của TLSX của nền sản xuất TBCN và một phần tư liệu sinh hoạt) vẫn bị tước đoạt, như đã mô tả ở mục trên. Bản thân tri thức, hiện thực phi cảm tính, "siêu tượng trưng, siêu ký hiệu", tự nó không biến thành hiện thực cảm tính, mà phải thông qua lao động sáng tạo mới trở thành của cải vật chất với các đặc trưng của giá trị sử dụng và trở thành hàng hoá. Điều đó cũng có nghĩa là, "hiện thực siêu tượng trưng,siêu cảm tính", thông qua lao động đã trở thành công cụ bóc lột giá trị thặng dư.

Lực lượng sản xuất càng tri thức hoá, năng suất lao động càng cao, giá trị thặng dư càng lớn, cái túi tư bản càng to nặng, phản cảm với túi của người lao động lại lép hơn. Một nhà kinh tế Mỹ, qua các số liệu thống kê, khảo sát tính toán thấy rằng,trong hơn 10 năm cuối thế kỷ 20, GDP của Mỹ đã tăng trưởng ngoạn mục, nhưng tiền lương thực tế bình quân của người lao động Mỹ giảm 12%, tiền lương danh nghĩa thì nhiều hơn, nhưng mua được ít hàng tiêu dùng hơn, vì tốc độ tăng giá nhanh hơn tốc độ tăng lương danh nghĩa. "Nước lên mà con thuyền cứ chìm xuống", nhà kinh tế nói như vậy . Năm 1995 khoảng cách giàu nghèo ở Mỹ là 100 ngàn lần. Lúc ấy ở Mỹ có hơn 1 triệu người thuộc diện triệu phú USD (tài sản ≥ 1 triệu USD), chỉ 0,5 phần nghìn dân số. Còn người nghèo ở Mỹ thì trong túi chỉ có 10 USD, mua được một miếng bít tết. Quỹ tiền tệ quốc tế (ISM) tính rằng (thời điểm 1991), 20% số dân giàu nhất hành tinh chiếm tới 82,7% thu nhập của thế giới, 20% số dân nghèo nhất hành tinh chỉ 1,4%tko, mức độ chênh lệch giàu nghèo tới 60 lần, tăng gấp đôi năm 1960, 30 lần. Còn ở Việt Nam thời kỳ 1991 - 1996 tỷ lệ này là 6 lần, năm 1997 là 8 lần, thế giới 85 lần (gấp 10 lần VN). Bằng sở hữu cá nhân và lao động chân chính không thể giải thích được rằng có nhiều nhà tư sản, tài sản lớn tới 60 tỷ, 50 tỷ, 40 tỷ USD, thậm chí 500 tỷ USD như gia đình Rôthschild trong tập đoàn tài chính Phố Uôn-Luân đôn (theo sách *Chiến tranh tiền tệ* của Tống Hồng Binh).

Các nhà "hiền triết" tư sản còn biện luận rằng, ngày nay công ty cổ phần mọc lên như nấm, người lao động được góp vốn để cùng được chia lợi nhuận , CNTB trở thành "CNTB nhân dân", TLSX trở thành của chung và "bóc lột" chỉ còn là khái niệm của quá khứ. Thực tế thì đây chỉ là một phương pháp "hoạt hình" để giảm nhẹ mâu thuẫn. Vốn của người lao động góp vào cổ phần chỉ là hạt cát bên cạnh quá bóng đá là vốn của nhà Tư sản. Cái vốn thực sự của họ nằm trong quả bóng lớn hơn rất nhiều cái vốn cổ phần mà họ mới góp vào. Lao động thặng dư của nhiều thế hệ công nhân nằm trong quả bóng đó, lẽ ra họ phải được phân chia một cách hợp lý và công bằng để hưởng lợi nhuận. Nhưng... Còn các nhà "minh triết" Tư sản thì thuyết giáo rằng, sở hữu trí tuệ không thể bị cướp đoạt, nó nằm trong cái đầu của con người. Các nhà sáng tạo công nghệ và những công nhân có bàn tay vàng để thực hiện sáng tạo đó, đang sống một cuộc sống trung lưu đầy đủ và hạnh phúc, chứng tỏ rằng thu nhập của họ tương xứng với cống hiến của họ cho phát triển xã hội. Chủ nghĩa tư bản mong tồn tại lâu dài và bền vững trên lưng cuộc sống trung lưu này.

Cống hiến của các nhà sáng tạo KHCN và những người lao động thực hiện sáng tạo đó phải được đánh giá công bằng. Họ đã góp phần to lớn:

- Đẩy nhanh tốc độ tăng trưởng kinh tế toàn cầu

- Giảm cường độ lao động cơ bắp cho người lao động, làm cho hình thức lao động ngày càng văn minh.

- Trí thức hoá nhân loại (trí thức hoá KHCN)

- Tăng thêm việc làm cho người lao động, trong hoàn cảnh dân số thế giới ngày càng phát triển.

- Phát triển văn minh vật chất và văn minh tinh thần, phát triển trí tuệ con người.

So với cống hiến của các nhà ság tạo khoa học quản lý kinh tế tư bản chủ nghĩa thì ai hơn ? Không thể bắc lên bàn cân để định lượng, song thực tiễn có thể đánh giá.

Các nhà quản lý tư bản chủ nghĩa có rất nhiều triệu phú đôla và tỷ phú đôla. Những người giàu nhất thế giới đều là họ (" 20% nhân loại). Trong họ có nhiều người có giải Noben kinh tế. Chứng tỏ họ rất "giỏi làm giàu cho mình". Nhưng họ làm cho tăng trưởng kinh tế được bao nhiêu nếu không có các nhà sáng tạo KHCN và người công nhân thực hiện sáng tạo đó thành tư liệu sản xuất và sản phẩm hàng hoá ? Sáng tạo KHCN chưa từng làm khủng hoảng và suy thoái kinh tế, chỉ có làm tăng trưởng không ngừng. Song những "kiệt tác sáng tạo về kinh tế thị trường tự do" đã mang lại những cuộc khủng hoảng kinh tế rất "ngoạn mục" của năm 1929 và lặp lại "huy hoàng" hơn sau 80 năm tích luỹ kinh nghiệm chống khủng hoảng: 2008!. Mỹ đã phải chi ngân sách 700 tỷ đôla, Hàn Quốc 130 tỷ đôla để làm phao cứu hộ cứu các ngân hàng, hiệu quả đi đến đâu chưa có tiên đoán chính xác. Nhưng khủng hoảng đã lan ra toàn cầu khiến các nước đang phát triển phải ngậm ngùi mà than thở rằng : Khủng hoảng do các nước giầu nhất thế giới gây ra mà để các nước nghèo phải chịu chung số phận , "trời" thật không công bằng.

Khoa học công nghệ không ngừng diễu hành trên con đường thắng lợi, không bao giờ lùi bước, còn khoa học kinh tế tư bản chủ nghĩa gây biết bao tổn thất cho nhân loại mà KHCN rồi sẽ phải ra tay cứu vớt. Nguyên nhân tại đâu ? Câu trả lời không ngoài tính quy luật. Khoa học kinh tế tư bản chủ nghĩa vận động trong cái vòng luẩn quẩn "Con kiến mà leo cành đa, leo phải cành cộc..." của mâu thuẫn ngày càng sâu sắc giữa quan hệ sản xuất và lực lượng sản xuất. Người ta không còn cách nào khác là dùng phương thuốc ngược với cái lý sáng tạo ra kinh tế thị trường tự do. Phải chăng sáng tạo xuất chúng đó là lỗi thời! Người ta lại đi tìm đũa thần cứu mệnh ngay trong học thuyết muốn chôn vùi cái mệnh đó. Trong những ngày khủng hoảng đau buồn này, Bộ Tư bản của C.Mác trở thành sách bán chạy nhất. Nxb Béclin (Đức) đã xuất bản 1500 cuốn (nguồn : Báo Nhân dân ngày 19/10/2008).

Các sáng tạo KHCN không bao giờ tiêu tốn bằng số tiền cứu hộ khổng lồ đó, nhưng đã làm lợi gấp hàng ngàn, hàng vạn lần số tiền đó. Thử hỏi, trong số những nhà sáng tạo KHCN và công nhân vàng, mà số lượng gấp nhiều lần các nhà doanh nghiệp Tư sản, có bao nhiêu triệu phú, tỷ phú ? Chắc rằng có thể dùng đầu ngón tay để đếm. Số phận của họ chưa hề thay đổi trong quan hệ sản xuất tư bản chủ nghĩa. Họ vẫn là nhưng kẻ làm thuê, chủ doanh nghiệp Tư bản trả đồng lương cho họ ưu ái một chút, để họ có cuộc sống trung lưu, để họ có căn cứ mà kiêu hãnh với cuộc sống hạ lưu nghèo khổ, để họ quên đi rằng, họ đã bị tước đoạt phần giá trị lớn hơn nhiều lần và không ngừng sinh con, đẻ cháu, đó là phần tư liệu sản xuất mà họ đã sáng tạo ra.

Từ căn cứ lý luận và thực tiễn, sáng tỏ một điều rằng, quy luật vận động nội tại của quan hệ sản xuất chiếm hữu đã mang trong mình nó yếu tố kìm hãm sự phát triển của KHCN. Lẽ ra nền văn minh hậu công nghiệp đã đến với nhân loại từ lâu rồi, nếu những thành quả sáng tạo của người lao động không bị cướp giật, nếu như sở hữu cá nhân chân chính được vận động đúng với quyền tự nhiên của nó.

Tâm lý chiếm hữu có nguồn gốc từ vô thức quá khứ tiến hoá, được tái tạo trong chế độ chiếm hữu nô lệ và được củng cố trong suốt thời kỳ “tiền sử” bằng pháp chế và văn hoá của giai cấp thống trị. Những kẻ chiếm hữu đã mamg trong mình nó dòng máu chiếm hữu thâm căn cố đế, khó có thể tự nguyện rời bỏ, trừ một số trường hợp hiếm hoi, ở những người thấu hiểu sâu sắc văn minh nhân đạo. Do đó việc chuyển hoá lịch sử đòi hỏi phải loại bỏ kẻ chiếm hữu ra khỏi guồng máy tổ chức của nhân loại. Phương pháp loại bỏ “ tuỳ thời mà thực hiện trung” sẽ bàn ở phần tiếp theo.

Những căn cứ thực tiễn trên đây minh chứng rằng khái niệm chiếm hữu vẫn đang vận động hết công suất trong thế giới tư bản hiện đại, toàn cầu hoá, thông tin hoá và tri thức hoá. Sự vật cũ chưa thay đổi cái tên của nó, chỉ thay đổi cái áo khoác ngoài sặc sỡ hơn mà thôi.

- Sở hữu công cộng kiểu cũ vận hành ở thế kỷ XX :

Đây là khái niệm mà cứ theo cách hiểu và cách vận hành cổ điển vẫn mang những yếu tố kìm hãm lực lượng sản xuất. Thực tiễn đã xảy ra như vậy ở các mô hình "công xã nhân dân" của nước ngoài, hợp tác xã nông nghiệp thời kỳ đầu của Việt Nam.

Sở hữu công cộng theo khái niệm cổ điển bao gồm hai hình thức: Có quy mô lớn nhỏ, sở hữu tập thể của Hợp tác xã và sở hữu toàn dân do nhà nước quản lý, trong đó không hàm chứa nội hàm "Sở hữu cá nhân chân chính", nội hàm này không vận động trong đó. Đây chính là yếu tố kìm hãm lực lượng sản xuất trong sở hữu công cộng cần được làm sáng tỏ.

Ở các chế độ tiền sử, chiếm hữu "sở hữu cá nhân chân chính" (SHCNCC) là sự chiếm hữu của giai cấp thống trị, đó là chiếm hữu tư hữu tư nhân, hay chiếm hữu tư nhân. Cứ theo cách hiểu và cách vận hành sở hữu ở thế kỷ XX, khi chế độ tiền sử bị loại bỏ, chiếm hữu tư nhân chuyển sang sở hữu chung, sở hữu công cộng; cái căn nguyên sinh ra bóc lột áp bức bị loại bỏ. Tuy nhiên, trong quan hệ sản xuất có 3 yếu tố đều là yếu tố ảnh hưởng tới sự phát triển của lực lượng sản xuất. Xóa bỏ chiếm hữu tư nhân, xoá bỏ được hai yếu tố: yếu tố chiếm hữu tư liệu sản xuất và yếu tố phân phối thành quả lao động bất công. Còn quan hệ về tổ chức sản xuất thì cho rằng cần phải học tập kinh nghiệm quản lý sản xuất của chủ nghĩa tư bản, nằm trong nội dung kế thừa của phủ định, chưa phát hiện được rằng sự chiếm hữu : "Sở hữu cá nhân chân chính" vận hành trong cả ba nội dung trong quan hệ sản xuất tư bản, trong đó có yếu tố về tổ chức sản xuất. Sự kìm hãm lực lượng sản xuất là sự kìm hãm của cả ba yếu tố trong quan hệ sản xuất. Vì chính lực lượng sản xuất mang đậm yếu tố "Sở hữu cá nhân chân chính" bị tước đoạt. Nếu không quan niệm được điều đó thì khi xoá bỏ chế độ "tiền sử", chiếm hữu tư nhân, đã được thay thế bằng "chiếm hữu công cộng". Yếu tố kích thích tính tích cực lao động và sáng tạo là việc sử dụng quy luật "Sở hữu cá nhân chân chính" trong tổ chức sản xuất, bị loại trừ, chỉ còn lại sự động viên tinh thần của hai yếu tố còn lại.

Thực tế cho thấy, tác động tích cực của hai yếu tố còn lại chỉ biểu hiện ở giai đoạn đầu của xã hội mới, sau đó suy giảm dần. Nếu quy luật sở hữu cá nhân chân chính không được vận dụng, tiêu cực xã hội bắt đầu phát triển. Chiếm hữu sở hữu công cộng xuất hiện trong bộ máy lãnh đạo, làm xói mòn nhiệt tình lao động và sáng tạo của quần chúng. "Mỗi người làm việc bằng hai, để cho chủ nhiệm mua đài, mua xe", "mỗi người làm việc bằng ba, để cho chủ nhiệm xây nhà, xây sân", là câu ca dao phổ biến ở thời kỳ hợp tác xã nông nghiệp kiểu cũ. Trong công nghiệp quốc doanh, tình trạng cũng gần như vậy. Sự lãnh đạo của Đảng và hoạt động tương phản cân bằng của cấu trúc ngũ hành có tác dụng kìm hãm sự phát triển của tiêu cực đối kháng. Song, quy luật sở hữu cá nhân chân chính không vận hành đã kìm hãm sự tiến bộ của lực lượng sản xuất.

Chế độ khoán hộ trong nông nghiệp và khoán sản phẩm trong công nghiệp ra đời, thổi luồng gió mát vào tinh thần lao động của quần chúng. Năng suất lao động bắt đầu khởi sắc. Từ thực tiễn này có quan niệm cho rằng, quan hệ sản xuất tiên tiến đi trước một cách giả tạo cũng kìm hãm lực lượng sản xuất, chế độ khoán là sự thụt lùi của quan hệ sản xuất tiên tiến, nhưng có sự lãnh đạo của Đảng và sự quản lý của chính quyền nhân dân, nên không thể phát triển thành thành tư bản. Điều đó chỉ đúng một phần.

Thực hiện chế độ khoán hộ trong nông nghiệp, thực chất là quy luật sở hữu cá nhân chân chính bắt đầu được khởi động và vận hành trong điều kiện KHCN còn lạc hậu. Ở đây tư liệu sản xuất chủ yếu là ruộng đất, được Nhà nước giao quyền sử dụng cho hộ nông dân trong một thời gian khá dài, kèm theo một số quyền sử dụng khác; công cụ sản xuất do hộ tự mua sắm và quản lý sử dụng. Về tâm lý sở hữu, hiện trạng này được xem như tư liệu sản xuất đã trở về với cá nhân. Các hộ tự tổ chức sản xuất và không thuê lao động mang tính chất bóc lột, nên đó là sở hữu cá nhân chân chính. Mọi thành quả lao động đều thuộc quyền của họ, chỉ đóng góp vào việc chung theo luật định. Với nhà nước của dân, do dân, vì dân, việc quản lý ruộng đất là của nhà nước gây được sự an tâm về tính ưu việt của chế độ, an tâm về quyền sử dụng, như là quyền sở hữu cá nhân chân chính về tư liệu sản xuất trong một giai đoạn tương đối dài.

Quan hệ sản xuất như vậy không thể coi là thụt lùi, là không tiên tiến. Đó chính là "Quan hệ sản xuất tiên tiến". Khái niệm quan hệ sản xuất không chết cứng, nó vẫn vận động theo sự phát triển của KHCN tức của lực lượng sản xuất. Mọi sự vận động phù hợp với quy luật phải được xem là sự vận động tiên tiến, vận động phát triển về phía trước.

Chế độ khoán trong công nghiệp chưa thể hiện đầy đủ quy luật sở hữu cá nhân chân chính như trong nông nghiệp, mới chỉ ở nội dung phân phối tư liệu trên dùng. Tài sản sở hữu công cộng chừng nào chưa mang nội dung sở hữu cá nhân thì chừng đó lợi ích chính đáng của người lao động vẫn chưa thể hiện đầy đủ, niềm hăng say lao động và đam mê sáng tạo vẫn còn bị hạn chế, tâm lý "cha chung không ai khóc" vẫn còn luẩn quẩn quanh tư duy của họ.

Hợp tác xã được thành lập hoàn toàn tự nguyện, không gò ép bằng bất cứ hình thức nào. Điều đó phù hợp với quy luật sở hữu cá nhân chân chính. VTTH đưa hình ảnh một HTX trồng ngô ở Mỹ, chỉ có 4 người, họ canh tác tới 1000 ha ngô với năng suất rất cao. Đương nhiên họ phải sử dụng kỹ thuật canh tác hiện đại. Họ góp vốn mua sắm máy móc và các tư liệu sản xuất khác. Vốn bằng tiền đã được hiện vật hoá. Khi thu hoạch, trừ phần đóng thuế, họ chia nhau theo tỷ lệ góp vốn và tỷ lệ góp công lao động. Khi mua thêm máy mới, thí dụ máy chế biến ngô, họ lại thoả thuận góp vốn, vốn mới cộng vốn cũ là căn cứ để phân phối thành quả trong mùa sau. Đây chính là hình ảnh sống động của quan hệ sản xuất tiên tiến, sở hữu cá nhân chân chính không bị ai tước đoạt, không ai bóc lột ai. Về thù lao hàng ngày họ thống nhất nguyên tắc chi trả. Như vậy phân phối tư liệu tiêu dùng và giá trị thặng dư hoàn toàn công bằng theo nguyên tắc thoả thuận.

Trong sản xuất hiện đại, máy móc, tư liệu sản xuất khác không thể chia nhỏ cho từng người (vì vậy mới phải hợp tác), các tư liệu sản xuất này coi như "đồng sở hữu" về hiện vật nhưng sở hữu cá nhân biểu hiện bằng tiền tệ hàm ẩn trong đó.

Trong nông nghiệp, chế độ khoán hộ cũng là hình thức đồng sở hữu giữa Nhà nước và hộ nông dân, nhưng được phân chia nội dung sở hữu mang tính pháp lý. Thí dụ: Người nông dân không được thay đổi cách sử dụng đất đai, đất trồng lúa, không được làm nhà trên đó,...

Sự điều tiết sở hữu bằng pháp lý nhà nước là sự cần thiết, nhất là các tư liệu sản xuất có nguồn gốc tự nhiên như ruộng đất, rừng, mỏ, biển,..., là tài sản chung của toàn quốc, không phải của một nhóm nhỏ. Đó là quyền uy của hệ thống lớn với hệ thống nhỏ; quy luật vận động của hệ thống nhỏ phải biểu hiện theo quy luật vận động của hệ thống lớn. Cặp AD thành phần phải vận động phù hợp với quy luật vận động cơ bản của hệ thống lớn. Nếu không như vậy thì đối kháng sẽ xuất hiện. Tuy nhiên nếu hệ thống lớn buông lỏng quyền uy hợp quy luật thì hệ thống nhỏ có thể "lạc đường" như cuộc khủng hoảng tài chính thế giới năm 2008.

Một xí nghiệp chiếm hữu tư nhân, sau khi kẻ chiếm hữu đã bị loại bỏ, xí nghiệp trở thành sở hữu công cộng, như quan niệm vẫn thường sử dụng. Kết cấu TLSX xí nghiệp bao gồm:

+ A - Giá trị thặng dư của nhiều thế hệ người lao động được hiện vật hoá, những người này đã chết hoặc nghỉ.

+ B - Giá trị thặng dư của người lao động đang làm việc

+ C - Vốn ban đầu và giá trị thặng dư hợp lý của kẻ chiếm hữu. Vốn ban đầu này có thể là thành quả lao động chân chính của kẻ chiếm hữu, có thể từ kế thừa tài sản, mà trong đó đã tiềm ẩn giá trị thặng dư của người lao động quá khứ.

Cách ứng xử với tài sản này như thế nào để sở hữu công cộng không trở thành "cha chung", không trở thành con bò sữa mà ai vắt cũng được, như câu nói đầu lưỡi mọi người thường dùng trong thời kỳ "bao cấp", công nghiệp "quốc doanh" không trở thành hình thức và cổ phần hoá không trở thành tư nhân hoá".

Vận dụng quy luật sở hữu cá nhân chân chính, có thể ứng xử như sau:

Phần A- trở thành nguồn vốn cổ phần của nhà nước trong xí nghiệp đồng sở hữu,vì rất khó hoàn lại người lao động

Phần C- nhà nước có chính sách ứng xử chung.

Phần B- bóc tách theo công thức nêu trong chương mở đầu, đảm bảo tương đối công bằng để trở thành vốn cổ phần cho từng người lao động. Vốn này cộng với vốn góp trở thành vốn cổ phần cá nhân, làm căn cứ để phân phối lợi nhuận cho từng người.

Nếu cần tái sản xuất mở rộng, mua sắm thêm tư liệu sản xuất, xí nghiệp xây dựng kế hoạch huy động vốn, thông qua hội nghị tập thể người lao động (CNVC), để họ tiếp tục đóng góp vốn.

Cách làm giống như HTX trồng ngô ở trên. Như vậy hợp tác xã và xí nghiệp chỉ khác nhau về quy mô lớn nhỏ, mà không khác nhau về quy luật vận động "Sở hữu cá nhân chân chính - Đồng sở hữu".

"Đồng sở hữu - Sở hữu cá nhân chân chính" là một cặp AD, có quy luật vận động riêng, đồng thời tuân theo quy luật vận động chung của nền kinh tế quốc gia. Sự điều tiết hợp quy luật bằng pháp chế của nhà nước, là cần thiết để bảo đảm bản chất của nhà nước. Những vấn đề đã nêu sẽ được lý giải rõ hơn trong chương VII.

Có ý kiến tiên đoán rằng, sở hữu trí tuệ sẽ là chủ đề tranh chấp của thế kỷ XXI, chứ không phải là sở hữu tư liệu sản xuất. Như đã phân tích ở trên, các sáng tạo KHCN, phải thông qua lao động mới trở thành giá trị sử dụng, và có thể thành hàng hoá và sản sinh ra giá trị thặng dư. Như thế việc tranh chấp sở hữu trí tuệ thực chất là tranh chấp tư liệu sản xuất. Số phận của các nhà sáng tạo và người thực hiện sáng tạo phụ thuộc quan hệ sản xuất và sự vận hành của quy luật sở hữu cá nhân chân chính.

Thực ra, quy luật sở hữu cá nhân chân chính có thể vận hành bất cứ thời kỳ nào của lịch sử, khi công cụ sản xuất, dù là thô sơ, đã đủ cho mỗi cá nhân. Ví dụ, trong giai đoạn văn minh nông nghiệp, có thể thực hiện tổ chức sản xuất như phương thức khoán hộ. Nhà nước có chính sách thuế hợp lý để hoạt động. Tiếc rằng, chế độ chiếm hữu đã ra đời sớm hơn những tư tưởng văn minh nhân đạo và có sức mạnh áp đảo trong một thời gian dài. Nhân loại đã mất đi cơ hội hạnh phúc hàng ngàn năm. Nếu như quy luật sở hữu cá nhân chân chính vận hành từ thời kỳ chiếm hữu nô lệ, văn minh KHCN hậu công nghiệp đã đến với loài người từ rất lâu rồi. Từ đây, cho thấy rằng, quy luật phát triển văn minh nhân đạo, chi phối rất lớn tiến trình vận động của lịch sử.

Chính sách khoán hộ theo phương thức "Tỉnh điền" của chế độ Phong kiến nhà Ân Chu (Trung Hoa) từ hơn 3000 năm trước, đã khai thác được tâm lý sở hữ cá nhân chân chính của người nông dân, được nhân dân thời đó đồng tình, được Mạnh

Tử ca ngợi. Sau này dân gian đã từng dùng huyền thoại Lạc Thư để thần thánh hoá phương thức đó, coi như phương pháp chia ruộng của "Trời" để giúp dân. Tiếc rằng các triều đại sau đó đã không nhận thức được quy luật, phá bỏ phương thức sản xuất đó, quay lại chế độ địa tô của nhà Hạ, bóc lột nhân dân rất nặng nề. Sau đây xin trích dẫn lời của Mạnh Tử, mô tả việc chia ruộng và thu thuế của ba triều đại Hạ - Ân - Chu (ghi trong sách Tứ Thư, chương Đằng Văn Công, tiết 3, tr. 154 - 163).

"Hạng bình dân thường ăn ở như vầy: Nếu họ có của cải bền vững như nhà, phố, ruộng, vườn thì họ có lòng dạ bền vững. Nếu họ không có của cải bền vững thì họ chẳng giữ được lòng dạ bền vững. Nếu lòng dạ họ chẳng bền vững thì họ trở nên bông lung, tà vạy, có thể làm việc ác. Tới chừng họ vướng vào tội phạm, nhà cai trị chiếu theo luật pháp mà hành hình họ. Đó là nhà cai trị bủa lưới dân vậy. Nếu có bậc nhân đức ngự trên ngôi vị, người há nỡ bủa lưới gài bẫy dân sao?".

Vậy nên bậc vua hiền thì giữ mình khiêm cung, ăn xài tiết kiệm, có lễ độ với kẻ bề tôi và lấy thuế của dân có chừng mực.

Dương Hổ nói rằng: "Kẻ lo làm giàu thì chẳng có nhân, người mãi làm nhân thì chẳng được giàu".

Trong ba triều đại, chế độ chia đất và thu thuế là như vầy: Đời nhà Hạ, mỗi chủ gia đình được phát năm chục mẫu ruộng, mỗi mùa phải cống cho nhà nước số hoa lợi trung bình của năm mẫu. Đó gọi là "phép cống".

Đời nhà Ân, chủ gia đình được cấp bẩy chục mẫu và hưởng trọn hoa lợi. Nhưng tám gia đình phải chung sức với nhau làm giúp một khoảng ruộng công bẩy chục mẫu ở giữa. Đó là "phép trợ".

Đến đời nhà Chu, mỗi gia đình được lãnh 100 mẫu, hưởng trọn hoa lợi. Tám gia đình phải chung sức làm khoán ở giữa, cũng 100 mẫu và nộp hoa lợi cho nhà nước. Đó gọi là "phép triệt".

Ba triều đại lập ra ba phép đánh thuế ruộng tuy có khác tên mà kỳ thật đều lấy một phần trong mười phần hoa lợi của dân.

Phép trợ có nghĩa là tạ (giúp công), phép triệt có nghĩa là thông dung (chung với nhua mà làm). Thực chất hai phép này như nhau, chỉ khác nhau ở số ruộng chia 70 mẫu và 100 mẫu.

Long Tử một hiền nhân thuở xưa có nói rằng : "Việc chia đất và thu thuế, phép trợ là dễ chịu hơn hết, phép cống là độc hại hơn hết. Là vì theo phép cống, người ta tính số hoa lợi được mất trong nhiều năm, rồi lấy trung bình mà nhà làm ruộng phải nộp mỗi mùa. Như năm được mùa thì không sao. Như năm mất mùa, dân không có thu hoạch, mà cứ ép dân nạp cho đủ. Làm phụ mẫu để dân oán hận để cho người già, kẻ yếu lăn chết theo đường mương lỗ cống, như vậy phụ mẫu thương dân ở chỗ nào ?".

Nước Đằng tuy là một tiểu quốc, vua cũng nên ráng thi hành phép trợ, là chế độ dễ chịu hơn hết với dân.

Đó là chế độ hợp lẽ, vừa đem hoa lợi cho nhà nước, vừa đem no ấm cho dân.

Đất vuông vức, một dặm là một "tỉnh", tức là một nhóm chín khu, khu ở giữa là công điền, 8 nhà chung sức làm công điền để nộp hoa lợi cho nhà nước. Mỗi ô ruộng đều có diện tích 100 mẫu.

Một đệ tử của Trần Lương (một nhà Nho nước Sở) là Trần Tương với em mình tên là Tâm, cả hai mang cày trên vai, đi từ nước Tống đến nước Đằng, xin vào yết kiến vua Văn Công, tâu rằng : "Chúng tôi nghe rằng, Vua cai trị như các bậc Thánh nhân đời xưa, và ngài cũng là bậc Thánh nhân. Cho nên anh em tôi tình nguyện làm dân của Thánh nhân vậy".

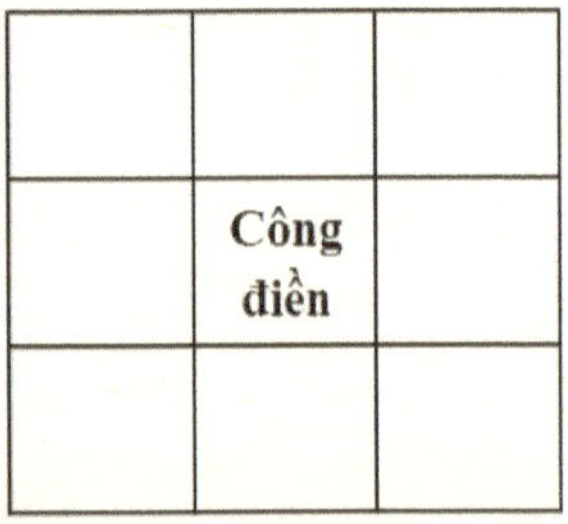

Hình IV-8: Hình ảnh Tỉnh điền.

(Theo sách Tứ Thư, dịch giả Đoàn Trung Còn, phần Mạnh Tử).

Đoạn mô tả của Mạnh Tử có mấy điểm đáng lưu ý:

- Mạnh Tử đã hiểu được tâm lý sở hữu cá nhân của người lao động và sự chi phối của nó trong cuộc sống mang tính quy luật.

- Phép trợ (tỉnh điền) của chế độ Ân - Chu, phù hợp với tâm lý này, nên được nhân dân và các bậc hiền sĩ ca ngợi.

- Các vị Tiên Nho đã nhầm lẫn hay cố ý gán ghép phương pháp tỉnh điền cho nhà Hạ, cho rằng vua Đại Vũ nhà Hạ có công trị thuỷ, dẫn nước vào đồng ruộng, nên trời ban cho rùa thần ở sông Lạc Thuỷ, trên mai rùa có hình vẽ mà Tiên Nho gọi là Lạc Thư. Đại Vũ căn cứ vào Lạc Thư, đề ra phép tỉnh điền. Đây chỉ là phương pháp thần thánh hoá phép Tỉnh điền từ tâm lý khâm phục phương thức chia ruộng và thu thuế hợp lòng dân. Trong sách Mạnh Tử, Mạnh Tử không hề nhắc đến Lạc Thư, tuy rằng nhiều lần ca ngợi công lao trị thuỷ của Đại Vũ. Khổng Tử có nhắc đến Hà Đồ mà không nhắc đến Lạc Thư. Có thể truyền thuyết Lạc Thư được xây dựng sau khi Mạnh Tử đã mất. Hình ảnh tỉnh điền gần giống hình chữ tỉnh của Hán ngữ (#) và giống với hình ảnh ma phương sơ cấp của toán học. Ma phương toán học đã có uy tín từ uy tín của phép tỉnh điền, và có lẽ từ đây, hình ảnh và truyền thuyết Lạc Thư đã được hình thành. Xuất xứ của Hà Đồ - Lạc Thư sẽ được bàn đến trong chương : "Lại bàn về Kinh Dịch".

Có thể nói, phép Tỉnh điền là một dạng quan hệ sản xuất tiến bộ trong thời kỳ Ân - Chu. Đây là tinh hoa văn hoá chính trị của người xưa, cần nghiên cứu khai thác, vận dụng vào thực tiễn ngày nay. Chính sách khoán hộ trong nông nghiệp có hai tương đồng với phép tỉnh điền, tuy rằng không có điều kiện chia đất theo chữ tỉnh. Quy luật sở hữu cá nhân chân chính (SHCNCC) là quy luật của tâm lý con người, vì vậy nó vận động trong bất cứ hình thái sản xuất nào liên quan tới tài sản có nguồn gốc từ lao động của nhân dân. Do đó, trong công nghiệp, dịch vụ, xây dựng, tài sản hành chính, cần được vận động theo quy luật SHCNCC, và đó là chủ nghĩa xã hội đích thực.

Cần nhắc lại rằng, SHCNCC là hình thức sở hữu cá nhân không có yếu tố bóc lột. Cùng với sự tiến bộ trong việc sử dụng các thành tựu của khoa học công nghệ vào sản xuất, SHCNCC sẽ dần dần biểu hiện dưới hình thức "đồng sở hữu", mà hình thức vận động của nó đã được mô tả ở các mục trên.

Phải chăng, SHCNCC, một thuộc tính tự nhiên của con người, nằm trong phạm trù nhân quyền của thế giới hiện đại. Tổng Giám đốc UNESCO, Federico Mayor từng nói : "Những giá trị nhân quyền vượt qua sự khác biệt văn hoá, phù hợp với *nguyện vọng bẩm sinh* của bản chất con người, và do đó, thực sự mang tính toàn cầu. Quyền con người trước hết là những quyền mà do tự nhiên con người vốn có".

Như vậy, SHCNCC thuộc về nguyện vọng bẩm sinh của con người, nó được hình thành từ khi con người xuất hiện, được củng cố bền chặt suốt 3 triệu năm của thời kỳ mông muội và thời kỳ công xã nguyên thuỷ, nó là quy luật đồng hành và gắn bó với xã hội loài người, không mang tính giai đoạn và tính thời gian. Hai triều đại Ân - Chu, với chính sách Tỉnh điền, phù hợp với nguyện vọng bẩm sinh của con người, vì vậy được nhân dân ngưỡng mộ. Hai triều đại đó kéo dài tới 1500 năm (1766 - 221 TCN), (Thương Ân : 1776 - 1122 TCN - Chu 1122 - 211 TCN). Khi chế độ tỉnh điền bị bãi bỏ, sự tồn tại của các triều đại suy yếu, các cuộc khởi nghĩa của nông dân xảy ra thường xuyên.

Sách"Quốc ngữ - Chu ngữ" ghi lại việc Chu Tuyên Vương lên ngôi 827, tr.CN, đại thần Quắc Văn Công khuyên Vua tiếp tục thi hành nghi thức tỉnh điền. Theo học giả Nguyễn Hiến Lê - Giản chi, trong sách Hàn Phi Tử, do dân số tăng nhanh, thanh niên các gia đình phải rời nhà đi khai hoang để đảm bảo lương thực, vì vậy chính sách "tỉnh điền" dần dẫn bãi bỏ, đầu tiên là nước Tấn, tiếp theo là nước Tần (-350), suốt thời chiến quốc thì bỏ hết. Sau khi bỏ "Tỉnh điền" nông dân bị đánh thuế rất nặng, tới 50% hoa lợi, dân tình điêu đứng (sđd. tr.13 - Hàn Phi Tử - Nxb VHTT - 1995).

Không dùng phép chia ruộng "tỉnh điền", nhưng vẫn có thể dùng tư tưởng "Tỉnh điền", tức là đánh thuế hoa lợi khoảng 1/9 ("11%) thu hoạch của dân, miễn giảm khi mất mùa. Đó là tỷ lệ thuế thu nhập, không mang yếu tố bóc lột, quy luật sở hưu cá nhân chân chính được thực hiện, trong điều kiện cánh tác còn lạc hậu. Triều đại Ân - Chu thực hiện được trên 1000 năm, thật đáng ghi nhận. Song, sự phát triển của chủ nghĩa nhân văn chưa đủ sức để duy trì tiếp theo phương thức tỉnh điền. Sách "Hàn Phi tử" đã viết : "Cuối đời chiến quốc, chiến tranh càng tàn khốc. Những năm được mùa, dân cũng không được hưởng, vì triều đình thu hết lúa để nuôi lính. Những năm mất mùa, kẻ già, người trẻ chết hàng loạt trên đường, trong ruộng"(Sđd. tr.27).

Căn cứ kết quả vận động thực tiễn và những mâu thuẫn nảy sinh, khái niệm "Sở hữu công cộng" theo cách hiểu và cách vận hành cổ điển, cần phải được điều chỉnh nội hàm và chuyển thành khái niệm "Đồng sở hữu", để quy luật SHCNCC được vận hành theo bản tính tự nhiên của nó. Có như vậy nhiệt tình lao động và tài năng sáng tạo mới được khai thác đầy đủ, nội dung QHSX - XHCN mới toàn vẹn.

Vận hành theo phương thức "Đồng Sở hữu" (ĐSH), người lao động sẽ gắn kết chặt chẽ với tư liệu sản xuất thành một cặp AD tương thành, vận động cơ bản theo quy luật đồng thịnh (Âm Dương cùng thịnh) vốn là quy luật tự nhiên khách quan khi "con người ra đời", như đã thảo luận ở phần trước.

Vận hành theo phương thức ĐSH, việc phân phối thành quả lao động thực hiện theo ba nội dung :

- Phân phối tư liệu tiêu dùng (thể hiện qua lương).

- Phân phối tư liệu sản xuất (thể hiện qua vốn sản xuất và lợi nhuận theo nguyên lý ĐSH).

- Tập thể người lao động, trong đó có ban lãnh đạo, thống nhất quyết định các hình thức phân phối đó, theo luật định.

Từ đây, dân chủ trong kinh tế được thực hiện, người lao động thực sự làm chủ tài sản của chính mình làm ra, họ sẽ đem hết tài năng sáng tạo để tài sản của họ phát huy nhiều hiệu quả và không để thất thoát một cách vô nghĩa, những kẻ lợi dụng cũng phải chùn bước.

Ở đâu còn tồn tại thứ tài sản sở hữu công cộng mơ hồ, thì ở đó vẫn là mảnh đất màu mỡ cho cỏ dại đâm chồi nảy lộc. Trong các cơ quan hành chính công quyền, ngân sách nhà nước rót về hàng năm (ngày một nhiều hơn do tăng trưởng kinh tế) vẫn ẩn chứa yếu tố "sở hữu công cộng". Sự chiếm hữu ắt sẽ xảy ra mà nguồn gốc của nó gần giống như sự ra đời của chế độ chiếm hữu đầu tiên của giai đoạn "tiền sử". Hiện trạng sử dụng ngân sách này cần phải được khảo nghiệm từ phường xã đến các cơ quan hành chính cấp trên. Ngân sách "thừa" nên sử dụng cho việc đào tạo, tăng lương, đặc biệt là khuyến khích sáng tạo, sáng kiến. Chúng ta mới chỉ động viên sáng kiến, sáng tạo trong KHCN, mà chưa tổ chức phong trào sáng kiến, sáng tạo trong các cơ quan hành chính công quyền và các cơ quan phi KHCN khác. Ngân sách "thừa" nên sử dụng trong việc khen thưởng các sáng kiến sáng tạo, nhiều mầm cây tốt được chăm sóc sẽ loại trừ bớt cỏ dại, việc đó nên là "một nội dung" cải cách hành chính, và làm tăng hiệu quả cải cách hành chính.

Từ các căn cứ lý luận và thực tiễn, có thể nói rằng "SHCNCC" là nội hàm cơ bản nhất của phạm trù QHSX xã hội chủ nghĩa. Vận hành được quy luật "Sở hữu cá nhân chân chính", sẽ tạo được những tiền đề thuận lợi để hoàn thiện chủ nghĩa nhân đạo XHCN và hoàn thiện nhân cách con người XHCN. Phạm trù sở hữu là động lực của tiến trình lịch sử nhân loại, có thể chia làm 4 giai đoạn.

- Sở hữu công cộng nguyên thuỷ, giai đoạn công xã nguyên thuỷ (tâm lý SHCNCC hình thành).

- Chiếm hữu SHCNCC, giai đoạn ba chế độ tiền sử.

- Xoá bỏ chiếm hữu, thực hiện SHCNCC ở giai đoạn cách mạng XHCN, với phương thức ĐSH, tức sở hữu tập thể văn minh.

- Sở hữu công cộng văn minh, là hình thái sở hữu tiến hoá tự nhiên từ sở hữu tập thể văn minh, khi tâm lý SHCNCC tự tiêu vong, ở giai đoạn văn minh cao nhất của nhân loại, sau CNXH.

3. Những điều kiện chuyển hoá xã hội:

- Như đã phân tích, một cặp AD mới ra đời thường từ ba phương thức : Phương thức AD tương thành (đồng thịnh), phương thức song song (AD mới đồng thịnh và AD cũ đồng suy), phương thức tan rã (AD đồng suy). Sự chuyển hoá xã hội thường xảy ra ở phương thức song song.

Khi cặp (AD) bắt đầu xuất hiện tương phản đối kháng mà tương thành và tương phản cân bằng, không loại trừ được, mầm Dương trong Âm bắt đầu phát triển theo quy luật tương thành đồng thịnh, trở thành một cặp AD mới (A_2D_2) nhằm loại trừ đối kháng của bên Dương cũ, đã thành cặp A_1D_1. Trong vật thể cũ, hình thành hai cặp AD: A_1D_1 và A_2D_2 vận động loại trừ lẫn nhau. Mầm Dương phát triển tương thành với Âm cũ có thể từ hai nguồn: Mầm Dương của Âm cũ và mầm Âm cũ trong Dương cũ chuyển hoá tương thành với Âm cũ. Như vậy điều kiện để chuyển hoá AD là :

- Đối kháng ngày càng phát triển trong cặp AD cũ

- Phải hình thành được cặp AD mới, đủ sức chiến thắng đối kháng của cặp AD cũ.

Để hình thành được cặp AD mới (A_2D_2) đòi hỏi thời gian để mầm Dương trong Âm có phát triển về số lượng và chất lượng đồng thời cấu trúc dần với âm cũ theo quy luật tương thành và tương phản cân bằng, từ đó A_2D_2 còn phải đủ sức chống đỡ sự đối kháng của Dương cũ (D_1). Quá trình chuyển hoá có đối kháng và tương thành, song quy luật tương thành đồng thịnh giữ vai trò quyết định cuối cùng của kết cục. Cặp AD mới có ra đời được hay không, phụ thuộc vào kết quả phát triển tương thành.

Về lý luận vận động xã hội, thường chỉ nhấn mạnh mặt đối kháng (đấu tranh) mà không quan niệm đúng mức mặt tương thành, tuy rằng trong thực tiễn ắt phải chú ý đến phương thức phát triển nó.

**** Về khả năng chuyển hoá hoà bình từ chủ nghĩa tư bản lên chủ nghĩa xã hội:***

Xuất phát từ hiện thực chủ nghĩa tư bản ở thế kỷ XIX, C.Mác cho rằng, cách mạng xã hội chủ nghĩa chỉ có thể giành thắng lợi đồng loạt ở nhiều nước tư bản tiên tiến. Cuối thế kỷ XIX, đầu thế kỷ XX, chủ nghĩa tư bản đã bước sang giai đoạn đế quốc chủ nghĩa. V.I.Lênin phát hiện quy luật phát triển không đều, đã chủ trương rằng, cách mạng xã hội chủ nghĩa có thể giành thắng lợi trong mắt xích yếu nhất, trong sợi dây chuyền của chủ nghĩa đế quốc. Cách mạng Tháng Mười Nga đã chứng minh sự đúng đắn của tư tưởng đó.

Ngày nay, chủ nghĩa tư bản bước vào giai đoạn "chủ nghĩa

tư bản toàn cầu hoá", tư tưởng về khả năng chuyển hoá cách mạng của hai ông còn tính hiện thực nữa không ?

Cách mạng xã hội chủ nghĩa nhằm thay đổi phương thức sở hữu, xoá bỏ phương thức chiếm hữu sở hữu cá nhân chân chính để đạt mục tiêu xoá bỏ áp bức bóc lột, để quy luật sở hữu cá nhân chân chính được vận hành đúng bản tính tự nhiên của nó.

Như đã trình bày ở mục sở hữu, quy luật sở hữu cá nhân chân chính có thể vận hành ở bất cứ thời kỳ nào của nền văn minh nhân loại, cho đến thời kỳ chủ nghĩa xã hội. Vấn đề chủ chốt là cần có một nhà nước nhân đạo, của dân, do dân, vì dân, để điều tiết sự vận hành đó. Kinh nghiệm thực tiễn của 30 năm "khoán hộ" trong nền nông nghiệp lạc hậu về KHCN, và trình độ canh tác không hơn gì thời kỳ phong kiến về trước, là hiện thực sinh động về sự vận hành của quy luật sở hữu cá nhân chân chính. Quy luật sở hữu cá nhân chân chính có thể vận hành ở bất cứ khu vực kinh tế nào từ công nghiệp, dịch vụ, trình độ đang lạc hậu hoặc đã hiện đại hoá, miễn là biết phương thức vận hành nó.

Như vậy có thể nói rằng, cách mạng xã hội chủ nghĩa có thể tiến hành ở bất cứ quốc gia nào, ở nước tư bản phát triển và thậm chí ngay ở nước còn tồn tại chế độ phong kiến, khi ở đó có khả năng hình thành cặp AD mới, vận động theo quy luật tương thành nhân đạo.

Cho rằng, chủ nghĩa tư bản càng phát triển, càng đi vào toàn cầu hoá kinh tế, và KHCN, thì chủ nghĩa tư bản càng tạo thêm những tiền đề thuận lợi cho cách mạng xã hội chủ nghĩa, trong đó có sự nảy mầm các tổ hợp kinh tế có quan hệ sản xuất xã hội chủ nghĩa, ví dụ như hợp tác xã của 4 hộ nông dân trồng ngô mô tả ở trên. Tuy nhiên, lực lượng lao động của các hợp tác xã kiểu này không nhiều, giá trị tạo ra không thấm vào đâu so với các công ty quốc gia và siêu quốc gia. Những người nông dân này đã thoả mãn hạnh phúc, vì họ được vận hành quy luật sở hữu cá nhân chân chính, "mầm Dương" cho một cuộc cách mạng quy mô lớn khó phát triển ở đây. Việc hình thành cặp AD mới phải từ khu vực sản xuất công nghiệp quy mô lớn, ở đó tập trung số lượng lớn người lao động và giá trị thặng dư chủ yếu được tạo ra ở đó, mâu thuẫn sở hữu tập trung ở đó.

Khi chủ nghĩa tư bản phát triển thành chủ nghĩa đế quốc, Lênin đã không tiên đoán khả năng nổ ra cách mạng xã hội chủ nghĩa ở nước Đế quốc phát triển nhất, mà chọn ở khâu yếu nhất. Như thế chủ nghĩa tư bản càng phát triển thì khả năng nổ ra cách mạng càng kém thuận lợi, tức là những tiền đề mà chủ nghĩa tư bản tạo ra cho cách mạng xã hội chủ nghĩa ở giai đoạn giành chính quyền, càng yếu hơn. Như Lênin từng nói, để cuộc cách mạng xã hội chủ nghĩa nổ ra cần có các điều kiện: 1- Giai cấp thống trị đã trở nên thối nát; 2- Giai cấp bị trị bần cùng quá mức bình thường; 3- Tính tích cực của quần chúng nhân dân tăng lên đáng kể; 4- Giai cấp cách mạng có đủ năng lực tiến hành những hành động cách mạng mạnh mẽ, đủ sức đập tan chính quyền cũ (theo Giáo trình Triết học Mác-Lênin. Nxb CTQG, Hà nội-2007, tr.226). Ngày nay, những điều kiện như vậy khó hội tụ đầy đủ. Các nước tư bản chủ nghĩa phát triển tạo ra nền văn minh vật chất, cái đó mới là tiền đề thuận lợi cho cách mạng xã hội chủ nghĩa, sau khi giai cấp công nhân giành được chính quyền và thực hiện xây dựng xã hội mới.

Trong thế giới hiện đại, các nước tư bản phát triển, nhờ thuận lợi trong việc bóc lột sức lao động và tài nguyên ở các nước nghèo, họ dùng thuận lợi đó để điều hoà quan hệ giai cấp, tạo ra tầng lớp trung lưu, xây dựng bộ máy đàn áp khổng lồ, vì vậy họ có sức mạnh và nhiều mánh lới trong việc bài trừ các mầm Dương trong Âm, làm suy yếu lực lượng cách mạng. Sự thực là, từ sau cách mạng Tháng Mười Nga, chưa có cuộc cách mạng xã hội chỉ nghĩa nào nổ ra ở các nước tư bản phát triển.

Hiện thực đó cho thấy rằng, trong thời lỳ chủ nghĩa tư bản bước vào toàn cầu hoá kinh tế, cách mạng xã hội chủ nghĩa sẽ thuận lợi hơn ở các nước tư bản kém phát triển, nông nghiệp còn chiếm tỷ trọng lớn. Nếu các nước này bước vào con đường của chủ nghĩa xã hội, vận hành được quy luật sở hữu cá nhân chân chính, không những trong nông nghiệp mà trong toàn bộ nền kinh tế, thì có thể đạt tốc độ phát triển cao như Trung Quốc chẳng hạn. Trong khi chủ nghĩa tư bản tìm trăm phương nghìn kế để loại trừ chủ nghĩa xã hội, lực lượng cách mạng của nhiều nước cần phải liên hợp lại. Cách mạng chuyển hoá gần như đồng thời ở nhiều nước, là sự đảm bảo cho thắng lợi bền vững.

* Hơn bao giờ hết, tấm gương xã hội chủ nghĩa hiện thực có vai trò ngày càng lớn trong việc khôi phục niềm tin và phong trào cách mạng trên toàn thế giới.

Xét về toàn cục, một số nước xã hội chủ nghĩa là mầm Dương trong Âm, cần phải tương thành với nhân dân lao động và nhân dân tiến bộ toàn thế giới. Cách ứng xử tương thành hoàn toàn phù hợp với quy luật đó.

Cách mạng Tháng Mười đã nêu tấm gương lớn về nhiều mặt, trong đó có tấm gương về chủ nghĩa quốc tế vô tư, trong sáng, theo tư tưởng của C.Mác, Ph.Ăng ghen, Lênin. Ở Việt Nam, Hồ Chí Minh đã thấm nhuần tư tưởng đó và không ngừng rèn luyện cách mạng Việt Nam theo tư tưởng đó.

Chủ nghĩa nhân đạo chân chính đòi hỏi sự giải phóng toàn nhân loại, tuy rằng bước đi đầu tiên ở các nước, là giải phóng dân tộc mình. Song không chỉ dừng lại ở dân tộc mình. Mọi tư tưởng dân tộc hẹp hòi, chủ nghĩa sô vanh nước lớn, tham vọng lãnh thổ và tài nguyên của dân tộc khác, đều xa lạ với chủ nghĩa xã hội. Đó là một tấm gương méo mó, phản diện, ảnh hưởng xấu tới niềm tin chủ nghĩa xã hội của nhân dân thế giới, là đề tài cho kẻ thù xuyên tạc về chủ nghĩa xã hội, trái với quy luật phát triển tương thành Âm Dương mà nhân dân Trung Quốc đã khám phá từ gần 4000 năm trước. Chu Văn Vương, một bậc hiền triết đời nhà Chu Trung Quốc đã diễn giải quy luật tương thành Âm Dương thành triết lý nhân sinh "Trung - Chính" trong tác phẩm nổi tiếng Kinh Dịch. Năm trăm năm sau Khổng Tử, nhà văn hoá lớn của Trung Quốc, đã vận dụng tư tưởng Trung - Chính vào chính trị, thành thuyết "Đức trị" trong trị quốc an dân. Khổng Tử ước mong có một thế giới đại đồng, mọi người sống trong bình đẳng và hoà ái. Ở thời đại ông, đó là ước muốn duy ý chí, song cũng nói lên rằng nhân dân Trung Quốc muốn sống tương thành với mọi dân tộc trên thế giới.

Tấm gương XHCN hiện thực biểu hiện ở 3 nội dung chủ yếu.

1. Sự thành công trong việc sáng tạo nền văn minh vật chất, không ngừng nâng cao đời sống nhân dân.

2. Thực hiện văn minh tinh thần, theo tư tưởng nhân đạo xã hội chủ nghĩa, song song và cân đối hài hoà với nền văn minh vật chất. Đây mới là bản chất cốt lõi của chủ nghĩa xã hội. Nội dung chủ yếu của tư tưởng nhân đạo xã hội chủ nghĩa và là nội dung dân chủ, nhân quyền cơ bản của nhân loại, là xoá bỏ bóc lột, thực hiện quyền sở hữu cá nhân chân chính của con người.

3. Có tư tưởng tương thành quốc tế trong sáng và vô tư với nhân dân bị áp bức trên toàn thế giới, có trách nhiệm với việc giải phóng nhân loại toàn thế giới, xa lánh mọi tham vọng lãnh thổ, tài nguyên của dân tộc khác, dưới bất cứ hình thức nào.

Một tấm gương như vậy sẽ vô cùng hấp dẫn, có tác dụng kích thích mạnh mẽ phong trào xã hội chủ nghĩa thế giới, và kích thích ngay cả nhân dân các nước tư bản chủ nghĩa phát triển.

Tấm gương như vậy không phải là ảo tưởng mà có tính hiện thực. Liên Xô đã từng làm được như vậy trong một thời gian dài, tuy nội dung chưa đầy đủ, và từ đó góp phần to lớn và quyết định trong việc tiêu diệt chủ nghĩa phát xít và phát triển phong trào cách mạng thế giới, trong đó có Việt Nam.

Là một nước nhỏ, nhưng Cuba vẫn là tấm gương lớn ở Tây bán cầu. Chúng ta mong muốn Trung Quốc vĩ đại sẽ là tấm gương giống như vậy và có khả năng hiện thực để trở thành tấm gương như vậy. Một đất nước đã sáng tạo ra học thuyết Âm Dương đầy sức sống và hàm chứa tư tưởng tương thành nhân loại, ắt sẽ đi theo tư tưởng đó. Có thể ai đó nói rằng, người viết bài này không đủ tư cách nói những điều to tát như thế. Song, bất cứ một người bình thường nào, cũng có quyền nói lên khát vọng chân chính của mình.

Việt Nam - Hồ Chí Minh là một tấm gương sáng và mãi mãi là tấm gương sáng. Tuy nhiên tiềm lực Việt Nam không thể so sánh với Trung Quốc, một đất nước có số dân gấp 15 lần và đất đai gấp 30 lần Việt Nam, ắt sẽ có khả năng lớn gấp nhiều lần trong việc ủng hộ phong trào cách mạng thế giới, có vai trò lớn trong việc giữ gìn hoà bình và xây dựng tình hữu nghị giữa các dân tộc.

* Trong tương lai, khi nhân loại đã cố kết thành một vật thể vũ trụ, toàn cần là một quốc gia thống nhất, mà nhà nước chỉ là cơ quan điều hành phát triển và chăm lo hạnh phúc cho nhân dân, không còn ý nghĩa giai cấp, thì vấn đề lãnh thổ, biên giới quốc gia sẽ lùi vào quá khứ, và điều đó đã và đang khơi mầm ở Liên Minh Châu Âu. Vấn đề dân tộc chỉ còn là đặc trưng văn hoá đa dạng và phong phú, đẹp đẽ, với muôn hình ngàn tía, dáng vẻ và sắc màu. Khái niệm văn hoá ở đây thuộc phạm trù của văn minh tinh thần, theo tư tưởng của chủ nghĩa nhân văn. Khái niệm "sự xâm lược văn hoá" tương đồng với khái niệm "sự đụng độ của

các nền văn minh" là một khái niệm ảo, phi nhân tính, phi hiện thực, Khái hiệm "Văn hoá dân tộc" nói lên tinh hoa tinh thần của dân tộc. Sự đa dạng của nó chỉ là sự đa dạng của hình thức biểu hiện triết lý nhân văn thuộc bản thiện của loài người. Sự đa dạng "văn hoá dân tộc" giống như sự đa dạng của nhạc cụ trong một dàn hợp xướng. Sự giao lưu văn hoá các dân tộc là sự trình diễn màn hợp xướng ấy. Các nhạc cụ hoà âm với nhau theo một bản nhạc của tình yêu thương bè bạn, dịu dàng và sâu lắng. Những kẻ muốn quay ngược bánh xe lịch sử thường dùng loại "văn hoá đồi truỵ" để đầu độc thanh thiếu niên và làm tha hoá con người của dân tộc khác. Đó không phải là "Văn hoá dân tộc" này xâm lược "Văn hoá dân tộc" khác. Cuộc chiến tranh xâm lược của Mỹ đối với Việt Nam, mà nguyên nhân của nó cũng được một số học giả giải thích rằng, đó là do văn hoá của hai dân tộc khác nhau. Vì vậy không hiểu nhau mà sinh ra đánh nhau (!?). Phải chăng đó là sự "xâm lược văn hoá"!?

Khi nhân loại toàn hành tinh cố kết thành "Vật thể vũ trụ", "Dân tộc" và "Văn hoá dân tộc" tương thành với nhau làm nên mùa xuân của Trái đất, mà không hề phát sinh mâu thuẫn đối kháng.

Tài nguyên thiên nhiên là tài sản chung của toàn nhân loại, trong tương lai sẽ được điều hành thống nhất và sử dụng có hiệu quả.

Ngày nay, khi chủ nghĩa nhân văn đang phát triển ở giai đoạn ngày càng cao, sự tranh chấp lãnh thổ và tài nguyên sẽ trở thành vết nhơ của lịch sử. Chủ nghĩa xã hội không bao giờ có điều đó.

**** Về phương pháp cách mạng:***

Từ học thuyết Âm Dương và kinh nghiệm thực tiễn, người xưa đã đưa ra nguyên lý hành động: "Tùy Thời mà thực hiện

Trung". Tuỳ trạng thái vận động của hiện thực và thực tiễn (Thời), mà tìm phương thức thích ứng, để thực hiên cân bằng AD (Trung).

Nguyên lý này không chỉ vận dụng cho cách ứng xử xã hội của từng cá nhân mà còn là một phương pháp lớn của hành động tập thể. Ngày nay, người ta hay nói : Tuỳ thời, theo thời, thức thời, có nguồn gốc từ nguyên lý này; nhưng không ít trường hợp đã hiểu sai ý nghĩa chân chính và khách quan của nguyên lý. Dân gian còn có câu : Khôn cũng chết, dại cũng chết, biết thì sống. Biết ở đây là biết thực hành nguyên lý nói trên.

Xã hội là những cặp AD luôn luôn vận động, và vận động theo quy luật. Hình thức vận động AD phụ thuộc vào thời gian, giống như một hàm số của thời gian, mà giá trị hàm số tương ứng với từng thời điểm nhất định. Đó là tính Thời của quy luật vận động AD, là ý nghĩa chữ Thời trong nguyên lý. Muốn hành động thành công, phải thực hiện các phương thức cân bằng AD phù hợp, đó là ý nghĩa "thực hiện Trung" trong nguyên lý. Sử dụng phương thức nào, tuỳ thuộc vào trạng thái mất cân bằng AD ở thời điểm hành động. Đó là ý nghĩa tuỳ Thời mà thực hiện Trung của nguyên lý.

Trong thực tiễn, "chữ Thời" và "chữ Trung" biểu hiện vô cùng phong phú. Trong binh pháp Tôn Tử có 36 "chước". Đó là nghệ thuật "Thời - Trung" trong quân sự cổ xưa, mà hiện nay được vận dụng trong kinh doanh và trong nghệ thuật quân sự hiện đại.

Nguyên lý "Thời-Trung" được phát hiện và nói nhiều trong Kinh Dịch, trở thành nguyên tắc xử lý tình huống, đảm bảo thắng lợi hoặc tránh được rủi ro. Trong quá trình thực hiện Trung, Kinh Dịch luôn luôn đề cao triết lý "Chính", Trung. Kinh Dịch thực sự mang tính triết lý nhân văn cao cả.

Từ nguyên lý Thời - Trung, thấy rằng phương thức chuyển hóa từ chủ nghĩa tư bản lên chủ nghĩa xã hội trong giai đoạn toàn cầu hoá, sẽ khác với thời kỳ trước. Khi chủ nghĩa tư bản đang ở giai đoạn chủ nghĩa thực dân kiểu cũ, phương thức bạo lực và vũ trang thường là phổ biến và mang tính quy luật. C.Mác không loại trừ khả năng bạo lực chính trị, hoà bình, đó là phương thức tốt nhất, tránh được đổ máu, song rất hiếm.

Ngày nay, quy luật tương thành đang có những bước vận động mới, Chủ nghĩa nhân văn đang lan toả. Xu thế hoà bình, hợp tác, cùng phát triển, thay cho đối đầu ngày càng rõ nét. Nhân loại mong muốn hoà bình, không đổ máu. Chủ nghĩa tư bản đã thay đổi phương thức chống chủ nghĩa xã hội và các lực lượng tiến bộ. Diễn biến hoà bình, xâm lược kinh tế, vân hoá, thay dần cho xâm lược quân sự, tuy rằng răn đe quân sự vẫn được tăng cường.

Chiến lược "Diễn biến hoà bình" đã đạt được những mong ước nhất định trong việc làm sụp đổ chủ nghĩa xã hội ở Đông Âu-Liên Xô, mà mũi nhọn của nó là chiến tranh tư tưởng. Song song vớiviệc dùng lợi ích vật chất làm tha hoá "phần Dương "của đối tượng, tạo ra nhiều "mầm Âm" để chuyển hoá xã hội.

Nên chăng, chủ nghĩa xã hội có thể học tập "Kinh nghiệm diễn biến hòa bình" của chủ nghĩa tư bản trong chuyển hoá cách mạng, nhưng phương thức thì đảo ngược lại. Tư tưởng nhân đạo chủ nghĩa luôn luôn là bà đỡ, là ngòi nổ cho mọi cuộc cách mạng. Tư tưởng đó cần được thấm sâu vào tầng lớp tri thức và quần chúng bị áp bức. Chủ nghĩa tư bản gây khủng hoảng niềm tin đối với ý thức hệ nhân dạo. Loại bỏ ý thức hệ tiến bộ ra khỏi cái đầu mọi người, và đổ đầy vào đó mọi lý thuyết phi hiện thực và văn hoá phản nhân văn. Khi cái thùng đã đựng đầy đất thì không thể đổ thêm gạo vào đó. Để đổ đất đi và rửa sạch đồ đựng gạo, sẽ mất rất nhiều thời gian và công sức. Do đó cần phải có công nghệ tuyên truyền hiệu quả, thường xuyên, nồng độ đậm đặc, làm chủ được mạng Internet toàn cầu. Chủ nghĩa Tư bản sử dụng những sai lầm của mô hình hiện thực xã hội chủ nghĩa Liên Xô, xuyên tạc hiện tượng và bản chất, làm căn cứ thực tiễn cho chiến lược tuyên truyền. Chủ nghĩa xã hội lấy mô hình hiện thực thắng lợi và tấm gương của chủ nghĩa quốc tế trong sáng, làm căn cứ hiện thực cho công tác tư tưởng, sẽ có sức hấp dẫn áp đảo, vì tính chất nhân văn của nó.

Chủ nghĩa Tư bản dùng tiền bạc, lợi ích vật chất làm tha hoá "phần Dương" của chủ nghĩa xã hội, biến nó thành các "mầm Âm" để đảo ngược xã hội xã hội chủ nghĩa. Chủ nghĩa xã hội không thể đào tạo mầm "Dương" bằng cách đó. Bản chất của chủ nghĩa xã hội là nhân văn, chỉ có thể lấy tư tưởng nhân văn để gây dựng các mầm Dương trong Âm, đặc biệt trong tầng lớp trí thức tiến bộ trong xã hội và bộ máy thống trị của chủ nghĩa tư bản. Việc phát triển các mầm Dương của chủ nghĩa xã hội chỉ có thể thực hiện bằng tính khoa học của lý luận vận động xã hội và sức mạnh về tấm gương của chủ nghĩa xã hội hiện thực.

Từ lôgíc của công tác tư tưởng và việc gây dựng "mầm Dương", có thể thấy rằng, tấm gương của chủ nghĩa xã hội hiện thực, sự thực hiện học thuyết tiến bộ bằng kết quả thực tiễn, có vai trò quan trọng biết nhường nào trong tiến trình chuyển hoá xã hội. Liên Xô đã từng là tấm gương sáng chói. Người anh hùng tuy đã chết vì căn bệnh hiểm nghèo, hoặc vì viên đạn bắn lén của kẻ thù, nhưng những chiến công phi thường của họ vẫn đăm sâu trong lòng nhân loại, vẫn tồn tại và cổ vũ họ tiến lên phía trước.

Ngày nay, chủ nghĩa xã hội hiện thực đang chứng minh sức sống dào dạt, tính ưu việt của mình. Bằng cải cách và đổi mới phương thức vận hành, Trung Quốc với gần 1/5 dân số thế giới, liên tục dẫn đầu về tốc độ tăng trưởng kinh tế suốt gần 30 năm, hiện đứng thứ 4 về GDP trên thế giới (năm 2007). Việt Nam đạt nhiều thắng lợi to lớn, có ý nghĩa lịch sử, trở thành đối tác tin cậy của các nước, uy tín quốc tế ngày càng tăng. Cuba luôn luôn sống trong sự bao vây kinh tế của Mỹ nhưng vẫn được vòng tay bè bạn hỗ trợ, giúp đỡ, có uy tín lớn ở Mỹ La Tinh, bởi bản lĩnh kiên cường và những chính sách xã hội mang đậm giá trị của chủ nghĩa nhân đạo. Hoạt động của phong trào cộng sản quốc tế đang được phục hồi với gần 80 Đảng và hơn 80 triệu đảng viên (năm 2008), là niềm hy vọng của nhân dân lao động và nhân loại tiến bộ, là đối trọng không thể xem thường trong các tính toán chiến lược toàn cầu của chủ nghĩa đế quốc.

Phải chăng, tấm gương cách mạng Tháng Mười và chủ nghĩa xã hội hiện thực ngày nay là niềm cổ vũ của phong trào cánh tả Mỹ La Tinh, nơi đang dâng lên nhiệt tình kiến tạo xã hội xã hội chủ nghĩa của thế kỷ XXI.

Diễn đàn xã hội thế giới ở Braxin, tập hợp 900 tổ chức chính trị xã hội với nhiều trí thức, chính khách và những nhà tư bản tiến bộ, thảo luận những vấn đề nóng bỏng toàn cầu, làm rõ những bế tắc mà chủ nghĩa tư bản không thể vượt qua, trong các cuộc khủng hoảng kinh tế triền miên, trong việc chống đói nghèo, tệ nạn xã hội và khủng hoảng tinh thần, đòi hỏi phải thay đổi. Sự phản kháng toàn cầu của nhân dân lao động đối với toàn cầu hoá tự do, chứng minh cho sự bế tắc của "chủ nghĩa thực dân toàn cầu hoá" trong việc giải quyết mặt trái toàn cầu hoá. Trong toàn cầu hoá kinh tế tư bản chủ nghĩa, đã xảy ra nhiều cuộc khủng hoảng, dẫn tới cuộc khủng hoảng kinh tế trầm trọng nhất trong lịch sử chủ nghĩa tư bản, năm 2008, mà người lao động và các nước nghèo phải gánh chịu. "Gót chân Asin" của chủ nghĩa tư bản không thể nào che chắn được. Người ta lại vội vàng tái bản Bộ Tư bản của C.Mác, để tìm lời chỉ giáo vàng ngọc trong cái học thuyết "đáng nguyền rủa" đó.

Tất cả chứng minh một điều rằng, bình minh của một toàn cầu hoá khác, mở đầu bằng cách mạng Tháng Mười, đang dâng lên, vững bước theo quy luật phát triển tương thành, đang phủ kín dần một toàn cầu hoá sẽ tàn lụi về sự phản tương thành của nó. Cần nhấn mạnh rằng, văn minh vật chất và văn minh tinh thần là một một cặp AD tương thành, liên hệ mật thiết với nhau, thống nhất với nhau ở quy luật vận động, mà trong thời kỳ xã hội chủ nghĩa là quy luật sở hữu cá nhân chân chính .

Thực hiện quy luật sở hữu cá nhân chân chính, mang lại sự tăng trưởng ngoạn mục về văn minh vật chất, vì kích thích được nhiệt tình lao động và tiềm năng sáng tạo, đồng thời yếu tố bóc lột bị xóa bỏ, nội dung cốt yếu của văn minh tinh thần trong thời kỳ chủ nghĩa xã hội được thực hiện. Theo tinh thần đó, tấm gương chủ nghĩa xã hội hiện thực được biểu hiện rõ ràng và sinh động, có sức hấp dẫn và lôi cuốn, là"công tác tư tưởng" đối với toàn nhân loại, không chỉ trên lý luận mà bằng thực tiễn tươi xanh, đầy quyến rũ, của việc thực hiện thành công lý luận đó.

** Về khả năng hòa bình chuyển hóa từ chủ nghĩa tư bản lên chủ nghĩa xã hội, Mác và Ăngghen đã nhiều lần đề cập. Ngay từ năm 1847, trong tác phẩm *Những nguyên lý của chủ nghĩa cộng sản,* khi trả lời câu hỏi thứ 16 :"Có thể thủ tiêu chế độ tư hữu bằng phương pháp hòa bình được không?" Ăngghen trả lời:"*Có thể mong muốn là sẽ làm được như vậy, và dĩ nhiên,những người cộng sản sẽ là người phản đối việc đó sau tất cả mọi người."* (tr-454). Bối cảnh lịch sử nửa đầu thế kỷ XIX diễn ra cuộc đấu tranh sôi động của giai cấp công nhân Châu Âu và sự đàn áp dã man của nhà nước tư sản. Đứng trước thực tiễn đó, *Tuyên ngôn của đảng cộng sản* chủ trương, giai cấp vô sản phải dùng bạo lực để giành lấy chính quyền từ tay giai cấp tư sản. Đó là chủ trương đúng đắn tại thời điểm "Tuyên ngôn" ra đời. Tùy "thời" mà thực hiện "trung" là như vậy.

Ngày 3-7-1871, trong phát biểu với phóng viên báo"Le Monde"về cách mạng Pháp, Mác nói: "Ở Pháp, những pháp lệnh bức hại nhiều không kể xiết...Cuộc đối kháng một mất một còn xem ra ...kết cục bạo lực là không tránh khỏi. Nhưng việc đạt kết cục đó bằng phương thức gì phải do giai cấp công nhân nước đó quyết định. Quốc tế sẽ không ra bất cứ mệnh lệnh nào, thậm chí chưa chắc đã đưa ra kiến nghị nào về vấn đề này". Phát biểu của Mác có mấy điểm đáng chú ý. Sau "Tuyên ngôn", công bố năm1848, đến năm 1871, cách mạng bạo lực vẫn chưa tránh khỏi (và điều đó vẫn không tránh khỏi đối với cách mạng Tháng Mười, cách mạng Trung quốc, cách mạng Việt Nam,...). Điều đó, như Ăngghen đã nói:"...rằng, không thể làm cách mạng theo định kiến và tùy tiện theo ý muốn, rằng ở đâu và bao giờ, cách mạng cũng là tất yếu của những hoàn cảnh hoàn toàn không phụ thuộc vào ý muốn và sự lãnh đạo của các đảng phái riêng lẻ và của các giai cấp" (*Những nguyên lý của chủ nghĩa cộng sản-Sđd,tr-454).* Như thế, cách mạng bạo lực hay không bạo lực, đều là sản phẩm của hoàn cảnh mà không thể theo những ý muốn chủ quan. Mác cũng chỉ ra rằng, phương thức cách mạng là do quần chúng cách mạng tự quyết định, không thể chỉ giáo từ bên ngoài. Nguyên lý này của Mác cho đến nay càng mang tính tât yếu rõ ràng, và đã được kiểm chứng trong thực tiễn phổ biến ở thế kỷ XX và đầu thế kỷ XXI.

Sau Công xã Pari (1871), giai cấp tư sản Châu Âu đã có nhiều chính sách nhượng bộ giai cấp công nhân. Từ hiện thực đó, Mác và Ăngghen tiếp tục nhắc nhở khả năng hòa bình giành chính quyền của giai cấp vô sản.

Ngày 8-9-1872, phát biểu trước cuộc mít tinh quần chúng Amsterdam (Hà lan), Mác nói: "Chúng tôi hiểu phải tính tới chế độ, phong tục và truyền thống của các nước như Anh, Mỹ,...và nếu tôi hiểu rõ hơn chế độ của các bạn, có lẽ cộng thêm Hà lan, công nhân có thể đạt được mục đích của mình bằng phương pháp hòa bình".

Ngày 6-3-1895, trong lời nói đầu cuốn "Đấu tranh giai cấp ở Pháp", khi nói về khả năng quá độ hòa bình từ chủ nghĩa tư bản lên chủ nghĩa xã hội, Ăngghen viết: "Vốn dĩ trong bộ máy nhà nước tư sản dùng để tổ chức nền thống trị của họ, cũng có nhiều cái mà giai cấp vô sản có thể lợi dụng để đấu tranh với chính bộ máy đó,...Họ bắt đầu cùng giai cấp tư sản giành giật từng chiếc ghế, do bầu cử sản sinh ra...Kết quả là giai cấp tư sản sợ các hoạt động hợp pháp của chính đảng giai cấp công nhân hơn các hoạt động phi pháp của họ, sợ các thành quả tuyển cử hơn cả thành tựu khởi nghĩa."

Thời gian sau đó, các nước tư bản đã tìm mọi cách vô hiệu hóa tư tưởng này của Ăngghen, bằng cách bóp nghẹt khả năng hoạt động của các đảng của giai cấp công nhân, đặt cộng sản ra ngoài vòng pháp luật, quy định số lượng tài sản khi bầu cử, dùng bạo lực đàn áp, và nhiều thủ đoạn khác.Vì vậy cho đến nay, đầu thế kỷ XXI, hiện thực của tư tưởng Ăngghen chưa xảy ra. Song khả năng hòa bình chuyển hóa chủ nghĩa tư bản lên chủ nghĩa xã hội vẫn thể hiện rõ ở thế kỷ XXI, khi chủ nghĩa nhân đạo đang phát triển mạnh mẽ, xuất hiện ngày càng nhiều tri thức tiến bộ ở ngay trong bộ máy nhà nước tư sản, muốn cải tạo chuyển hóa chế độ tư bản. Khi những bế tắc, khủng hoảng tồi tệ vẫn diễn ra, hành hạ con người, thì nhân loại hiểu rằng, con đường tương lai của họ không thể dừng lại ở đó. Quy luật vận động khách quan của thế giới hiện thực, quy luật phát triển tương thành, quy luật phủ định phát triển, không dừng lại ở đó.

Ngày nay, nhân loại có thể chia tay vui vẻ với chủ nghĩa tư bản để tiến về tương lai tốt đẹp hơn, mà không cần đến sự ầm ĩ. Tuy nhiên, lịch sử là một dòng chảy không ngừng, tàn dư phản nhân đạo của quá khứ vẫn còn trôi bồng bềnh trên dòng sông lịch sử hiện đại. Đầu thế kỷ, những cơn bão tàn phá nền văn minh vẫn còn xảy ra. Song, không thể chặn được bánh xe của quy luật lịch sử. Những đợt sóng thần sẽ thưa thớt dần và những chấn động sẽ ngày càng giảm bớt. Với sự phát triển mạnh mẽ của chủ nghĩa nhân đạo và tri thức khoa học, chắc rằng, cuối thế kỷ, hành tinh xanh sẽ yên bình hơn rất nhiều.

Việc chuyển hóa chủ nghĩa tư bản lên chủ nghĩa xã hội bằng phương pháp hòa bình là phương thức cải tạo các nhà tư sản thành người lao động chân chính. Họ vẫn là những nhà kinh doanh tài năng, giàu có, nhưng không bóc lột và cùng giai cấp với người lao động. Một nhà nước được bầu cử dân chủ, với lá phiếu của đa số nhân dân lao động, số nghị sỹ tiến bộ có ý thức hệ hợp quy luật chiếm tỷ lệ vượt trội trong quốc hội, sẽ là điều kiện thuận lợi cho sự chuyển hóa hòa bình như vậy. Sự thành công của các nước xã hội chủ nghĩa là tấm gương lôi cuốn đầy sức mạnh cho một sự chuyển hóa như vậy.

Khi nói về khả năng quá độ hòa bình chuyển hóa từ chủ nghĩa tư bản lên chủ nghĩa xã hội, chúng ta nhớ lại một nguyên lý hành động của học thuyết AD: ”Tùy THỜI mà thực hiện TRUNG”. Nguyên lý này tương đồng với nguyên lý: ”Chân lý chỉ tồn tại và vận động phù hợp với điều kiện thực tiễn tương ứng” của học thuyết duy vật biện chứng . Chân lý ”bạo lực cách mạng” chỉ tương ứng với điều kiện lịch sử của thế kỷ XIX và một phần thế kỷ XX , khi chủ nghĩa tư bản áp bức và bóc lột tàn bạo nhân dân lao động bằng nhiều thủ đoạn dã man, kể cả chiến tranh xâm lược và chiến tranh tiền tệ. Song, chủ nghĩa xã hội hiện thực thế kỷ XX đã không đủ sức mạnh làm tấm gương lôi cuốn phong trào xã hội chủ nghĩa toàn thế giới, vì đã đi lạc hướng tư tưởng sở hữu của Mác và Ăngghen, dẫn đến tổn thất nặng nề.

Bước sang thế kỷ XXI, ”bạo lực cách mạng”, kể cả “bạo lực phản cách mạng”, không còn tính chân lý nữa, vì những điều kiện sản sinh và nuôi dưỡng nó đã có nhiều biến đổi, nên

"TRUNG" cũng phải thay đổi, để phù hợp với "THỜI".Vấn đề này đã được lý giải và sẽ còn quay lại.

Như đã chứng minh, Chủ nghĩa xã hội vẫn là chân lý khách quan của thế giới hiện đại, từ thế kỷ XXI về sau. Song, cần làm rõ nội hàm cơ bản của khái niệm này.

Nội hàm cơ bản của chủ nghĩa xã hội là bản chất, là quy luật vận động cơ bản, quyết định khuynh hướng phát triển của chủ nghĩa xã hội; là nội dung chuyển hóa của phủ định phát triển từ chủ nghĩa tư bản, nó quy định cấp vận động chủ nghĩa xã hội cao hơn cấp vận động tư bản chủ nghĩa. Quy luật vận động cơ bản của chủ nghĩa tư bản là bóc lột giá trị thặng dư, chiếm hữu sở hữu cá nhân chân chính của người lao động. Quy luật cơ bản của chủ nghĩa xã hội ắt phải xóa bỏ bóc lột giá trị thặng dư, thực hiện quyền sở hữu cá nhân chân chính của người lao động bằng phương thức kinh tế "Đồng sở hữu", chuyển hóa sở hữu của thiểu số các nhà tư sản sang sở hữu tập thể văn minh của nhân dân lao động; nói ngắn gọn, là, chuyển sở hữu cá nhân bóc lột sang sở hữu cá nhân không bóc lột.

Xã hội loài người cùng lúc vận động bằng hai quy luật cơ bản: Quy luật phát triển Chủ nghĩa nhân đạo và Quy luật phát triển khoa học công nghệ. Chủ nghĩa xã hội là nấc thang phát triển tiếp sau chủ nghĩa tư bản, ắt phải đạt được giá trị nhân đạo cao nhất trong giai đoạn này là xóa bỏ bóc lột, đồng thời phát triển KHCN để không ngừng nâng cao đời sống con người. "Dân giàu, nước mạnh, dân chủ, công bằng, văn minh" là hiệu ứng nhân quả của hai quy luật đó. Không có "nhân", sẽ không có "quả".

Nhiều quốc gia tư bản chủ nghĩa cũng đưa ra mục tiêu"dân giàu, nước

mạnh". Song,"văn vẻ" thì nhiều mà "chất phác" thì ít, muối

thi it mặn mà gừng cũng chẳng mấy cay.Vì, không xóa bỏ bóc lột thì không có dân chủ, công bằng, văn minh thực sự; tiêu chí "dân giàu" cũng chỉ giành cho thiểu số. Sự chênh lệch giàu nghèo đến não lòng, và con đẻ của nó là sự chênh lệch về nhân cách, tô đậm thêm mảng đen của bức tranh xã hội.

***** Như vậy, Chủ nghĩa xã hội có bốn nội hàm cơ bản:**

1- Sở hữu tập thể văn minh-không bóc lột.

2- Đời sống vật chất và tinh thần của nhân dân ngày càng cao.

3- Quyền lực nhà nước và quyền lực xã hội đều thuộc về nhân dân

4- Phát triển hòa bình và hữu nghị giữa các dân tộc, quan hệ quốc tế vô tư, trong sáng.

***** Phương thức thực tiễn chủ yếu thực hiện bốn nội hàm cơ bản đó là:**

1- Phương thức kinh tế đồng sở hữu hoặc sở hữu cá nhân không bóc lột, thực hiện quy luật sở hữu cá nhân chân chính, người lao động có quyền lực thực tế trong việc xác định tiền lương và phân phối lợi nhuận. (Mô hình nguyên lý Đồng sở hữu xin xem ở mục tiếp sau)

2- Không ngừng phát triển khoa học, công nghệ, tri thức hoá nền kinh tế. Đào tạo con người phát triển toàn diện.

3- Xây dựng nhà nước pháp quyền Xã hội chủ nghĩa, của dân, do dân, vì dân.

(Ở Việt nam theo tư tưởng nhà nước dân chủ của Chủ tịch Hồ Chí Minh).

4- Một Đảng Cộng sản chân chính và duy nhất, lãnh đạo xây dựng .chủ nghĩa xã hội.

5- Hợp tác quốc tế rộng rãi, là người bạn tin cậy của tất cả các nước.

Nội hàm cơ bản và phương thức chủ yếu cần được quy định thích hợp vào Hiến pháp và cụ thể hoá bằng pháp luật.

Những vấn đề nêu trên đây, có nhiều vấn đề Đảng và Nhà nước đang thực hiện. TG xin được nhắc lại để bài viết có tính hệ thống.

Chủ nghĩa xã hội là hình thái vận động của xã hội loài người kế tục và phát triển cao hơn chủ nghĩa tư bản, trong đó chủ nghĩa nhân đạo đã có bước tiến hoá nhảy vọt, từ hình thái xã hội bóc lột sang hình thái xã hội không bóc lột, và nhiều giá trị nhân đạo khác, bao trùm mọi lĩnh vực của đời sống xã hội. Do đó, nội hàm của chủ nghĩa xã hội rất rộng, rất nhiều nội dung. Mọi lĩnh vực hoạt động cụ thể như: Giaó dục, Kinh tế, Văn hoá, Chính trị, Y tế, Giao thông, Lực lượng vũ trang, Văn học nghệ thuật, Báo chí, v.v...đều có thể xác định nội hàm chủ nghĩa xã hội của các lĩnh vực cụ thể đó. Vì vậy, cần phải xác định chính xác nội hàm cơ bản nhất. Mối liên quan giữa nội hàm cơ bản và nội hàm cụ thể tương tự như sự liên quan giữa ý thức hệ và đường lối cách mạng, hoăc giữa đường lối chung và chiến lược, sách lược, chính sách, trong từng giai đoạn cách mạng cu thể.

Như vậy, nội hàm cơ bản của Chủ nghĩa xã hội là cơ sở khoa học để xây dựng đường lối chung, tổng quát, trong suốt tiến trình xây dựng Chủ nghĩa xã hội.

Nội hàm cơ bản của chủ nghĩa xã hội phải phản ánh được nội dung phủ định cơ bản đối với chủ nghĩa tư bản; đồng thời phản ánh khát vọng cơ bản nhất của con người.

Như Ăngghen từng đánh giá trong bài Điếu văn khi Mác qua đời (14-3-1883), một trong ba cống hiến vĩ đại của Mác đối với nhân loại là tìm ra quy luật vận động cơ bản của phương thức sản xuất tư bản chủ nghĩa. Đó là quy luật giá trị thặng dư, hoặc diễn đat cụ thể hơn, là quy luật bóc lột giá tri thặng dư của người lao động. Do đó, nội dung phủ định chủ yếu đối với chủ nghĩa tư bản trong học thuyết Duy vật lịch sử của Mác là xoá bỏ bóc lột. Nội dung chủ yếu đó được học thuyết Mác trình bày nhất quán trong các tác phẩm chủ yếu: *Hệ tư tưởng Đức, Những nguyên lý của chủ nghĩa cộng sản, Tuyên ngôn của Đảng Cộng sản, Tư bản, Phê phán cương lĩnh Gôtha.* Phân tích cụ thể vấn đề này sẽ trình bày trong chương VII của tập sách này.

Chủ nghĩa tư bản sử dụng phương thức sở hữu tư sản, thể hiện bằng ba quyền lực trong quan hệ sản xuất để cướp đoạt giá trị thặng dư của người lao động. Chủ nghĩa xã hội phải sử dụng phương thức sở hữu tập thể văn minh, để phủ định phương thức sở hữu tư sản, đưa ba quyền lực trong quan hệ sản xuất trả lại cho tập thể những người lao động, trên cơ sở đó mà xoá bỏ bóc lột. Nếu trong đường lối xây dựng chủ nghĩa xã hội, không xây dựng phương thức và tiến trình xoá bỏ bóc lột, một nhiệm vụ cơ bản và tổng quát của chủ nghĩa xã hội, sẽ gặp nhiều lúng túng trong việc hoạch định đường lối và phương thức kinh tế và nhiều lĩnh vực khác. Mặt khác, chúng ta đang làm ăn với chủ nghĩa tư bản, đang thực hiện phương thức công ty cổ phần tư bản chủ nghĩa, sự chênh lệch giàu nghèo ngày càng trở nên khó kiểm soát, cùng với những tiêu cực của xã hội; những điều đó gây mơ hồ trong nhận thức của một bộ phận không nhỏ đảng viên, cán bộ nghỉ hưu, tầng lớp tri thức, về lý luận xây dựng chủ nghĩa xã hội. Đặc trưng " Dân giàu, nước mạnh, dân chủ, công bằng, văn minh" chưa làm rõ bản chất cơ bản của chủ nghĩa xã hội khác với chủ nghĩa tư bản. Khái niệm dân chủ xã hội chủ nghĩa cũng chưa được làm rõ, có nội dung dân chủ nào khác biệt căn bản với dân chủ tư sản. Sự khác biệt căn bản giữa dân chủ xã hội chủ nghĩa và dân chủ tư sản nằm trong nội hàm quan hệ sản xuất. Nội hàm cơ bản của dân chủ xã hội chủ nghĩa là ba quyền lực của quan hệ sản xuất thuộc về tập thể những người lao động. Điều đó phù hợp với tư tưởng dân chủ của Hồ Chí Minh. Vì vậy, đặc trưng xã hội nêu trên chưa đủ sức thuyết phục. Một bộ phận đảng viên cho rằng, hình như nước ta đang dần dần đi theo con đường tư bản chủ nghĩa.

Từ khi xã hội loài người xuất hiện, con người bắt đầu hoạt động tâm lý, ý thức. Khát vọng cơ bản nhất của con người là quan hệ bình đẳng, hoà ái, không tồn tại bóc lột, áp bức giữa con người; cuộc sống vật chất không ngừng được nâng cao, ngày càng đầy đủ và văn minh. Chủ nghĩa xã hội là hình thái kinh tế-xã hội mang tính đột phá, để con người đạt được những khát vọng chân chính của mình. Vì vậy, nội hàm hoặc đặc trưng của CNXH phải phản ánh được những khát vọng đó. Cũng cần nhắc lại rằng, nội hàm cơ bản của chủ nghĩa xã hội là giá trị nhân đạo cao nhất cuả nhân loại trong giai đoạn chủ nghĩa xã hội. Còn giá trị nhân đạo cao nhất của xã hội loài người, là con người được phát triển tự do và toàn diện, chỉ có điều kiện thực hiện sau chủ nghĩa xã hội, tức xã hội Cộng sản văn minh, với hình thái sở hữu công cộng văn minh, được tiến hoá tự nhiên từ hình thái sở hữu tập thể văn minh, sau khi kết thúc giai đoạn phát triển chủ nghĩa xã hội.

Hơn lúc naò hết, phong trào xã hội chủ nghĩa, phong trào cánh tả thế giới, các lực lượng tiến bộ xã hội, đang rất cần sự xác định chính xác nội hàm cơ bản của chủ nghĩa xã hội, mà điều chủ yếu là nhận thức đúng đắn tư tưởng sở hữu xã hội chủ nghĩa của học thuyết Mác, đã được trình bày nhất quán trong các tác phẩm chủ yếu của chủ nghĩa Mác.

Và như vậy coi như chấm dứt cơ bản cuộc khủng hoảng về lý luận và thực tiễn xã hội chủ nghĩa trong phong trào xã hội chủ nghĩa thế giới.

Có như vậy, các phong trào đó mới xây dựng được định hướng phát triển. Bế tắc, không tìm ra con đường đi tới tương lai, sớm hoặc muộn, sẽ lâm vào khủng hoảng; cuối cùng bị con bạch tuộc "diễn biến hoà bình" lôi trở lại con đường tư bản nguyên thuỷ.

IV.6- VIỆT NAM, NHỮNG ĐIỀU KHẲNG ĐỊNH:

Sau khi Liên Xô sụp đổ, có ý kiến cho rằng, cần phải xem xét lại tính chân lý của việc xây dựng chủ nghĩa xã hội ở Việt Nam và một số vấn đề về đường lối xây dựng và phát triển đất nước.

Từ phép biện chứng Âm Dương, thử nhận thức về các vấn đề đó.

1- Về độc lập dân tộc gắn liền với chủ nghĩa xã hội:

Có ai đó cho rằng, chủ nghĩa xã hội ở Việt Nam là đẻ non, là chưa đủ điều kiện ra đời, là phủ định quy luật lịch sử tự nhiên. Thử thảo luận ý kiến mới mẻ này.

Ai cũng hiểu rằng, cách mạng chủ nghĩa xã hội là để giành lại từ tay kẻ chiếm đoạt, trả lại quyền sở hữu cá nhân chân chính cho con người, từ đó mà loại trừ áp bức, bóc lột và mọi bất công xã hội.

Phép biện chứng duy vật và biện chứng Âm Dương đã chứng minh được rằng, sở hữu cá nhân chân chính (SHCNCC) là quyền tự nhiên của con người, là thuộc tính tự nhiên của con người.

Quyền tự nhiên đó có thể thực hiện ở bất cứ giai đoạn văn minh nào của lịch sử nhân loại, cho đến khi kết thúc chủ nghĩa xã hội. Chỉ đến giai đoạn cao hơn chủ nghĩa xã hội, con người mới không cần đến cái quyền đó.

Tuy nhiên, điều kiện để thực hiện được quyền tự nhiên đó là phải có một nhà nước nhân đạo, của dân, do dân, vì dân, vì con người, để bảo vệ và điều hành việc thực hiện quyền đó, trong một pháp chế thống nhất, ở tầm vĩ mô của đất nước.

Một nhà nước như vậy, chỉ có thể ra đời khi chủ nghĩa nhân văn phát triển ở giai đoạn cao, khi mà những lý tưởng nhân đạo không coi là ước mong duy ý chí, mà đã có một hệ thống lý luận và phương thức thực tiễn, để biến những ước mong đó thành hiện thực.

Ở Việt Nam, một nhà nước như vậy đã ra đời từ sau cách mạng Tháng Tám năm 1945. Trải qua hai cuộc kháng chiến, nhà nước đó đã được kiến lập trong toàn quốc. Với lý tưởng nhân văn của mình, nhà nước đã vận hành theo nguyên tắc của dân, do dân, vì dân, vì hạnh phúc con người.

Như vậy, điều kiện "cần" có để vận hành chủ nghĩa xã hội và vận hành quy luật SHCNCC đã xuất hiện, và ra đời đúng "9 tháng 10 ngày", không hề đẻ non. Nó ra đời hoàn toàn phù hợp với điều kiện khách quan và chủ quan của tình hình thế giới và trong nước.

Nhà nước xã hội chủ nghĩa ra đời bất cứ lúc nào đều thích ứng với quy luật SHCNCC. Song, điều kiện "đủ" là, nhà nước đó phải có nhận thức đúng và năng lực vận dụng quy luật đó.

Tìm kiếm chân lý không dễ dàng, nhận thức sai lầm về "sở hữu công cộng" đã dẫn tới tổn thất kinh tế trong phương hướng điều hành công xã, hợp tác xã, công nghiệp quốc doanh. Và đó là một trong những nguyên nhân hiểm nghèo dẫn tới sự sụp đổ của Liên bang Xô Viết, Vấn đề này sẽ được lý giải sâu hơn ở các phần sau.

Độc lập dân tộc là quy luật vận động tâm lý-ý thức cơ bản của con người, được kế thừa từ vô thức tiến hoá, được Hồ Chí

Minh diễn đạt hàm súc: "Không có gì quý hơn Độc lập, Tự do". Song, Độc lập dân tộc luôn luôn gắn liền với một chế độ xã hội; hoặc Phong kiến, hoặc Tư bản, hoặc Chủ nghĩa xã hội. Thời đại ngày nay, thời đại quá độ từ chủ nghĩa tư bản lên chủ nghĩa xã hội, Độc lập Dân tộc gắn liền với Chủ nghĩa xã hội, phù hợp với khuynh hướng phát triển của thế giới hiện đại, khi mà sự phát triển của Chủ nghĩa nhân đạo đòi hỏi mãnh liệt phải xoá bỏ bóc lột, áp bức bất công giữa những con người.

Độc lập dân tộc là khái niệm vận động. Đối với Việt Nam, độc lập dân tộc là tiến trình lịch sử đi trước tiến trình chủ nghĩa xã hội. Là khái niệm vận động như bao khái niệm khác, Độc lập dân tộc phải vận động tới Chủ nghĩa xã hội, theo đúng quy luật phát triển tương thành của thế giới hiện thực.

Bao nhiêu quốc gia trên thế giới đã thoát khỏi chủ nghĩa thực dân cũ, chủ nghĩa thực dân mới, giành được độc lập ở những mức độ khác nhau, quy luật tương thành giữa con người và con người đã đạt được những giá trị nhất định. Tiến trình lịch sử không có điểm dừng, và luôn luôn phát triển theo khuynh hướng tiến bộ của chủ nghĩa nhân đạo. Quy luật phát triển tương thành ắt phải đi tiếp đến chủ nghĩa xã hội, tuy rằng đi con đường đó còn nhiều khó khăn, vì sự đối kháng của chủ nghĩa tư bản, vì thiếu kinh nghiệm lịch sử.

Không đi tiếp con đường của chủ nghĩa xã hội, không vận hành quy luật sở hữu cá nhân chân chính, ắt phải đi vào cạm bẫy của "Chủ nghĩa thực dân toàn cầu hoá", và Độc lập dân tộc chỉ còn là cái áo khoác ngoài, nhân phẩm con người tiếp tục bị tha hoá, lao động tiếp tục bị bóc lột. Mỹ là một siêu cường mà nền độc lập khó bị ai đe doạ, nhưng con người ở đó tiếp tục bị tha hoá bởi chủ nghĩa thực dụng, chủ nghĩa cá nhân cực đoan, huống chi các dân tộc khác không ngừng bị "xâm lược" bởi đủ thứ văn hoá đồi truỵ của "chủ nghĩa thực dân toàn cầu hoá", sự tha hoá là không tránh khỏi nếu không đủ sức mạnh miễn dịch. Các đồng minh của Mỹ cũng không ngừng phê phán văn minh kiểu Mỹ và la lối về nạn xâm lăng "văn hóa kiểu Mỹ" đối với đất nước họ. Chỉ có chủ nghĩa nhân văn xã hội chủ nghĩa mới đủ sức mạnh tinh thần để miễn dịch và chiến thắng nạn xâm lăng đó.

Mặt khác, tâm lý độc lập dân tộc vốn là tâm lý bền vững của con người và mang tính quy luật. Tâm lý đó được kế thừa từ tâm lý vận động cấp thấp, là một trong những quy luật tâm lý cơ bản của con người. Quy luật vận động xã hội phải kế thừa quy luật tâm lý cơ bản đó, lấy đó làm điểm tựa để nuôi dưỡng và kiến tạo xã hội mới. Chủ tịch Hồ Chí Minh từng khẳng định: "Chủ nghĩa dân tộc là động lực lớn của đất nước", rằng, cách mạng Việt Nam "phải dựa vào động lực vĩ đại" đó, rằng, khi giai cấp vô sản giành được thắng lợi thì "lúc đó, nhất định chủ nghĩa dân tộc ấy sẽ biến thành chủ nghĩa quốc tế" (Theo *Hồ Chí Minh toàn tập,Nxb CTQG,H.2002,tập1,tr.465,466,467)*

Từ căn cứ khoa học và thực tiễn, độc lập dân tộc của Việt Nam phải tiếp tục tiến trình chủ nghĩa xã hội, là tiến trình lịch sử tự nhiên, là điều thứ nhất cần khẳng định.

2- Kinh tế thị trường định hướng chủ nghĩa xã hội và việc hoàn thiện quan hệ sản xuất Xã hội chủ nghĩa:

* Thị trường là phương thức vận hành của sản xuất hàng hoá, ra đời từ chế độ chiếm hữu nô lệ. Con đường tơ lụa kéo dài 7000km với độ dài thời gian gần 10 thế kỷ, xuất hiện từ 2500 năm về trước, là hình ảnh sống động về kinh tế thị trường. Nhận thức sai lầm về kinh tế thị trường đồng hành với nhận thức sai lầm về "Sở hữu công cộng" đã gây tổn thất lớn lao cho nền kinh tế xã hội chủ nghĩa. Khi còn tồn tại sản xuất hàng hoá, thị trường vẫn còn là một cơ chế để nuôi sống nền sản xuất đó. Nền kinh tế thị trường khai sinh từ chế độ nô lệ, vận hành một cách tự phát và

thô sơ, nghèo nàn lạc hậu, đã phát triển mạnh mẽ ở thời kỳ chủ nghĩa tư bản với hệ thống khoa học kinh tế và nền sản xuất hàng hoá phát triển mạnh mẽ chưa từng có.

Chủ nghĩa xã hội có cấp vận động cao hơn chủ nghĩa tư bản, ắt phải kế thừa nền sản xuất hàng hoá và kinh tế thị trường. Theo quy luật phủ định phát triển, sự kế thừa đó phải nhiều hơn ở giai đoạn đầu nhằm "nuôi sống" chủ nghĩa xã hội. Song chủ nghĩa xã hội sẽ cải biến dần dần nền kinh tế đó ngày càng phù hợp hơn với quy luật vận động của chủ nghĩa xã hội, mà nội dung cơ bản là quy luật sở hữi cá nhân chân chính và nội hàm chủ nghĩa nhân đạo xã hội chủ nghĩa trong phương thức sản xuất xã hội, tức là xoá bỏ bóc lột, không ngừng nâng cao đời sống nhân dân.

Các thành phần kinh tế là các cặp AD hệ thống nhỏ trong cặp AD hệ thống lớn, một mặt vận hành theo quy luật riêng của hệ thống nhỏ, đồng thời tuân theo quy luật chung của hệ thống lớn nền kinh tế tổng thể quốc gia. Sự điều tiết của nhà nước đối với nền kinh tế là việc làm cần thiết, để giữ vững quy luật, quy định bản chất của nền kinh tế xã hội chủ nghĩa. Vấn đề quan trọng là ở là ở chỗ, khám phá được quy luật vận động riêng của từng thành phần kinh tế và quy luật chung của nền kinh tế tổng thể để điều tiết cho phù hợp, ăn khớp. Sự vi phạm các quy luật riêng và quy luật chung đều kìm hãm sự phát triển và đều phải trả giá.

Mục đích thực tiễn phù hợp với quy luật, thì phương thức thực tiễn thực hiện mục đích đó, cũng phải phù hợp với quy luật và hai loại quy luật đó là một. Đó là quy luật vận động cơ bản của Chủ nghĩa xã hội, là nội hàm cơ bản của Chủ nghĩa xã hội.

Tổn thất của chủ nghĩa xã hội ở thế kỷ XX là bài học đắt giá của sự không phù hợp này.

Mặt khác, cơ chế thị trường đóng vai trò tương phản cân bằng trong cặp AD "sản xuất-tiêu dùng". Thị trường cung cấp các thông tin về chất lượng sản phẩm, cái đẹp, cái thuận lợi, giá cả của sản phẩm, tỷ lệ cung cầu, nhu cầu mới của tiêu dùng. Từ đó góp phần ổn định và sự cân bằng giữa sản xuất và tiêu dùng, khuyến khích phát triển khoa học công nghệ và chủ nghĩa nhân văn. Do đó, cơ chế thị trương là một hình thái tất yếu tự nhiên của nền sản xuất còn tồn tại sản xuất hàng hóa. Chủ nghĩa xã hội kế thừa nền kinh tế thị trường cũng là một tất yếu tự nhiên. Chủ nghĩa tư bản đã không sử dụng triệt để mặt tích cực của cơ chế thị trường, cùng với những động cơ phi nhân bản của các tập đoàn tài chính, đã góp phần làm nên những cuộc khủng hoảng kinh tế triền miên.

Nền kinh tế tư bản chủ nghĩa, chủ yếu là thành phần kinh tế chiếm hữu tư hữu, đã trải qua vài trăm năm phát triển, đã từng gặp những cuộc khủng hoảng với sự tàn phá ghê gớm, như cuộc khủng hoảng năm 1929. Họ ra ra sức chống đỡ và rút kinh nghiệm, nhưng khủng hoảng vẫn cứ xảy ra. Chỉ tính từ cuộc khủng hoảng dầu lửa 1973 - 1974 đến nay, chủ nghĩa tư bản đã liên tiếp rơi vào các cuộc khủng hoảng lớn. Từ "bệnh chứng tổng hợp" của thập kỷ 70, khủng hoảng cơ cấu những năm 80, đến sự đổ vỡ vủa nền "kinh tế bong bóng" ở Mỹ, Nhật Bản, khủng hoảng tài chính tiền lệ Mêhicô năm 1994, khủng hoảng kinh tế dây chuyền từ Đông Nam Á sang Hàn Quốc đến Áchentina năm 1997. Suy thoái kinh tế mới ở Mỹ năm 2001, khủng hoảng tài chính tiền tệ khởi phát ở Mỹ từ năm 2007 và bùng phát dữ dội vào năm 2008, lan ra toàn cầu, được các chuyên gia kinh tế tư bản chủ nghĩa đánh giá là có mức độ trầm trọng hơn cuộc khủng hoảng năm 1929. Và bước sang năm sau, năm 2009 tốc độ tăng trưởng các nước Tư bản phát triển sẽ đạt mức "Âm" (theo IMF). Các nhà kinh tế còn dự đoán rằng, cuộc khủng hoảng 2008 có thể tạo tiền đề cho những cuộc khủng hoảng tiếp theo, và ít nhất đến năm 2018, nền kinh tế thế giới mới hồi phục như cũ.

Người ta không ngừng quảng bá và áp dặt các nước khác chủ nghĩa tự do mới, tự do kinh doanh, không điều tiết. Đến khi tự do kinh doanh thất bại, họ lại dùng phương thuốc điều tiết của nhà nước để cứu vãn, lấy tiền đóng thuế của người lao động để đổ bù vào cái túi hao hụt của người giầu.

Chủ nghĩa tư bản mong dùng tự do kinh doanh, như một vũ khí lợi hại, vô địch, để phá bỏ các tư tưởng kinh tế xã hội chủ nghĩa. Song "gậy ông" càng cứng thì quay lại "đập lưng ông" càng đau.

Khủng hoảng là người bạn đường của nền kinh tế chiếm hữu tư hữu. Chủ nghĩa tư bản bước vào giai đoạn toàn cầu hoá, cũng không thể có phương sách hữu hiệu nào để xa lánh người bạn chung thuỷ quái ác đó, nếu không quan tâm đến lợi ích của lao động toàn cầu.

* Nhà nước xã hội chủ nghĩa ra đời theo tư tưởng của chủ nghĩa nhân đạo chân chính là điều kiện cần để vận hành nền kinh tế vì lợi ích của nhân dân lao động. Việc tước đoạt lại tư liệu sản xuất từ kẻ chiếm hữu và biến nó thành "Sở hữu toàn dân" hay "Sở hữu công cộng" được xem như sự đảo ngược sở hữu, mục tiêu xóa bỏ áp bức bóc lột đã hoàn thành. Vấn đề còn lại là dùng công cụ "sở hữu công cộng" để phát triển hơn nữa nền kinh tế xã hội chủ nghĩa.

Tuy nhiên, hiện trạng và hiệu quả của khu vực kinh tế quốc doanh "Sở hữu công cộng", lại đặt ra những vấn đề hoài nghi về ý nghĩa (nội hàm) của khái niệm đó.

Trong thời kỳ bao cấp, một số cơ sở kinh tế do Liên Xô giúp đỡ, người lao động thường nói câu ẩn dụ, châm biếm: "Các chú cứ phá, Liên Xô chịu cả !". Câu nói xuất phát từ các chữ viết tắt : CCCP, tức là Liên bang cộng hoà xã hội chủ nghĩa Xô

Viết. Người lao động đã không thực sự làm chủ, mặc dù chúng ta không ngớt giáo dục về tinh thần làm chủ tập thể xã hội chủ nghĩa và tổ chức công tác giáo dục thông qua hệ thống Đảng, đoàn thể. Có tới hàng chục cơ quan giáo dục như vậy, và giáo dục một cách thường xuyên, nhưng kết quả giáo dục còn cách xa với công sức bỏ ra.

Một thời gian dài chúng ta đã coi "Sở hữu công cộng" là quan hệ sản xuất tiên tiến, giải phóng được hoàn toàn lực lượng sản xuất, cả về tinh thần và vật chất .Thực tế, người lao động đã được động viên về mặt tinh thần, do được sống trong độc lập tự do, do không nhìn thấy chiếm hữu tư nhân, do phong trào thi đua yêu nước. Năng xuất lao động được nâng lên một phần từ sự động viên đó. Song, cơ chế lợi ích chưa được vận hành thoả đáng, do phân phối theo lao động còn nặng tình bình quân và yếu tố làm chủ tư liệu sản xuất còn mơ hồ, chưa gắn kết với tâm lý sở hữu cá nhân chân chính. Do đó "quan hệ sản xuất sở hữu công cộng"chỉ được xem là quan hệ sản xuất trung bình yếu. Khi thực hiện chế độ khoán sản phẩm trong công nghiệp, phân phối theo lao động rõ ràng hơn, năng suất lao động tăng lên thì quan hệ sản xuất có thể nâng lên ở mức trung bình. Phương thức khoán hộ trong nông nghiệp mới là quan hệ sản xuất tiên tiến, vì vận hành được tâm lý sở hữu cá nhân chân chính của người lao động, phù hợp với trình độ lực lượng sản xuất còn non kém về khoa học công nghệ, và kết quả thực tiễn là năng suất lao động đã tiến bộ vượt bậc so với giai đoạn chưa thực hiện khoán hộ. Khi hiện đại hoá được canh tác, thực hiện mô hình Đồng sở hữu, năng suất lao động sẽ tăng lên hơn nữa, như trường hợp hợp tác xã trồng ngô ở Mỹ đã được mô tả. Ở đây quan hệ sản xuất không thay đổi, nhưng năng suất lao động đã vượt lên nhờ cách mạng KHCN. Hiện tượng tương tự như quan hệ sản xuất tư bản chủ nghĩa không hề thay đổi, nhưng lực lượng sản xuất và năng suất lao động không ngừng phát triển nhờ sự tiến bộ của KHCN.

Để có được quan hệ sản xuất tiên tiến trong công nghiệp và mọi ngành kinh tế khác cần vận dụng được quy luật sở hữu cá nhân chân chính, với phương thức kinh tế Đồng sở hữu.

* A- Đối với kinh tế quốc doanh kiểu cũ khi chuyển sang cổ phần hoá, cần bóc tách giá trị thặng dư của người lao động tích luỹ trong tài sản xí nghiệp hiện có để phân phối lại cho người lao động, cộng với vốn cổ phần góp thêm của họ trở thành vốn cổ phần chính thức, làm căn cứ phân phối lợi nhuận. Phương thức tiến hành đã đề nghị ở phần trên, giống như trường hợp quốc hữu hoá xí nghiệp tư bản chủ nghĩa. Việc phân phối thành quả lao động phải bao hàm hai nội dung.

+ Tư liệu tiêu dùng phân phối qua lương

+ Tư liệu sản xuất phân phối qua lợi nhuận

Những người mới vào xí nghiệp chưa góp vốn cổ phần ban đầu, họ sẽ có cổ phần được phân phối qua lợi nhuận sau một năm kế hoạch. Như vậy vốn cổ phần của người lao động không ngừng tăng lên sau mỗi kỳ kế hoạch. Khi cần mở rộng sản xuất, lãnh đạo xí nghiệp lập kế hoạch huy động vốn, thông qua hội nghị người lao động, bàn bạc dân chủ và quyết định thực hiện, người lao động sẽ góp thêm vốn hoặc đưa lợi nhuận được phân phối vào vốn cổ phần.

Việc phân phối thành quả lao động sao cho trong vốn sản xuất (tư liệu sản xuất) không có tài sản "sở hữu công cộng" mơ hồ, vô chủ. Các tài sản phi sản xuất như phúc lợi xã hội, từ thiện, lãnh đạo xí nghiệp lập kế hoạch thông qua hội nghị người lao động quyết định. Hoạt động tài chính của xí nghiệp hoàn toàn minh bạch, công khai với người lao động và nhà nước có cơ chế giám sát hiệu quả.

Tiền lương của lãnh đạo xí nghiệp được đánh giá đúng mức qua lao động sáng tạo, thành quả hoạt động của xí nghiệp và cân đối với tiền lương bình quân chung của người lao động trong xí nghiệp, tiền lương của người lao động có mức thấp nhất, sao cho không có sự chênh lệch phi lý, hàm chứa yếu tố bóc lột. Cơ chế tiền lương và phương thức phân phối lợi nhuận đối với người lao động và ban lãnh đạo xí nghiệp, được hội nghị công nhân viên chức quyết định tập thể theo luật định.

Đối với các nhà sáng tạo ra sản phẩm hàng hoá mới, các sáng tạo KHCN và quản lý kinh tế, các bàn tay vàng, đem lại hiệu quả rõ rệt, họ được quyền sỡ hữu sáng tạo và đưa giá trị sáng tạo vào vốn cổ phần của họ

Các chuyên gia công nghệ giỏi,các công nhân có bàn tay vàng, có thể có thu nhập cao hơn giám đốc xí nghiệp là chuyện bình thường.

* B- Với các doanh nghiệp do đảng viên thành lập, nên tổ chức kinh doanh theo phương thức Đồng sở hữu. Thu nhập của chủ doanh nghiệp là đảng viên là chân chính, không có yếu tố bóc lột.

* C- Với các doanh nghiệp khác, làm cho họ hiểu được động lực mạnh mẽ của quy luật SHCNCC, khuyến khích họ thực hiện theo phương thức Đồng sở hữu. Người lao động được kích thích niềm hăng say sáng tạo, hiệu quả sản xuất có thể cao hơn các phương thức tư bản. Nếu chủ doanh nghiệp có tài kinh doanh, thu nhập của chủ doanh nghiệp có thể cao hơn phương thức tư bản, mà không mang tội bóc lột giá trị thặng dư. Vấn đề sẽ được làm rõ trong sơ đồ vận hành tài chính doanh nghiệp Đồng sở hữu ở phần tiếp theo.

Bằng ý thức thực hiện "Đạo làm giầu chân chính", chắc rằng các doanh nhân sẽ đồng tình với phương thức "đồng sở hữu", bản thân họ giầu và giúp nhiều người khác cùng giầu ở mức độ khác nhau, phụ thuộc vào tài năng từng người. Sự giầu có chân chính của họ được mở rộng vòng tay để giúp người nghèo vươn lên làm giầu. Đến thời điểm nào đó, cả nước cùng làm giầu chân chính, mục tiêu dân giầu, nước mạnh không phải là tương lai xa.

Thực hiện quy luật sở hữu cá nhân chân chính sẽ làm cân bằng được Âm Dương trong tâm lý con người. Tâm lý tự nhiên, thuộc tính tự nhiên cơ bản của con người sẽ được hoàn toàn giải phóng, tạo tiền đề thuận lợi cho việc "hướng thiện", hoàn thiện nhân cách con người, căn bệnh tha hoá được chữa trị có hiệu quả.

Vận hành quy luật sở hữu cá nhân chân chính là thực hiện nội dung cơ bản của dân chủ, công bằng, văn minh, bao hàm cả văn minh vật chất và văn minh tinh thần, và đó là Chủ nghĩa xã hội đích thực. Đó là định hướng xã hội chủ nghĩa và là phương thức hoàn thiện quan hệ sản xuất xã hội chủ nghĩa trong nền kinh tế thị trường xã hội chủ nghĩa.

Phương thức đó phải được coi là đột phá chiến lược của nền kinh tế Chủ nghĩa xã hội, là nội dung chủ yếu trong đổi mới mô hình tăng trưởng và cơ cấu kinh tế.

Quy luật sở hữu cá nhân chân chính biểu hiện sự tương đồng kỳ lạ giữa học thuyết AD và tư tưởng Đồng sở hữu của C.Mác và Ăngghen, được trình bày trong *Hệ tư tưởng Đức* và *Những nguyên lý của chủ nghĩa cộng sản*, cũng như trong *Tuyên ngôn của Đảng Cộng sản, Tư bản luận*, *Phê phán cương lĩnh Gôtha,* sẽ được lý giải cặn kẽ ở chương VII.

Cũng cần bàn thêm rằng, mục tiêu "Dân giàu, nước mạnh, dân chủ, công bằng, văn minh" phản ánh chính xác quy luật phát triển tương thành. Mục tiêu đó là khát vọng chân chính của Đảng và Nhân dân. Nhưng mới chỉ là mục tiêu! Phương thức thực tiễn đúng đắn, hợp quy luật, để thực hiện mục tiêu là quan trọng. Phương thức sai lầm sẽ chôn vùi mục tiêu, thực tiễn sai lầm sẽ chôn vùi lý luận. Tổn thất to lớn của chủ nghĩa xã hội ở thế kỷ XX vẫn còn là bài học nóng hổi.

Tính quy luật của mục tiêu và tính quy luật của phương thức thực hiện mục tiêu là thống nhất.

Thực hiện quy luật sở hữu cá nhân chân chính với phương thức phân phối thành quả lao động theo mô hình Đồng sở hữu, biểu hiện tính thống nhất quy luật giữa mục tiêu và phương pháp. Đó là điểm cốt yếu của định hướng xã hội chủ nghĩa và hoàn thiện quan hệ sản xuất xã hội chủ nghĩa .

**** Thế nào là hoàn thiện quan hệ sản xuất Xã hội chủ nghĩa***?

Khái niệm này cần được làm rõ nội hàm của nó, tránh nhận thức mơ hồ chung chung, dẫn tới hành động khó thống nhất, kết quả sẽ đi ngược mục tiêu.

Quan hệ sản xuất vận động bằng ba quyền lực:

1- Quyền lực sở hữu tư liệu sản xuất.

2- Quyền lực phân phối thành quả lao động, bao gồm tư liệu sản xuất thể hiện qua giá trị thặng dư hoặc lợi nhuận, và tư liệu tiêu dùng thường biểu hiện bằng lương.

3- Quyền lực tổ chức sản xuất.

Trong đó, quyền lực sở hữu chi phối quyết định. Hoàn thiện quan hệ sản xuất là hoàn thiện cả ba nội dung này. Song, cơ bản là hoàn thiện cơ chế sở hữu.

Trong các chế độ bóc lột, ba quyền lực này không hề thay đổi. Cái thường xuyên thay đổi là hình thái tổ chức sản xuất sao cho phù hợp với trình độ phát triển khoa học công nghệ cũng không ngừng thay đổi, tiến bộ. Hình thái tổ chức sản xuất như thế nào, vẫn nằm trong quyền thứ ba của quan hệ sản xuất.

Khi chuyển sang chế độ xã hội chủ nghĩa, về tổ chức sản

xuất, không đáng bận tâm. Phương pháp tổ chức sản xuất phù hợp với trình độ phát triển khoa học công nghệ (KHCN), nhân loại đã dư thừa kinh nghiệm, có thể kế thừa dễ dàng từ hợp tác quốc tế. Các cuộc cách mạng chuyển hóa ba chế độ tiền sử, thực chất chỉ là cách mạng về tổ chức sản xuất, sao cho phù hợp với sự phát triển của khoa học công nghệ, còn quyền lực sở hữu vẫn không thay đổi: đó là sự chiếm hữu sở hữu cá nhân chân chính của người lao động.

Như vậy, điều cốt lõi của việc hoàn thiện quan hệ sản xuất xã hội chủ nghĩa là thao tác thực tiễn hoàn thiện quan hệ sở hữu, xóa bỏ quyền lực chiếm hữu, thực hiện quyền lực sở hữu cá nhân chân chính về tư liệu sản xuất và phân phối thành quả lao động đối với người lao động, chuyển ba quyền trong quan hệ sản xuất của chủ tư bản trả về cho liên hợp những người lao động, theo mô hình Đồng sở hữu.

Nền kinh tế nhiều thành phần, nhiều hình thức sở hữu, nhưng nội dung sở hữu chỉ có hai: chiếm hữu sở hữu cá nhân chân chính, hoặc thực hiện sở hữu cá nhân chân chính đối với người lao động. Định hướng xã hội chủ nghĩa là từng bước xóa bỏ bóc lột bằng việc xóa bỏ hính thái chiếm hữu, thực hiện quy luật sở hữu cá nhân chân chính bằng mô hình Đồng sở hữu, hay còn gọi là mô hình sở hữu tập thể văn minh, vì không tồn tại yếu tố bóc lột.

Những phần sau sẽ chứng minh rằng, mô hình sở hữu tập thể văn minh là bước quá độ để tiến hoá tự nhiên lên mô hình sở hữu công cộng văn minh. Đó là quy luật vận động của hình thái sở hữu trong thời kỳ chủ nghĩa xã hội, không thể đốt cháy giai đoạn này để "tiến thẳng" lên giai đoạn sở hữu công cộng văn minh, như đã từng xẩy ra trong phong trào xã hội chủ nghĩa thế kỷ XX, và phải chịu những tổn thất nặng nề.

Quy luật sở hữu cá nhân chân chính đã chứng minh sức mạnh tự nhiên của mình trong chính sách khoán hộ ở Việt Nam và Trung Quốc. Với chính sách khoán hộ, người nông dân không hề bị tước đoạt thành quả lao động, bóc lột đã bị xóa bỏ. Mục tiêu nhân đạo cao nhất của chủ nghĩa xã hội đã được thực hiện trong nông nghiệp. Với niềm hứng khởi, năng suât lao động đã tăng vượt trội. Tuy phương pháp canh tác chưa được hiện đại hóa, song sản lượng lương thực đã cho thành tựu ngoạn mục. Thực tiễn đã kiểm chứng chân lý khắt khe và công bằng. Để nâng cao đời sống khu vực nông nghiệp, Đảng đã có đường lối hiện đại hóa nông nghiệp nông thôn. Song, quá trình hiện đại hóa cần thực hiện mô hình Đồng sở hữu để yếu tố bóc lột không quay trở lại.

Mô hình sở hữu công cộng kiểu cũ ở thế kỷ XX đã cho những thành quả đáng buồn. Quan hệ sản xuất được gọi là tiên tiến ở đây đã phản bội mục tiêu của chủ nghĩa xã hội. Nguyên nhân nào dẫn tới kết quả không vui đó? Rõ ràng, quy luật đã bị vi phạm. Nguyên nhân chủ yếu không phai ở cơ chế kế hoạch hóa tập trung, vi phạm quy luật thị trướng xã hội chủ nghĩa. Nguyên nhân đó chỉ đứng vị trí thứ hai. Nguyên nhân thứ nhất là vi phạm quy luật sở hữu cá nhân chân chính đã được học thuyết Mác khám phá. Trong mô hình này, quy luật sở hữu cá nhân chân chính đã bị trói chặt, không cựa quậy vào đâu được. Chủ nghĩa tư bản đã công khai chiếm đoạt giá trị thặng dư của người lao động. Sang chủ nghĩa xã hội, giá trị thặng dư lại được đưa vào sở hữu công cộng kiểu cũ, một hình thức sở hữu mơ hồ, vô chủ. Người lao động không được phân phối kết quả lao động thặng dư, nên không ý thức được vai trò làm chủ sở hữu công cộng; mặc cho những bao xi năng kêu khóc ngoài mưa, mặc cho tài sản sở hữu công cộng cứ âm thầm đội nón ra đi. Việc giáo dục tinh thần làm chủ tập thể tốn biết bao công sức, nhưng đơm hoa kết trái thật là đáng buồn. Không thể kiến tạo tinh thần làm chủ khi vật chất làm chủ không vận động. Đúng như Mác đã từng nói, đời sống quyết định ý thức chứ không phải là ngược lại.

Mặt khác, theo phạm trù "riêng-chung", cái "riêng"có vận động thì cái "chung"mới được biểu hiện. Các tế bào có hoạt động, thì cơ thể mới làm việc; sở hữu cá nhân chân chính có vận hành thì tâm lý sở hữu tập thể mới hình thành và phát triển. Sẽ còn quay lại vấn đề này.

Mô hình XHCN-Xô Viết, sau thời kỳ hưng thịnh, nhờ yếu tố tinh thần được giải phóng, đã lâm bệnh hiểm nghèo vì con bệnh sở hữu công cộng kiểu cũ. Lênin từng cảnh tỉnh: Ưu điểm kéo dài mãi sẽ trở thành khuyết điểm. Không có kẻ thù nào đánh bại được chúng ta ngoài sai lầm của chúng ta.

Ban lãnh đạo Xô Viết thỏa mãn, nhấm nháp mãi ánh hào quang quá khứ, mà quên mất rằng, như một nhà thơ Việt Nam đã viết:

Ngày ngày ngắm nhị xuân,
Đêm đêm tắm hương xuân,
Tưởng yêu hoa xuân đẹp,
Đâu biết sương xuân già.

Thực tiễn vận hành mô hình sở hữu công cộng kiểu cũ đã để lại những bài học lịch sử đắt giá. Các nước xã hội chủ nghĩa tiến hành cải cách, đổi mới. Trọng tâm của cải cách, đổi mới là chuyển mô hình sở hữu công cộng kiểu cũ sang mô hình sở hữu công cộng kiểu mới: mô hình Đồng sở hữu, thực hiện quy sluật sở hữu cá nhân chân chính. Có như vậy, thành quả mới trung thành với mục tiêu.

Cần nhấn mạnh rằng, mô hình doanh nghiệp cổ phần không thực hiện phân phối lợi nhuận cho người lao đông, quy luật sở hữu cá nhân chân chính vẫn chưa được thực hiện, yếu tố bóc lột vẫn tồn tại, vật chất làm chủ vẫn chưa vận động.

Thế kỷ XX đã từng quan niệm, quan hệ sản xuất trong mô hình sở hữu công cộng tiên tiến hơn trong mô hình khoán hộ nông nghiệp. Nên hiểu ngược lại thì đúng hơn!

Quan hệ sản xuất nào giảm thiểu được bóc lột nhiều hơn, khuyến khích nhiệt tình lao động và sáng tạo nhiều hơn, ở thời điểm quan sát quan hệ sản xuất đó tiên tiến hơn.

Sự phù hợp giữa trình độ phát triển của lực lượng sản xuất và quan hệ sản xuất là sự phù hợp cả ba nội dung: quyền lực sở hữu-quyền lực tổ chức sản xuất-quyền lực phân phối thành quả lao động. Phương thức sản xuất tư bản và phương thức sở hữu công cộng kiểu cũ chỉ phù hợp một phần về nội dung tổ chức sản xuất. Phương thức khoán hộ nông nghiệp phù hợp gần như cả ba nội dung. Khi nông nghiệp chuyển sang hiện đại hóa, tổ chức sản xuất chuyển sang mô hình đồng sở hữu, sẽ phù hợp cả ba nội dung.

Việc giải quyết mâu thuẫn giữa lực lượng sản xuất và quan hệ sản xuất trong ba chế độ tiền sử, thực chất là giải quyết mâu thuẫn giữa trình độ tổ chức sản xuất và trình độ phát triển của khoa học công nghệ sản xuất. Mâu thuẫn sở hữu không được giải quyết. Nghĩa là, điểm cốt yếu của xã hội loài người, sự mất công bằng bình đẳng về lợi ích giữa những con người vẫn tồn tại. Nhiệm vụ vinh quang này giành cho cách mạng xã hội chủ nghĩa.

Cách mạng xã hội chủ nghĩa không phải lo lắng gì về việc phát sinh mâu thuẫn về tổ chức sản xuất. Chủ nghĩa tư bản đã quá dư thừa kinh nghiệm mà chủ nghĩa xã hội có thể kế thừa. Cái lo lắng lớn nhất của chủ nghĩa xã hội là giải quyết mâu thuẫn sở hữu, sao cho hợp quy luật tự nhiên. Tiền lệ lịch sử của phong trào xã hội chủ nghĩa thế kỷ XX để lại những bài học vô giá, giúp chúng ta nhìn rõ chân lý.

Khi chủ nghĩa nhân đạo chưa đủ sức nhận thức tính quy luật của tâm lý sở hữu cá nhân chân chính , đành chấp nhận chủ nghĩa tư bản như một hiện tượng vận động tự nhiên. Khi quy luật sở hữu cá nhân chân chính được nhận thức, sự ra đời của chủ nghĩa xã hội còn nhiều lần tự nhiên hơn chủ nghĩa tư bản. Bởi vì quy luật sở hữu cá nhân chân chính được hình thành từ khi con người biết chế tạo công cụ lao động, vì đời sống con người luôn luôn gắn liền với công cụ và thành quả lao động, tâm lý sở hữu cá nhân chân chính hình thành từ đó và được củng cố trong suốt tiến trình lịch sử nhân loại. Tâm lý đó tự tiêu vong khi con người không cần đến nó, khi tâm lý sở hữu tập thể văn minh đã được củng cố bền chặt. Quy luật $E = mc^2$ vẫn luôn luôn có mặt trong vũ trụ, từ khi chưa có loài người; khi nhà bác học Anhxtanh khám phá được, nó đã giúp con người đi một bước dài trên con đường văn minh. Các quy luật khoa học trong công nghệ thông tin cũng vậy, khi con người kết bạn được, nó đã giúp con người bay vào vũ trụ, nhìn được mênh mông hơn, nghe được xa xăm hơn, con người toàn hành tinh gần gũi nhau hơn, hiểu nhau dễ dàng hơn. Sự phát triển của khoa học công nghệ thúc đẩy sự phát triển của tư duy nhân đạo, cùng với sự dẫn dắt của quy luật phát triển tương thành, quy luật sở hữu cá nhân chân chính sẽ sớm được nhận thức trong tư duy chính trị nhân loại. Sự thống nhất ý thức hệ hợp quy luật chắc rằng không còn xa nữa, có thể diễn ra ở nửa cuối thế kỷ này hoặc nửa đầu thế kỷ XXII.

Quy luật sở hữu cá nhân chân chính có thể vận hành ở bất cứ quốc gia nào, trong bất cứ thời gian nào, khi bộ máy lãnh đạo đất nước nhận thức được tính quy luật và tính nhân đạo của nó. Nhiều quốc gia đã thực hiện một phần nội dung của quy luật này với mức độ nhiều ít khác nhau. Cứ như sự mô tả của sách báo, thì hình thái kinh tế xã hội Thụy điển đã tiếp cận được nhiều nội dung của quy luật. Giá trị thặng dư được nhà nước điều tiết để chênh lệch giữa mức lương cao nhất và thấp nhất không quá ba lần. Tuy chưa có luật về việc phân phối lợi nhuận cho người lao động. Điều đó làm cho xã hội Thụy điển phát triển hài hòa hơn, nhân dân hạnh phúc hơn.

Do tác động của quy luật phát triển tương thành, biểu hiện thực tiễn xã hội bằng hai quy luật chủ yếu: quy luật phát triển khoa học công nghệ và quy luật phát triển chủ nghĩa nhân đạo, khuynh hướng phát triển hòa bình và hợp tác là không thể đảo ngược. Vì thế, từ thế kỷ XXI về sau, không thể thành công, khi dùng bạo lực vũ trang để giải quyết mâu thuẫn, trừ một vài vụ việc nhỏ, như bắt tội phạm khủng bố, ma túy,...Chỉ có thể giải quyết thành công mâu thuẫn bằng việc phát triển tính thống nhất giữa các quốc gia, các tổ chức quốc tế, cũng như trong một quốc gia.

Giaỉ quyết mâu thuẫn sở hữu là việc riêng của mỗi dân tộc. Tri thức tiến bộ và nhân dân mỗi dân tộc tự chăm lo cho sự nghiệp nhân đạo của dân tộc mình, không thể can thiệp từ bên ngoài, không thể đảo ngược quy luật vận động tâm lý của một dân tộc. Từ lôgic đó, khả năng điều chỉnh thành công của chủ nghĩa tư bản trong giai đoạn khủng hoảng trầm trọng hiện nay và không hy vọng có thời gian chấm dứt, là điều chỉnh theo quy luật, là chuyển hóa hòa bình sang chủ nghĩa xã hội bằng con đường thực hiện quy luật sở hữu cá nhân chân chính với mô hình Đồng sở hữu trong kinh tế. Vấn đề này sẽ còn quay lại.

Thực hiện quy luật sở hữu cá nhân chân chính mang lại giá trị nhân văn cao cả, tâm hồn lộng gió cho con người; người với người thực sự là bạn; những căn bệnh về nhân cách sẽ được phương thuốc thần này chữa khỏi nhanh hơn. Bằng công nghệ chính sách sáng suốt, bằng sự nỗ lực, chúng ta có thể cơ bản hoàn thiện mô hình Đồng sở hữu, kể cả khu vực nông nghiệp, trong cả nước, trong vòng khoảng 30 năm. Đất nước đi vào hiện đại hóa cả về lực lượng sản xuất, cả về quan hệ sản xuất. Làm được như vậy, cùng với quan hệ quốc tế trong sáng, mẫu mực,

Trung quốc, Cu ba, Việt nam, đã chứng minh được bằng hiện thực và tài năng sáng tạo cho niềm tin vào tương lai rạng rỡ của xã hội loài người; cống hiến những kinh nghiệm vô giá cho nhân loại, sự thống nhất ý thức hệ hợp quy luật sẽ đến nhanh hơn, nhân loại sẽ được sống trong hòa bình bền vững, yên tâm hợp tác và phát triển.

Cần nhấn mạnh rằng, hình thức Đồng sở hữu đã được C.Mác và Ph. Ăngghen đề cập lần đầu tiên trong *Hệ tư tưởng Đức,* in trong *Các Mác, Phri-đrich Ăng-ghen, tuyển tập*, tập I, Nxb-Sự thật, Hà nội-1980 (các trang 360,361,362). Sau khi trình bày về tính tất yếu, điều kiện, kết quả của việc xóa bỏ chiếm hữu tư nhân, C.Mác viết: "Như vậy, tình hình hiện nay đã đi đến chỗ là ***các cá nhân phải chiếm hữu*** tổng thể những lực lượng sản xuất hiện có"(tr 360)..."Ngoài ra, *quy định* sự chiếm hữu đó, còn là ***những cá nhân đi chiếm hữu*** (tr-360)..."Ngoài ra, *quy định sự chiếm hữu,* còn là phương thức thực hiện sự chiếm hữu. ***Sự chiếm hữu chỉ có thể được thực hiện bằng sự liên hợp,*** một sự liên hợp bắt buộc trở thành phổ biến vì tính chất của bản thân giai cấp vô sản"(tr-361)..."***Những cá nhân liên hợp mà chiếm hữu những tổng thể lực lượng sản xuất thì chế độ tư hữu cũng bị thủ tiêu."*** (tr-361)..."Trong tất cả những sự chiếm hữu đã qua, một khối lớn các cá nhân vẫn lệ thuộc vào một công cụ duy nhất; trong sự chiếm hữu của những người vô sản, một khối lớn các công cụ sản xuất phải nhất thiết lệ thuộc vào từng cá nhân, còn sự chiếm hữu thì lệ thuộc vào mọi cá nhân"(tr-361). Một số khái niệm Mác sử dụng trong đoạn viết này có thể hiểu:"tính chất của bản thân giai cấp vô sản" là tâm lý sở hữu cá nhân chân chính. "Sự chiếm hữu"là chiếm hữu vốn tư liệu sản xuất; "một công cụ duy nhất" là chủ chiếm hữu; "còn sở hữu" nên hiểu là quá trình sử dụng (Có thể cụm từ "còn sở hữu", khi nghiên cứu lời văn và tinh thần lời văn, cụm từ này phải là "còn sử dụng" mới phù hợp với ý nghĩa và lôgic diễn đạt của đoạn văn. Có lẽ, đây là lỗi in ấn hoăc lỗi dịch thuật). Cái máy không thể chia nhỏ cho từng người, vì vậy, phải sử dụng chung.

Mác và Ăngghen viết *Hệ tư tưởng Đức* vào năm 1846. Năm sau,1847, Ăngghen viết *Những nguyên lý của chủ nghĩa cộng sản,* đã làm rõ hơn tư tưởng **Đồng sở hữu**. Ông viết: "... chế độ tư hữu phải được thủ tiêu và được thay bằng việc sử dụng chung tất cả mọi công cụ sản xuất và ***việc phân phối sản phẩm theo sự thỏa thuận chung, tức là bằng cái mà người ta gọi là sự cộng đồng về tài sản"*** (tr-452). Khái niệm "tư hữu" đã được Mác và Ăngghen nhiều lần giải thích: Đặc trưng của chủ nghĩa cộng sản không phải là xóa bỏ tư hữu nói chung, mà chỉ xóa bỏ tư hữu gắn liền với bóc lột, tức là, không phải xóa bỏ sở hữu cá nhân chân chính , mà chỉ xóa bỏ chiếm hữu sở hữu cá nhân chân chính, nói cách khác, không xóa bỏ *sở hữu cá nhân không bóc lột* mà chỉ xóa bỏ sở hữu cá nhân bóc lột.

Với phương thức Đồng sở hữu (ĐSH), người lao động được tự mình hoạt động, tức tự mình sở hữu tư liệu sản xuất, lôgic tất yếu ắt tự mình làm chủ thành quả lao động chân chính của mình. Mác viết: "Chỉ tới giai đoạn đó thì sự tự mình hoạt động mới ăn khớp với đời sống vật chất, điều đó tương ứng với sự phát triển của cá nhân thành những cá nhân hoàn chỉnh" (tr-361)...Những cá nhân như vậy"được các nhà triết học coi là điều lý tưởng và đặt tên là ***"Con người"*** và toàn bộ quá trình mà chúng ta miêu tả được họ coi là quá trình phát triển của *"Con người"*(tr-362). Quan niệm đó của các nhà triết học đương thời đã được Mác và Ăngghen chia sẻ.

Tháng 3-1848, lần đầu tiên công bố *Tuyên ngôn của Đảng cộng sản* cũng có một mệnh đề nói về ĐSH. Tuyên ngôn viết: "Khi những đối kháng giai cấp đã mất đi trong tiến trình của sự phát triển và ***toàn bộ sản xuất đã tập trung trong tay những cá nhân đã liên hợp lại với nhau, thì quyền lực công cộng cũng***

mất tính chất chính trị của nó" (tr-569). Chúng ta hiểu, mất tính chất chính trị là mất tính giai cấp, tức là, bộ máy lãnh đạo doanh nghiệp và người lao động cùng một giai cấp, vì không còn yếu tố bóc lột, và nhà nước cũng mất tính chất giai cấp.

Khi nói về sự phản đối chủ nghĩa cộng sản của các ông chủ tư sản, Tuyên ngôn viết: "Các ông hoảng lên vì chúng tôi muốn xóa bỏ chế độ tư hữu. Nhưng trong xã hội của các ông, "chế độ tư hữu" đã bị xóa bỏ đối với chín phần mười (9/10) thành viên của xã hội rồi" (tr-561). "Chủ nghĩa cộng sản không tước bỏ của ai cái quyền chiếm hữu những sản phẩm xã hội, mà chỉ tước bỏ quyền dùng những sản phẩm ấy để nô dịch lao động của người khác" (tr-562). Khái niệm "chế độ tư hữu" ở đây, muốn nói đến sở hữu cá nhân của người sản xuất nhỏ và tiểu nông dựa trên lao động của bản thân, có trước đại công nghiệp tư bản, không có yếu tố bóc lột và đó là sở hữu cá nhân chan chính, vì họ không thuê lao động để bóc lột.

Hình thái sở hữu cá nhân chân chính này tồn tại ở giai đoạn lịch sử trước chiếm hữu tư sản, là thực tiễn của tâm lý sở hữu cá nhân bền vững, mang tính quy luật. Bước vào đại công nghiệp, không thể chia nhỏ cái máy để chia cho mọi người, nên phải hình thành liên hợp sở hữu của người lao động, tức là liên hợp sở hữu cá nhân chân chính hoặc Đồng sở hữu. Trong đó, hiện vật tư liệu sản xuất, máy móc, được sử dụng chung để làm ra sản phẩm; còn vốn tư liệu sản xuất, thường được biểu hiện bằng tiền, là vốn riêng của người lao động, trong đó có lãnh đạo doanh nghiệp, liên hợp lại. Trong các xí nghiệp tư bản, vốn riêng này là giá trị thặng dư tích luỹ suốt thời gian lao động làm thuê cho nhà tư bản, đã bị nhà tư bản chiếm đoạt.

Nhà nước chi phối thành phần kinh tế trọng điểm bằng số vốn cổ phần lớn áp đảo, tuy nhiên vẫn giữ tư cách là một thành viên sở hữu cá nhân chân chính trong ĐSH.

Trong *Tư bản* tập I đề ra: "*...khôi phục lại chế độ sở hữu cá nhân, trên cơ sở cùng chiếm hữu tư liệu sản xuất"*(Xin bạn đọc chú ý, đây không phải nguyên văn, mà học giả nước ngoài trích theo ý của nguyên văn, nhưng không phản ánh chính xác ý nguyên văn, làm độc giả hiểu lầm một nguyên lý cơ bản của học thuyết Mác). Một số học giả nước ngoài cho rằng, đây là câu thách đố của Mác, chỉ có thể treo cao mà không thể triển khai trong thực tiễn. Sự thực là, nếu hiểu cho đúng, nguyên lý sở hữu này của Mác hoàn toàn thống nhất với tư tưởng sở hữu của Mác và Ăngghen đã trình bày trong *Hệ tư tưởng Đức*, được Ăngghen làm rõ trong *Những nguyên lý của chủ nghĩa cộng sản,* và được khẳng định trong *Tuyên ngôn của Đảng cộng sản; Tư bản luận* chỉ nhắc lại tư tưởng đó. Như vậy, hệ thống tư tưởng về vấn đề sở hữu của Mác từ *Hệ tư tưởng Đức* đến *Tư bản luận* và *Phê phán cương lĩnh Gôtha,* viết sau bộ *Tư bản,* không có gì thay đổi, không hề mâu thuẫn. Tiếc rằng phương thức thực tiễn triển khai vấn đề sở hữu ở thế kỷ XX , đã đi lạc hướng tư tưởng sở hữu của học thuyết Mác.

Nguyên văn trong tác phẩm, mà học giả nước ngoài trích dẫn thiếu, như sau: "Phương thức chiếm hữu tư bản chủ nghĩa do phương thức sản xuất tư bản chủ nghĩa đẻ ra, cả chế độ tư hữu tư bản chủ nghĩa nữa, là sự phủ định đầu tiên đối với chế độ sở hữu cá nhân dựa trên lao động của bản thân. Nhưng nền sản xuất tư bản chủ nghĩa lại đẻ ra sự phủ định bản thân nó, với tính tất yếu của một quá trình tự nhiên. Đó là sự phủ định cái phủ định.

Sự phủ định này không khôi phục lại chế độ tư hữu, mà khôi phục lại chế độ sở hữu cá nhân, trên cơ sở những thành tựu của thời đại tư bản chủ nghĩa; trên cơ sở sự hợp tác và sự chiếm hữu công cộng đối với ruộng đất và những tư liệu sản xuất do chính lao động làm ra." (Theo: C.Mác-Ph. Ăngghen, tuyển tập. Tập III, Nxb Sự thật Hà nội, 1982, tr. 594; phần nhấn mạnh là của TG).

Khái niệm "khôi phục lại chế độ sở hữu cá nhân" được Mác nêu ở đoạn văn trên, trong "Tư bản luận", một số học giả nước ngoài giải thích rằng, đó là tài sản tiêu dùng cá nhân của gia đình người lao động. Đây là sự nhầm lẫn đáng tiếc! Tài sản cá nhân của người lao động, được mua sắm bằng tiền công lao động, đã luôn luôn tồn tại ở bất cứ chế độ nào, không cần phải "khôi phục lại". Cái cần phải khôi phục lại là sở hữu cá nhân chân chính của người lao động về tư liệu sản xuất, đã bị nhà tư bản cướp đoạt. Phương thức "khôi phục lại" chính là nguyên lý Liên hợp sở hữu, nói ngắn gọn là nguyên lý Đồng sở hữu mà Mác và Ăngghen đã chỉ dẫn trong *Hệ tư tưởng Đức*.

Về khái niệm "Cộng sản", Ăngghen viết trong Lời tựa của *Tuyên ngôn của Đảng cộng sản*, viết cho bản tiếng Anh, xuất bản năm 1888, như sau:

"Tuy nhiên, trong lúc chúng tôi viết "Tuyên ngôn", chúng tôi vẫn không thể gọi nó là tuyên ngôn *xã hội chủ nghĩa* được. Năm 1847, người ta thường dùng từ XHCN, một mặt để gọi những người theo các hệ thống không tưởng như phái Owen ở Anh và phái Fourier ở Pháp…; mặt khác để gọi những tên lang băm xã hội đủ các cỡ…Trái lại, **cái bộ phận công nhân**, do nhận thấy rằng, chỉ làm những cuộc đảo lộn chính trị thôi thì chưa đủ, nên tuyên bố cần thiết phải cải tạo xã hội về căn bản, thì tự mệnh danh là những người cộng sản. Đó là một thứ chủ nghĩa cộng sản mới phác họa ra, hoàn toàn theo bản năng, đôi khi còn hơi thô kệch, nhưng nó đã cảm thấy được cái gì là căn bản…Năm 1847, chủ nghĩa xã hội có nghĩa là một phong trào tư sản, còn chủ nghĩa cộng sản là một phong trào công nhân… Vì từ lâu chúng tôi đã nhận định, "việc giải phóng những người lao động phải là sự nghiệp của bản thân người lao động" (tr-514,517). Vì lý do đó, C.Mác và Ăngghen đã chọn cái tên "cộng sản", là cái tên được sáng tạo từ phong trào công nhân. Như thế

, cụm từ "cộng sản" trong "Tuyên ngôn" hoàn toàn không xuất phát từ ý tưởng của Mác và Ăngghen về khái niệm "sở hữu công cộng" như thế kỷ XX đã triển khai ở thời điểm khai sinh ra nó. Tư tưởng sở hữu ngay sau khi giai cấp vô sản giành được chính quyền là tư tưởng Đồng sở hữu, như đã đề cập ở phần trên. Do đó, nếu không nghiên cứu có hệ thống các tác phẩm nói trên, thì có thể nhầm lẫn từ khái niệm "Đồng sở hữu" sang "khái niệm sở hữu công cộng kiểu cũ".

Mô hình ĐSH có thể được coi là mô hình "sở hữu tập thể văn minh" vì yếu tố bóc lột trong sản xuất đã được xóa bỏ. Đó là chặng đường phát triển tự nhiên của hình thái sở hữu để tiến lên hình thái sở hữu cao hơn: hình thái "sở hữu công cộng văn minh", trong đó hiện tượng bóc lột được xóa bỏ triệt để và không còn cơ hội quay trở lại.

Vấn đề này sẽ được trình bày cụ thể hơn ở chương VII.

Cũng trong *Hệ tư tưởng Đức*, Mác và Ăngghen đã phân tích tính tất yếu của sở hữu cá nhân trong sản xuất thủ công nghiệp và sản xuất tiểu nông. Ông cho rằng, sở hữu cá nhân là hậu quả của những công cụ sản xuất lạc hậu, chỉ có nền sản xuất đã phát triển ở giai đoạn khoa học công nghệ cao mới phát sinh mâu thuẫn giữa công cụ sản xuất và sở hữu cá nhân. "Như vậy là chỉ với công nghiệp lớn, mới có khả năng xóa bỏ được sở hữu cá nhân" (tr-322,323). Đây là sở hữu cá nhân của nền sản xuất nhỏ, manh mún, song không có yếu tố bóc lột, nằm trong khái niệm sở hữu cá nhân chân chính. Hình thái thực tiễn sở hữu cá nhân của nền sản xuất nhỏ bị đại công nghiệp tư bản xóa bỏ, song tâm lý sở hữu cá nhân trong người lao động vẫn tồn tại; điều đó làm nên mâu thuẫn giữa chủ tư bản và người lao động, khi chủ tư bản cướp đoạt giá trị thăng dư của họ. Về vấn đề xóa bỏ sở hữu cá nhân manh mún, Mác viết tiếp:"Nhưng trong tất cả các thời kỳ trước (trước đại công nghiệp-TG), sự thủ tiêu nền kinh tế riêng lẻ gắn liền với sự thủ tiêu chế độ tư hữu là không thể thực hiện được vì chưa có những tiền đề vật chất. Tổ chức một nền sản xuất… có tính chất công xã cần có tiền đề là sự sản xuất bằng máy móc, của việc sử dụng những lực lượng tự nhiên và nhiều lực lượng sản xuất khác, chẳng hạn như dẫn thủy, đèn khí, sưởi bằng hơi nước,…, xóa bỏ sự đối lập giữa thành thị và nông thôn. Không `có những điều kiện ấy, bản thân nền kinh tế công xã, đến lượt nó, sẽ không thành một lực lượng sản xuất mới, sẽ thiếu mọi cơ sở vật chất, mà chỉ dựa trên một cơ sở thuần túy lý luận, nói cách khác, sẽ đơn thuần là một điều kỳ quặc, mà chỉ dẫn đến một nền kinh tế nhà tu mà thôi" (tr-341,342). Đoạn văn kiện này của Mác và Ăngghen đã giúp chúng ta khẳng định được rằng, ***chính sách khoán hộ trong nông nghiệp*** của Việt Nam và Trung quốc là hoàn toàn phù hợp với quy luật vận động sở hữu trong thời kỳ văn minh nông nghiệp. Sự tài trợ hào phóng của công nghiệp hiện đại đối với nông nghiệp, việc đô thị hóa nông thôn để đưa công nghiệp vào sát nách ruộng đồng, là điều kiện tiền đề để xóa bỏ nền sản xuất cá thể manh mún và lạc hậu, đưa nông nghiệp, nông thôn tiến vào nền văn minh công nghiệp và hậu công nghiệp. Làm trái lời chỉ dẫn của Mác, cách nay 150 năm, nông nghiệp xã hội chủ nghĩa thế kỷ XX đã gánh chịu những tổn thất nặng nề, thời gian đã quay ngược gần 80 năm.

Cho đến thời điểm này, vấn đề sở hữu, lý luận và thực tiễn, là vấn đề sinh tử của Chủ nghĩa xã hội, chủ nghĩa Mác vẫn còn nguyên vẹn tính chân lý.

Để làm sáng tỏ tư tưởng Đồng sở hữu trong thực tiễn, hãy căn cứ vào công thức tư bản của Mác: **T-H-T+M** để xây dựng sơ đồ vận hành tài chính của doanh nghiệp Đồng sở hữu. Phần giá trị thặng dư M có hai nội dung sử dụng cơ bản: $\mathbf{m_1}$ và $\mathbf{m_2}$. Nội dung $\mathbf{m_1}$ để nộp thuế và đóng góp vào các quỹ xã hội và các công việc chung. Gía trị nộp thuế theo pháp luật nhà nước, phụ thuộc vào tính chất giai cấp của nhà nước. Nội dung $\mathbf{m}_2$ là phần giá trị thặng dư còn lại. Với chủ nghĩa tư bản, phần $\mathbf{m}_2$ bỏ vào két sắt của nhà tư bản, một phần để nhà tư bản tái sản xuất mở rộng ($\mathbf{m}_3$), sản sinh ra giá trị thặng dư nhiều hơn; phần còn lại để sống cuộc sống đế vương và tích lũy tài sản gia đình ($\mathbf{m}_4$). Trong mô hình sở hữu công cộng kiểu cũ, $\mathbf{m}_2$ được đưa vào tài sản sở hữu công cộng, một hình thức sở hữu mơ hồ vô chủ, vì không được phân phối lại cho người lao động. Đây là nguồn gốc của việc lũng đoạn tài sản, tham nhũng, lãng phí, tha hóa nhân cách, là nguyên nhân cơ bản làm mất lòng tin của nhân dân đối với Đảng. Nếu làm một sự so sánh, tuy khập khễnh một chút, thì chủ nghĩa tư bản bóc lột công khai, còn "sở hữu công cộng kiểu cũ" là sự "bóc lột tàng hình".

Với mô hình Đồng sở hữu, $\mathbf{m}_2$ được phân phối trở lại cho người lao động, kể cả ban lãnh đạo doanh nghiệp, vì đó là thành quả lao động tích lũy của họ. Như C.Mác đã viết: "Trong xã hội cộng sản, lao động tích lũy chỉ là một phương tiện để mở rộng và làm phong phú, làm đẹp thêm đời sống của những người lao động" (tr-560). Ở đây, lao động tích lũy là giá trị thăng dư, là lợi nhuận. Người lao động sử dụng lao động tích lũy $\mathbf{m}_2$ được phân phối để làm đẹp cuộc sống theo nhu cầu riêng của họ và đóng góp cổ phần cho kỳ sản xuất tiếp theo. Đó là quyền làm chủ sở hữu cá nhân chân chính của họ.

Sơ đồ tư bản của Mác đã thể hiện cái vòng xoáy bóc lột tuần hoàn; giá trị thăng dư $\mathbf{m}_2$ được đưa vào túi nhà tư bản; chủ tư bản tăng thêm T ; tăng thêm tư liệu sản xuất, tăng thêm lao động làm thuê, từ đó tăng thêm $\mathbf{m}_2$, để đổ thêm vào túi nhà tư bản. Cứ như vậy, tài sản gia đình tư bản cứ ngày càng phình to lên, như gia đình Meyer Roothschild có tới 500 tỷ đôla (theo *Chiến tranh tiền tệ*) và nhiều gia đình tư bản khác có tài sản nhiều chục tỷ đôla.

Không những người lao động bị bọn tư bản công xưởng bóc lột mà còn bị tư bản tài chính làm cho cùng khốn. Các thủ đoạn tài chính giảo hoạt và dã man đã từng là điểm tựa khổng lồ cho các cuộc chiến tranh thế giới, các cuộc khủng hoảng kinh tế toàn cầu, khu vực, quốc gia, các đổ vỡ thị trường chứng khoán, nạn lạm phát và giảm phát tiền tệ; từ đó , tài sản của người lao động cứ tự nhiên như dòng suối chảy vào cái túi tham khổng lồ của bọn tư bản, còn người lao động thì lầm lũi chịu đựng cuộc sống thất nghiệp, túng quẫn; hơn thế nữa, còn bị chôn vùi trong các cuộc chiến tranh bẩn thỉu, vì những đồng tiền cũng bẩn thỉu, mà chúng dùng thủ đoạn phù thủy để gây ra.

Có học giả cho rằng, các công ty cổ phần tư bản đã tách quyền sở hữu khỏi quyền quản lý điều hành. Như vậy, người lao động đã thoát khỏi chủ sở hữu cùng với sự bóc lột. *Quan niệm như vậy là lầm lẫn.* Công ty cổ phần tư bản chưa phải là mô hình Đồng sở hữu, khi chưa trả về cho người lao động phần lao động tích lũy của họ; khi mà vốn cổ phần của nhà tư bản hàm chứa một số lượng khổng lồ lao động tích lũy của nhiều thế hệ người lao động; từ đó việc phân phối lợi tức cổ phần vẫn tồn tại sự chênh lệch bất công, vì tỷ lệ cổ phần của người lao động chẳng thấm tháp vào đâu so với cổ phần của nhà tư bản. Hơn nữa lại là yếu tố tăng thêm giá trị thặng dư đổ vào túi tài sản tư bản. Với công ty cổ phần tư bản, ngươì lao động đã phải chịu ba tầng bóc lột: lao động hiện tại, lao động quá khứ (cổ phần) và lao động của thế hệ cha ông. Việc phân tách quyền sở hữu và quyền quản lý điều hành không làm mất đi quyền chi phối quyết định của chủ sở hữu với tư cách là ông chủ của tư bản. Từ đó, công ty cổ phần tư bản chỉ là một hình thức"công tác tư tưởng", một hình thức trang điểm để đánh lừa người lao động. Song, cái đẹp hình thức chẳng để lại dư âm được lâu, khi cái "đẹp" nội dung phũ phàng với nó.

Quyền lực sử dụng giá trị thăng dư của người lao động là điểm cốt yếu của vấn đề sở hữu Xã hội chu nghĩa.

Nhà nước định hướng xã hội chủ nghĩa bằng luật doanh nghiệp ĐSH, đồng thời nắm quyền cổ phần áp đảo trong các khu vực kinh tế trọng điểm và thu lợi ích minh bạch , đầy đủ. Như vậy nhà nước xã hội chủ nghĩa đã có đủ "thực" để vực được "đạo".

Các doanh nghiệp tư bản khi chuyển sang mô hình Đồng sở hữu, thu nhập của người lao động ngay lập tức được tăng lên. Trong thời kỳ kinh tế trí thức, m_2 tăng rất `mạnh; có trường hợp tỷ suất bóc lột giá trị thặng dư tới 500% (theo tài liệu đã dẫn ở phần trên) tức là lợi nhuận m_2 gần gấp 5 lần tiền lương. Một sự bóc lột khủng khiếp! Trong trường hợp này, nếu chuyển sang mô hình Đồng sở hữu, thu nhập của người lao động có thể lập tức tăng lên 5 lần. Bản chất cơ bản của mô hình Đồng sở hữu là việc phân phối thành quả lao đông theo quy luật sở hữu cá nhân chân chính .Với mô hình Đồng sở hữu, bóng đen bóc lột đã biến mất giữa ban ngày.

Các nước đang phát triển, thực hiện mô hình Đồng sở hữu tương đối dễ dàng, vì đang trong quá trình công nghiệp hóa, nhiều cơ sở sản xuất kinh doanh thành lập mới. Tại các nước tư bản phát triển, quá trình chuyển đổi từ doanh nghiệp cổ phần sang doanh nghiệp Đồng sở hữu khó khăn hơn vì sự phản kháng của thói quen chiếm hữu thâm căn cố đế trong tâm lý nhà tư bản.

Trong sơ đồ vận hành tài chính doanh nghiệp Đồng sở hữu, nếu lợi nhuận m_2 trích vào vốn tái sản xuất mở rộng trước khi phân phối cho người lao động, sẽ làm mất tính công bằng, gây khó khăn cho phân phối lần sau, tiềm ẩn yếu tố bóc lột. Sau khi được phân phối, người lao động sẽ tự quyết định trích vốn m_3 cùng với vốn cổ phần đã có, làm thành vốn cổ phần mới, làm căn cứ cho kỳ phân phối tiếp theo. Trong sơ đồ, tiền lương và vốn cổ phần là lao động hiện tại và lao động quá khứ, đều sinh ra giá trị thặng dư như nhau, vì vậy dùng làm căn cứ để phân phối lợi nhuận là chính xác, không thể bàn cãi. Từ đó, người chưa góp cổ phần vẫn có quyền được hưởng thụ lợi nhuận.

Theo sự chỉ dẫn của *Hệ tư tưởng Đức* và *Tư bản luận*, từ kinh nghiệm thực tiễn sở hữu xã hội chủ nghĩa thế kỷ XX, đề nghị mô hình nguyên lý vận hành tài chính doanh nghiệp Đồng sở hữu như sau: (xin xem sơ đồ).

* Vốn ban đầu T để trả công lao động, mua tư liệu sản xuất và chi phí sản xuất, lưu thông.

Mô hình thể hiện vòng xoáy bóc lột giá trị thặng dư, làm nên tài sản cá nhân nhà tư bản có giá trị tới nhiều chục tỷ USD; theo sách "*Chiến tranh tiền tệ*", tài sản gia đình Rothschild có giá trị tới 500 tỷ đô la.

Trong nền kinh tế trí thức, T thấp nhưng H nhiều nên M cao, m_2 vào túi chủ tư bản càng lớn. Cuộc cách mạng khoa học công nghệ đã làm cho thu nhập của chủ tư bản tăng nhanh với tốc độ kinh ngạc.

SƠ ĐỒ VẬN HÀNH TÀI CHÍNH DOANH NGHIỆP TƯ BẢN VÀ SỞ HỮU CÔNG CỘNG KIỂU CŨ

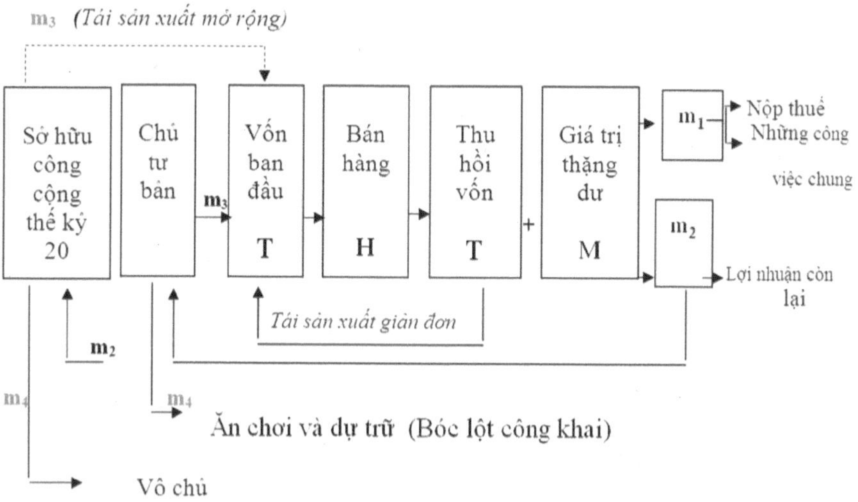

SƠ ĐỒ NGUYÊN LÝ VẬN HÀNH TÀI CHÍNH CỦA DOANH NGHIỆP ĐỒNG SỞ HỮU THỰC HIỆN QUY LUẬT SỞ HỮU CÁ NHÂN CHÂN CHÍNH

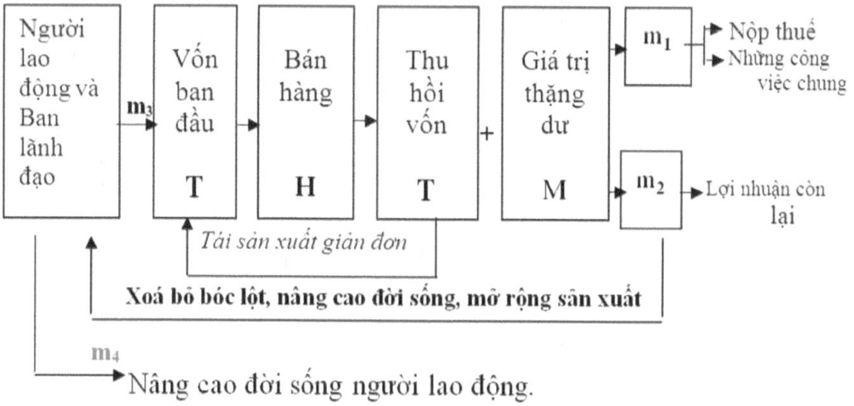

$$m_3 + m_4 = \frac{m_2}{\sum CP + \sum TL} \times (CP_i + TL_i)$$

* $m_3 + m_4$: Lợi nhuận phân phối cho cá nhân người lao động và ban lãnh đạo.

* m_3 : Vốn cổ phần cá nhân đóng tiếp cho kỳ sau.

* $\sum CP + \sum TL$: Tổng vốn cổ phần và tiền lương toàn doanh nghiệp trong kỳ kế hoạch.

* $CP_i + TL_i$: Tổng vốn cổ phần và tiền lương cá nhân trong kỳ kế hoạch.

Sơ đồ này cùng lúc thực hiện hai mục tiêu cơ bản của Chủ nghĩa xã hội: Xóa bỏ bóc lột và nâng cao đời sống của nhân dân, đồng thời khuyến khích làm giàu chân chính. Là phương thức cơ bản để hoàn thiện Quan hệ sản xuất Xã hội chủ nghĩa.

Mấy điểm chú ý của sơ đồ vận hành tài chính doanh nghiệp Đồng sở hữu.

1- "m_2" chia toàn bộ cho người lao động; "m_3" do cá nhân từng người lao động đóng cổ phần bổ sung vào kỳ kế hoạch sau.

2- Theo công thức, người mua cổ phần ngoài thành viên xí nghiệp không có TLi, người của doanh nghiệp chưa mua cổ phần chỉ có TLi mà chưa có CPi. Bộ máy lãnh đạo có CPi và TLi cao sẽ có $m_3 + m_4$ cao, đó là cái giàu chân chính, không có yếu tố bóc lột.

3- Đối với các nhà sáng tạo khoa học công nghệ và thiết bị sản xuất, cần đưa các giá trị sáng tạo này vào vốn cổ phần cá nhân của họ, vì đó là tư liệu sản xuất của họ và họ có quyền sở hữu (đương nhiên họ phải chịu chi phí sáng tạo). Đây là phương thức xoá bỏ bóc lột đối với các nhà sáng tạo khoa học công nghệ, trong đó có công nhân bàn tay vàng, đồng thời là phương thức khuyến khích sáng tạo có hiệu quả cao.

4- Để đảm bảo công bằng trong phân phối, TLi cần trả theo số lượng và chất lượng lao động (lương sản phẩm và lương theo kết quả hoàn thành nhiệm vụ), được sự đồng thuận của tập thể người lao động.

5- Nếu có sự thu nhập không hợp lý, tiềm ẩn yếu tố bóc lột do phương thức phân phối thiếu khoa học và thiếu công bằng, cần điều chỉnh và dùng thuế thu nhập lũy tiến để điều tiết.

6- Hoạt động tài chính phải công khai minh bạch, nhà nước có pháp chế để bất cứ người lao động nào cũng có thực quyền kiểm tra sổ sách kế toán tài chính doanh nghiệp. Người lao động cử đại diện kiểm toán cùng nhà nước.

7- Doanh nghiệp không có CPi gọi là doanh nghiệp tư nhân, người lao động chưa đóng cổ phần, 100% vốn là của chủ doanh nghiệp. Song, người lao động vẫn được quyền hưởng thụ lợi nhuận theo nguyên lý Đồng sở hữu. Đảng viên làm kinh tế tư nhân cần theo mô hình Đồng sở hữu. Người làm kinh tế tư nhân theo mô hình này, nếu đủ điều kiện có thể kết nạp vào Đảng, vì họ không bóc lột.

8- Các công ty cổ phần và doanh nghiệp tư nhân chưa phân phối lợi nhuận cho người lao động theo mô hình Đồng sở hữu, yếu tố bóc lột vẫn chưa bị loại bỏ. Thời gian đầu vận động họ thực hiện mô hình Đồng sở hữu, sau đó thực hiện theo "Luật doanh nghiệp đồng sở hữu". Các tập đoàn kinh tế lớn của nhà nước đều có thể thực hiện mô hình Đồng sở hữu, trong đó nhà nước là một thành viên góp cổ phần với giá trị lớn, mang tính chủ đạo. Các doanh nghiệp có yếu tố nước ngoài, nhà nước có chính sách thích hợp để thu hút vốn đầu tư, bảo vệ lợi ích người lao động, giảm thiểu bóc lột. Để mềm dẻo trong quan hệ đối ngoại, có thể vẫn dùng danh hiệu Công ty cổ phần, nhưng với các doanh nghiệp không có yếu tố nước ngoài, thì thực hiện theo mô hình Đồng sở hữu.

9- Hiện nay khu vực nông thôn, gần 30 triệu lao đông nông nghiệp đã được giải phóng khỏi bóc lột (theo điều tra dân số năm 2009, toàn quốc có 44 triệu lao động), đó là thành quả lớn của chủ nghĩa xã hội. Để đạt mục tiêu nâng cao đời sống, Đảng đã có chủ trương hiện đại hóa nông nghiệp, nông thôn. Khi chuyển sang hiện đại hóa, cần theo mô hình Đồng sở hữu để yếu tố bóc lột không quay trở lại.

10- Sự phát triển khoa học công nghệ và giáo dục chủ nghĩa nhân đạo sẽ nâng cao hiệu quả và giá trị nhân văn của mô hình Đồng sở hữu.

11- Mô hình Đồng sở hữu cùng lúc thực hiện hai mục tiêu cơ bản của chủ nghĩa xã hội: xóa bỏ bóc lột và nâng cao đời sống nhân dân, đồng thời khuyến khích làm giàu chân chính. Song, việc nâng cao đời sống nhân dân là quá trình phấn đấu liên tục, bằng việc phát triển khoa học công nghệ, các phương thức và chính sách đồng bộ khác.

12- Mô hình Đồng sở hữu, xóa bỏ bóc lột, đưa lại nhiều hiệu ứng nhân quả tốt đẹp: Quan hệ hài hòa, nhân ái giữa người và người, tăng cường đoàn kết hợp tác, tâm lý cá nhân phấn chấn, thoải mái, hướng thiện, kích thích nhiệt tình lao động, khai mở nhiều tiềm năng sáng tạo, rèn luyện bản sắc con người theo quy luật phát triển cái đẹp, tâm lý sở hữu tập thể hình thành và ngày càng phát triển bền vững. Mô hình Đồng sở hữu có thể được coi là mô hình sở hữu tập thể văn minh vì đã loại trừ được yếu tố bóc lột trong doanh nghiệp sản xuất. Hình thái sở hữu tập thể văn minh sẽ tiến hoá tự nhiên lên hình thái sở hữu công cộng văn minh, khi tâm lý sở hữu cá nhân tự tiêu vong vào giai đoạn cuối của chủ nghĩa xã hội và bước vào giai đoạn Cộng sản văn minh.

Đúng như tư tưởng của Mác và Ăngghen đề cập trong Hệ tư tưởng Đức rằng: "Đối với chúng ta, chủ nghĩa Cộng sản không phải là một *trạng thái* cần phải sáng tạo ra, không phải là một *lý tưởng* mà hiện thực phải khuôn theo. Chúng ta gọi chủ nghĩa cộng sản là một phong trào hiện thực... Những điều kiện của phong trào ấy là kết quả của những tiền đề hiện đang tồn tại." (Sđd, tr.279)

Mô hình Đồng sở hữu cải biến con người, vì con người sáng tạo ra lịch sử, đến lượt mình, lịch sử tiếp tục sáng tạo ra con người.

"Con người sáng tạo ra hoàn cảnh đến mức độ nào, thì hoàn cảnh cũng sáng tạo ra con người đến mức độ đó" (Hệ tư tưởng Đức, Sđd, tr.306).

Con người sáng tạo ra hoàn cảnh Đồng sở hữu, xoá bỏ bóc lột, thì hoàn cảnh không bóc lột sẽ mang lại những giá trị nhân văn cao cả đối với quan hệ giữa con người. Bởi vì: "Không phải ý thức quyết định đời sống mà chính đời sống quyết định ý thức" (Hệ tư tưởng Đức, Sđd, tr.277).

Xin độc giả chú ý rằng, *Hệ tư tưởng Đức* được Mác và Ăngghen viết năm 1846. Do chế dộ kiểm duyệt đương thời nên không được xuất bản. Mãi tới năm 1932, sau gần 100 năm, mới tìm thấy bản thảo và được xuất bản lần đầu ở Lien xô (Theo chú thích số 31, Sđd, tr.813). Như vậy, thực tiễn kinh tế Liên xô sau cách mạng Tháng Mười không được tiếp cận những chỉ dẫn của Hệ tư tưởng Đức. Lênin trăn trở đề ra chính sách kinh tế mới (NEP).

Mô hình Đồng sở hữu phù hợp với tư tưởng xóa bỏ chiếm hữu của C.Mác và Ph.Ăngghen trong tác phẩm Hệ tư tưởng Đức và Những nguyên lý của chủ nghĩa cộng sản (xin độc giả tham khảo sách: Các Mác, Phri-đrich Ăng-ghen. Tuyển tập, tập I, tr.360, 361, 452. Nxb Sự thật-Hà Nội,1980). Xin trích dẫn một số ý chính: "Như vậy, tình hình hiện nay đã đi đến chỗ là ***các cá nhân*** phải chiếm hữu tổng thể những lực lượng sản xuất. Ngoài ra, quy định sự chiếm hữu đó, còn là ***những cá nhân*** đi chiếm hữu (Sdd-tr 360). Trong sự chiếm hữu của những người vô sản, một khối lớn các công cụ sản xuất *phải nhất thiết lệ thuộc* ***vào từng cá nhân***. Ngoài ra quy định sự chiếm hữu, còn là phương thức thực hiện sự chiếm hữu. *Sự chiếm hữu chỉ có thể được thực hiện* ***bằng sự liên hợp. Những cá nhân liên hợp*** *mà chiếm hữu tổng thể những lực lượng sản xuất thì chế độ tư hữu sẽ bị thủ tiêu (Sdd, tr 361).* Do đó, chế độ tư hữu cũng phải được thủ tiêu và phải được thay bằng việc sử dụng chung tất cả mọi công cụ sản xuất, *và* ***việc phân phối sản phẩm theo sự thỏa thuận chung, tức là bằng cái mà người ta gọi là sự cộng đồng về tài sản*** *(*Sđd, tr 452 - chữ in đậm do TG nhấn mạnh).

Chúng ta nhớ rằng, C.Mác và Ăngghen viết *Hệ tư tưởng Đức* vào năm 1846, Ph.Ăngghen viết *Những nguyên lý của chủ nghĩa cộng sản* vào năm 1847 và *Tuyên ngôn của Đảng cộng sản* xuất bản lần đầu tiên tháng ba năm 1848. Trong Tuyên ngôn không có khái niệm "sở hữu công cộng", chỉ có một lần sử dụng khái niệm "sở hữu chung', mà khái niệm "sở hữu chung' cũng có thể hiểu là"sự cộng đồng về tài sản', như Ăngghen đã giải thích ở trên. *"Tư bản luận tập I" ra đời sau đó, về vấn đề sở hữu, Mác viết: "thiết lập lại chế độ "sở hữu cá nhân", trên cơ sở cùng chiếm hữu tư liệu sản xuất".* Một số học giả nước ngoài cho rằng, đây là câu thách đố của Mác, chỉ có thể treo cao mà không thể triển khai trong thực tiễn. Sự thực là, nếu hiểu cho đúng, nguyên lý sở hữu của Mác hoan toàn nhất quán với tư tưởng sở hữu mà Mác và Ăngghen đã viết trong *Hệ tư tưởng Đức* và được Angghen làm rõ trong *Những nguyên lý của chủ nghĩa cộng sản*, như đã nêu ở trên. Như vậy, từ *Hệ tư tưởng Đức* đến *Tư bản luận,* tư tưởng sở hữu của Mác là hoàn toàn thống nhất, không hề mâu thuẫn. Tiếc rằng, ở thế kỷ XX, phương thức thực tiễn triển khai vấn đề sở hữu của chủ nghĩa xã hội đã đi lạc hướng tư tưởng của Mác và Ăngghen.

Về nhiệm vụ xóa bỏ bóc lột trong thời kỳ chủ nghĩa xã hội, một số học giả nước ngoài lại cho rằng, thời kỳ đầu của chủ nghĩa xã hội nên duy trì yếu tố bóc lột để khuyến khích phát triển sản xuất!? **Đây là tư duy lộn ngược!** Việc còn tồn tại yếu tố bóc lột trong giai đoạn đầu của thời kỳ quá độ là vì quá trình cải biến, chuyển hóa từ hình thái chiếm hữu sở hữu cá nhân chân chính sang hình thái sở hữu cá nhân chân chính đòi hỏi có thời gian, tuyệt nhiên không phải là phương thức thực tiễn của giai đoạn đó. Mô hình Đồng sở hữu có giá trị khuyến khích còn gấp nhiều lần mô hình doanh nghiệp tư bản. Gía trị khuyến khích của mô hình Đồng sở hữu thực hiện việc khuyến khích song song cả hai thành phần lao động: Ban lãnh đạo và người lao động; khuyến khích song song cả về lợi ích vật chất và lợi ích tinh thần, trong đó có sự chú ý đúng mức việc khuyến khích các nhà sáng tạo. Phương thức Đồng sở hữu không phân phối cào bằng mà phân phối căn cứ vào hiệu quả lao động của từng cá nhân, khuyến khích làm giàu chân chính. Từ đó, năng suất lao động sẽ cao hơn nhiều so với mô hình còn yếu tố bóc lột. Công thức phân phối lợi nhuận đã thể hiện rõ điều đó.

Chủ nghĩa xã hội kế thừa hình thái thị trường phát triển cao từ chủ nghĩa tư bản là một tất yếu tự nhiên, đó là thuộc tính kế thừa của quy luật phủ định phát triển; và cũng theo quy luật phủ định phát triển, chủ nghĩa xã hội phải cải biến dần cơ chế thị trường tư bản để dần dần phù hợp với quy luật vân động của chủ nghĩa xã hội. Từ vai trò tương phản cân bằng, thị trường khuyến khích sự phát triển khoa học công nghệ và song song với phát triển KHCN là sự phát triển của chủ nghìa nhân đạo, vì sản phẩm sáng tạo của con người đi theo quy luật phát triển của cái đẹp: chân- thiện- mỹ. Từ đó thấy rằng, kinh tế thị trường không phải là hình thái riêng có của chủ nghĩa tư bản, thực hiện kinh tế thị trường không phải là đi theo chủ nghĩa tư bản.

Nhiều chính trị gia tư sản trăn trở suy tư về những bế tắc của chủ nghĩa tư bản. Họ đang tìm tòi phương thức làm đẹp. Nhiều khái niệm lạ được đưa ra: chủ nghĩa tư bản màu hồng; chủ nghĩa tư bản mới; Con đường thứ ba; chủ nghĩa tư bản nhân dân; Đạo đức hóa chủ nghĩa tư bản, v.v.. Song, mọi cái "ứng vạn biến" của họ đều nhằm duy trì một cái "dĩ bất biến" là chế độ chiếm hữu. Chủ nghĩa xã hội dân chủ là một phương thức để họ tham khảo. Bản chất của chủ nghĩa xã hội dân chủ đã được Ăngghen đề cập trong *Những nguyên lý của chủ nghĩa cộng sản* (tr-463).

Chủ trương của họ cũng "dĩ bất biến" nhưng tìm cách "đạo đức hóa"cái dĩ bất biến đó bằng cách đưa ra những chính sách cải thiện đời sống người lao động, giảm đói nghèo và tệ nạn xã hội. So với chủ nghĩa tư bản gạo cội thì họ có một bước tiến về phía chủ nghĩa nhân đạo. Song, kết quả thực tiễn lại rất bấp bênh, phụ thuộc vào thực lực của họ trong nghị viện tư sản. Khi họ nắm quyền nhà nước kết quả có cao hơn. Trong quá trình phát triển, một số nước do đảng chủ nghĩa xã hội dân chủ cầm quyền tương đối lâu dài, cũng đã đưa lại cho nhân dân lao động một cuộc sống tương đối dễ chịu. Họ có điểm tựa là khoa học công nghệ và điểm tựa căn bản từ quá khứ lịch sử. Trong thời kỳ chủ nghĩa thực dân cũ và mới, họ cướp bóc được nhiều tài nguyên và bóc lột nhân dân thuộc địa, cái vốn đó lại được nhân lên nhiều lần trong thời đại kinh tế trí thức toàn cầu hóa. Cái của nhiều lần"may mắn "đó được họ đưa về trong nước làm từ thiện cho nhân dân lao động để điều hòa mâu thuẫn giai cấp. Cái thuận lợi của họ, ở 160 nước tư bản bè bạn của họ không thể có được.

Ngày nay, những thuận lợi của họ tiếp tục phát huy tác dụng vượt trội trong toàn cầu hóa. Vì vậy mà họ giàu lên nhanh chóng trên cái lưng còng nghèo khổ của các nước còn lại. Dù "ứng vạn biến" đến đâu thì cái "dĩ bất biến" của họ vẫn là cội rễ của những bế tắc, tai họa, vì nó là cái phản trắc chủ nghĩa nhân đạo, đẻ ra muôn vàn tệ nạn, từ chủ nghĩa hưởng lạc, chủ nghĩa cá nhân cực đoan,...và các trào lưu tư tưởng kỳ dị, đi ngược quy luật cuộc sống, gây ra bao tệ nạn mà quần chúng lao động là người phải gánh chịu. Quy luật phát triển tương thành không thể ngồi yên nhìn những bất công đó phá hoại hạnh phúc nhân loại. Nó sẽ hòa tan những bất công đó trên con đường đi tới của mình. Số lượng những nhà nhân đạo chủ nghĩa đang phát triển mạnh mẽ trong thế giới hiện đại sẽ tiến hành sự nghiệp vinh quang đó.

Bối cảnh thế giới ngày nay đã cho phép loại trừ cái đối kháng "dĩ bất biến" ấy bằng con đường hòa bình, không bạo lực, bằng sức mạnh phát triển tương thành của từng lớp trí thức tiến bộ và nhân dân lao động trong mỗi dân tộc. Sự phát triển như vũ bão của khoa học công nghệ tương thành với chủ nghĩa nhân đạo, góp phần thúc đẩy chủ nghĩa nhân đạo phát triển. Đây là hai chân của "con người nhân loại", cần vận động cân bằng mới phát triển được; đi lệch quá sẽ gặp tai họa. Lực lượng đối kháng với nhân loại lợi dụng KHCN để tạo sức mạnh chiến tranh, tìm siêu lợi nhuận trên khổ đau của con người, mà tác phẩm "Chiến tranh tiền tệ" đã là một trong những con dao mổ, giải phẫu phanh phui rõ ràng trước nhân loại. Nếu chủ nghĩa nhân đạo không phát triển để kiềm chế, đi đến loại trừ sự đối kháng đó, loài người sẽ bị tiêu diệt bằng chiến tranh công nghệ cao. Ngày nay, sức mạnh của chủ nghĩa nhân đạo đã có khả năng loại trừ chiến tranh hạt nhân và kiềm chế chiến tranh cục bộ. Sức mạnh tương thành ngày càng phát triển trong hàng loạt các tổ chức quốc tế, đã phủ kín hành tinh.Thế giới đang trên đường cấu trúc một nền hòa bình bền vững. Cái "dĩ bất biến" bât công sẽ được các nhà nhân đạo chủ nghĩa ở các nước làm cho biến dần. Các công ty cổ phần tư bản sẽ chuyển hóa dần thành công ty Đồng sở hữu, việc phân phối thành quả lao động tuân theo quy luật sở hữu cá nhân chân chính, và không còn nữa,...bóng dáng của cái "dĩ bất biến"chiếm hữu bóc lột!

Quy luật phát triển tương thành, quy luật sở hữu cá nhân chân chính, mang tính tất yếu khách quan; sớm hay muộn, hai quy luật đó sẽ chiếm lĩnh thực tại. Tư duy nhân đạo chủ nghĩa, tư duy chính trị nhân loại, hãy nhanh chóng đón lấy thời cơ, thực hiện hai quy luật đó, đem văn minh và hạnh phúc đến sớm hơn với xã hội loài người.

3- Một Đảng duy nhất lãnh đạo đất nước:

Những điều kiện để chân lý tồn tại và vận động

- Sự ra đời của Đảng CSVN và vai trò là Đảng duy nhất lãnh đạo đất nước, không phải xuất phát từ những ý chí chính trị chủ quan mà là một tất yếu tự nhiên của tiến trình lịch sử dân tộc.

Cuộc đấu tranh giải phóng dân tộc đã kinh qua nhiều phong trào yêu nước. Song những tư tưởng nhân văn và phương thức tương thành không đủ sức tập hợp lực lượng toàn dân tộc, làm nên sức mạnh chiến thắng quân thù, đã lần lượt phải chịu thất bại. Ngọn cờ giải phóng dân tộc, giành độc lập tự do đã trao vào tay những người cộng sản.

Biết hành động theo sự hướng dẫn của khoa học cách mạng đúng đắn, đi đúng quy luật vận động lịch sử và nắm bắt đúng thời cơ cách mạng, khi diễn đạt theo học thuyết Âm Dương là đi đúng quy luật phát triển tương thành, thực hiện "Trung" tương ứng với "Thời" đã làm nên cách mạng Tháng Tám, chiến thắng hai đế quốc to là Pháp và Mỹ, giành được độc lập tự do và thống nhất tổ quốc.

Theo quy luật phát triển tương thành, quy luật phát triển của chủ nghĩa nhân văn, tiến trình lịch sử Việt Nam ắt phải đi tiếp con đường chủ nghĩa xã hội để giải phóng triệt để con người khỏi áp bức, bóc lột và tha hoá. Đó là phương thức "Trung" phù hợp với "Thời" của dân tộc Việt Nam và "Thời đại ngày nay" của thế giới.

Như các chương mục trên đã phân tích, cấu trúc ngũ hành vận động xã hội tiến hoá từ thấp lên cao. Đến chủ nghĩa xã hội, cấu trúc đó tương đối hoàn chỉnh đủ 5 hành. Việc khám phá ra tổ chức Mặt trận đại đoàn kết dân tộc một cách tự nhiên, từ quy luật vận động cách mạng xã hội chủ nghĩa, tương ứng với hành "Thuỷ", chứng minh tính thống nhất giữa quy luật tự nhiên, quy luật xã hội và sáng tạo của con người. Tính thống nhất đó gắn kết tự nhiên và xã hội, thông qua quy luật phản ánh thông tin giữa con người và tự nhiên, ở những trình độ phát triển trí tuệ và cấp bậc trí tuệ nhất định.

Cấu trúc ngũ hành của vận động xã hội xaxhooij chủ nghĩa đòi hỏi tuân theo quy luật phát triển tương thành. Trong cấu trúc chỉ có vận động tương thành và tương phản cân bằng, không có tương phản đối kháng. Nếu xuất hiện tương phản đối kháng không được loại trừ, cấu trúc sẽ mất ổn định, xã hội suy thoái.

Mỗi hành là một cặp AD thành phần đòi hỏi cũng vận hành theo quy luật như vậy, mối liên hệ giữa các hành, tức là giữa các cặp AD thành phần cũng tuân theo quy luật đó.

Trong cấu trúc có một cặp AD chủ yếu, chi phối xu thế vận động của cấu trúc, đóng vai trò điều hành xây dựng "Đạo" để định hướng vận động của cấu trúc và tự động điều chỉnh tương phản cân bằng trong cấu trúc. Vì vậy đòi hỏi sự vận động của cặp AD chủ yếu có tính ổn định cao, tức là không cho phép xuất hiện tương phản đối kháng.

Hiện tượng giống như vai trò của Mặt trời trong hệ Mặt trời, "Đạo" của hệ là cấu trúc hệ thống năng lượng hấp dẫn của hệ. Hệ Mặt trời đã vận hành ổn định hơn 6 tỷ năm nhờ vào tính cân bằng trong hoạt động của toàn hệ, mà Mặt trời giữ vai trò điều tiết. Nếu mặt trời suy thoái, toàn hệ sẽ mất ổn định.

Từ thực tiễn để tìm tòi lý luận và dùng thực tiễn để kiểm chứng lý luận. Trên đây không phải là những suy luận chủ quan, vì hiện thực đã chứng minh cho tính chân lý của nó.

Cặp AD chủ yếu trong hệ thống vận động xã hội xã hội chủ nghĩa là Đảng của những người cách mạng, đại diện cho lợi ích chân chính của đại đa số nhân dân. Đảng phải có tính thống nhất cao về tư tưởng và phương thức hành động. Vì vậy không cho phép đa tạp về lợi ích, dễ dẫn đến tương phản đối kháng.

Quy luật phát triển tương thành và tương phản cân bằng, đòi hỏi Đảng phải tuân theo nguyên tắc tập trung dân chủ để đảm bảo sự thống nhất về chính trị tư tưởng tổ chức và phương thức hoạt động. Nguyên tắc tập trung dân chủ là quy luật vận động cơ bản của Đảng. Đó là tính thống nhất giữa quy luật tự nhiên và quy luật xã hội của một "vật thể xã hội" vận động trong cân bằng.

Tính "tập trung" của xã hội loài người được kế thừa từ vô thức tâm lý của quá khứ tiến hoá, từ động vật sống bầy đàn. Các động vật sống bầy đàn từ các loại côn trùng như : Ong, Mối, Kiến đến động vật bậc cao hơn như Sư Tử, Voi đều có "Chúa". Mọi thành viên trong đàn đều tuân theo sự chỉ huy "tập trung" của "Chúa". Đó là bản năng sinh tồn, là quy luật của tự nhiên. Xã hội loài người tiến hoá từ thế giới động vật, là cấp vận động cao nhất của thế giới động vật, ắt kế thừa quy luật tự nhiên đó và kế thừa một cách trọn vẹn (100%), đó là thuộc tính kế thừa của quy luật phủ định phát triển. Sự vận hành của ông vua trong xã hội nô lệ và phong kiến, đến ông Tổng thống, Thủ tướng trong xã hội Tư bản là sự kế thừa đó.

Khác với "quy luật tập trung", quy luật "dân chủ" là quy luật vận động tâm lý cấp cao của riêng xã hội loài người. Quy luật đó gắn liền với quá trình phát triển ngôn ngữ và trí tuệ, là nội dung của chủ nghĩa nhân văn. Sự phát triển của quy luật dân chủ đồng hành với sự phát triển của quy luật nhân văn và đều là biểu hiện của quy luật phát triển tương thành, quy luật chung của tự nhiên và xã hội loài người.

Quy luật vận động cấp cao cải biến quy luật vận động cấp thấp, để quy luật vận động cấp thấp tiến hóa, ngày càng phù hợp với quy luật vận động cấp cao.

"Quy luật tập trung" của xã hội loài người ở những thời kỳ đầu của "xã hội tiền sử" thường biểu hiện ở tính độc đoán, chuyên quyền của chế độ quân chủ chuyên chế tàn bạo. Chủ nô có thể giết chết nô lệ bất cứ lúc nào. Vua bắt thần phải chết, thần không chết là bất trung. "Quy luật dân chủ" cải biến dần "Quy luật tập trung" cho phù hợp với chủ nghĩa nhân đạo của xã hội loài người.

Quy luật phát triển dân chủ bắt đầu hình thành từ chế độ chiếm hữu nô lệ. Theo các nhà nghiên cứu chính trị học thì chế độ nô lệ ở La Mã đã xuất hiện các nhà chính trị có tư tưởng dân chủ tiến bộ, như anh em Grakhơ và Tibêrơ. Họ đòi trao cho nhân dân quyền phân chia đất đai quốc gia. Họ đã nỗ lực thành lập được Hội đồng nhân dân có quyền lực cao hơn Viện Nguyên Lão, chỗ dựa của giới quý tộc La Mã. Đương nhiên, những tư tưởng trên đã bị đàn áp, song nó đã khơi dậy cho phong trào dân chủ không ngừng đâm chồi nẩy lộc trong tiến trình lịch sử nhân loại và đang phát triển ở trình độ cao trong thời đại ngày nay.

Tư tưởng dân chủ được pháp lý hoá trong "Tuyên ngôn nhân quyền và dân quyền" của cách mạng Pháp năm 1789, dựa trên tư tưởng dân chủ tiến bộ của Giăng Giắc Rút xô (1712 - 1778). Tư tưởng dân chủ Rút Xô là : Chủ quyền nhà nước thuộc về nhân dân. Ông đề nghị phải tiến hành Đại hội nhân dân thường kỳ để ngăn ngừa sự tiếm quyền của Chính phủ.

Giai cấp Tư sản sau khi nắm được chính quyền đã thu hẹp nội hàm của khái niệm nhân dân. Nhân dân trong xã hội Tư bản không phải là đại đa số nhân dân lao động mà là những người có tài sản với giá trị được nhà nước tư sản quy định. Đó là giới hạn dân chủ của nhà nước Tư sản. Những nhân dân có của này sẽ bầu cử những "đại biểu có của" vào cơ cấu nhà nước Tư sản và nhà nước ấy ắt phải bảo vệ quyền lợi cho giai cấp có của, tức giai cấp chiếm hữu sở hữu cá nhân chân chính của nhân dân lao động đông đảo. Như vậy dân chủ Tư sản là dân chủ của "nhân dân số ít" và chuyên chế với "nhân dân số đông", nhân dân lao động.

Quy luật dân chủ phát triển cao nhất được trình bày trong học thuyết về cách mạng xã hội chủ nghĩa. Đây là dân chủ của đại đa số nhân dân, khi giai cấp tư sản cải tạo thành người lao động, họ cũng được hưởng nền dân chủ đó.

Quy luật dân chủ xã hội chủ nghĩa phản ánh sự phát triển tương thành hoàn thiện giữa con người và con người và chỉ có thể thực hiện trọn vẹn, thập toàn, ở giai đoạn phát triển cao của chủ nghĩa xã hội. Tiến trình cải biến quy luật vận động cấp thấp đòi hỏi nhiều thời gian và công sức. Những giai đoạn quá độ của tiến trình cải biến thường vẫn tồn tại hiện tượng độc đoán, chuyên quyền, phi dân chủ, dân chủ giả hiệu ở những người lãnh đạo mà đức, tài không tương xứng với chức vụ, sự tha hoá của xã hội cũ đang được kế thừa ở họ, đồng thời phương thức lãnh đạo, có những khiếm khuyết chưa kiềm chế có hiệu quả hiện tượng đó.

Năm 1949, Chủ tịch Hồ Chí Minh viết bài "Dân Vận". Người khẳng định : "Nước ta là nước dân chủ". Nội dung của một nước dân chủ là:

"Bao nhiêu lợi ích đều vì dân.

Bao nhiêu quyền hạn đều của dân.

Công việc đổi mới, xây dựng là trách nhiệm của dân.

Sự nghiệp kháng chiến kiến quốc là công việc của dân. Chính quyền từ xã đến Chính phủ Trung ương do dân cử ra. Đoàn thể từ Trung ương đến xã do dân tổ chức nên.

Nói tóm lại, quyền hành và lực lượng đều ở nơi dân".

Như vậy cốt lõi của dân chủ xã hội chủ nghĩa là quyền lực xã hội thuộc về nhân dân.

Nguyên tắc "dân chủ tập trung" đối nghịch với nguyên tắc "quân chủ tập quyền". Quân chủ tập quyền là quyền lực tập trung vào một người, một ông vua, vì vậy có thể dùng cụm từ "quân chủ tập trung". Dân chủ tập trung là quyền lực tập trung vào nhân dân. Trong giới hạn nhỏ hẹp của một tổ chức, dân chủ là quyền quyết định của tập thể đối với các chủ trương hoạt động của tập thể, thông qua các hội nghị tập thể.

Quyền dân chủ trước tiên phải được thực hiện bằng quyền quyết định phương hướng, đường lối phát triển đất nước và các công việc trọng đại của đất nước, tiếp theo là quyền thực hiện những định hướng ấy.

Quyền định hướng của nhân dân là quyền của nhiều người, vì vậy phải có sự bàn bạc của nhiều người để cuối cùng tìm ra một định hướng đúng, được đa số thừa nhận. Thiểu số chưa thừa nhận, khi chấp hành phải theo sự thống nhất của đa số. Đó cũng là dân chủ tức quyền lực của số đông. Trong thực tế, ý kiến của số đông có thể sai, ý kiến của một người có thể đúng. Người đó có trí tuệ vượt trội và kinh nghiệm thực tiễn phong phú, ắt sẽ có phương pháp thuyết phục số đông đồng tình với mình vào thời điểm thuận lợi sau đó.

Theo quy luật phủ định phát triển của hình thái vận động tập thể, tổ chức Đảng Cộng sản là tổ chức ở cấp vận động cao nhất của xã hội loài người, ở giai đoạn xã hội xã hội chủ nghĩa, vì vậy phải đạt được trình độ dân chủ cao nhất.

Do đó, dân chủ trong Đảng còn đòi hỏi sự tôn trọng các sáng tạo, các tìm tòi , suy nghĩ của những người có trình độ suy nghĩ độc lập, có thể khác ý kiến của lãnh đạo. Lênin đã phát hiện ra tình trạng một số ủy viên trung ương, bộ trưởng dân ủy, thường loại bỏ những cán bộ tốt, buộc tội họ chống lại lãnh đạo, thậm chí còn cho rằng họ "có âm mưu"!? Trước tình trạng đó, Lênin nghiêm khắc nhắc nhở: "Không nên đi tìm "âm mưu" hoặc "sự chống đối" ở những người có sự suy nghĩ khác hoặc làm theo cách khác, mà phải coi trọng những người có đầu óc độc lập" (V.I.Lênin toàn tập, Nxb. Tiến bộ, M.1977, tập 45, tr-96)

Khi tổ chức thực hiện định hướng lại phải tuân theo "quy luật của tổ chức hành động tập thể"; quy luật này kế thừa trọn vẹn quy luật tâm lý cấp thấp của động vật sống bầy đàn. Hành động tập thể phải có sự chỉ huy thống nhất của một người đứng đầu, "chèo chống ngàn tay một tiếng hô" (Tố Hữu). Người đứng đầu chỉ huy tập thể thực hiện ý chí quyền lực của nhân dân. Mỗi người trong tập thể thực hiện sự chỉ huy chính là thực hiện dân chủ và thực hiện quyền lực của bản thân mình.

Như vậy, "tập trung dân chủ" không phải là 2 khái niệm tập trung và dân chủ ghép vào nhau mà đó là một khái niệm thống nhất: "Tập trung dân chủ" = "quyền lực của nhân dân".

Khái niệm đó được vận hành trong sự thống nhất giữa tư duy và hành động, đem lại hiệu ứng nhân quả là kết quả hành động phù hợp với ý chí quyền lực của nhân dân, của số đông.

Ở đây tâm lý "tập trung" của vận động tâm lý cấp thấp đã được cải biến thành tâm lý "tập trung dân chủ", phù hợp với quy luật vận động của xã hội loài người phát triển ở trình độ cấp cao.

Đảng là một bộ phận của nhân dân, bộ phận lãnh đạo định hướng, ắt phải tuân theo quy luật "quyền lực của nhân dân".

Đảng ra đời là hiệu ứng nhân quả của quy luật phát triển nhân văn, quy luật "dân chủ tập trung", quy luật "quyền lực nhân dân", là sự phát triển của quy luật vận động cấp cao, nhằm loại trừ mặt tiêu cực trong quy luật "tập trung" của tâm lý vận động cấp thấp. Quy luật "dân chủ tập trung" là quy luật vận động của xã hội cấp cao, là quy luật chung cho mọi tổ chức xã hội. Đảng phải tuân theo quy luật đó và có trọng trách vận hành quy luật đó trong toàn xã hội.

Nguyên tắc tập trung dân chủ là biểu hiện của quy luật phát triển tương thành. Trong đó hệ thống tự động điều chỉnh tương phản cân bằng là kiểm tra, phê bình, tự phê bình, kỷ luật tự giác, "kỷ luật thép", đảm bảo cho Đảng vận động ổn định, không đối kháng.

* Mục đích tối cao của mọi hoạt động của con người là sản sinh ra lợi ích vật chất và tinh thần, để không ngừng nâng cao đời sống mọi mặt, vô cùng phong phú của con người. Do đó, quyền lực nhân dân cao nhất là quyền lực về lợi ích, lợi ích tinh thần và lợi ích vật chất. Mọi quyền lực khác đều nhằm thực hiện quyền lực cao nhất này. Quyền lực lợi ích vật chất là quyền sở hữu cá nhân chân chính, sở hữu trọn vẹn thành quả lao động, bao gồm tư liệu sản xuất và tư liệu sinh hoạt trừ phần đóng góp vì lợi ích chung, mà phần đóng góp này cũng thuộc quyền lực nhân dân. Quyền lực lợi ích tinh thần là quyền phát triển tương thành với mọi người. Hai quyền này là sản phẩm hoạt động tâm lý-ý thức của cấu trúc sáng tạo và cấu trúc tinh thần. Hai quyền này hoà quyện với nhau, tác động lẫn nhau vận động trong sự cân bằng AD về tâm lý con người, mà hiệu ứng nhân quả của nó làm nên hạnh phúc trọn vẹn của con người. Một sự vi phạm đều dẫn đến mất cân bằng tâm sinh lý. Sự chiếm hữu sở hữu cá nhân chân chính làm mất quyền lực sở hữu dẫn đến mất quyền lực tương thành. Sự đối kháng giữa kẻ chiếm hữu và người bị chiếm hữu xuất hiện.

Mục tiêu của Đảng Cộng sản là khôi phục hai quyền tự nhiên của con người, của đa số nhân dân, loại bỏ các quyền chiếm hữu, thực hiện trọn vẹn quyền lực của nhân dân.

Hai quyền lực đó là nội hàm chủ yếu của khái niệm dân chủ và khái niệm nhân quyền trong thế giới hiện đại.

Từ khái niệm "Nước ta là nước dân chủ" và sự diễn giải của Chủ tịch Hồ Chí Minh, khái niệm "dân chủ" thường dùng trong xã hội xã hội chủ nghĩa đồng nghĩa với khái niệm "quyền lực của nhân dân" và đương nhiên đồng nghĩa với khái niệm "tập trung dân chủ". Do đó trong xã hội xã hội chủ nghĩa, trong Đảng Cộng sản, nói "dân chủ" đã bao hàm ý tập trung ở trong đó. Như đã phân tích, "tập trung dân chủ" là một khái niệm thống nhất, vì vậy có thể nói tắt bằng cụm từ "dân chủ" cho gọn. Trong hành động thực tiễn, mất "tập trung" là mất "dân chủ" và ngược lại, cho nên sự nói gọn đó là hợp lôgíc ngôn ngữ và lôgic thực tiễn.

* Trong chế độ tư bản chủ nghĩa, dân chủ là quyền lực của "nhân dân số ít". Vì vậy, nên có đa đảng để hiệu chỉnh, mà quan trọng nhất là có Đảng đại diện cho quyền lực của "nhân dân số đông", đại diện cho đa số nhân dân lao động vô sản. Nhưng hiện thực đã không tồn tại điều đó. Nắm trong tay quyền lực xây dựng "Đạo", pháp quyền tư sản đã tìm mọi cách loại trừ sức mạnh của Đảng đối lập, đại diện cho quyền lợi của đa số nhân dân lao động, đặt cộng sản ra ngoài vòng pháp luật, tước đoạt mọi điều kiện tương thành giữa họ và nhân dân lao động, làm cho các Đảng đối lập ốm yếu đến mức không làm ăn gì được và giữ họ để làm cái trâm cài đầu, trang sức cho cái gọi là "dân chủ đa đảng" mà quyền lực nhà nước thực tế là của giai cấp thống trị của "nhân dân số ít". Thực tế nhà nước tư sản không có đa nguyên mà chỉ có nhất nguyên chính trị. V.I.Lênin đã từng tổng kết : " Đảng thống trị của chế độ dân chủ tư sản chỉ cho một Đảng tư sản khác được quyền bảo hộ thiểu số, còn đối với giai cấp vô sản, thì trong mọi vấn đề trọng đại, sâu sắc, cơ bản, thay cho quyền bảo hộ thiểu số là luật giới nghiêm hay những cuộc tàn sát" (V.I.Lênin toàn tập - Nxb Tiến bộ , Matxcơva 1978, tập

37, tr 309). Ngay các học giả Tư sản cũng gọi các Đảng đối lập phi vô sản khác là "đối lập trung thành" và hai Đảng lớn ở Mỹ không khác gì hai nhân vật "Tweed ledun và Tweeddedes" tức gần giống nhau. Đó là hai tập đoàn Tư sản, hai nhánh quyền lực của một đảng tư sản, chỉ khác nhau chút ít ở phương thức "hành đạo" tư sản.

Dù có đa đảng thì quyền lực Nhà nước vẫn thuộc về Đảng cầm quyền, bản chất của Nhà nước là bản chất giai cấp của Đảng cầm quyền. Ngay ở một số nước Đông Nam Á, tuy đa đảng nhưng vai trò cầm quyền vẫn thuộc một Đảng như: Đảng hành động nhân dân Xingapo (PAP), Golkar (Indonêxia) UMNO (Malaixia). Mọi nhà nước tư bản chủ nghĩa, Đảng cầm quyền đều là Đảng của giai cấp Tư sản, bảo vệ lợi ích của "nhân dân số ít" là giai cấp chiếm hữu Tư sản.

Pháp luật Mỹ quy định người ứng cử vào cơ quan quyền lực phải có một lượng tài sản lớn làm vật bảo đảm. Ngoài ra, các ứng cử viên phải có tiền đề tiến hành các "chiến dịch" vận động tranh cử rất tốn kém. Do đó trên thực tế chỉ có những triệu phú, tỷ phú mới có cơ hội tham gia bộ máy Nhà nước. Tờ "Thời báo tài chính" (Anh) ngày 25/11/2000 đã viết : "Cuộc bầu cử năm 2000 đã cho thấy nền dân chủ Mỹ có thể bán cho người trả giá cao nhất". Nhà nước của người giầu chỉ có thể bảo vệ lợi ích cho người giầu. Chẳng thế mà quốc hội Mỹ đã thông qua kế hoạch chi ngân sách của người đóng thuế mà đa số là nhân dân lao động, đến 700 tỷ USD để bù vào cái túi hao hụt của người giầu trong cuộc khủng hoảng tài chính trầm trọng năm 2008.

Hiện thực đã chứng minh rõ như ban ngày rằng, nhà nước tư bản chủ nghĩa, dù có mấy lần dân chủ đa đảng thì thứ dân chủ đó chỉ giành cho số ít giai cấp chiếm hữu tư sản, dân chủ cho số đông quần chúng lao động chỉ là đầu lưỡi giả dối mà thôi. Hai quyền dân chủ tự nhiên của họ là sở hữu cá nhân chân chính và quyền tương thành trong quan hệ giữa người và người, vẫn bị tước đoạt.

Những căn cứ thực tiễn và lý luận cho thấy : Một Đảng duy nhất cầm quyền trong chế độ xã hội chủ nghĩa là tất yếu tự nhiên, là hiệu ứng nhân quả của quy luật phát triển nhân văn, quy luật phát triển tương thành, quyluật phát triển cấu trúc ngũ hành của vận động xã hội ở giai đoạn phát triển cao. Các quy luật đó không dung hợp với thứ "dân chủ đa đảng" của xã hội vận động cấp thấp, có hại cho lợi ích chân chính của nhân dân. Chế độ một Đảng cầm quyền trong chủ nghĩa xã hội là sự cải biến hình thức "dân chủ đa đảng" trong vận động cấp thấp cho phù hợp với quy luật vận động cấp cao của chủ nghĩa xã hội".

Đảng Cộng sản Việt Nam ra đời theo quy luật vận động khách quan, mang tính tất yếu tự nhiên của tiến trình lịch sử dân tộc Việt Nam, ắt phải là Đảng duy nhất lãnh đạo cáh mạng xã hội chủ nghĩa ở Việt Nam. Thực tiễn cách mạng Việt Nam đã kiểm chứng tính tất yếu đó. Chúng ta hãy tham khảo kết quả khoa học được rút ra từ một công trình do Viện Phát triển quốc tế Harvard - Trường Đại học Harvard (Hoa Kỳ) và Quỹ SIDA Thuỵ Điển tiến hành về Đông Dương. Trong đó tác giả Dam Flordk viết :

"So với các chế độ Cộng sản cùng đang cải cách khác, Việt Nam có được những lợi thế chính trị quan trọng. Lên nắm quyền qua chiến tranh và cách mạng chứ không phải do lực lượng bên ngoài áp đặt. Năm 1975 Đảng Cộng Sản Việt Nam đứng đầu một hệ thống chính trị nhất thể với một quyền lực và tính hợp pháp không bị ai thách thức. Sau ba thập kỷ đấu tranh, Đảng đã loại mọi đối thủ và khôi phục Việt Nam thành một nước độc lập thống nhất. Ban lãnh đạo của Đảng nằm trong số ổn định và thật sự thống nhất trong thế giới Cộng sản và đảng viên của Đảng bao gồm phần lớn những người tận tuỵ và yêu nước nhất Việt Nam. Hơn nữa, đó là một đảng mà sự tồn vong và thắng lợi dựa vào sự ủng hộ của quần chúng và Đảng có sự chấp nhận rộng rãi của quần chúng.

(Viện Phát triển Quốc tế Harvard, Trường Đại học Harvard "Những thách thức trên con đường cải cách ở Đông Dương". Nxb Chính trị quốc gia, Hà Nội 1994, Tr 523, 539). (1)

"Ở Việt Nam trong tương lai khó có thể hình dung cơ sở xã hội cho việc xây dựng một Đảng có khả năng cạnh tranh với Đảng Cộng sản Việt Nam". "Hơn nữa, Đảng phải tăng cường hệ thống một Đảng, không chỉ vì lý do tư tưởng mà hầu hết đảng viên đều tin rằng, đường lối chính trị cạnh tranh sẽ làm trầm trọng thêm những chia rẽ giữa các vùng và làm mất ổn định chính trị". (1)

Như vậy là đã rõ, thực tiễn đã kiểm chứng chân lý vận động khách quan của cách mạng Việt Nam trong việc một Đảng duy nhất cầm quyền lãnh đạo đất nước xây dựng chủ nghĩa xã hội. Tuy nhiên, đây là quy luật vận động của con người, của xã hội. Khác với quy luật tự nhiên, vận động tự phát và mù quáng.

Con người là chủ thể sáng tạo, ***vừa phải vận động theo quy luật, vừa phải đảm bảo những điều kiện vận hành của quy luật. Chân lý chỉ có thể vận hành đúng với nó, khi những điều kiện, những mối liên hệ đã sản sinh và"nuôi dưỡng" nó chưa biến đổi.***

Nước sôi ở 100^0C khi áp suất khí quyển vẫn giữ 1at bình thường, áp suất khí quyển thay đổi lên cao, xuống thấp thì nước không còn sôi ở 100^0C nữa mà sôi ở các nhiệt độ khác. Quy luật "một Đảng cầm quyền trong chủ nghĩa xa hội" là chân lý khi những điều kiện khai sinh ra quy luật đó vẫn tồn tại. Đó là sự tương thành tuyệt đối với đa số nhân dân, căn nguyên cơ bản dẫn đến thắng lợi của cách mạng, đưa Đảng trở thành Đảng cầm quyền. Điều kiện đó được biểu hiện ở sự thống nhất về chính trị tư tưởng tổ chức, sự trong sáng về đạo đức và có phương thức tương thành với nhân dân thường xuyên được đổi mới cho phù hợp với thực tiễn của nhân dân. Một điều cốt lõi trong sinh hoạt Đảng mà cả Lênin và Hồ Chí Minh đều nhấn mạnh: Dân chủ là tài sản quý báu nhất của Đảng, cần phải giữ gìn và không ngừng phát triển trong sinh hoạt Đảng, làm động lực để phát triển dân chủ trong xã hội. "Dân chủ" ở đây đã hàm ý "tập trung" như đã phân tích ở trên.

Chúng ta nhớ đến đoạn cuối trong Di chúc của Chủ tịch Hồ Chí Minh. Người viết : "Điều mong muốn cuối cùng của tôi là : Toàn đảng, toàn dân ta đoàn kết phấn đấu, xây dựng một nước Việt Nam Hoà Bình - Thống Nhất - Độc lập - Dân chủ và Giầu mạnh và góp phần xứng đáng vào sự nghiệp cách mạng thế giới".

Trình tự các mục tiêu phấn đấu không phải viết theo thứ tự ngẫu nhiên mà theo một trình tự lôgíc nhân quả chặt chẽ. Có giữ được hoà bình mới giữ được thống nhất. Có giữ được thống nhất mới giữ được độc lập . Có giữ được độc lập mới giữ được dân chủ. Có thực hiện dân chủ thì dân mới giàu, nước mới mạnh.

Ở đây Người không nói xây dựng chủ nghĩa xã hội, người nói trực tiếp vào mục đích của chủ nghĩa xã hội là Dân chủ và Giầu mạnh. Giầu mạnh là hiệu ứng nhân quả của việc thực hiện dân chủ. Khái niệm dân chủ ở đây đã được Người định nghĩa ở bài Dân vận, và có nhiều nội hàm như đã nêu ở trên. Phát triển dân chủ là thực hiện quy luật "Phát triển tương thành" giữa con người, là thực hiện tương thành giữa Đảng và nhân dân, là coi trọng lợi ích của dân. Cần chú ý rằng, Hồ Chí Minh nêu nội hàm quyền lực về lợi ích của dân là nội hàm đầu tiên của khái niệm dân chủ. Đó là quy luật tất yếu để giành thắng lợi cho chủ nghĩa xã hội. Vì vậy, thực hiện quy luật sở hữu cá nhân chân chính hoàn toàn phù hợp với tư tưởng Hồ Chí Minh.

Lời dạy của lãnh tụ hoàn toàn phù hợp với quy luật phát triển của "Tự nhiên - xã hội". Dân chủ là thuộc tính riêng của loài người để phân biệt với "xã hội loài vật", là thành quả tiến hoá nhiều ngàn năm của "văn minh trí tuệ và văn minh nhân đạo", là kết quả vận động của quy luật phát triển tương thành, quy luật chung của tự nhiên và xã hội. Dân chủ sẽ được hoàn thiện ở giai đoạn phát triển cao nhất của xã hội loài người, và đó là mục tiêu đồng thời là phương thức vận hành của Đảng cầm quyền và phát triển ra toàn xã hội.

Như vậy, dân chủ trong Đảng và trong Nhân dân, là một trong những điều kiện quan trọng nhất của quy luật "Một Đảng cầm quyền trong cách mạng XHCN". Mất điều kiện đó, thì quy luật cũng mất tính chân lý của nó và không còn tồn tại, đồng thời đe doạ cả sự tồn tại của XHCN.

Khi tổng kết kinh nghiệm về phương thức thực tiễn cách mạngViệt Nam, Hồ Chí Minh đưa ra nguyên lý:

Đoàn kết, đoàn kết, đại đoàn kết.
Thành công, thành công, đại thành công.

Nguyên lý đó phản ánh chính xác quy luật phát triển tương thành. Phát triển dân chủ là điều kiện cần thiết để thực hành nguyên lý đó. Lênin từng căn dặn, phải giữ gìn sự đoàn kết trong Đảng như giữ gìn con ngươi của mắt mình. Việc đảm bảo trình độ dân chủ cao trong sinh hoạt Đảng và thực hiện các nhiệm vụ của Đảng là điều kiện cần thiết để hiện thực hóa lời dạy của Người. Bên cạnh nguyên tắc tập trung dân chủ, mà những kẻ phủ định chủ nghĩa Mác-Lênin tập trung xuyên tạc và xóa bỏ, **năm nhiệm vụ về công tác xây dựng Đảng và năm nguyên tắc tổ chức sinh hoạt Đảng,** đã được ghi trong Điều lệ Đảng cũng là những điều kiện thật sự cần thiết cho sự tồn tại và vận động của *chân lý một Đảng cầm quyền trong cách mạng XHCN.*

Một vấn đề nữa cũng rất đáng bàn: **vấn đề kết nạp chủ doanh nghiệp tư nhân vào đảng.**

Đại hội Đảng toàn quốc lần thứ X (2006-2011), sau nhiều băn khoăn cũng đã thống nhất thử nghiệm để Đảng viên làm kinh tế tư nhân với lý do khá thuyết phục: chẳng lẽ đảng viên đi làm thuê mãi sao? Đảng lãnh đạo kinh tế cũng cần có kinh nghiệm từ các mô hình kinh tế. Đảng viên làm kinh tế tư nhân để rút kinh nghiệm cho Đảng. Vấn đề ngược lại đang được bỏ ngỏ: vấn đề kết nạp chủ doanh nghiệp tư nhân vào Đảng. Đây thực sự là vấn đề tư tưởng lớn của Đảng, cần được nghiên cứu kỹ càng. Xóa bỏ bóc lột là một tiến trình có quy luật không thể nôn nóng. Giai đoạn đầu của thời kỳ quá độ xã hội chủ nghĩa có thể chấp nhận còn tồn tại yếu tố bóc lột trong nền kinh tế và được cải biến dần dần, tiến tới xóa bỏ nó bằng mô hình Đồng sở hữu. **Song, không thể chấp nhận có yếu tố bóc lột ở trong Đảng.** Con "vi rút bóc lột"sẽ được nhân bản khó kiểm soát. Đến thời điểm thuận lợi nó sẽ tàn phá cơ thể của Đảng và tàn phá mọi thực tiễn của Đảng, không chỉ trong kinh tế mà trong mọi lĩnh vực của chủ nghĩa xa hội. Một thứ "đa đảng ảo" sẽ có thể xuất hiện. Niềm tin vào tương lai của chủ nghĩa xã hội mà cốt lõi là không bóc lột, dân chủ và công bằng sẽ tiêu tan. Lịch sử của đất nước lại phải chịu tổn thất vì sự lặp lại của thời gian, cùng theo đó là những tác hại khôn lường mà Đảng và nhân dân phải gánh chịu. ***Mục tiêu xoá bỏ bóc lột không dung hoà trong môi trường đa đảng.*** Bằng việc làm như vậy, chúng ta đã chứng minh một cách "hùng hồn" cho luận điệu tuyên truyền rằng, Việt Nam đã hạ cánh an toàn xuống chủ nghĩa tư bản. Rằng, đến lúc nào đó, Đảng Cộng sản Việt Nam chỉ còn là cái vỏ, còn cái ruột thì đã biến hóa từ "xanh vỏ đỏ lòng" sang "đỏ vỏ xanh lòng". Tuy nhiên, việc đảng viên làm kinh tế tư nhân và việc kết nạp chủ doanh nghiệp tư nhân vào Đảng, không phải là trống đánh xuôi kèn thổi ngược.

Bài toán nghịch lý này giải không mấy khó khăn, khi yếu tố bóc lột trong doanh nghiệp tư nhân bị loại bỏ bằng việc thực hiện mô hình Đồng sở hữu, phân phối lợi nhuận cho người lao động theo nguyên lý Đồng sở hữu.

Lúc này, chủ doanh nghiệp tư nhân xứng đáng trở thành đảng viên khi đủ điều kiện, vì họ không còn là nhà tư sản thuộc giai cấp bóc lột mà là người thuộc quần chúng lao động.

Với tư duy tiến bộ về "Đạo làm giàu chân chính", "Doanh nhân là người lính Cụ Hồ trong thời kỳ xây dựng chủ nghĩa xã hội", chắc rằng các Doanh nhân sẽ nhiệt tình thực hiện mô hình Đồng sở hữu. Những bông hoa Đồng sở hữu sẽ lan toả, ngày càng làm phong phú cho vườn hoa nhân đạo xã hội chủ nghĩa. Trong vườn hoa tươi thắm đó, Doanh nhân là đảng viên cộng sản sẽ đâm chồi nẩy lộc như vườn ươm cây mùa xuân.

Cũng cần nhấn mạnh rằng, nhiều thành phần kinh tế không phải là "hạ tầng cơ sở" cho "thượng tầng kiến trúc" dân chủ đa đảng. Nhiều thành phần kinh tế là nhiều hình thức vận hành kinh tế, là "ứng vạn biến" trong hoạt động kinh tế. Còn bản chất kinh tế chỉ có một, đó là tư hữu bóc lột hay sở hữu cá nhân chân chính của người lao động. Đó là cái "dĩ bất biến" của vận động kinh tế. Cái dĩ bất biến của hình thái vận động sở hữu xã hội chủ nghĩa là không tồn tại bóc lột; vì vậy, không phải là hạ tầng cơ sở cho hình thức dân chủ đa đảng. Chủ nghĩa tư bản cũng vậy, các hình thức vận hành kinh tế thay đổi, các hình thức tổ chức công ty thay đổi vì mục tiêu lợi nhuận tối đa, nhưng hình thức dân chủ tư sản không thay đổi và phụ thuộc vào từng quốc gia.

Nguyên lý vận hành của cấu trúc ngũ hành xã hội chủ nghĩa là những hành độc lập, có chức năng phân biệt rõ ràng , không "lộn sân", vận hành bằng các quan hệ tương thành và tự động điều chỉnh bằng hệ thống tương phản cân bằng để loại trừ tương phản đối kháng khi xuất hiện. Nếu Bí thư Đảng kiêm Chủ tịch

UBND là đã trộn lẫn hai hành, cấu trúc Ngũ Hành sẽ xộc xệch, mất cân bằng, thực tế đã xảy ra hiện tượng độc đoán, chuyên quyền, mất dân chủ, xu nịnh, tự bốc tự ù và dẫn đến tha hoá. Số cán bộ có đủ tài năng và đức độ kiêm nhiệm hai chức vụ đó một cách suôn sẻ, một mình hai vai diễn, không nhiều, không muốn nói là rất ít. Bí thư Đảng uỷ cơ sở chỉ có thể kiêm Chủ tịch HĐND vì đều có chức năng chuẩn bị định hướng hành động, song cơ quan kiểm tra phải có tính độc lập và có năng lực. Khi bỏ cơ quan HĐND ở cấp cơ sở thì phải tổ chức cơ quan kiểm tra để thay thế. Cơ quan kiểm tra tổ chức tương xứng với một hành độc lập và cân đối với các hành khác. Cơ quan kiểm tra của Đảng có thể hợp nhất với cơ quan thanh tra của nhà nước thành một cơ quan kiểm tra thống nhất, vì hai cơ quan này có chức năng gần sát nhau. Lênin đã từng chỉ dẫn về vấn đề này. Người nói: "…những cơ quan như Bộ Dân ủy thanh tra công nông và cơ quan kiểm tra của Đảng, có những nội dung quan trọng, đòi hỏi một sự linh hoạt vô cùng trong những hình thức hoạt động của nó. Tại sao đối với những cơ quan ấy lại không thừa nhận là có thể *hợp nhất* một cách độc đáo bộ máy kiểm tra của Đảng với bộ máy kiểm tra của chính quyền?" (Lênin toàn tập, Nxb Tiến bộ, M.1978, tập 45, tr-453). Chỉ dẫn của Lênin xuất phát từ kinh nghiệm thực tiễn đã thành công của Bộ Dân ủy ngoại giao lúc đó.

Tổ chức Mặt trận là một khám phá tự nhiên của tiến trình cách mạng xã hội chủ nghĩa, đặc biệt là cách mạng Việt Nam. Thực tiễn đã khẳng định vai trò to lớn của tổ chức đó. Đó là một hành góp phần quan trọng đảm bảo yếu tố nhân hoà, là hệ thống tương phản cân bằng chủ yếu trong cấu trúc. Đối với xã hội tư bản chủ nghĩa, hệ thống tương phản cân bằng (đối quyền, phản biện xã hội) thường là báo chí. Song báo chí tư sản vẫn thuộc hệ tư tưởng tư sản. Nó chỉ đối quyền, phản biện những việc vụn vặt, mà không thể phát triển dân chủ và bảo vệ lợi ích chính đáng của người lao động.

Do đó, tổ chức Mặt trận trong cấu trúc hệ thống xã hội xã hội chủ nghĩa, từ cấp trung ương tới địa phương cần được kiến trúc cân đối với các Hành khác. Chủ tịch Mặt trận nên là Uỷ viên BCT ở cấp Trung ương và là Thường vụ Đảng uỷ ở cấp địa phương, hoặc người có uy tín tương đương. Về tuổi tác,` thường là trung niên để mạnh dạn và có kinh nghiệm trong tương phản cân bằng và xử lý các tình huống nhân hoà. Nếu không như vậy thì Mặt trận trở thành cơ quan "sai vặt", "ăn theo nói leo", mất tính cân bằng của cấu trúc, hiệu quả hoạt động không rõ ràng.

"Đạo" trong cấu trúc được biểu hiện bằng hình vành khăn ôm gọn cả 5 hành, thể hiện tư tưởng của tiên triết cho rằng. Âm Dương vận hành phải có "Đạo" ràng buộc để giữ vững thế cân bằng ổn định. Tư tưởng đó hoàn toàn được chứng minh bằng các hệ thống vận động vũ trụ, thí dụ hệ MT - TĐ- Mt. "Đạo" là cấu trúc hệ thống năng lượng hấp dẫn như đã được đề cập ở phần trước.

Sự vận động xã hội loài người cũng kiểm chứng tư tưởng đó: "Đạo" là hệ thống Ý thức hệ, Đường lối chính sách của Đảng cầm quyền, Hiến pháp, pháp luật, quy tắc đạo đức, để hướng dẫn, điều chỉnh sự vận động của toàn hệ và từng con người.

Cấu trúc Ngũ Hành là các cặp AD thành phần nằm trong một cấu trúc AD tổng thể, trong đó, lãnh đạo giữ vai trò Dương và cấp dưới giữ vai trò Âm. Trong xã hội xã hội chủ nghĩa, quy luật tương thành phát triển ở trình độ cao, phần Dương chịu trách nhiệm xây dựng "Đạo" nhưng phải tương thành với phần Âm. Đạo phải được nhân dân thảo luận thống nhất và phản ánh lợi ích chân chính của đa số nhân dân, như thế là Đạo đã thể hiện quy luật dân chủ.

Sau khi được xây dựng, Đạo đứng trên tất cả, là "cấp trên" của tất cả, bất cứ ai cũng phải chấp hành, điều đó cũng được biểu hiện ở hình vành khăn to nhất, ôm hết các Hành, chứng tỏ tính thống nhất và quyền uy của Đạo.

Cặp AD chủ yếu, chi phối khuynh hướng vận động của cấu trúc, chịu trách nhiệm lãnh đạo xây dựng "Đạo", đảm bảo cho Đạo phù hợp với quy luật vận động của cấu trúc là quy luật của "ý thức hệ", đồng thời Đạo được điều chỉnh cho phù hợp với tính "Thời" của vận động AD. Từ yêu cầu về xây dựng và thực hiện Đạo, càng chứng tỏ tính nhất nguyên của Đảng cầm quyền trong xã hội.

Những điều lý giải trên đây cũng khẳng định rằng, Hiến pháp quy định Đảng Cộng sản là Đảng cầm quyền duy nhất, Đảng lãnh đạo duy nhất cách mạng xã hội chủ nghĩa của mỗi nước là phù hợp với khoa học và thực tiễn của cách mạng xã hội chủ nghĩa, phù hợp với tiến trình tự nhên của cuộc cách mạng đó.

Những vấn đề của cách mạng xã hội chủ nghĩa ở Việt Nam là những vấn đề trọng đại, rộng lớn và sâu sắc. Những trang viết này chỉ là những ý kiến thảo luận, nhằm thử nghiệm việc vận dụng học thuyết âm dương ngũ hành phối hợp với học thuyết Duy vật biện chứng để lý giải một vài vấn đề như là một phương pháp tiếp cận trong nghiên cứu khoa học

** Mỗi sự vật, hiện tượng có những quy luật vận động riêng, làm thành bản chất để phân biệt với sự vật, hiện tượng khác. Song chúng đều vận động theo những quy luật chung nhất của thế giới khách quan, được mô tả trong ba quy luật cơ bản của học thuyết Duy vật biện chứng và học thuyết Âm Dương.

Các quy luật riêng là hiện tượng đặc thù của các quy luật chung, là hiệu ứng nhân quả tầng tầng, lớp lớp của các quy luật chung vận động trên các tiền đề hiện thực. Vì vậy có thể tìm thấy trong bất cứ sự vật hiện tượng nào bình ảnh ẩn dấu của quy luật chung, giống như ADN có mặt trong mọi loại tế bào đa dạng và khác biệt, muôn hình nghìn vẻ của cả thế giới hữu sinh.

Thế giới vô sinh và hữu sinh là một chỉnh thể thống nhất, trong đó thế giới hữu sinh tiến hoá từ thế giới vô sinh nhờ sự tương tác giữa các chất và các trường năng lượng theo quy luật phát triển tương thành AD, hoặc diễn đạt gần đúng theo hệ thống khái niệm của học thuyết Duy vật biện chứng là : Theo "Quy luật phát triển tính thống nhất giữa các mặt đối lập".

Quy luật phát triển tương thành AD đã dẫn dắt thế giới vật chất AD tiến hoà từ thấp lên cao. Lúc đầu, sau "vụ nổ lớn" (Bigbang - BB) là cấp vận động hỗn mang của các hạt cơ bản và các trường năng lượng. Cấp tiến hoá tiếp theo là cấp vận động vật lý, rồi vận động hoá học, tiếp theo là vận động sinh học đến vận động tâm lý cấp cao của con người và cuối cùng là vận động xã hội, là cấp vận động cao nhất của thế giới vật chất AD. Trong quá trình phát triển tương thành, đã đồng thời loại trừ các tương phản đối kháng.

Vận động tiến hoá là vận động chuyển hoá AD, là vận động phủ định phát triển, luôn luôn gắn liền với sự kế thừa các cấp vận động cấp thấp và cải biến dần dần quy luật vận động cấp thấp cho phù hợp với quy luật vận động cấp cao, giữ lại những yếu tố tương thành phù hợp với quy luật vận động AD mới và loại trừ các yếu tố đối kháng.

Các cấp vận động có quy luật đặc trưng, song đều tuân theo quy luật chung nhất của vũ trụ mà học thuyết AD hoặc học thuyết duy vật biện chứng mô tả.

Một vật thể AD bao giờ cũng có cấu trúc tổng thể, được cấu trúc bằng nhiều cặp AD thành phần, những hệ thống con trong hệ thống lớn. Cặp AD thành phần vừa vận động theo quy luật riêng, vừa tuân theo quy luật chung của cặp AD tổng thể. Quy luật riêng và quy luật chung tương thành hài hoà với nhau trong vận động và phát triển của vật thể để đảm bảo tính cân bằng và ổn định của sự vật.

Cấu tạo cơ bản của vật chất là chất và trường năng lượng (gọi tắt là trường). Chất và trường là cặp AD cơ bản của thế giới vật chất, luôn luôn hoà quyện với nhau, là điều kiện tồn tại, vận động và phát triển của nhau và có thể chuyển hoá lẫn nhau, trường là nguyên nhân vận động và phát triển của chất, sự tương tác của chất sinh ra trường. Sự vận động và truyền năng lượng của trường thông qua các hạt trường không có khối lượng, theo tri thức khoa học hiện tại.

Quy luật vận động của chất phụ thuộc vào quy luật vận động của trường, bao gồm giá trị, tốc độ biến thiên, hình thái biến thiên, sự phối hợp giữa các trường cùng tác động vào chất và các hình thức phối hợp khác nhau của trường. Mặt khác, quy luật vận động của trường cũng phụ thuộc vào quy luật tương tác và vận động của chất.

Quá trình phát triển tương thành vận động vật chất AD trong vũ trụ, sau BB đã kiến tạo hệ Mặt trời, cách nay khoảng hơn 6 tỷ năm. Đặc điểm vận động của hệ MT -TĐ - Mt đã sinh ra hình thái vận hành năng lượng (điện từ và hấp dẫn) trên Trái đất theo quy luật Ngũ Hành, hoặc chính xác hơn quy luật ADNH.

Một trạng thái vận động đặc biệt của các trường năng lượng đã tương thành một số nguyên tố hoá học (chủ yếu là N, C, O_2, H_2) tạo nên vật chất sống đầu tiên trên Trái đất, hoặc từ Vũ trụ bay vào trái đất, hoặc có thể là quy luật năng lượng Ngũ Hành của Trái đất tương thành các chất trên trái đất tạo nên sự sống đầu tiên. Hoàn cảnh tạo nên sự sống đầu tiên chưa được khẳng định vì việc tạo ra nó trong thực nghiệm khoa học chưa thành công. Song một điều chắc chắn là sự sống được chào đời đó đã tương thành được với môi trường Trái đất để tồn tại và tiến hoá, đã thích nghi và chịu sự rèn luyện của trường năng lượng có quyền uy nhất trên Trái đất, vận động theo quy luật ADNH.

Trường năng lượng ADNH đã phát triển tương thành với các chất trên trái đất làm nên sự tiến hoá của thế giới hữu sinh từ thấp lên cao, cho đến loài người. Mỗi cấp tiến hoà của thế giới hữu sinh là sự "kết nạp" thêm một số nguyên tố hoá học vào cơ thể sống. Sự kết nạp đó không thể thiếu sự bảo trợ của năng lượng ADNH. Vì năng lượng là điều kiện của vận động và tương tác. Nhờ vậy mà các cấp tiến hóa của sự sống thích nghi được với hình thái vận động thường xuyên "có mặt" của năng lượng ADNH. Điều này giải thích tại sao, thế giới hữu sinh lại có chung mã di truyền ADN. Một hình thái vận động chung về chất ắt phải đồng hành với một hình thái vận động chung về trường năng lượng.

Hệ Mặt trời - trái đất - mặt trăng là một hệ thống lớn, một cặp AD tổng thể, trong đó xã hội loài người, đứa con cưng cao quý của hệ thống đó là một cặp AD thành phần. Cặp AD thành phần có quy luật vận động riêng, là kết quả tương tác tầng tầng., lớp lớp của các quy luật tổng thể, kéo dài nhiều tỷ năm. Đồng thời cặp AD thành phần đó cũng vận động theo các quy luật chung của hệ Mặt trời - trái đất - mặt trăng mà quy luật quyền uy tối thượng là quy luật năng lượng ADNH có mặt suốt chiều dài lịch sử phát triển của thế giới hữu sinh và đến nay vẫn hiện diện một cách đầy quyền lực, là điều kiện sống còn của thế giới hữu sinh và loài người, tiếp tục dẫn dắt loài người đi theo quy luật phát triển tương thành của vũ trụ và tiếp tục nuôi dưỡng loài người cho đến khi nhắm mắt xuôi tay.

Để hình dung quyền lực năng lượng ADNH, có thể tham khảo kết quả tính toán của vật lý học đối với năng lượng điện từ của MT cung cấp cho TĐ, mỗi m^2 bề mặt TĐ, Mặt trời bức xạ một năng lượng 1400 J (= 1,4KW), mái nhà có diện tích $20m^2$, mỗi ngày nhận năng lượng MT (Tính trong 7h) là:

7 x 1400 x 3600 . 20 = 705.600.000 J

Nhiệt năng này đủ đun sôi $2m^3$ (2000l) nước từ nhiệt độ 20^0C, thoả mãn nhu cầu nươc sôi cho một gia đình 5 người suốt 20 ngày trong mùa hè nóng bức. Ở đây chưa tính đến năng lượng hấp dẫn.

Các nghiên cứu sinh học cho biết rằng cây cối đã nhờ bức xạ điện từ của MT (trong đó có cả giải ánh sáng không nhìn thấy) để chế tạo hàng vạn protein khác nhau, mỗi protêin ứng với mỗi tần số của bức xạ. Có thể con người cần tổng hợp gần 4 vạn loại Prôtêin, dưới sự điều khiển của gần 4 vạn loại gen theo cấu trúc AND. Ngoài việc sử dụng năng lượng của cơ thể, phải chăng con người còn sử dụng năng lượng bức xạ điện từ của hệ mặt trời thông qua các cửa hút năng lượng, để chế tạo các loại prôtêin !? Giữa con người và thực vật có chung mã di truyền AND, đều là sản phẩm sáng tạo của hệ MT - TĐ - Mt, chịu sự chi phối của năng lượng vận động theo quy luật ADNH, ắt phải có những điểm chung trong quá trình vận động sinh trưởng. Quy luật vận động của chất mang thông tin về quy luật vận động năng lượng tương tác với nó. Sự phong phú trong cấu trúc của protêin của cả thực vật và động vật ắt phải mang thông tin về sự phong phú của các giải tần số năng lượng bức xạ điện từ. Đến đây ta cũng thấy sự gắn bó của vật chất sống với quy luật năng lượng ADNH cả về mặt sinh học, tâm lý, và xã hội.

Người xưa đã khám phá ra quy luật năng lượng ADNH thông qua hiệu ứng nhân quả của nó là quy luật khí hậu, cấu trúc sinh lý của con người, đặc điểm tâm lý, nhân cách của con người.

Thường các khám phá khoa học bắt đầu từ sự quan sát hiện thực, là hiệu ứng nhân quả trung gian của các quy luật vũ trụ, không bao giờ khám phá được từ các quy luật gốc. Bởi vì vũ trụ vô thuỷ, vô chung, không có bắt đầu và không có kết thúc. Con người là sản phẩm trung gian của các quy luật vũ trụ, ắt chỉ quan sát được các hiệu ứng nhân quả trung gian. Hơn nữa tri thức có quá trình phát triển, sự khám phá khoa học ở giai đoạn nào dựa vào tri thức đã có ở giai đoạn đó và hiện thực ở giai đoạn đó. Các khám phá đó sẽ được các tri thức đời sau chứng minh tính chân lý của nó và thực tiễn ứng dụng kiểm chứng sự tồn tại của nó.

Học thuyết ADNH đã được ứng dụng có hiệu quả vào Y học, Dự đoán học và nhiều ngành khoa học, đã xác địng tính chân lý tương đối của nó. Ngày nay, với tri thức khoa học hiện đại, đã tìm thấy nguồn gốc quy luật năng lượng của học thuyết đó, và điều bất ngờ và thú vị hơn nữa, là học thuyết đó tương đồng với học thuyết Duy vật biện chứng ở những quy luật cơ bản nhất. Khám phá của nhân loại, dù ở phương Đông hay phương Tây, dù "cổ" hay "kim", nếu mang tính chân lý khoa học đều có sự tương phùng là điều bình thường.

Nhờ tri thức khoa học hiện đại, học thuyết Duy vật biện chứng (DVBC) đã tìm thấy người bạn đường tri kỷ và chung thuỷ của mình. Từ nay hai học thuyết đó có thể hợp tác, bổ sung cho nhau, tăng cường sức mạnh chân lý của nhau trong việc lý giải các hiện tượng phức tạp của hiện thực xã hội và dẫn dắt thực tiễn nhân loại trên con đường tìm kiếm hạnh phúc toàn vẹn và cuộc sống văn minh, trong đó người với người người là bạn và luôn luôn là bạn tương thành và chung thuỷ.

Phối hợp hệ thống khái niệm của hai dòng triết học và phương pháp mô tả hiện thực của hai học thuyết đó, sẽ làm dễ dàng hơn cho việc lý giải và khám phá chân lý. Điều đó là công việc đáng làm của khoa học hiện tại và tương lai; nhất là, khi chúng ta đang cần lý giải rõ ràng hơn khuynh hướng phát triển của thế giới hiện đại, bản chất và tương lai của Chủ nghĩa xã hội.

Học thuyết ADNH được khám phá cách nay hơn 2000 năm, đối với người đời nay, nó không thiên vị ai, nhưng nó đã chỉ ra rằng, nhân loại sẽ tìm tới xã hội văn minh, tuy phải đi qua con đường gập ghềnh và khổ đau của các xã hội tiền sử. Điều kỳ diệu đó đã được chương trình hoá trong điểm kỳ dị và vụ nổ lớn Bigbang, như các nhà vũ trụ học thường nói vừa đùa, vừa thật.

Những vấn đề bàn ở đây đều liên quan tới tri thức làm chủ vận mệnh. Để làm chủ bản thân một cách sáng tạo, chủ động và hiệu quả thì tri thức đã có không bao giờ đủ, đặc biệt là trí thức về các quy luật vận động của tự nhiên và xã hội. Trong quá trình làm chủ mệnh vận, bạn luôn luôn chịu sự chi phối của các quy luật đó. Biết trước được, bạn sẽ không còn là người của "tất yếu" thụ động mà sẽ là người được "tự do" vận dụng các quy luật mà mình nhận thức được.

Làm chủ mệnh vận còn được sự động viên lớn lao của những mơ ước mang tính hiện thực tương lai, rằng chúng ta "đang xây đời cho hoa thơm" để tô thắm mùa xuân nhân loại.

Hiện thực đó được khẳng định bởi :

- Quy luật vận động tất yếu của thế giới khách quan

- Quy luật phát triển văn minh nhân loại : Văn minh nhân đạo và văn minh khoa học-công nghệ.

- Luôn luôn là khát vọng cháy bỏng của con người.

Hiện thực đó đang đâm chồi nẩy lộc trong hiện tại và không có sức mạnh bạo tàn nào có thể tiêu diệt được.

Bài ca hy vọng đang vang lên trong trái tim nhân loại "vì tương lai, đàn chim ơi, cùng ta cất cánh. Kìa ánh sáng chân trời mới đang bừng chiếu muôn phương. Gió mưa, buồn thương, mùa đông và mây mù sẽ tan" (Văn Ký).

Niềm tin vào lý tưởng xã hội chủ nghĩa trước tiên xuất phát từ nhận thức sâu sắc những quy luật khách quan của thế giới hiện thực, của tiến trình lich sử nhân loại. Nhân loại đã và đang tiến bước bằng hai quy luật cơ bản:

- *Quy luật phát triển của chủ nghĩa nhân đạo.*

- *Quy luật phát triển khoa học-công nghệ*

Quy luật phát triển chủ nghĩa nhân đạo sẽ dẫn dắt tư duy chính trị nhân loại tới việc xóa bỏ áp bức bóc lột, củng cố hòa bình thế giới, loại bỏ chiến tranh và bạo lực, tăng cường hợp tác quốc tế để giải quyết những vấn đề nóng hổi của toàn nhân loại. Quy luật phát triển khoa học-công nghệ sẽ không ngừng nâng cao đời sống con người. Hai quy luật này thúc đẩy hỗ trợ lẫn nhau cùng phát triển. Hai quy luật cơ bản của xã hội loài người được sự dẫn dắt của quy luật phát triển tương thành, là một trong những quy luật phổ quát nhất của thế giới hiện thực. Quy luật phát triển tương thành loại trừ dần tương phản đối kháng, đưa các phạm trù đối lập tiến vào trạng thái cân bằng theo từng giai đoạn phủ định phát triển. Sư vận động của hai quy luật cơ bản sản sinh ra nhiều quy luật thứ cấp khác nhau. Các quy luật về sự chuyển hóa các hình thái kinh tế-xã hội, quy luật về sự phù hợp giữa lực lượng sản xuất và quan hệ sản xuất, quy luật vận động hình thái sở hữu dẫn đến hình thái sở hữu tập thể văn minh bằng mô hình Đồng sở hữu, tiến lên sở hữu công cộng văn minh,… ,đều là thành quả vận động và phát triển của hai quy luật cơ bản. Vấn đề này đã được chứng minh một phần ở các chương mục trước và sẽ còn quay lại.

** Để củng cố niềm tin vào tương lai của chủ nghĩa xã hội, Đảng cần tăng cường giáo dục triết học rộng rãi, để mọi người nắm vững quy luật vận động của tiến trình lịch sử nhân loại; giáo dục tư tưởng-đạo đức Hồ Chí Minh hiện đang tiến hành, giáo dục thẩm mỹ, sẽ được trình bày trong chương năm. Song, cần nhấn mạnh rằng, ***đó mới chỉ là "thượng tầng kiến trúc", cần có "hạ tầng cơ sở" làm chỗ dựa vững chắc và nuôi dưỡng***. Có như vậy,"thượng tầng kiến trúc" mới biến thành hiện thực phổ biến và tạo thành sức mạnh thực tiễn, kiến tạo và phát triển hạ tầng cơ sở của chủ nghĩa xã hội. Hạ tầng cơ sở như vậy chính là mô hình kinh tế Đồng sở hữu, mà chúng ta có đầy đủ khả năng thực tiễn để thực hiện. Sự thành công trong việc triển khai mô hình Đồng sở hữu, yếu tố bóc lột được xóa bỏ trong hiện thực, chứ không chỉ xóa bỏ bằng đơn thuần lý luận, các nội dung giáo dục sẽ lặng lẽ, uyển chuyển, thấm sâu vào trái tim và trí tuệ con người như những sức mạnh tự nhiên. Ba nội dung giáo dục, mô hình kinh tế ĐSH và phát triển mạnh mẽ khoa học, công nghệ, làm thành "ba cây chụm lại", tạo nên sức mạnh sáng tạo xã hội mới, đồng thời là sức mạnh trí tuệ và thực tiễn của Đảng. Đó cũng là sự kiểm chứng đầy sức thuyết phục đối với chân lý một Đảng cầm quyền. Bởi vì, không có sự thuyết phục nào đầy đủ hơn, hấp dẫn hơn là sự thành công trong thực tiễn đối với mục tiêu cao cả nhất của chủ nghĩa xã hội.

IV.7- BÀN THÊM VỀ SỰ TƯƠNG ĐỒNG CÁC QUY LUẬT CƠ BẢN CỦA HAI DÒNG TRIẾT HỌC

Hệ thống quy luật và khái niệm của học thuyết Âm Dương được xây dựng qua nhiều thế hệ các Nhà Âm Dương học, kéo dài mấy ngàn năm. Trong các hệ thống quy luật, khái niệm đó, tiền nhân chưa phân biệt rõ ràng những quy luật, khái niệm mang tính phổ quát triết học và khoa học cụ thể, tiền nhân chưa xây dựng hệ thống các quy luật, phạm trù chung nhất, mô tả sự vận động của thế giới khách quan, mà thường sử dụng lẫn lộn trong quá trình nghiên cứu, ứng dụng. Kết hợp trí thức khoa học hiện đại và hạt nhân trí tuệ của người xưa, có thể chắt lọc từ các hệ thống đó những quy luật chung nhất, những phạm trù chung nhất, mang tính phổ quát triết học của học thuyết Âm Dương và sự tương đồng với học thuyết Duy vật biện chứng.

IV.7.1- Quy luật Âm Dương tương thành, tương phản:

1. Phạm trù Âm Dương (AD):

Bằng quan sát hiện thực "ngửa xem, cúi xét", người xưa đã phân biệt được mọi sự vật, hiện tượng của thế giới, bên cạnh mặt thống nhất, đồng nhất, còn chứa đựng những mặt mâu thuẫn nhau. Những cấu trúc hai mặt như vậy, người xưa gọi là những cấu trúc Âm Dương của sự vật, hiện tượng.

Trong cơ thể con người, có mặt đồng nhất về cấu trúc tế bào, ADN, các thành phần cơ bản và các quy luật sinh học, song có mặt khác nhau (hoặc ngược nhau) về tổ chức các tạng phủ, hệ thần kinh thực vật và vận động, vv... Một cặp vợ chồng, mặt thống nhất là sự hài hoà về tâm lý, tình cảm, tình yêu, mục đích xây dựng gia đình hạnh phúc, nuôi dưỡng cha mẹ, con cái và cùng cộng đồng xây dựng xã hội. Mặt đồng nhất là cấu trúc con người,... Mặt khác nhau là vận động giới tính, và những khác nhau trong các nội dung khác. Trong một tổ chức cách mạng, mặt thống nhất là mục đích, lý tưởng,...; mặt đồng nhất là con người,...; mặt khác nhau là tài năng, đạo đức, hoạt động lãnh đạo và chấp hành,...Vì vậy, người xưa còn dùng khái niệm AD đối lập, tương đồng với phạm trù đối lập trong triết học Duy vật biện chứng. Các thuộc tính của phạm trù đối lập AD đã trình bày ở chương I.

2. Quy luật tương thành và tương phản của hai mặt AD:

Sự vận động của thuộc tính đồng nhất, thuộc tính thống nhất, làm nên thuộc tính tương thành, là quy luật AD cùng tồn tại và phát triển, bên Âm là điều kiện tồn tại của bên Dương và ngược lại. Không cô Âm, cô Dương; vì thế giới hiện thực không bao giờ tồn tại sự vật hoặc hiện tượng chỉ một mình Âm, hay một mình Dương.

Sự vận động trái nhau làm nên thuộc tính tương phản. Quy

luật tương phản có hai cấp độ; tác giả đề nghị dùng hai khái niệm để mô tả hai cấp độ này : "Tương phản cân bằng" và "Tương phản đối kháng".

Tương phản cân bằng vận động và phát triển trong quá trình hình thành sự vật và vận hành trong suốt giai đoạn cân bằng AD của sự vật, có tác dụng giữ vững và làm tăng tính thống nhất của hai mặt AD. Hiện thực phổ biến về tương phản cân bằng chính là hệ thống tự động điều chỉnh có mặt trong mọi vật thể vũ trụ, từ các thiên thể, thế giới hữu sinh, con người và xã hội loài người... cả trong các hạt cơ bản và nguyên tử, nguyên tố hoá học, cả trong các sáng tạo của con người như các máy tự động, vi tính, rô bốt, các con tàu vũ trụ,... Trong quá trình vận động AD, do tương tác phức tạp, nhiều hình, nhiều vẻ, giữa các cặp AD thành phần trong một cấu trúc, giữa các cặp AD liên hệ, luôn luôn phát sinh sự khác nhau, làm suy giảm tính thống nhất và có thể phát sinh đối kháng, hệ thống tương phản cân bằng có vai trò loại trừ kịp thời sự khác biệt, không để phát sinh đối kháng trong các sự vật đang vận động cân bằng AD.

Thường, triết học và khoa học cụ thể nghiên cứu các sự vật đang ở trạng thái cân bằng AD (đứng im tạm thời) với các tên gọi cụ thể, để khám phá các quy luật vận động của hiện thực. Những đối tượng hiện thực chưa "đứng im", chưa có tên gọi (khái niệm) thì không thể nghiên cứu. Trong các sự vật "đứng im", lực lượng thống nhất và tương phản cân bằng thường vượt trội, kiềm chế được tương phản đối kháng. Trong "Bút ký triết học" V.I Lênin viết: "Có thể định nghĩa vắn tắt, phép biện chứng là học thuyết về sự thống nhất của các mặt đối lập. Như thế là nắm được hạt nhân của phép biện chứng. Nhưng điều đó đòi hỏi phải có những giải thích và một sự phát triển thêm" (V.I Lênin, toàn tập Nxb Tiến bộ, Matxcơva 1981, tr27, tr240). Ở đây, Lênin chỉ dùng cụm từ "thống nhất" mà không dùng cụm từ "đấu tranh"; Vì trong các sự vật đang vận động cân bằng thì "đấu tranh" chủ yếu là tương phản cân bằng, luôn luôn gắn liền với tính thống nhất để giữ gìn và tăng cường tính thống nhất, loại trừ đối kháng khi xuất hiện, do đó sự vật vận động trong tính thống nhất là chủ yếu. Sự thống nhất luôn luôn liên quan đến sự đấu tranh, khi nghiên cứu tính thống nhất bao giờ cũng nghiên cứu tính đấu tranh giữa hai mặt đối lập. Khi nghiên cứu sự vật "đứng im", chúng ta tìm thấy hiện tượng tương phản cân bằng mà Lênin dùng cụm từ "đấu tranh" trong ngoặc nháy kép, để chỉ rõ nó. Ở đây thống nhất và đấu tranh cùng đi đôi với nhau, chỉ khác ở cấp độ đấu tranh. Tương phản cân bằng AD diễn đạt theo hệ thống khái niệm của triết học DVBC là mâu thuẫn không đối kháng.

Tương phản đối kháng là tương tác AD có khuynh hướng làm giảm tính thống nhất, chống lại quy luật tương thành và tương phản cân bằng, phá hoại quy luật vận động cơ bản của sự vật, nhằm chuyển hoá sự vật sang cấp vận dộng khác, triết học DVBC gọi là "mâu thuẫn đối kháng".

Từ lý luận và hiện thực, có thể rút ra kết luận thực tiễn: Một xã hội muốn tồn tại ổn định lâu dài, cần xây dựng và chăm sóc hệ thống tương phản cân bằng, tự động điều chỉnh, ở mọi khâu tổ chức, có khả năng bài trừ kịp thời những mâu thuẫn không đối kháng thường xuyên nảy sinh, đồng thời phải loại bỏ tương phản đối kháng. Tương phản đối kháng cơ bản về xã hội loài người là quan hệ áp bức bóc lột.

Từ những phân tích trên đây cho thấy, quy luật Âm Dương tương thành, tương phản của triết học AD hoàn toàn đồng hợp với quy luật cơ bản thứ nhất của học thuyết DVBC. Quy luật thống nhất và đấu tranh giữa các mặt đối lập.

Ở đây thấy cần phải phân tích thêm khái niệm "đối lập". Không nên hiểu theo nghĩa đen, đối lập là đối chọi, là đấu tranh một mất, một còn. Cũng như khái niệm vật chất, không phải để chỉ cái tồn tại cụ thể như con voi, cái nhà, mà khái nhiệm vật chất trong triết học là một "phạm trù triết học" như Lênin đã định nghĩa. Khái niệm đối lập ở đây cũng vậy, là một phạm trù triết học, mang những nội hàm triết học.

***** Phạm trù đối lập Âm Dương có bốn thuộc tính cơ bản:***

1. Thuộc tính tương thành AD tức là tính thống nhất giữa các mặt đối lập AD. Âm Dương có cùng quy luật vận động chung, đó là quy luật vận động cơ bản của sự vật, cùng nương tựa vào nhau để tồn tại, không có cô Âm, cô Dương hoặc cùng thống nhất một số mục đích nào đó. Công nhân và tư bản đều vận động theo quy luật giá trị thặng dư, đều muốn xây dựng quốc gia giàu mạnh, đều dựa vào sản xuất để sống,...Trong các nước xã hội chủ nghĩa, lãnh đạo và quần chúng đều vận động theo quy luật xoá bỏ bóc lột, không ngừng nâng cao đời sống nhân dân, không ngừng phát triển khoa học công nghệ, không ngừng phát triển chủ nghĩa nhân đạo,...

2. Thuộc tính đồng nhất : AD có chung một số thuộc tính. Ví dụ : Mọi xã hội đều cấu trúc bằng con người với những thuộc tính sinh lý như nhau, dẫn đến sự như nhau về hoạt động tâm lý, như tình yêu, sinh hoạt văn hoá, khả năng sáng tạo, ..., đồng nhất về một số nhu cầu như chống khủng hoảng kinh tế, chống biến đổi khí hậu, chống khủng bố, chống dịch, cùng phát triển , v.v...

3. Thuộc tính tương phản cân bằng (thuộc tính điều chỉnh cân bằng). Tính thống nhất thường bị chao đảo do những tương tác nhân quả nhiều mặt, đe doạ hoạt động cân bằng của AD. Thao tác tương phản cân bằng của hai mặt AD nhằm khôi phục và phát triển trạng thái cân bằng (ví dụ: Trong các tổ chức xã hội là phê bình và tự phê binh...) tăng cường được tính thống nhất trong vận động AD.

Với thế giới vô sinh và hữu sinh, thuộc tính tương phản cân bằng là hệ thống tự động điều chỉnh có mặt phổ biến trong mọi cơ thể sống. Mọi cấu trúc vật chất lớn như Vũ trụ, hệ mặt trời, đến thế giới vi mô, như tế bào sống, nguyên tử và các hạt cơ bản,..., đều có hệ thống tự động điều chỉnh. Sáng tạo của con người không nằm ngoài hiện tượng phổ biến đó. Các thiết bị tự động, như rôbôt, tàu vũ trụ, hệ thống truyền thanh, truyền hình, vi tính, các thiết bị công nghệ hiện đại, v.v...,đều có hệ thống tự động điều chỉnh. Như vậy, hệ thống tương phản cân bằng, tự động điều chỉnh có mặt trong mọi sự vật, hiện tượng, trở thành quy luật phổ quát của thế giới hiện thực. Ba thuộc tính: thống nhất, đồng nhất, tương phản cân bằng, tạo thành sức mạnh tương thành, đảm bảo cho sự vật vận động tại "điểm dừng", tại trạng thái cân bằng, tương đối ổn định.

4. Thuộc tính tương phản đối kháng: Đây là thuộc tính gây xung đột trong vận động AD, khi AD chưa đạt trạng thái cân bằng. Thuộc tính này được ba thuộc tính trên khắc chế, kìm hãm và loại trừ dần. Khi AD đạt trạng thái cân bằng, đạt tới điểm dừng tạm thời, thuộc tính này bị loại bỏ. Tuy nhiên, sự vật luôn luôn vận động trong mối liên hệ phổ biến đa dạng và phong phú. Các tương tác tầng tầng lớp lớp trong mối liên hệ đó, cả trong và ngoài sự vật, thường xuyên sản sinh ra các tương phản đối kháng. Nếu sức mạnh tương thành không kịp thời loại trừ, đối kháng nhỏ sẽ phát triển thành đối kháng lớn, phá hoại trạng thái cân bằng của sự vật, có thể chuyển hoá sự vật sang cấp vận động khác.

Bốn thuộc tính này có trong mọi cặp AD, từ cặp AD cấu trúc (sự vật đã phát triển đến giai đoạn cân bằng), các cặp AD liên hệ (ví dụ, giữa hai quốc gia), và các cặp AD đang trong quá trình hình thành.

Học thuyết DVBC dùng khái niệm "thống nhất" để chi hai

nội dung đầu và khái niệm "đấu tranh" để chỉ hai nội dung sau. Tuy nhiên đấu tranh có hai cấp độ, đấu tranh để tăng cường tính thống nhất (tương phản cân bằng), và đấu tranh để loại trừ yếu tố đối kháng (tương phản đối kháng).

Ba nội dung đầu làm thành sức mạnh tương thành để loại trừ đối kháng. Khi sức mạnh tương thành còn yếu, sức mạnh đối kháng vẫn chi phối vận động AD.

Song, một trong những quy luật cơ bản nhất của hiện thực là quy luật phát triển tương thành. sức mạnh tương thành ngày càng lớn dần lên và giành thắng lợi cuối cùng, đưa AD đến trạng thái cân bằng.

Hiện thực cụ thể của quy luật này đã được trình bày ở các phần trên. Cần chú ý rằng, nếu gặp sai lầm trong tương phản cân bằng sẽ chuyển sang tương phản đối kháng. Hoặc, lẽ ra dùng tương phản cân bằng, lại sử dụng tương phản đối kháng để xử lý tình huống, gây tổn thất cho sức mạnh tương thành.

Bốn thuộc tính có liên quan chặt chẽ với nhau và hình thái vận động vô cùng phong phú. Hoạt động thực tiễn của con người trong thế giới hiện đại, cần nghiên cứu phát triển sức mạnh tương thành trong 3 nội dung đầu, để loại trừ đối kháng một cách mềm mỏng hơn, hạn chế xung đột vũ trang, gây đau thương tang tóc không đáng có cho con người.

Trong tiến trình lịch sử nhân loại, có nhiều vĩ nhân đã thực hiện tư tưởng này. Lịch sử chống ngoại xâm của Việt Nam ghi lại những minh chứng hùng hồn.

Đầu thế kỷ XV, nhà Minh xâm lược nước ta. Triều đình nhà Hồ không đủ sức tạo ra sức mạnh tương thành của toàn dân tộc để chiến thắng kẻ thù, nên đã thất bại (1407). Lê Lợi đứng lên khởi nghĩa. Nguyễn Trãi đã dâng kế sách chống giặc với chiến lược "Tâm công", "lấy đại nghĩa mà thắng hung tàn, lấy chí nhân mà thay cường bạo". Rõ ràng, đây là kế sách dùng sức mạnh tương thành của toàn dân tộc để kháng chiến và sử dụng sách lược tương thành với kẻ thù để hạn chế sức mạnh đối kháng của chúng. Hàng chục lá thư của Nguyễn Trãi gửi tướng giặc, tạo ra sức mạnh tương phản cân bằng, làm cho giặc Minh suy giảm ý chí xâm lược. Kế sách tương thành đã đem lại thắng lợi rực rỡ sau 20 năm trường kỳ gian khổ kháng chiến. Năm 1428 đất nước vang lên khúc ca khải hoàn "Bình Ngô đại cáo". Nguyễn Trãi còn nói : "Việc nhân nghĩa cốt ở yên dân", muốn làm việc nhân nghĩa (chống giặc Minh) thành công thì toàn dân phải đoàn kết một lòng, điều đó phụ thuộc vào chính sách đối xử với dân của lãnh tụ khởi nghĩa, có tạo được sức mạnh tương thành của toàn dân với lãnh tụ hay không. Các trí tuệ chiến lược đều có chung tư tưởng như vậy. Trước khi mất, Trần Hưng Đạo khuyên vua Trần : "Khi bình, nhà vua nên khoan thư sức dân, để làm kế sâu vững bền gốc, khi biến sẽ yên tâm". Hai cuộc kháng chiến thần thánh của nhân dân ta chống Pháp và Mỹ, đã kế thừa xuất sắc tư tưởng của Tổ tiên và có nhiều sáng tạo mới mẻ. Chúng ta không những phát triển tương thành với nhân dân tiến bộ Pháp và Mỹ mà còn phát triển tương thành với các dân tộc toàn thế giới, để tạo nên sức mạnh tương thành áp đảo, loại trừ đối kháng kẻ thù.

Bước vào thế giới hiện đại, sau cách mạng Tháng Mười Nga, tư duy chính trị của chủ nghiãz tư bản là dùng sức mạnh đối kháng để loại bỏ chủ nghĩa xã hội. Sức mạnh tương thành của nước Nga non trẻ, đã loại trừ sự can thiệp của 14 nước Đế quốc và sau đó góp công chủ yếu loại trừ chủ nghĩa phát xít. Sau khi tiêu diệt chủ nghĩa phát xít, Liên Xô mạnh lên, hệ thống xã hội chủ nghĩa ra đời, các nước đế quốc đứng đầu là Mỹ không ngừng thiết kế các kế hoạch ấn nút bom nguyên tử, để loại bỏ Liên Xô và hệ thống chủ nghĩa xã hội. Nhờ sức mạnh tương thành của Liên Xô, các nước xã hội chủ nghĩa, phong trào hòa bình, mà các kế hoạch điên rồ đó đã bị thui chột từ lần này đến lần khác. Thực tiễn đó đã dạy cho chủ nghĩa tư bản thấy rằng, khó có thể dùng sức mạnh bom đạn để tiêu diệt chủ nghĩa xã hội. Tiếc thay việc kéo dài mô hình chủ nghĩa xã hội sai lầm đã làm cho đất nước Xô Viết gặp những căn bệnh trầm kha. Mô hình sở hữu công cộng làm kinh tế suy thoái, cán bộ Đảng thoái hoá, mất dần sự tương thành của nhân dân, các yếu tố đối kháng phát triển, nhất là khi công cuộc cải tổ đi vào ngõ cụt. Phương Tây đã phát hiện thời cơ, tìm cách tương thành với các yếu tố đối kháng, thúc đẩy yếu tố đối kháng trong lòng xã hội Xô Viết phát triển, làm suy giảm sức mạnh tương thành của nhân dân và Đảng cộng sản, góp phần không nhỏ đẩy nhanh Liên Xô tới nghịch biến. Khi lâm sự, Đảng đã không được nhân dân bảo vệ.

Cần nhấn mạnh rằng, Liên Xô sụp đổ chủ yếu do sai lầm trong đường lối xây dựng xã hội chủ nghĩa, vi phạm quy luật tương thành kéo dài. Lênin từng nói, không ai đánh đổ được chúng ta ngoài những sai lầm của chúng ta. Trước khi sụp đổ, tiềm lực đối kháng (sức mạnh quân sự) của Liên Xô rất lớn, Mỹ không thể vượt qua. Điều này chứng minh rằng, sức mạnh tương thành làm chủ sự vận động của sự vật, giữ cho sự vận động cân bằng và loại trừ các yếu tố đối kháng mới xuất hiện.

Chiến lược "diễn biến hoà bình", "thúc đẩy dân chủ", "cách mạng màu" của Phương Tây là chiến lược tìm kiếm sức mạnh tương thành để thay cho đối kháng vũ trang. Đây là chiến lược họ tìm được thông qua kinh nghiệm thực tiễn (không xuất phát từ các tiền đề lý luận triết học). Song chiến lược tương thành của họ xuất phát từ mục tiêu không phù hợp với quy luật vận động hiện thực. Các đối tượng mà họ tìm đến để tương thành, không tương thành lâu dài với nhân dân. Các chiến lược tương thành này dần dần thất bại là điều tất yếu. Quy luật phát triển tương thành của thế giới hiện thực sẽ loại bỏ hình thái tương thành "ảo" này. Thực tế đang diễn ra như vậy.

Ngày nay, nhờ sự tích luỹ lâu dài các thành quả của quy luật phát triển tương thành, sức mạnh tương thành của nhân loại có những bước phát triển mới. Các tổ chức quốc tế và khu vực phát triển hầu như phủ kín hành tinh. Đây là những mầm hội tụ tương thành, nhằm giải quyết những lợi ích chung của khu vực và thế giới. Tuy còn tiềm ẩn đối kháng, nhưng sức mạnh tương thành ngày càng lớn dần lên, ngày càng nâng cao hiệu quả vận động của các tổ chức. Đến một lúc nào đó, các mầm hội tụ sẽ cố kết thành hệ thống lớn, vì tính thống nhất, tính đồng nhất ngày càng cao, tương phản đối kháng ngày càng giảm. Quy luật phát triển tương thành đang dẫn dắt điều đó.

Trong bối cảnh như vậy, việc loại trừ đối kháng không thể dùng sấm sét của bom đạn, cày xới hành tinh, xé nát trời xanh hoà bình, gây đau tương tang tóc cho người vô tội. Khát vọng hoà bình là khát vọng cháy bỏng của nhân loại. Quà tặng LHQ đầu tiên là bức bích hoạ nổi tiếng "Đoàn kết" của chính phủ Na Uy, hiện đang treo tại văn phòng HĐBA, như một biểu tượng của khát vọng hoà bình. Hầu hết quà tặng đều mang chủ đề hoà bình hữu nghị, Nổi tiếng nhất trong số quà tặng là tác phẩm điêu khắc "Không bạo lực", mô tả hình ảnh một khẩu súng lục nòng bị bẻ gập, do nhà điêu khắc Rosenbery tặng. Quyền được sống trong hoà bình là quyền con người cao nhất, như công ước về quyền con người của LHQ đã chỉ rõ. Trường hợp ngoại lệ, là cần phải dùng vũ lực để tiêu diệt những tên trùm khủng bố, vì không thể một sớm một chiều có thể giác ngộ những cái đầu điên rồ như vậy. Tuy nhiên, vẫn có thể dùng sức mạnh tương thành để loại trừ chủ nghĩa khủng bố, bằng phương thức mềm dẻo hơn. Đó là sự đối xử công bằng, bình đẳng và tôn trọng lợi ích chân chính của mọi dân tộc, không thiên lệch, như thế là thể hiện tư tưởng Trung Chính của học thuyết AD. Mối quan hệ giữa nhân dân Palestin và Israen được hành xử theo tư tưởng đó, sẽ đem lại vinh quang và hạnh phúc cho cả hai dân tộc. Điều đó phù hợp với quy luật phát triển tương thành.

Sự phát triển sức mạnh tương thành của nhân loại đã đẩy lùi được chiến tranh thế giới thứ ba. Chiến tranh thế giới lần thứ nhất, xảy ra năm 1914, lần thứ 2, năm 1939, cách nhau 25 năm. Sau chiến tranh thế giới lần thứ 2, cuộc chạy đua vũ trang trở nên vô cùng nguy hiểm với sự xuất hiện và phát triển vũ khí hạt nhân. Ngày nay, cuộc chạy đua vũ trang vẫn đang tiếp diễn mà còn mở rộng. Song, chiến tranh thế giới thứ ba chưa xảy ra, đang bị đẩy lùi và có khuynh hướng bị loại trừ. Sự phát triển các yếu tố tương thành đã kiềm chế được đối kháng. Một nước Mỹ siêu cường đệ nhất về kinh tế và quân sự, không chiến thắng trong cuộc chiến tranh Irăc và đang sa lầy ở chiến trường Ápganíttăng. Sai lầm chủ yếu của Mỹ là không tìm đủ sức mạnh tương thành của hợp tác quốc tế để giải quyết xung đột. Vì hai cuộc chiến tranh đã phạm quy luật tương thành từ mục đích, dẫn đến sai lầm trong phương thức hành động. Ngày nay, giải quyết xung đột lợi ích bằng bạo lực vũ trang là đi ngược quy luật phát triển tương thành, đi ngược quy luật phát triển chủ nghĩa nhân đạo, đang vận động mạnh mẽ, khó mà tìm được thắng lợi vinh quang, nhất là việc tìm kiếm lợi ích không chính đáng, như tranh cướp lãnh thổ và tài nguyên của nước khác, hoặc bài trừ ý thức hệ hợp quy luật.

Việc phát triển chủ nghĩa xã hội hiện thực cũng không thể dùng phương thức đối kháng bằng bạo lực vũ trang, hoặc "xuất khẩu cách mạng". Phương thức hợp quy luật vẫn là dùng sức mạnh tương thành. Tấm gương xã hội chủ nghĩa hiện thực ở các nước đang xây dựng xã hội chủ nghĩa, là tác nhân kích thích sự nẩy mầm những tư tưởng phù hợp với quy luật vận động của hiện thực, trong từng lớp tri thức tiến bộ, đặc biệt là giới tri thức đang giữ cương vị lãnh đạo đất nước, ở bộ phận còn lại của thế giới. Dưới tác động của quy luật phát triển tương thành, những tri thức mang tâm hồn của chủ nghĩa nhân đạo, ngày càng đâm chồi nảy lộc trong thế giới hiện đại với số lượng ngày càng nhiều hơn so với các thời kỳ lịch sử đã qua. Lực lượng trí thức tiến bộ ngày càng hùng hậu, sẽ chi phối khuynh hướng tiến lên của thế giới hiện đại. Các nước xã hội chủ nghĩa thực hiện thành công quy luật sở hữu cá nhân chân chính, có đường lối quốc tế trong sáng, sẽ là ngọn cờ dẫn đường chói lọi. Nhân loại tiến bộ kỳ vọng Trung Quốc, một đất nước đang xây dựng xã hội chủ nghĩa, với những thành tựu nổi bật, dân số đông, có tiềm lực lớn, sẽ mang được những hình ảnh đẹp đẽ đến với nhân loại. Chắc rằng Trung quốc không đánh mất niềm tin đó. Một dân tộc đã sáng tạo ra học thuyết AD vĩ đại, không thể không xứng đáng với học thuyết đó. Các nước xã hooijc hủ nghĩa không thể xuất khẩu cách mạng mà chỉ có thể "xuất khẩu tấm gương cách mạng" là như vậy.

Sự phát triển của ba làn sóng văn minh công nghiệp là kết quả phát triển tương thành giữa con người và tự nhiên. Con người cũng là tự nhiên, nhưng là "tự nhiên đạt tới ý thức về mình" (Ăngghen). Con người, tự nhiên là một cặp đối lập AD, có đầy đủ bốn thuộc tính của một cặp đối lập: Tương thành - đồng nhất - tương phản cân bằng- đối kháng. Tự nhiên ở đây là một bộ phận của tự nhiên có liên hệ với con người, cần cho thực tiễn của con người. Việc khám phá ngày càng nhiều quy luật của tự nhiên làm cho tự nhiên mang lại lợi ích nhiều hơn cho con người và con người có nhiều tri thức hơn để bảo vệ, phát triển tự nhiên. Tính đồng nhất biểu hiện ở cấu trúc sinh lý của con người, bao hàm 60 nguyên tố hoá học và vận động theo các quy luật tự nhiên. Tương phản cân bằng được tự nhiên thực hiện bằng các phản ứng đáp trả với sự phá hoại tự nhiên của con người, như việc phá rừng gây ra bão lụt, hiệu ứng nhà kính gây tác hại khôn lường, ... Những phản ứng như vậy là những thông tin phản hồi báo hiệu lại cho con người biết về những việc làm có hại cho tương thành giữa con người với tự nhiên. Nếu con người thực hiện tốt ba nội dung tương thành, tính đối kháng của tự nhiên sẽ giảm dần tác hại đối với con người.

Sự phát triển của chủ nghĩa nhân đạo là sự phát triển tương thành giữa con người với con người. Tính đối kháng chủ yếu xảy ra ở quan hệ sở hữu: Sở hữu cá nhân chân chính và chiếm hữu sở hữu cá nhân chân chính. Tính đối kháng này sẽ dần dần bị loại trừ trong quá trình phát triển của chủ nghĩa nhân đạo, tức là phát triển sức mạnh tương thành.

Phát triển của khoa học công nghệ và chủ nghĩa nhân đạo tương thành và thúc đẩy lẫn nhau, như đôi chân của một con người, cần có sự vận động cân bằng, cân đối. Đây là đôi chân vững vàng để con người tiến tới tương lai. Đây cũng là hai hình thái vận động trí tuệ của con người, là một cặp AD với bốn thuộc tính đối lập, chịu sự tác động của quy luật phát triển tương thành.

Thực tiễn được dẫn dắt bằng trí tuệ. Song, trí tuệ con người không phải hoàn toàn là thành quả tư duy chủ quan. Con người được vũ trụ sinh ra và nuôi dưỡng bằng chất và trường, thường xuyên liên hệ với vũ trụ bằng chất và trường, để tồn tại và phát triển. Sự vận động của tư duy ắt chịu ảnh hưởng của trường năng lượng vũ trụ. Hiện thực là con người có các cửa hút (luân xa) năng lượng Vũ trụ để điều hoà hoạt động Âm Dương của cơ thể, trong đó có hoạt động tâm lý, tư duy. Sự phát triển tương thành của thế giới hiện đại của chủ nghĩa nhân đạo, của khoa học công nghệ, trước tiên là sự phát triển tương thành của tư duy. Hiện thực đó chứng minh rõ ràng mối liên hệ biện chứng giữa quy luật vận động của tư duy và quy luật vận động của Vũ trụ.

Từ căn cứ lý luận và thực tiễn, có thể mạnh dạn tiên đoán rằng, sự thống nhất tư duy nhân loại về quy luật vận động khách quan của thế giới hiện thực, đang là khả năng của tương lai gần. Nhân loại đang cấu thành một vật thể Vũ trụ, vận động bằng sức mạnh tương thành, không đối kháng.

Đến đây có thể rút ra một kết luận thực tiễn: Thời đại ngày nay, việc vận dụng phạm trù đối lập AD để giải quyết những mâu thuẫn về lợi ích, có thể thực hiện theo phương thức phát triển tương thành (3 nội dung đầu của phạm trù đối lập) dễ dẫn tới thành công và phù hợp với sự phát triển của chủ nghĩa nhân đạo. Dùng đối kháng để loại trừ đối kháng, dễ dẫn đến thất bại. Cuộc chiến tranh Irăc và Ápganíttăng là một minh chứng mới mẻ.

Người xưa từng dạy "Dĩ bất biến, ứng vạn biến". Tuỳ diễn biến lịch sử trong từng thời kỳ mà xác định phương thức hành động, nhằm đạt mục tiêu "Dĩ bất biến", đưa xã hội tới trạng thái cân bằng AD. Tuy thời mà thực hiện Trung là như vậy.

Ngày nay, quy luật phát triển tương thành có thể vận dụng bất cứ nơi đâu, mà ở đó có mối liên hệ giữa con người và con người, giữa con người và tự nhiên. Nhỏ nhất là mối liên hệ giữa hai người, rồi tình bạn, tính láng giềng, gia đình, cơ quan, quốc gia, các tổ chức khu vực và quốc tế, cho đến phạm vi toàn cầu. Quy luật tương thành sẽ mang đến thành công nhanh hơn cho những nỗ lực chung vì mục đích hạnh phúc con người, giàu tính nhân văn và không hề gây ra thảm hoạ nhân đạo. Việc xoá bỏ hình thái chiếm hữu sở hữu cá nhân chân chính trong từng quốc gia, có thể vận dụng quy luật tương thành, khi nhân loại thống nhất nhận thức quy luật vận động của thế giới hiện thực. Điều đó phụ thuộc vào sự sáng suốt tư duy, sự năng động của những tâm hồn giầu lòng nhân đạo.

Nữ GS Elinor Ostrom, người được giải Nobel kinh tế năm 2009, là phụ nữ đầu tiên được giải Nobel kinh tế (sinh ngày 7/8/1933 ở Los Angeles - Mỹ), trong công trình cơ bản của mình: "Quản lý xã hội tiến hoá các định chế hành động tập thể", đã nêu quan điểm rằng, cứu rỗi nền kinh tế thế giới không ở trong quá trình toàn cầu hoá, không ở sự thần thánh hoá doanh nghiệp tư nhân, mà là sự phát triển các cộng đồng kinh tế quy mô nhỏ, như hợp tác xã, thị tứ, thị trấn, làng xã... Chính chúng là những chủ thể quản lý có hiệu quả nhất và không mâu thuẫn nhất. Cốt lõi trong lý thuyết của bà là "nền kinh tế có gương mặt con người". Theo bà, một nền kinh tế như vậy sẽ tự nhiên có hiệu quả cao, bảo vệ được môi trường sinh thái, mang tính nhân văn xã hội cao. "Một nền kinh tế xanh"!

(Theo lời giới thiệu của báo An ninh thế giới cuối tháng 10/2009).

Cứ theo như lời giới thiệu của báo, bà GS Ostrom đã tiếp cận không tự giác quy luật sở hữu cá nhan chan chính. Thường ở các xí nghiệp quy mô nhỏ dễ thực hiện quy luật sở hữu cá nhân chân chính, người lao động dễ kiểm tra cách phân phối thành quả lao động, lãnh đạo có thể động viên trực tiếp người lao động, gây mầm hứng khởi trong lao động và sáng tạo. Vì thế hiệu quả sản xuất cao hơn. Trong nền kinh tế trí thức toàn cầu hoá, tổ chức sản xuất quy mô nhỏ, không mâu thuẫn với lực lượng sản xuất, không mâu thuẫn với yêu cầu sản xuất có công nghệ cao. Nếu quan niệm được như vậy, học thuyết kinh tế của GS Ostrom đáng trân trọng và có tính khả thi trong thế giới tư bản chủ nghĩa hiện đại. Một mầm Dương xanh đang phát triển !?

*** Nói về phạm trù đối lập, không thể không nói đến một hình thái văn hóa phản ánh phạm trù đó. Đó là văn học, nghệ thuật, báo chí.*

Văn hóa, nghệ thuật, báo chí mô tả hiện thực, bằng đặc trưng riêng của mình. Đó cũng là mô tả phạm trù đối lập của hiện thực thực tiễn. Vì hiện thực thực tiễn luôn luôn vận động bằng phạm trù đối lập. Thường các tác phẩm không mô tả đầy đủ bốn thuộc tính của phạm trù đối lập. Không phản ánh rõ nét khuynh hướng phát triển của sự vật, hiện tượng theo quy luật phát triển tương thành. Và như vậy không mô tả toàn diện cuộc sống sinh động (ở đây không nói đến các tác phẩm nhỏ lẻ, mang tính thời sự đột xuất, hoặc bài thơ, mẩu chuyện ngắn,.). Có tác giả thiên về mô tả tính đối kháng, làm cho người đọc bâng khuâng, không thấy được xã hội đang vận động theo xu hướng tiến bộ hợp quy luật, làm giảm tính tích cực của độc giả trong cuộc sống.

Những tác phẩm văn học nghệ thuật "dài hơi", những bài báo có chủ đề rộng, nên mô tả, phản ánh cả bốn thuộc tính của phạm trù, với tỷ lệ thích hợp cho từng đối tượng hiện thực, thực tiễn, được phản ánh. Có như vậy, người đọc mới nhận thức đúng đắn về hiện thực, làm giàu thêm, làm phong phú thêm, sâu sắc thêm, sứ mệnh giáo dục và thẩm mỹ của tác phẩm, đưa người đọc hướng về tương lai tốt đẹp, tăng cường niềm tin, sự hứng khởi trong cuộc sống sáng tạo.

Xin được lược trích bài trả lời phỏng vấn của nhà báo lão thành Hữu Thọ với nhà báo Hồng Thanh Quang, trong An ninh thế giới cuối tháng 11 - 2009.

"… Ngay từ thuở xa xưa, đánh giá về vai trò của báo chí cũng rất khác nhau.Tôi nói tới những nhà chính trị và học giả lớn, đại văn hào Pháp Victor Huygo cũng là người chê báo ghê lắm, vì ông cho rằng giở trang báo ra, toàn thấy chuyện đen tối, giết chóc gây buồn nản. Và nếu anh đọc hồi ký của bà Tống Mỹ Linh thì khi bà ấy sang Mỹ, bà ấy không bao giờ đọc báo, chỉ đọc sách thôi. Vì bà ấy cho rằng, càng đọc báo càng buồn chán, khi thấy tin tức viết về xã hội toàn những đen tối. Trong thế giới hiện đại người ta nói tới khuynh hướng 3S. Đó là bạo lực (sang), Sex (tình dục) và Scandal là bê bối, tập trung vào 3 lớp người: Nhà chính trị, đại gia kinh doanh, các ngôi sao văn học, nghệ thuật thể thao. Vì đây là 3 lớp người "Của công chúng". Có tờ báo lá cải nói rằng, có đưa 3S lên trang nhất thì báo bán mới chạy.. Đây là khuynh hướng mà thế giới cho là khuynh hướng "dưới văn hóa", một khuynh hướng làm thế giới rất lo lắng, không chỉ chúng ta".

Thế giới tư bản chủ nghĩa không phải cái gì cũng xấu. Thế giới đó còn có nhân dân lao động, các nhà sáng tạo, các nhà nhân văn chủ nghĩa. Nhưng báo chí đã thiên về tính đối kháng, gây hiệu ứng phản giáo dục đối với con người. Không thể chấp nhận tự do báo chí kiểu như vậy.

Ngày nay, sức mạnh tương thành đã có bước phát triển mới; Chủ nghĩa nhân đạo đang đâm chồi nẩy lộc với sức vươn lên không thể ngăn cản. Đối kháng dã man, đen tối, cỏ dại vẫn còn, nhưng sẽ bị sức mạnh tương thành dần dần loại bỏ. Đó là khuynh hướng phát triển của hiện thực, của thời đại. Văn chương, nghệ thuật, báo chí cần phản ánh được khuynh hướng đó, góp phần xứng đáng thúc đẩy tiến bộ xã hội.

** *Khi phân tích quy luật phát triển tương thành và phạm trù đối lập AD, không thể không nói đôi điều về nước Nga thời kỳ Putin, tâm điểm chú ý của thế giới.*

Elsin nửa đường đứt gánh, để lại một nước Nga tàn lụi và đứng trước vực thẳm của sự rối loạn xã hội. Theo sách "Putin từ trung tá KGB đến Tổng thống Liên bang Nga" (TG Lý cảnh Long, biên dịch Tạ ngọc Aí-Thanh An, Nxb Láo động, Hà nội-2001), thì 10 năm trở lại đây, thời đại Elsin, tổng sản lượng trong nước giảm 56%, còn bằng 10% của Mỹ; 1/5 Trung quốc. Gía trị sản lượng công nghiệp giảm 60%, nông nghiệp giảm gần 50%, đồng rúp mất giá 70%, thu nhập thức tế của người dân giảm hơn 50%. Đó là kết quả "liệu pháp sốc toàn diện", một sáng tạo vĩ đại của người Mỹ giúp nước Nga nhanh chóng hùng cường, mà Gôcbachôp và Elsin hào hứng thực hiện. Nhiều người Nga lên tiếng phản đối, cho rằng, đó là âm mưu gian hiểm của Mỹ, nhằm làm cho nước Nga suy yếu hơn nữa, để chúng dễ bề đục nước béo cò.

Song song về tai biến kinh tế, rối loạn xã hội không ngừng

tăng lên tới mức nguy hiểm. Được sự ủng hộ và khuyến khích của phương Tây, chủ nghĩa ly khai chia rẽ dân tộc phát triển. Nhiều nước cộng hoà thuộc Liên bang Nga đòi độc lập như Chetxnhia, Tacta,... Nước Nga đứng trước nguy cơ chia cắt và giải thể Liên bang.

Các loại tội phạm hoạt động mạnh mẽ. Tội phạm về bạo lực, khủng bố, ám sát,...tăng lên từng năm. Tà giáo xuất hiện tràn lan. Lực lượng an ninh cảnh sát ngày càng bất lực.

Tội phạm kinh tế có tổ chức hoạt động hung hăng, trở thành nhân tố nguy cơ làm sụp đổ nền kinh tế. Thời kỳ này, nước Nga có 78 tập đoàn kinh tế lớn, khống chế tới 60% xí nghiệp nhà nước, 50% ngân hàng thương mại. Chúng làm cho vốn nhà nước chảy ra nước ngoài một cách phi pháp và ngày càng tăng lên, đến năm 1998 đạt mức kỷ lục, 150 tỷ USD. Con số này lớn hơn tổng số ngoại tệ chảy ra nước ngoài trong thời kỳ khủng hoảng tiền tệ 1979-1987 của cả bốn nước Braxin, Venêxuêla, Mêhicô, Pêru, cộng lại.

Hiện tượng tham nhũng, hối lộ ngày càng nặng nề. Putin đánh giá rằng, đây là thời kỳ bi đát nhất của nước Nga trong vài ba trăm năm trở lại đây. Trong hai năm, 1998-1999, Elsin thay đổi tới ba thủ tướng, nhưng không giải quyết được gì. Ông từ chức trước nhiệm kỳ 3 tháng và tỏ lời xin lỗi nhân dân.

Ngày 26-3-2000, Putin được bầu làm Tổng thống nhiệm kỳ thứ ba của Nga. Nhân dân Nga và thế giới nghe ngóng biện pháp "chiếc đũa thần" của ông để cứu vãn nước Nga. Ông cho rằng, như đòi hỏi của một bộ phận xã hội, nếu làm một cuộc cách mạng đảo lộn nước Nga, nhân dân Nga đang sức cùng lực kiệt, sẽ không chịu đựng nổi; tình thế đất nước có thể sẽ nguy hiểm hơn, đục nước béo cò cho các thế lực muốn chia cắt và làm suy yếu nước Nga hơn nữa. Liên xô suy yếu, Gôcbachốp, Elsil, làm "liệu pháp sốc", nhằm lộn ngược nước Nga, lại càng làm tình thế trầm trọng hơn nữa. Thực tế đáng buồn đó không thể không đọng lại sâu sắc trong tư duy Putin. Ông chủ trương không đi theo mô hình Mỹ và phương Tây, không nóng vội, hấp tấp, mà bình tĩnh phục hưng nước Nga dần dần, "tiến chắc, thắng chắc." Phải huy động cho được sức mạnh to lớn của trí tuệ, sức lực và tinh thần yêu nước của nhân dân.

Để định hướng con đường đi lên của nước Nga, Putin khởi xướng tư tưởng Nga, gồm bốn nội dung lớn:

1- Phát huy tinh thần yêu nước.

2- Phát huy lòng tự hào dân tộc. Phải đưa nước Nga trở về vị trí cường quốc thế giới.

3- Tăng cường đoàn kết xã hội. Ông nhấn mạnh rằng, trong giai đoạn hiện tại, đoàn kết xã hội có tầm quan trọng đặc biệt.

4- Xây dựng một quốc gia dân chủ và pháp quyền mạnh mẽ, kiểm soát chặt chẽ, một chính quyền có uy lực, có năng lực điều hành.

Putin cho rằng, tư tưởng mới của Nga là sự thống nhất hữu cơ, giữa giá trị phổ biến của nhân loại và giá trị truyền thống đã được thử thách của nước Nga.

Về chính sách kinh tế, Putin phản đối việc sao chép nguyên xi mô hình nước ngoài. Ông chủ trương kế thừa tính hợp lý của quá khứ, quá khứ Xô viết và quá khứ Elsin. Xây dựng nền kinh tế thị trường, có sự điều tiết của nhà nước và không ngừng nâng cao đời sống nhân dân.

Về quan hệ quốc tế, ông kiên quyết phản đối chủ nghĩa thế giới đơn cực, do Mỹ khống chế, mà phải xây dựng thế giới đa cực; quan hệ giữa các quốc gia là bình đẳng, hợp tác, các bên đều có lợi; lấy LHQ làm trung tâm để giải quyết các vấn đề bức xúc của hành tinh.

Những thành quả mà nước Nga đạt được thời Putin đã được thế giới và nhân dân Nga đánh giá cao. Thực tiễn đã kiểm chứng sự phù hợp tương đối giữa tình hình Nga sau Elsin và đường lối Putin.

Đường lối Putin xuất phát từ sự tỉnh táo trong nhận thức hiện thực và ứng dụng kinh nghiệm thực tiễn. Về mặt triết học có gì đáng nói.

Quy luật phát triển tương thành vận động trong phạm trù đối lập, đang chi phối, dẫn dắt, tiến trình lịch sử nhân loại. Đường lối Putin đã phản ánh đúng quy luật đó, tuy rằng sự phản ánh chưa tự giác, vì ông chưa nghiên cứu nó. Song, quy luật thế giới hiện thực nhiều vô cùng. Con người cứ thản nhiên sử dụng các quy luật đó theo kinh nghiệm thực tiễn, mặc dù chưa nhận thức và mô tả được quy luật. Những trí tuệ mẫn tiệp thường hành động gần đúng quy luật, thông qua sự cảm nhận tinh tế những kinh nghiệm lịch sử. Hành động trái quy luật thường phải trả giá.

Trong "Tư tưởng Nga", ba nội dung đầu phù hợp với quy luật tương thành của "phạm trù đối lập nước Nga". Nội dung thứ tư phù hợp với quy luật tương phản cân bằng. Như thế, cả bốn nội dung đều phù hợp với quy luật phát triển tương thành, để loại trừ dần dần các yếu tố đối kháng trong nước Nga. Điều đó phù hợp với bối cảnh thế giới hiện đại, khi mà sức mạnh tương thành phát triển tới mức, có thể loại trừ đối kháng bằng phương thức phổ biến không bạo lực, trừ một số trường hợp cá biệt và phạm vi hẹp. Ở đây nói về việc loại trừ tư tưởng đối kháng nổi lên trong giai đoạn trước mắt của nước Nga. Còn tương phản đối kháng cơ bản, nằm trong phàm trù sở hữu, là vấn đề kế tiếp, vẫn thuộc sự nghiệp nhân đạo của tri thức tiến bộ và nhân dân lao động Nga, mà phương thức thực tiễn không nằm ngoài quy luật sử dụng sức mạnh tương thành, không bạo lực.

Con người có thể thành công trong việc ứng dụng kinh

nghiệm thực tiễn. Tuy nhiên, nếu kinh nghiệm không được khái quát thành lý luận, thành quy luật, thành chân lý, thì đến một lúc nào đó sẽ bị hậu thế bỏ rơi không thương tiếc và mang lại những hậu hoạ khó lường.

Như việc loại bỏ chính sách Tỉnh điền cuối thời kỳ nhà Chu, đã mang lại tai hoạ cho nhân dân lao động, do việc thu thuế quá cao, mang tính chất bóc lột nặng nề. Giai đoạn thuận lợi có thể tiếp tục kế thừa và phát triển tư tưởng Tỉnh điền, là thời kỳ sau cách mạng Trung quốc thắng lợi, cũng bị bỏ qua, không nhận thức được. Sau này lại dùng kinh nghiệm thực tiễn, đã phải trả giá quá đắt mới có được, để lặp lại tư tưởng Tỉnh điền bằng khoán hộ trong nông nghiệp; nhưng cũng không biết rằng, đó là tinh hoa văn hoá của chính dân tộc mình đã sáng tạo ra.

***** Xã hội loài người cùng lúc vận động trong hai phạm trù đối lập*: "con người-con người" *và* "con người-tự nhiên".**

Quy luật phát triển tương thành đồng thời dẫn dắt sự vận động của hai cặp phạm trù đó. Sự vận động của cặp phạm trù "con người-tự nhiên" sáng tạo ra quy luật phát triển khoa học, công nghệ. Sự vận dộng của cặp phạm trù "con người-con người" sáng tạo ra quy luật phát triển chủ nghĩa nhân đạo. Đó là hai quy luật vận động cơ bản và thực tiễn nhất của xã hội loài người. Dưới tác động của quy luật phát triển tương thành, tính đối kháng trong hai cặp phạm trù đó giảm dần theo tiến trình lịch sử nhân loại.

Nói như vậy có nghĩa rằng, ở xã hội nguyên thuỷ, không chỉ tính đối kháng giữa con người với tự nhiên ở mức độ cao, mà tính đối kháng giữa con người cũng ở mức độ cao. Trong từng thị tộc, con người được sống bình đẳng, không áp bức bóc lột. Song, sự tranh giành lãnh thổ xẩy ra liên miên, gây đau thương tang tóc cho con người. Tranh giành lãnh thổ giữa các thị tộc để mở rộng không gian sinh tồn, đó là sự kế thừa quy luật đấu tranh sinh tồn tiền loài người. Trong chiến tranh, người ta chém giết nhau không thương tiếc, không nhân tính. Sự dã man đó lại được kế thừa sang chế độ Nô lệ, và sau đó giảm dần theo quy luật phát triển chủ nghĩa nhân đạo. Như vậy, ở chế độ cộng sản nguyên thuỷ, hạnh phúc con người vẫn ở mức thấp nhất. Vì vậy, sự công bằng, bình đẳng trong xã hội nguyên thuỷ, Mác gọi là sự hài hước của lịch sử.

Quy luật phát triển tương thành như một người thầy vĩ dại, tận tình , vô tư và nghiêm khắc, rèn luyện con người ngày càng tiến bộ về tài năng và nhân cách. Xã hội loài người cứ lên dần tầng nấc thang. Lượng-chất cứ tích luỹ qua mỗi nấc thang, để rồi nhẩy vọt nhỏ, nhẩy vọt lớn, lên tầng nấc cao hơn, trong đó, sự phủ định phát triển mang tính kế thừa và cải biến.

Từ sau Vụ nổ lớn, quy luật phát triển tương thành liên tục sáng tạo ra những hiệu ứng nhân quả, ngày càng đa dạng, ngày càng phong phú. Mỗi sự vật là sự kết tinh của nhiều hiệu ứng nhân quả trước đó. Càng nhiều hiệu ứng nhân quả hợp thành, sự vật càng tinh vi, phức tạp, càng khó nhận thức. Cho đến thời điểm này, xã hội loài người là sự tổng hợp nhiều hiệu ứng nhân quả bậc nhất, phong phú và tinh tế nhất, song chưa dừng lại.

Quy luật phát triển tương thành sẽ đưa hai cặp đối lập đến trạng thái cân bằng, trong đó con người có đủ trí tuệ và lòng nhân ái để sống hài hoà với tự nhiên và đồng loại. Quy luật phát triển tương thành là sức mạnh vĩ đại của Vũ trụ. Không có sức mạnh nào của con người có thể cưỡng lại sự rèn luyện của quy luật đó.

**- *Nói về phạm trù đối lập trong thế giới hiện đại, không thể bỏ qua những cuộc "chiến tranh tiền tệ" của tập đoàn tài chính "Phố Uôn-Luân đôn" (Wall Street - London).*

Theo Tống Hồng Binh, tác giả"Chiến tranh tiền tệ" (Nguyễn Lư biên dịch, Nxb Thanh hóa-2008), đế quốc tài chính

Uôn-Luân đôn là một tập đoàn tài chính hùng mạnh nhất thế giới. Họ kiếm lãi bằng triết lý "đứng trên lương tri nhân loại". Họ gây ra biết bao thảm họa cho thế giới này. Họ là một trong những thủ phạm chính của các cuộc chiến tranh thế giới và chiến tranh cục bộ, là thủ phạm trực tiếp của nhiều cuộc khủng hoảng kinh tế thế giới, khu vực và quốc gia. Những phù thủy tài chính này có sức mạnh và thiên tài tàng hình siêu tinh vi mà những nạn nhân siêu đẳng cũng khó phát hiện, hoặc có phát hiện được cũng đành ngậm bồ hòn làm ngọt mà chịu đòn. Tác giả "Chiến tranh tiền tệ" đã từng là chuyên gia trong tập doàn này. Ông đấp cùng chăn với họ, nên biết nhiều sự kiện và thủ đoạn kiếm tiền kỳ lạ, rất bí mật, của họ. Lương tri ông thôi thúc ông viết ra những điều đó, để cảnh tỉnh thế giới.

Tập đoàn tài chính này được khai sinh từ đầu thế kỷ XIX. Meyer Rothschild (1744-1812) là cha đẻ của nó. Riêng tài sản gia đình Meyer, cho đến nay, theo dự đoán của các nhà kinh tế, đã lên tới 500 tỷ USD, vượt xa tài sản ông Billgat, 60 tỷ USD, được coi là người giàu nhất thế giới ở thế kỷ XX. Tài sản này rất bí mật; vì theo điều 3, di chúc của Meyer: "Tuyệt đối không được để lộ tình hình tài sản của gia tộc". Sang thế kỷ XX, tập đoàn Uôn-Luânđôn có 7 đại gia danh tiếng, như vua dầu lửa Rockefeller, vua gang thép và ngân hàng Moorgan, vua đường sắt James Hill; vua ngân hàng Jacob Schif, nhà chiến lược tài chính của gia tộc Rothschild; anh em Warburg, vua ngân hàng, cao thủ tài chính của gia tộc Rothschild. Phương thức thực tiễn của tập đoàn này, theo nguyên lý của cha đẻ Meyer phát minh: "Chỉ cần khống chế được sự phát hành tiền tệ của một quốc gia, tôi không cần biết ai là người chế định pháp luật". Và thực sự họ đã nắm được quyền phát hành giấy bạc ở Mỹ (US D) mà không phải là chính phủ. Họ đã thao túng được nhà nước Mỹ bỏ bản vị vàng của đồng USD để dễ bề gây khủng hoảng tiền tệ trên thế giới, vì họ đã tìm ra quy luật: khủng hoảng và chiến tranh là miếng đất màu mỡ nhất để lợi nhuận rầm rộ đâm chồi nẩy lộc. Bảy đời Tổng thống Mỹ tìm cách lấy lại quyền phát hành tiền tệ cho chính phủ, hoặc chấm dứt sớm một cuộc chiến tranh, đã bị sát hại mà cảnh sát Mỹ đầy tài năng, tốn bao công sức trong nhiều năm trời, cũng không tìm ra thủ phạm.

Tại các quốc gia khác, họ không cần trực tiếp in giấy bạc nhưng có nhiều thủ đoạn siêu cấp để khống chế sự phát hành giấy bạc, gây ra nạn khan hiếm hoặc lạm phát giấy bạc ở các quốc gia đó.

Theo như mô tả của tác giả "Chiến tranh tiền tệ", các cuộc chiến tranh lớn đều do tập đoàn tài chính Uôn-Luân đôn xúi dục và tạo điều kiện tài chính cho cả hai bên tham chiến. Tất nhiên, họ hốt được nhiều bạc, vì cả hai bên tham chiến đều phải vay tiền của họ với lãi suất cao. Các tập đoàn công nghiệp quân sự cũng phải vay tiền của họ. Sau chiến tranh, các bên tham chiến cũng lại vay tiền của họ để tái thiết quốc gia, phục hồi sản xuất và bồi thường chiến phí. Thật là "đại hỷ lâm môn" nhà họ đến bao nhiêu lần. Chiến tranh càng lớn, càng kéo dài, càng nhiều quốc gia tham chiến, cái túi tiền lãi của họ càng phồng lên nhanh chóng.

Chiến tranh thế giới thứ nhất đã lôi cuốn 30 quốc gia, với 1500 triệu người, 30 triệu người thương vong. Tập đoàn Uôn đã cho đồng minh vay 3 tỷ USD và xuất khẩu 6 tỷ USD vật tư quân sự (giá trị đôla ở thời điểm năm 1914). Nếu Đức thắng trận thì họ sẽ mất trắng khoản tiền khổng lồ này. Vì vậy, họ đã thúc dục chính phủ Mỹ tham chiến để "bảo vệ dân chủ, cứu thế giới". Tổng thống Mỹ Wilson bắt buộc phải tham chiến, vì ông biết rõ ai đã đưa ông vào nhà trắng. Sau chiến tranh, ông thở dài thú nhận: "Đại chiến thế giới chỉ là một cuộc âm mưu kinh tế mà thôi!". Hiệp định đình chiến Paris ký ngày 28-6-1919. Nước Đức bại trận phải bồi thường 32 tỷ USD, mỗi năm trả lãi 500 triệu USD, chỉ được giữ lại 10 vạn lục quân, 6 tàu chiến, không được phép có tàu ngầm, máy bay, trọng pháo. Curzon, bộ trưởng ngoại giao Anh lúc đó nói: "Hòa ước không mang lại hòa bình mà chỉ là một hiệp định đình chiến tạm thời". Còn Tổng thống Mỹ Wilson, đọc xong bản hòa ước cũng chau mày nói: "Tôi là người Đức thì quyết không ký bản hòa ước như vậy". Thiết kế bản hòa ước khắc nghiệt đó chính là người của tập đoàn tài chính Uôn, đang giữ các chức vụ chủ chốt trong bộ máy chiến tranh đồng minh thời điểm đó. Họ đã phát tài lớn trong chiến tranh, cả sau chiến tranh, họ lại tiếp tục sáng tạo nghệ thuật gieo mầm một cuộc chiến tranh mới. Thủ tướng Anh lúc đó, D.L.Georg nói: "Văn kiện hòa ước nghiệt ngã như vậy, buộc người Đức phải lựa chọn, hoặc phải bội ước, hoặc phải phát động chiến tranh".

Ngày 30-1-1933 , Hitler lên nắm quyền thủ tướng Đức. Một khối lượng khổng lồ các công việc của một cuộc chiến tranh mới đã được nước Đức hoàn thành chỉ vẻn vẹn 6 năm trời. Ngày 1-9-1939, nước Đức phát động chiến tranh thế giới lần thứ hai.

Tại sao một nước Đức bại trận,phải ký một hòa ước cay đắng, bị kiệt quệ sau chiến tranh thế giới lần thứ nhất, bị nạn lạm phát kinh hoàng năm 1923, đồng tiền mác mất giá đến mức trẻ em dùng nó để gián diều chơi, lại bị cuộc khủng hoảng kinh tế thế giới 1929-1933, làm cho điêu đứng, mà họ lại đủ sức phát động một cuộc chiến tranh lớn đến như vậy, chỉ sau một thời gian chuẩn bị rất ngắn? Theo tiết lộ của đại gia ngân hàng Mỹ, Sydney Warburg, năm 1929, Phố Uôn đã có kế hoạch Dawes và kế hoạch Young, giúp Đức "trả nợ chiến phí". Song, từ âm mưu sâu thẳm là giúp Đức chuẩn bị chiến tranh. Sydney Warburg nhận "sứ mệnh cao cả" làm nhà ngoại giao con thoi, bí mật tiếp xúc với Hitler, để thực hiện kế hoạch này. Sau khi hoàn thành sứ mệnh vẻ vang, Sydney cảm khái nói: "Thế giới này sẽ phải khuất phục Hitler. Thế giới nhỏ bé này đáng thương quá, nhân loại đáng thương quá!"

Ngày 8-5-1945, nước Đức đầu hàng. Ngày 14-8-1945, nước Nhật đầu hàng. Chiến tranh kết thúc với 60 triệu người vô tội thiệt mạng. Còn các đại gia tài chính thì giàu lên với tốc độ cũng choáng ngợp như sự đổ máu của nhân dân vô tội. Chỉ riêng ở Mỹ, năm 1930, phát hành quốc trái 16 tỷ USD, thì năm 1946, đã lên tới 269 tỷ USD. Chính phủ Mỹ phát hành quốc trái gửi vào ngân hàng, rút tiền ra chi tiêu và hàng năm phải trả lãi cho ngân hàng. Số nợ của chính phủ Mỹ hiện nay đã lên tới 44.000 tỷ USD; hàng năm nhân dân Mỹ phải đóng thuế để trả nợ. Theo tác giả "Chiến tranh tiền tệ", với số nợ ngày càng tăng lên, đến lúc nào đó nền kinh tế Mỹ sẽ không chịu đựng nổi, đồng USD sẽ sụp đổ, các nước có dự trữ ngoại tệ bằng đôla cần tính đến điều đó.

Theo "Chiến tranh tiền tệ" mô tả, tập đoàn tài chính Uôn-Luânđôn còn xúi dục chiến tranh Trung đông 1973, là thủ phạm làm tăng giá dầu mỏ, gây ra cuộc khủng hoảng kinh tế thế giới 1929, đánh đổ nền kinh tế Nhật bản 1990, đến nỗi 17 năm sau vẫn chưa hoàn phục được như cũ. Họ còn gây ra sóng gió tài chính Châu Á năm 1977, phá hoại nền tài chính Thái lan,v.v...Bằng việc phân tích hiện tượng kinh tế "bọt bong bóng"do tập đoàn tài chính Uôn-Luânđôn đạo diễn, từ năm 2007, tác giả "Chiến tranh tiền tệ" đã dự báo "sắp có một trận động đất trên thị trường tiền tệ thế giới"; dự đoán đó đã thành hiện thực vào ngay năm sau đó. Năm 2008, cuộc khủng hoảng kinh tế thế giới "vô cùng ngoạn mục" đã xảy ra.

Sách "Chiến tranh tiền tệ", chỉ trong 5 tháng cuối năm 2007 đã được các nhà xuất bản Trung Quốc tái bản 11 lần với 500.000 cuốn. Bức tường thép che dấu sự bí mật của cao thủ tài chính Uôn-Luânđôn đã bị đổ, phơi bày bộ mặt gian ác đến tột cùng của đồng tiền trong két sắt các đại gia tư sản.

Thế giới cần cảnh tỉnh một lực lượng tương phản đối kháng vô cùng nguy hiểm trong thế giới hiện đại. Cần phải vô hiệu hóa sức mạnh của chúng càng sớm càng tốt. Thế giới hiện đại có đủ sức mạnh tương thành để làm việc đó.

- Để thoát khỏi ảnh hưởng của đồng USD, các khu vực đang phấn đấu có đồng tiền riêng của mình. Bằng đồng Euro, liên minh Châu Âu đã đi tiên phong trong việc đó.

- Chính phủ phải nắm quyền phát hành tiền tệ.

- Đồng tiền phải có bản vị vàng, bạc đảm bảo.

- Không để đồng USD là đồng tiền duy nhất trong thanh toán quốc tế và dự trữ ngoại tệ.

- Cảnh giác với hoạt động ngân hàng của Uôn-Luânđôn và các ngân hàng có nguồn gốc từ Uôn-Luânđôn.

- Các tổ chức kinh tế khu vực cần có trung tâm nghiên cứu khoa học chung để chủ động về công nghệ cao, nâng vị thế của mình trong hợp tác kinh tế và khoa học, hạn chế dần hiện trạng "lao động giá rẻ", bị bóc lột và thu lợi bất công. Sức mạnh công nghệ cao là điểm tựa cơ bản cho sức mạnh tài chính.

Chiến tranh tiền tệ có mức độ sát thương còn nguy hiểm hơn chiến tranh thế giới, vì nó là nguyên nhân trung gian nhưng đầy quyền lực, để có thể làm nên chiến tranh thế giới. Tàn hại hơn nữa, nó còn gây ra các cuộc khủng hoảng chính trị, kinh tế, tiền tệ khắp mọi nơi, mà người phải gánh chịu sự đau khổ là đa số nhân dân lao động trên toàn thế giới. Cuộc khủng hoảng kinh tế tồi tệ nhất trong lịch sử TBCN, do trung tâm tài chính khổng lồ nhất, của nướcTB phát triển nhất, gây ra, trong bối cảnh của nền kinh tế toàn cầu hóa, tri thức hóa, mang lại sự tàn phá nặng nề cho nền kinh tế thé giới, mà theo dự đoán của các nhà kinh tế thì hàng chục năm sau mới có thể trở lại hoạt động bình thường. Đây là bài học đắt giá, luôn luôn bức xúc và nóng hổi ở những thập niên đầu tiên của thiên niên kỷ mới.

Sức mạnh của quy luật phát triển tương thành và chủ nghĩa nhân đạo có thể loại trừ chiến tranh thế giới và chiến tranh hạt nhân, thì cũng đủ sức mạnh loại trừ chiến tranh tiền tệ!

IV.7.2- Quy luật Thành - Thịnh - Suy - Hủy:

1. Khái niệm:

Bằng quan sát hiện thực và tư duy tâm linh, người xưa đã phát hiện được phương thức vận động và biến hoá của vạn vật tuân theo quy luật "sinh - thành - thịnh - suy - huỷ", gọi ngắn gọn là thành - thịnh - suy - huỷ (viết tắt : TTSH). Đây là tiến trình vận động và biến hoá của sự vật được phân ra 4 giai đoạn. Tiến trình này là quy luật phổ biến trong tự nhiên, tư duy và xã hội.

Vận động của sự vật, hiện tượng, thường có khuynh hướng hội tụ các hệ thống nhỏ thành hệ thống lớn, cấu trúc nhỏ thành cấu trúc lớn, trong các giai đoạn sinh- thành - thịnh, khi đạt trạng thái cân bằng (dừng tạm thời - cực thịnh), sự vật tiếp tục vận động và có xu hướng giữ vững cân bằng lâu dài. Song dưới sự tương tác phức tạp của nhiều mối liên hệ, của hệ thống lớn, trạng thái cân bằng bị suy giảm, sự vật đi vào giai đoạn suy huỷ, chuyển sang cấp vận động thấp hơn. Với thế giới hữu sinh, quy luật này đã được chương trình hoá trong gen di truyền ADN của từng cá thể. Sau vụ nổ lớn (BB), các hạt cơ bản được các trường năng lượng liên kết thành các nguyên tố hoá học, rồi thành các vì sao, các thiên hà. Cấu trúc Vũ trụ ngày càng lớn lên. Sau thời gian phát sáng rực rỡ hàng tỷ năm, các sao bắt đầu suy thoái, trở thành các thiên thể kém năng lượng, kích thước nhỏ và các bụi vũ trụ (tinh vân). Các tinh vân lại có thể hội tụ thành các Sao hoặc các thiên thể nguội. Hệ mặt trời và cái nôi xanh của con người đã hình thành như thế. Cuộc suy huỷ hùng vĩ nhất của Vũ trụ, theo giả thuyết của Vũ trụ học, là giai đoạn các thiên thể tan rã hết thành các hạt cơ bản và các trường năng lượng, rồi co dần thành "điểm kỳ dị", chuẩn bị cho một thế hệ vũ trụ mới. Con người cũng được vinh dự tham gia vào tiến trình suy huỷ vĩ đại đó.

Với các vật thể cấu trúc nhỏ, tiến trình TTSH ngắn hơn. Cây lúa nẩy mầm từ hạt lúa và dần dần lớn lên (thành). Đến thời kỳ "con gái", sức lực dồi dào, bắt đầu làm đòng, trổ bông và nuôi dưỡng hạt cho đến lúc cấu trúc hạt hoàn chỉnh (giai đoạn thịnh). Dưới tác động của ánh sáng và nhiệt độ, hạt tự chín dần, cây lúa bước vào giai đoạn suy - huỷ. Các loại cây khác, động vật, cho đến con người cá thể, tiến trình cũng tương tự, tuy thời gian dài ngắn khác nhau.

Vạn vật AD là vĩnh hằng, chỉ biến đổi hình thức tồn tại. Vì vậy giai đoạn suy - huỷ thường là giai đoạn chuẩn bị cho tiến trình thành thịnh kế tiếp. Cây lúa trước khi suy huỷ đã chuẩn bị hạt. Con người trước khi suy - huỷ, đã chuẩn bị cho thế hệ "nối dõi tông đường". Giai đoạn suy huỷ của Vũ trụ chuẩn bị cho thế hệ Vũ trụ mới bằng "điểm kỳ dị". Xã hội loài người là đứa con đặc biệt của Vũ trụ, của hệ Mặt trời - Trái đất - Mặt trăng, là cấp vận động cao nhất của thế giới vật chất, nên tiến trình thành - thịnh - suy - huỷ đồng hành với hệ Mặt trời - Trái đất - Mặt trăng.

Thời gian TTSH của xã hội loài người có thể giả định như sau: Thời gian "thành", là hiệu ứng nhân quả liên tục, có thể lần lượt lấy các mốc sau:

- Từ vụ nổ lớn, cách nay 13,7 tỷ năm

- Từ khi hệ Mặt trời - Trái đất - Mặt trăng hình thành, cách nay khoảng 6,6 tỷ năm (có tài liệu ghi 4,6 tỷ năm).

- Từ khi xuất hiện mầm sống đầu tiên (côaxecva), cách nay khoảng 3,8 tỷ năm.

- Từ khi loài vượn cổ thành người tối cổ, cách nay khoảng 4 triệu năm.

- Từ khi người tối cổ thành người tinh khôn (cuối thời kỳ đồ đá cũ) có cấu trúc cơ thể như người ngày nay và được gọi là người hiện đại, cách nay khoảng 4 vạn năm, xã hội công xã nguyên thuỷ ra đời.

Giai đoạn "thành" kéo dài qua thời kỳ "tiền sử", cho đến thời điểm kết thúc xã hội XHCN. Giai đoạn này được đặc trưng bằng hình thái sở hữu tập thể văn minh, bóc lột được xoả bỏ vĩnh viễn, đời sống con người về vật chất và tinh thần hài hoà và được nâng cao rõ rệt, nhờ sự phát triển của khoa học, công nghệ và chủ nghĩa nhân đạo.

Giai đoạn "thịnh" là giai đoạn tiếp sau XHCN. Giai đoạn này được đặc trưng bằng hình thái sở hữu công cộng văn minh, là thành quả tiến hoá tự nhiên từ hình thái sở hữu tập thể văn minh, khi tâm lý sở hữu cá nhân đã tự tiêu vong. Phong trào công nhân thế kỷ XIX gọi giai đoạn này là "Chủ nghĩa cộng sản" (Theo Ăngghen). Là xã hội văn minh, con người được sống trong hạnh phúc toàn vẹn, được phát triển toàn diện và tự do, giá trị nhân đạo cao nhất của xã hội loài người. Thời gian thịnh có thể kéo dài nhiều tỷ năm cùng với sự vận hành cân bằng của hệ Mặt trời - Trái đất - Mặt trăng. Khi hệ Mặt trời bước vào giai đoạn suy huỷ, có thể kéo dài hàng triệu năm, sự sống mới hoàn toàn kết thúc. Giai đoạn suy huỷ của hệ Mặt trời còn tiếp tục hàng trăm triệu năm sau đó.

Đối với tư duy, tiến trình TTSH đồng hành với con người. Khi con người ở giai đoạn "thành" tư duy phát triển do được giáo dục học tập, bước sang giai đoạn "thịnh", con người tự lập, tư duy độc lập và minh mẫn. Bước vào giai đoạn suy, sức khoẻ sút kém, tư duy không còn năng động chính xác nữa.

2. Những quy luật vận động trong tiến trình TTSH:

Quy luật TTSH là quy luật phổ quát của hiện thực. Trong

tiến trình vận động của quy luật, có những quy luật riêng cho từng giai đoạn của tiến trình.

1- Giai đoạn Thành của tiến trình:

Là giai đoạn các cấu trúc nhỏ cố kết thành cấu trúc lớn, tiến dần đến giai đoạn Thịnh, cân bằng (điểm dừng). Trong Vũ trụ, là giai đoạn hạt cơ bản kết thành các nguyên tố hoá học, bụi vũ trụ cố kết thành các ngôi sao, thành hệ Mặt Trời..., trong con người là sự nhân lên của các tế bào, sự hình thành của cấu trúc nội tạng... Thời kỳ này, sự vật không ngừng phát triển về lượng và chất, nói cách khác là thời kỳ Âm Dương đồng thịnh. Trong quá trình vận động của giai đoạn Thành, hệ thống tương phản cân bằng được hình thành một cách động bộ, tương phản đối kháng bị loại bỏ dần dần. "Quy luật phát triển tương thành" dẫn dắt sự vật phát triển trong giai đoạn Thành và cả giai đoạn Thịnh sau này.

Theo hệ thống khái niệm của học thuyết DVBC, trong giai đoạn Thành, lượng và chất đều phát triển tương ứng, gần như đồng bộ, trong thời kỳ "độ". Khi đối kháng bị suy huỷ, lượng và chất đến thời điểm "nút", sự vật chuyển sang trạng thái vận động cân bằng, với những quy luật riêng trong thời kỳ Thịnh.

Tiền nhân đã đưa ra quy luật: Âm Dương giao hoà mới sinh vạn vật, không hoà không sinh vạn vật. Hoà ở đây là A,D ở trạng thái vận động cân bằng (dừng tạm thời), sự vật xứng đáng với tên gọi của nó.

2.- Giai đoạn Thịnh:

Là giai đoạn sự vật vận động "cân bằng ổn định". Quy luật AD tương thành, tương phản cân bằng vẫn vận hành, song không có tương phản đối kháng. "Điểm dừng tạm thời" này có thể dài ngắn khác nhau. Thời gian tồn tại của điểm dừng có thể ngắn hơn giây, hoặc kéo dài hàng chục tỷ năm, như hệ MT - TĐ - Mt.

Giai đoạn suy huỷ đến nhanh, khi hệ thống tương thành, tương phản cân bằng bị suy yếu, tương phản đối kháng xuất hiện và phát triển trong nội bộ sự vật hoặc từ bên ngoài, từ cặp AD hệ thống lớn, hoặc từ các cặp AD liên hệ, dẫn sự vật, cặp AD cũ đi vào giai đoạn suy huỷ.

3- Giai đoạn suy huỷ (SH):

Giai đoạn SH, chất, lượng của Âm Dương trong sự vật cùng suy, do tương phản đối kháng phát triển, tương thành suy giảm.

Với thế giới vô sinh, giai đoạn SH thường làm tan rã cấu trúc, đưa cấu trúc lớn về các cấu trúc nhỏ hơn.

Đối với thế giới hữu sinh, tiến trình TTSH thường được chương trình hoá. Giai đoạn SH là giai đoạn chuẩn bị tiền đề cho sự vật mới ra đời, hoặc nuôi dưỡng sự vật mới đã được khai sinh từ giai đoạn Thịnh. Cây lúa trước khi chết đã chuẩn bị hạt. Các cây ăn quả cho ra đời nhiều thế hệ quả, hạt. Thế giới động vật cũng có quy luật tương tự. Sự vật mới ra đời, một phần kế thừa (được di truyền) một số thuộc tính của sự vật cũ và biến dị (tiến hoá), sáng tạo một số thuộc tính mới tốt đẹp hơn. Mỗi một tiến trình TTSH đi qua, thế hệ mới ra đời có bước phát triển. Nhờ tính đặc thù trong tiến trình TTSH của thế giới hữu sinh mà sinh vật tiến hoá, dẫn đến loài người và xã hội loài người. Thuộc tính biến dị, tiến hoá, phát triển, của thế giới hữu sinh là hiệu ứng nhân quả tầng tầng lớp lớp của quy luật ADNH.

Trong cặp AD cấu trúc (hệ thống lớn), các cặp AD thành phần cũng vận động theo tiến trình TTSH của riêng mình, với thời gian ngắn hơn hệ thống lớn. Hàng ngày có hàng tỷ tế bào trong cơ thể bị suy huỷ và được thay mới. Sự suy huỷ như thế là cần thiết cho vận động cân bằng của cấu trúc lớn. Ở giai đoạn SH của hệ thống lớn, các cặp AD thành phần thường SH nhiều hơn, thúc đẩy tương phản đối kháng phát triển, do lực lượng tương thành đang ngày càng suy giảm.

Khi đối kháng trong cặp AD bắt đầu phát triển, mầm Dương trong Âm và mầm Âm trong Dương lớn dần, các mầm này không ngừng tương thành với Âm và Dương cũ. Cặp AD cũ bắt đầu phân hoá thành hai cặp AD mới đối kháng nhau. Cặp AD nào có sự phát triển tương thành tốt hơn sẽ chiến thắng. Cặp AD cũ chuyển sang cặp AD mới, vận động theo quy luật của cặp AD chiến thắng. Quá trình SH của cặp AD cũ đã chuẩn bị cho cặp AD mới ra đời. Hình thái chuyển hoá AD này diễn ra dưới nhiều hình thức phong phú. Cái mới phủ định cái cũ và mỗi sự vật có cách phủ định riêng của mình. Sự sinh sản dù hữu tính hay vô tính, ở động vật hay thực vật, đều là những hình tượng của mầm Dương phát triển trong Âm. Ví dụ: Tinh trùng phát triển trong trứng, Âm Dương đồng thịnh, sinh vật mới ra đời.

Trong giai đoạn thành thịnh và cả giai đoạn SH của tư duy, con người đã tích luỹ được các tri thức và kinh nghiệm tốt, truyền lại cho đời sau, góp phần làm cho thế hệ sau thông minh hơn thế hệ trước. Điều đó làm nên quy luật phát triển khoa học, công nghệ, theo cấp số nhân và sự phát triển mạnh mẽ của văn minh nhân đạo.

4.- Từ hiện thực vận động và tiến hoá của thế giới, có thể rút ra mấy nhận xét:

1. Quy luật để sự vật, cái mới ra đời, đó là "quy luật phát triển tương thành AD, đồng bộ với việc hình thành hệ thống tương phản cân bằng, và tương phản đối kháng bị loại trừ".

2. Quy luật làm cho sự vật cũ bị suy huỷ là "quy luật phát triển tương phản đối kháng".

3. Trong thế giới hữu sinh, song song với quá trình suy huỷ là sự hình thành và phát triển của sự vật mới, dưới tác động của quy luật phát triển tương thành.

Quan niệm rằng, đấu tranh là động lực, là nguồn gốc của

phát triển tiến bộ thì chưa đủ. Để cái mới ra đời và tiếp tục phát triển, cần loại bỏ tương phản đối kháng. Nhưng để loại bỏ tương phản đối kháng lại cần có sức mạnh tương thành và tương phản cân bằng.

Như vậy, sức mạnh tương thành và tương phản cân bằng đóng vai trò chủ yếu để cái mới ra đời.

Cái mới ra đời và phát triển có 2 quá trình vận dộng:

a. Phát triển sức mạnh tương thành, bằng việc phát triển tính thống nhất, phát triển tính đồng nhất, và phát triển hệ thống tương phản cân bằng.

b. Đấu tranh để loại trừ tương phản đối kháng.

Chủ tịch Hồ Chí Minh từng nói :

"Đoàn kết - Đoàn kết - Đại đoàn kết
Thành công - Thành công - Đại thành công"

Có thể hiểu rằng, đây là cách diễn đạt quy luật Thành Thịnh của cái mới; tương thành phát triển từ Đoàn kết đến Đại đoàn kết, để cái mới ra đời và phát triển cường thịnh từ thành công đến đại thành công. Quy luật vận động của hiện thực đã được phản ánh chính xác trong tư duy của một đại não thiên tài.

Hiện thực cách mạng Việt Nam đã chứng minh hùng hồn cho sự phân tích trên đây. Sức mạnh tương thành của dân tộc Việt Nam (trong Đảng, trong nhân dân các dân tộc, giữa Đảng và nhân dân) phát triển, mới đủ sức loại trừ đối kháng của kẻ xâm lược.

Đối với thế giới ngày nay, chỉ có phát triển sức mạnh tương thành trong các tổ chức quốc tế, các tổ chức khu vực, giữa các quốc gia, mới làm cho thế giới sáng sủa hơn và yên bình hơn. Sự phát triển tương thành như vậy sẽ đem lại các hiệu ứng nhân quả tích cực. Các nhiệm vụ toàn cầu, chương trình thiên niên kỷ, mà

Liên hợp quốc đề ra, được thực hiện nhanh hơn. Loại trừ những âm mưu đối kháng giữa các dân tộc và chủ nghĩa khủng bố dưới nhiều mầu sắc, đẩy lùi chiến tranh,...

5- *Quy luật Lượng-Chất được phản ánh trong quy luật Thành - Thịnh - Suy - Huỷ:*

Ở giai đoạn Thành Thịnh, dưới tác động của quy luật phát triển tương thành, lượng và chất của Âm và Dương đều phát triển tương đối đồng bộ. Vì phát triển lệch nhau dễ mất cân bằng, đối kháng sẽ phát triển. Khi đối kháng bị loại trừ, lượng và chất đều có bước nhẩy, cặp AD mới tương đối cân bằng về lượng chất ra đời.

Ở giai đoạn suy huỷ, Âm Dương cùng suy, lượng chất cùng suy, khi tương thành bị loại bỏ, sự vật tan rã.

Ở đây lượng đổi chất đổi diễn ra từng giai đoạn ngắn, trong từng hiệu ứng nhân quả của quá trình TTSH, ít có trường hợp lượng đổi trong thời gian dài mới làm cho chất đổi.

Trong một tổ chức cách mạng, khi số lượng quần chúng tăng lên thì số lượng cán bộ cũng tăng lên. Chất lượng tổ chức và con người cũng tăng tương đối đồng bộ, do quá trình rèn luyện giáo dục và công tác tổ chức, hoạt động thực tiễn. Khi đối kháng bị loại trừ, chất và lượng của cán bộ, quần chúng cách mạng đều có bước nhẩy vọt để vận hành quy luật mới.

Trong bảng tuần hoàn các nguyên tố hoá học, khi hạt nhân tăng một prôton thì lớp vỏ tăng một điện tử, nguyên tố vận hành theo quy luật mới với cái tên gọi mới.

Trong quá trình hình thành các thiên thể (Mặt trời chẳng hạn), cứ chất tăng lên thì trường năng lượng lại tăng lên một cách đồng bộ, khi đủ điều kiện về chất và trường, thì xẩy ra bước nhẩy, thiên thể phát sáng hoặc cấu trúc bền chặt, vận hành cân bằng.

Người xưa đưa ra quy luật Âm thịnh Dương suy - Dương thịnh Âm suy chưa phải là quy luật phổ quát mà chỉ là quy luật riêng đối với các cặp AD liên hệ, hoặc trong cặp AD cũ phân hoá thành hai cặp AD liên hệ. Trong hai cặp này, cặp có khả năng giành chiến thắng đóng vai trò Dương, cặp kia đóng vai trò Âm, cặp Dương phát triển theo quy luật tương thành sẽ loại trừ cặp Âm bị đối kháng làm cho suy yếu. Trong cặp Dương, chất và lượng đều thịnh, trong cặp Âm chất và lượng đều suy.

Quy luật để phát triển tương thành có thể mô tả lượng tương thành phát triển làm cho chất tương thành phát triển đồng bộ, lượng và chất trong cặp AD đều phát triển, khi đủ điều kiện (đối kháng bị loại trừ), bước nhảy sẽ xảy ra, cặp AD mới ra đời với quy luật vận động mới.

Như vậy quy luật AD đồng thịnh, AD đồng suy, Âm thịnh Dương suy và Dương thịnh Âm suy, đều có thể dẫn đến biến hoá. Các quy luật này tương ứng với quy luật "Lượng - Chất" trong học thuyết DVBC.

6- Ở các hệ thống lớn, tiến trình TTSH có thể xảy ra cục bộ hoặc chỉ xảy ra một số mặt, có mặt thành thịnh và có mặt suy huỷ. Sự vật vận động liên tục, có mặt cần cho giai đoạn này, bước sang giai đoạn khác phải loại bỏ, ưu điểm ở giai đoạn này lại là khuyết điểm của giai đoạn kế tiếp. Trong tiến trình phát triển của xã hội loài người, các hình thái tổ chức sản xuất lỗi thời bị loại bỏ dần từng thời gian, song lực lượng sản xuất, khoa học công nghệ, văn minh nhân đạo, trí tuệ con người, không ngừng phát triển. Cặp AD thành phần của xã hội là con người có tiến trình TTSH ngắn hơn, để các thế hệ con người được thay thế liên tục, chất lượng con người được nâng lên, làm tiền đề cho xã hội loài người phát triển thành thịnh.

7- Trong hệ thống cấu trúc của sự vật có nhiều cặp AD

thành phần, vì vậy có nhiều bản chất, nhiều quy luật vận động, nhiều cặp AD chất lượng. Vì vậy sự vận động phát triển lượng chất không diễn ra đồng đều ở mọi cặp AD. Sự nhảy vọt chỉ xảy ra ở một cặp AD cơ bản trong đó có tương phản đối kháng mãnh liệt cần loại bỏ. Bước nhảy là sự thay đổi cấu trúc vật chất tổng thể và các quy luật vận động cơ bản, thường đã hình thành và phát triển trong lòng sự vật cũ. Một số cặp AD thành phần không có đối kháng vẫn vận hành như cũ trong sự vật mới.

Ở thế giới vô sinh, khi chuyển từ vận động vật lý sang vận động hoá học, cặp AD hạt nhân vẫn giữ nguyên, chỉ có điện tử vòng ngoài cùng, thực hiện liên kết, song toàn bộ cấu trúc và phương thức vận động của hợp chất hoá học đã thay đổi cơ bản. Hydro và Oxy bình thường ở dạng khí. Khi liên kết đã chuyển sang dạng lỏng với quy luật hoạt động khác hẳn. Kim loại từ thể rắn chuyển sang thể nước là sự thay đổi cấu trúc vật chất (chất và trường) và quy luật hoạt động.

Ở thế giới hữu sinh là những cặp AD phức tạp, có nhiều cặp AD thành phần hơn thế giới vô sinh. Song khi có bước nhảy thì cấu trúc vật chất được thay đổi cùng với các quy luật vận động cơ bản. Cấu trúc cây lúa, khác hạt lúa, vận động của cây lúa khác vận động của hạt lúa.

Cặp AD mới ra đời hoạt động theo quy luật tương thành, tương phản. Tuy nhiên nội dung và hình thức tương thành tương phản đã khác cặp AD cũ.

Đối với xã hội loài người, bước nhảy chủ yếu xảy ra ở cặp AD quan hệ sản xuất. Khi "nhảy" từ chủ nghĩa tư bản lên chủ nghĩa xã hội, quan hệ sản xuất vận động sang quy luật khác, từ quan hệ áp bức bóc lột chuyển lên quan hệ bình đẳng, từ hình thái chiếm hữu sở hữu cá nhân chân chính chuyển sang hình thái sở hữu cá nhân chân chính. Đó là cặp AD biến đổi gần như hoàn toàn. Khoa học công nghệ sẽ có bước phát triển nhảy vọt, khi quan hệ sản xuất bóc lột bị xoá bỏ.

Bước "nhảy" của những cặp AD cơ bản làm thay đổi hoàn toàn cấu trúc tổng thể và các quy luật vận động cơ bản.

8- Lịch sử xã hội loài người là lịch sử chuyển hoá các hình thái kinh tế-xã hội. Thấy cần phải bàn thêm về điều đó.

Hình thái kinh tế-xã hội chuyển hoá từ việc giải quyết mâu thuẫn mang tính đối kháng mãnh liệt giữa lực lượng sản xuất lực lượng sản xuất và quan hệ sản xuất quan hệ sản xuất. Phạm trù quan hệ sản xuất có 3 nội dung : 1- Quyền lực tổ chức và quản lý sản xuất. 2- Quyền lực sở hữu tư liệu sản xuất. 3- Quyền lực phân phối thành quả lao động. Trong đó, quyền lực sở hữu đóng vai trò chi phối và quyết định hai nội dung còn lại. Song, ba hình thái kinh tế-xã hội của 3 "chế độ tiền sử", tính chất sở hữu không thay đổi mà chỉ thay đổi hình thức sở hữu đi với hình thức phân phối tương ứng. Tính chất sở hữu của 3 chế độ tiền sử đều là "chiếm hữu sở hữu cá nhân chân chính" của người lao động. Vì vậy tính chất phân phối lợi ích bất công vẫn là "bình mới rượu cũ". Như thế việc chuyển hoá hình thái kinh tế-xã hội chủ yếu là chuyển hoá hình thức tổ chức sản xuất cho phù hợp với sự phát triển của khoa học công nghệ sản xuất. Việc chuyển hoá hình thái kinh tế-xã hội trong 3 chế độ tiền sử chỉ là sự chuyển hoá nửa vời.

Mâu thuẫn đối kháng giữa lực lượng sản xuất và tổ chức sản xuất mang tính đối kháng giữa con người và tự nhiên. Chiếm hữu sở hữu cá nhân chân chính mang tính đối kháng giữa con người và con người.

Sự phát triển của ba hình thái kinh tế - xã hội tiền sử làm dịu tính đối kháng giữa con người và tự nhiên. Còn tính đối kháng giữa con người cơ bản không thay đổi, có chăng chỉ là sự cải thiện hình thức đối kháng, để che dấu tính đối kháng ngày càng được "văn minh hoá", có phần còn gay gắt hơn, do tỷ lệ chiếm đoạt giá trị thặng dư ngày càng nặng nề hơn.

Có ai đó cho rằng, sự phát triển của nền văn minh nhân loại biểu hiện ở việc chuyển hoá ba hình thái kinh tế-xã hội là do ba làn sóng văn minh công nghiệp mang lại. Điều đó chỉ đúng một phần. Để chuyển hoá các hình thái kinh tế - xã hội cần có phong trào cách mạng của quần chúng. Để có phong trào cách mạng quần chúng cần có ngọn cờ của chủ nghĩa nhân đạo dẫn đường. Như đã phân tích ở các phần trên, chủ chiếm hữu tương lai (thí dụ, giai cấp tư sản trong cách mạng tư sản) đã nắm lấy ngọn cờ nhân đạo để tập hợp lực lượng quần chúng. Sau cách mạng, quần chúng đã bị phản bội.

Một câu hỏi lại được đặt ra: Tại sao, trong 3 xã hội tiền sử, quần chúng không có ngọn cờ nhân đạo trung thành với lợi ích của mình sau khi cách mạng thành công.

Quy luật phát triển tương thành chưa đủ thời gian sản sinh ra lực lượng hùng hậu các nhà cách mạng chân chính, đủ sức nắm vững ngọn cờ nhân đạo. Họ chỉ xuất hiện thưa thớt. Những nhà cách mạng ảo đã nắm lấy tư tưởng chống áp bức bóc lột của họ, lôi kéo quần chúng lật đổ chế độ cũ.

Để có thể trở thành một cặp AD tương thành đến cùng với quần chúng, đòi hỏi hệ thống lãnh đạo (bên Dương) phải có đủ thời gian để phát triển đủ số lượng và chất lượng. Dương và Âm nuôi dưỡng rèn luyện lẫn nhau để cùng thịnh lên về chất và lượng.

Về chất, đòi hỏi:

- Có một ý thức hệ hợp quy luật

- Có phương pháp cách mạng khoa học để phát triển sức mạnh tương thành, có khả năng loại trừ đối kháng và củng cố phát triển sức mạnh tương thành sau khi đã loại trừ đối kháng.

Về lượng, đòi hỏi có số lượng tương ứng, tạo thành sức mạnh tương thành tổng hợp để có thể chiến thắng.

Quần chúng là người sáng tạo ra lịch sử, song phải có lực lượng lãnh đạo, lãnh tụ, tổ chức, dẫn đường. Lãnh tụ và lực lượng lãnh đạo cũng có vai trò sáng tạo ra lịch sử và vai trò đó có phần quyết định hơn, vì thuộc bên Dương. Nhiều phong trào cách mạng đã thất bại vì lực lượng lãnh đạo không tương xứng. Liên Xô sụp đổ cũng có nguyên nhân ở đó.

Trong ba chế độ tiền sử, khoa học sản xuất phát triển nhanh hơn khoa học nhân văn-xã hội. Bởi vì khoa học công nghệ là sự khám phá các quy luật tự nhiên có sẵn, khoa học xã hội còn phải chờ sự vận động của con người qua nhiều thế hệ làm tiền đề thực tiễn để quan sát và khái quát thành lý luận, thành chân lý, thành quy luật. Tư tưởng nhân đạo chủ nghĩa xuất hiện từ chế độ nô lệ, đòi hỏi chống áp bức bóc lột, đòi quyền bình đẳng cho con người. Song đến thế kỷ 17 - 18 mới xuất hiện tư tưởng xã hội chủ nghĩa, nhưng còn "không tưởng", vì chưa đưa ra được phương thức cách mạng để thực hiện lý tưởng nhân đạo. Về số lượng, các nhà nhân đạo chủ nghĩa chỉ đếm được bằng các ngón tay.

Sự phát triển nhanh chóng của khoa học công nghệ đã tăng nhanh tốc độ phát triển lực lượng sản xuất, kéo theo sự tăng nhanh tương phản đối kháng với tổ chức sản xuất, làm tiền đề cho các cuộc cách mạng về hình thái kinh tế - xã hội. Song, động lực của cách mạng vẫn xuất phát từ mâu thuẫn đối kháng giữa con người. Khởi nguồn cách mạng cũng có nguyên nhân từ đây. Tuy nhiên các cuộc cách mạng tiền sử chỉ giải quyết được mâu thuẫn giữa tổ chức sản xuất và lực lượng sản xuất mà không xoá bỏ được chế độ chiếm hữu , điều đó có nguyên nhân từ sự phân tích ở trên.

Giữa thế kỷ XIX, học thuyết Mác ra đời. Nhân loại có hệ

thống lý luận khoa học hợp quy luật dẫn đường. Các nhà nhân đạo chủ nghĩa đâm chồi nẩy lộc, nở rộ như hoa mùa xuân. Những yêu cầu mà lịch sử đòi hỏi đã xuất hiện. Thời cơ để xoá bỏ chế độ chiếm hữu đã đến với những lực lượng cách mạng đáp ứng được những yêu cầu của lịch sử. Cách mạng Tháng Mười Nga vĩ đại thành công, mở ra một trang mới cho tiến trình lịch sử nhân loại.

***** Về hình thái sở hữu, tiến trình lịch sử nhân loại có thể chia làm bốn giai đoạn.***

1. Chế độ Cộng sản nguyên thuỷ: Sở hữu công cộng nguyên thủy.

2. Chế độ Nô lệ, Phong kiến và Tư bản: Chiếm hữu sở hữu cá nhân chân chính.

Hiện tượng chiếm hữu đầu tiên ra đời không có nguồn gốc từ sự lao động bị tha hoá. Tài sản bị chiếm hữu là tài sản sở hữu chung, không phải là tài sản do "lao động bị làm cho tha hoá", như ở thời kỳ chiếm hữu Tư bản.

3. Chế độ xã hội chủ nghĩa:

Xoá bỏ hình thái sở hữu cá nhân bóc lột và khôi phục hình thái sở hữu cá nhân không bóc lột bằng phương thức Đồng sở hữu; tâm lý sở hữu tập thể văn minh hình thành và phát triển, tâm lý sở hữu cá nhân dần dần tự tiêu vong, làm tiền đề cho sự tiến hoá tự nhiên từ sở hữu tập thể văn minh lên sở hữu công cộng văn minh.

4. Chế độ Cộng sản văn minh: Tâm lý sở hữu cá nhân tự tiêu vong, tâm lý sở hữu tập thể văn minh hoàn thiện và phát triển một cách tự nhiên thành tâm lý sở hữu công cộng văn minh, biểu hiện thực tiễn là hình thái sở hữu công cộng văn minh trong vận động kinh tế.

Như thế, các hình thái sở hữu đều vận động và phát triển

một cách tự nhiên qua 4 giai đoạn chủ yếu, dưới sự dẫn dắt của quy luật phát triển chủ nghĩa nhân đạo và quy luật phát triển khoa học công nghệ. Vấn đề này sẽ còn quay lại.

Hình thái sở hữu là nội dung cơ bản nhất của một chế độ xã hội (và như vậy là hợp quy luật) thì lịch sử loài người trải qua 4 hình thái sở hữu như trên. Phân loại như vậy để hình dung rõ hơn hành trình lịch sử nhân loại, hành trình phát triển hình thái sở hữu, như sự phát triển xoáy trôn ốc, để có cách ứng xử thuận lý hơn đối với quy luật sở hữu cá nhân chân chính trong thực tiễn cách mạng xã hội chủ nghĩa. Mặt khác, quan hệ sở hữu là động lực phát triển lịch sử, vì vậy việc phân chia bốn giai đoạn như vậy có tính hợp lý khách quan.

Chủ nghĩa tư bản hiện đại ở giai đoạn toàn cầu hoá, do tích luỹ được nhiều kinh nghiệm, trình độ tổ chức quản lý sản xuất thường phù hợp với sự phát triển của lực lượng sản xuất. Do đó, trong nội hàm của quan hệ sản xuất chỉ còn lại nội dung chiếm hữu và con đẻ của nó là chế độ phân phối lợi ích bất công. Các cuộc cách mạng trong giai đoạn tiền sử thực chất chỉ là cuộc cách mạng thay đổi hình thức chiếm hữu, thay đổi hình thức tổ chức sản xuất núp dưới bóng của ngọn cờ chủ nghĩa nhân đạo. Đó là những bước nhảy vọt nhỏ, là sự tích luỹ tương thành, phát triển tương thành để chuẩn bị cho bước nhảy lớn hơn, cơ bản hơn.

Trong bối cảnh lịch sử từ nửa đầu thế kỷ XX về trước, thường dùng bạo lực vũ trang để loại trừ đối kháng. Cách mạng xã hội chủ nghĩa cũng thường dùng bạo lực vũ trang. Cái "thời" của thời điểm đó, dùng phương thức đó để thực hiện "Trung" có tính hợp lý nhất định. Cái "Thời" ngày nay đã biến đổi. Sức mạnh tương thành toàn nhân loại đã có bước phát triển mới, phương thức "bạo lực vũ trang" không còn thích ứng phổ biến mà chỉ là cá biệt, hạn hẹp. Các hình thức đối kháng như "diễn biến hoà bình", "thúc đẩy dân chủ", "cách mạng màu", chiến tranh Ápganittăng và Irăc lần lượt thất bại . Khủng hoảng kinh tế trầm trọng, thất bại của kinh doanh tự do, làm cho những cái đầu nóng suy giảm ý chí đối kháng vũ trang. Tổng thống da màu Barack Obama của Mỹ đã thay đổi sách lược, tương thành hơn với phần thế giới còn lại, chủ trương huỷ bỏ vũ khí hạt nhân. Phải chăng, ông ta thực hiện công thức của vị tổng thống tiền nhiệm mà ông ngưỡng mộ, tổng thống Abraham Lincol nói : "Tôi chiến thắng kẻ thù của tôi bằng cách biến họ thành bạn". Trạng trình Nguyễn Bỉnh Khiêm, nhà văn hoá lớn của dân tộc Việt Nam, nhân dân gọi ông là nhà tiên tri, kết thúc bài thơ "Hữu cảm" ông viết:

Xưa nay nhân giả là vô địch
Lọ phải khư khư thích chiến tranh.

Nhân giả là nhân hoà, là sức mạnh tương thành giữa con người. Phải chăng, đó là lời tiên tri với thế giới hiện đại.

IV.7.3- Quy luật: Thịnh cực tắc suy, dịch cùng tắc biến, biến tắc thông, thông tắc cửu.

Kinh Dịch, các nhà chú giải Kinh Dịch, Lão Tử, nói nhiều về quy luật này. Quy luật này có mặt tương đồng, có mặt khác với quy luật Thành - Thịnh - Suy - Huỷ. Trong quy luật TTSH, cổ nhân chưa lý giải sự vận động của giai đoạn suy huỷ. Ở đây giai đoạn suy hủy được lý giải: Dịch cùng tắc biến, biết tắc thông, thông tắc cửu, sự vật biến đổi đến cùng (suy cực), tất yếu phải chuyển hoá sang sự vật mới, mà có như vậy mới thông ; sự vật mới, vận động theo quy luật mới, ắt tiếp tục tồn tại và tiến hoá, không bị bế tắc. Quy luật này tương ứng với quy luật phủ định của phủ định trong học thuyết DVBC, tương ứng nhưng chưa tương đồng.

Các nhà Âm Dương học tiên thế cho rằng, khuynh hướng của sự biến đổi là "phản phục tuần hoàn". Sự vật biến đổi mãi rồi quay về như cũ, thành một tiến trình khép kín.

Kinh Dịch của Văn Vương - Chu Công là sách đầu tiên nói về quy luật này. Hào từ quẻ Thái nói : "Không có gì bằng mãi mà không nghiêng, đi mãi mà không trở lại". Trong sách Đạo Đức Kinh, Lão Tử nói nhiều về phản phục: Chương 16 viết : "Vạn vật phồn thịnh rồi trở về căn nguyên của chúng" ("Phù vật vân vân các quy kỳ căn"). Các bậc tiên nho chú giải Kinh Dịch đều đồng thuận với quy luật này. Họ dùng quẻ 12 tháng để mô tả 4 mùa, trở đi trở lại vẫn 12 quẻ ấy không thay đổi.

Tư tưởng phản phục tuần hoàn và tư tưởng coi trái đất là trung tâm vũ trụ, đều có căn nguyên từ trình độ khoa học đương thời. Với tri thức khoa học tự nhiên, thiên văn học, còn nhiều hạn chế; do các khám phá bí mật vũ trụ chưa đủ để tiền nhân tư duy về khuynh hướng phát triển xoáy trôn ốc. Hiện thực quan sát hiện tượng chu kỳ Mặt trăng, ngày đêm, bốn mùa, vòng đời động thực vật... làm cho tiền nhân khẳng định về quy luật phản phục tuần hoàn. Sự biến thiên 12 quẻ dịch do tiền nhân suy lý từ ký hiệu Dịch, càng củng cố vững chắc quan niệm của họ. Hiện tượng quan sát nhầm như thuyết Mặt trời quay quanh Trái đất của Ptôlêmê vậy.

Người ta cho rằng, quy luật phản phục đã kìm hãm dân tộc Trung Hoa; Khổng Tử muốn quay về thời Nghiêu Thuấn, Lão Trang còn muốn quay về quá khứ xa xăm hơn nữa, thời AĐam Eva, con người sống như tự nhiên. Tuy nhiên, mọi tư tưởng của người đương thời đều mang dấu ấn của xã hội đương thời, là thành quả của tư duy quan sát hiện thực đương thời. Khổng - Lão - Trang đưa ra tư tưởng trên nhằm phản kháng chế độ áp bức bóc lột, không ngừng tăng cường độ, khi chính sách Tỉnh điền của nhà Chu dần dần bị loại bỏ. Chính sách tỉnh điền dần dần bị loại bỏ cùng với sự loại bỏ dần dần tư tưởng đạo đức Trung Chính của Kinh Dịch, phản ánh chính sách kinh tế tỉnh điền đó.

Nhiệm vụ của khoa học hiện đại là loại trừ mặt không đúng

của trí tuệ quá khứ, tiếp tục phát triển mặt tinh tuý trong thành quả tư duy người xưa, để ứng dụng vào hoạt động thực tiễn. Đây là nội dung kế thừa của phủ định trong vận động tư duy.

Với tư duy biện chứng trong vận động xã hội, khi Dịch cùng tắc biến, cặp AD mới chiến thắng trong vận động xã hội, mang theo toàn bộ các cặp AD thành phần của cặp AD cũ sang xã hội mới, cấu trúc lại tổ chức và quy luật vận hành, kế thừa những thuộc tính phù hợp, cải tạo những thuộc tính chưa phù hợp hoàn toàn, phát triển những thuộc tính mới tốt đẹp hơn. Có thể gọi đây là quy luật "phản phục không tuần hoàn". Nội dung phản phục nằm trong thuộc tính kế thừa, nội dung không tuân hoàn nằm trong yếu tố phát triển xoáy trôn ốc.

Đối với thế giới hữu sinh là quy luật di truyền và biến dị; di truyền phản phục và biến bị để phát triển. Có như vậy con người và xã hội loài người mới được ra đời. Đối với Vũ trụ, các điểm "kỳ dị" kế tiếp nhau có thể có quy luật vận động khác nhau chăng, tuy rằng vẫn tuân theo quy luật AD cơ bản; có thể có vụ nổ lớn không sáng tạo loài người chăng ?! Con người không thể trả lời chính xác câu hỏi đó. Song điều đó là có thể, vì vũ trụ vẫn đi theo "quy luật phản phục không tuần hoàn" theo đúng chân lý AD.

Đối với xã hội loài người, quy luật xoáy trôn ốc đúng với thời kỳ thành thịnh. Giai đoạn thịnh không có áp bức bóc lột như chế độ công xã nguyên thuỷ nhưng trình độ văn minh cao hơn nhiều. Song đến giai đoạn suy huỷ thì không còn cơ may để sáng lập ra một cặp AD mới văn minh hơn, cũng không thể hình dung được rằng lại có một xã hội văn minh hơn giai đoạn Thịnh. Có thể trong thời kỳ cực thịnh, lại có một chế độ nô lệ văn minh hơn chế độ nô lệ tiền sử ? Phải chăng, những "nô lệ văn minh" này là những rô bốt. Con người là những chủ nô bóc lột áp bức các Rô bốt !? Lại còn tiếp tục tiến lên chế độ phong kiến, chế độ tư bản văn minh ? C.Mác, Ph.Ăng ghen, Lênin không có tiên đoán nào về những xã hội như vậy, vì chưa nhìn thấy những tiền đề vật chất, và quy luật vận động xã hội không đi qua những chặng đường lịch sử như vậy.

Thế giới hiện thực, tự nhiên, xã hội và tư duy, luôn luôn vận động trong sự tương thành, tương phản, thống nhất và đấu tranh giữa hai mặt đối lập AD. Đó là quy luật cơ bản nhất. Từ quy luật cơ bản đó sản sinh ra muôn vàn các quy luật khác nhau mà con người không thể khám phá hết. Quy luật cơ bản đó là phát minh của hai đồng tác giả sống cách nhau hơn 4000 năm về thời gian, cách nhau nửa vòng trái đất về không gian. Hai tác giả đó là "Học thuyết DVBC" và "Học thuyết AD".

Thành quả vận động AD quan trọng nhất đối với loài người lại là quy luật cân bằng AD, quy luật về điểm dừng tạm thời, trong vận động của hai mặt đối lập.

- Là quy luật sản sinh ra con người

- Là quy luật để con người nhận thức và khám phá hiện thực

- Là quy luật định hướng để con người tìm kiếm hạnh phúc và con đường tương lai của mình.

Để dẫn dắt AD tới trạng thái cân bằng, có một quy luật giàu trí tuệ tài năng và đức độ, biết cách "dĩ bất biến, ứng vạn biến", biết cách "tuỳ thời mà thực hiện trung", đó là "**quy luật phát triển tương thành**", tăng cường tính thống nhất, tính đồng nhất, giữa các mặt đối lập AD.

Quy luật phát triển tương thành có mặt ngay sau Bigbang, nhận nhiệm vụ vinh quang mà Vũ trụ tin cậy giao phó. Trên hành trình đầy cạm bẫy và chông gai, quy luật phát triển tương thành đã chiến đấu vô cùng quả cảm với các thế lực đối kháng. Chiến thắng đầu tiên là loại trừ các phản hạt, một đối thủ hùng mạnh nhất xuất hiện ngay sau Bigbang. Đó là lực lượng đối kháng hung hãn nhất trong quá trình tiến hoá của vũ trụ. Sau vinh quang rực rỡ đó, quy luật phát triển tương thành tiếp tục đạt được những chiến công liên tiếp. Nhờ sự nỗ lực dẫn dắt các sự vật tới trạng thái cân bằng AD, các vật thể vũ trụ lần lượt ra đời, từ hạt prôton bé nhỏ đầu tiên, đến thiên hà có hàng trăm tỷ ngôi sao rực sáng. Hệ Mặt trời - Trái đất - Mặt trăng ra đời với quy luật vận động Ngũ Hành trên Trái đất, đã thai nghén sự sống, rồi tiếp tục nuôi dưỡng, rèn luyện gần 4 tỷ năm, để có loài người và xã hội loài người như hôm nay. Đó là thành quả vĩ đại và kỳ diệu nhất mà "quy luật phát triển tương thành" đã phấn đấu suốt gần 14 tỷ năm qua.

Sự nghiệp anh hùng vẫn chưa ngơi nghỉ khi những đứa con thân thương của mình chưa được hưởng hạnh phúc trọn vẹn. Quy luật tương thành vẫn như người mẹ hiền đầy nghị lực, âm thầm dẫn dắt những đứa con nhân hậu của mình, vượt qua ghềnh thác, đi về phía bình minh rực sáng.

Một trong những thành quả sáng tạo vô giá của quy luật tương thành là quy luật sở hữu cá nhân chân chính. Đó là nguồn năng lượng, là động lực nuôi dưỡng hành trình tiến tới tương lai của xã hội loài người.

Từ những căn cứ lý luận và thực tiễn của hai dòng triết học, có thể nhận thức rằng, hai dòng triết học đại đồng mà tiểu dị ở những quy luật cơ bản nhất; là hai dòng triết học anh em, là đôi bạn tri kỷ tâm đầu ý hợp, có thể tương thành để nhận thức và cải tạo thế giới. Việc sử dụng phối hợp hệ thống khái niệm của hai dòng triết học làm dễ dàng hơn rất nhiều trong việc lý giải hiện thực và giải quyết những vấn đề thực tiễn. Điều đó hoàn toàn phù hợp với lôgic hiện thực và lôgic biện chứng của ngôn ngữ.

Ghi chú: Chương này đã in bản gốc bằng phông chữ ABC, đánh số trang từ 423-618. Dã chuyển phông New Rom, vẫn có sai sót, cần đọc lại trước khi in. Ngày 7-6-2013.

Khái quát những thành quả phát triển tương thành của Vũ trụ:

TT	Thành quả	Thời gian	
1	- Điểm "kì dị" được tạo thành từ kết quả phát triển tương thành AD sau "vụ co lớn".	- Chưa xác định	**CVĐ HẠT CƠ BẢN**
	+ Điểm kỳ dị mất cân bằng sinh ra vụ nổ lớn BigBang - BB, sự hoạt động của các hạt cơ bản và trường năng lượng, sự huỷ cặp hạt - phản hạt.	- Cách nay khoảng 13,7 tỷ năm	
2	- Hạt Proton ra đời	- Khoảng 10-28s sau BB	**CẤP VẬN ĐỘNG CƠ LÝ HÓA**
3	- Hạt nhân Hydro và Dơtêri (1p + 1n) tiếp theo là hạt nhân Hêli (2p + 2n) ra đời nhưng chưa bền vững.	- Khoảng vài phút sau BB	
4	- Nguyên tử đầu tiên ra đời: Hyđrô, tiếp theo là các nguyên tố hoá học: Đơtêri, Hêli, Liti	500.000 năm sau BB	
5	- Ngôi sao đầu tiên phát sáng + Các nguyên tố nặng như C - Si - Fe ra đời nhờ phản ứng nhiệt hạch trong các ngôi sao.	400 triệu năm sau BB (có tài liệu ghi 200 triệu năm)	
6	- Thiên hà đầu tiên với hàng trăm tỷ ngôi sao cỡ Mặt trời hoặc lớn hơn.	- Hai tỷ năm sau BB	
7	- Hệ Mặt trời ra đời, trong đó hệ Mặt trời - trái đất - mặt trăng tạo ra hình thái vận động năng lượng theo quy luật Ngũ Hành.	- Cách nay khoảng 6,6 tỷ năm, sau BB khoảng 7 tỷ năm.	
8	- Hình thành nhân Trái đất chủ yếu là nguyên tố nặng Ni - Fe - Au	- Hoàn thành cách nay khoảng 6,4 tỷ năm	
9	- Hình thành lớp vỏ ngoài của nhân TĐ: Chủ yếu là Mg và Ca gọi là lớp Manti.	- Hoàn thành cách nay khoảng 4,8 tỷ năm	

<table>
<tr><th>TT</th><th>Thành quả</th><th>Thời gian</th><th></th></tr>
<tr><td>10</td><td>- Hình thành vỏ các đại dương</td><td>- Hoàn thành cách nay 3,2 tỷ năm</td><td rowspan="5">CẤP VẬN ĐỘNG SINH HỌC</td></tr>
<tr><td>11</td><td>- Tế bào sống đầu tiên ra đời (côax-ecva) trong thời kỳ hình thành vỏ đại dương, cấp vận động sinh học ra đời.</td><td>- Cách nay khoảng 3,8 tỷ năm (Sau BB 10 tỷ năm)</td></tr>
<tr><td>12</td><td>- Hình thành vỏ lục địa Nguyên Thuỷ
- Thế giới hữu sinh phát triển phong phú bằng hai dòng động vật và thực vật.</td><td>- Cách nay khoảng 1,6 tỷ năm</td></tr>
<tr><td>13</td><td>- Hình thành các đai uốn nếp của hành tinh, kết thúc 15 triệu năm về trước.</td><td></td></tr>
<tr><td>14</td><td>- Cấu trúc TĐ đi vào giai đoạn ổn định hơn, bắt đầu từ 15 triệu năm trước và kéo dài 1,6 tỷ năm. Là giai đoạn kiến tạo mà loài người đang sống và phát triển.</td><td>- Đang vận động đi vào ổn định cân bằng lâu dài, thiên tai giảm dần.</td></tr>
<tr><td>15</td><td>- Con người xuất hiện với hoạt động tâm lý cấp cao ngày càng phát triển, nhờ quá trình tương thành với nhiều nguyên tố hoá học, lao động, ngôn ngữ và vận động xã hội.</td><td>- Cách nay khoảng hơn 1,8 triệu năm (có sách ghi 5 đến 7 triệu năm)</td><td>CVĐ TÂM LÝ Ý THỨC</td></tr>
<tr><td>16</td><td>- Hình thành xã hội loài người bắt đầu từ thời kỳ mông muội, sống bầy đàn.
- Quy luật tương thành làm dân số phát triển.</td><td>- Cách nay từ 1,8 triệu năm đến 4 vạn năm
- Đến năm 2000 gần 7 tỷ người (1801:1 tỷ)</td><td rowspan="4">CẤP VẬN ĐỘNG XÃ HỘI TIẾN TỚI CÂN BẰNG VÀ CƯỜNG THỊNH</td></tr>
<tr><td>17</td><td>- Chế độ công xã nguyên thuỷ (thị tộc - bộ lạc) hình thành người hiện đại, khôn ngoan (Homo sapiens)</td><td>- Cách nay từ 4 vạn năm đến 6000 năm</td></tr>
<tr><td>18</td><td>- Chế độ chiếm hữu nô lệ ra đời ở lưu vực sông Nil (Ai cập).</td><td>- Khoảng 2000 năm TrCN.</td></tr>
<tr><td>19</td><td>- Chế độ phong kiến nhà Chu ra dời ở Trung Quốc.</td><td>- Khoảng 1050 năm TrCN</td></tr>
</table>

TT	Thành quả	Thời gian	
20	- Đại cách mạng tư sản triệt để ở Pháp 1789, mở đầu kỷ nguyên chủ nghĩa Tư bản trên thế giới (Sau cách mạng Tư sản Hà Lan 1566) và Anh (1689) nhưng không triệt để).		**CẤP VẬN ĐỘNG XÃ HỘI TIẾN TỚI CÂN BẰNG VÀ CƯỜNG THỊNH (tiếp)**
21	- Cách mạng XHCN Tháng Mười Nga, mở đầu thời đại quá độ từ CNTB lên CNXH.		
22	- Sức mạnh tương thành loại trừ chủ nghĩa Phát xít, mở ra kỷ nguyên giải phóng dân tộc và CNXH.		
23	- Sự phát triển của chủ nghĩa nhân đạo, loại trừ dần tính đối kháng trong các xã hội áp bức, phát triển tương thành giữa con người, góp phần loại trừ chiến tranh, thúc đẩy phát triển khoa học công nghệ, nâng cao hạnh phúc con người.		
24	- Sự phát triển của khoa học công nghệ, phát triển tương thành giữa con người (là tự nhiên có ý thức) với giới tự nhiên, thúc đẩy phát triển chủ nghĩa nhân đạo và nâng cao đời sống con người		
25	- Liên hợp quốc, WTO, các tổ chức quốc tế và khu vực ngày càng phát triển, phủ kín hành tinh. Tính tương thành trong các tổ chức ngày càng cao.		
26	- Chiến tranh thế giới thứ 3, chiến tranh hạt nhân bị đẩy lùi và có khả năng loại trừ, chiến tranh cục bộ bị kiềm chế.		

<table>
<tr><th>TT</th><th>Thành quả</th><th>Thời gian</th><th></th></tr>
<tr><td>27</td><td>- Xu hướng tiến tới thống nhất ý thức hệ hợp quy luật và một nhà nước toàn cầu.</td><td>- Tiên đoán theo quy luật phát triển tương thành và kinh nghiệm lịch sử thế kỷ XX-XXI.</td><td rowspan="3">CẤP VẬN ĐỘNG XÃ HỘI TIẾN TỚI CÂN BẰNG VÀ CƯỜNG THỊNH (tiếp)</td></tr>
<tr><td>28</td><td>- Xã hội XHCN toàn cầu. Không còn áp bức bóc lột, nền kinh tế trí thức, đồng sở hữu, đời sống con người được nâng cao vượt bậc. Hoà bình bền vững.</td><td rowspan="2">- Xã hội là một vật thể vũ trụ vận động cân bằng, ổn định lâu dài.
(Khoảng giữa thế kỷ XXII về sau chăng?!)</td></tr>
<tr><td>29</td><td>Văn minh nhân đạo ở giai đoạn hoàn thiện, con người có hạnh phúc trọn vẹn, phát triển toàn diện và tự do.</td></tr>
</table>

Ghi chú: Bảng này đã sao lên trang 510.

Ghi chú: Phần này sửa chữa hoàn thành ngày 12 - 1 - 2013. Đã sao sang TR.H2, TR.H.3, USB-SA, USB-KU.và in bản gốc.

Chương V

HỌC THUYẾT ÂM DƯƠNG VÀ MỸ HỌC

I- MỸ HỌC LÀ GÌ.

Theo định nghĩa của Giáo sư Mỹ học M.F.Ôpxiannhicôp:

"Mỹ học là khoa học về những thuộc tính thẩm mỹ trong thiên nhiên, trong xã hội, trong nền sản xuất vật chất và sản xuất tinh thần, về những thuộc tính cơ bản nhất của sự sáng tạo theo quy luật của cái đẹp, về nguồn gốc, những quy luật vận động và phát triển của ý thức thẩm mỹ, kể cả nghệ thuật với tư cách là một hình thái đặc thù phản ánh thực tại."(M.F.Ôpxiannhicôp-Mỹ học cơ bản và nâng cao, Phạm văn Bích dịch, Nxb Văn hóa thông tin, Hà nội-2001, tr.9)

Mỹ học là khoa học hợp thành hệ thống các khoa học triết học. Trong hệ thống khoa học triết học đó, Mỹ học là một khoa học hoàn chỉnh, hệ thống. Trong lịch sử phát triển triết học, các khuynh hướng triết học khác nhau luôn luôn tìm đến mỹ học để hoàn thiện hệ thống triết học của mình.

Mỹ học, với tính cách là một khoa học, ra đời từ thời cổ đại, thời kỳ chiếm hữu nô lệ. Lịch sử tư tưởng Mỹ học là lịch sử đấu tranh của những quan niệm khác nhau, để hình thành các khái niệm và phạm trù Mỹ học, tiếp cận gần hơn với quy luật vận động tự nhiên của nó.

Đến thế kỷ XVIII, các nhà sáng lập chủ nghĩa Mác đã khái quát hóa quá trình phát triển tư tưởng Mỹ học, xây dựng và lý giải theo phương pháp Duy vật biện chứng những phạm trỳ Mỹ học cơ bản: Cái Đẹp, cái Cao cả, cái Bi, cái Hài, trong đó nổi trội là phạm trù Cái Đẹp. Cái Đẹp rất rộng, vì nó phản ánh cái chung của tự nhiên, quan hệ xã hội, hành vi con người, trong sản xuất vật chất và tinh thần và trong nghệ thuật. Cái cao cả, cái bi, cái hài, phản ánh thực tại ở phạm vi hẹp hơn. Cái Đẹp có nghĩa rộng và nghĩa hẹp, vừa có tư cách một phạm trù Mỹ học tổng quát, vừa là cái đẹp cụ thể.

Cái Thẩm mỹ là một khái niệm bao quát, ra đời rất muộn, sau năm 1963, để phản ánh cái chung của các hiện tượng thẩm mỹ. Đó là cái thẩm mỹ khách quan trong tự nhiên, xã hội, sản xuất, hoạt động thẩm mỹ (sáng tạo theo quy luật của cái đẹp). Cái thẩm mỹ chủ quan là ý thức thẩm mỹ (tình cảm thẩm mỹ, cảm thụ, đánh giá, lý tưởng thẩm mỹ, v.v,…). Đương nhiên, văn hóa nghệ thuật cũng thuộc phạm trù"cái thẩm mỹ".

Nhu cầu thẩm mỹ là một trong những thuộc tính tâm lý cơ bản của con người. Là một thực thể xã hội, con người cần tương giao với người khác mới có thể đạt được nhu cầu vật chất và tinh thần của mình. Họ cần người khác công nhận giá trị của mình, cần bầu không khí tâm lý thuận lợi, cần những tác động dẫn đến sự hài hòa tình cảm, nguyện vọng và khao khát tư tưởng của họ.

Lý tưởng thẩm mỹ là một trong những khái niệm cơ bản của Mỹ học. Khái niệm về lý tưởng nói chung cũng đúng với lý tưởng thẩm mỹ. Lý tưởng tiến bộ là sự phản ánh cái tất yếu, bắt nguồn từ những quy luật phát triển của xã hội, nhưng chưa biểu hiện thành hiện tượng; phản ánh những khía cạnh căn bản và có ý nghĩa nhất trong thực tiễn xã hội của một giai cấp, phản ánh những xu hướng căn bản, tính quy luật và khả năng thực tế phát triển xã hội. Mặt khác, là phạm trù đánh giá chủ yếu, quy định nhân tố kích thích tự giác, động cơ chủ đạo, mục đích cao nhất (trong một giai đoạn lịch sử nhất định) cho hoạt động cải tạo của con người. Cùng với những cái chung, lý tưởng thẩm mỹ có những dấu hiệu đặc thù là phản ánh các khía cạnh thẩm mỹ của hiện thực.

Lý tưởng thẩm mỹ không phải là ước mơ viển vông, nó phản ánh khả năng căn bản của sự phát triển, dẫn tới hiện thực trong tương lai.

Mục đích thẩm mỹ là cái thẩm mỹ đã được nhận thức trong cuộc sống, là những nhu cầu và lý tưởng thẩm mỹ.

Văn hóa thẩm mỹ là một khía cạnh của sáng tạo văn hóa trong các lĩnh vực vật chất, tinh thần, nghệ thuật. Đó là sự sáng tạo cái đẹp trong hoạt động và hành vi con người, khai thác cái đẹp của nền văn hóa hiện có.

Cảm thụ thẩm mỹ là một lĩnh vực phức tạp, liên quan đến sinh lý học, tâm lý học, điều khiển học, lý thuyết thông tin,…, đang được tranh luận, chưa được giải quyết về mặt khoa học. Trong tác phẩm này sẽ tham gia thảo luận vấn đề đó.

Mỹ học là khoa học có nhiều đối tượng nghiên cứu phong phú và sâu sắc. Trên đây chỉ giới thiệu sơ lược những khái niệm liên quan tới chủ đề của bài viết và phần trình bày tiếp theo.

Tiến trình lịch sử Mỹ học tiến bộ đã đi tới thống nhất rằng:

Thế giới vận động theo quy luật phát triển cái đẹp, con người được sinh ra từ quy luật của cái đẹp.

Đến lượt con người lại sáng tạo theo quy luật cái đẹp, làm thành "thiên nhiên thứ hai" để tô điểm cho cuộc sống của mình và tiếp tục sáng tạo ngay chính bản thân mình, cũng theo quy luật của cái đẹp. Từ đây, lôgic tư duy ắt phải nhận thức rằng, quy luật phát triển tương thành âm dương, quy luật phát triển tính thống nhất giữa hai mặt đối lập AD trong thế giới hiện thực, là nguồn gốc sản sinh ra cái đẹp, cũng là nguồn gốc đánh giá, cảm thụ và sáng tạo cái đẹp. Vì vậy, việc nghiên cứu học thuyết Âm Dương là cần thiết để mở rộng khả năng giải quyết những vấn đề của Mỹ học.

II- HỌC THUYẾT ÂM DƯƠNG VÀ MỸ HỌC.

Học thuyết AD và Mỹ học là vấn đề rộng lớn và sâu sắc. Bài viết này chỉ là nhát cuốc khai phá đầu tiên ở miếng đất màu mỡ này.

1- ***Quan niệm về cái đẹp trong tiến trình lịch sử nhân loại.***

Nhận thức về cái đẹp trong tiến trình lịch sử nhân loại có quá trình vận động và phát triển từ thấp đến cao; từ cảm thụ hình tượng đẹp bên ngoài của tự nhiên đến cảm thụ cái đẹp bản chất bên trong; từ cảm thụ rời rạc đến khái quát thành quy luật, thành khoa học; gắn cái đẹp với toàn bộ sáng tạo của con người, thu hút mọi khoa học tham gia giải quyết những vấn đề của Mỹ học.

- Những tư tưởng Mỹ học cổ đại đầu tiên đã nghiên cứu cái đẹp của tự nhiên. Các nhà tư tưởng cổ đại Hy lạp như: Hêracơlit, Empeđôcơlơ, Đêmôcơrit, đã coi cái đẹp trong tự nhiên, mang lại xúc cảm thẩm mỹ cho con người, là sự cân đối hài hòa, trật tự. Mỹ học Căng (1724-1804) thì cho rằng, tất cả mọi người đều ưa cái đẹp cân xứng.

Cho đến nay, các nhà Mỹ học đều thống nhất rằng, cái đẹp bề ngoài ở trạng thái tĩnh, gây xúc cảm thị giác, là sự đối xứng, trật tự, hài hòa, có mức độ, nhịp điệu, đều đặn.

Tiến thêm một bước, Mỹ học còn nghiên cứu cái đẹp làm nên xúc cảm thẩm mỹ ở các giác quan khác. Đó là cái đẹp gây xúc cảm thính giác. Tiếng hót lảnh lót của oanh vàng, của chim sơn ca, của chim minh nguyệt khi trăng sáng; tiếng rì rào, thủ thỉ, như tâm sự, của sóng biển lúc bình minh; đều gây hứng thú vui thích cho con người và đó cũng là cảm xúc thẩm mỹ. Những cái gì của thiên nhiên gây cho con người sự hứng thú, thư giãn, thỏa mãn, hạnh phúc, đều được coi là cái đẹp. Cảm thụ thẩm mỹ không chỉ trong trạng thái tĩnh mà còn trong trạng thái động. *"Cửa động, đầu non, đường lối cũ, ngàn năm thơ thẩn bóng trăng chơi"(Tản Đà).* Ánh bình minh rạng rỡ, ráng hoàng hôn vàng thắm chiếu qua dòng thác bạc tung bọt trắng xóa, tạo ra những cái cầu vồng sắc màu sặc sỡ, đều đem đến cho con người những khoái cảm về cái đẹp. Những cảnh đẹp thiên nhiên phong phú, vừa họa, vừa nhạc, làm nẩy nở trong con người những trạng thái tâm hồn thanh thoát, hạnh phúc.

Cái đẹp của thiên nhiên là liệu pháp thẩm mỹ, để an dưỡng con người về sức khỏe thể lực và tinh thần, phát động những năng lực tâm hồn và trí tuệ, là tiền đề cho những sáng tạo của con người, sáng tạo ra cái đẹp của thiên nhiên thứ hai, tô điểm cho hạnh phúc và nâng cao cái đẹp cho con người.

- Cái đẹp thiên nhiên, cái đẹp sinh học của con người cũng được cảm thụ từ sự đối xứng hài hòa, biểu hiện bằng "tỷ lệ vàng" trong hình dáng không gian, như tỷ lệ ba vòng đo, tỷ lệ đầu, mình, chân, tay,…Văn chương nghệ thuật đã mô tả vẻ đẹp của phụ nữ bằng phương thức ước lệ, hoặc cụ thể. Chúng ta hãy chiêm ngưỡng vẻ đẹp ước lệ của chị em Thúy Kiều qua thi tài của cụ Nguyễn Du:

Vân trông trang trọng khác vời,

Khuôn trăng đầy đặn nét ngài nở nang.
Hoa cười ngọc thốt đoan trang,
Mây thua nước tóc tuyết nhường màu da.
Kiều càng sắc sảo mặn mà,
So bề tài sắc lại là phần hơn,
Làn thu thủy nét xuân sơn ,
Hoa ghen thua thắm, liễu hờn kém xanh.
Một hai nghiêng nước nghiêng thành...

Nhà Nho gạo cội Nguyễn Du cũng không e ấp khi ngắm Kiều tắm khỏa thân và trầm trồ trước vẻ đẹp tạo hóa ban cho nàng:

Rõ màu trong ngọc trắng ngà,
Dày dày sẵn đúc một tòa thiên nhiên.

Cách mô tả như vậy cũng chỉ là ước lệ. Người đọc phải dùng trí tưởng tượng để cùng Nguyễn Du nhìn ngắm vẻ đẹp kiều diễm của nàng.

Trái với Nguyễn Du, nhiều tác phẩm văn học, nghệ thuật đã mô tả vẻ đẹp tự nhiên của thiếu nữ.

Trong truyện ngắn "Người đẹp", A.P.Tsêkhôp đã mô tả tinh tế vẻ đẹp thiếu nữ trong bức tranh của một họa sỹ: "Nhà họa sỹ sẽ gọi vẻ đẹp của thiếu nữ Armênia (tức Masa E.Ia) là vẻ đẹp cổ điển và cân đối…cái mũi thẳng lại hơi cong…đôi mắt đen…hàng mi dài…đôi mắt nhìn mệt mỏi…những lọn tóc quăn màu đen..và hàng lông mày thật hợp với màu trắng dịu dàng trên trán và má nàng, như cây sậy xanh hợp với dòng sông yên tĩnh vậy; cái cổ trắng của Masa và cả bộ ngực trẻ của nàng còn chưa phát triển hết, nhưng để tạc nên được chúng…cần phải có tài năng sáng tạo cực kỳ lớn lao". Sau đó ông biểu hiện cảm xúc: "Tôi cảm thấy vẻ đẹp thật kỳ lạ. Masa không gợi nên trong tôi cả ước muốn , sự đắm say lẫn khoái cảm, mà gợi nên nỗi buồn mơ hồ mà lại dễ chịu. Nỗi buồn này mông lung mơ màng như giấc mơ vậy".

Cảm xúc của Nguyễn Du về cái đẹp của nàng Kiều cũng có những nét tương đồng như vậy. Sau khi mô tả cái đẹp "một hai nghiêng nước nghiêng thành", tình cảm của nhà thơ lắng đọng một nỗi buồn man mác: "Một thiên bạc mệnh lại càng não thân". Cảm xúc thẩm mỹ ở đây có sự hòa hợp giữa tình cảm và lý trí.

Tsêkhôp đưa ra "công thức" về cái đẹp của con người: "Trong con người mọi thứ đều phải đẹp, cả khuôn mặt, quần áo lẫn tâm hồn". Hai nghệ sỹ tài hoa đã gặp nhau khi Nguyễn Du đánh giá chị em Thúy Kiều: "Mai cốt cách, tuyết tinh thần". Tình cảm của nhà thơ đã hòa vào cái tinh thần tuyết đó, để dõi theo cuộc đời bạc mệnh đầy bi thương của nàng Kiều. Cái "bi" đã tôn lên cái đẹp cao cả của nàng.

- Về cái đẹp trong quan hệ xã hội, nhà sư phạm Xô viết nổi tiếng V.A.Xukhômlinxki cho rằng: "Giáo dục thẩm mĩ bắt đầu từ ẩn ý tình cảm sâu sắc trong quan hệ giữa các thành viên trong tập thể, sự nhậy cảm, chân thành, thân tình. Trong sự hòa nhập hài hòa giữa cái đẹp bao quanh con người và cái đẹp của chính con người, vai trò chủ đạo thuộc về cái đẹp của mối quan hệ qua lại giữa những con người...*Sự công bằng có một thuộc tính kỳ diệu là cởi mở trái tim và đôi mắt cho trẻ em nhìn thấy cái đẹp*...Đối với trái tim như thế, cái đẹp của thế giới chung quanh là nguồn gốc đầy sức mạnh cho niềm tin vào điều thiện". Ông còn nói: "Cái đẹp của thiên nhiên đối với con người, trước hết là trường học văn hóa về cảm thụ thẩm mỹ. Cái đẹp thiên nhiên giáo dục những tình cảm tinh tế, giúp nhận cảm cái đẹp của con người. Thêm nữa, cái đẹp của nó chỉ ảnh hưởng tới thế giới tinh thần của con người, khi trái tim non trẻ được nâng cao phẩm giá bởi cái đẹp cao cả nhất của con người, bởi điều thiện, sự thật, tính người, sự đồng cảm, không dung hòa cái ác,...Sự sa sút ý thức về nhân phẩm sẽ dẫn tới con người không nhận thức được cái đẹp của thiên nhiên một cách hoàn mỹ và trong sáng"

(V.A.Xukhômlinxki, Sự ra đời của người công dân, M.1979, tr-282-283, Sđd, tr-285)

Các nhà mỹ học tiến bộ đều cho rằng, cái đẹp xã hội là quan hệ hài hòa giữa người với người. Họ cho rằng, cả cuộc sống lẫn tình yêu, cả tự do, đạo đức và sáng tạo, cả anh hùng và vô số giá trị khác đều đẹp, khi chúng xác định, hoặc có sứ mệnh xác định, những quan hệ hài hòa giữa người và người trong mọi lĩnh vực của đời sống, từ sản xuất đến vui chơi, từ chính trị đến đạo đức, quan hệ giữa các giới, v.v.,…

Trong chế độ xã hội chủ nghĩa, cái hài hòa cao nhất là sự công bằng, bình đẳng về lợi ích, không có sự chiếm hữu bóc lột. Đó là cái đẹp cơ bản, làm tiền đề vật chất cho nhiều cái đẹp khác.

- Cái đẹp trong sáng tạo của con người là thành quả lao động, với tư cách là điều kiện phổ biến của sự sống và phát triển xã hội. Sáng tạo diễn ra trong mọi lĩnh vực hoạt động của con người: sáng tạo văn hóa vật chất, tinh thần, triết học, khoa học, văn học nghệ thuật, sản phẩm tiêu dùng,v.v…, nói lên sức mạnh trí tuệ và tinh thần phong phú của con người. Trong những sáng tạo đó, cái đẹp luôn luôn là mục đích chân chính và cao nhất của con người.

Thực tiễn phổ biến và phát triển chứng tỏ rằng, lao động với tính cách là lĩnh vực của cái đẹp, không mang ý nghĩa thực dụng hẹp hòi, mà mang nội dung xã hội phổ biến. Đó là nguồn động lực để phát triển trí tuệ, trí thức, khoa học công nghệ và chủ nghĩa nhân văn, dẫn dắt nhân loại đến cái đẹp hoàn thiện.

Sáng tạo thẩm mỹ là hình thức đặc biệt và duy nhất để chiếm lĩnh thực tại về mặt thực tiễn-tinh thần, phát triển nhận thức thẩm mỹ để cải tạo xã hội theo quy luật của cái đẹp, tăng cường sự giao lưu của tự nhiên và thực tiễn, phát triển quan hệ tương thành giữa tự nhiên và con người, giữa con người và con người.

Trong lao động sản xuất, con người luôn luôn có ý thức đưa khoa học, công nghệ tiên tiến và cả nghệ thuật vào sản phẩm , để nâng cao không ngừng cái đẹp của thiết bị máy móc, công cụ lao động, các đồ vật gia đình và ngay cả những bữa ăn hàng ngày; kết hợp giữa cái đẹp và sự tiện lợi, mong muốn kiến tạo các sản phẩm đó như những hình tượng nghệ thuật, ghi lại ở chúng thế giới các quan hệ con người, tính chất thời đại, những tình cảm, khát vọng của con người, sáng tạo ra thiên nhiên thứ hai, tác động mạnh mẽ vào ý thức thẩm mỹ của con người.

Hiện thực, thực tiễn và khát vọng về cái đẹp trong lao động sáng tạo, là một trong những minh chứng không thể tranh cãi, nói lên rằng: sáng tạo theo quy luật cái đẹp trong mọi lĩnh vực sống và hoạt động của con người xã hội, mang tính quy luật chung nhất. Đó là sự phản ánh cái đẹp của thiên nhiên và cái đẹp của chính bản thân con người. Tất cả đều chứng minh rằng, toàn bộ thế giới hiện thực, tự nhiên, xã hội và tư duy, đều vận động theo quy luật phát triển cái đẹp; là biểu hiện phát triển các sức mạnh vật chất, tinh thần nhân loại, và khát vọng tiến tới cái đẹp hoàn mỹ. Như vậy, lao động, thực chất là hoạt động thẩm mỹ, nhằm sáng tạo các giá trị thẩm mỹ; qua đó mà cải tạo thế giới và cải tạo chính bản thân mình. Góorki từng nói: " Bản chất con người là nghệ sỹ, trong bất cứ hoàn cảnh nào, con người đều muốn đưa cái đẹp vào cuộc sống của mình".

Quan niệm giữa lợi ích sử dụng và cái đẹp đã từng gây tranh luận trong lịch sử Mỹ học. Người ta đã từng đồng nhất cái lợi và cái đẹp. Xô-cơ-rát tuyên bố: "Chiếc lá chắn băng vàng là xấu nếu nó được rèn tồi, còn cái sọt là đẹp nếu nó làm được nhiệm vụ của nó". Còn Gớt cho rằng, vẻ đẹp là tình yêu; Hêghen:vẻ đẹp là lý tưởng; Sernưsepxki: cái đẹp là cuộc sống; Goocrki: cái đẹp là sáng tạo được thực hiện. Những danh sách về cái đẹp như vậy, còn có thể kê dài hơn nữa.

Song, cái đẹp là một khái niệm phổ quát, xác định sự hài hòa của tự nhiên, con người và các mối quan hệ phong phú giữa các đối tượng thẩm mỹ ấy trong mọi lĩnh vực sáng tạo; không thể tuyệt đối hóa giá trị nào đó, nâng nó lên thành cái đẹp đơn nhất, đối lập với các giá trị khác.

- Cái đẹp trong nghệ thuật được các nhà Mỹ học dày công nghiên cứu.

Nghệ thuật có nhiều loại hình: Văn học nghệ thuật-Hội họa-Điêu khắc-Sân khấu-Điện ảnh-Múa-Vô tuyến truyền hình-Nhiếp ảnh-Kiến trúc-Đồ họa-Nghệ thuật tạp kỹ và xiếc-Nghệ thuật trang trí-Mỹ thuật công nghiệp (Đi zai).

Nghệ thuật phản ánh thực tại khách quan dưới hình thức đặc thù là hình tượng nghệ thuật; đó là sự thống nhất phản ánh sáng tạo và cảm thụ. Nghệ thuật là hiện thực thứ hai, hiện thực thông qua sáng tạo của nghệ sỹ.

Các nhà mỹ học tiến bộ cho rằng, nghệ thuật là sự gửi gắm cái đẹp của chân lý trừu tượng vào cây đời tươi xanh của hình tượng nghệ thuật. Rút cục, ***chân lý, vẻ đẹp cuộc sống và nghệ thuật hài hòa làm một.***

Hêghen viết rằng:"Các hình tượng cảm tính và thanh âm trong nghệ thuật xuất hiện không chỉ vì mình và sự bộc lộ trực tiếp của mình, mà để thỏa mãn những hứng thú tinh thần cao nhất, vì chúng có khả năng thức tỉnh mọi chiều sâu ý thức và gây nên tiếng vọng tâm hồn" (Hêghen-Mỹ học, trích dẫn-Sđd-tr-253).

Còn V.G.Bêlinxki thì nói rằng: "Nhà thơ suy nghĩ bằng hình tượng, ông ta không chứng minh chân lý mà thể hiện nó." (Sđd,tr-261).

Hình tượng không chỉ ghi lại các dấu hiệu bề ngoài của

thực tại mà cả những khía cạnh căn bản của nó. Đó là xu thế phát triển của thực tại theo quy luật phát triển cái đẹp.

Chỉ thứ tưởng tượng nào thôi thúc nhà nghệ sỹ "vượt lên" thực tại, khám phá trong thực tại hôm nay những xu hướng của tương lai mới thực sự có ý nghĩa nghệ thuật. Tác phẩm nghệ thuật chân chính không những giải đáp những vấn đề của đời sống thẩm mỹ nghệ thuật, mà cả những vấn đề căn bản của xã hội, ***phát hiện được tương lai trong ngày hôm nay,*** vì sáng tạo chính là năng lực sử dụng chất liệu của thực tại, tạo ra cái mới mẻ, khám phá ra cái mới mẻ, kiến tạo những cảm xúc thẩm mỹ mới, giúp con người cảm thụ được cái đẹp của sự phát triển. Nghệ sỹ nào đặt ra trong tác phẩm của mình, những vấn đề mà vào thời đại mới, có thể sau hàng trăm, hàng ngàn năm vẫn gây xúc động cho người xem, như Kinh Dịch, Truyện Kiều,...chẳng hạn, sẽ có tác dụng dẫn dắt con người đi theo con đường vinh quang cuả cái đẹp và chủ nghĩa nhân văn. Vì chính nghệ thuật giúp con người hiểu biết quy luật vận động và phát triển của mình; khách quan hóa những "lực lượng bản chất" của con người, thế giới nội tâm của họ, những quan niệm, ước mơ thầm kín và hy vọng của họ, với sự phong phú nhiều vẻ của chúng, dưới hình thức sinh động của hình tượng nghệ thuật điển hình; mang ý nghĩa nhân văn cao cả. Đó cũng là chức năng không thể thay thế của nghệ thuật.

Từ đặc trưng là hòa cái đẹp vào đời sống sinh động, mơn mởn tươi xạnh của hình tượng, nghệ thuật có sức truyền cảm mạnh mẽ, không gì hơn được, tới con người về điều thiện, về tấm lòng nhân ái và cao thượng, về quan hệ bình đẳng giữa con người với con người.

I.P.Paplôp đã viết rằng: "Cuộc sống chỉ rõ có hai loại người: nghệ sỹ và các nhà tư tưởng. Giữa họ có ranh giới rõ rệt. Nghệ sỹ nắm bắt thực tại cả khối nguyên vẹn, không chia cắt. Các nhà tư tưởng thì mổ xẻ...và sau đó dần dần lắp ghép chúng lại và cố gắng làm chúng sống lại".(I.P.Paplôp, toàn tập, Sđd, tr. 283).

Như thế, cả nghệ sỹ và nhà tư tưởng, đều mô tả cái sống của hiện thực bằng hai cách tiếp cận: một, từ ngoài vào, là của nghệ sỹ; hai, từ trong ra, là của nhà tư tưởng. Cái sống sinh động là sự hòa quyện giữa cái đẹp bên ngoài và cái đẹp bên trong, giữa hình tượng và bản sắc. Nhà nghệ sỹ không chỉ mô tả cái đẹp bên ngoài, nhà tư tưởng không chỉ dừng lại ở chân lý giản dị và khô khan. Vì như vậy là không mô tả đúng cái sống sinh động, tinh tế và tươi xanh, và do đó không còn ý nghĩa đối với con người. Bài ca dao "Bông sen" là minh họa sống động về vai trò vừa là nhà nghệ sỹ ,vừa là nhà tư tưởng của tác giả "Nhân dân":

Trong đầm gì đẹp bằng sen
Lá xanh, bông trắng, lại chen nhị vàng.
Nhị vàng, bông trắng, lá xanh
Gần bùn mà chẳng hôi tanh mùi bùn.

Trong toàn bộ lịch sử Mỹ học, tư tưởng Mỹ học tiến bộ, đã thống nhất được rằng, nghệ thuật chân chính dẫn dắt loài người đi tới ánh sáng của cái đẹp, xua tan những bóng đen của cái xấu và cái thấp hèn, thúc đẩy quá trình nhân đạo hóa các quan hệ con người, khám phá cho con người vẻ đẹp của thế giới hiên thực.

2- Mỹ học và triết học.

Nhận thức và sáng tạo cái đẹp không ngừng vận động và phát triển, gắn bó mật thiết với tiến trình lịch sử nhân loại. F.Sin-le, nhà thơ, nhà triết học nổi tiếng, mà trong "*Tình cảnh của giai cấp lao động ở Anh*", Ăngghen đã gọi ông là nhà tiên tri thiên tài, đã viết:

"Cái đã từng đẹp,
Sau sẽ thành chân lý cho ta.

Đây thực sự là một chân lý sâu sắc, được các nhà Mỹ học

đánh giá là một khám phá mới mẻ về nhân thức cái đẹp; quy luật vận động của cái đẹp trở thành chân lý dẫn dắt cuộc sống con người.

Mỗi khoa học là một bộ phận, một cấu trúc thành phần của toàn bộ hệ thống khoa học nhân loại, có liên hệ chặt chẽ với nhau. Mỹ học cũng là một thành phần như vậy. Cũng như các khoa học khác, Mỹ học thu hút mọi khoa học để giải quyết vấn đề của mình, và tìm đến triết học, nhờ tháo gỡ những rắc rối phức tạp nhất. Đó là các quy luật vận động và phát triển, soi sáng con đường dẫn tới tương lai của Mỹ học. Rồi từ đây, Mỹ học trở thành thành viên của hệ thống triết học.

Trải qua quá trình tìm tòi lâu dài và gian khổ, day dứt trí tuệ, từ sự đào thải và chấp nhận của hiện thực và thực tiễn, tư tưởng Mỹ học tiến bộ đã tìm thấy ở chủ nghĩa duy vật biện chứng và học thuyết phản ánh người bạn đường tri kỷ của mình.

Triết học Âm Dương tương đồng sâu sắc với triết học Duy vật biện chứng. Sức mạnh chân lý của triết học Duy vật biện chứng (DVBC) đã kéo triết học AD về phía mình, để cùng gánh vác trách nhiệm lớn lao, giúp các khoa học tháo gỡ những vấn đề về lý luận và thực tiễn của mình. Khoa học Mỹ học có thêm một ngọn đuốc soi đường để tìm kiếm chân lý, để tháo gỡ bế tắc, như việc tìm quy luật cảm thụ cái đẹp, đang làm đau đầu các nhà Mỹ học.

Sự đối thoại cởi mở và tin cậy giữa hai dòng triết học, làm bộc lộ những khía cạnh mới, ngân lên những âm thanh trong trẻo hấp dẫn, là sự tiếp xúc độc đáo của trí tuệ quá khứ, hiện tại và tương lai. Hợp lực của hai dòng triết học sẽ làm nên những giá trị tinh thần và vật chất trên những cánh bay sáng tạo, góp phần xứng đáng cùng khoa học khác, kiến tạo nên cái đẹp huy hoàng của xã hội loài người.

Trong phần viết này, sử dụng phối hợp hệ thống khái niệm

của hai dòng triết học, hợp lưu trong khái niệm "Duy vật biện chứng Âm Dương"(DVBCAD), hoặc biện chứng AD, để lý giải một số vấn đề Mỹ học, chủ yếu là vấn đề Cái Đẹp.

Biện chứng duy vật âm dương nhận thức rằng, các hiện tượng tự nhiên và xã hội là một hệ thống tương tác qua lại, vận động và phát triển phức tạp, với nhiều cấp độ đa dạng và phong phú, trong mâu thuẫn biện chứng AD .

Cái đẹp của thiên nhiên thứ nhất, cái đẹp mênh mông, hùng vĩ của vũ trụ, đã có công lao vĩ đại sáng tạo ra con người và vẻ đẹp rực rỡ của con người, là cái đẹp tự nhiên có trước con người. Con người cảm nhận cái đẹp tự nhiên từ những hình thức sơ đẳng bên ngoài, bằng cảm giác, tri giác, từ xử lý các dữ liệu cảm xúc, vươn lên xây dựng các khái niệm, phạm trù, quy luật,...

Từ chất liệu và sự cảm thụ cái đẹp của thiên nhiên thứ nhất, con người sáng tạo ra thiên nhiên thứ hai thật là mỹ lệ. Những tháp chữ Kim sừng sững, hiên ngang, tiềm ẩn những tinh hoa trí tuệ con người; những tòa nhà cao vút trời xanh, những thành phố sắc màu hoa lệ, những cánh đồng lúa mơn mởn non xanh, những con tàu vũ trụ lao vun vút trong không gian mênh mông như những con đại bàng khổng lồ xinh đẹp, dường như đang phô diễn vẻ đẹp của trí thông minh con người. Tất cả, tất cả, đều làm rạng rỡ hơn cái đẹp của thiên nhiên thứ nhất và tô thắm hơn cái đẹp của hành tinh xanh và cuộc sống con người; đem lại niềm tin mãnh liệt rằng, tương lai loài người sẽ ngày càng đẹp đẽ bằng sự sáng taọ của chính bản thân con người.

Song song với quá trình sáng tạo thiên nhiên thứ hai, con người đồng thời sáng tạo cái đẹp của chính bản thân mình. Đó là thiên nhiên thứ ba, thiên nhiên tự ý thức về mình (Ăngghen). Cái đẹp của thiên nhiên thứ ba là cái đẹp của tâm lý con người và cái đẹp trong quan hệ giữa những con người, vận động và phát triển trong xã hội loài người. Vận động tâm lý và vận động xã hội là cấp vận động cao nhất của thế giới hiện thực. Cảm xúc, đánh giá và sáng tạo cái đẹp liên quan trực tiếp đến vận động tâm lý, ý thức.

Do đó, cái đẹp tâm lý-ý thức và cái đẹp xã hội mang lại khoái cảm thẩm mỹ nhiều nhất, có ý nghĩa thực tiễn nhiều nhất đối với sứ mệnh cải tạo hiện thực theo quy luật phát triển cái đẹp.

Người ta xúc cảm và thích thú ngắm nghía người thiếu nữ có vẻ đẹp lồng lộng sắc nước, hương trời, đầy quyến rũ. Nhưng thiếu nữ đó không thể trở thành hoa hậu khi thiếu vắng vẻ đẹp trí tuệ và tấm lòng nhân ái. Và không ai bầu người con gái xinh đẹp đó làm đại biểu Quốc hội chỉ vì cái đẹp thể hình. Tuy nhiên, cái đẹp hình thể của con người cũng là thành quả sáng tạo nghệ thuật huyền diệu, cần mẫn, suốt 13,7 tỷ năm của vũ trụ, có giá trị tôn vinh vẻ đẹp bản sắc con người, xứng đáng được chiêm ngưỡng và trân trọng.

Con người nhận thức sâu sắc cái đẹp bằng quy luật vân động và phát triển của nó, đi từ cái đẹp thiên nhiên đến cái đẹp của xã hội loài người.

Câu ngạn ngữ Latinh thông thái: "Cái Đẹp là hình tượng của chân lý", và theo nguyên lý phản ánh thì có thể hiểu ngược lại: Chân lý được phản ánh từ Cái Đẹp. Chân lý nào không phản ánh quy luật vận động và phát triển của cái đẹp thì chân lý đó là "ảo", không còn là chân lý hiện thực khách quan. Con người đi theo chân lý ảo là tự dẫn mình đến bến bờ vô vọng, thậm chí xuống vực thẳm.

Sáng tạo thẩm mỹ của nhân dân là ngọn nguồn để khẳng định tư tưởng: Cái Đẹp là chân lý, rằng lịch sử nhân loại đi theo quy luật phát triển Cái Đẹp.

Cái Đẹp là một phạm trù Mỹ học, vừa có tính phổ biến, vừa có tính khái quát, dần dần chiếm lĩnh thực tại. Bởi vậy, nhận thức về cái đẹp trở thành vấn đề nhận thức cơ bản của triết học; là một trong những nội dung cơ bản của thế giới quan: Triết học-Chính trị-Đạo đức- Mỹ học - Tôn giáo.

3- Nguồn gốc tâm lý cảm thụ Cái Đẹp.

- Nguồn gốc tâm lý cảm thụ cái đẹp nằm trong vấn đề còn đang tranh luận, tức là chưa được giải quyết về mặt khoa học. Bài viết này sẽ tham gia thảo luận vấn đề đó.

Con người cảm thụ cái đẹp từ thiên nhiên thứ nhất, do vũ trụ sáng tạo và từ thiên nhiên thứ hai, do chính con người sáng tạo ra. Còn bản thân cái đẹp của con người là tổng hòa của cả hai thiên nhiên, mà chủ yếu là thiên nhiên thứ hai, trong đó hàm chứa hiệu ứng nhân quả của quy luật vận động xã hội, mà theo Mác: "Trong tính hiện thực của nó, bản chất con người là tổng hòa các quan hệ xã hội." (Luận cương về Feuerbach. CácMác, Ph.Ăngghen, tuyển tập, tập I, Sđd, tr. 250).

Thiên nhiên thứ hai do con người sáng tạo, là hiệu ứng nhân quả của quy luật phát triển chủ nghĩa nhân đạo và quy luật phát triển khoa học công nghệ.

Thiên nhiên thứ hai là sản phẩm của thiên nhiên thứ nhất, xét về nguồn gốc, vì vậy, thống nhất với thiên nhiên thứ nhất ở những quy luật phổ quát nhất. Do đó, không có gì xa lạ giữa tiêu chuẩn cái đẹp của thiên nhiên thứ nhất và thiên nhiên thứ hai, trong quy luật tâm lý cảm thụ cái đẹp; tuy rằng tâm lý cảm thụ cái đẹp còn có những nét riêng ở những con người cá thể, phụ thuộc ý thức hệ xã hội và cấu trúc sinh lý ADNH của đại não. Đó là cái riêng trong cái chung.

Khoa học tâm lý cảm thụ cái đẹpđòi hỏi phải trả lời câu hỏi:

* Tại sao cái A đẹp mà cái B không đẹp?

* Tại sao cái A đẹp hơn cái B?

Ở đây chỉ nghiên cứu cái đẹptheo tư tưởng nhân đạo và sự cảm xúc tâm lý của đa số nhân loại, không nghiên cứu cái đẹp-theo sự chi phối của ý thức hệ bóc lột.

- Từ quan niệm về cái đẹpcủa các nhà Mỹ học, được tổng kết từ kinh nghiệm lịch sử, từ thực tiễn và từ cảm xúc thẩm mỹ của bản thân các nhà Mỹ học, được sự soi sáng của học thuyết AD, có thể kết luận rằng: cái đẹpgây ra cảm xúc ở chủ thể thẩm mỹ, có nguồn gốc từ trạng thái cân bằng AD của khách thể thẩm mỹ, trong đó tương phản đối kháng đã bị giảm thiểu hoặc bị loại bỏ.

Đối với tự nhiên, cái đẹpđược cảm thụ là cái đẹpcủa sự đối xứng, cân đối theo "tỷ lệ vàng", "tiết diện vàng", tính chu kỳ nhịp điệu, sự hài hòa của màu sắc, âm thanh, động tĩnh,...Mặt trời rạng rỡ, chị Hằng tươi xinh, cái nôi xanh của loài người, các vì sao lấp lánh,...đều là những hình cầu. Viên kim cương, các tinh thể tuyết, các tinh thể kim loại, là các đa diện đều. Những bông hồng xinh đẹp, những dòng hoa lan, hoa xương rồng,... kiều diễm, những bông sen trinh trắng,...,đều được bàn tay vàng của tự nhiên sáng tạo đối xứng, hài hòa.

Để có sự cân xứng hài hòa đó, vận động trong chúng phải đạt được sự cân bằng AD giữa chất và trường năng lượng trong các hình thái vận động cơ học, lý học, hóa học, sinh học. Khoa học tự nhiên và toán học không ngừng chứng minh cho sự cân bằng, đối xứng, cân đối, trong cái đẹp của khách thể thẩm mỹ thiên nhiên. Các hàm số hình tròn, hình ê líp, hình sin, hình trái tim, hình xoắn ốc,..., đều là đường nét của cái đẹp. Ngay các ôbitan nguyên tử cũng thể hiên sự đối xứng nhiều hình, nhiều vẻ, của quỹ đạo điện tử chung quanh hạt nhân, đảm bảo sự cân bằng AD trong vận hành của nguyên tử.

Với cấu trúc vĩ mô, sự hài hòa, cân xứng của tự nhiên, làm nên cái đẹp thật là huyền diệu. Đó là nguồn cảm hứng vô tận của thi ca.

Dưới cầu nước chảy trong veo,
Bên cầu tơ liễu, bóng chiều thướt tha.

(Nguyễn Du - Kiều)

Tiếng suối trong như tiếng hát xa,
Trăng lồng cổ thụ, bóng lồng hoa.

(Hồ Chí Minh)

Cảnh vĩ đại, sóng nghiêng trời, thác ngàn đổ,
Tiếng monh manh thấp thoáng cánh hoa bay.

(Thế lữ)

Sự hài hòa của tự nhiên được mô tả trong thi ca là sự hài hòa động của âm thanh, màu sắc, hình ảnh, vẽ nên bức họa thật là hấp dẫn, sinh động; gây cảm xúc thẩm mỹ cả thị giác, thính giác và tâm hồn.

Có những sinh thể, khi tĩnh có thể không đẹp hoặc đẹp ít, nhưng khi động thì hấp dẫn lạ thường. Một đàn cá bơi, một đàn chim bay, những thiếu nữ biểu diễn thể dục dụng cụ, trượt băng nghệ thuật, uốn mình trên sàn xiếc, mang lại cho người xem những hình tượng nghệ thuật thật là tuyệt vời. Để thể hiện được cái đẹp trong vận động như vậy, các hình thái vân động đều tuân theo quy luật cân bằng của cơ học, vật lý học, hóa sinh học và còn sự cân bằng tinh túy và cốt yếu hơn; đó là sự cân bằng về tâm lý, tinh thần. Sự cân bằng AD của tâm lý tinh thần, sáng tạo nên cái đẹp của cấp vận động cao, mà cấp vận động thấp của thiên nhiên không thể sáng tạo được.

Danh họa Italia, Leonardo da Vinci(1452-1519), tác giả bức họa Môna Lisa nổi tiếng, đã phát hiện ra cấu trúc cân bằng đặc thù của con người: nếu đứng choãng chân, hai tay buông thõng, toàn thân sẽ nằm gọn trong vòng tròn có tâm ở rốn; khi đứng chụm chân, hai tay dang thẳng, toàn thân sẽ nằm gọn trong hình vuông, có giao điểm hai đường chéo nằm ở bẹn. Sự cấu trúc cân bằng như vậy, đã sáng tạo ra những vũ điệu làm say đắm tâm hồn người xem.

Cái Đẹp còn được cảm thụ từ mùi vị. Một bông hoa đẹp sẽ đẹp hơn, khi tỏa hương thơm, và càng đẹp hơn khi rung rinh trước làn gió nhẹ mát, mơn trớn trên làn da. Cái đẹp được cảm thụ ở đây là sự hài hòa giữa tính đối xứng, màu sắc, hương thơm ở trạng thái động, tác động vào mọi giác quan con người.

Những phong cảnh thiên nhiên kỳ thú, được vũ trụ sáng tạo từ sự cân bằng muôn hình, muôn vẻ, của hình khối, màu sắc, âm thanh, động,tĩnh,..., luôn luôn là những điểm du lịch hấp dẫn. Quy luật cân bằng hài hòa của thiên nhiên ở cấp độ vĩ mô, đã được ngành nghệ thuật hội họa khám phá.

Cái đẹp của thiên nhiên phát động những tiềm năng trí tuệ và nâng cao cái đẹp của tâm hồn con người. Chiêm ngưỡng cái đẹp, con người sẽ nhân hậu hơn, yêu thương nhau hơn, muốn vươn tới chân, thiện, mỹ. Tại sao cái đẹpcủa thiên nhiên lại sinh ra hiệu ứng về cái đẹpcủa con người như vậy? Sự cân bằng AD trong tâm sinh lý con người luôn luôn tạo ra sự thoả mãn, vui vẻ, sự dễ dàng làm điều thiện, sự khoan dung, rộng lượng, tha thứ, sự yêu thương,...Một sự cân bằng đáng trân trọng như vậy có được từ sự cân bằng AD, làm nên cái đẹpcuả thiên nhiên. Vấn đề sẽ được tiếp tục chứng minh ở phần tiếp theo.

Con người không bao giờ muốn sáng tạo cái không đẹp, trừ những tâm hồn có bệnh,...bị hấp dẫn bởi những lợi ích của đồng loại.

Qúa trình phát triển cảm xúc thẩm mỹ đối với thiên nhiên, gắn liền với quá trình phát triển trí tuệ, quá trình phát triển của khoa học công nghệ và chủ nghĩa nhân đạo. Những yếu tố đó làm cho con người và thiên nhiên hiểu biết nhau hơn. Ngày nay, người ta đã hiểu rằng, không thể đối xử với thiên nhiên như kẻ thù, người với thiên nhiên là những người bạn tương thành. Một môi trường sinh thái cân bằng làm nên vẻ đẹp của tự nhiên, có lợi cho con người và gây cảm xúc đẹp cho con người. Thiên nhiên mang lại lợi ích cho con người và con người phải biết mang lại niềm vui cho thiên nhiên một cách tương xứng. Trong *Biện chứng của tự nhiên,* Ăngghen từng nhắc nhở: "...ở mỗi bước các sự kiện đều nhắc nhở chúng ta rằng, chúng ta tuyệt nhiên không nắm quyền chi phối tự nhiên...rằng, trái lại, bằng maú thịt và bộ não chúng ta, chúng ta thuộc về nó và ở trong lòng nó,... rằng toàn bộ sự "thống trị" của chúng ta đối với nó là: khác với các sinh thể khác, chúng ta biết nhận thức các quy luật của nó và vận dụng chúng đúng đắn". Với tư tưởng phát triển tương thành, con người không thống trị tự nhiên mà là người bạn của tự nhiên. Con người sáng tạo ra thiên nhiên thứ hai đẹp đẽ, tô điểm cho cái đẹpcủa thiên nhiên thứ nhất ngày càng đẹp hơn, vận động cân bằng hơn.

- Con người là kiệt tác sáng tạo của tự nhiên. Vũ trụ đã dày công kiến tạo và tô điểm cho cái đẹpcủa con người suốt 13,7 tỷ năm bằng quy luật phát triển tương thành, dẫn đến quy luật cân bằng AD trong cấu trúc sinh lý và cấu trúc tinh thần, yếu tố cơ bản làm nên cái đẹpcủa con người.

Hình ảnh đẹp làm cho con người xúc cảm về bản thân mình, không nằm ngoài những hình ảnh đẹp của thiên nhiên. Đó là tính cân đối, đối xứng, "tỷ lệ vàng" giữa các đường nét cơ thể, sự hài hòa trong bố cục điêu khắc "tòa thiên nhiên", đã được nâng lên ở mức hoàn mỹ. Khác với vẻ đẹp thiên nhiên, thường được cảm xúc ở trạng thái tĩnh, con người diễm lệ hơn ở trạng thái động. Đôi mắt phượng long lanh dưới làn mi cong cuốn hút mọi tâm hồn; đôi môi thắm luôn luôn như mỉm cười với mọi người; dáng đi uyển chuyển "sen vàng lãng đãng như gần như xa". Cái đẹp của con người là cái đẹp kiêu hãnh nhất của tạo hóa.

- Cái đẹp của con người thiên nhiên, cái đẹp sinh học có được nhờ sự cân bằng AD của các cấp vân động cơ, lý, hóa, sinh học trong cơ thể con người. Vũ trụ còn ưu ái kiến tạo cho con người cái đẹp ở cấp vận động tâm lý, và còn ưu ái hơn nữa, dẫn dắt con người sáng tạo cái đẹp ở cấp vận động xã hội. Đó là cái đẹp mỹ lệ nhất trong sáng tạo của vũ trụ, có được từ sự cân bằng AD giữa người và người.

Cái đẹp trong vận động tâm lý và vận động xã hội đang trong quá trình hoàn thiện. Vũ trụ đã tốn thêm hơn bốn triệu năm cho tiến trình này. Kể từ khi con người bước vào xã hội loài người, đã mất 4 triệu năm cho thời kỳ mông muội, thời kỳ tinh khôn mới trải qua hơn 4 vạn năm. Đây là thời kỳ tâm lý con người phát triển mạnh mẽ, theo quy luật phát triển cái đẹp.

Quy luật phát triển cái đẹptrong vận động tâm lý và vận động xã hội không gì khác hơn là quy luật phát triển của chủ nghĩa nhân đạo, được sự tương thành của quy luật phát triển khoa học-công nghệ, dưới sự dẫn dất của quy luật phát triển tương thành qua từng giai đoạn phủ định phát triển.

Con người đang vận động ở cấp vận động cao nhất của vũ trụ, vì vậy cảm xúc thẩm mỹ của con người có xu hướng "nặng"về cái đẹp tâm lý và cái đẹp quan hệ xã hội, hơn là cái đẹpsinh học bề ngoài. Hiện tượng phân tâm đó được phản ánh qua ca dao, tục ngữ:

Tốt gỗ hơn tốt nước sơn,
Xấu người, đẹp nết còn hơn đẹp người.

***

Cái nết đánh chết cái đẹp!

Trong khi mô tả cái đẹp"một hai nghiêng nước nghiêng thành" của chị em ThúyKiều, Nguyễn Du không quên mô tả cái đẹptinh thần của họ:

"Mai cốt cách, tuyết tinh thần ,
Mỗi người mỗi vẻ mười phân vẹn mười.

Nếu không có "tuyết tinh thần " bán mình chuộc cha, nàng Kiều không thể được nhà thơ tài hoa thương cảm đến như vậy; và hàng triệu người đọc nhiều thế hệ của dân tộc Việt Nam cùng chia sẻ với niềm thương cảm đó của nhà thơ.

Xúc cảm thẩm mỹ là hình thức phản ánh thực tại độc đáo. Xúc cảm thẩm mỹ trước vẻ đẹp của thiên nhiên mang nặng xúc cảm tình cảm. Xúc cảm thẩm mỹ trước vẻ đẹp con người và xã hội, là sự hài hòa giữa xúc cảm tình cảm và xúc cảm lý trí. Một thiếu nữ kiều diễm sẽ mờ nhanh trong trí nhớ con người, nếu chỉ đẹp về thiên nhiên sinh học mà khiếm khuyết về cái đẹp trí tuệ và tấm lòng nhân hậu.

Cách nay hơn 3000 năm, trong Kinh Dịch, Văn Vương đã từng viết trong quẻ Bí rằng, cái đẹp trang sức chỉ mang lại lợi ích nhỏ thôi, cái đẹp "trung chính" mới mang lại lợi ích lớn.

Những con người vĩ đại như: Các Mác-Ăngghen- Lênin-Hồ Chí Minh,…là những kiệt tác nghệ thuật của vũ trụ; trong đó cái đẹp trừu tượng của chân lý nhân văn đã hòa quyện vào cái đẹp hình tượng của cây đời mãi mãi tươi xanh, trở thành điển hình về cái đẹp ở cấp vận động cao nhất của vũ trụ.

Cái đẹp sinh học của con người thường rạng rỡ từ tuổi trăng tròn đến khoảng 40 tuổi. Đó là thời kỳ đạt được sự cân bằng AD tốt nhất trong cấu trúc sinh lý, như đã mô tả ở chương mục trước. Ngoài 50 tuổi, tương phản đối kháng phát triển, làm cho cái đẹpsinh học giảm dần, song cái đẹptâm lý có phần được nâng cao, do quá trình tích lũy tri thức, kinh nghiệm sống và sự rèn luyện đạo đức nhân văn. Chính vì vậy, tuổi càng cao, càng được mọi người trân trọng, tuy vẻ đẹp hình thức đã trở nên cằn cỗi, khó nhìn.

Một con người hấp dẫn thẩm mỹ đối với người ngắm nghía mình, thường thoát ra vẻ đẹp tinh thần hài hòa với vẻ đẹp hình thể, và tôn lên vẻ đẹp hình thể. Đó là những con người "dung tư ôn, mạo tư khiêm, ngôn tư trung, sự tư kính,…"(Khổng Tử). Bộ mặt ôn hòa luôn nhìn mọi người chan hòa gần gũi, dung mạo khiêm nhường, ngôn ngữ chân thành, công việc chăm chỉ, cẩn trọng mà tín nghĩa. Trong con người đó đã đạt được sự cân bằng AD về tâm lý, tinh thần. Con người đó không thiên kiến, không đố kị ghen ghét, không thái quá, không bất cập, không ham muốn lợi ích của người khác, có tấm lòng bao dung, độ lượng, sẵn lòng tha thứ. Trạng thái cân bằng AD về cấu trúc tâm lý và cấu trúc sinh lý, sáng tạo ra con người đó; và đó là nguồn gốc gây cảm xúc đẹp đối với người nhìn ngắm họ.

- Cái đẹp xã hội và cái đẹp phồn vinh của thiên nhiên thứ hai, hòa vào cái đẹp của thiên nhiên thứ nhất, gây cảm xúc thẩm mỹ về lý trí và tình cảm. Trong đó, cái đẹp cơ bản hơn, mang "bản sắc loài người", là cái đẹp về quan hệ giữa con người với con người, là cái đẹp cân bằng AD giữa người và người, là hình thái tương thành, đồng nhất cao nhất giữa người và người. Đó là tự do, dân chủ, bình đẳng, không áp bức, không, bóc lột. Cái đẹp như vậy gây được xúc cảm thẩm mỹ, sự thỏa mãn và hạnh phúc trong tâm hồn con người.

Cái đẹp là sự thống nhất cái muôn màu, muôn vẻ của các mặt đối lập AD trong các sự vật hiện tượng.

Bất cứ sự vật, hiện tượng nào cũng được cấu trúc bằng nhiều cặp AD thành phần với bốn thuộc tính cơ bản, tổng hòa thành cặp AD tổng thể, với bốn thuộc tính AD tổng thể. Cần nhắc lại rằng, phạm trù đối lập AD có 4 thuộc tính cơ bản:

+ Thuộc tính tương thành, thống nhất giữa các mặt đối lập.

+ Thuộc tính đồng nhất giữa các mặt đối lập.

+ Thuộc tính tương phản cân bằng.

+ Thuộc tính tương phản đối kháng.

Khi sự vật vận động đạt trạng thái cân bằng AD, tương phản đối kháng hầu như bị loại bỏ, tạo nên cái đẹptrong cảm xúc thẩm mỹ của con người.

Từ căn cứ lý luận, hiện thực và kinh nghiệm thực tiễn, dẫn tới nhận thức lôgic về nguồn gốc tâm lý cảm thụ Cái Đẹp rằng:

Cái Đẹp khách thể gây cảm xúc thẩm mỹ đối với chủ thể là hình thái cân bằng Âm Dương trong vận động của khách thể.

Cảm xúc tình cảm thẩm mỹ là giai đoạn khởi đầu để con người khám phá vẻ đẹp của thế giới. V.I.Lênin từng nói: "Nếu thiếu những"tình cảm con người" thì, đã ,đang và sẽ không bao giờ có thể có sự tìm tòi chân lý về con người" (Trích dẫn, Sđd, tr. 129).

Từ xúc cảm tình cảm ban đầu, con người suy tư để tìm ra bản chất của cái đẹp. Điều đó tác động tích cực đến nhân cách con người.

Xúc cảm thẩm mỹ về cái đẹpmang đến cho con người sự vui thích, hứng thú, thỏa mãn, thư giãn, quên strets; cao hơn nữa là sự khâm phục các hành động cao cả, ước ao thực hiên lý tưởng tốt đẹp, sẵn sàng cống hiến một cách vô tư và dũng cảm để thực hiện lý tưởng đó.

- Để giải quyết được nhiều hơn các khía cạnh về nguồn gốc tâm lý cảm thụ cái đẹp, còn phải trả lời câu hỏi: Tại sao lại thu được hiệu ứng nhân quả tốt lành từ sự vận động cân bằng AD của khách thể, được gọi là "hiệu ứng Cái Đẹp"? Yếu tố vật chất nào mang cái đẹpđó đến đại não chúng ta?

Con người được sinh ra từ quy luật cân bằng AD, từ vận động cấp thấp cơ, lý, hóa, sinh học, đến vận động cấp cao là vận động tâm lý tinh thần. Vận động cấp thấp nuôi dưỡng và phục tùng vận động cấp cao. Vận động cấp cao cân bằng là điều kiện quyết định nhất cho vân động cấp thấp cân bằng, và ngược lại. Vận động cấp thấp có tác động quan trọng tới vận động cấp cao. Vui quá hại tâm, buồn quá hại phế, lo quá hại tỳ, giận quá hại gan, sợ quá hại thận; người xưa đã tổng kết như vậy. Một danh nhân từng nói, một cơ thể khỏe mạnh, một tâm hồn trong trẻo, hạnh phúc con người không ngoài hai điều đó. Để được hai điều đó, cấu trúc tâm lý và sinh lý phải vận động ở trạng thái cân bằng AD.

Tuy nhiên, con người không vận động một mình, mà luôn luôn có quan hệ vận động với khách thể: thiên nhiên và xã hội. Mối liên hệ mật thiết này tác động đến sự cân bằng AD của chủ thể theo hướng tích cực hoặc tiêu cực. Một lời động viên đúng làm anh vui, một lời chỉ trích bất công làm anh buồn. Vui là kết quả của trạng thái cân bằng AD tốt hơn, buồn, do hiệu ứng cân bằng AD kém đi.

Sự cân bằng AD trong các sự vật, hiên tượng không bao giờ đạt dược giá trị tuyệt đối, nó giao động quanh vị trí cân bằng như một con lắc. Cân bằng tốt hơn khi biên độ dao động ít hơn và kém hơn thì ngược lại. Biên độ dao động quá phạm vi nào đó là mất cân bằng. Vì vậy mới có thuộc tính tương phản cân bằng để giữ biên độ giao động trong phạm vi cho phep (đối với con lắc đơn, tương phản cân bằng do năng lượng hấp dẫn của trái đất thực hiện).

Lời động viên đúng đắn gây ra cảm xúc đẹp, làm giảm biên độ dao động cân bằng, làm tăng trạng thái cân bằng AD, sinh ra hiệu ứng vui vẻ, thỏa mãn đối với người được động viên; lời chỉ trích bất công thì ngược lại.

Lời động viên đúng thường xuất phát từ khách thể có trạng thái cân bằng tâm lý tinh thần tốt, công bằng, hòa ái, và đôn hậu. Nét đẹp đó gây xúc cảm thẩm mỹ về cái đẹp đối với chủ thể, tạo nên nguồn vui cho chủ thể.

Từ căn cứ lý luận và lôgic hiện thực thực tiễn, đưa ta tới nhận thức về căn nguyên của nguồn gốc tâm lý cảm thụ cái đẹp:

Vận động cân bằng âm dương của khách thể làm tăng mức độ cân bằng âm dương của chủ thể, gây ra cảm xúc thẩm mỹ về cái đẹp của khách thể đối với chủ thể.

Hiện thực và thực tiễn về cái đẹp luôn luôn chứng minh cho điều đó.

- Yếu tố vật chất nào mang hiệu ứng cái đẹp từ khách thể tới chủ thể?

Mỹ học thu hút mọi khoa học để giải quyết vấn đề của mình. Để lý giải vấn đề trên, cần đến sự chi viện của khoa học tự nhiên, của vật lý học. Con người nhìn được các sự vật, hiện tượng, nhờ sóng bức xạ điện từ, từ sự vật, hiện tượng đi tới thị giác như máy phát sóng VTTH phát sóng tới máy thu hình. Bộ máy thị giác tiếp nhận và điều chế sóng đó đưa vào "màn hình" đại não và ta cảm thụ được hình ảnh.

Âm thanh tạo ra giao động của khí quyển, gây áp lực lên màng nhĩ của tai theo giai điệu của âm thanh. Bộ máy thính giác biến giao động của màng nhĩ thành dòng điện sinh học có tần số giống như tần số của giai điệu âm thanh, đưa vào bộ máy nghe của đại não, làm ta cảm nhận được cường độ và giai điệu của âm thanh.

Sinh lý học hiện đại đã chứng minh rằng, mọi tác động của ngoai cảnh lên các giac quan đều được hệ thần kinh điều chế thành dòng điện, với những tần số và biên độ khác nhau, để đưa về cơ quan thụ cảm của đại não. Ngoài 5 giác quan quen thuộc, đại não còn một số giác quan ẩn. Giác quan ẩn thu sóng tư duy của người khác, thu sóng năng lượng vũ trụ, chủ yếu là sóng năng lượng điện từ, theo quy luật ADNH, qua các cửa hút-luân xa. Như vậy, đại não "sống" bằng chất từ cấu trúc sinh lý và vận động thông tin bằng trường năng lượng. Mạng thông tin đại não hoàn hảo hơn nhiều lần so với mạng thông tin toàn cầu Internets, vì đại não là chủ thể sáng tạo Internets, tuy có khiếm khuyết là có sự mệt mỏi, tốc độ xử lý thông tin chậm hơn Internets. Theo quy luật phát triển, mức độ "hiện đại" và tốc độ xử lý thông tin của đại não, sẽ ngày càng tốt hơn ở các thế hệ hậu duệ.

Đại não là cấu trúc vật chất tinh vi nhất, là hiệu ứng nhân quả tầng tầng lớp lớp của vô số những quy luật khác nhau, trong quá trình tiến hóa suốt 13,7 tỷ năm của vũ trụ. Vì vậy, hoạt động của đại não có nhiều kỳ lạ, ẩn chứa nhiều tiềm năng kỳ diệu; con người chỉ mới khám phá được một phần nhỏ sự kỳ lạ của bản thân mình. Song, cấu trúc và vận động của đại não không nằm ngoài các quy luật phổ quát nhất của thế giới vật chất và quy luật cân bằng âm dương ngũ hành. Điều đó đã được chứng minh bằng y học cổ truyền và y học hiện đại.

Hoạt động tâm lý tinh thần của đại não là hoạt động của mạng lưới thông tin trường điện từ. Đại não tiếp nhận thông tin điện từ của khách thể qua các cửa hút đầu vào (những ăng ten sinh học) và xử lý chúng, gây ra hiện tượng cảm xúc tình cảm và tiếp sau đó là tư duy trừu tượng, rồi chỉ đạo hành vi trong thực tiễn.

Đại não bày binh bố trận, bố trí các nơron, hoặc tập thể các nơron, để lưu giữ các thông tin khách thể và thông tin của chủ thể đã dược xử lý vào các bộ nhớ khác nhau. Kho lưu trữ thông tin của đại não hoàn hảo hơn bất cứ kho lưu trữ thông tin nào do con người sáng tạo. Khi cần thông tin để tư duy (để giải một bài toán chẳng hạn), kho thông tin có thể rút ngay những thông tin cần thiết đã lưu giữ từ nhiều chục năm về trước, với độ chính xác không chê vào đâu được.

Cùng với thời gian, bộ não được bổ sung những thông tin mới vào bộ nhớ. Đó là những thông tin về tri thức khoa học, về thế giới quan, lý tưởng, nhân cách, tài năng tổ chức, về người thân và bè bạn, về thời sự quốc tế và trong nước,v.v.,và v.v.,... trong đó có những thông tin về quá khứ tiến hóa, thông tin di truyền từ cha mẹ, tổ tiên. Đại bộ phận các thông tin này đã trở thành thông tin của vô thức. Toàn bộ thông tin được đại não tổ chức thành một mạng lưới lôgic, có liên hệ chặt chẽ với nhau. Não có khoảng 200 tỷ tế bào, mỗi tế bào có thể lưu giữ một khối lượng thông tin cực kỳ lớn. Một tế bào sinh dục nhỏ xíu, không thể nhìn thấy bằng mắt thường, đã lưu giữ quy trình chế tạo ra con người, và nếu viêt ra có thể mất nhiều triệu trang giấy. Một điểm "kỳ dị", kích thước nhỏ hơn nhiều tỷ tỷ lần tế bào sinh dục, không chỉ tàng chứa toàn bộ khối lượng vũ trụ và trường năng lượng, mà còn lưu giữ một quy trình sáng tạo vũ trụ khổng lồ; hơn thế nữa, còn lưu giữ cả quy trình sáng tạo ra con người để truyền lại cho hệ Mặt trời-Trái đất -Mặt trăng. Thật là một sự kỳ lạ đến "khủng khiếp". Phải chăng, trong tế bào, trong điểm kỳ dị, trong các nguyên tử, trong mọi đối tượng vật chất, dù là siêu nhỏ xíu, có tồn tại các hạt siêu cơ bản, mà kích thước có thể nhỏ hơn hạt ánh sáng nhiều lần, được cấu trúc lôgic để ghi chép mọi thông tin vận động của vật thể. Phải chăng, các hạt siêu cơ bản đó là hiện thực của "vật chất đen".

Quy luật âm dương ngũ hành góp phần sáng tạo ra đại não, một kỳ công sáng tạo cái đẹp; đến lượt đại não có nhu cầu vận động trong sự cân bằng âm dương ngũ hành. Có như vậy mới có "một cơ thể cường tráng, một tâm hồn trong trẻo" làm nên hạnh phúc của con người.

Mạng lưới thông tin vận động tinh thần, tâm lý, vận động trong cân bằng, khi mất cân bằng sẽ phát sinh stres cho cả cấu trúc tinh thần, cả cấu trúc sinh lý: vui quá hại tâm, giận quá hại gan,... mọi cái quá đều làm mất cân bằng và sinh ra họa hại.

Sự cân bằng âm dương ngũ hành trong đại não không tuyệt đối mà dao động chung quanh "vị trí cân bằng". Tùy cấu trúc âm dương ngũ hành đại não từng người, biên độ dao động có khác nhau, sự tiếp nhận thông tin khách thể có mức độ khác nhau, chưa mô tả được ở cấp độ vi mô, siêu vi mô.

Thông tin bằng trường điện từ của khách thể có tác dụng làm giảm biên độ giao động, tăng mức độ cân bằng âm dương ngũ hành của đại não, và mang lại sự phấn chấn về tinh thần và thể lực, tạo ra hiệu ứng tích cực là hiệu ứng xúc cảm về cái đẹp. Nếu thông tin khách thể mang tương phản đối kháng, làm giảm cân bằng trong đại não, gây ra hiệu ứng khó chịu về tâm lý tinh thần, đó là cảm xúc về "cái xấu".

Mạng lưới thông tin điện từ của đại não bao gồm toàn bộ mọi thông tin mà đại não lưu trữ. Sóng thông tin tổng hợp, nếu vẽ thành đồ thị, là một sóng không sin, nhưng có chu kỳ. Sóng thông tin âm dương ngũ hành mang tính chu kỳ, vũ trụ hoạt động có quy luật nhịp điệu, chu kỳ và đối xứng; vì vậy đứa con của nó sinh ra ắt vận động có tính chu kỳ. Sóng tổng hợp đối xứng như một hàm số sin là đạt sự cân bằng AD tốt nhất. Nhưng thực tế không được như vậy, bao giờ cũng tồn tại một sự chênh lệch như hiện tượng "dung sai" trong sản xuất công nghiệp. Sóng khách thể nào làm giảm được "dung sai" sẽ sinh ra hiệu ứng cái đẹp. Ngược lại, sóng khách thể nào làm tăng sự chênh lệch sẽ sinh ra hiệu ứng bất thường, thậm chí sinh ra stres cho chủ thể, và đó là hiệu ứng về "cái xấu".

Con người là một thực thể xã hội, với tư cách là tổng hòa các quan hệ xã hội, vì vậy sóng thông tin tổng hợp của đại não bao giờ cũng ẩn chứa những nội dung đa dạng, phong phú, về xã hội mà chủ thể tiếp nhận, chọn lọc để lưu giữ vào bộ nhớ trong suốt hành trình thực tiễn. Sóng thông tin phản ánh những thông tin về thế giới quan, về trình độ tri thức, về kinh nghiệm thực tiễn, về bản sắc cá nhân,...vì vậy, nó còn mang đặc trưng ý thức hệ của từng lớp người, tâm lý dân tộc,...Do đó cảm xúc về cái đẹpcòn có những đặc trưng riêng cuả cá thể. Cùng một sự vật, hiện tượng, cá nhân này cho là đẹp, nhưng cá nhân khác không đồng tình như vậy. Điều đó làm nên những thị hiếu thẩm mỹ khác nhau

Mặt khác, cấu trúc âm dương ngũ hành của đại não có những nét riêng đối với từng cá thể; âm dương ngũ hành cân bằng tuyệt đối là rất hiếm. Sự dao động có nhiều hình thái phong phú, làm nên cấp độ thông minh khác nhau ở từng chủ thể. Trong tứ trụ (năm, tháng, ngày, giờ sinh), Dự đoán học tính ra có tới 520.000 tổ hợp âm dương ngũ hành với những hình thái cân bằng khác nhau. So với giá trị cân bằng tuyệt đối, có người lệch về phía hành Kim, có người lệch về phía hành hỏa, có người lệch cả Kim và Hỏa,...Mức độ lệch pha cũng khác nhau. Trong vận trình cuộc đời, các tổ hợp âm dương ngũ hành của khách thể, của vũ trụ, mà chủ yếu là của hệ MT-TĐ-Mt, tương tác với sóng điện từ mang thuộc tính âm dương ngũ hành của đại não, gây ra hiệu ứng tăng giảm mức độ cân bằng trong đại não. Vì vậy làm biến động cảm xúc về cái đẹp đối với từng cá thể. Và trong mỗi cá thể, cảm xúc về cái đẹp, thị hiếu thẩm mỹ, có thể biến động ít nhiều theo thời gian. Sự tăng tiến về tri thức nhiều mặt, một tâm hồn nhân hậu, một ý thức hệ hợp quy luật, làm cho đại não vận động cân bằng hơn, cảm xúc thẩm mỹ gần với hiện thực hơn.

Như vậy, nguồn gốc tâm lý của hiện tượng xúc cảm về cái đẹp, thị hiếu thẩm mỹ, bị chi phối bởi nhiều yếu tố chủ quan của chủ thể. Có thể kê ra một số yếu tố chi phối chủ đạo:

+ Hình thái cấu trúc âm dương ngũ hành của đại não.

+ Các yếu tố xã hội chủ đạo được lưu giữ thông tin trong đại não: ý thức hệ, lý tưởng thẩm mỹ,...

+ Tri thức khoa học nhiều mặt.

+ Tri thức nghệ thuật chuyên ngành.

+ Kinh nghiệm thực tiễn.

Muốn cảm xúc cái đẹpvề âm nhạc được hoàn thiện, cần có tri thức về âm nhạc. Muốn cái đẹp về thiên nhiên, về hội họa, gây được hứng thú cảm xúc, cần có nhiều tri thức hội họa. Từ đó sinh ra hiệu ứng hòa hợp giữa "sóng đẹp" khách thể và "sóng đẹp" chủ thể.

Những yếu tố chủ đạo đó làm cho xúc cảm thẩm mỹ gần với hiện thực hơn, tinh tế hơn và sâu sắc hơn, cả về tình cảm và lý trí.

Các yếu tố chi phối chủ đạo này cấu trúc nên sóng chủ đạo trong hệ sóng thông tin của đại não.Nếu khoa học chế tạo được máy thu sóng tư duy thì có thể thu được hệ sóng này.Việc chế tạo một cái máy như vậy, là có tính khả thi, với trình độ khoa học hiện tại.

Theo quy luật phát triển tương thành của hai mặt đối lập AD, cấu trúc âm dương ngũ hành và sóng của đại não có khuynh hướng phát triển ngày càng cân bằng tốt hơn; sáng tạo của con người ngày càng tiến xa hơn về Cái Đẹp. Đó là nguồn gốc tâm lý của sự "phát triển theo quy luật của Cái Đẹp", nguồn gốc tâm lý của việc thống nhất ý thức hệ hợp quy luật của tư duy chính trị, triết học. Và theo quy luật đó, tâm lý con người ngày càng cân bằng tốt hơn,nhân cách ngày càng hoàn thiện hơn, tiêu cực xã hội ngày càng bị đẩy lùi. Cùng với sự phát triển ngày càng mạnh mẽcủa khoa học công nghệ và chủ nghĩa nhân đạo, hiện thực cuối thế kỷ XXI và thế kỷ XXI-Isẽ củng cố niềm tin như vậy.

- Có một hiện tượng lý thú về cái đẹpđã được lịch sử ghi lại. Đát Kỷ và Tây Thi có một vẻ đẹp thiên nhiên hòan hảo. Tây Thi còn có tấm lòng nhân hậu, còn Đát Kỷ lại rất dã man. Cả hai đều làm mê muội hai ông vua, đến nỗi để mất cả ngai vàng. Vua Trụ đam mê cái đẹp thiên nhiên kiều diễm có một không hai của Đát Kỷ, nhưng lại bị cái nết phi nhân tính của nàng làm cho tha hóa. Xúc cảm thẩm mỹ của vua Trụ nghiêng về một phía, phía cái đẹphình thức, và lấn át xúc cảm tâm lý, phía cái đẹpnhân tính. Hiện tượng này vẫn là hiện tượng phổ biến, với những giai điệu khác nhau, trong thé giới hiện đại, đặc biệt trong tình yêu nam nữ. Chỉ trong các cuộc bầu cử, việc lựa chọn cái đẹptâm lý tinh thần mới vượt trội, gần như tuyệt đối.

Cái đẹp thiên nhiên được vũ trụ kiến tạo suốt 13,7 tỷ năm, cái đẹp tâm lý mới chỉ được sáng tạo từ khi con người xuất hiện và có cuộc sống cộng đồng, cách nay khoảng hơn 4 triệu năm. Xúc cảm về cái đẹp thiên nhiên đã được củng cố bền vững trong vô thức của con người. Xúc cảm về cái đẹp tâm hồn đang trong quá trình tiến hóa, đồng hành với quá trình tiến hóa của chủ nghĩa nhân đạo và tri thức khoa học.Thời kỳ vua Trụ cách nay hơn 3000 năm, khoa học và tư tưởng nhân đạo mới ở trang bình minh của lịch sử nhân loại. Tư tưởng nhân đạo thành văn đầu tiên xuất hiện ở Kinh Dịch, sau cái chết của Trụ vương. Lịch sử tư tưởng nhân đạo mở trang đầu tiên ở thời kỳ chế độ Nô lệ. Bởi vậy, xúc cảm về cái đẹpở giai đoạn đầu chế độ Nô lệ về trước chủ yếu là xúc cảm về vẻ đẹp thiên nhiên. Song, cùng với sự áp bức bất công và tàn bạo của lực lượng thống trị, con người muốn vươn lên cái đẹp của tình yêu thương giữa những con người. Những tấm gương cao cả của những người anh hùng trong các truyền thuyết và huyền thoại đã thể hiện những khát vọng và ước mơ cháy bỏng đó.

Khổng Tử đã từng buồn bã về sự thiên lệch trong cảm xúc cái đẹpcủa con người thời đại ông. Ông được dạo chơi cùng vua nước Vệ, có hoàng hậu Nam Tử cùng đi. Nam Tử là một thiếu nữ đa tình nhưng rất đẹp. Vua Vệ đã làm ngơ cái tội ngoại tình của nàng. Cùng ngồi với Khổng Tử, nhưng người hai bên đường chỉ chú ý nhìn ngắm nàng Nam Tử, mà không ngó ngàng gì tới Khổng Tử. Khổng Tử thở dài: "Con người thích cái đẹp hơn thích cái đức!"

Như trên đã phân tích, cái đẹp thiên nhiên được vũ trụ sáng tạo trong suốt chiều dài thời gian 13,7 tỷ năm, đã được củng cố bền chặt trong vô thức con người, vì vậy được cảm xúc vô thức tiếp nhận tức thời, gây xúc cảm thị giác tức thời; còn cái đẹp của Đức, phải qua xử lý lôgic, thông qua hành vi khách thể mới cảm xúc được. Khổng Tử đã là người nổi tiếng về Đức ở nước Vệ; song, cái đẹp thiên nhiên của một người đứng tuổi lại tương phản với cái đẹp chim sa cá lặn của nàng Nam Tử, cái đẹp thiên nhiên của nàng Nam Tử hấp dẫn tức thời những người nhìn ngắm, còn cái đẹp về tài đức không hấp dẫn tức thời được. Đó là quy luật cảm xúc vô thức ban đầu về cái đẹpthiên nhiên, Khổng Tử không nên buồn làm chi!

Câu ca dao về bông sen của dân tộc Việt Nam mô tả thật hàm súc quy luật này:

Trong đầm gì đẹp bằng sen,
Lá xanh, bông trắng, lại chen nhị vàng.
Nhị vàng, bông trắng, lá xanh,
Gần bùn mà chẳng hôi tanh mùi bùn.

Con người xúc cảm vô thức ngay cái đẹp bên ngoài của bông sen, do thị giác nhận được phản xạ tức thời bằng các tần số ánh sáng: lá xanh, bông trắng, nhị vàng chen nhau. Rung động trước vẻ đẹp thiên nhiên của bông sen, con người còn muốn tìm đến vẻ đẹp bên trong, trong mối quan hệ và sự so sánh với môi trường sống, rồi bỗng nhận ra rằng: nhị vàng, bông trắng, lá xanh, gần bùn mà chẳng hôi tanh mùi bùn. Câu thơ đảo ngược từ trong ra ngoài, biểu hiện một suy tư sâu lắng, để tìm ra vẻ đẹp từ trong "tâm hồn"của bông sen. Vẻ đẹp tâm hồn được cảm xúc muộn hơn nhưng bền lâu hơn, hấp dẫn hơn, tôn lên vẻ đẹp tâm hồn của người xúc cảm. Đối với nhân loại hiện đại, sự cân bằng AD về tâm hồn mang lại hạnh phúc nhiều hơn, bền vững hơn sự cân bằng về sinh học làm nên vẻ đẹp hình thể. Nghệ sỹ Nhân dân mô tả vẻ đẹp bông sen chỉ là một ẩn dụ; song, nói lên một điều rằng, rung cảm với vẻ đẹp thiên nhiên, con người muốn vươn lên chiêm ngưỡng vẻ đẹp của tâm hồn nhân loại. Đây là câu ca dao, nhân dân lao động muốn nói lên khát vọng chân chính của mình. Nhà Mỹ học của phong trào Khai sáng Anh có một quan niệm chia sẻ: "Nhận xét vẻ đẹp theo ấn tượng ban đầu thật là nông cạn, cần phải tiếp tục suy nghĩ, tư duy" (Trích dẫn, Sđd, tr. 152).

Xúc cảm vô thức vẻ đẹp ban đầu chỉ là vẻ đẹp trực quan sinh động, tăng cường bước đầu mức độ cân bằng AD trong cấu trúc sinh lý và tâm lý, đưa lại niềm vui ban đầu cho chủ thể cảm thụ.

Tổng hòa với thông tin hành vi khách thể, bằng tư duy trừu tượng, cảm nhận được vẻ đẹp tâm hồn, làm tăng lên nhiều lần mức độ cân bằng AD ở chủ thể, tạo ra xúc cảm về sự yêu mến, khâm phục. Một thiếu nữ mượt mà xuân sắc lại tiềm ẩn một tấm lòng nhân ái, sẽ mang lại xúc cảm đẹp say đắm hơn cho người chiêm ngưỡng; và ngược lại, nếu thiếu nữ đó lại mang một tâm hồn trống rỗng, xúc cảm về cái dung nhan mặn mà của nàng cũng sẽ giảm đi rất nhiều.

Có quan niệm mỹ học cho rằng, cái đẹp là cái cần cho cuộc sống. Trong xã hội có giai cấp, cái cần cho cuộc sống mang sắc thái giai cấp. Cảm xúc vẻ đẹp thiên nhiên có thể gần như nhau, vì đó là cảm xúc vô thức. Cái đẹp thiên nhiên mỹ lệ của một thiếu nữ, con người của giai cấp nào cũng cảm nhận được và cảm nhận gần như nhau; nhưng tình cảm người thiếu nữ đó lại nghiêng về phía con người bị áp bức, giai cấp bóc lột có thể gọi cô ta là ma quỷ; thậm chí bỏ tù cô ta. Vì cô ta chỉ đem lại sự cân bằng AD trong tâm lý vô thức mà làm mất cân bằng AD trong tâm lý hữu thức của kẻ bóc lột.

Những kẻ chiếm hữu mang nặng tính đối kháng trong cấu trúc tâm lý, không bao giờ sáng tạo được cái đẹp. Các nhà Mỹ học nhiều thế hệ, và ngay cả Hêghen, nhà triết học duy tâm khách quan nổi tiếng của Đức, cũng cho rằng, giai cấp tư sản không dung hòa với nghệ thuật và thi ca. Vì nghệ thuật và thi ca được sáng tạo theo quy luật cái đẹp, lên án cái xấu xa thấp hèn của xã hội tư sản. Sau khi lật đổ chế độ phong kiến, ngồi vào cái ghế thống trị chưa nóng chỗ, giai cấp tư sản đã biểu diễn "Tấn trò đời"(100 tập) của Banzack. "Tấn trò đời" còn sống dai dẳng trong suốt giai đoạn đầu của chủ nghĩa xã hội; nó biến dần cùng với quá trình hoàn thiên cơ chế Đồng sở hữu, thực hiện quy luật sở hữu cá nhân chân chính của người lao động, xóa bỏ bóc lột và áp bức, chủ nghĩa nhân đạo bước sang thời kỳ mới. Ngày nay, dưới sức mạnh của quy luật phát triển tương thành, cũng là quy luật phát triển chủ nghĩa nhân đạo và dân chủ, giai cấp bóc lột đành phải ngậm bồ hòn làm ngọt, chung sống với thi ca và nghệ thuật chân chính; song luôn luôn âm thầm phản kháng lại bằng các thứ nghệ thuật "phi lý", xới lên những thứ triết học, nghệ thuật phản lôgic hiện thực.

Chân lý về nguồn gốc tâm lý cảm thụ cái đẹp thật là giản dị, nhưng "cây đời"của chân lý là vô cùng sinh động, phong phú, muôn màu, muôn vẻ, mãi mãi tươi xanh, mãi mãi là khoảng trời rộng mở cho những khám phá mới mẻ. Chân lý đang là tương đối, vì chỉ nhìn thấy hiệu ứng nhân quả trung gian của các quy luật theo tri thức hiện tại. Điều đó không thể làm thỏa mãn nhu cầu khoa học. Những câu hỏi "tại sao" ngày càng sâu sắc hơn, cứ kéo dài vô tận, vì bất cứ đối tượng hiện thực nào cũng là đối tượng nhận thức vô tận. Chúng ta chưa mô tả được hình thái vận động tâm lý ở tầng sâu vi mô, siêu vi mô, của đại não. Tầng siêu vi mô là trạng thái vận động của các hạt cơ bản trong đại não, điều đó hết thế hệ loài người của một "Vụ nổ lớn" cũng không được hưởng hạnh phúc chiêm ngưỡng những hình thái vân động kỳ diệu và lý thú của nó.

4- Phạm trù cơ bản của Mỹ học phản ánh các thuộc tính cơ bản của phạm trù đối lập Âm Dương.

Muốn chiếm lĩnh trế giới hiện thực, phải chiếm lĩnh được phạm trù đối lập AD, với bốn thuộc tính cơ bản, và sự vận động, phát triển muôn hình muôn vẻ chung quanh bốn thuộc tính ấy.

Bát cứ sự vật, hiện tượng, quá trình nào của thế giới hiện thực, đều vận động và phát triển bằng phạm trù đối lập. Đó là một trong những quy luật phổ quát nhất của thế giới hiện thực, không có ngoại lệ, là chân lý tuyệt đối mà con người khám phá được.

Làm chủ được phạm trù đối lập, con người sẽ tìm được phương thức hành động phù hợp với tiến trình vận động và phát triển của các sự vật, hiện tượng, tùy "thời" mà thực hiện "trung", đem lại những hiệu ứng nhân quả tốt đẹp.

Trong khi nghiên cứu các đối tượng khoa học, con người thường phát hiện được các khía cạnh phản ánh phạm trù đối lập AD, tuy chưa đặt nó trong tri thức của phạm trù này. Đó cũng là điều bình thường của vận động khoa học, vì con người được sinh ra từ các quy luật, được nuôi dưỡng bằng các quy luật, vì vậy sáng tạo của con người luôn luôn phản ánh các quy luật. Hiện thực và thực tiễn không ngừng chứng minh nguyên lý đó. Việc phát hiện ra các phạm trù cơ bản của Mỹ học không nằm ngoài nguyên lý đó.

Bốn phạm trù cơ bản của Mỹ học, mang tính phổ quát triết học Mỹ học, là hiệu ứng nhân quả của vân động đối lập AD, ắt mang cái "gen triết học" của phạm trù AD.

Thấy cần thiết nhắc lại bốn thuộc tính cơ bản của phạm trù này để tiện tham chiếu so sánh.

**Phạm trù đối lập AD có bốn thuộc tính, hoặc bốn nội hàm cơ bản:*

1- Thuộc tính tương thành, thống nhất giữa các mặt đối lập AD.

2- Thuộc tính đồng nhất giữa các mặt đối lập AD.

3- Thuộc tính tương phản cân bằng, tự động điều chỉnh.

4- Thuộc tính tương phản đối kháng giữa các mặt AD.

** Bốn phạm trù cơ bản của khoa học Mỹ học là:*

+ 1- Cái Đẹp.

+ 2- Cái Cao cả.

+ 3- Cái Bi.

+ 4- Cái Hài.

Số thứ tự giống nhau không phải là sự so sánh tương ứng.

Bốn thuộc tính của phạm trù AD vận động trong sự vật có cấu trúc chặt chẽ, hoặc vận động giữa các sự vật hiện tượng có mối liên hệ với nhau, tức là vận động giữa các cặp AD liên hệ. Bốn hình thái cảm xúc thẩm mỹ là kết quả tương tác giữa chủ thể thẩm mỹ và khách thể thẩm mỹ, những đối tượng làm nên xúc cảm của chủ thể trong quá trình tương tác. Bốn hình thái thẩm mỹ không diễn ra đồng thời trên một đối tượng khách thể, mà ở những đối tượng khách thể khác nhau. Bốn hình thái đó cũng có thể diễn ra trên một đối tượng đang vận động có thời gian, như tiểu thuyết, sân khấu, phim ảnh, cuộc đời của một con người,...

Phạm trù đối lập và cái đẹp là thuộc tính chung của toàn bộ thế giới hiện thực. Cái Cao cả, Cái Hài, Cái Bi, giành riêng cho con người. Trong trường hợp cần ẩn dụ, cũng có thể sử dụng các phạm trù Mỹ học đó cho tự nhiên. Câu nói của Khổng Tử: "Trời nói gì đâu. Bốn mùa vận hành mà vạn vật hóa sinh. Trời nói gì đâu". Khổng Tử ca ngợi cái đức cao cả của Trời, sinh và nuôi dưỡng vạn vật mà không nói gì.

- Cái đẹp được sinh ra từ sự cân bằng AD của phạm trù đối lập. Đẻ dễ diễn đạt, có thể dung các cụm từ "phạm trù đối lập AD", "hai mặt đối lập AD", "hai mặt AD", như những cụm từ đồng nghĩa (cùng nội hàm). Sự vật vận động đến trạng thái cân bằng khi tương phản đối kháng cơ bản đã bị loại trừ. Lúc này phạm trù đối lập chỉ còn ba thuộc tính đầu.

Trạng thái cân bằng là sự vận động của ba thuộc tính, được thể hiện ở hình thức đối xứng, cân đối, "tỷ lệ vàng", tính nhịp điệu chu kỳ. Các nhà Mỹ học còn dùng một số khái niệm khác để chỉ sự cân bằng, như tính hợp lý, trật tự, cân xứng. Cái đẹp tâm lý của con người biểu hiện trừu tượng hơn, phải qua tư duy từ hành vi của con người mới cảm nhận được.

Thuộc tính đồng nhất của AD có nhiều hình thái khác nhau. Đồng nhất gần, xẩy ra với các sự vật cùng loài như giữa người và người. Đồng nhất xa, xẩy ra với các sự vật khác loài, như thế giới hữu sinh đồng nhất ở mã di truyền AND. Đồng nhất xa hơn nữa, là giữa người và thế giới vô sinh; đó là sự đồng nhất trong cấu trúc hạt cơ bản, trường năng lượng, cùng vận động bằng nhiều quy luật trùng hợp nhau,...Sự đồng nhất phổ biến nhất, tuyệt đối nhất là sự đồng nhất của tính vật chất và quy luật vận động của vật chất. Song, để nghiên cứu sự cân bằng của các phạm trù đối lập "gần gũi", khoa học phải ưu tiên tìm đến sự đồng nhất gần gũi. Thí dụ, đối với xã hội loài người, sự đồng nhất gần gũi biểu hiện ở cấu trúc xã hội đều là con người, với những thuộc tính sinh lý, tâm lý, nhu cầu, tình cảm,...đại đồng mà tiểu dị. Về mặt xã hội, có nhiều sự đồng nhất cơ bản: cùng có nhu cầu phát triển, xóa nghèo nàn, chống biến đổi khí hậu, gìn giữ hòa bình, chống khủng bố,v.v. và v.v....

Các nhà Mỹ học thường nhấn mạnh khái niệm "hài hòa"và đồng nhất khái niệm hài hòa với cái đẹp. Tác phẩm "Mỹ học cơ bản và nâng cao"(Sđd) đã tổng hợp tư tưởng về cái đẹp của các nhà Mỹ học như sau:

- Không tách rời vẻ đẹp và sự hài hòa (tr.181).
- Hài hòa là sự thống nhất của cái muôn hình muôn vẻ (tr.182).
- Bản chất cái đẹp là sự hài hòa của các đối tượng (tr.182).
- Hài hòa...là sự tương hợp (thống nhất) của những cái khác nhau (tr.183).
- Hài hòa mới là nguyên nhân của khoái cảm thẩm mỹ (tr.185).
- Cái đẹp của xã hội với tư cách là sự hài hòa các quan hệ xã hội (tr.190).
- Hài hòa bao giờ cũng mang tính nội dung.

Như vậy, có thể hiểu "hài hòa" là tổng hòa hiệu ứng nhân quả trong vận động và phát triển của 3 thuộc tính trong phạm trù đối lập AD, khi không còn yếu tố đối kháng.

Theo thuyết vũ trụ của Platôn (triết gia Hi Lạp, 427-348 TCN), con người là một phần nhỏ của vũ trụ lớn. Do đó, các thành phần cấu tạo của mọi vật thể từ con người đến điêu khắc, kiến trúc, hội họa,... đều phải tuân theo quy luật cân bằng, hài hòa của vũ trụ. Nhà điêu khắc Hi Lạp nổi tiếng Polyclète (480-420 TCN), cho rằng, nghệ thuật điêu khắc phải chấp nhận và tuân thủ nghiêm khắc luật ấy. Tượng Amazonne d'Epliese của ông mô tả thân hình một thiếu nữ cân đối đến mức tuyệt đối, lý tưởng, như một khuôn vàng thước ngọc của cái đẹp (theo An-manach những nền văn minh thế giới - Sđd. tr. 1078).

Về mặt sinh học, con người là sự sáng tạo kỳ công nhất

của vũ trụ; vì vậy đạt trình độ hài hòa cân bằng tinh vi nhất. Đây cũng là cơ sở tâm lý sâu xa để con người có xúc cảm thẩm mỹ từ sự cân bằng hài hòa của khách thể. Với mức độ nhất định, xúc cảm thẩm mỹ về cái đẹp là sự phản ánh chính ngay cái đẹp của bản thân mình.

Vũ trụ đã trải qua nhiều cấp vận động. Mỗi cấp vận động đều có trạng thái cân bằng riêng của mình, làm nên cái đẹp của cấp vận động ấy. Cái đẹp của hệ mặt trời, với ánh bình minh rạng rỡ, với chị Hằng hiền dịu, với sao Hôm sao Mai chơi trò ẩn hiện đa tình,... được làm nên bởi sự hài hòa, cân bằng cơ học, lý học. Cái đẹp lấp lánh của viên kim cương, được làm nên từ sự cân bằng cấu trúc phân tử hoàn hảo của nguyên tố cacbon. Cái đẹp của chim thiên đường, của những đàn cá sắc hoa sặc sỡ dưới đáy biển, của những bông hoa phong lan,... được sáng tạo từ sự cân bằng vận động sinh học. Và, vũ trụ còn kiên nhẫn, đam mê thêm 4 triệu năm nữa, để sáng tạo ra cái đẹp lung linh nhất của mình, đó là cái đẹp "hoa ghen thua thắm, liễu hờn kém xanh" của nàng Tây Thi, Điêu Thuyền, Ngọc Hoàn,...Đây là những cái đẹp huyền diệu, sinh động, làm say mê lòng người ngay từ những giây phút tiếp xúc đầu tiên, không chỉ đối với tuổi thanh xuân, mà cả đối với trẻ thơ và những người sắp từ biệt thế giới này.

Cái đẹp của cấp vận động, cơ, lý, hóa, sinh học, gây xúc cảm tức thời, là những xúc cảm vô thức không qua tư duy trừu tượng. Có thể quan niệm rằng, đó là những "cái đẹp vô thức".

Cái Đẹp vô thức của tự nhiên mang đến cho con người xúc cảm tình cảm ban đầu, để dẫn dắt tới cái đẹp hữu thức, tức cái đẹp của "tự nhiên đã đạt tới ý thức về mình". Từ cái đẹpvô thức, con người khám phá ra quy luật cái đẹp, làm phong phú tâm hồn và ước mơ sáng tạo cái đẹptrong mọi lĩnh vực cuộc sống. Cấp vận động tâm lý tinh thần của con người, là "bước nhảy" trực tiếp từ cấp vận động sinh học; cái đẹptâm lý tinh thần của con người ắt kế thừa cái đẹpcủa vận động sinh học và cải biến cái đẹpcủa vận động sinh học cho phù hợp với quy luật vận động cái đẹptâm lý tinh thần của con người.

Cái đẹp tâm lý tinh thần kế thừa sự cân bằng hài hòa, phong phú và tinh tế của vẻ đẹp sinh học. cái đẹpsinh học không có khả năng cải biến lẫn nhau, chỉ tương tác nhất thời trong hoạt động tình dục. Con công xòe cái đuôi sặc sỡ sắc màu để quyến rũ con cái. Nó không thể giúp con gà trống đẹp được như nó. Tây Thi, Dương quý Phi,…không thể giúp những thiếu nữ quanh mình trở thành nàng Tiên, may mắn chỉ học được cách trang sức để đẹp hơn một chút mà thôi.

Cái đẹp tâm lý tinh thần có thể cải biến lẫn nhau, làm cho nhau tốt hơn. Đó là sự phát triển nổi trội của cái đẹpcấp vận động cao, so với cái đẹpcủa cấp vận động thấp.

Cái đẹp của cấp vận động thấp mang tính "độc diễn", trong sự so sánh đơn điệu với sự vật xung quanh. Cái đẹp tâm lý tinh thần chỉ được bộc lộ, gây ra cảm xúc thẩm mỹ ở khách thể, khi tương tác với khách thể; tức là bộc lộ trong các mối quan hệ xã hội. Nguồn gốc cái đẹptâm lý, ngoài tính kế thừa, còn được sản sinh từ các mối quan hệ xã hội và đó là yếu tố để phát triển cái đẹp, từ cái đẹpsinh học tiến hóa lên cái đẹptâm lý tinh thần. Các Mác từng quan niệm rằng: "Trong tính hiện thực của nó, bản chất con người là tổng hòa các mối quan hệ xã hội" (*Luận cương về Phoiơbach*, Các Mác, Ph.Ăngghen, tuyển tập, tập I, Sđd, tr. 250). Như vậy, quan hệ xã hội cải biến cái đẹpcủa vận động cấp thấp thành cái đẹpcủa vận động cấp cao, là cái đẹptâm lý tinh thần. Đó là quá trình phủ định phát triển. Phủ định phát triển dẫn dắt cái đẹpcủa tâm lý tinh thần tiến hóa, phát triển từ thấp đến cao, làm nên sự phát triển của chủ nghĩa nhân đạo, có sự tương thành của quy luật phát triển tri thức khoa học. C. Mác đã gọi "sự đổi mới triệt để lối sống vượt qua mọi hình thức tha hóa, là bước chuyển từ tiền sử sang lịch sử đích thực, là chủ nghĩa nhân đạo chân chính, là "sự hoàn lại"...con người với chính mình, với tư cách *con người mang tính xã hội, tức là mang tính người"* (C.Mác-Ph.Ăngghen, Tác phẩm"Mỹ học cơ bản và nâng cao" trích dẫn, Sđd, tr. 793).

Như vậy, khi con người được giải phóng khỏi bóc lột, áp bức, chiếm hữu sở hữu cá nhân chân chính bị xóa bỏ, "Lịch sử xã hội loài người" mới được viết trang đầu tiên,còn trước đó chỉ là "tiền sử"!

Quan niệm của C.Mác chia sẻ với quan niệm của các nhà hiền triết cùng thời.

Tiếp cận nhận thức từ phạm trù cái đẹp, cũng cho thấy, vận động xã hội phát triển từ vận động tâm lý-ý thức và hòa quyện với vận động tâm lý thành một cặp đối lập AD, không thể tách rời nhau, không cô âm cô dương. Là một cặp AD, vận động xã hội và vận động tâm lý là một phạm trù đối lập, có đầy đủ bốn thuộc tính cơ bản. Do đó, *muốn tìm quy luật vận động đúng đắn của vận động xã hội, phải tìm từ phạm trù đối lập này, tức là "phạm trù đối lập xã hội-tâm lý"*.

Tâm lý cá thể có những nét riêng, làm thành bản sắc của từng con người. Khái niệm tâm lý trong phạm trù xã hội-tâm lý, là nói đến thuộc tính tâm lý chung, mang tính nhân loại. Tâm lý sở hữu cá nhân chân chính là một trong những thuộc tính tâm lý chung, cơ bản nhất của xã hội loài người, cho đến thời điểm xã hội xã hội chủ nghĩa.

Cái đẹp tâm lý phát triển trực tiếp từ cái đẹpsinh học, là bước phủ định phát triển trực tiếp từ cái đẹpsinh học, vì vậy cái đẹptâm lý kế thừa thuộc tính cân bằng AD từ cái đẹp sinh học, và phát triển cao hơn, thông qua tư duy trừu tượng.

Do đó, cảm xúc về cái đẹpsinh học là cảm xúc vô thức, còn

cảm xúc thẩm mỹ về cái đẹptâm lý-ý thức là cảm xúc hữu thức.

Trong một số trường hợp thú vị, cái đẹpsinh học vô thức có thể làm nanh vuốt cho cái ác. Cái đẹp hình thể lộng lẫy, huyền diệu của Đát Kỷ, như một sức mạnh phù thủy, đã biến vua Trụ bình thường thành kẻ thực thi trung thành mọi ý muốn tàn bạo của nàng. Điều đó đã chấm dứt triều đại Thương-Ân tồn tại 600 năm, với nhiều vua hiền, được nhân dân yêu mến. Khi nhà Chu tiêu diệt nhà Ân, đưa Đát Kỷ ra pháp trường chịu án tử hình, Lão tướng Khương tử Nha đã lần lượt giao cho các tướng trẻ thi hành án. Nhưng rồi các thanh gươm sáng quắc, đã phải run lên trước nhan sắc thanh xuân lồng lộng, đôi mắt long lanh cuốn hút và những âm thanh hấp dẫn dịu dàng, xin được tha chết, rồi run rẩy rơi xuống. Cuối cùng, Lão tướng phải tha thứ cho các tướng trẻ và quyết định tự mình thi hành án. Lão tướng tin rằng, với tuổi tác cao, ý chí được tôi luyện trong cuộc đời chiến trận đã trở thành gang thép, lòng căm thù vô hạn những tội ác dã man đến tột đỉnh: "mổ bụng xem thai", ông có thể chiến thắng được sự mềm yếu. Nhưng rồi, đứng trước thiên sắc lộng lẫy, có sức hấp dẫn đến lạ thường, trái tim kim cương của ông cũng lay động, làm cho ông đứng lặng hồi lâu. Sự nhắc nhở của nhiệm vụ đã làm ông bừng tỉnh, ông nghĩ rằng, phải tránh cái nhìn trực diện, tay gươm mới có thể vững vàng. Ông bèn đi ra phía sau lưng nàng. Thanh gươm đã vung lên, chấm dứt một cái đẹp mê hồn, chim sa cá lặn, nghiêng nước nghiêng thành, nhưng ẩn chứa một cái tâm man rợ, đã là nguyên nhân làm sụp đổ một trong những triều đại vinh hiển nhất của lịch sử Trung hoa.

Từ hơn 3000 năm trước, văn hóa Phương Đông đã cảm nhận sâu sắc cái đẹp tâm lý có nguồn gốc từ quy luật cân bằng AD. Kỳ thư Kinh Dịch đã nêu lên tư tưởng "Trung chính" trong hoạt động thực tiễn của con người. Hơn 500 năm sau đó, Khổng Tử, nhà văn hóa lớn của Trung quốc, đã tiếp thu tư tưởng Kinh

Dịch và nêu lên nguyên lý "Trung Dung", nguyên lý cốt lõi của sách Trung Dung. Nguyên lý Trung Dung ghi rằng:

"*Những tình chí như vui mừng, yêu ghét, hờn giận, đau thương, khoái lạc,...chưa phát sinh nơi tâm ta, thì gọi là TRUNG, lúc bấy giờ cái tâm ở mức giữa, không chênh bên này, không lệch bên kia. Khi gặp cảnh mà ứng xử như thế thì gọi là Hũa...Trung là cội lớn của thiên hạ; mọi người, mọi vật đều từ đó mà sinh ra, mà tiến hóa. Hòa là đạo thông đạt của thiên hạ, mọi người, mọi vật đều y đó mà thông hành. Nếu mình tiến lên cực điểm của đức Trung và đức Hòa, ắt mọi người, mọi vật trong trời đất đều được yên ổn, trật tự và vạn vật phát triển một cách thuận chiều*"

(Tứ thư, Đoàn trung Còn dịch, Nxb Thuận hóa, 2006, tr.43).

Người Phương Đông đã nhận thức sâu sắc vai trò của "điểm dừng" trong vận động, đi trước triết học Phương Tây hơn 2000 năm. Cân bằng AD, hoặc điểm dừng, hoặc "Trung" là cội lớn của thiên hạ; mọi người, mọi vật đều từ đó mà sinh ra, mà tiến hóa. Như vậy, tư tưởng "Trung" hoàn toàn trùng hợp với tư tưởng "Điểm dừng"của học thuyết DVBC. Còn tư tưởng "Hòa"chính là tư tưởng về cái đẹp của tâm lý con người, được thể hiện qua ứng xử thực tiễn. "Những tình chí như vui mừng, yêu ghét,... ,chưa phát nơi tâm ta thì gọi là Trung. Lúc bấy giờ cái tâm ở mức giữa...". Đó chính là trạng thái cân bằng AD về tâm lý. Từ trạng thái cân bằng AD về tâm lý, khi hoạt động thực tiễn, tức là thực hiện các hoạt động sáng tạo với những quan hệ phong phú giữa con người với con người, đều thể hiện sự cân bằng AD, không thiên lệch, bình đẳng về mọi khía cạnh, dân chủ, công bằng, đặc biệt công bằng về lợi ích. Đó chính là cái đẹp, là "Hòa". "Nếu mình tiến lên cực điểm về đức Trung và đức Hòa...", tức là biên độ dao động trong cân bằng AD đạt mức tối thiểu, thì "vạn vật phát triển một cách thuận chiều".

Từ tư tưởng Trung Dung có thể hiểu rằng, Trung là hình

thái cân bằng tâm lý, Hòa là hình thái cân bằng xã hội. Cặp AD "tâm lý- xã hội", Trung Hòa, đạt mức độ cân bằng càng cao thì xã hội càng phát triển bền vững, con người càng có nhiều hạnh phúc.

Tư tưởng của người xưa cũng cho ta nhận thức được rằng, vận động xã hội phát triển từ vận động tâm lý, từ cái tĩnh của tâm lý chuyển sang cái động của xã hội, và nó hòa hợp vào nhau như một vật thể cấu trúc. Tại trạng thái cân bằng, vận động tâm lý và vận động xã hội luôn luôn thống nhất với nhau, không tương phản đối kháng. Chỉ có hai chữ Trung Dung, nhưng phát triển ra thì muôn màu, muôn sắc. Phùng hữu Lan, trong "Đại cương triết học sử Trung quốc" đã có đoạn bình luận: "Ước muốn và tình cảm của mọi hạng người trong xã hội đều bộc lộ ở mức Trung, thì xã hội đạt tới cái Hòa bên trong và dẫn tới thái bình thịnh trị. Sách "Tả truyện", nhà chính trị nổi tiếng Yên Tử (mất 443 TCN), giải thích: "Hòa, nghĩa là điều hòa, hợp mọi cái dị để thành cái hòa. Một xã hội khéo tổ chức là một cái hòa, trong đó mọi người tài giỏi và những người kém hơn có một địa vị thích hợp, giữ những chức vụ tương xứng; ai cũng được thỏa mãn như nhau, sẽ không gây xung đột; muôn người sống với nhau mà không cùng hại, ấy là điểm làm cho trời đất lớn vậy. Cái Hòa như vậy gọi là Thái Hòa."(Sđd, tr.179).

Từ tư tưởng cân bằng AD, Lão Tử, bậc hiền triết sống cùng thời với Khổng Tử, đưa ra cách ứng xử giữa quân tử (Dương) và tiểu nhân(Âm). Trong chương XXVII , sách Đạo đức kinh, ông viết:

Người lành là thầy của kẻ không lành,
Người không lành là của cải của người lành,
Không quý người lành ấy,
Không yêu người không lành ấy,
Dù bậc trí cũng mê to!

(Bất quý kỳ sư, bất ái kỳ tư, tuy trí đại mê).

Như vậy, cái đẹphình thể ở cấp vận động sinh học, dù có làm nghiêng nước, nghiêng thành đến mấy, vẫn chưa phải là "cái đẹp của con người", với ý nghĩa chân chính của nó. Chỉ có cái đẹp tâm lý tinh thần mới là cái đẹpthực sự của con người. Hiện thực, thực tiễn luôn luôn nói lên điều đó. Không ai bầu các nhà lãnh đạo từ tiêu chuẩn cái đẹphình thể. Tuy nhiên, đôi mắt long lanh cuốn hút và tấm lòng nhân ái vẫn có sự tôn vinh lẫn nhau. C.Mác đã rất có lý khi quan niệm rằng, các xã hội còn tồn tại áp bức bóc lột, là "các xã hội tiền sử". Chỉ khi nào xã hội thực hiện được cái đẹpgần hoàn hảo, không còn tình trạng người áp bức, bóc lột người, thì "Lịch sử Nhân loại"mới chính thức mở trang đầu tiên. Chủ nghĩa xã hội là trang bình minh của lịch sử loài người, khi CNXH thực hiện được điều đó, thực hiện được cân bằng AD giữa những con người theo quy luật sở hữu cá nhân chân chính.

Các nhà Mỹ học hiện đại cũng quan niệm rằng, Cái Đẹp là hình thái vận động độc đáo của phạm trù đối lập; nhấn mạnh sự ăn khớp, thống nhất lẫn nhau giữa các lực tác động khác hướng nhau, giống như sự hòa âm của nhiều nhạc cụ trong một dàn hợp xướng. Sự đối xứng trọn vẹn là sự đồng nhất của nhiều cái đối lập.

Song, cái đẹpkhông phải là cái đơn điệu, cái đồng loạt, như màu xanh mênh mông của biển cả, màu xanh thăm thẳm của bầu trời, những âm thanh vo vo đều đều của cái máy công cụ trong nhà xưởng. Cái đẹp là vật chất AD, nó có thuộc tính vận động muôn hình muôn vẻ. Các nhà nghiên cứu đã phát hiện rằng, thị giác không phản ánh hình ảnh đơn điệu, tĩnh tại. Bất kỳ hình ảnh thị giác nào đơn điệu, bất động trong võng mạc, sẽ không còn thấy nó nữa sau 1-3 giây. Chúng ta nhìn thấy khách thể bất động vì mắt ta ở trạng thái vận động không ngừng, kể cả với dạng rung ở tần số cao. Nếu lắng nghe tiếng tích tắc của đồng hồ, sau một thời gian ngắn, tiếng đó sẽ chia thành các nhóm 2,3,4 tích tắc một. Như vậy, các giác quan của chúng ta đã cải biến cái đơn điệu thành cái muôn hình muôn vẻ. Không ai thích ngắm một cây cảnh đối xứng đơn điệu, hoặc một bó hoa chỉ có một màu nhưng sắp xếp đơn điệu. Song, cũng không ai thích ngắm chúng nếu sắp xếp lộn xộn, không theo một công thức nào. Bởi vậy, các nhà làm cây cảnh, làm bon sai, hoa cưới, hoa tặng ngày lễ, đã tốn bao công sức để tìm ra các công thức sắp xếp những bông hoa muôn hình muôn sắc, sao cho đẹp mắt, uốn cây cảnh theo nhiều công thức bon sai để gây xúc cảm thẩm mỹ đối với người thưởng thức. Thế giới hiện thực muôn hình muôn vẻ, luôn luôn vận động và biến hóa. Xúc cảm thẩm mỹ đã phản ánh tính muôn vẻ đó, nhưng trong sự thống nhất, trong sự đồng nhất của chúng.

Khoa học Mỹ học cũng phát hiện rằng, khi ta tiếp xúc với sự hỗn loạn, bộ não muốn sắp xếp chúng cho có trật tự, giống như ta sắp xếp gọn gàng đồ đạc trong nhà. Bộ não muốn vươn tới sự hài hòa một cách tự phát, muốn vươn tới sự thống nhất của cái đa dạng.

Đây là quy luật tâm lý, không chỉ phản ánh quy luật tâm lý của xúc cảm thẩm mỹ, mà còn thẩm thấu sang vận động xã hội. Xã hội loài người đang phát triển tính thống nhất, tính đồng nhất của các phạm trù đối lập để tiến tới cân bằng mọi mặt, ***trong đó có sự đồng nhất ý thức hệ hợp quy luật.***

Sự cân bằng AD của cái muôn hình muôn vẻ để làm nên cái đẹpkhông thể thiếu thuộc tính tương phản cân bằng. Một con người đẹp không chỉ thể hiện tính nhân ái dịu dàng, mà đôi lúc phải gay gắt, để giúp ai đó gỡ bỏ tính bảo thủ cố hữu và sữa chữa khuyết điểm cho họ.Một giàn nhạc giao hưởng sẽ khiến người nghe chóng chán, khi phải nghe mãi những âm thanh du dương đều đều, như ăn một lúc nhiều bánh ngọt. Màn giao hưởng sẽ hấp dẫn người nghe cho đến phút chót, khi bản nhạc được phối thêm những giai điệu chối tai, nghịch phách, với liều lượng thích hợp, tương tự như bát phở có thêm gia vị dấm, ớt, chua, cay vậy. Chúng ta hãy nghe những câu thơ tài hoa của Thế Lữ:

Tiếng hát trong như tiếng ngọc tuyền,
Êm như hơi gió thoảng cung tiên
Cao như thông vút, buồn như liễu.
Nước lặng, mây ngừng ta đứng yên.

Hoặc:

Cảnh vĩ đại, sóng nghiêng trời, thác ngàn đổ,
Nét mong manh thấp thoáng cánh hoa bay.

Đây cũng là sự phối hợp "muôn hình muôn vẻ" của từ ngữ, nhạc điệu, ý thơ nhưng mang tính thống nhất, có tương phản cân bằng, theo quy luật của sự hài hòa. Vì vậy, câu thơ vừa gây hứng thú cho thính giác (vẻ đẹp vô thức), vừa mang sự lắng dịu, trẻ trung của tâm hồn (vẻ đẹp tâm lý tinh thần).

Như vậy, căn cứ hiện thực và thực tiễn luôn luôn chứng minh rằng: xúc cảm thẩm mỹ về Cái Đẹp phản ánh đầy đủ những thuộc tính cân bằng của phạm trù đối lập âm dương, ở cả chủ thể thẩm mỹ và khách thể thẩm mỹ.

*- *Cái Bi:* Phản ánh tương phản đối kháng trong phạm trù đối lập.

Xung đột bi kịch với tính cách là xung đột "giữa yêu cầu tất yếu về mặt lịch sử, với khả năng không thể thực hiện được nó trong thực tiễn" (C.Mác và Ăngghen bàn về nghệ thuật, sách "Mỹ học cơ bản và nâng cao" trích dẫn, tr. 213). Hêghen thì cho rằng, xung đột bi kịch cơ bản là "mâu thuẫn giữa nhà nước, đời sống đạo đức, qua tính phổ quát về tinh thần của nó, với gia đình, với tính cách là đạo lý tự nhiên"(Sđd,tr.213).

Bi kịch thường xẩy ra với những phong trào cách mạng được phát động quá sớm, chưa đủ điều kiện giành thắng lợi, hoặc phạm sai lầm về phương thức hành động. Các phong trào đó chưa đủ sức mạnh tương thành để đè bẹp sức mạnh đối kháng của giai cấp thống trị. Đó là các cuộc khởi nghĩa của nô lệ, nông dân, công nhân, các cuộc đấu tranh giải phóng dân tộc…trong các thời kỳ tiền sử, đã bị thất bại và bị dìm trong biển máu.

Bi kịch còn xẩy ra ở một xã hội mang lý tưởng nhân đạo, nhưng đến một thời gian phát triển nào đó, đã gặp lầm lạc và thất bại. Liên xô và một số nước đã gặp bi kịch như vậy.

Đối với cá nhân, cảm quan bi kịch là sự bất mãn đối với xã hội áp bức bóc lột, gây ra bao nhiêu bất hạnh đối với con người, mà bản thân chưa tìm được con đường giải phóng. Đó là sự xung đột giữa lý tưởng nhân đạo của cá nhân và thực tại, ở những tri thức tiến bộ. Họ suy tư, dằn vặt, buồn bực trước sự bất lực của bản thân. Nếu có một phong trào cách mạng, họ sẽ tìm sẽ tìm đến và chiến đấu quên bản thân mình.

Cái bi của cá nhân là những đau khổ hàm chứa những yếu tố của cái cao cả. Do đó, cái bi của Mỹ học không mô tả cái bi của đời tư chật hẹp, hoàn toàn loại trừ những cái bi tầm thường. Song, có nhiều cái bi của đời tư lại phản ánh cái bi chung rộng lớn của xã hội và được các nghệ sỹ chọn lọc để mô tả, nhằm lên án cái dã man, thấp hèn trong xã hội. Đó là những bi kịch nổi tiếng của Sếchspia, truyện Kiều của Nguyễn Du,…

"Như vậy, bản chất thẩm mỹ của cái bi là cái đẹp, cái cao cả, cái anh hùng, cái muốn vươn tới cái tốt đẹp, mang nội dung xã hội tích cực trong cuộc đấu tranh với cái ác, cái xấu, nhưng bị thất bại tạm thời, bị hy sinh, tạo nên sự đồng cảm thẩm mỹ bất tử trong chủ thể xã hội tiến bộ"(Theo "Giáo trình Mỹ học Mác-Lênin", Nxb CTQG, 2003, tr. 191).

Cái Bi phản ánh sự vận động của thuộc tính tương phản đối kháng trong phạm trù đối lập. Khi sự vận động của phạm trú đối lập đạt trạng thái cân bằng, cái bi không còn xuất hiện nữa.

*- *Cái Cao cả.* Thường biểu hiện trong tương phản đối kháng.

Đó là cái đẹpcủa những người anh hùng, vượt hẳn tầm vóc bình thường, đó là cái đẹpđiển hình, bộc lộ rực rỡ trong những hoàn cảnh điển hình, trong đó, xung đột đối kháng phát triển dữ dội, ác liệt; trong nhiều trường hợp đòi hỏi người anh hùng phải có hành động gan góc, sẵn sàng hi sinh thân mình để tạo điều kiện cho thắng lợi của cuộc chiến đấu, và khi ngã xuống, họ chưa nhìn thấy kết cục chiến thắng. Hàng ngàn anh hùng của dân tộc Việt Nam trong hai cuộc kháng chiến thần thánh, như Bế văn Đàn, Phan đình Giót, Nguyễn văn Trỗi, Trần thị Vân,…là những Cái Đẹp Cao cả. Do đó, cái Cao cả vừa gắn với cái đẹpvừa gắn với cái Bi. Trong cuộc chiến đấu một mất một còn, những hành động anh hùng thường là những khúc bi tráng của cái cao cả, gây cảm xúc mãnh liệt trong đồng đội, là nguồn cổ vũ to lớn để đồng đội vượt lên hiểm nguy, dũng cảm chiến đấu, giành thắng lợi cuối cùng.

Cái Cao cả không chỉ biểu hiện ở những người có bản lĩnh phi thường, mà còn biểu hiện ở cả những con người bình thường. Trong cuộc chiến đấu một mất một còn, những chiến sỹ bị thương cõng những đồng đội bị thương nặng hơn, hoặc một mình chiến đấu đến cùng, không để rơi vào tay giặc,…Trong hai cuộc kháng chiến thần thánh của nhân dân Việt Nam, cái cao cả không còn hiếm hoi nữa, mà trở thành phổ biến. Ra ngõ gặp anh hùng. Nơi đây, cái cao cả không chỉ biểu hiện ở cá nhân mà còn biểu hiện ở tập thể, những tập thể anh hùng, những dân tộc anh hùng. Cuộc chiến đấu vĩ đại của nhân dân Liên xô để tiêu diệt chủ nghĩa phát xít, đã chịu biết bao hy sinh, họ không chỉ cứu dân tộc mình mà còn cứu các dân tộc khác, cứu nhân loại thoát khỏi thảm họa phát xít tàn bạo. Đó là cái cao cả của cả một dân tộc.

Cái Cao cả là tấm gương cuốn hút tinh thần nhân loại, làm tăng sức mạnh tương thành để loại trừ nhanh hơn những đối kháng dã man.

Cái Cao cả không chỉ bộc lộ sự phi thường trong những cuộc đối kháng gay go, mà còn thể hiện trong cuộc sống xây dựng hòa bình. Đó là những người anh hùng trong lao động sản xuất, rong sáng tạo khoa học; trong đó cũng "âm thầm"ẩn chứa sự cam go, sự gian khổ, sự dũng cảm. Đó là những con người hy sinh quên mình chống tội phạm ma túy, chống tội phạm tham nhũng.

Cái Cao cả còn biểu hiện ở nhiệt thành đoàn kết, hợp tác Quốc tế, để giải quyết những vấn đề bức xúc của nhân loại trong thế giới hiện đại.

Cái Cao cả chỉ được sản sinh từ cuộc đấu tranh cho lý tưởng nhân đạo, cuộc đấu tranh chinh phục thiên nhiên. Từ quy luật phát triển tương thành, cái cao cả không còn là hiện tượng mang tính cá biệt, quý hiếm, mà nẩy nở nhiều hơn, phong phú hơn, sinh động hơn, ở mọi lĩnh vực, trong đời sống nhân loại hiện đại.

Cái Cao cả, Cái Đẹp, sự hài hòa, không chỉ biểu hiện trong hoạt động xã hội mà còn biểu hiện trong quan hệ với tự nhiên. Chinh phục thiên nhiên không có nghĩa đối xử với thiên nhiên như kẻ đối kháng. Con người cùng lúc hoạt động ở hai phạm trù đối lập: "con người- con người" và "con người- tự nhiên". Hai phạm trù này đều vận động bằng quy luật phát triển tương thành và có mối quan hệ tương tác với nhau, "hỗ trợ" lẫn nhau, thúc đẩy nhau cùng vận động, phát triển. Quy luật phủ định phát triển vận động tương đối đồng bộ ở cả hai phạm trù, được biểu hiện sinh động ở sự phát triển của chủ nghĩa nhân đạo và khoa học-công nghệ. Con người và con người, ngày càng trở nên là những người bạn chân thành, thì con người với tự nhiên cũng như vậy. Sự am hiểu và xúc cảm sâu sắc vẻ đẹp của tự nhiên, dẫn tới sự am hiểu tính hài hòa giữa cuộc sống con người và cuộc sống tự nhiên, trong khái niệm cân bằng sinh thái. Cái Đẹp không những nẩy nở trong "quan hệ xã hội" mà còn nẩy nở trong "quan hệ tự nhiên". Con người cũng là tự nhiên, nhưng là "tự nhiên đạt tới ý thức về mình". Vì vậy, *"quan hệ tự nhiên" mất đi tính ích kỷ và cái lợi trần trụi.* Đã có người hy sinh để bảo vệ "màu xanh" của tự nhiên. Đó là biểu hiện sinh động của cái cao cả "trong quan hệ tự nhiên". Tự nhiên là người mẹ vĩ đại, đã sinh ra và nuôi dưỡng con người, đã thầm lặng hy sinh cho con người, để con người có được như ngày nay. Con người cần phải biết ơn cái cao cả đó.

Cùng với quy luật phát triển tương thành, quy luật phủ định phát triển, làm nên quy luật phát triển chủ nghĩa nhân đạo và quy luật phát triển khoa học, cái Bi sẽ dần dần biến mất khỏi đời sống nhân loại cùng với sự ra đi của áp bức bóc lột. Chỉ còn lại cái đẹp, cái cao cả, và...những cái hài.

*- *Cái Hài*. Là hình thức độc đáo của thuộc tính tương phản cân bằng, vận động trong phạm trù đối lập.

Cũng như Cái Đẹp, Cái Hài là một thế giới vô cùng phong phú. Cái gì có thể gây cười, mang tính khôi hài, đều là khách thể của cái hài. Nhà viết kịch Môlier cho rằng: "Trách nhiệm của hài kịch là ở chỗ, làm sao giúp con người tiêu khiển để sửa đổi họ". Như vậy, cái hài phản ánh những mặt tiêu cực của thực tại, nhưng không dùng phương thức đối kháng để loại trừ, mà dùng tiếng cười, sự châm biếm nhẹ nhàng, để sửa đổi nó.

Cái hài thường là sự bông đùa ý nhị, sự hài hước bằng tiếng cười thân thiện, mang đến hiệu quả dàn hòa, thể hiện sự khoan dung độ lượng, là hình thức phê bình nhẹ nhàng, mang đến hiệu quả tăng cường đoàn kết.

Trong các xã hội áp bức bóc lột, các hình thức nghệ thuật thường sử dụng phương thức mỉa mai, châm biếm, nhiều khi rất chua cay, cười ra nước mắt. Đó là hình thái tương phản cân bằng ở cấp độ cao, khi chưa xẩy ra đối kháng, mang lại hiều quả làm tăng sức mạnh tương thành để loại trừ đối kháng.

Khi nhận xét về tính hài của lịch sử, C.Mác đã nhấn mạnh nhân tố tích cực, cho rằng, đó là sự chia tay vui vẻ với quá khứ: "Lịch sử hành động triệt để, Mác viết, và khi đưa một hình thái đã già cỗi của cuộc sống đến huyệt, thì nó đã trải qua nhiều giai đoạn. Giai đoạn cuối cùng của một hình thái lịch sử toàn thế giới, đó là tấn hài kịch của nó…Tại sao tiến trình lịch sử lại như thế? Đó là điều cần thiết để nhân loại chia tay với quá khứ của mình một cách vui vẻ." (Mỹ học cơ bản và nâng cao, Sđd, tr. 231). *Và ngày nay, thế kỷ XXI, nhân loại đang chia tay với quá khứ của mình, không phải bằng sự ầm ĩ, mà bằng sự vui vẻ!* Bởi vì, giai đoan cuối cùng của một hình thái lịch sử, tương phản đối kháng đã giảm đi rất nhiều, người ta đang thay vào đó tấn hài kịch dân chủ hài hước, nhân quyền hài hước, để kéo dài thêm sự tồn tại của mình...bằng những cái hài. Do sự tác động của quy luật phát triển tương thành, tương phản đối kháng chuyển dần sang tương phản cân bằng và sự vật vận động đến điểm nút, để chuẩn bị chuyển hóa; cái bi biến dần và chuyển sang cái hài vui vẻ.

Như thế, hiện thực và thực tiễn sáng tạo của con người luôn luôn chứng minh rằng, các phạm trù Mỹ học cơ bản phản ánh các thuộc tính cơ bản của phạm trù đối lập Âm Dương. Việc nghiên cứu các phạm trù Mỹ học và ứng dụng trong sáng tạo nghệ thuật, có thể tìm thấy ở phạm trù đối lập AD sự vận động phong phú và sinh động của các thuộc tính, những gợi mở về tri thức mới và sáng tạo mới.

5- Hình thái sở hữu tập thể văn mimh và Cái Đẹp của chủ nghĩa xã hội.

Sự phát triển Cái Đẹp của xã hội loài người không dừng lai

ở sự xóa bỏ áp bức bóc lột. Theo tư tưởng của học thuyết Mác thì *"Sự phát triển bản thân tất cả mọi sức mạnh của con người" là thước đo cao nhất về sự phát triển toàn diện và tự do, đồng thời là thước đo cao nhất của chủ nghĩa nhân đạo, và đó cũng là Cái Đẹp cao nhất mà loài người sẽ vươn tới.* Cái đẹp đó mang tính hiện thực tương lai, vì đó là thành quả vận động các quy luật khách quan của thế giới hiện thực, là thành quả của quy luật phát triển tương thành, quy luật phủ định phát triển, biểu hiện ở quy luật phát triển chủ nghĩa nhân đạo và quy luật phát triển khoa học-công nghệ. Chủ nghĩa xã hội chưa đủ điều kiện thực hiện tư tưởng đó, mà phải chờ đến sự phát triển cao hơn. Đó là giai đoạn Chủ nghĩa Cộng sản văn minh với hình thái sở hữu, là sở hữu công cộng văn minh.

Chủ nghĩa xã hội là bước tiến trung gian trên con đường phát triển cái đẹp. Mục tiêu cao nhất của giai đoạn này là xóa bỏ bóc lột trong hình thái sở hữu cá nhân, tức là xóa bỏ hình thái chiếm hữu sở hữu cá nhân chân chính của người lao động, thực hiện quyền lực sở hữu cá nhân chân chính với việc phân phối giá trị thặng dư thuộc về tập thể những người lao động (đương nhiên có cả ban lãnh đạo xí nghiệp) trong mô hình kinh tế Đồng sở hữu. Cùng với việc phát triển khoa học công nghệ, mô hình này không ngừng nâng cao đời sống nhân dân, khuyến khích làm giàu chân chính, giải phóng nhiệt tình lao động và những tiềm năng sáng tạo của con người.

Mô hình Đồng sở hữu, thực hiện quy luật sở hữu cá nhân chân chính, mang lại nhiều hiệu ứng nhân quả tốt đẹp. Trước hết, đó là sự hình thành và phát triển tâm lý sở hữu tập thể văn minh, làm biến dần tâm lý sở hữu cá nhân, là tiền đề hiện thực để tiến hóa tự nhiên lên tâm lý sở hữu công cộng văn minh, mà thực tiễn tâm lý đó vận động ở giai đoạn xã hội Cộng sản văn minh, sau khi kết thúc tiến trình xã hội chủ nghĩa. Đại công nghiệp tư bản chủ nghĩa đã phá bỏ hình thái sở hữu cá nhân của người tiểu nông và tiểu chủ thủ công nghiệp, vốn là hình thái sở hữu phổ biến và cơ bản thời kỳ tiền tư bản. Đại công nghiệp tư bản đã kiến tạo hình thái lao động tập thể và hình ảnh sở hữu tập thể. Song, thành quả sở hữu tập thể (giá trị thặng dư) đã bị chủ tư bản chiếm đoạt; "vật chất sở hữu tập thể" không vận động trong tâm lý người lao động, nên tinh thần sở hữu tập thể mơ hồ và không được xác lập. Mô hình Đồng sở hữu đã trả lại cho nhân dân lao động thành quả của sở hữu cá nhân chân chính và của lao động tập thể. Vì vậy tâm lý sở hữu tập thể văn minh có cơ sở vật chất để hình thành và phát triển, làm mờ dần tâm lý sở hữu cá nhân để rồi chuyển hóa sang tâm lý sở hữu công cộng văn minh một cách tự nhiên và bền vững.

Như đã phân tích, cấp vạn động xã hội là thành quả phủ định phát triển trực tiếp từ cấp vận động tâm lý. Do đó, trong thời kỳ phát triển đầu tiên, quy luật vận động xã hội phải kế thừa quy luật vận động tâm lý, và cải biến dần cho phù hợp với quy luật vận động xã hội. Hơn nữa, xã hội được cấu trúc bằng những con người, nên vận động xã hội và vận động tâm lý làm thành một cặp AD bền vững như những vật thể cấu trúc. Dưới sự dẫn dắt của quy luật phát triển tương thành và quy luật phủ định phát triển. Cặp AD này sẽ tiến tới trạng thái cân bằng, trong đó quy luật vận động xã hội và quy luật vận động tâm lý, hòa quyện với nhau như một quy luật đơn nhất.

Tâm lý sở hữu cá nhân là tâm lý chung của loài người, xuất hiện cùng với sự xuất hiện của xã hội loài người, khi con người sáng tạo ra công cụ sản xuất. Tâm lý đó được củng cố bền vững khi hình thành gia đình. Hình thái vật chất của tâm lý đó là hình thái sở hữu cá nhân tư liệu sản xuất và thành quả lao động có được bằng sức lao động và tư liệu sản xuất đó. Hình thái sở hữu cá nhân của người tiểu nông và thợ thủ công, phổ biến trong hình thức sản xuất gia đình ở thời kỳ tiền tư bản. Sở hữu cá nhân không thuê lao động, nên không có yếu tố bóc lột, vì vậy gọi là sở hữu cá nhân chân chính.

Tâm lý sở hữu cá nhân là tâm lý chung, cơ bản nhất, của xã hội loài người; vì nó gắn liền với cuộc sống và sự tồn tại của con người. Tại các xã hội tiền sử, ở một bộ phận nhan loại, tâm lý sở hữu cá nhân bị biến thái cực đoan thành tâm lý chiếm đoạt sở hữu cá nhân chân chính của đồng loại. Tâm lý cướp đoạt đó, kế thừa từ tâm lý cấp thấp, được yếu tố quyền lực làm bà đỡ và nuôi dưỡng. Như vậy, hình thái chiếm hữu sở hữu cá nhân chân chính, mà học thuyết Mác gọi là tư hữu tư bản chủ nghĩa, hoặc gọi tắt là chế độ tư hữu, là một tất yếu tạm thời, tồn tại ở giai đoạn phát triển thấp của chủ nghĩa nhân đạo và khoa học công nghệ. Học thuyết Mác không chủ trương xóa bỏ tư hữu nói chung, mà chỉ xóa bỏ tư hữu chiếm hữu sở hữu cá nhân chân chính của người lao động, bởi xuất phát từ một chân lý giản dị và hiển nhiên mà Mác và Ăngghen đã chỉ dẫn trong các tác phẩm chủ yếu của học thuyết Mác.

Chủ nghĩa tư bản cướp đoạt giá trị thặng dư của người lao động, Chủ nghĩa xã hội trả lại cho họ. Điều đó không chỉ phù hợp với quy luật phát triển chủ nghĩa nhân đạo mà còn phù hợp với quy luật sở hữu chủ nghĩa xã hội trong giai đoạn lịch sử xã hội chủ nghĩa, tiếp sau chủ nghĩa tư bản.

Chủ nghĩa nhân đạo hình thành và phát triển bắt đầu từ chế độ chiếm hữu nô lệ, đến cuối thế kỷ XIX đã phát triển thành hệ thống lý luận khoa học, xây dựng được phương thức thực tiễn xóa bỏ chế độ chiếm hữu sở hữu cá nhân chân chính. Đến thời điểm này, tính tất yếu tạm thời của chế độ tư hữu chiếm hữu sở hữu cá nhân chân chính của người lao động, đòi hỏi phải được xóa bỏ, và có điều kiện về lý luận và vật chất để xóa bỏ, chuyển sang một tất yếu tạm thời kế tiếp là hình thái sở hữu cá nhân chân chính của giai đoạn lịch sử kế tiếp, được gọi là chế độ xã hội chủ nghĩa. Tính tất yếu tạm thời của hình thái sở hữu cá nhân chân chính và chế độ xã hội chủ nghĩa sẽ phát triển thành tính tất yếu bền vững của hình thái sở hữu công cộng văn minh, ở chế độ cộng sản văn minh. Lôgic thực tiễn lịch sử đang và sẽ vận động như vậy.

Cặp AD "Xã hội - Tâm lý", vận động theo quy luật phát triển cân bằng AD, trong đó tương phản đối kháng giảm dần theo tiến trình lịch sử, giảm thiểu ở giai đoạn cuối của chủ nghĩa tư bản, và chuyển dần sang tương phản cân bằng, rồi chuyển hẳn sang tương phản cân bằng, khi mô hình Đồng sở hữu, thực hiện quy luật sở hữu cá nhân chân chính, phủ kín nền kinh tế xã hội chủ nghĩa.

Cặp AD "xã hội- tâm lý", là một cặp AD cấu trúc, khi đạt trạng thái cân bằng thì quy luật vận động cơ bản của nó là quy luật vận động chung của Âm và Dương.

Do đó, *quy luật sở hữu cá nhân chân chính được thực tiễn hóa bằng mô hình sở hữu tập thể văn minh, tức mô hình Đồng sở hữu, là quy luật kinh tế cơ bản của chủ nghĩa xã hội.*

Cái Đẹp được kiến trúc từ cân bằng AD. Chủ nghĩa xã hội tạo dựng sự cân bằng AD trong quan hệ xã hội, bằng việc thực hiện mô hình Đồng sở hữu, thực hiện dân chủ, bình đẳng, công bằng, về lợi ích giữa những con người. Tình trạng cướp đoạt giá trị thặng dư đã bị xóa bỏ, trả lại cho người lao động, trong đó có ban lãnh đạo xí nghiệp, quyền sở hữu cá nhân chân chính của mình. Đó là Cái Đẹp rạng rỡ của chủ nghĩa xã hội. Người lao động đã ước mơ, khát vọng mấy ngàm năm, và bằng sự hy sinh xương máu trong các cuộc chiến đấu lâu dài và dũng cảm, với bao nhiêu khúc bi tráng, mới giành lại được.

Có học giả nước ngoài cho rằng, giai đoạn đầu của chủ nghĩa xã hội nên duy trì sự bóc lột để khuyến khích phát triển sản xuất. Đó là tư duy lộn ngược, sự phi lý đã rõ ràng, không cần bàn cãi. Mô hình Đồng sở hữu không những khuyến khích người lao động bình thường mà còn khuyến khích chủ xí nghiệp, ban lãnh đạo xí nghiệp, làm giàu chân chính với hình thức phân phối thành quả lao động, trong đó có giá trị thặng dư, không phải là cào bằng, mà là công bằng, căn cứ vào sự cống hiến của từng cá nhân. Công thức phân phối lợi nhuận đã thể hiện rõ điều đó. Công thức phân phối lợi ích như vậy, đã khuyến khích chủ doanh nghiệp và những tài năng sáng tạo ở cả hai nội dung: lợi ích và đạo đức. Họ sẽ giàu có, nhưng đó là cái giàu chân chính, không bị mang tiếng bóc lột. Họ vừa làm giàu chân chính cho mình, vừa góp phần làm giàu cho người lao động và cho đất nước. *"Đạo làm giàu kiểu mới"* đã được thể hiện ở họ, và đó là hình tượng về Cái Đẹp của chủ nghĩa xã hội. Từ đó, yếu tố khuyến khích phát triển sản xuất, được nhân lên gấp đôi, ở người chủ doanh nghiệp, cộng với yếu tố khuyến khích ở người lao động, xí nghiệp sẽ vươn lên với nhiệt tình và sức lực của tuổi thanh xuân.

Mô hình Đồng sở hữu, thực hiện quy luật sở hữu cá nhân chân chính, mang lại nhiều hiệu ứng nhân quả tốt đẹp. Nó tạo ra điều kiện thuận lợi để cải biến bản sắc con người, theo quy luật phát triển Cái Đẹp. Quan hệ xã hội ngày càng hài hòa, khơi dậy nhiệt tình lao động, tinh thần làm chủ tập thể, tính tích cực xã hội, và kích thích khai mở những tiềm năng sáng tạo,...Cùng với việc phát triển khoa học-công nghệ, đời sống con người ngày càng được thỏa mãn. Cái đẹp vật chất nở rộ song song với cái đẹp tinh thần. Đó là lực lượng thực tiễn để tâm lý sở hữu cá nhân biến dần, nhường chỗ cho tâm lý sở hữu tập thể văn minh, rồi tiến lên *cái đẹp sở hữu* cao nhất của xã hội loài người, là sở hữu công cộng văn minh.

Trên đây phân tích quy luật phát triển cái đẹp của xã hội loài người đến giai đoạn chủ nghĩa xã hội, trên cơ sở những quy luật phổ quát của triết học. Về mặt hiện thực, thực tiễn, những vấn đề về cái đẹp đã được các nhà Mỹ học nghiên cứu dày công và đưa ra các quan niệm của mình.

Các nhà Mỹ học cho rằng, chế độ tư hữu tư bản chủ nghĩa là trở ngại chính cho việc nhân đạo hóa quan hệ con người, cần phải xóa bỏ. Đặc trưng của tình cảm thẩm mỹ là ngắm nghía vô tư đối tượng của mình.

Nhà sư phạm nổi tiếng V.A.Xukhômlinxki đã viết:"Trong sự hòa nhập hài hòa giữa cái đẹp bao quanh con người và cái đẹp của chính con người, vai trò chủ đạo thuộc về cái đẹp của những mối quan hệ qua lại giữa con người."(Sđd, tr. 825).

Giáo sư M.F.Ôpxiannhicôp cho rằng: "Từ trontg quá trình biến đổi thế giới bên ngoài, con người sẽ hoàn thiện chính bản thân mình...Cuộc đấu tranh thực tiễn nhằm thực hiện những lý tưởng hài hòa và cái đẹp trong xã hội, phải được đặt ra bên cạnh lao động." (Sđd,tr-826). Có thể hiểu, việc thực hiện cái đẹp xã hội xảy ra chủ yếu ở việc cải biến quan hệ sản xuất, từ quan hệ bóc lột cải biến sang quan hệ không bóc lột, và từ đó con người cải biến bản sắc cá nhân của mình theo quy luật phát triển cái đẹp.

Tác phẩm "Mỹ học cơ bản và nâng cao" trích dẫn nhiều tư tưởng của C.Mác về cái đẹp. Mác cho rằng, quan hệ thực sự tính người giữa người với người và giữa người với tự nhiên mới là cái đẹpđầy đủ. Quy luật cái đẹp xuyên suốt mọi hoạt động của con người.

Các nhà Mỹ học tiến bộ thống nhất rằng, sáng tạo thẩm mỹ là hình thức đặc biệt và duy nhất để chiếm lĩnh thực tại về mặt tinh thần...Sáng tạo theo quy luật cái đẹp trong tất cả mọi lĩnh vực cuộc sống và hoạt động của con người xã hội, đều là một trong những biểu hiện phát triển các sức mạnh bản chất, sức mạnh vật chất và tinh thần của nhân loại.

Sáng tạo thẩm mỹ của nhân dân là ngọn nguồn để khẳng định chân lý: Cuộc sống đang vận động và phát triển theo quy luật cái đẹp. Sáng tạo thẩm mỹ có ý nghĩa nhất là kiến tạo một xã hội không còn áp bức và bóc lột, quan hệ hài hòa giữa con người. Phương thức thực tiễn của sáng tạo đó chỉ có thể là thực hiện quy luật sở hữu cá nhân chân chính, trong giai đoạn chủ nghĩa xã hội.

Phương thức đó phù hợp với nguyên lý AD, tùy "thời" mà thực hiện "trung". Cái thời hiện nay, thế kỷ XXI, tâm lý đa số nhân loại chỉ có thể thích ứng với quy luật sở hữu cá nhân chân chính, khi sản xuất vật chất chưa đủ thỏa mãn nhu cầu toàn nhân loại. Song, khi mô hình kinh tế Đồng sở hữu, thực hiện quy luật sở hữu cá nhân chân chính, phủ kín hành tinh, hiện tượng bóc lột không còn nữa, giai cấp không còn nữa, thì đó đã là Cái Đẹp của ước mơ ngàn đời, đã trở thành hiện thực trên toàn thế giới.

6- Về giáo dục thẩm mỹ.

Khi khẳng định rằng, cuộc sống đang tiến lên theo quy luật cái đẹp, việc giáo dục thẩm mỹ trở nên cần thiết, để con người hiểu biết sâu sắc hơn quy luật vận động của xã hội, đặt niềm tin vững vàng hơn vào tương lai tươi sáng của nhân loại, nâng cao tính tích cực xã hội, góp phần xứng đáng của mỗi con người vào việc sáng tạo xã hội mới, và qua đó phát triển cái đẹp của bản thân mình.

Theo truyền thống lịch sử, giáo dục thẩm mỹ là giáo dục bằng cái đẹp, cái đẹp của tự nhiên, của con người và của xã hội loài người; nhằm hình thành nhân cách phát triển toàn diện và hài hòa, kết hợp sự phong phú về tinh thần, sự thuần khiết về đạo đức và hoàn thiện về thể chất.

Một trong những biểu hiện sớm nhất về giáo dục cái đẹp là tác phẩm kỳ thư Kinh Dịch. Với 64 quẻ Dịch, ghi lời chiêm đoán

64 lĩnh vực cuộc sống, song đều toát lên một triết lý nhất quán về đạo đức nhân sinh, đó là triết lý "trung chính". Triết lý này đã trở thành tư tưởng "Trung Dung" của Khổng Tử và quan niệm về "người quân tử"của ông.

Việc giáo dục cái đẹp không phải là ý muốn cao thượng của các bậc hiền triết hoặc các nhà nhân đạo chủ nghĩa. Vì, nếu chỉ xuất phát từ ý muốn tốt đẹp chủ quan, thì công cuộc giáo dục sẽ khó thành công. Nội dung giáo dục phải phù hợp với quy luật khách quan của vận động tâm lý và vận động xã hội.

Tư tưởng đạo đức Trung Chính, Trung Dung, quân tử, phù hợp với quy luật phát triển cân bằng AD của tâm lý con người và xã hội loài người, cũng là quy luật phát triển cái đẹp của mỗi con người và giữa những con người.

Việc giáo dục như vậy sẽ thúc đẩy nhanh hơn tốc độ vận động tiến tới cân bằng AD của mỗi con người và xã hội lòa người, làm cho hạnh phúc con người đến với con người sớm hơn.

Cách Phương Đông nửa vòng trái đất, biểu hiện sớm nhất của tư tưởng giáo dục thẩm mỹ là:Ca-lô-ca-ga-ti-a cổ đại. Thuật ngữ đặc biệt này của người cổ đại khai sinh từ hai từ: "Kalot"nghĩa là cái đẹp, và"Agatos", nghĩa là thiện, tốt; nói lên sự thống nhất giữa giáo dục đạo đức và giáo dục thẩm mỹ.

Những nhà tư tưởng lớn nhất thời thời cổ đại là Platôn, Aristôt, đã soạn thảo nội dung giáo dục thẩm mỹ cho quốc gia. Đây là những triết gia cùng thời với Khổng Tử, Lão Tử. Những tư tưởng giáo dục thẩm mỹ cổ đại đã ra đời trong điều kiện xã hội giữa thế kỷ V TrCN, khi xuất hiện sự hài hòa xã hội và yếu tố dân chủ ở các thành bang Hy lạp. Đây là thời kỳ ngắn ngủi diễn ra cuộc sống mang tính nhân đạo và tư tưởng khá cao trong tổ chức xã hội. Tuy ngắn ngủi, nhưng đó là mầm xanh đầu tiên của chủ nghĩa nhân đạo, biểu hiện tính quy luật không thể tiêu diệt được.Như những hạt giống tốt được ươm trong lòng đất, rồi sẽ nẩy mầm và vươn lên mạnh mẽ, với sức sống bất diệt, trong tiến trình vận động và phát triển của xã hội loài người.

Như thế, tư tưởng giáo dục thẩm mỹ của Phương Đông ra đời sớm hơn Phương Tây 5 thế kỷ và được duy trì bằng Tứ Thư, Ngũ Kinh, cho đến đầu thế kỷ XX. Có lẽ, chủ nghĩa tư bản ở Phương Đông đến muộn hơn, nên việc giáo dục thẩm mỹ theo tư tưởng cổ đại sống dài hơi hơn. Tuy nhiên, tư tưởng thẩm mỹ cổ đại Phương Đông chưa đặt ra vấn đề xóa bỏ bóc lột, đó là điểm yếu so với tư tưởng thẩm mỹ Phương Tây.

Nền sản xuất tư bản chủ nghĩa đem lại năng suất lao động cao hơn bất cứ thời kỳ nào của quá khứ lịch sử. Song, đã làm cho người lao động, từ một cá thể toàn vẹn thành một thực thể què quặt. Hêghen, nhà triết học duy tâm nổi tiếng của Đức, đã từng nhận xét về sự sự biến mất của "cá tính đẹp", con đẻ thời cổ đại đã lùi sâu vào quá khứ, "chất văn xuôi cuộc sống" của chủ nghĩa tư bản, đã đẩy lùi sự phát triển của nghệ thuật và thi ca.

Song, tư tưởng về cái đẹp xã hội vẫn tiếp tục đua nở, ngày càng nhiều hơn, ngày càng tươi thắm hơn; và bắt đầu rõ nét hơn ở thời kỳ Phục Hưng (thế kỷ XV), tiếp tục vươn lên ở thời kỳ Khai Sáng (thế kỷ XVIII), đơm hoa kết trái ở giai đoạn cuối thế kỷ XIX; khi tư tưởng Mỹ học của Các Mác và Ăngghen ra đời, từ sự chắt lọc tinh hoa của các thời kỳ trước và đào thải những sai lầm, những nhầm lẫn của tư tưởng Mỹ học quá khứ, dưới ánh sáng các quy luật vận động khách quan của thế giới hiện thực. Từ đây, tư tưởng giáo dục thẩm mỹ tiếp cận với hiện thực gần hơn.

Như vậy, sự phát triển của tư tưởng Mỹ học và sự phát triển của tư tưởng nhân đạo song hành với nhau. Điều đó rất biện chứng, bởi vì hai dòng tư tưởng này đều lấy gốc là con người và xã hội loài người, hợp lưu ở tư tưởng chung về cái đẹp cao nhất của hiện thực, là sự phát triển toàn diện, hài hòa, tự do của từng con người và xã hội loài người; mà căn nguyên triết học từ quy luật phát triển cân bằng AD, cũng là quy luật phát triển tương thành AD trong tâm lý con người và quan hệ xã hội của con người.

Về nội hàm khái niệm " giáo dục thẩm mỹ", GS.Mỹ học M.F.Ôpxiannhicôp viết: " Tình yêu đối với cái đẹp là tình yêu cuộc sống, sự sáng tạo, việc đấu tranh vì những lý tưởng cao cả. Tình yêu đối với cái đẹp chắp cánh cho con người, làm cho cuộc sống của họ trở nên có hồn, làm cho nó đầy ý nghĩa và nội dung sâu sắc. Trong cái đẹp thể hiện vươn tới hạnh phúc, tự do, điều thiện, sự thông tuệ, sự lớn lao về đạo đức. Người nào có khả năng hiểu và đánh giá đúng về cái đẹp sẽ trở thành phong phú hơn về mặt tinh thần, trong sáng hơn về đạo đức, sẵn sàng cống hiến cho sự nghiệp chung. Con người là nghệ sĩ, nhà sáng tạo thì đồng thời cũng là mẫu mực của sự phát triển thẩm mỹ cao. Họ tạo ra không chỉ những sản phẩm văn hóa có ích, cần thiết, mà cả những giá trị thẩm mỹ." (Sđd- tr.809).

Giáo dục thẩm mỹ được thực hiện trong thực tiễn sáng tạo. Khoa học Mỹ học rất chú ý nghiên cứu các loại hình sáng tạo của con người. Trước tiên là các loại hình sáng tạo nghệ thuật: Văn học nghệ thuật- Điêu khắc- Hội họa- Âm nhạc- Kiến trúc- Sân khấu- Điện ảnh- Nhiếp ảnh- Vô tuyến truyền hình- Đồ họa- Trang trí- Khiêu vũ- Tạp kỹ và Xiếc và sáng tạo thẩm mỹ trong lao động sản xuất.

Giá trị thẩm mỹ trong lao động sản xuất được chú ý nghiên cứu muộn hơn. Đó là điểm yếu trong tư duy thẩm mỹ nhân loại. Bởi vì, lao động sản xuất là thực tiễn sáng tạo chủ yếu, để duy trì và nâng cao đời sống con người, logic tất yếu là ở đó xảy ra sự vận động phổ biến của quy luật cái đẹp, và biểu hiện khát vọng về cái đẹp của con người. Giáo dục cái đẹp chủ yếu dựa vào thực tiễn này, trong đó không chỉ là cái đẹp của sản phẩm mà còn là cái đẹp của quan hệ con người. Lao động trong chế độ xã hội chủ nghĩa, với tính cách là lĩnh vực của cái đẹp, không mang ý nghĩa thực dụng hẹp hòi, mà mang nội dung xã hội phổ biến, mình vì mọi người, mọi người vì mình. Do đó, các sản phẩm được sáng tạo vừa đảm bảo chất lượng, thuận tiện trong sử dụng, vừa có giá trị thẩm mỹ. Điều đó hoàn toàn phù hợp với quy luật tâm lý của người sáng tạo (nhà thiết kế, công nhân sản xuất) và người tiêu dùng: quy luật sáng tạo và hưởng thụ cái đẹp.

Thiên nhiên thứ nhất sáng tạo ra con người bằng quy luật phát triển cái đẹp. Để nuôi dưỡng và tô điểm cho cuộc sống của mình, đến lượt con người sáng tạo ra thiên nhiên thứ hai, cũng bằng quy luật của cái đẹp.

Thiên nhiên thứ hai đẹp hơn thiên nhiên thứ nhất vì có sự tham gia của trí tuệ, nhưng hai thiên nhiên đó phải cân bằng hài hòa trong qúa trình tương tác. Không như vậy, tương phản đối kháng sẽ xảy ra, và con người gieo gió ắt phải gặt bão.

Hai thiên nhiên là một hệ thống, là một cặp phạm trù đối lập AD có đầy đủ 4 thuộc tính cơ bản. Giữ cho cặp AD này vận động cân bằng là điều sinh tử đối với con người, và đó cũng là cái đẹp của giáo dục thẩm mỹ.

Con người sống giữa hai thiên nhiên. Hai thiên nhiên đều đẹp, ắt con người phải đẹp. Song, có điều thú vị là, con người sáng tạo ra cái đẹp của thiên nhiên thứ hai dường như nhanh hơn sáng tạo ra cái đẹp của chính bản thân mình. Quá trình sáng tạo ra thiên nhiên thứ hai dựa vào cái có sẵn của thiên nhiên thứ nhất. Đó là các quy luật tự nhiên, các nguyên tố hóa học, các nguồn năng lượng vũ trụ mà trực tiếp là các nguồn năng lượng của hệ MT- TĐ- Mt. Việc sử dụng chất và trường (nguyên tố hóa học và năng lượng) vũ trụ lại phải tuân theo các quy luật tự nhiên, mới làm ra cái đẹp. Các quy luật tự nhiên vô cùng phong phú, muôn hình ngàn vẻ, song vẫn chơi trò ú tim, ẩn hiện; con người phải có nghệ thuật trí tuệ cao cường mới bắt được. Như thế, chất, trường, quy luật thiên nhien đã có sẵn, con người chỉ cần nắm bắt được, sáng tạo được công nghệ sử dụng chúng, thiên nhiên thứ hai sẽ được tạo ra, ngày càng phong phú hơn, ngày càng đẹp đẽ hơn, tinh té hơn.

Riêng cái đẹpcác loại hình nghệ thuật lại là thành quả sáng tạo tổng hợp của thiên nhiên thứ nhất, thiên nhiên thứ hai và cái đẹp của thiên nhien thứ ba, cái đẹp của tâm lý con người. Quan niệm như vậy chỉ mang tính tương đối về mức độ. Cái đẹp của các sản phẩm trong sản xuất vẫn hàm ẩn cái đẹp tâm lý của người lao động, tuy nhiên ở mức độ thấp hơn, nhất là ở các chế độ tiền sử; điều đó chỉ nổi trội khi bóc lột được xóa bỏ. Mặt khác, các loại hình nghệ thuật đòi hỏi phải lao động tâm lý nhiều hơn.

Để làm ra cái đẹp của chính mình và xã hội, con người phải dày công lao động sáng tạo và vận động trong các mối quan hệ xã hội và thiên nhiên. Ban đầu con người vận dộng theo sự dẫn dắt âm thầm của các quy luật. Vì vậy phải chịu nhiều tổn thất, phải trải qua nhiều khúc bi tráng. Đó là cái giá phải trả, để con người tìm thấy chân lý trong sự ẩn dấu sâu kín, để thoát khỏi sự ràng buộc của “vương quốc tất yếu” và tiến vào “vương quốc tự do”. Nhận thức được quy luật, con người chủ động sáng tạo vận dụng quy luật, để làm nên cái đẹp của bản thân mình.

Việc tìm ra quy luật thiên nhiên tuy rất gian khổ nhưng vẫn êm đềm hơn, ít bi kịch hơn, và số lượng các nhà khoa học tham gia khám phá nhiều hơn rất nhiều so với số lượng các nhà tham gia khám phá các quy luật xã hội. Vì vậy, khoa học-công nghệ đã tiến bộ với cấp số nhân. Quy luật tự nhiên đã có sẵn trong thiên nhiên, chỉ còn chờ con người nhìn thấy nó. Quy luật xã hội còn chờ sự vận động của con người, phải trải qua nhiều bi kịch xương máu mới nhìn thấy được. Mặt khác, con người có thể ăn đói nhiều ngày, nhưng, về mặt tinh thần, khó chịu đựng nổi cái gậy của kẻ khác nện vào lưng mình. Do đó, đòi hỏi bức xúc phải loại trừ cái ác nhanh hơn, đòi hỏi cái đẹpđến nhanh hơn. Từ tâm lý đó, con người cảm thấy, dường như khoa học công nghệ tiến nhanh hơn, còn cái đẹpvề quan hệ xã hội tiến chậm hơn rất nhiều.

Song, tiến trình phát triển của nhân loại là tiến trình phát triển văn minh vật chất và phát triển văn minh tinh thần, được biểu hiện chủ yếu ở sự phát triển của khoa học công nghệ và chủ nghĩa nhân đạo, và đó là sự biểu hiện chung của quy luật phát triển trí tuệ con người. Hai tiến trình đó đòi hỏi phải phát triển tương đối đồng bộ và tương hỗ lẫn nhau, như đi bằng hai chân vậy. Vì là hai tiến trình chủ yếu của lịch sử, có quan hệ mật thiết với nhau, nên tạo thành một cặp đối lập AD, có đầy đủ bốn thuộc tính cơ bản. Sự vận động của hai tiến trình đó cũng biểu hiện ở sự vận động của lực lượng sản xuất và quan hệ sản xuất. Bởi vì, sự vận động của các quy luật, bao giờ cũng sản sinh ra những quy luật thứ cấp, từ hiệu ứng nhân quả của sự vận động đó.

Tính đồng nhất của hai tiến trình, biểu hiện ở sự đồng nhất là trí tuệ con người, và thực hiện bằng con người. Tính thống nhất của hai tiến trình, biểu hiện ở sự tương thành, thúc đẩy lẫn nhau cùng phát triển. Khoa học, công nghệ, càng phát triển, sự gắn bó hài hòa giữa con ngừơi càng phát triển. Phương tiện giao thông tiện lợi nhanh chóng, thông tin nhanh nhậy, công nghệ sản xuất ngày càng tri thức hóa; những điều đó là chất xúc tác để hình thành và phát triển các tổ chức hợp tác quốc tế và khu vực, nhằm giải quyết những vấn đề nhân đạo chung, bức xúc, của nhân loại. Điều đó góp phần làm tăng mối quan hệ tình người, giảm dần đối kháng, thúc đẩy chủ nghĩa nhân đạo, cũng là Cái Đẹp, phát triển. Đó là công lao to lớn của khoa học-công nghệ. Từ đây, chúng ta có thể đặt niềm tin rằng, với sự phát triển theo cấp số nhân của khoa học-công nghệ, chủ nghĩa nhân đạo sẽ có điểm tựa vững vàng hơn, để có bước phát triển ngoạn mục, mà cốt lõi là sự chuyển biến nhanh hơn quan hệ sở hữu, xóa bỏ nhanh hơn hiện trạng chiếm hữu sở hữu cá nhân chân chính, hình thành nhanh hơn mô hình Đồng sở hữu, để xóa bỏ bóc lột, kiến tạo nhanh hơn, nền hòa bình bền vững cho nhân loại.

Sự phát triển của chủ nghĩa nhân đạo, đặc biệt là việc xóa bỏ bóc lột theo mô hình Đồng sở hữu, lại là động lực kích thích, giải phóng tiềm năng sáng tạo khoa học công nghệ, thổi luồng gió nhân văn vào mọi hoạt động sáng tạo cái đẹp của con người, ở tất cả mọi lĩnh vực hoạt động của xã hội.

Sự phát triển của chủ nghĩa nhân đạo đã kiềm chế tương phản đối kháng, đặc biệt ở giai đoạn công nghệ cao, giai đoạn vũ khí hạt nhân. Bước sang thế kỷ XXI, sức mạnh của chủ nghĩa nhân đạo sẽ đủ sức loại trừ chiến tranh hạt nhân, chiến tranh thế giới và kiềm chế các loại chiến tranh khác. Tương phản đối kháng sẽ chuyển dần sang tương phản cân bằng, mọi mâu thuẫn sẽ dần dần được giải quyết bằng sự "vui vẻ" thay cho sự ồn ào, ầm ĩ.

Như vậy, sự phát triển của chủ nghĩa nhân đạo không đến mức quá chậm so với sự phát triển khoa học công nghệ.

Thế giới có nhiều chính kiến khác nhau về tương lai nhân loại là do chưa phân tích sâu sắc sự vận động của phạm trù đối lập trong thế giới hiện đại, chưa nhìn thấy quy luật phát triển tương thành, một bộ phận nhân loại còn tiếp tục kế thừa tâm lý cấp thấp, vì vậy, chưa thấy rõ con đường dẫn tới tương lai và cái đích nhân loại sẽ đi tới. Từ học thuyết Duy vật biện chứng âm dương, tương lai nhân loại và con đường đi tới tương lai đó, đã được nhận thức trực tiếp từ tri thức triết học.

Sự giao tiếp nồng hậu và tin cậy giữa học thuyết duyvật

biện chứng và học thuyết AD, là sự đối thoại cởi mở, sự tiếp xúc giữa những con người nhiều thế hệ, nhiều thời đại, với những giá trị tinh thần mà nhân loại giành được trên những cánh bay sáng tạo và không ít khổ đau, là màn giao hưởng đang ngân lên những giai điệu tươi sáng, lạc quan, làm lắng dịu những ưu tư, dằn vặt của con người, củng cố niềm tin vững chắc của con người vào tương lai tươi sáng của con cháu mình.

Mất niềm tin vào tương lai, thiếu lý tưởng sống tốt đẹp, là miếng đất màu mỡ để mọi thứ thấp hèn đâm chồi nẩy lộc. Chủ nghĩa cá nhân, chủ nghĩa thực dụng, sự biến dạng của nhân cách, mua chức mua quyền, tham nhũng, hối lộ, quan liêu, trù đập cấp dưới, xu nịnh cấp trên,…phát triển, đều có căn nguyên từ niềm tin và lý tưởng sống. Và đáng lên án nghiêm khắc hơn nữa, là những hành động tội ác; những hành động chiến tranh đẫm máu, chiến tranh tiền tệ, gây đau thương ,tang tóc cho đồng loại, đều xuất phát từ lý tưởng sống dã man và thấp hèn.

Do đó, việc giáo dục triết học, giáo dục tư tưởng và đạo đức Hồ Chí Minh, giáo dục Mỹ học, phải trở thành một trong những trọng tâm của các nhà trường phổ thông và trường đào tạo cán bộ.

Tuy nhiên, một điều cần nhấn mạnh rằng, hình thái ý thức phải có cơ sở hạ tầng tương ứng làm chỗ dựa và "nuôi dưỡng".

Cơ sở hạ tầng là phương thức sản xuất xã hội chủ nghĩa, trong đó, việc hoàn thiện quan hệ sản xuất có vai trò đặc biệt cần thiết. Việc thực hiện mô hình kinh tế Đồng sở hữu, xóa bỏ bóc lột, là chỗ dựa vững chắc để việc giáo dục tư tưởng và đạo đức Hồ Chí Minh, giáo dục thẩm mỹ, đi vào chiều sâu lý trí và tình cảm của con người, tạo ra sức mạnh hành động, mang lại giá trị thực tiễn của việc giáo dục. Cách làm như vậy hoàn toàn phù hợp với tư tưởng của Mác và Ăngghen, rằng, đời sống thực tiễn là cái phải có trước, mới làm tiền đề để sáng tạo ra tâm lý, ý thức con người, hạ tầng cơ sở kinh tế quyết định xu hướng vận động của thượng tầng kiến trúc, là tâm lý, ý thức,...

Trong tác phẩm *Hệ tư tưởng Đức*, Mác và Ăngghen từng viết:

"Không phải ý thức quyết định đời sống, mà chính đời sống quyết định ý thức" (C.Mác-Ph.Ăngghen, tuyển tập, tập 1, Nxb. Sự thật, Hà nội, 1980, tr. 277- Hệ tư tưởng Đức).

"Con người sáng tạo ra hoàn cảnh đến mức độ nào thì hoàn cảnh sáng tạo ra con người đến mức độ đó" (Hệ tư tưởng Đức, Sđd, tr. 306).

Con người sáng tạo ra hoàn cảnh không bóc lột, hoàn cảnh không bóc lột sẽ mang lại những giá trị nhân văn cao cả cho con người và quan hệ giữa con người, rèn luyện bản sắc con người theo quy luật phát triển cái đẹp.

Trong giai đoạn cách mạng giải phóng dân tộc, tư tưởng, đạo đức Hồ Chí Minh được nuôi dưỡng bằng lòng yêu nước, bằng ý chí "Không có gì quý hơn độc lập tự do", và bằng lý tưởng cộng sản; song cũng được nuôi dưỡng bằng cuộc cách mạng kinh tế, giảm tô, giảm tức, cải cách ruộng đất và xây dựng xã hội chủ nghĩa ở miền Bắc, tức là cuộc cách mạng về lực lượng sản xuất và quan hệ sản xuất. Ngày nay, cách mạng đã chuyển sang giai đoạn mới, việc thực hiện đường lối và phương thức thực tiễn phù hợp với tư tưởng, đạo đức của Người, sẽ là điểm tựa vững chắc để những hòn ngọc chân lý của Người lấp lánh trong tư duy và tình cảm mọi người và biến thành sức mạnh thực tiễn sáng tạo xã hội mới. Mô hình Đồng sở hữu là một trong những phương thức thực tiễn như thế.

Giáo dục triết học để con người nắm vững quy luật vận động khách quan của thế giới hiện thực; giáo dục đạo đức, tư tưởng Hồ Chí Minh gắn liền với thực tiễn cách mạng Việt

Nam; giáo dục Mỹ học- Thực hiện quy luật sở hữu cá nhân chân chính dưới hình thức sở hữu tập thể văn minh bằng mô hình kinh tế đồng sở hữu- Không ngừng phát triển khoa học công nghệ và chủ nghĩa nhân đạo. Đó là "ba cây chụm lại", tạo thành sức mạnh vĩ đại kiến tạo xã hội mới.

** Khoa học Mỹ học chú ý nhiều đến vai trò giáo dục thẩm mỹ của các loại hình nghệ thuật.

Các loại hình nghệ thuật thống nhất sự phản ánh thực tại, sáng tạo và cảm thụ thẩm mỹ bằng "hình tượng nghệ thuật", có chức năng nhận thức, giáo dục và gây hứng thú thẩm mỹ.

Khái niệm "hình tượng nghệ thuật" có sức khái quát lớn, bao hàm các thủ pháp biểu hiện riêng lẻ, như phép ẩn dụ, so sánh, hình dung từ, đến những kiến tạo nghệ thuật toàn vẹn, liên hợp, như tính cách, nhân vật, xung đột nghệ thuật, v.v….đều được bổ nghĩa bằng định ngữ: "mang tính hình tượng".

Chức năng xã hội và thẩm mỹ của các loại hình nghệ thuật, là đem chân lý, cái đẹp, hòa vào cây đời tươi xanh của hình tượng nghệ thuật, hay nói theo ngôn từ triết học thì hình tượng nghệ thuật biểu hiện quan niệm trừu tượng dưới hình thức cảm tính cụ thể.

Hêghen từng viết:"Các hình tượng cảm tính và thanh âm trong nghệ thuật…thỏa mãn những hứng thú tinh thần cao nhất, vì chúng có khả năng thức tỉnh và lay động mọi chiều sâu ý thức và gây nên tiếng vọng tâm hồn". Nhà Mỹ học E.Burke thì nói rằng: "Hình tượng những con người cao cả là biển báo, là cột hướng dẫn trên đường đời".

Rút cục, *chân lý, vẻ đẹp cuộc sống và nghệ thuật hài hòa làm một.*

Trong số các hình thái ý thức xã hội (triết học, khoa học,

đạo đức học, tôn giáo, nghệ thuật-nội hàm chủ yếu của Mỹ học), chỉ nghệ thuật thể hiện cái đẹp, cái xấu, cái cao cả, cái thấp hèn, cái bi, cái hài, đang diễn ra trong cuộc sống. Nghệ thuật biểu hiện mọi lĩnh vực của đời sống thực tại, nhưng chủ yếu là phản ánh đời sống tinh thần con người, với sự phong phú muôn màu, muôn sắc của nó. Từ sự phản ánh đó, nghệ thuật đã nhận lấy chức năng giáo dục, nhận thức và gây hứng thú thẩm mỹ cho con người.

Trong "Dẫn luận ", bản thảo kinh tế học các năm1857-1858, C.Mác cho rằng, nghệ thuật là một trong những hình thức"đồng hóa thế giới này về mặt thực tiễn tinh thần", mà khi kết hợp với tri thức khoa học, sẽ giúp con người nhận thức được thế giới thực nói chung. Nhiều nhà khoa học tự nhiên cũng nhiều lần phát biểu như vậy. N.Bor, nhà vật lý học nguyên tử viết: "Nguyên nhân khiến nghệ thuật có thể làm phong phú cho chúng ta, là nó có khả năng gợi ta nhớ đến sự hài hòa, mà sự phân tích hệ thống không sao với tới được".

Thế giới tinh thần của con người chịu ảnh hưởng của hai nhân tố chính: kinh nghiệm bản thân và kinh nghệm của người khác. Kinh nghiệm bản thân bị hạn chế bởi không gian và thời gian. Nghệ thuật mang đến cho họ khả năng sống nhiều cuộc đời, từ thời đại này đến thời đại khác, từ nước này đến nước khác. Nghệ thuật có thể nối liền cái không thể nối liền trong đời thực, đó là kinh nghiệm sống của quá khứ, hiện tại, trong khoảng không gian mênh mông của thế giới. Tác phẩm "Tấn trò đời"(100 tập) của nhà văn hiện thực Pháp Banzăc, đã được C.Mác va Ăngghen đánh giá rằng, với cuộc sống của hàng ngàn nhân vật và mối quan hệ phức tạp giữa họ, Banzăc đã sáng tạo ra bộ bách khoa toàn thư về cuộc sống xã hội Pháp, nửa đầu thế kỷ XIX.

Con người giành khá nhiều thời gian rãnh rỗi để giao tiếp

với nghệ thuật, đọc sách báo, xem VTTH, xem bảo tàng, nghe nhạc,...do vậy, nghệ thuật có vai trò lớn lao trong việc hình thành lối sống con người.

M.Goorki đã vạch rõ, mục đích nghệ thuật chân chính là: "Giúp con người hiểu được chính mình, nâng cao lòng tự tin và phát triển ở họ khát vọng về chân lý, đấu tranh với cái tầm thường trong con người, biết tìm ra cái tốt ở họ, khơi dậy trong tâm hồn họ sự xấu hổ, nỗi tức giận, lòng quả cảm, làm tất cả để con người trở thành mạnh mẽ một cách cao thượng và có thể làm cho cuộc sống của mình tràn đầy cái đẹp thiêng liêng".

Con người luôn luôn vận động về tương lai. Nghệ thuật không chỉ phản ánh thực tại, xây dựng con người thực tại, mà không làm cho con người biết tương lai của họ, các bước đi của họ về tương lai, và tính tất yếu về một hiện thực tương lai rạng rỡ, thì việc phản ánh thực tại trần trụi, có thể trở nên có hại, khi thực tại còn nổi lên bề mặt nhiều điều đáng buồn, đáng căm ghét, như những rác rưởi trôi trên dòng sông quê hương thân yêu của họ, và việc xây dựng con người thực tại cũng trở nên khó khăn rất nhiều, khi con người không biết tương lai của họ sẽ đi về đâu.

Con người luôn luôn có ước mơ và khát vọng tốt đẹp về tương lai. Trong tác phẩm *Làm gì,* Lênin viết: "Nếu người ta hoàn toàn không thể mơ ước được như thế, nếu người ta không thỉnh thoảng không vượt quá hiện tại và ngắm về phía trước, trong tưởng tượng bức tranh sinh động và hoàn thành ngoạn mục, mà tay mình mới bắt đầu phác họa ra; thì quả thật tôi không thể hình dung được động cơ nào, sẽ làm cho người ấy tiến hành và hoàn thành tốt những công trình lớn lao và vất vả trong nghệ thuật, khoa học và đời sống thực tại." (V.I.Lênin: *Làm gì,* Nxb. Tiến bộ, Mátxcova, 1973, tr. 292).

Chỉ thứ tưởng tượng nào thôi thúc nhà nghệ sỹ "vượt lên" thực tại, khám phá trong thực tại hôm nay xu hướng của tương lai, mới thực sự có ý nghĩa nghệ thuât. Thế giới tình cảm của nghệ sỹ chịu ảnh hưởng trực tiếp của môi trường sống. Song, môi trường sống là vô cùng phức tạp. Người nghệ sỹ tài năng sẽ nhìn thấy dòng sông trong xanh hiền hòa, đang cuốn đi những rác rưởi bẩn thỉu, để dòng sông ngày càng trong xanh hơn, đáng yêu hơn.

Nghệ sỹ khách quan hóa những tìm tòi thầm kín của mình. Những tìm tòi thầm kín sẽ đưa nghệ sỹ đến chân lý của cái đẹp, rồi từ chất liệu của thực tại, nghệ sỹ sáng tạo ra cái mới mẻ, phát hiện tương lai trong ngày hôm nay. Cái vĩ đại của nghệ thuật chân chính là thể hiện những vấn đề chủ yếu và xu hướng phát triển của xã hội đương đại. Từ đó, nghệ thuật nhân đạo hóa cuộc sống con người, khám phá cho con người vẻ đẹp của cuộc sống thật đang tồn tại, đang đâm chồi nẩy lộc, nhổ đi những lớp cỏ dại đang muốn cướp đi những mầm non mới nhú, chắp cánh cho con người bay cao, bay xa. Sức sống lâu bền của sáng tạo nghệ thuật là ở chỗ, nó vừa phản ánh được những day dứt của thời đại, vừa mô tả được những hình tượng đẹp đang đơm hoa kết trái, với sức sống của tuổi thanh xuân không thể bị tiêu diệt, nói lên được khát vọng tha thiết của con người về một thế giới hòa bình và hạnh phúc, thấm đượm tình hữu nghị giữa các dân tộc.

Cái đẹp vừa có tính dân tộc, vừa có tính nhân loại. Hồ Chí Minh từng nói: "Gạt bỏ chủ nghĩa đế quốc cường quyền và quốc gia chủ nghĩa chật hẹp, vì cả hai đều không hợp thời. Chúng ta đều có chung một lý tưởng triết học phương Đông và phương Tây, đều theo một giáo dục chung: "Mình chớ làm cho người những điều mình không muốn người làm cho mình". (Hồ Chí Minh: Toàn tập, Nxb Chính trị quốc gia Hà nội, 2000, tập 4, tr. 354.)

Nghệ thuật chân chính luôn luôn khẳng định: Cái Đẹp là chân lý.

Vai trò giáo dục thẩm mỹ của nghệ thuật chỉ có thể thực hiện được, khi đa số nhân loại cảm thụ được cái đẹp của nghệ thuật.

Các khuynh hướng sáng tạo xa rời chức năng giáo dục của nghệ thuật như, "nghệ thuật phi lý", nghệ thuật vị nghệ thuật, chủ nghĩa tự nhiên trong nghệ thuật, cái gọi là triết học hóa trong nghệ thuật,...đều xa lạ với thị hiếu thẩm mỹ của đa số nhân loại. Các thứ nghệ thuật đó thường chết yểu vì không dẫn dắt được nhân loại đến vương quốc của cái đẹp.

Các tác phẩm thơ trẻ của nước ta sinh sôi nảy nở rầm rộ như hoa mùa xuân. Song, nhiều bài thơ triết học hóa cao siêu đến mức, nhà thơ Tố Hữu khi đọc cũng buốt đầu mà than phiền rằng: Tôi nghĩ mãi mà không hiểu được bài thơ đó nói gì. Tố Hữu không hiểu được thì người bình thường làm sao hiểu nổi? Và họ đành ngậm ngùi rằng: dường như thơ càng khó hiểu càng hay?!? (và hay hơn thơ Kiều của Nguyễn Du?!?). Trong hội họa cũng có hiện tượng tương tự. Có những trường phái hội họa mà tác phẩm của họ không gây được xúc cảm thẩm mỹ trong đa số nhân loại, và thường bị chết yểu trong đời sống văn hóa nhân loại. Ngày nay, trong nghệ thuật nhiếp ảnh và hội họa có khuynh hướng phát triển các tác phẩm khỏa thân nghệ thuật. Nhiều tác phẩm chỉ mang cái đẹp tự nhiên, sinh học, chưa mang cái đẹp tâm lý tinh thần, vì vậy chưa mang lại hứng thú thẩm mỹ đầy đủ, cần thiết cho chức năng nhận thức và giáo dục của sáng tạo nghệ thuật.

Nghệ thuật không thể triết học hóa. Nghệ thuật là triết học được hình tượng hóa để đi vào lòng người một cách mềm mại, uyển chuyển nhưng sâu lắng và bền chặt. Đoạn thơ của nhà thơ Cẩm Lai là một ví dụ, có thể coi là bút pháp hình tượng hóa đường lối ngoại giao Việt nam:

Con hiểu rồi hoa dân tộc ta
Tượng trưng hồn nước tự xa xưa
Nết ưa tao nhã tình tinh khiết
Quấn quýt nơi gần thắm nẻo xa...

Nguyên lý "Dân tộc-Khoa học-Đại chúng" mà Chủ tịch Hồ Chí Minh viết trong *Báo cáo chính trị* đọc tại Đại hội đại biểu toàn quốc lần thứ II của Đảng năm 1951, vẫncòn tươi xanh tính chân lý của nó. (Hồ Chí Minh: *Toàn tập,* Nxb Chính trị quốc gia, Hà nội, 2000, tập 6, tr. 173). C.Mác từng nói: "Đối tượng của nghệ thuật…tạo ra một công chúng hiểu được nghệ thuật và có khả năng thưởng thức cái đẹp" (Sđd, tr.501). Các nhà Mỹ học nổi tiếng Bêlinski, Secnưsepxki, Đôbrôliubôp đều quan niệm rằng, trong sáng tác của mình, nghệ thuật có quyền hướng tới bất cứ lĩnh vực đời sống xã hội nào. Dù thể hiện đối tượng nào, giá trị thẩm mỹ của tác phẩm vẫn được quy định một điều là, nghệ sỹ biểu hiện chân thực và tài năng đến đâu tinh thần nhân dân, dẫn dắt được nhân dân đi theo những giá trị chân chính của con người. Chính bởi vậy, nghệ thuật chân chính phát triển trí tưởng tượng của hàng triệu con người, chủ yếu ở chất liệu hiện tại, ít nhiều gần gũi với họ, nó hướng trí tưởng tượng đó vào dòng hoạt động thực tiễn, thực sự góp phần cải tạo thực tại theo quy luật Cái Đẹp, và đó cũng là sứ mệnh cao cả của giáo dục thẩm mỹ.

Các trích dẫn trong chương này tham khảo chủ yếu ở tác phẩm"Mỹ học cơ bản và nâng cao" của Giáo sư M.F.Ôxiann-hicôp, Phạm Văn Bích dịch, Nxb Văn hóa-Thông tin, HN-2001. Xin trân trọng cảm ơn Tác giả và Dịch giả.

Ghi chú: Chương V s/c hoàn chỉnh ngày 15-1-2013 Đã sao sang TR.H.1-3 và các ổ cứng khác, sao UB-SA-KU. Từ tr. 619-663. In bản gốc cùng ngày.

Chương VI

SỰ BÙ ĐẮP CÓ Ý NGHĨA GIỮA HAI DÒNG TRIẾT HỌC

***MỞ ĐẦU:**

Một học thuyết dù thiên tài đến đâu cũng mang theo thuộc tính của chân lý tương đối. Học thuyết đó không bao giờ mô tả trọn vẹn, đầy đủ, đối tượng hiện thực mà nó nghiên cứu. Trong quá trình vận dụng học thuyết đó để lý giải hiện thực và chỉ đạo thực tiễn, chắc chắn sẽ có lúc gặp những điều rắc rối nằm ngoài khả năng mô tả của học thuyết. Đó là chưa đề cập đến sự nhầm lẫn của nhận thức chúng ta khi nghiên cứu học thuyết.

Do đó, cần có những khám phá mới để bổ sung vào chỗ còn trống đang cản trở thực tiễn sáng tạo của con người và tìm trong những thành quả trí tuệ quá khứ mô tả cùng đối tượng có khả năng bù đắp những khoảng trống đó.

Một trong những cản trở sáng tạo, mang bản chất khoa học, mà các nhà hoạt động lý luận phải luôn luôn cảnh giác. Đó là tính bảo thủ của thói quen trong cấu trúc đại não. Đại não lưu giữ các thành quả tri thức, tâm lý,..., bằng hệ thống cấu trúc nơron trong các bộ nhớ. Hệ thống này thường xuyên phải sống và liên hệ thông tin với các khu vực liên quan. Khi một nội dung tri thức được thường xuyên củng cố, bằng công tác giảng dạy, hoặc công tác nghiên cứu ứng dụng,..., hệ thống nơron lưu giữ tri thức đó càng được củng cố bền chặt, làm cho thói quen tư duy về tri thức đó trở thành vô thức trong đại não. Đó là nguyên nhân chủ yếu của hiện tượng giáo điều, bảo thủ, trì trệ, trong tư duy lý luận. Nếu thiếu cảnh giác với hiện tượng này, các nhà hoạt động lý luận đã cao tuổi, rất khó sáng tạo, hoặc khó chấp nhận những quan điểm mới...hình như xúc phạm tới thành trì trí thức bất khả xâm phạm của các học thuyết "thiên tài" mà họ đã từng học thuộc và ngưỡng mộ. Mặc dù có bậc Thiên tài đã nhắc nhở rằng, đối với các chân lý khoa học đã được khám phá cần giữ thái độ "hoài nghi tất cả"(ý của Mác), rằng học thuyết của họ không phải là giáo điều mà là kim chỉ nam cho hành động (Mác), rằng học thuyết không có tham vọng lý giải, giải quyết tất cả, *mà chỉ trình bày một phương pháp duy nhất khoa học để nghiên cứu thế giới* (Mác).

Quan niệm của Mác hoàn toàn phù hợp với quy luật vận động khám phá chân lý của hoạt động khoa học. Mọi đối tượng hiện thực đều là đối tượng nhận thức vô cùng cả về quá khứ và tương lai. Khoa học chỉ có thể khám phá các quy luật vận động trung gian của chúng. Do đó không thể khám phá hết mọi quy luật vận động của chúng. Mặt khác, chân lý chỉ ra đời và vận động tương ứng với những điều kiện hiện thực nhất định. Hiện thực và thực tiễn luôn luôn biến đổi, các điều kiện khai sinh và nuôi dưỡng chân lý cũng biến đổi. Đến thời điểm nào đó, chân lý không còn phù hợp với những tiền đề hiện thực mà nó đang vận động, chân lý sẽ mất tính quy luật của nó, và con người không thể dùng nó làm kim chỉ nam cho vận động thực tiễn của mình. Đó là tính "thời", tính "tương đối" của chân lý. Lênin từng nói: "Ưu điểm kéo dài mãi sẽ trở thành khuyết điểm." Người nhắc nhở chúng ta phải cảnh tỉnh với bệnh thỏa mãn và bệnh kiêu ngạo. Vì điều đó là nguyên nhân dẫn đến bệnh giáo điều, làm thui chột khả năng sáng tạo.

Tai hại hơn nữa, tư duy giáo điều đã làm chúng ta khó phát hiện nhận thức sai lầm của chính mình đối với những tư tưởng thiên tài của các học thuyết thiên tài. Nhận thức sai lầm đó đã đưa thực tiễn đi lạc lối, gây tổn thất rất nặng nề, làm chậm trễ bước tiến của nền văn minh nhân loại. Không hiểu tư tưởng về "quy luật sở hữu xã hội chủ nghĩa" của Mác và Ăngghen, đã làm sụp đổ nhiều mô hình sở hữu, như mô hình công xã nhân dân, mô hình hợp tác xã tiểu nông bậc cao, mô hình xã hội chủ nghĩa thực tiễn Liên xô..., gây ra "cuộc khủng hoảng về lý luận xây dựng xã hội chủ nghĩa" trong phong trào xã hội chủ nghĩa thế giới (vấn đề này sẽ được trình bày trong chương VII).

Những tinh hoa của trí tuệ người xưa vẫn còn ứng dụng trong thực tiễn hiện đại là dấu hiệu cho thấy, những sáng tạo quá khứ đang mang cái "Gen" của khoa học hiện đại. Cần phải lột bỏ những tưởng tượng bay bổng, huyền bí và nhầm lẫn trong các lý giải của Tiền nhân, làm bộc lộ vừng hào quang khoa học của những sáng tạo đó; tiếp tục mở rộng và làm sâu sắc hơn để nâng cao hiệu quả ứng dụng thực tiễn. Đồng thời có thể gắn kết vào khoảng trống của chân lý hiện đại cùng mô tả một phạm trù hiện thực, tổng hòa thành một chân lý chung để tăng cường sức mạnh chân lý trong việc lý giải hiện thực và giải quyết các nhiệm vụ thực tiễn.

I- NHỮNG THUỘC TÍNH CỦA PHẠM TRÙ ĐỐI LẬP ÂM DƯƠNG VẬN HÀNH TRONG THẾ GIỚI HIỆN ĐẠI.

Phạm trù "đối lập"và phạm trù "âm dương" là một trong những quy luật phổ quát nhất của thế giới hiện thực; được học thuyết Duy vật biện chứng và học thuyết Âm Dương mô tả. Hai phạm trù này có sự tương đồng sâu sắc về những nội hàm cơ bản nhất; song có những mặt bổ sung cho nhau, tăng cường sức mạnh của nhau, làm dễ dàng hơn trong quá trình lý giải hiện thực và giải quyết các nhiệm vụ thực tiễn. Vì vậy, có thể dùng khái niệm "phạm trù đối lập âm dương" để mô tả sự tương đồng và sự bù đắp này. Trong thực tiễn, khi giải quyết các nhiệm vụ khoa học, có thể sử dụng phối hợp các nội hàm của cả hai phạm trù. Phạm trù đối lập AD chiếm lĩnh mọi lĩnh vực của thế giới hiện thực, không có ngoại lệ; được cấu trúc ở mọi cấp vận động, từ cấp vận động các hạt siêu cơ bản đến cấp vận động xã hội. Trong phần viết này chỉ thảo luận phạm trù đối lập AD của xã hội.

Việc xác định khái quát nội hàm triết học cơ bản của phạm trù đối lập có ý nghĩa phương pháp luận để quan sát, nhận thức hình thái vận động của sự vật, hiện tượng. Trên cơ sở đó xây dựng phương thức thực tiễn phù hợp quy luật vận động của đối tượng để cải tạo hiện thực theo mục đích của con người.

Như vậy, một khái niệm có hai nhóm nội hàm, nội hàm triết học chung cho mọi khái niệm, và nội hàm hiện thực mà khái niệm đó mô tả.

Khái niệm "Chủ nghĩa tư bản" có các nội hàm triết học. Nội hàm hiện thực cơ bản của khái niệm chủ nghĩa tư bản là "Sở hữu bóc lột giá trị thặng dư của người lao động".

Như phần trên đã trình bày, phạm trù đối lập AD có bốn thuộc tính hoặc bốn nội hàm cơ bản. Phạm trù này còn bốn thuộc tính nữa, có thể trình bày thành các cặp phạm trù riêng. Song, bốn thuộc tính này luôn luôn gắn liền với quá trình vận động của phạm trù đối lập AD. Để thuận lý trong quá trình vận dụng phạm trù, nhằm lý giải hiện thực và giải quyết các nhiệm vụ thực tiễn, bốn thuộc tính này có thể xem là nội hàm của phạm trù. Như thế phạm trù đối lập AD có 8 nội hàm, hoặc 8 thuộc tính:

1- Thuộc tính tương thành.
2- Thuộc tính đồng nhất.
3- Thuộc tính tương phản cân bằng .
4- Thuộc tính tương phản đối kháng.
5- Thuộc tính trong Âm có Dương và trong Dương có Âm.
6- Thuộc tính không thuần dương, không thuần âm (không cô dương, không cô âm)
7- Thuộc tính Dương dẫn dắt Âm.
8- Thuộc tính Dương động hơn Âm (Dương thường động, Âm thường tĩnh-Phạm trù động tĩnh).

Các thuộc tính 5,6,7, 8, là tri thức đặc sắc của học thuyết Âm Dương mà học thuyết DVBC chưa mô tả .

Thuộc tính thứ 5 được Trang Tử, một hiền triết, sống cùng thời với Mạnh Tử, phù hiệu bằng hai vòng tròn nhỏ trong đồ hình hai con cá AD ôm ấp nhau. Các nhà Lôgic học thường gọi đây là nguyên lý "phi bài trung". Không thể gọi học thuyết Âm Dương là học thuyết phi bài trung, vì học thuyết đó có hệ thống phạm trù, khái niệm, quy luật. Phi bài trung chỉ là một trong 8 thuộc tính của phạm trù. Thuộc tính 5 biểu hiện nhiều hình vẻ. Các sự vật hiện tượng khác nhau, thuộc tính 5 vận động ở những hình thái khác nhau. Hiện thực của thuộc tính này đã được mô tả ở phần học thuyết AD.

Cặp AD cơ bản của xã hội là :"thống trị-bị trị", "cấp trên-cấp dưới", "lãnh đạo-quần chúng", hoặc "quan- dân". Vị trí quan dân mang tính tương đối, một người ở vị trí này là quan, ở vị trí khac là dân. Đây chính là hình tượng của thuộc tính 5.

Trong hệ thống tổ chức nhà nước, các cấp từ thấp lên cao, có quyền lực hành chính, được pháp luật quy định thuộc về bên Dương, còn lại thuộc bên Âm. Mặt khác, trong quần chúng vẫn có những người có khả năng làm cán bộ nhưng chưa có điều kiện, hoặc lớp trẻ đang được đào tạo để làm nguồn kế tiếp, đây là những mầm Dương trong Âm

Khi bên Dương đối kháng với bên Âm (thường là như vậy, ngược lại rất hiếm), mầm Dương trong Âm bắt đầu phát triển, tương thành với quần chúng, hình thành cặp AD mới để loại trừ đối kháng. Bên Dương tìm cách tiêu diệt các mầm Dương mới, nhưng theo quy luật không thể tiêu diệt được; mầm này bị diệt có mầm khác trỗi dậy. Khi bên Dương giảm cường độ đối kháng, cặp AD mới giảm cường độ đối kháng và ngược lại. Khi bên Dương tăng cường đối kháng, cặp AD mới phát triển cho đến lúc đủ sức mạnh loại trừ đối kháng, cặp AD mới sẽ làm chủ sự vật mới.

Thuộc tính 6, 7 và 8 đã được mô tả ở phần học thuyết AD .

Với Hệ MT-TĐ-Mt, trái đất quay quanh MT với tốc độ chóng mặt (29,76 km/s), song MT vẫn động hơn TĐ vì những phản ứng nhiệt hạt nhân dữ dội. Ở cấp độ vi mô, hạt nhân nguyên tử động hơn điện tử. Trong cơ thể người, tim (dương hoả) động hơn thận (âm thuỷ); não dương động hơn não âm vì ở vai trò "lãnh đạo".

Về mặt giới tính, nam thường ở vai trò dương, dẫn dắt, chỉ huy; nữ thường có đặc điểm âm, thuận theo. Bởi thế cán bộ nữ thường có số lượng ít hơn nam giới, dù ở bất cứ thời kỳ lịch sử nào, dù được ưu tiên bồi dưỡng.

Phạm trù đối lập chiếm lĩnh toàn bộ thế giới khách quan như một chân lý tuyệt đối, không có ngoại lệ. Con người muốn chiếm lĩnh thực tại phải nhận thức sâu sắc phạm trù đối lập

với sự vận động, phát triển, biến hoá vô cùng đa dạng, muôn hình, muôn vẻ của các thuộc tính và mối liên hệ tác động qua lại thường xuyên và chặt chẽ giữa các thuộc tính ấy.

Muốn lý giải hiện thực và giải quyêt những nhiệm vụ thực tiễncó hiệu quả, phải bám sát hình thái vận động của phạm trù đối lập.

Có một quy luật chi phối sự vận động của phạm trù đối lập từ khi "Vụ nổ lớn" xẩy ra và trong suốt quá trình hình thành vũ trụ đến con người và xã hội loài người.

Đó là **Quy luật phát triển tương thành Âm Dương,** ở đây muốn ***nhấn mạnh yếu tố PHAT TRIÊN trong quy luật này.***

Khuynh hướng phát triển của thuộc tính tương thành trong phạm trù đối lập nhằm loại trừ đối kháng để đưa phạm trù đối lập đến trạng thái cân bằng AD, đến điểm dừng, là trạng thái cần thiết nhất đối với nhân loại. Quy luật đó đã dẫn dắt vũ trụ đi qua các cấp vận động từ thấp đến cao, từ vận động các hạt cơ bản, cơ, lý, hoá, sinh học, con người với vận động tâm lý-ý thức, đến vận động xã hội. Mỗi cấp vận động đều có những hình thái cân bằng riêng nhờ vai trò kết dính của các trường năng lượng. Riêng vận động xã hội và vận động tâm lý-ý thức, quá trình cân bằng nhờ sự dẫn dắt trực tiếp của quy luật phát triển chủ nghĩa nhân đạo và quy luật phát triển khoa học-công nghệ. Hai quy luật này là thành quả vân động của quy luật phát triển tương thành AD. Nếu đi sâu vào tầm vi mô thì các quy luật này cũng là thành quả vận động và phát triển của cặp đối lập AD "chất-trường năng lượng".

Quy luật phát triển tương thành có khuynh hướng liên kết các cấu trúc nhỏ thành các cấu trúc lớn, hệ thống nhỏ thành hệ thống lớn hơn. Vì thế mà các hạt cơ bản siêu vi mô mới liên kết lớn dần thành đại vũ trụ, thành con người rồi xã hội loài người. Xã hội loài người không nằm ngoài "quy luật phát triển hệ thống" đó. Từ các tập hợp nhỏ đến các tập hợp lớn, rồi tập hợp nhân loại toàn hành tinh thành một cấu trúc, thành một hệ thống duy nhất, thành một cặp AD duy nhất

Quy luật phát triển tương thành đang dẫn dắt cặp AD này loại trừ dần đối kháng để đạt tới trạng thái cân bằng: trạng thái hoà hợp và bình đẳng giữa những con người. Nhân loại bước vào thế kỷ XXI, xu thế hoà bình, hoà hợp, hợp tác ngày càng bộc lộ rõ ràng hơn và không thể đảo ngược. Cần nhìn cho rõ hình thái vận động của phạm trù đối lập xã hội ở thế kỷ XXI này để có cách ứng xử hợp quy luật, tránh gây tổn thất cho nhân loại.Vấn đề này đã được chứng minh ở chương bốn.

Thế kỷ XX, xung đột uý thức hệ đã làm cho thế giới hình thành hai hệ thống tương phản đối kháng. Từ kinh nghiệm lịch sử và cả lý luận nữa, đều cho thấy không thể "xuất khẩu cách mạng"; mặt khác "xuất khẩu phản cách mạng" cũng chỉ đem lại thắng lợi tạm thời vì trái quy luật. Cả hai phương thức" xuất khẩu" đều không thể thành công. Do đó lôgic hiện thực đã mang đến cho tư duy chính trị một kết luận thực tiễn:

Việc giải quyết mâu thuẫn ý thức hệ, mà chủ yếu là mâu thuẫn sở hữu, là việc riêng của từng dân tộc, là nhiệm vụ lịch sử của quần chúng lao động và tri thức tiến bộ của dân tộc đó. Thế giới không thể tổ chức thành "hai phe" để giúp đỡ việc riêng của từng nước.

Nước nào thành công trong việc kiến tạo một xã hội văn minh, dân chủ và bình đẳng, không áp bức bóc lột, quan hệ quốc tế tương thành, trong sáng, sẽ trở thành tấm gương sáng chói, có sức mạnh cuốn hút toàn nhân loại.

Về mặt lý luận, tư tưởng học thuyết Mác không đưa ra phương thức xuất khẩu cách mạng. Trong *Những nguyên lý của Chủ nghĩa cộng sản,* khi trả lời câu hỏi 16: Có thể thủ tiêu chế độ tư hữu bằng phương pháp hoà bình được không? Ăngghen trả lời: "...Người Cộng sản biết rất rõ rằng, mọi hoạt động âm mưu đều không những vô ích mà thậm chí còn có hại nữa, rằng ở đâu và bao giờ, cách mạng cũng là kết quả tất yếu của những hoàn cảnh hoàn toàn không phụ thuộc vào ý muốn và sự lãnh đạo của các đảng phái riênglẻ. Chỉ khi sự áp bức thúc đẩy quần chúng đứng lên làm cách mạng thì những người Cộng sản mới bảo vệ sự nghiệp của họ..." (Sdd, tr. 454)

Như vậy, cách mạng không thể là sản phẩm chủ quan áp đặt từ bên trong, thì càng không thể áp đặt từ bên ngoài.

Thế kỷ XX, chủ nghĩa đế quốc lập các khối quân sự để chống chủ nghĩa xã hội, bắt buộc chủ nghĩa xã hội phải đối phó. Từ đó, thế giới hình thành hai hệ thống đối kháng. Ngày nay "tính hai hệ thống " là vô nghĩa; vì vậy, việc duy trì các khối quân sự và chạy đua vũ trang thật là phi lý.

Hiện thực lịch sử đã từng chứng kiến các chiến công "huy hoàng" xuất khẩu "cách mạng" của chủ nghĩa thực dân cũ, chủ nghĩa thực dân mới, và ngay cả sự ủng hộ vô tư của Liên xô đối với các nước bè bạn, trong đó có cả Apganităng. Thực tiễn sáng tạo đã đơm hoa kết trái thật là "ngọt ngào!" Cuộc ra quân "xuất khẩu cách mạng" mới mẻ nhất, hào hiệp nhất, hùng dũng nhất, rầm rộ nhất ở thập kỷ đầu tiên, thế kỷ đầu tiên của thiên niên kỷ mới từ Mỹ và Tây Âu đến Irắc và Apganităng rồi sẽ lần lượt kết thúc bằng những khúc ca khải hoàn thật là"hoành tráng!"

Mỗi dân tộc tự chăm lo cho lý tưởng nhân đạo của mình, bên ngoài chỉ ủng hộ tinh thần mà không thể can thiệp vào công việc nội bộ của họ

Từ căn cứ lý luận, lôgic thực tiễn và kinh nghiệm lịch sử, nguyên lý đó mang tính quy luật ngày càng rõ ràng, từ thế kỷ XXI về sau.

Khi mỗi dân tộc đã có được tư duy đúng đắn, hợp quy luật, đã có nhiều thành công về phát triển chủ nghĩa nhân đạo, nâng cao đời sống nhân dân, có quan hệ quốc tế vô tư, trong sáng và công bằng, thì đó là ngọn đèn pha có sức chiếu sáng mênh mông không biên giới, một tấm gương hấp dẫn không giới hạn, một sức cuốn hút và lay động sâu xa đối với tâm hồn và ước vọng con người.

Cặp AD "xã hội -tâm lý"của một dân tộc có con đường vận động tự nhiên của mình. Không thể cưỡng bức tâm lý con người đi trái quy luật tự nhiên của nó. Ngay trong các nước XHCN, theo mô hình sở hữu công cộng kiểu cũ, cũng đã để lại những bài học cay đắng. Làm trái quy luật từ bên trong còn không xong, huống chi cưỡng bức từ bên ngoài. Mỗi sự vật có cách phủ định riêng của mình, tuỳ thuộc cơ bản vào đặc điểm các thuộc tính của phạm trù đối lập và đặc điểm tương quan, tương tác giữa chúng trong sự vật và ngoài sự vật, trong từng thời điểm lịch sử cụ thể.

Thời đại ngày nay, việc giải quyết mâu thuẫn ý thức hệ, mà chủ yếu là mâu thuẫn sở hữu, trong từng dân tộc, như đã phân tích, không thể dùng bạo lực vũ trang; chỉ có thể dùng sức mạnh tương thành của phạm trù đối lập để dần dần loại bỏ tương phản đối kháng, biến hoá dần các hình thái kinh tế bóc lột sang hình thái kinh tế "đồng sở hữu", thực hiện quy luật sở hữu cá nhân chân chính, loại trừ yếu tố bóc lột. Các khái niệm quen dùng ở thế kỷ XX như, "tiêu diệt chủ nghĩa tư bản", "tiêu diệt chủ nghĩa xã hội", là cách hiểu không toàn diện nội hàm của một phạm trù đối lập. Sự nhầm lẫn như vậy đã gây biết bao tổn thất cho nhân loại. Cặp đối lập AD: "CNTB-CNXH" có 4 thuộc tính cơ bản, trong đó chỉ có một thuộc tính tương phản đối kháng, chủ yếu là mâu thuẫn về vấn đề sở hữu, còn các thuộc tính khác có thể kế thừa lẫn nhau. Đó là các sản phẩm của nền văn minh nhân loại, nằm trong thuộc tính thống nhất, đồng nhất của phạm trù đối lập, như khoa học, các loại hình nghệ thuật, tổ chức và quản lý sản xuất,...Phủ định chủ nghĩa tư bản chủ yếu là phủ định hình thái chiếm hữu giá trị thặng dư của người lao động . Đương nhiên sẽ đi đến hiệu ứng nhân quả là phủ định sự tha hóa của con người, và kế thừa tất cả mọi giá trị văn minh được con người sáng tạo trong lòng chủ nghĩa tư bản. Do đó, sử dung các cụm từ "tiêu diệt, xóa bỏ, diệt vong" sẽ gây ấn tượng nhận thức về một sự đối kháng toàn diện. Ngày nay, như đã chứng minh, việc giải quyết mâu thuẫn sở hữu là việc riêng của mỗi dân tộc, không thể can thiệp từ bên ngoài. Không chỉ vấn đề sở hữu, những vấn đề khác, như xung đột tôn giáo, sắc tộc,...,vấn đề dân chủ, đều là việc riêng của mỗi dân tộc. Mỗi dân tộc tự chăm lo cho sự nghiệp nhân đạo của mình. Chỉ có Liên hợp quốc mới có quyền can thiệp, khi mâu thuẫn có khả năng gây ra thảm họa nhân đạo. Mọi sự can thiệp khác, thông thường là vì lợi ích riêng, sẽ dẫn đến thất bại, hiện thực thực tiễn đang chứng minh như vậy.

Cách mạng bạo lực có tính chân lý nhất định trong điều kiện lịch sử của thế kỷ XX về trước. Bước sang thế kỷ XXI, khi điều kiện lịch sử đã biến đổi nhiều, thì "cách mạng bạo lực" không còn là chân lý nữa.

Như thế, nhiệm vụ chung của hành tinh là giải quyết những công việc mang tính nhân đạo toàn nhân loại. Đó là gìn giữ hoà bình, chống biến đổi khí hậu, chống đói nghèo, cùng phát triển, chống ma túy, khủng bố, v.v. và v.v...Những nhiệm vụ này đòi hỏi sự nỗ lực và sự hợp tác tương thành của nhiều quốc gia. Nếu có những ý kiến khác biệt, có thể giải quyết bằng sức mạnh tương thành, không đối kháng.

Từ lôgic về việc riêng của mỗi dân tộc đến lôgic về việc chung quốc tế, không cần động não, cũng thấy rằng, chiến tranh là hết sức phi lý.

Bạo lực vũ trang chỉ xảy ra hạn hẹp khi phải tiêu diệt bọn

trùm khủng bố, trùm ma túy, bọn cướp, bọn tội phạm phi nhân cách.

Việc tranh giành đất đai, cướp bóc tài nguyên của dân tộc khác, chủ nghĩa dân tộc hẹp hòi, chủ nghĩa sô vanh nước lớn; đều là biểu hiện của một tư duy chính trị thấp kém, không hiểu biết quy luật; là sự kế thừa tâm lý cấp thấp của quá khứ lịch sử; đều trái lương tâm nhân loại, khi chủ nghĩa nhân đạo đang trở thành ý thức mãnh liệt của con người. Mọi cái đi ngược lại đều chắc chắn thất bại, và trở thành vết nhơ của lịch sử văn minh.

Bước vào thế kỷ XXI, quy luật phát triển tương thành, quy luật phát triển chủ nghĩa nhân dạo, quy luật phát triển khoa học công nghệ, đang cấu trúc nhân loại toàn cầu thành hệ thống ngày càng chặt chẽ hơn; đang dẫn dắt các phạm trù đối lập kiến tạo một nền hoà bình bền vững cho nhân loại.

Lịch sử là một dòng chảy liên tục. Những tàn dư phản nhân đạo trong quá khứ vẫn còn trôi bồng bềnh trên dòng sông lịch sử hiện đại. Đầu thế kỷ XXI, dòng sông vẫn còn quẫy sóng từ những tàn dư đó. Theo dòng chảy về tương lai, những chấn động sẽ thưa thớt dần và sự vùng vẫy sẽ ngày càng giảm bớt; dòng sông sẽ ngày càng trong xanh và hiền hòa hơn. Chắc rằng, càng về cuối thế kỷ, hành tinh xanh càng yên bình hơn. Thực tiễn thế giới hiện đại đang diễn ra theo khuynh hướngnhư vậy!

Bởi vì, các phạm trù đối lập của thế giới hiện đại có tính thống nhất ngày càngcao, tính đồng nhất ngày càng cao; tương phản đối kháng về sở hữu chỉ là việc riêng của mỗi nước. Khi xuất hiện mâu thuẫn có thể sử dụng sức mạnh của tính thống nhất, tính đồng nhất và tương phản cân bằng để hoá giải. Nhận thức được như vậy, vấn đề Trung đông, Irăng, Triều tiên, Apganităng, và ngay cả chủ nghĩa khủng bố quốc tế, cũng có thể tìm được phương thức hoá giải dễ dàng hơn.

Hãy tin vào tương lai tươi sáng của nhân loại!

II- SỰ BÙ ĐẮP CÓ Ý NGHĨA GIỮA HỌC THUYẾT ÂM DƯƠNG VÀ HỌC THUYẾT DUY VẬT BIỆN CHỨNG.

Mỗi khoa học là một trừu tượng lớn của thế giới hiện thực, dường như được phân công mô tả những bộ phận khác nhau của thế giới đó. Thế giới là một hệ thống, vì vậy các khoa học cũng tập hợp thành một hệ thống có liên quan chặt chẽ với nhau. Từ đó có thể bổ sung cho nhau và giải quyết những vấn đề của nhau, trong đó triết học đóng vai trò dẫn hướng.

Học thuyết Âm Dương và học thuyết Duy vật biện chứng có sự tương đồng sâu sắc. Sự bù đắp làm cho hai học thuyết khoả lấp những chỗ còn trống, càng hoàn hảo hơn, có thể hoá thân vào nhau, trùng khớp nhau, tạo ra sức mạnh mới để lý giải hiện thực và giải quyết những vấn đề thực tiễn được dễ dàng hơn và hiệu quả cao hơn.

Tìm ra nội dung bù đắp giữa hai học thuyết và tìm cách chứng minh một cách thuyết phục, thực sự là thách thức của tư duy triết học. Ở đây xin nêu một số nội dung bù đắp để độc giả tham khảo.

1- Về phạm trù đối lập Âm Dương:

Phạm trù đối lập, phạm trù cơ bản nhất của học thuyết Duy vật biện chứng, học thuyết Âm Dương phân biệt hai mặt đối lập là Âm và Dương và thuộc tính vận động, liên hệ giữa chúng (8 thuộc tính), làm rõ hơn phương thức và khuynh hướng vận động của phạm trù đối lập. Việc phân biệt này đã và đang được hiện thực và thực tiễn phổ biến chứng minh tính chân lý của nó. Vì vậy, có thể thay đổi tên gọi "phạm trù đối lập", thành "phạm trù đối lập AD", hoặc coi các "phạm trù đối lập", "phạm trù AD", "phạm trù đối lập AD" là đồng nghĩa (cùng nội hàm, cùng 8 thuộc tính).

2- Về thuộc tính của phạm trù đối lập:

Đề nghị phạm trù đối lập có tám thuộc tính triết học. Phân biệt rõ hơn cấp độ tương phản (đấu tranh) là tương phản cân bằng và tương phản đối kháng. Đưa ra quan niệm tương phản cân bằng chính là hệ thống tự động điều chỉnh, một hiện tượng mang tính quy luật phổ biến của toàn bộ thế giới hiện thực. Đối với xã hội, hệ thống tự động điều chỉnh có sự chủ động của con người. Hệ thống tương phản cân bằng không thể thiếu, để sự vật vận động ổn định, cân bằng.

3- Về quy luật "phát triển tương thành":

"Quy luật phát triển tương thành" giữa các sự vật và trong một sự vật có vai trò cố kết cấu trúc nhỏ thành cấu trúc lớn, cặp AD nhỏ thành cặp AD lớn. Trong tiến trình hình thành hệ thống, quy luật phát triển tương thành loại trừ dần tương phản đối kháng, đưa các hệ thống AD đến trạng thái cân bằng (điểm dừng), sự vật được sinh ra và có tên gọi riêng của nó.

Từ quy luật này, đã tìm thấy cái đích đi tới và phương thức đi tới của tương lai loài người rõ ràng hơn. Nhận thức sâu sắc quy luật phát triển tương thành và hình thái vân động của phạm trù đối lập trong xã hội hiện đại, cùng với kinh nghiệm lịch sử, đã cho thấy rằng:

Thế giới đương đại về cơ bản không còn tương phản đối kháng giữa các quốc gia, không còn hai hệ thống đối nghịch.

Vì việc hoá giải sự khác biệt ý thức hệ, mà chủ yếu là mâu thuẫn sở hữu, là việc riêng của từng quốc gia, không phải là việc chung của các hệ thống thế giới. Vì vậy thế giới không thể hình thành hai hệ thống mâu thuẫn ý thức hệ, để gây xung đột và chiến tranh phi lý. Từ đây cũng cho thấy sự tồn tại các khối quân sự, việc chạy đua vũ trang, cũng thật là phi lý; việc xung đột sắc tộc, tôn giáo cũng thật là phi lý; và việc tranh giành lãnh thổ, tài nguyên cũng thật là phi lý. Hướng về tương lai của nhân loại, tư duy chính trị sáng suốt hãy ngăn chặn sớm hơn những phi lý như vậy; không để cho thế hệ con cháu chúng ta phải giải quyết (vì quy luật sẽ dẫn tới điều đó) những việc mà chúng ta có khả năng trong tầm tay.

Sự phi lý còn tồn tại và vận động có nguyên nhân từ một bộ phận nhân loại ở cấp chi phối hiện thực còn kế thừa tâm lý vô thức của quá khứ tiến hóa, chưa nhận thức được quy luật phát triển của thế giới hiện đại, sự nghèo nàn của chủ nghĩa nhân đạo trong tâm lý của họ. Các quy luật đang vận động mạnh mẽ trong thế giới hiện đại, sẽ cải biến các quy luật tâm lý lỗi thời của họ nhanh hơn bất cứ thời gian nào trong quá khứ lịch sử. Sai lầm của họ sẽ được quy luật điều chỉnh. Nếu họ không tỉnh táo, cứ khăng khăng chạy theo những lợi ích phi nhân bản, chắc chắn phải trả giá và thất bại. Bi kịch đang lùi dần để nhường chỗ cho hài kịch.

Tuỳ *thời* mà thực hiện *trung*. Thế giới *thời nay* không nên suy nghĩ đến tương phản đối kháng, mà có thể dùng sức mạnh tương thành của phạm trù đối lập để giải quyết mọi sự bất đồng. Tăng cường tính thống nhất, tăng cường tính đồng nhất, sử dụng khôn khéo tương phản cân bằng để loại trừ mâu thuẫn, dẫn phạm trù đối lập tới trạng thái cân bằng. Hoà bình, hữu nghị, hợp tác cùng phát triển, công bằng bình đẳng trong mọi quan hệ quốc tế, là xu hướng tất yếu, mang tính quy luật của thế giới hiện đại.

Quy luật phát triển tương thành và hình thái vận động của phạm trù đối lập trong thế giới hiện đại, có thể vận dụng vào bất cứ lĩnh vực nào, bất cứ nhiệm vụ nào, từ việc nhỏ nhất là quan hệ giữa hai người, đến công việc toàn cầu và mối quan hệ với thiên nhiên.

Các nhà Mỹ học đã thống nhất rằng, thế giới vận động theo quy luật phat triển CÁI ĐẸP. Cái đẹp của sự vật là sự cân bằng

AD trong sự vật đó (đã được trình bày trong phần : "Học thuyết Âm Dương và Mỹ học"). Sự cân bằng AD đó gây xúc cảm thẩm mỹ trong tâm lý của con người. Chính quy luật phát triển tương thành AD sáng tạo ra quy luật phát triển của cái đẹp. Tính thống nhất, tính đồng nhất, tương phản cân bằng, không đối kháng, làm nên cái đẹp của sự vật đó.

Ở đây ta tìm được sự thống nhất giữa triết học Duy vật biện chứng âm dương và triết học Mỹ học, mà thực chất là, Mỹ học tìm thấy căn cứ triết học của mình trong triết học Duy vật biện chứng âm dương.

Từ khoa học Mỹ học, chúng ta lại có cách tiếp cận mới về nhận thức tương lai xã hội loài người: ***Tương lai nhân loại vận động theo quy luật phát triển cái đẹp.*** Cái đẹp nhất của nhân loại là cái đẹp trong quan hệ giữa những con người: Tương thành, bình đẳng, không áp bức bóc lột, mọi người có điều kiện phát triển toàn diện và tự do.

4- Về phạm trù "lượng- chất":

Từ học thuyết AD cho thấy, lượng chất không vận động một mình. Đó là một cặp AD, không thuần Dương, không thuần Âm. Để sự vật cũ chuyển sang sự vật mới, lượng không vận động một mình tới điểm nút, rồi mới chuyển hoá về chất. Lượng và Chất cùng phát triển tương đối đồng bộ, lệch nhau trong giới hạn cân bằng AD, nếu lệch quá sẽ xuất hiện đối kháng. Điểm nút là thời điểm tương phản đối kháng cơ bản bị loại trừ để sự vật chuyển sang sự vật mới; hoặc tương phản đối kháng chiến thắng, sự vật quay về sự vật cũ, hoặc tan rã về cấp vận động thấp hơn. Sự vận động đồng bộ của "lượng, chất" làm thành quy luật AD đồng thịnh (lượng chất cùng phát triển), hoặc quy luật AD đồng suy.

Khi đun nước, lượng nhiệt tăng đến đâu (lượng tăng), nhiệt độ nước tăng lên đến đó (chất tăng). Nhiệt độ nước (tốc độ vận động các phân tử nước) tăng lên cho đến lúc lực hấp dẫn giữa các phân tử nước (tương phản đối kháng) không còn đủ sức cố kết các phân tử nước (tương phản đối kháng bị loại trừ), nước sôi (điểm nút) và chuyển dần sang thể hơi (chuyển hoá quy luật vận động). Trong quá trình học tập, "lượng" học tăng đến đâu, tri thức ("chất") tăng đến đó.

Trong một tổ chức cách mạng, quần chúng cách mạng tăng dần về số lượng, cán bộ cũng tăng lên tương ứng(lượng tăng), sức mạnh cách mạng (chất) tăng lên gần như đồng bộ, khi loại trừ được đối kháng (điểm nút), lực lượng cách mạng nắm quyền xã hội mới. Hiện thực hoàn toàn chứng minh quy luật đó.

5- Về phạm trù phủ định:

Phạm trù phủ định vận động theo hai trạng thái: phủ định thụt lùi, sự vật quay về trạng thái cũ hoặc tan rã thành cấp vận động thấp hơn; phủ định phát triển, sự vật chuyển hoá lên cấp vận động cao hơn.

Quy luật vận động của sự vật thường theo bốn giai đoạn: thành, thịnh, suy, huỷ, có tính chu kỳ. Giai đoạn thành thịnh, thường là phủ định phát triển (tuy có thụt lùi, nhưng tạm thời và hiếm hơn). Giai đoạn suy huỷ thường là phủ định thụt lùi. Thời gian từng chu kỳ ngắn dài tuỳ từng sự vật. Giai đoạn thành thịnh của sự vật là tiến trình cố kết nhiều cặp AD nhỏ thành cặp AD lớn, theo quy luật AD đồng thịnh. Dưới tác động của quy luật phát triển tương thành AD, cặp AD lớn sẽ tiến tới cân bằng và sự vật mới ra đời. Sự vật có cấp vận động cao hơn sẽ có nhiều cặp AD thành phần hơn, hệ thống tương phản cân bằng phong phú và tinh vi hơn.

Vũ trụ sau Vụ nổ lớn (Bigbang), quá trình thành thịnh đã hình thành các cấp vận động cơ bản: hạt cơ bản, lý, hoá, sinh học, cấp vận động tâm lý-ý thức và cấp vận động xã hội. Đó là quá trình phủ định phát triển

Vũ trụ là vô cùng, vô cùng nhỏ và vô cùng lớn. Về hạt cơ bản, chúng ta mới khảo sát đến kích thước 10^{-16}cm, trong lúc đó "điểm kỳ dị" làm ra Bigbang còn nhỏ nhiều lần hơn thế: 10^{-33}cm . Như thế trong vũ trụ tồn tại các hạt siêu cơ bản mà kích thước có thể nhỏ gần bằng không nhưng không thể bằng không. Đó cũng là cặp AD siêu cơ bản của "chất" và "trường". Từ quy luật phủđịnh phát triển, có thể trong vũ trụ còn có cấp vận động của các hạt siêu cơ bản ở nhiều cấp độ khác nhau; có thể đó là "vật chất đen" có khối lượng tổng thể lớn hơn rất nhiều vật chất mà con người hiện tại quan sát được, và đó cũng là vật chất cấu thành khối lượng các sự vật và truyền năng lượng chung quanh chúng ta. Khái niệm "chân không" chính là "không thời gian" vận động của các hạt siêu cơ bản. Người ta tác động lên chân không một ngoại lực cực mạnh, một trường điện từ cực mạnh chẳng hạn, có thể thu được hạt cơ bản (theo *Vũ trụ nhìn thấy và không nhìn thấy*, Sđd, tr. 200). Điều đó chứng tỏ rằng năng lượng đã liên kết các hạt siêu cơ bản thành các hạt cơ bản. Vật thể vũ trụ luôn luôn có cấu trúc, luôn luôn là những cặp đối lập AD của chất và trường. Vì vậy, dù là hạt siêu cơ bản, như ánh sáng (phô tôn) cũng có khối lượng siêu vi mô mà khoa học hiên tại chưa đo lường được. Phô tôn nằm trong e vẫn có khối lượng tĩnh nhưng vô cùng nhỏ bé so với e. Các nhà khoa học đã dùng công thức toán lý theo nguyên lý tương đối, để chứng minh rằng, khối lượng và năng lượng tĩnh của phôtôn bằng không. Song, các công thức đó là công thức quan sát. Từ các công thức đó, người ta suy lý thấy: Khi con người vân động với tốc độ gần tốc độ ánh sáng, sẽ nhìn thấy một cái thước dài 10km, nằm dưới mặt đất, có chiều dài gần bằng không, còn khối lượng con người thì đã đột ngột lớn lên gần bằng vô cùng, và người đứng dưới mặt đất quan sát thì thấy kích thước người đó cũng gần bằng không! Thường các bộ môn khoa học toán, lý được xây dựng từ các tiên đề không chứng minh, hoặc không thể chứng minh. Điều đó có nguồn gốc từ hiện tượng "Vũ trụ vô thủy, vô chung".

Trong thế giới hiện thực, có những điều không thể chứng minh, chỉ mặc nhiên công nhận bằng linh cảm khoa học, hoăc bằng giới hạn của trí tuệ. Bởi vì, bất cứ đối tượng hiện thực nào cũng là đối tượng nhận thức vô cùng. Do đó, các tiên đề cũng rất "tương đối", không phải là chân lý tuyệt đối. Các công thức toán lý xây dựng trên cơ sở các tiên đề đó cũng rất "tương đối". Các công thức đó không phải khi nào cũng vận dụng đúng cho mọi đối tượng hiện thực. Có những công thức chỉ đúng với các hiện tượng vĩ mô mà không đúng với các hiện tượng vi mô, và ngược lại. Đó là tình trạng phổ biến của khoa học.

Công thức đo độ dài một thanh nằm yên dọc theo trục tọa độ trong hệ quy chiếu quán tính K^0 ; nó có độ dài l_0 , gọi là độ dài riêng. Phép tính chứng tỏ, độ dài l của thanh này đo được trong hệ quy chiếu quán tính K, khi thanh chuyển động với tốc độ v dọc theo trục tọa độ của hệ K, có giá trị bằng:

$$l = l_0 \quad 1- < l_0$$

Như vậy, độ dài của thanh đã bị co lại theo phương chuyển động, theo tỷ lệ

Điều đó chứng tỏ rằng, khái niệm không gian là tương đối,

R = 1- phụ thuộc vào hệ quy chiếu quán tính. (Chú ý rằng, ở đây nói về không gian Vật lý học, không phải là không gian triết học). Khi $v = c$, độ dài thanh ban đầu l_0, giả dụ bằng 10 km, co lại bằng "0". Đương nhiên, sự co độ dài chỉ là một hiện tượng thuần túy động học, xẩy ra với người quan sát, không có năng lượng nào làm thanh co lại trong thực tế.

Tỷ lệ R cũng được sử dụng để tính khối lượng và năng lượng tĩnh của phôtôn: $m_{0ph} = m_{ph} \quad R$. Trong đó, m_{0ph} là khối lượng nghỉ, m_{ph} là khối lượng tương đối tính của phôtôn.

Vì $v = c$ nên $m_{0ph} = 0$ .Vậy, khối lượng nghỉ của phôtôn bằng "0".

Dùng công thức quan sát R để tính khối lượng nghỉ của phôtôn cần được kiểm chứng của triết học và khoa học có liên quan.

Năm 1901, Kaufman đã chứng minh được rằng, khối lượng điện tử không phải là khối lượng tĩnh, mà thay đổi theo tốc độ. Điều đó hoàn toàn phù hợp với triết học âm dương. Khối lượng và năng lượng của vật thể là một cặp âm dương. Hai đại lượng đó phải cấu trúc cân bằng, vật thể mới vận động bình ổn. Khi năng lượng tăng lên, khối lượng cũng phải tăng tương ứng và ngược lại. Khi một nguyên tử bị kích thích, điện tử nhảy xuống mức năng lượng thấp, ắt phải giải phóng bớt khối lượng để giữ cân bằng. Khối lượng được giải phóng và năng lượng đã mất đi, phải chăng đã chuyển sang phôtôn?! Như vậy, phôtôn là thành phần cấu trúc của điện tử, chúng có khối lượng và năng lượng tĩnh?!

Công thức tương tác giữa hạt và phản hạt đã chứng minh điều đó:

$e^+ + e^- ==$. Trong đó là phôtôn

Phôtôn là một đối tượng vật chất, ắt phải được cấu trúc bằng chất và trường, không thể từ không đến có. Điện tử được coi là hạt sơ cấp, là do giới hạn hiểu biết của chúng ta. Là đối tượng vật chất, điện tử cũng có cấu trúc chất trường và hàm chứa rất nhiều hạt "siêu cơ bản", vì mọi đối tượng vật chất đều có cấu trúc bằng nhiều cặp AD thành phần, đều là những cặp AD chất trường. Photon cũng được cấu trúc bằng các hạt AD "siêu cơ bản", nhưng con người chưa mô tả được cụ thể trạng thái đó. Triết học DVBC và triết học AD đều khám phá quy luật phổ biến đó của mọi đối tượng vật chất. Khoa học ngày càng làm sáng tỏ chân lý đó. Việc sử dụng công thức quan sát theo nguyên lý tương đối, để khẳng định phôtôn có khối lượng và năng lượng tĩnh bằng không, tương tự như trường hợp đứng ở dưới đất nhìn thấy con người bay với tốc độ gần tốc độ ánh sáng, khối lượng sẽ gần bằng vô cùng, còn chiều cao thì gần bằng không !? Các công thức toán học thường đúng với lôgic tiên đề của nó, nhưng trong nhiều trường hợp lại không đúng với lôgic biện chứng của bài toán hiên thực, tương tự như việc phải bỏ nghiệm âm của phương trình đại số khi giải một bài toán thực tế. Nghiệm âm đó đúng với lôgic toán, nhưng không đúng với yêu cầu thực tế của bài toán. Từ đây thấy rằng, việc chứng minh khối lượng tĩnh cua photon bằng không còn tiềm ẩn nhiều hoài nghi khoa học.

Về khái niệm "không-thời gian". Tương tự như khái niệm "vật chất", khái niệm "không-thời gian" có nghĩa rộng và nghĩa hẹp. Nghĩa rộng thuộc về phạm trù triết học, là thuộc tính của vật chất vận động. Nghĩa hẹp gắn liền với các đối tượng vật chất cụ thể. Như vậy, trong quá trình nghiên cứu và nhân thức khái niệm không thời gian , cần phân biệt không thời gian triết học và không thời gian cụ thể. Từ công thức của thuyết tương đối, người ta suy lý thấy, khi vận động với tốc độ cao, thời gian bị chậm lại, hoặc, không thời gian bị lực hấp dẫn bẻ cong. Đó là khái niệm không thời gian của khoa học cụ thể, với những đối tượng hiện thực cụ thể. Sự vật cụ thể vận động với những quy luật khác nhau, thuộc tính không-thời gian gắn liền với quy luật vận động của vật thể đó. Điều đó lý giải hiện tượng phong phú của không-thời gian. Trái đất có không-thời gian âm dương ngũ hành thật là thú vị. Cũng trong trường hợp này nữa, không phải khi nào công thức của nguyên lý tương đối cũng đúng cho mọi trường hợp không thời gian. Vì vậy, khi vận dụng để lý giải hiện thực và giải quyết các nhiệm vụ thực tiễn, phải tính tới điều đó.

Vật chất vận động độc lập với cảm giác của con người. Vì vậy, không thể lấy cảm giác suy lý từ công thức toán học, để thay thế cho thuộc tính độc lập đó !

Khoa học vũ trụ hiện đang hy vọng tìm thấy ở lý thuyết Dây và lý thuyết Màng trả lời được câu hỏi: Tại sao sự vật có thuộc tính khối lượng? Chưa thấy đặt ra câu hỏi: Tại sao vũ trụ có thuộc tính năng lượng? Phải chăng thuộc tính năng lượng được mặc nhiên công nhận là tồn tại vô thuỷ vô chung, không có bắt đầu và không có kết thúc như vũ trụ vậy. Song, năng lượng và khối lượng (trường và chất) là cặp AD cơ bản của vũ trụ, không tách rời nhau, không vận động riêng biệt, không cô Âm cô Dương. Công thức $E=mc^2$ và $E=mv^2/2$ đã mô tả tuyệt vời cặp AD đó (theo nguyên lý cân bằng AD "chất-trường", khi chất được ngoại lực làm tăng năng lượng, tốc độ vận động tăng lên thì khối lượng của chất cũng tăng lên, làm cho lực hấp dẫn liên kết tăng lên theo một nguyên lý nào đó. Không như vậy, chất sẽ bị tan rã thành các khối lượng nhỏ hơn do mất cân bằng AD. Năng lượng được mặc nhiên công nhận là vô thuỷ vô chung, không có câu trả lời cho câu hỏi tại sao có năng lượng, cũng mãi mãi không có câu trả lời cho lý do tồn tại của khối lượng.

Phạm trù AD cũng là phạm trù vô thuỷ vô chung. Vũ trụ kỳ lạ vô thuỷ vô chung, mang theo bao nhiêu ẩn dấu kỳ lạ, cũng vô thuỷ vô chung. Phải chăng chúng ta đang ước mơ tìm câu trả lời cuối cùng cho một đối tượng nhận thức vô cùng?! Phải chăng Vụ nổ lớn chỉ đủ năng lượng cố kết một phần nhỏ các hạt siêu cơ bản thành các hạt cơ bản, làm nên vũ trụ của chúng ta, phần còn lại rất lớn được giao nhiệm vụ truyền năng lượng. Phải chăng, đó là kịch bản mang tính quy luật, là bản sắc vũ trụ, và như vậy con người mới được sinh ra, mới có người bạn chiêm ngưỡng và mô tả vẻ đẹp kiều diễm của mình! Triết học có thể giúp chúng ta đỡ tốn hao công sức trong việc tìm kiếm những lời giải vượt quá khả năng siêu phàm của khoa học.

Sự vật có cấp vận động càng cao, trong phạm trù đối lập của nó, tính thống nhất, tính đồng nhất càng cao, tổ chức tương phản cân bằng càng hoàn thiện và có hiệu quả, vì vậy tương phản đối kháng càng giảm.

Trong cùng một cấp vận động, có thể chia ra các cấp vận động nhỏ hơn, trong đó, cấp vận động sau là thành quả phủ định phát triển của cấp vận động trước. Vận động vật lý của đại vũ trụ đi từ cấp vận động hạt siêu cơ bản đến.. ngôi sao, các thiên hà, đến đại vũ trụ. Vận động vật lý của nguyên tố các bon đi từ than chì, kimcương, tinh thể hình cầu C_{60}, tinh thể hình ống. Các tinh thể sau vì có hệ thống tương thành, hệ thống đồng nhất, tương phản cân bằng tốt hơn nên độ cứng cao hơn, và có những đặc tính vật lý quý giá hơn. Bảng tuần hoàn Menđêlêep là hình ảnh các cấp vận động của các nguyên tố hoá học.

Vận động sinh học có các cấp từ thấp đến cao, từ con vi khuẩn đến vận động sinh học của con người.

Theo quy luật phủ định phát triển, vân động tâm lý của con người có thể chia ra một số cấp vận động từ thấp đến cao. Cấp vận động tâm lý đầu tiên thường mang nặng tính kế thừa từ tâm lý cấp thấp. Vì vậy, xã hội nguyên thuỷ, dù chưa có bóc lột trong nội bộ thị tộc, bộ lạc, vẫn là một xã hội dã man, trong đó hạnh phúc con người ở nấc thang thấp nhất. Sự công bằng trong đói rét của xã hội nguyên thuỷ có ý nghĩa là bao! Trong lúc đó chiến tranh liên miên giữa các bộ lạc để mở rộng không gian sinh tồn (được kế thừa từ quá khứ tiến hoá) đã gây bao đau thương tang tóc cho con người. Mác từng nói, sự công bằng của xã hội nguyên thủy là sự hài hước của lịch sử là như vậy. Sự đối kháng đó được kế thừa sang chế độ nô lệ, và được giảm dần do quy luật phủđịnh phát triển, dưới sự tác động của quy luật phát triển tương thành, mà biểu hiện chủ yếu là sự phát triển trí tuệ, khoa học công nghệ, và chủ nghĩa nhân đạo bắt đầu hình thành và phát triển

Vận động tâm lý-ý thức và vận động xã hội là một cặp đối lập AD, có đầy đủ tám thuộc thuộc tính. Vì cấp vận động cao hơn, nên vận động xã hội có vai trò Dương, vận động tâm lý có vai trò Âm. C.Mac cho rằng, con người là tổng hoà các quan hệ xã hội, là hoàn toàn chính xác, nếu tiếp cận từ học thuyết Âm Dương.

Cặp AD "xã hội-tâm lý" vận động theo quy luật phát triển tương thành và phủ định phát triển, vì vậy tương phản đối kháng giảm dần giữa vận động tâm lý và vận động xã hội; dẫn tới sự cân bằng AD trong tâm lý con người và cân bằng AD của xã hội, phát triển theo chiều hướng tích cực và tương đối đồng bộ theo quy luật AD đồng thịnh.

Có thể phân kỳ cấp vận động tâm lý thành các kỳ như sau:

- Kỳ 1: Xã hội Nguyên thuỷ. Tâm lý cấp nguyên thuỷ còn nặng tính kế thừa tâm lý cấp thấp, tâm lý sở hữu cá nhân chân chính hình thành.

- Kỳ 2: Ba xã hội tiền sử. Tâm lý nhân đạo hình thành và phát triển. Tâm lý sở hữu cá nhân chân chính phát triển bền vững và bị biến thái cực đoan ở một bộ phận nhân loại chiếm hữu sở hữu cá nhân chan chính.

- Kỳ 3: Giai đoạn xã hội chủ nghĩa. Tâm lý nhân đạo phát triển ở giai đoạn cao, đòi hỏi xoá bỏ hình thái chiếm hữu, loại trừ chiến tranh. Bằng mô hình kinh tế Đồng sở hữu, thực hiện quy luật sở hữu cá nhân chân chính, xóa bỏ chiếm hữu giá trị thặng dư, tâm lý sở hữu tập thể văn minh hình thành và phát triển.

- Kỳ 4: Xã hội cộng sản văn minh. Tâm lý nhân đạo ở giai đoạn hoàn thiện, quan hệ giữa con người hoàn toàn bình đẳng, tương thành, con người phát triển tự do và toàn diện. Tâm lý sở hữu cá nhân tự tiêu vong, hình thái sở hữu tập thể văn minh "đồng sở hữu" tiến hoá tự nhiên lên hình thái "sở hữu công cộng văn minh".

Tâm lý cá nhân có nhiều nội dung làm thành bản sắc cá

nhân từng con người, song có những đặc điểm tâm lý chung của *thuộc tính loài người.* Cặp AD "xã hội -tâm lý", tâm lý ở đây là tâm lý chung. Tâm lý quan trọng nhất là tâm lý sở hữu cá nhân đối với tư liệu sản xuất và thành quả lao động, vì nó gắn liền và được hình thành từ đời sống sinh học, gắn liền với sự tồn tại của con người. Vì vậy tâm lý sở hữu cá nhân mang tính quy luật. Hiện tượng chiếm hữu sở hữu cá nhân chan chính là tâm lý sở hữu cá nhân biến thái cực đoan, được hình thành do sự tương tác phức tạp từ nhiều quy luật. Trước tiên đó là sự kế thừa tâm lý cấp thấp và tâm lý tranh giành lãnh thổ sinh tồn từ thời kỳ công xã nguyên thuỷ, được yếu tố quyền lực làm bà đỡ và nuôi dưỡng. Đó là sự tranh đoạt tài sản tự nhiên, kế thừa sang tranh đoạt tài sản sở hữu cá nhân chân chính của đồng loại. Ba chế độ tiền sử là giai đoạn đầu của tiến trình lịch sử nhân loại, mang tính kế thừa thuộc tính vân động câp thấp nhiều hơn.

Hình thái vận động sở hữu cấp cao nhất của xã hội loài người là quy luật sở hữu công cộng văn minh.

Quy luật vận động sở hữu của các xã hội tiền sử được quy luật cấp cao cải biến dần cho phù hợp với nó, với hai công cụ cải biến là chủ nghĩa nhân đạo và khoa học công nghệ dưới sự tác động của quy luật phát triển tương thành và quy luật phủđịnh phát triển. Giai đoạn cải biến có ý nghĩa là giai đoạn xã hội chủ nghĩa. Tại giai đoạn này, chiếm hữu sở hữu cá nhân chân chính bị xoá bỏ dưới hình thức đồng sở hữu, đồng thời hình thành ý thức sở hữu tập thể. Tâm lý sở hữu cá nhân riêng lẻ thời kỳ tiền công nghiệp, bị đại công nghiệp tư bản đè nén, song cũng đã mở đầu cho việc hình thành tâm lý cộng đồng sở hữu. Tuy nhiên, thành quả cộng đồng sở hữu bị chiếmđoạt, nên tâm lý này còn mơ hồ, không có sức mạnh thực tiễn. Bước sang mô hình Đồng sở hữu, thành quả "sở hữu tập thể" được phân phối cho người lao động, nên tâm lý sở hữu tập thể dần dần hình thành. Vận động vật chất sản sinh vận động tinh thần là như vậy. Cùng với sự phát triển của tâm lý sở hữu tập thể, tâm lý sở hữu cá nhân tàn lụi dần, và bước phủ định phát triển là việc hoàn thiện tâm lý sở hữu tập thể, hình thành tâm lý sở hữu công cộng văn minh, mà hình thái thực tiễn xã hội của nó là hình thái *sở hữu công cộng văn minh* ra đời. Cần chú ý rằng, như đã trình bày ở phần sở hữu xã hội chủ nghĩa, khái niệm "sở hữu tập thể" ở đâylà Đồng sở hữu.

Từ sự phân tích trên đây cùng với hiện thực thực tiễn, cho thấy các cấp vận động xã hội phủ định phát triển song song với cấp vận động tâm lý, để tiến tới sự cân bằng AD giữa vận động tâm lý và vận động xã hội, đồng thời với sự cân bằng AD riêng cho vận động tâm lý và vân động xã hội, khi tương phản đối kháng giữa con người bị loại trừ.

Như vậy, từ cách tiếp cận nhận thức về phạm trù đối lập AD "tâm lý-xã hội" và quy luật phủ định phát triển, cũng cho thấy rằng, xã hội loài người sẽ tiến tới hình thái sở hữu công cộng văn minh (SHCCVM).

Vận hành hình thái SHCCVM, sản xuất đáp ứng nhu cầu toàn hành tinh, không còn sản xuất hàng hoá, không còn tiền tệ; có một nhà nước toàn cầu điều hành sản xuất và phân phối theo một kế hoạch tập trung thống nhất. Chỉ có giai đoạn sở hữu công cộng văn minh, phương thức kế hoạch hoá tập trung mới thích ứng. Thời kỳ này không còn khủng hoảng thừa hoặc thiếu.

Như phân tích ở trên, có thể coi chế độ công xã nguyên thuỷ là một hình thái kinh tế-xã hội tiền sử, là một chế độ tiền sử. Lịch sử loài người trước chế độ xã hội chủ nghĩa có bốn chế độ tiền sử. Thật là trớ trêu, khi ở đâu đó người ta tái tạo lại chế độ tiền sử ở thời kỳ hiện đại. Người ta bắt mọi người ăn chung một bếp để thực hiện công bằng trong đói rét. Cái "chủ nghĩa cộng sản nguyên thuỷ hiện đại" đó thật là hài hước; không chỉ có hài hước mà còn gây bao bi kịch cho con người. Người ta không đọc lời dạy của C.Mác viết trong *Hệ tư tưởng Đức:* không thể xoá bỏ sở hữu cá nhân của khu vực tiểu nông va thủ công nghiệp trước khi có đại công nghiệp (Sđd-tr 322). Một sáng tạo trên cả tuyệt vời, trái quy luât, đã bắt nhân dân lao động phải trả giá quá đắt.

Quy luật phủ định phát triển ở thế giới hữu sinh còn biểu hiện ở quy luật sinh sản. Con vi khuẩn, cấp thấp nhất của thế giới hữu sinh, có tốc độ nhân bản chóng mặt với số lượng lớn, bởi vì hệ thống tương phản cân bằng đơn giản, kém hiệu quả. Khi đối kháng với thiên nhiên, chúng bị tiêu diệt nhiều, nên phải sinh sản nhiêu để bảo tồn nòi giống. Càng lên cấp cao, hệ thống tương phản cân bằng càng tinh vi, nên số lượng và tốc độ sinh sản giảm dần. Đến động vật có xương sống, số lượng hàng năm ít đi rất nhiều. Con người có hệ thống tự thích nghi (tương phản cân bằng) tốt nhất, lại có trí tuệ để sáng tạo thêm hệ thống tương phản cân bằng nằm ngoài con người, nên số lượng và tốc độ sinh sản ngày càng giảm đi, và dẫn tới ổn định, cân bằng với điều kiện sống ở thời kỳ văn minh.

Thế giới hữu sinh cùng lúc vận động ở hai phạm trù đối lập: với tự nhiên và nội bộ thế giới hữu sinh. Ở cấp vận động thấp, tính đối kháng ở hai phạm trù này đều cao và giảm dần khi phủ định phát triển lên cấp cao hơn. Toàn bộ thế giới hữu sinh tạo nên sự cân bằng sinh thái, cũng là cân bằng AD, trong đó có cả loài người. Mất cân bằng sinh thái, con người sẽ chịu nhiều tổn thất do tương phản đối kháng phát triển. Hiện thực đang diễn ra như vậy.

Loài người cũng cùng lúc vận động ở hai phạm trù đối lập: "con người-tự nhiên" và "con người-xã hội". Tính đối kháng của hai cặp AD này ngày càng giảm dần qua các cấp vân động; sự giảm dần đó tương đối đồng bộ, do sự phát triển của khoa học công nghệ và chủ nghĩa nhân đạo; mà sự phát triển này cũng tương đối đồng bộ từ sự tiến hoá của trí tuệ con người. Song, tất cả đều là thành quả lao động kiên trì của quy luật phát triển tương thành và quy luật phủ định phát triển. Tự nhiên trên trái đất, xã hội và tư duy, hiện đang vận động theo quy luật phủ định phát triển. Chỉ khi nào hệ MT-TĐ-Mt bắt đầu phủ định thụt lùi, khi đó xã hội loài người mới tìm về nguồn cội là thế giới vô sinh.

6- Về thuộc tính kế thừa của phạm trù phủ định.

Bất cứ quá trình phủ định nào cũng mang theo thuộc tính kế thừa từ vận động cấp thấp. Phủ định chỉ có ý nghĩa là loại trừ tương phản đối kháng, còn kế thừa ở mặt thống nhất, mặt đồng nhất, rồi cải biến dần các thuộc tính kế thừa từ cấp thấp cho phù hợp với quy luật vận động cấp cao. Đó cũng là quy luật tiến hoá của thế giới hiện thực. Tiến hoá không có sự nhảy vọt đứt quãng, hoàn toàn cắt đứt với quá khứ. Cấp vận động cao ra đời, là thành quả phủ định phát triển từ cấp vận động thấp để hình thành sự vật mới; bao giờ cũng mang theo mọi thành tố vật chất, mọi cặp AD thành phần, từ cấp vận động thấp. Trong đó, tương phản đối kháng chỉ biểu hiện ở quy luật đặc thù của cặp AD cơ bản. Còn ở nhiều cặp AD khác, mức độ đối kháng không đáng kể hoặc không đối kháng, và cần thiết cho sự tồn tại và phát triển của sự vật mới, cần phải kế thừa. Các hợp chất hoá học ra đời, chỉ các điện tử vòng ngoài cùng, là bị phủ định, chuyển hoá quy luật vận động; còn các điện tử vòng trong và hạt nhân đều được kế thừa. Hiện thực phủ định phát triển của mọi đối tượng hiện thực, đều chứng minh cho tính phổ biến của quy luật kế thừa sau phủ định.

Chủ nghĩa xã hội là thành quả phủ định phát triển trực tiếp từ chủ nghĩa tư bản, ắt phải kế thừa các hình thái vật chất và quy luật vận động còn phù hợp với quy luật vận động của chủ nghĩa xã hội, ở những mức độ khác nhau trong thời kỳ đầu của chủ nghĩa xã hội. Cái cần phủ định, chủ yếu ở hình thái sở hữu bóc lột. Để lựa chọn nội dung kế thừa, trước hết cần căn cứ vào quy luật vận động cơ bản của chủ nghĩa xã hội, nội hàm cơ bản của chủ nghĩa xã hội.

Nếu xác định không đúng quy luật vận động cơ bản của chủ nghĩa xã hội, việc lựa chọn nội dung kế thừa sẽ bị sai lệch.

Quy luật vận động cơ bản của chủ nghĩa xã hội bao gồm quy luật đặc trưng và các quy luật phổ quát vận động suốt chiều dài lịch sử của xã hội loài người. Quy luật đặc trưng được xác định từ căn nguyên cơ bản để phủ định chủ nghĩa tư bản. Các quy luật phổ quát vận động trên tiền đề hiện thực của chủ nghĩa tư bản đã sáng tạo ra những thành quả vật chất và tinh thần. Đó là những thành quả phát triển văn minh của trí tuệ loài người mà chủ nghĩa xã hội cần kế thừa. Quy luật phổ quát riêng có và cơ bản của xã hội loài người là quy luật phát triển khoa học công nghệ và quy luật phát triển chủ nghĩa nhân đạo. Hai quy luật đó đã kiến tạo những thành tựu trong ba xã hội tiền sử và phát triển rực rỡ nhất trong thời kỳ tư bản chủ nghĩa.

Mục đích cốt tuỷ và nội dung cơ bản của Học thuyết Mác là phủ định tư hữu tư sản, làm tiền đề để xoá bỏ tình trạng người bóc lột người, và thực hiện các phương thức để không ngừng nâng cao đời sống nhân dân, chuẩn bị các tiền đề hiện thực cho xã hội có trình độ văn minh cao hơn. Lênin, Hồ Chí Minh và các nhà cách mạng hậu thế đều kế thừa và phát triển tư tưởng đó của học thuyết Mác.

Chủ nghĩa xã hội là một giai đoạn lịch sử trong tiến trình lịch sử tự nhiên của xã hội loài người, ắt phải có phương thức sản xuất riêng với quy luật sở hữu đặc trưng, tiến hóa từ quy luật sở hữu cá nhân bóc lột của chủ nghĩa tư bản. Học thuyết Mác đã xác định quy luật sở hữu đặc trưng của giai đoạn xã hội chủ nghĩa là quy luật sở hữu cá nhân không bóc lột. Quy luật sở hữu cá nhân không bóc lột, vận động cùng các quy luật phổ quát trên nền chủ nghĩa xã hội, sẽ sáng tạo những tiền đề hiện thực để quy luật sở hữu công cộng văn minh nẩy mầm, là quy luật của giai đoạn lịch sử kế tiếp, giai đoạn chủ nghĩa cộng sản văn minh, hiện tượng bóc lột được xóa bỏ triệt để và không còn thời cơ quay trở lại.

Như vậy, nội hàm cơ bản, đặc trưng của chủ nghĩa xã hội là Quy luật sở hữu cá nhân không bóc lột, vận động trên cơ sở thành tựu của chủ nghĩa tư bản và sự hợp tác của những người lao động.

Để thực hiện nội hàm đó, cần một phương thức sở hữu thích ứng với điều kiện thực tiễn, ngay sau khi phủ định phương thức tư hữu bóc lột. Mác và Ăngghen đã xác lập phương thức đó trong tác phẩm *Hệ tư tưởng Đức* viết năm 1846, được nhấn mạnh lại trong bộ Tư bản tập I, viết năm 1866. Tiếc rằng, Hệ tư tưởng Đức đã không được nhà nước tư sản cho xuất bản. Mãi tới năm 1932, sau gần 90 năm, mới tìm được bản thảo để xuất bản lần đầu tiên ở Liên xô. Thực tiễn kinh tế Liên xô sau Cách mạng Tháng Mười không được tiếp cận sự chỉ dẫn của Hệ tư tưởng Đức. Lênin đã sáng tạo Chính sách kinh tế mới (NEP). Bằng thiên tài của mình, tư tưởng của NEP đã phản ánh một phần tư tưởng sở hữu của Hệ tư tưởng Đức, đặc biệt trong kinh tế tiểu nông, chiếm gần 83% lao động nước Nga. Vì vậy, NEP đã đưa lại thắng lợi ngoạn mục cho nông nghiệp.

Tư tưởng sở hữu của Hệ tư tưởng Đức và NEP đã kế thừa tâm lý sở hữu cá nhân chân chính của người lao động, đang vận hành trong nền kinh tế tiểu nông, tiểu công nghiệp, và tiềm ẩn sâu sắc trong nền kinh tế đại công nghiệp tư bản. *Tư bản luận* tập I, nhấn mạnh, cần phải khôi phục lại sở hữu cá nhân trên cơ sở liên hợp của những người lao động và thành quả của chủ nghĩa tư bản. Tư tưởng sở hữu của Mác và Ăngghen trình bày trong Hệ tư tưởng Đức, được Ăngghen giải thích làm rõ trong *Những nguyên lý của Chủ nghĩa Cộng sản,* có thể dùng khái niệm "Đồng sở hữu" để mô tả.

Như vậy, quy luật vận động sở hữu xã hội chủ nghĩa là "Quy luật sở hữu cá nhân chân chính", được thực tiễn hoá bằng phương thức Đồng sở hữu. Đó là hình thức sở hữu tập thể văn minh, thích ứng với điều kiện thực tiễn trong thời kỳ chủ nghĩa xã hội. Vấn đề sẽ được trình bày chi tiết trong chương VII.

Thực hiện quy luật sở hữu cá nhân chân chính, còn tồn tại sự vận động của sản xuất hàng hóa, ắt phải vận hành kinh tế thị trường, tương ứng với quy luật đó, theo thuộc tính kế thừa của quy luật phủ định phát triển.

Như vậy, vận hành kinh tế thị trường trong nền sản xuất xã hội chủ nghĩa, không phải là đi theo gót chân Asin của chủ nghĩa tư bản, mà thuộc quy luật tất yếu của nền kinh tế xã hội chủ nghĩa, ngay sau khi phủ định sở hữu bóc lột.

Kinh tế thị trường xã hội chủ nghĩa không phải là bình mới rượu cũ, mô phỏng y nguyên nền kinh tế thị trường tư bản chủ nghĩa. Nó kế thừa những yếu tố khoa học, đồng thời cải biến những yếu tố không phù hợp với nội hàm đặc trưng của chủ nghĩa xã hội. Việc tổ chức công ty cổ phần theo mô hình tư bản chủ nghĩa, chỉ là sự kế thừa ban đầu; sau đó cần phải cải biến sang mô hình Đồng sở hữu, phân phối giá trị thặng dư cho người lao động, để xoá bỏ bóc lột. Song song với việc kế thừa yếu tố khoa học của nền kinh tế thị trường tư bản, chủ nghĩa xã hội còn kế thừa những thành quả phát triển khoa học công nghệ và thành quả phát triển chủ nghĩa nhân đạo, cùng với những thành quả văn minh khác, được nhân loại sáng tạo trong lòng chủ nghĩa tư bản. Lênin đã nhiều lần nhắc nhở các nội dung kế thừa này. Mô hình kinh tế "sở hữu công cộng-chỉ huy tập trung", đốt cháy giai đoạn, trái quy luật, đi ngược tư tưởng NEP của Lênin, phủ định sạch trơn các yếu tố khoa học của nền kinh tế thị trường tư bản chủ nghĩa, dẫn tới sự sụp đổ của "mô hình xã hội chủ nghĩa thực tiễn" Xô viết. Quan niệm phủ định sạch trơn đã gây tai hoạ cho chủ nghĩa xã hội và chủ nghĩa tư bản ở thế kỷ XX.

Ngày nay, từ sự phân tích khoa học được trình bày ở các phần trên và căn cứ vào sự phát triển của thực tiễn, có thể nhận thức rằng, tương phản đối kháng về sở hữu là việc riêng của mỗi nước, không thể can thiệp áp đặt từ bên ngoài. Vì vậy các mối quan hệ quốc tế (các phạm trù đối lập quốc tế hiện đại) không có phủ định đối kháng; chỉ có kế thừa các mặt thành công, các mặt nhân đạo của nhau. Phủ định đối kháng chỉ xảy ra hạn hẹp trong phạm vi chống khủng bố, chống ma túy, chống chủ nghĩa ly khai ở các quốc gia,…Việc các nước lớn có âm mưu tranh giành tài nguyên và lãnh thổ của các nước nhỏ, là xuất phát từ tư duy chính trị nhỏ hẹp, đi ngược lại xu thế phát triển của chủ nghĩa nhân đạo và quy luật phát triển tương thành. Kết cục cuối cùng thật là vô nghĩa khi toàn nhân loại đang cố kết thành một xã hội toàn cầu, cùng một cuộc sống hài hòa và văn minh. Nhờ sự phát triển như vũ bão của khoa học-công nghệ và sức mạnh của chủ nghĩa nhân đạo, tương lai đó không còn xa xôi, mà đang đến gần. Sự phát triển đó làm cho tư duy chính trị nhân loại biến đổi rất nhanh qua các thế hệ kế tiếp, theo khuynh hướng của chủ nghĩa nhân đạo. Sự khác nhau đến ngạc nhiên của hiện thực, nằm ngoài sức tưởng tượng của tư duy viễn tưởng, về trình độ phát triển của khoa học công nghệ, trình độ phát triển chủ nghĩa nhân đạo và tăng trưởng kinh tế,...của đầu và cuối thế kỷ XX, cho ta sự tham chiếu, so sánh, về tốc độ tiến hoá của xã hội loài người ở thiên niên kỷ mới. Điều đó giúp cho dự đoán tương lai gần hơn với hiện thực. Cần nhấn mạnh rằng, quy luật khách quan của thế giới hiện thực, quy luật phát triển tương thành, đang dẫn dắt khuynh hướng đó, quy luật phủ định phát triển sẽ thực hiện khuynh hướng đó.

Do đó, tư duy chính trị hiện đại cần vận động theo khuynh hướng phát triển sức mạnh tương thành. Khi có mâu thuẫn thì

sử dụng sức mạnh tương thành giữa các bên và dùng tương phản cân bằng để điều chỉnh

Dùng bạo lực vũ trang gây đau thương tang tóc cho nhân loai, mà không thể thành công. Cần giải giáp lực lượng vũ trang toàn diện và triệt để, kiến tạo nền hoà bình bền vững cho nhân loại.

Đó là sự kế thừa liên tục những thành quả phát triển của nhân loại.

7- Về quy luật liên hệ phổ biến bằng "Trường năng lượng" giữa các sự vật và hiện tượng:

Mọi sự vật đều được cấu trúc bằng cặp AD cơ bản của vũ trụ là cặp AD "chất-trường". Mối liên hệ phổ biến của mọi sự vật, hiện tượng, cũng là mối liên hệ phổ biến của chất và trường. Từ trước tới nay chúng ta chỉ quen quan sát các mối liên hệ về chất, tức là các mối liên hệ giữa các sự vật có khối lượng (hữu hình), mà chưa quen quan sát các mối liên hệ bằng trường, vô hình. Mối liên hệ bằng chất tác động vào 5 giác quan quen thuộc: thị giác, thính giác, xúc giác, vị giác, khứu giác, nên gây cảm giác rõ ràng và ta cảm nhận được; có thể gọi là các mối liên hệ dương tính. Mối liên hệ bằng trường thực hiện bằng các sóng năng lượng, đi vào các giác quan thu sóng, rồi vào đại não, không gây cảm giác. Có thể gọi đó là các mối liên hệ phi cảm giác, hoặc các mối liên hệ âm tính. Hiện thực về các mối liên hệ âm tính là các sóng vũ trụ đi vào các cửa hút của cơ thể (các luân xa), các sóng đi vào kim châm cứu, các sóng tư duy của người thân liệt sỹ mà các nhà ngoại cảm "đọc" được, các hiện tượng ngoại cảm, thôi miên, linh tính,...

Sinh lý học hiện đại đã chứng minh rằng, các mối liên hệ dương tính, khi đi qua năm giác quan đều chuyển thành các dòng điện siêu nhỏ, để đi vào đại não.

Như vậy, các mối liên hệ phổ biến liên quan tới con người đều thực hiện bằng quy luật vật lý điện từ, dù là mối liên hệ bằng chất hay bằng trường. Ngoài ra các mối liên hệ còn liên quan tới trường hấp dẫn, môi trường các hạt siêu cơ bản, khó nhận biết được.

Trong tương lai, các mối liên hệ phổ biến bằng trường sẽ được các thiết bị khoa học đo lường, giống như mối liên hệ giữa đài phát hình và máy thu hình, hoặc mạng Internet. Lúc đó bản chất khoa học mọi lắt léo ly kỳ của hiện tượng ngoại cảm không còn ẩn nấp, che dấu được nữa, trở thành hiện tượng bình thường trong đời sống con người.

Thế giới hữu sinh, từ con vi khuẩn, cái cây, đến con người, đều có chung một mã di truyền ADN và là kết quả của quy luật phủ định phát triển, theo sự dẫn dắt của quy luật năng lượng âm dương ngũ hành. Vì vậy, mối liên hệ bằng trường trong thế giới hữu sinh có những tương đồng. Nếu hệ thần kinh phát sóng có tần số đồng thuận, thì mọi vật hữu sinh đều có thể liên lạc với nhau. Một con bướm, con ong, cái cây, có tần số sóng thần kinh đồng thuận với sóng tư duy con người, có thể mang đến cho con người những thông tin linh cảm, như việc báo hiệu người thân sắp mất, hoặc vận động theo sóng tư duy nhà ngoại cảm. Con người có thể nhận cảm người này có thiện cảm với mình, người kia không ưng mình, tuy chưa nói ra lời, đều là kết quả tương tác thông tin bằng trường.

Đại não hoạt động như một phạm trù đối lập AD (đã được chứng minh ở chương III). Mọi thông tin, dù dương tính hay âm tính, đều là nguồn dữ liệu để đại não xử lý.

Còn một đặc điểm khác của phạm trù đối lập AD, là tính độc lập "ra quyết định" của mỗi bên mà bên kia không biết.

Trái đất xảy ra bao nhiêu vấn đề về cách mạng xã hội, về

hoạt động khoa học mà không cần sự can thiệp trực tiếp của Mặt trời, tuy rằng mọi hành động như vậy đều tuân theo quy luật chung nhất. Cac nội tạng, hệ thần kinh giao cảm, trong nhiều trường hợp tự xử lý thông tin mà đại não không biết. Có nhiều công việc cấp dưới tự thực hiện mà cấp trên không cần quan tâm, không cần hướng dẫn phương thức thực hiện. Các thông tin âm tính đưa vào não âm, não âm chọn lọc và xử lý, không cần liên hệ với não dương. Đó là đặc điểm chọn lọc thông tin của đại não. Những thông tin nào cần thiết cho cuộc sông hàng ngày, não dương tham gia xử lý, và ta cảm nhận được quá trình ra quyết định. Những thông tin nào không cần thiết, đại não vùi sâu vào bộ nhớ, hoặc các giác quan dương, âm tính không cảm nhận được. Nếu như thị giác nhìn thấy con vi khuẩn bằng mắt thường, thì có lẽ chúng ta không giám ăn gì. Đặc tính chọn lọc thông tin đảm bảo sức khoẻ cho đại não không phải xử lý quá tải các nguồn thông tin vô tận.

Tính độc lập xử lý thông tin của não dương và não âm cũng vậy, đảm bảo cho mỗi bên không cần xử lý thông tin không cần thiết, cấp trên không cần xử lý thông tin thuộc khả năng cấp dưới.

Qua thuộc tính chọn lọc, não dương không cần biết đến việc lưu giữ và xử lý thông tin bằng trường, vì đó là những thông tin hầu hết không cần thiết cho cuộc sống hàng ngày. Tuy nhiên, nhiều thông tin trường rất cần thiet cho hoạt động sáng tạo của đại não và sức khoẻ của cơ thể, như các thông tin trường qua các cửa hút (luân xa), linh tính, ngoại cảm, mà não dương cảm nhận được. Nhà ngoại cảm là trường hợp đặc biệt được khai mở khả năng thu nhận thông tin âm tính, kích thích khả năng khai mở thông tin âm tính ở người khác, thực hiện được mối liên hệ bằng trường giữa các đại não và thế giới hữu sinh. Bản chất khoa học của hiện tượng ngoại cảm tìm mộ là ở đây (đã được chứng mimh rõ hơn ở chương III).

Quy luật trường âm dương ngũ hành là quy luật dẫn dắt các mối liên hệ bằng trường trong thế giới hữu sinh. Việc gieo quẻ trong dự đoán học là phương thức chuyển đổi các mối liên hệ bằng trường sang các mối liên hệ bằng chất, làm dễ dàng cho việc dự đoán. Việc ứng dụng quy luật âm dương ngũ hành để dự đoán các việc liên quan đến con người và thế giới hữu sinh, chứng mimh rõ ràng rằng, các mối liên hệ bằng trường của thế giới hữu sinh và con người, vân động theo quy luật của trường năng lượng âm dương ngũ hành. Đại não con người cấu trúc theo quy luật âm dương ngũ hành, nên cảm nhận, tư duy và xử lý được các thông tin này.

Hiện nay, người ta nửa tin nửa ngờ về các thông tin ngoại cảm. Đó cũng là điều bình thường của nhận thức con người, khi cơ sở lý luận chưa được làm rõ, các thiết bị đo lường thông tin ngoại cảm chưa được chế tạo. Khi có máy phát, máy thu sóng VTTH, cái trường điện từ hi di (mắt không thấy được, tai không nghe được) mà con người yêu mến đến thế! Từ quan sát hiện thực thực tiễn, đối chiếu với khoa học vật lý về trường điện từ, có thể nhận thấy, hiện tượng thông tin ngoại cảm thuộc phạm trù khoa học vật lý điện từ, và khoa học đại não liên quan đến vật lý điên từ. Đó là định hướng nghiên cứu về hiện tượng ngoại cảm, nếu đi chệch định hướng đó, e rằng, khó tới đích.

Một số thuyết minh của các nhà ngoại cảm, một số bài viết về ngoại cảm có khuynh hướng tin vào lực lượng siêu nhiên. Bài nói đầu tiên của nhà ngoại cảm BH nói rằng, linh hồn nói líu ríu như chim, như côn trùng, khó nghe, nhưng cố gắng chắt lọc thông tin để tìm mộ. Song, nhiều bài thuyết minh ngôn ngữ linh hồn lại "thao thao bất tuyệt" như những nhà hùng biện. Một số bài viết hình như mô tả thêm thắt cho có lý, cho ly kỳ để hấp dẫn người đọc. Có nhiều bài được đăng lên báo, rồi in thành sách đến hai, ba lần. Phải chăng, sự thật của hiện tương đã được nhào nặn theo niềm tin chủ quan? Việc in nhiều lần những hiện tượng chưa được làm rõ về mặt khoa học, xưa nay lại gắn liền với tư duy mê tín dị đoan, phải chăng là để phổ biến khoa học!? Tiếc rằng các nhà khoa học không có tài ngoại cảm để kiểm chứng.

Bất cứ đối tượng hiện thực nào cũng là đối tượng nhận thức vô tận. Do vậy, bất cứ một khoa học nào cũng để lại một khoảng trống chưa mô tả được, đặc biệt ở tầm vi mô, siêu vi mô. Các câu hỏi "tại sao?" đành dừng lại, không thể đi hết con đường nhận thức của mình.

Hiện tượng ngoại cảm là đối tượng nhân thức của nhiều môn khoa học, cũng là đối tượng nhận thức vô tận. Không thể trả lời hết câu hỏi "tại sao như thế?". Song khoa học chỉ có hoài nghi biện chứng mà không có hoài nghi tầm thường. Hiện tượng ngoại cảm chưa vượt quá tầm nhận thức của triết học Duy vật biện chứng âm dương. Con người được sinh ra sau Vụ nổ lớn, đều vận động theo các chân lý đã khám phá, ngoại cảm là hiên tượng gắn liền với con người, ắt phải tuân theo quy luật vũ trụ đã sản sinh và nuôi dưỡng con người.

Dù khoa học về ngoại cảm có đi sâu tới tầm siêu vi mô, cũng không thể lý giải hết mọi kỳ ảo lắt léo. Hiện tượng ngoại cảm liên quan đến hoạt động của đại não, là đối tượng nhận thức phức tạp nhất của vũ trụ, nhiều lần vô tận hơn bất cứ đối tượng nhận thức nào. Hiện tượng ngoại cảm liên quan đến các mối liên hệ phổ biến bằng trường mà khoa học chưa để ý đến nhiều, người bình thường lại càng không quen. Mối liên hệ phổ biến bằng trường đối với thế giới hữu sinh mang quy luật âm dương ngũ hành lại càng mơ hồ, khó hiểu, đối với thói quen tư duy. Khó hình dung được rằng, con ong, con bướm, con chó, con mèo, mang thông tin ngoại cảm, là hiện tượng của khoa học tự nhiên, mà không phải của thần linh. Vũ trụ còn kỳ lạ nhiều lần hơn hiện tượng ngoại cảm. Một "điểm kỳ dị", Ông Tổ của vũ trụ và loài người, kích thước chỉ lớn bằng10^{-33}cm, nhỏ hơn tỷ tỷ lần kích thước điện tử (10^{-16}cm) mà làm ra "Vụ nổ lớn", khai sinh ra vũ trụ mênh mông với nhiều tỷ ngôi sao cỡ mặt trời, sáng tạo ra con người với một quy trình sáng tạo kỳ diệu, phải mất nhiều tỷ trang giấy để viết ra quy trình đó, mà con người cũng không thể viết được. Đó là sự kỳ lạ khổng lồ! Hiện tượng ngoại cảm là con cháu của sự kỳ lạ khổng lồ đó. Sự kỳ lạ khổng lồ còn đi theo quy luật Biện chứng duy vật âm dương, con cháu lại đi ngược lại hay sao? Do đó, hiện tượng "linh hồn" mà nhà ngoại cảm mô tả, chỉ là ảo ảnh trong đại não nhà ngoai cảm, mà không có thực trong không gian. Vấn đề đã được lý giải tỷ mỉ trong chương III.

Mọi khoa học đều là chân lý tương đối, đều để lại một khoảng trống hiện thực, một nhóm quy luật vận động của đối tượng mà khoa học đó nghiên cứu, chưa mô tả được và không bao giờ mô tả hết được, đặc biệt là sự kỳ ảo, lắt léo ở tầm sâu vi mô của đối tượng. Các đối tượng hiện thực từ hạt ánh sáng, con vi rút , hệ mặt trời, đến vũ trụ,…đều để lại vô số những huyền ảo trước trí tuệ giới hạn của con người. Nhưng không vì thế mà phủ định tính tự nhiên của nó, rồi phủ định luôn những chân lý khoa học đã lý giải được một phần những quy luật vận động của nó. Không thể phủ đinh triết học duy vật biện chứng, triết học âm dương ngũ hành, khoa học vật lý điện từ, đã lý giải được những quy luật vận động cơ bản của đối tượng được quen gọi là "linh hồn" của người đã khuất. Sự kỳ quặc, huyền ảo không làm mất đi bản tính tự nhiên của nó!

Triết học, công cụ khoa học có uy lực để giải quyết những bế tắc của khoa học cụ thể ở tầm vĩ mô. Việc lý giải hiện tượng ngoại cảm chưa tìm đến người thầy triết học, e rằng, khó nhìn thấy định hướng chính xác để nghiên cứu hiện tượng huyền ảo này.

8- Về nguyên lý phản ánh:

Các sự vật tương tác với nhau phản ánh thông tin về nhau.

Sản phẩm sáng tạo của con người là sự tương tác trực tiếp, là thông tin gần gũi nhất đối với con người. Do đó các sản phẩm sáng tạo phản ánh thông tin trực tiếp về con người.

Từ đây, có thể sử dụng các sáng tạo của con người để nghiên cứu về con người, đặc biệt là việc nghiên cứu cấu trúc và phương thức vận hành của đại não.

Thực tiễn sáng tạo về hệ thống VTTH cho thấy hệ thống này vận hành tương tự như bộ máy thính giác và thị giác của con người. Con người đã phỏng sinh học ngay chính bản thân mình, mà mình đã vô tình về điều đó. Cấu trúc tâm sinh lý của con người, đều vận hành theo đúng các quy luật do con người đã khám phá. Sự thống nhất quy luật vận động giữa tự nhiên và con người (con người cũng là tự nhiên, nhưng tự nhiên đạt tới ý thức về mình-ý Ăngghen) được biểu hiện rõ ràng ở các "phỏng sinh học" này. Phải chăng đại não được tổ chức và vận hành như những máy tính hiện đại nhất, nhưng hoàn hảo hơn, vì sản phẩm sáng tạo của con người bao giờ cũng kém sự thông minh của con người, ở một cấp độ nào đó.

Triết học duy vật biện chứng là quy luật chung nhất của tự nhiên, xã hội và tư duy.

Triết học âm dương, có sự tương đông sâu sắc với triết học duy vật biện chứng, cũng là quy luật vận động chung nhất của tự nhiên, xã hội và tư duy.

Học thuyết âm dương ngũ hành, quy luật AD đặc thù vận hành trong hệ MT-TĐ-Mt, là triết học trực tiếp của thế giới hữu sinh, trong đó có loài người.

Con người đã khám phá, phản ánh quy luật vận động của chính bản thân mình. Phải chăng, mạng Internet cũng là hình ảnh vận hành thông tin của đại não? Phương ngôn có câu: Muốn biết anh ta hãy nhìn vào bạn thân của anh ta. Muốn biết đại não, có thể thăm dò từ các sáng tạo của đại não chăng?!

Các quy luật ở cấp độ cao, có tính trừu tượng cao, tính phổ quát cao, thường được phản ánh chính xác ở các đại não thiên tài, đại não bình thường phản ánh các quy luật cấp thấp hơn, do đặc điểm cấu trúc âm dương ngũ hành của đại não. Sự chính xác của phản ánh phải được thực tiễn kiểm chứng khắt khe và công bằng. Khi đã được thực tiễn phổ biến chấp nhận, phản ánh đó trở thành dữ liệu quýđể nghiên cứu về đại não.

9- Về giá trị khoa học hiện đại của học thuyết âm dương ngũ hành:

Việc chứng minh giá trị khoa học hiện đại của học thuyết âm dương ngũ hành mở ra hướng tiếp cận mới trong việc lý giải hiên thực và giải quyết nhiều vấn đề thực tiễn của con người. Đó là sự bù đắp nhiều ý nghĩa đối với triết học duy vật biện chứng. Quy luật ngũ hành là quy luật duy vật biện chứng âm dương đặc thù của trái đất, chi phối trực tiếp các quy luật vận động của thế giới hữu sinh, con người và xã hội loài người. Nếu đi sâu nghiên cứu, học thuyết Ngũ hành sẽ trở thành công cụ đầy uy lực, để giải quyết nhiều vấn đề của khoa học và thực tiễn, làm rõ nhiều vấn đề còn ẩn dấu của dự đoán học. Quy luật âm dương ngũ hành là quy luật thực hiện các mối liên hệ phổ biến bằng trường năng lượng, là một trong những căn cứ khoa học để lý giải hiện tượng ngoại cảm, các hiện tượng về tiềm năng con người, nghiên cứu vận động tâm lý tinh thần của đại não, nghiên cứu quy luật vận động xã hôi và các khoa học cụ thể khác. Việc nghiên cứu học thuyết âm dương ngũ hành về mặt lý luận và ứng dụng thực tiễn, nên là hướng quan tâm lớn của khoa học hiện đại.

10- Về quan niệm vận động âm dương của đại não:

Cấp vận động xã hội là cấp vận động cao nhất của vũ trụ, tiến hoá và kế thừa trực tiếp từ cấp vận động tâm lý-ý thức của con người. Do đó, vấn đề vận động tâm lý-ý thức của đại não liên quan trực tiếp tới vận động xã hội.

Vận động tâm lý và vận động xã hội làm thành phạm trù đối lập AD "Xã Hội-Tâm Lý"có đủ 8 thuộc tính như những phạm trù khác. Quy luật vận động xã hội và quy luật vận động tâm lý có liên quan chặt chẽ với nhau, là hiệu ứng nhân quả của nhau. Theo quy luật phủ định phát triển, quy luật vận động xã hội phải kế thừa những quy luật vận động tâm lý chung nhất của con người. Như chương III đã phân tích, một trong những quy luật vận động chung nhất và cơ bản nhất của con người, trước xã hội văn minh, là quy luật sở hữu cá nhân chân chính. Xã hội xã hội chủ nghĩa kế thừa quy luật này và cải biến dần, trở thành quy luật sở hữu tập thể văn minh, rồi tiến hóa tự nhiên lên quy luật sở hữu công cộng văn minh, hình thái vận động sở hữu cao nhất của xã hội loài người.

Việc nghiên cứu quy luật tâm lý của đại não có vai trò đặc biệt trong việc xác định những quy luật đúng đắn và khách quan của vân động xã hội, nhằm tránh những tổn thất không đáng có cho nhân loại và đưa nhân loại tiến nhanh tới xã hội văn minh.

Quan niệm đại não hoạt động theo phạm trù đối lập AD, được chứng minh ở chương III, cùng với mô hình xử lý thông tin của đại não, mở ra hướng tiếp cận khác, trong việc nghiên cứu nhiều vấn đề liên quan tới quy luật vận hành của đại não.

11- Về thuộc tính không thời gian âm dương ngũ hành:

Đây là khám phá đặc sắc của học thuyết âm dương ngũ hành.

Không thời gian âm dương ngũ hành phản ánh trực tiếp thông tin về khuynh hướng vận động của sự vật hiện tượng, cả trong quá khứ, hiện tại và tương lai. Người ta đã sử dụng thông tin không thời gian âm dương ngũ hành trong Dự đoán học. Tài dự đoán càng cao kết quả càng tin cậy. Các nhà dự đoán học Trung quốc đã dự đoán thời điểm xảy ra chiến tranh vùng Vịnh lần thứ nhất, với độ chính xác đáng ngạc nhiên. Thông tin không thời gian âm dương ngũ hành được sử dụng rộng rãi trong việc dự đoán mệnh vận con người, và nhiều sự việc cụ thể trong đời sống. Các nhà dự đoán tài năng còn dự đoán xu hướng vân động của lịch sử và tiên tri thời gian xẩy ra các sự kiện đặc biệt. Đây là sự bù đắp đáng kể đối với khái niệm không thời gian hiện đại. Việc ứng dụng rộng rãi thông tin không thời gian âm dương ngũ hành để dự đoán các vấn đề trong khoa học, trong thực tiễn con người và xã hội, nên là hướng nghiên cứu đáng quan tâm của khoa học hiên đại.

12- Về khái niệm "Đạo":

Nhà hiền triết Trang Tử đưa ra khái niệm Đạo. Đạo để ràng buộc AD vận động cân bằng theo quy luật bản chất của mình. Đạo là thuộc tính phổ biến của thế giới hiện thực, đóng vai trò dẫn dắt, tự động điều chỉnh và tương phản cân bằng. Vai trò điều khiển của Đạo vẫn còn ẩn dấu trong nhiều đối tượng hiện thực. Qúa trình hình thành con người, từ khi thụ tinh đến lúc trưởng thành, hoàn chỉnh cấu trúc sinh lý, "ai"điều khiển phối hợp quá trình đó? Sự vật vận động bằng phạm trù đối lập AD, có thuộc tính Dương dẫn dắt Âm, nhưng dẫn dắt phải theo Đạo. Khái niệm Đạo mang trong mình nhiều quy luật cụ thể, có một quy luật chung nhất để phối hợp các quy luật cụ thể đó. Quy luật chung nhất đó vẫn còn trốn tránh sự tìm kiếm của khoa học.

Với xã hội loài người, Đạo là ý thức hệ, Hiến pháp, đường lối, chính sách, pháp luật, đạo đức, có vai trò điều khiển, tự động điều chỉnh, tương phản cân bằng, trong quá trình vận động AD của xã hội, làm cho xã hội vận động cân bằng.

Đạo của sự vật cấp thấp được hình thành một cách tự nhiên qua quá trình cấu trúc sự vật. Đạo của con người do chính con người sáng tạo ra. Nhiệm vụ xây dựng Đạo của xã hội được giao cho bên Dương, tức giao cho thượng tầng kiến trúc xã hội.

Đạo muốn duy trì lâu dài vận động cân bằng AD, Đạo phải phù hợp với quy luật vận động của hiện thực.

Sự phù hợp đó không chỉ ở nội dung mà còn ở phương thức thực hiện trong thực tiễn. Phương thức thực tiễn trái quy luật sẽ phá vỡ Đạo, làm mất cân bằng AD.

Lịch sử xã hội loài người để lại vô số những kinh nghiệm về sự phù hợp giữa Đạo và phương thức thực hiện Đạo. Phương thức thực hiện Đạo phù hợp với tính quy luật của Đạo.Biết bao nhiêu phong trào hiện thực mang Đạo tiến bộ, hợp quy luật, đã bị phương thức thực tiễn trái quy luật phản bội. Nhân loại đã phải trả giá đắt trong nhiều phản bội như vậy. Đây là bài học lịch sử quý báu cho thế giới hiện đại .

Phương thức thực tiễn của phong trào xã hội chủ nghĩa ở thế kỷ XX, trái quy luật, đã phủ định mục tiêu cao cả, hợp quy luật của chủ nghĩa xã hội.

Đạo hợp quy luật + Phương thức thực tiễn hợp quy luật = Hòa bình, Hạnh phúc của con người.

Phải chăng, đó là công thức hành động của thế giới hiện đại!

Khái niệm Đạo của học thuyết AD mang ý nghĩa bù đắp đối với học thuyết DVBC, để hiểu sâu sắc hơn mối quan hệ giữa tính quy luật của Đạo và tính quy luật của phương thức thực hiện Đạo.

13- Khái niệm về "cấp vận động".

-Vận dụng khái niệm cấp vân động (cấp vận động) sẽ làm dễ dàng hơn trong việc lý giải hiện thực và giải quyết các nhiệm vụ thực tiễn.

Từ sau "Vụ nổ lớn"(Bigbang-BB), vũ trụ tiến hóa qua từng nấc thang, từ thấp đến cao, được đặc trưng bằng khái niệm "cấp vận động".

Tuy có nhiều thăng trầm, song, quá trình vận động của vũ trụ sau BB, là quá trình tiến hóa theo khuynh hướng phủ định phát triển, hoặc nói cách khác, là theo quy luật "thành-thịnh", đi qua các cấp vận động từ thấp đến cao. Cấp vận động thấp nhất, ngay sau BB xảy ra là cấp vận động của các hạt cơ bản và các trường năng lượng. Tiếp đến là cấp vận động vật lý, cấp vận động hóa học, cấp vận động sinh học, cấp vận động tâm lý-ý thức của con người, và cao nhất là cấp vận động xã hội của xã hội loài người. Các trường năng lượng luôn có mặt trong mọi cấp vận động, cung cấp năng lượng và phối hợp vận động với "chất", với tư cách là thành phần của phạm trù đối lập AD "Chất-Trường".

Quy luật phát triển tương thành AD, bằng quy luật phủ định phát triển, thông qua quá trình vận động của quy luật "lượng-chất", dẫn dắt vũ trụ tiến hóa qua từng cấp vận động. Sau mỗi giai đoạn phủ định phát triển, sự vật tiến hóa lên cấp vận động cao hơn, biểu hiện bằng cấu trúc "chất-trường"tinh vi hơn, phức tạp hơn, có nhiều cặp AD thành phần hơn, với thuộc tính thống nhất, đồng nhất cao hơn, và hệ thống tương phản cân bằng hoàn thiện hơn. Khi cấp vận động mới đạt trạng thái cân bằng, tương phản đối kháng không còn khả năng ảnh hưởng tới quy luật vận động cơ bản của sự vật.

- Mỗi cấp vận động lớn lại có thể phân ra các cấp vận động nhỏ hơn. Cho rằng cấp vận động các hạt cơ bản là thấp nhất, nhưng theo quy luật phủ định phát triển, thì cấp vận động này là kết quả tiến hóa của cấp vận động thấp hơn. Đó là các cấp vận động của các hạt "siêu cơ bản", mà khoa học hiện tại "chưa nhìn thấy", tuy rằng có dự kiến cấp vận động siêu cơ bản có thể là các hạt mang năng lượng, như phôtôn, hạt uôn,...Cấp vận động thấp hơn nữa có thể là các "hạt chân không". Theo nguyên lý AD, các hạt mang năng lượng cũng là một cặp AD "chất-trường". Vì vậy, phôtôn cũng phải có khối lượng, kể cả khối lượng tĩnh, khi nó nằm trong electron. Các hạt siêu cơ bản có thể thuộc phạm trù "vật chất đen". Vũ trụ vô cùng vô tận, vô cùng lớn và vô cùng bé, nhưng không bao giờ bằng "không". Các hạt siêu cơ bản, dù có bé xíu đến đâu, cũng là một cặp đối lập AD có cấu trúc "chất-trường", tức là có khối lượng và năng lượng, vì không có cô âm, cô dương. "Điểm kỳ dị" là một cặp đối lập AD có kích thước 10^{33} cm, nhỏ hơn hạt cơ bản electron đến tỷ tỷ lần, mà mang trong mình khối lượng và năng lượng của toàn vũ trụ, lại lưu giữ cả một quy trình sáng tạo vũ trụ và cả loài người. Trong điểm kỳ dị đó phải được cấu trúc bằng các hạt siêu cơ bản, có kích thước siêu nhỏ tới 10^{100} cm hoặc 10^{1000} cm, mới có thể ghi chép hết các quy trình đó bằng những cấu trúc siêu tinh vi, có thể tinh vi hơn đại não. Một sự tưởng tượng như vậy có thể phản ánh tính tất yếu của hiện thực, vì nó phù hợp với biện chứng duy vật âm dương.

Không thể dùng công thức toán lý của Học thuyết tương đối, mang nặng tính quan sát cảm tính, để chứng minh rằng, phôtôn không có khối lượng và năng lượng tĩnh, khi còn tạm trú trong ngôi nhà hạt điện tử electron. Công thức toán lý là chân lý tương đối, được rút ra từ những tiên đề không chứng minh, cũng là chân lý tương đối. Chân lý tương đối không mô tả hết mọi quy luật vận động của đối tượng mà nó nghiên cứu. Do đó, công thức toán học chỉ mô tả đúng với đối tượng này, mà có thể không đúng với đối tượng khác. Mọi đối tượng hiện thực đều là những cặp AD chất-trường, xét về cấu trúc vi mô và siêu vi mô. Đó là quy luật phổ quát nhất của thế giới vật chất, không có ngoại lệ. Sự phân biệt chất, trường, cũng chỉ là tương đối. Vì trong trường có chất, trong chất có trường, theo quy luật trong dương có âm và trong âm có dương. Hiện thực đúng như vậy; trong trường năng lượng điện từ có hạt phôtôn, trong trường hấp dẫn có hạt uôn,... Mọi chất đều tồn tại năng lượng theo công thức $E = mc^2$, kể cả hạt phôtôn hay hạt uôn. Trong hiện tượng tế nhị này, khoa học cụ thể và triết học không tồn tại mâu thuẫn, không thách thức lẫn nhau.

Từ những vấn đề đang thảo luận, có thể giả thuyết rằng, trong không gian bao la, kể cả trong vật thể mà khoa học đã quan sát được, như các hạt cơ bản, các nguyên tố hoá học, các tế bào sinh học,... đang tồn tại sự vận động của các hạt siêu cơ bản, ở các cấp vận động khác nhau. Điều đó giải thích tại sao, một tế bào thực vật nhỏ xíu, lại có thể tự phát triển thành một cái cây hoàn chỉnh. Sự phát triển kỳ lạ đó, không chỉ nhờ vào sự vận động của các nguyên tố hoá học trong cấu trúc di truyền, mà còn là sự vận động của các cấu trúc siêu cơ bản của các hạt siêu cơ bản, ẩn dấu trong các cấu trúc di truyền đó, được cấu trúc lôgic chặt chẽ với các phần tử di truyền, và cũng là thành phần của yếu tố di truyền, mà Di truyền học chưa có khả năng mô tả. Bởi vì, mỗi cấp vận động được sinh ra, là thành quả tương tác của nhiều cấp vận động thấp hơn. Các hạt cơ bản được sinh ra, là thành quả tương tác của nhiều cấp vận động của các hạt siêu cơ bản. Từ đây, có thể suy lý rằng, không gian vũ trụ bao la, là ngôi nhà chung của các công dân siêu cơ bản, và đó là "vật chất đen", có tổng khối lượng và năng lượng lớn hơn "vật chất sáng"!

Cấp vận động vật lý có thể chia ra cấp vận động các hạt vi mô và cấp vận động các hạt vĩ mô. Cấp vận động các hạt vi mô như sự vận động của electron quanh hạt nhân theo quỹ đạo dạng ôbitan, không thể cùng lúc xác định được vị trí và tốc độ của nó.

Cấp vận động hóa học có thể chia ra cấp vận động hóa vô cơ và cấp vận động hóa hữu cơ.

Cấp vận động hóa vô cơ có thể chia nhỏ hơn nữa. Bảng tuần hoàn các nguyên tố hóa học là hình ảnh sinh động về tám cấp vận động theo tám chu kỳ tuần hoàn của nguyên tố hóa học.

Cấp vận động sinh học tiến hóa từ cấp vận động của họ vi khuẩn đến cấp vận động của loài động vật có xương sống, được chia ra nhiều cấp vận động nhỏ; giới thực vật cũng dược chia như vậy.

Cấp vận động tâm lý chung mang thuộc tính nhân loại, có quá trình phát triển từ thấp lên cao và có thể phân ra nhiều cấp nhỏ hơn, theo thang bậc tiến hóa. Phạm trù tâm lý có nhiều thuộc tính mà khoa học Tâm lý học đã và đang nghiên cứu. Các thuộc tính tâm lý rất phong phú, đa dạng, muôn vẻ, nhưng có thể tổng hợp thành một số thuộc tính chủ yếu; chẳng hạn như thuộc tính "yêu-ghét" làm thành các cặp tâm lý đối lập AD :-yêu thiện,ghét ác-yêu dân chủ ,ghét độc đoán-yêu độc lập tự do, ghét xâm lược-yêu hòa bình, ghét chiến tranh-yêu bình đẳng công bằng, ghét áp bức bóc lột, yêu chân thực, ghét dối trá-yêu hòa hợp, ghét chia rẽ-yêu sáng tạo, hét bảo thủ-v.v…Nhìn chung, *khuynh hướng phát triển của cấp vận* động *tâm lý là khuynh hướng phát triển theo tư tưởng nhân đạo và khuynh hướng yêu thích sáng tạo cái mới;* nếu diễn đạt theo ngôn ngữ Mỹ học, thì đó là khuynh hướng phát triển theo quy luật Cái Đẹp.

Khuynh hướng phát triển tâm lý theo tư tưởng nhân đạo, dẫn dắt xã hội loài người đến vương quốc văn minh tinh thần, tăng cường sự hòa hợp, giảm dần đi đến loại bỏ đối kháng. Khuynh hướng phát triển tâm lý yêu thích sáng tạo, dẫn dắt loài người đi tới vương quốc văn minh vật chất, văn minh khoa học công nghệ. Hai khuynh hướng phát triển tâm lý này không ngừng tương thành với nhau, thúc đẩy lẫn nhau cùng phát triển và dẫn dắt tư duy chính trị nhân loại tới sự hòa hợp theo quy luật phát triển tương thành. Các quy luật tâm lý cơ bản góp phần sáng tạo các quy luật vận động xã hội, được trình bày trong chương III: Hoạt động âm dương của đại não.

Một trong những thuộc tính tâm lý cơ bản nhất là thuộc tính tâm lý sở hữu, có thể diễn đạt là "cấp vận động tâm lý sở hữu". Các nấc thang của cấp vận động tâm lý sở hữu gắn liền với các nấc thang của cấp vận động xã hội, là động lực cơ bản của phát triển xã hội, như đã trình bày ở trên.

Cấp vận động xã hội tiến hóa qua các giai đoạn lịch sử như khoa học lịch sử đã phân kỳ. Đó là các nấc thang tiến hóa của cấp vận động xã hội: cấp vận động xã hội Nguyên thủy- cấp vận động xã hội Nô lệ- cấp vận động xã hội Phong kiến- cấp vận động xã hội Tư bản- cấp vận động xã hội xã hội chủ nghĩa, và cấp vận động xã hội cao nhất của xã hội loài người, là cấp vận động xã hội Cộng sản văn minh.

- Các cấp vận động có thuộc tính cơ bản là thuộc tính kế thừa. Cấp vận động mới ra đời kế thừa các yếu tố thuận lợi của cấp vận động thấp, rồi tiếp tục cải biến, phát triển và loại trừ các yếu tố đối kháng còn tồn tại, để đi tới cân bằng hoàn thiện hơn.

Sau phủ định phát triển, sự vật mới dung nạp các yếu tố cần thiết từ sự vật cũ để "nuôi dưỡng" mình, là nguồn năng lượng để vận động phát triển theo quy luật mới. Không có vận động vật lý thì không sản sinh và nuôi dưỡng vận động hóa học. Trong vận động hóa học vẫn tồn tại vận động vật lý, các hạt e liên kết vẫn vận động chung quanh các hạt nhân. Trong vận động sinh học, vận động hóa học vẫn hoạt động sôi nổi, để thực hiện các nhiệm vụ của vận động sinh học, trong đó tiềm ẩn các hoạt động vật lý và hoạt động của các hạt cơ bản. Vận động tâm lý thực hiện các nhu cầu và ước mơ sáng tạo của mình bằng đội quân hùng hậu và tài giỏi là 200 tỷ nơron; 200 tỷ tế bào thần kinh này lại được hàng ngàn tỷ tế bào sinh học nuôi dưỡng bằng các tổ chức sinh học tạng phủ tinh vi và lao động quên mình.

Cấp vận động xã hội là thành quả phủ định trực tiếp từ vận động tâm lý-ý thức của con người, lại được cấu trúc bằng chính con người và vận động bằng con người, dưới sự điều khiển của tâm lý, ý thức con người; vì vậy quy luật hoạt động xã hội gắn liền với quy luật vận động tâm lý là một tất yếu tự nhiên. Cặp đối lập AD "Xã hội-Tâm lý" thực chất là cặp AD "Tâm lý-Tâm lý", tâm lý của người cầm quyền và tâm lý của người dưới quyền.

Trong các xã hội tiền sử, tương phản đối kháng của cặp AD này, biểu hiện chủ yếu ở sự đối kháng giữa tâm lý chiếm hữu và tâm lý chống lại sự chiếm hữu. Tiến trình lịch sử nhân loại vận động theo quy luật phát triển tương thành, được "thực hiện" bằng quy luật phát triển chủ nghĩa nhân đạo, quy luật phát triển khoa học-công nghệ, đã giảm dần mức độ đối kháng của cặp tâm lý này, tâm lý chiếm hữu đang dần dần chuyển hóa sang tâm lý sở hữu cá nhân chân chính, tâm lý làm giàu chân chính; tương phản đối kháng đang chuyển dần sang tương phản cân bằng. Trong thế kỷ XXI, thế giới hiện đại sẽ được chứng kiến sự hài hước vui vẻ của cặp tâm lý này.

Cấp vận động xã hội xã hội chủ nghĩa kế thừa tất yếu các thuận lợi từ chủ nghĩa tư bản, như khoa học- công nghệ, tổ chức quản lý sản xuất, cơ chế thị trường, các giá trị văn minh do con người sáng tạo ra trong lòng chế độ tư bản,...và chỉ loại trừ yếu tố đối kháng là chiếm hữu sở hữu cá nhân chân chính của người lao động, để rồi vận động sang quy luật mới, quy luật sở hữu cá nhân chân chính.

- Các cấp vận động cao hơn, sau khi kế thừa những yếu tố thuận lợi ở cấp vận động thấp, sẽ tiếp tục cải biến, phát triển các yếu tố kế thừa đó, để ngày càng phù hợp với quy luật vận động cấp cao. Đó cũng là thuộc tính của các cấp vận động.

Vận động sinh học tổ chức lại vận động hóa học và vận động vật lý cho phù hợp với quy luật vận động sinh học. Các tạng phủ của con người chẳng hạn, luôn hiện diện các hoạt động hóa học và hoạt động vật lý, nhưng các hoạt động này chịu sự chỉ huy của cơ chế sinh học tạng phủ.

Chủ nghĩa xã hội kế thừa nhiều yếu tố của chủ nghĩa tư bản, nhưng chủ nghĩa xã hội phải cải biến lại, tổ chức lại, và phát triển các yếu tố kế thừa đó cho phù hợp với quy luật vận động của chủ nghĩa xã hội. Việc cải biến cơ chế thị trường kế thừa từ thị trường tư bản, thường được gọi là định hướng chủ nghĩa xã hội.

- Trong quá trình vận động "lượng -chất" của cặp AD cấu trúc, các yếu tố của cấp vận động cao thường xuất hiện trong lòng cấp vận động thấp, báo hiệu và xác định khuynh hướng của phủ định phát triển.

Vận động hóa học nẩy mầm từ vận động vật lý, khi các điện tử vành ngoài có mức năng lượng cao, sẵn sàng liên kết với các nguyên tố khác để thành cấu trúc hóa học. Vận động sinh học đâm chồi từ vận động hóa học, biểu hiện ban đầu là mầm sống côaxécva, con vi rút, vừa có tính chất hóa học, vừa có tính chất sinh học. Vận động tâm lý của con người cũng được manh nha từ vận động tâm lý của động vật cấp thấp, động vật tiền loài người.

Sự phát triển của chủ nghĩa nhân đạo và khoa học-công nghệ trong lòng chủ nghĩa tư bản, là sự vận động lượng-chất của chủ nghĩa tư bản. Vận động lượng-chất này là yếu tố để phát triển tư tưởng dân chủ đến với đa số nhân dân, phát triển công ty cổ phần có vốn của người lao động, các hợp tác xã tự nguyện trong nông nghiệp. Đó là những mầm non ban đầu để hình thành quy luật vận động của chủ nghĩa xã hội. Cấp vận động cao đang hình thành trong lòng cấp vận động thấp. Đối với vận động xã hội, có một tấm gương cấp vận động cao từ bên ngoài, sẽ là chất xúc tác có hiệu quả, để đẩy nhanh sự nẩy mầm cấp vận động cao trong lòng cấp vận động thấp.

- Trong vật thể cấu trúc, khi chuyển hóa lên cấp vận động cao sẽ liên kết với cấp vận động thấp trực tiếp thành một cặp AD cấu trúc, có đủ 8 thuộc tính. Trong vận động hóa học luôn tồn tại vận động vật lý, trong vận động sinh học luôn tồn tại vận động hóa học. Trong vận động tâm lý, vận động sinh học giữ vai trò bên âm; vui quá hại tâm, buồn quá hại phế, giận quá hại gan, lo quá hại tỳ, sợ quá hại thận; đó là biểu hiện của mối liên hệ AD giữa cấp vận động tâm lý tinh thần và cấp vận động sinh học trong "sự vật con người". Cấp vận động xã hội có mối liên hệ AD rất bền chặt với cấp vận động tâm lý. Vận động xã hội tác động nhanh nhạy tới vận động tâm lý tinh thần, gây hiệu ứng thỏa mãn, vui vẻ, "hạnh phúc vô biên", hoặc thất vọng, phẫn nộ, muốn thay đổi. Mối liên hệ AD bền chặt chỉ xẩy ra đối với các cấp vận động lớn; đối với các cấp vận động nhỏ, thường là mối liên hệ kế thừa trong một vật thể cấu trúc, khi chuyển hóa lên cấp vận động cao hơn. Trong cặp AD của hai cấp vận động, cấp vận động cao giữ vai trò dương chi phối quy luật vận động của cặp, tổ chức , cải biến cấp vận động thấp cho phù hợp với quy luật vận động của cấp vận động cao; song, phải kế thừa các quy luật cần thiết của cấp vận động thấp. Quy luật vận động sinh học phải "sử dụng" quy luật vận động hóa học; quy luật vận động tâm lý phải sử dụng đội quân vận động sinh học; và theo quy luật đó, quy luật vận động xã hội sẽ trở thành "thượng đế", không còn là hiện thực khách quan nữa, khi việc tìm kiếm quy luật vận động xã hội thoát ly quy luật vận động tâm lý-ý thức.

Ưng dụng có hiệu quả quy luật "cấp vận động cao-cấp vận động thấp trực tiếp", làm thành một cặp đối lập AD, là ở chỗ, khi tìm quy luật của các cấp vận động cần tham khảo quy luật vận động của cấp vận động thấp, đặc biệt là quy luật của cấp vận động thấp trực tiếp; đối với việc tìm kiếm quy luật vận động xã hội lại càng phải như vậy.

Thí dụ, trong hoạt động kinh tế, quy luật tâm lý hiện nay là không chấp nhận phân phối lợi ích cào bằng, cũng không chấp nhận làm giàu bằng bóc lột, phi pháp, tham nhũng; con người mong muốn làm giàu chân chính, phân phối lợi ích căn cứ vào hiệu quả lao động. Đó là tâm lý của đa số nhân dân. Quy luật vận động kinh tế thích ứng với quy luật tâm lý đó, là quy luật sở hữu cá nhân chân chính, thực hiện bằng mô hình kinh tế đồng sở hữu, yếu tố bóc lột được loại trừ, không hạn chế làm giàu chân chính.

Một số học giả tư sản biện hộ cho tình trạng áp bức bóc lột là do "định mệnh". Xã hội loài người có hai loại mệnh, mệnh làm quan và mệnh dân thường do "thiên định". Người làm quan có quyền lực đối với dân thường mà không thể đảo ngược; tôn giáo cũng khuyên người bình thường chấp nhận như vậy, rồi lên thiên đường sẽ có hạnh phúc. Hiện thực là, do cấu trúc âm dương ngũ hành của đại não, cấp độ trí tuệ của từng người có khác nhau, nhân loại có khoảng 20% có năng lực làm cán bộ ở các cấp khác nhau, số còn lại không có năng lực làm cán bộ, nhưng có những năng lực khác, mà mức độ cống hiến cho xã hội không thua kém những người làm cán bộ, có thể còn hơn; những nhà sáng tạo khoa học- công nghệ, khám phá ra quy luật vận động của tự nhiên và xã hội, mang lại những giá trị văn minh cho nhiều thời đại. Có một quy luật khác, cũng do "thiên định", đó là quy luật phát triển tương thành, mà biểu hiện thực tiễn xã hội là quy luật phát triển chủ nghĩa nhân đạo và quy luật phát triển khoa học- công nghệ, có uy lực để loại trừ dần tính đối kháng giữa những con người. Cái "thiên định" không còn cho người làm quan áp bức bóc lột dân thường mà trở thành bè bạn bình đẳng và tin cậy của họ. Cũng cần nhấn mạnh rằng, trong tiến trình lịch sử nhân loại, mọi xung đột đều xuất phát từ tâm lý lợi ích, kể cả xung đột tôn giáo và sắc tộc,…Những kẻ "làm quan" đã lừa bịp và lợi dụng quần chúng để mưu lợi ích riêng. Tất cả mọi lợi ích "thiên định" như vậy, không nằm ngoài phạm trù "chiếm hữu sở hữu cá nhân chân chính của đồng loại". Qúa trình vận động tiến tới cân bằng của cặp AD "Xã hội-Tâm lý", sẽ loại trừ sự bất công đó.

- Một sự vật đang vận động ở cấp vận động nào đó, nếu đạt trạng thái cân bằng hoàn hảo, tương phản đối kháng không còn, hệ thống tương phản cân bằng vận hành có hiệu quả cao, có thể loại trừ nhanh tương phản đối kháng khi mới xuất hiện; một sự vật như vậy, dù ở cấp vận động nào cũng có thể duy trì trạng thái cân bằng lâu dài, khó chuyển hóa sang cấp vận động khác, nếu không có một ngoại lực tác động đủ hiệu quả. Viên kim cương C_4 , viên fuleren C_{60},...có thể tồn tại đến "Vụ co lớn" (BigCrunch) nếu không có ngoại lực phá vỡ nó. Mặt trời đã vận động tại "điểm dừng tạm thời" 5 tỷ năm, và khoa học dự đoán còn vận động ổn định như vậy 5 tỷ năm nữa, mặc dù vận hành trong sự "cân bằng dữ dội" của phản ứng nhiệt hạch. Chu kỳ vết đen 11 năm có thể là hiện tượng tương phản đối kháng xuất hiện, hoặc biên dộ dao động quanh vị trí cân bằng đạt giá trị cực đại, nhưng đã được tương phản cân bằng điều chỉnh trở về vị trí ổn định hơn.

Thế giới hữu sinh tiến hóa qua các cấp vận động, do tác động của năng lượng âm dương ngũ hành, thời tiết khí hậu và tác động lẫn nhau, làm cho thế giới hữu sinh mất cân bằng sinh hóa và phải chuyển hóa cấp vận động để thích nghi. Nhờ quy luật phát triển tương thành, sự chuyển hóa theo khuynh hướng phủ định phát triển, tiến hóa lên cấp vận động cao hơn, cho đến cấp vận động tâm lý-ý thức của con người, rồi cấp vận động xã hội.

Sau khi hình thành, cấp vận động xã hội vẫn tồn tại tương phản đối kháng với thiên nhiên và với chính bản thân mình. Do đó, cấp vận động xã hội tiếp tục chuyển hóa qua các bậc thang phủ định phát triển cho tới thời điểm cân bằng. Khi đối kháng xã hội được loại trừ, có phương thức tránh đối kháng với thiên nhiên bằng văn minh khoa học-công nghệ, xã hội loài người sẽ vận hành ở trạng thái cân bằng lâu dài, hàng tỷ năm, rồi suy hủy cùng hệ MT-TĐ-Mt, như đã phân tích ở chương hai.

Nhận thức về quá trình tiến hóa của xã hội loài người, tiếp cận từ khái niệm "cấp vận động", cho ta một cách tưởng tượng khác, cũng rất sáng rõ, về con đường tương lai của nhân loại và cái đích sẽ đi tới; và đó cũng là sự bù đắp lẫn nhau giữa hai dòng triết học.

Đến đây, lại có một câu hỏi được đặt ra: Về mặt sinh học,

con người còn tiếp tục tiến hóa lên cấp vận động cao hơn nữa không? Có thể là không. Bởi vì, với trình độ văn minh khoa học công nghệ, con người có khả năng thích nghi với những biến đổi khí hậu, không dữ dội lắm, bằng phương thức tương phản cân bằng ngoại sinh học, mà không cần biến đổi cấu trúc sinh lý cơ thể. Điều đó cũng đã thành thói quen từ nhiều vạn năm trước. Nếu như hệ mặt trời mang bệnh, con người đành chấp nhận "bất khả kháng", sau những chống đỡ bằng văn minh khoa học-công nghệ kiên nhẫn, trường kỳ hàng vạn năm. Về cấp vận động tâm lý và xã hội, sau khi đạt trạng thái cân bằng, vẫn tiếp tục hoàn thiện, và khó hình dung được rằng, lại có một cấp vận động tuyệt vời hơn như thế.

14- Lời cuối chương:

Công lao to lớn của học thuyết duy vật biện chứng đã được đánh giá, nhắc lại e rằng khó đầy đủ. Sự sụp đổ của mô hình xã hội chủ nghĩa thực tiễn thế kỷ XX, chủ yếu là do không thực hiện những lời chỉ dẫn thiên tài của C.Mác, Ăngghen, Lênin, trong việc vận hành khái niệm sở hữu. Học thuyết AD cũng đã chứng minh sự chính xác của khái niệm đó. Quyền sở hữu cá nhân chân chính cũng hoàn toàn phù hợp với tư tưởng Hồ Chí Minh, thể hiện trong bài báo “Dân vận” của Người, khi Người định nghĩa khái niệm “Nước ta là một nước dân chủ”. Theo tư tưởng của Người, mọi quyền lực đều thuộc về nhân dân, trong đó quyền lực có ý nghĩa nhất là quyền sở hữu cá nhân chân chính, mọi quyền khác đều đảm bảo cho quyền này được thực hiện trong thực tế.

V.I.Lênin đã từng nói, cách mạng xã hội chủ nghĩa là một cuộc cách mạng sâu sắc nhất, chưa có tiền lệ trong lịch sử. Vì vậy dễ phạm sai lầm và có thể phải làm đi làm lại nhiều lần. Sự trả giá sai lầm của chủ nghĩa xã hội thực tiễn thế kỷ XX không nằm ngoài lời cảnh tỉnh đó.

Sự bù đắp giữa hai dòng triết học làm sáng rõ hơn con đường nhân loại tiến về phía trước và cái đích cuối cùng của tương lai. Con đường tương lai từ thế kỷ XXI về sau không cần đến súng đạn và sự ầm ĩ, chỉ cần có tiếng cười và cái bắt tay hợp tác chân thực và thân thiện.

Lương tâm trong sáng của nhân loại đã lớn lên nhiều rồi! Giải quyết mâu thuẫn sở hữu là việc riêng của mỗi dân tộc, là sự nghiệp nhân đạo của mỗi dân tộc. Đã đến lúc sự nghiệp nhân đạo của mỗi dân tộc cũng không cần đến tiếng súng mà cần đến hoà bình. Từ căn cứ triết học, kinh nghiệm lịch sử và lôgic thực tiễn, cho thấy, pham trù đối lập trong thế giới hiện đại cơ bản không còn tương phản đối kháng, vì vậy chiến tranh là phi lý, chạy đua vũ trang là phi lý. Mọi mâu thuẫn đều có thể giải quyết bằng sức mạnh tương thành và tương phản cân bằng. Tư duy chính trị nhân loại sớm nhận thức được như vậy, tương lai sẽ tới đích nhanh hơn.

Với sự bù đắp lẫn nhau, hai dòng triết học đã hoà quyện vào nhau, trở thành "TRIẾT HỌC BIỆN CHỨNG DUY VẬT ÂM DƯƠNG". Triết học biện chứng duy vật âm dương tổng hợp sức mạnh của hai dòng triết học, mở rộng khả năng của con người trong việc lý giải hiện thực và giải quyết những vấn đề thực tiễn, giảm thiểu những tổn thất, đưa nhanh ước mơ khát vọng của con người tới hiện thực hoà bình và hạnh phúc.

Sự tương đồng giữa hai dòng triết học thật là kỳ diệu. Dùng tính ngữ "kỳ diệu" không phải là ngoa ngữ, không phải là thái quá mà rất chừng mực. Hai dòng triết học sáng tạo cách nhau hơn 4000 năm, đã có sự hội ngộ thật là đẹp đẽ. Nếu đặt hai dòng triết học vào phạm trù đối lập về tri thức triết học, thì đây là phạm trù đối lập ở trạng thái cân bằng, với sự thống nhất và đồng nhất thật là tinh tế và sâu sắc; cùng với tương phản cân bằng, là sự bù đắp giữa hai dòng triết học; mà không bao giờ nhìn thấy bóng hình tương phản đối kháng giữa hai dòng triết học, dù là mờ nhạt.

Ghi chu: Bài này s/c hoàn chỉnh ngày 18-1-2013. Đã sao TR.H-2-3

Và các ổ cứng khác, UB-SA-KU. In bản gốc cùng ngày. Từ trang 664-696

TÀI LIỆU THAM KHẢO

Trân trọng cảm ơn các Tác giả và Dịch giả!

1- Các Mác- Phriđrich Ăngghen, tuyển tập, tập I, II, III, IV.
Nxb Sự thật-Hà Nội-1980, 1982, 1983.

2- Các Mác- Phriđrich Ăngghen, toàn tập, tập 20, Nxb CTQG-Sự thật Hà Nội- 1994 (Chống Đuy Rinh- Biện chứng của tự nhiên).

3- Lênin, toàn tập, tập 29, Nxb Tiến bộ Matxơcơva-1981

4- Lênin. Về cách mạng XHCN và xây dựng chủ nghĩa xã hội - Nxb Sự thật Hà Nội-1967.

5- Hồ Chí Minh toàn tập, tập I, Nxb CTQG - H2000.

6- Kinh Dịch- Ngô Tất Tố dịch, Nxb T.P. Hồ Chí Minh-1995

7- Mai Hoa Dịch - Thiệu Khang Tiết - Ông Văn Tùng dịch - Nxb Văn hoá Thông tin - 1995.

8- Kinh Dịch - Đạo của người quân tử - Nguyễn Hiến Lê - Nxb Văn hoá - 1994

9- Tứ thư - Đoàn Trung Còn dịch - Nxb Thuận Hoá 2006

10- Đại học thuyết minh - Lý Minh Tuấn -Nxb Văn hoá Thông tin - 2004

11- Khổng Tử - Nguyễn Hiến Lê - Nxb Văn hoá - 1991

12- Hàn Phi Tử - Nguyễn Hiến Lê - Giản chi - Nxb Văn hoá Thông tin - 1995

13- Thiên thời - Địa lợi - Nhân hoà. Nguyễn An và Nguyễn Văn Mậu dịch- Tác giả Bạch Huyết - Nxb Văn hoá Thông tin - Hà Nội 1998.

14- Đàm Thiên - Thuyết Địa - Luận Nhân - Ngô Bạch - Trường Huyền lược dịch - Nxb Mũi Cà Mau - 1997.

15- Dự đoán theo Tứ Trụ - Thiệu Vĩ Hoa - Nguyễn Văn Mậu dịch - Nxb Văn hoá Thông tin, Hà Nội - 1996

16- Chu Dịch với dự đoán học - Mạnh Hà dịch - Nxb Văn hoá, Hà Nội - 1995

17- Tám chữ Hà Lạc và quỹ đạo đời người, Xuân Cang - Nxb Văn hoá - Thông tin - 2000

18- Kinh Dịch và hệ nhị phân - Hoàng Tuấn - Nxb Văn hoá - Thông tin - Hà Nội 2002

19- Chu Dịch dự đoán - Các ví dụ có giải, Thiệu Vĩ Hoa - Nguyễn Văn Mậu dịch, Nxb Văn hóa - Thông tin - 1998

20- Khoa học nhận dạng - Lê Giảng biên soạn - Nxb Văn hoá Dân tộc - Hà Nọi 1997

21- Nhân tướng học - Việt Chương biên soạn - Nxb Văn hoá - Thông tin, Hà Nội 1998

22- Giải mã cuộc đời - Thiệu Vĩ Hoa - Minh Lâm tổng hợp và biên dịch - Nxb Hà Nội - 2008

23- Phong Thuỷ - Eva Wong - Nguyễn Hoàng Hải dịch - Nxb Văn hoá Thông tin 2004

24- Nhân điện - Nguyễn Đình Phư - Nxb Văn hoá - Thông tin Hà Nội 1996

25- Con người và môi trường sống - Vũ Văn Bằng - Nxb Văn hoá - Thông tin 2004

26- Chữa bệnh theo Chu Dịch - Lý Ngọc Sơn, Lý Kiện Dân, Nguyễn Quang Thái dịch - Nxb Văn hoá - Thông tin, Hà Nội 2002.

27- Hi Di với nền văn hoá Trung Hoa đời Tống, Dương Thành biên soạn - Nxb Lao động 2005.

28- Hi Di khảo luận - Dương Thành biên khảo - Nxb Lao động, Hà Nội 2007.

29- Tử vi hàm số - Nguyễn Phát Lộc - viết 1972 - Tủ sách khoa học Nhân văn xuất bản, Sài Gòn 1974.

30- Giải phẫu sinh lý người - Tạ Thuý Lan - Trần Thị Loan - Nxb Đại học Sư phạm 2007.

31- Bài giảng sinh lý học - Bộ môn Sinh lý học - Đại học Y khoa Hà Nội 1998, tập 1 - Nxb Y học Hà Nội.

32- Bài giảng y học dân tộc, tập I và tập II - Bộ môn y học dân tộc - Trường Đại học y Hà Nội - Nxb Y học - Hà Nội 1987

33- Hoàng Đế Nội Kinh Tố Vấn. Nguyễn Tử Siêu dịch - Nhà thuốc Hồng Khê xuất bản, Sài Gòn 1954

34- Hải Thượng Y Tông Tâm Lĩnh, 4 tập - Lê Trần Đức dịch - Nxb Y học Hà Nội

35- Mỗi ngày mười phút với Chu Dịch - Lôi Đạc, Dương Thu Ái biên dịch - Nxb Văn học Hà Nội.

36- Đạo Đức Kinh - Lão Tử, Thu Giang Nguyễn Duy Cần dịch và bình chú, Nxb Văn học, Hà Nội 1992

37- Nam Hoa kinh - Trang Tử, Thu Giang Nguyễn Duy Cần dịch và bình chú, Nxb Văn học Hà Nội 1992.

38- "Người: Tây Tạng nghĩ về cái chết", nguyên tác Bardo Tho dol, Nguyễn Châu và Nguyễn Minh Tiến biên dịch - Nxb Văn hoá - Thông tin 2005.

39- Chân Thiền, Đại sư Tai sen Deshimaru - Ngô Thành Nhân và Trần Đình Cáo biên dịch - Nxb Tổng hợp thành phố Hồ Chí Minh - 2005.

40- Almanach những nền văn minh thế giới, Nxb Văn hoá - Thông tin - 2007

41- Vũ trụ nhìn thấy và không nhìn thấy, V.N. Komarốp. Nguyễn Đạt dịch - Nxb Khoa học và Kỹ thuật Hà Nội 1985.

42- Thiên văn học - Phạm Viết Trinh, Nguyễn Đình Noãn - Nxb Đại học Sư phạm 2005.

43- Giáo trình Thiên văn đại cương - Phạm Viết Trinh, Nguyễn Đình Noãn biên soạn - NXB Giáo dục 1980.

44- Lịch, thời tiết và vấn đề năm nhuận, Đài Khí tượng Nghệ An biên soạn 1966

45- Vì sao nên dùng Dương lịch - Nguyễn Xiển - Nxb phổ thông - 1968.

46- Tâm lý học - P.A.Ruđích - Nguyễn Văn Hiếu dịch - Nxb Thể dục thể thao 1980

47- Những học thuyết cơ bản của y học cổ truyền - GS. Bành Khừu và TS Đặng Quốc Khánh -Nxb Hà Hội, 2002

48- Đại cương triết học sử Trung Quốc - Phùng Hữu Lan, Nguyễn Văn Dương dịch - Nxb Thanh Niên - 1999

49- Vấn đề con người và chủ nghĩa "Lý luận không có con người" - GS Trần Đức Thảo. Nxb TPHCM, 2002.

50- Tìm hiểu tư tưởng chính trị Nho giáo Việt Nam từ Lê Thánh Tông đến Minh Mệnh. TS Nguyễn Hoài Văn -Nxb Chính trị quốc gia, 2002.

51- Bách khoa toàn thư tuổi trẻ - Bách khoa trí thức - Nxb Phụ nữ 2005.

52- Văn hoá học - Đoàn Văn Chúc - Nxb Lao động 2004.

53- Xây dựng môi trường văn hoá, một số vấn đề lý luận và thực tiễn. Ban Tư tư-ởng văn hoá Trung ương - Hà Nội, 2004.

54- Những vấn đề lớn của thế giới và quá trình hội nhập, phát triển của nước ta, Ban tư tưởng văn hoá Trung ương - Nxb Chính trị quốc gia - HN 2004.

55- Thế giới, khu vực và một số nước lớn bước vào năm 2004 - Ban Tư tưởng văn hoá Trung ương - Nxb Chính trị quốc gia 2004.

56- Lẽ phải của chúng ta - Hội đồng lý luận Trung ương - Nxb chính trị quốc gia, 2004.

57- C.Mác - Phri-đrích Ăngghen, tuyển tập, tập 1 và tập 2 - Nxb sự thật Hà Nội 1980, tập 3- 1982.

58- Giáo trình Lịch sử Kinh tế. Trường Đại học Kinh tế quốc dân-Khoa Kinh tế-Bộ môn Lịch sử Kinh tế. Nxb Kinh tế quốc dân, Hà nội, 2009.

59- LêNin: Về cách mạng xã hội chủ nghĩa và xây dựng chủ nghĩa xã hội - Nxb Sự Thật - Hà Nội 1967.

60- Triết học Mác - Lênin - Chủ nghĩa duy vật biện chứng - Chương trình cao cấp - Khoa triết học - Trờng Đảng cao cấp Nguyễn ái Quốc - Nxb Sách giáo khoa Mác - Lênin - HN 1985.

61- Giáo trình triết học Mác - Lênin - Bộ Giáo dục - Đào tạo - Nxb Chính trị quốc gia - Hà Nội 2007.

62- Giáo trình kinh tế chính trị Mác - Lênin - Bộ Giáo dục - Đào tạo - Nxb Chính trị quốc gia 2006.

63- Giáo trình Chủ nghĩa xã hội khoa học - Bộ Giáo dục - Đào tạo - Nxb Chính trị quốc gia - Hà Nội 2004.

64- Giáo trình Chính trị học - Học viện Hành chính quốc gia - Nxb Giáo dục 2006

65- Phân tâm học - J.P. Charrier - Lê Thanh Hoàng Dân dịch - Nxb Trẻ - Sài Gòn 1972.

66- 102 sự kiện nổi tiếng thế giới - Nxb Văn hoá Thông tin 1999

67- Thế giới quả là rộng lớn và có rất nhiều việc phải làm - Kim Woo Choong

68- Thế giới phẳng - ThomasL.Friedman - Nxb Trẻ - 2007

69- Đạo và Đời - Nguyễn Khắc Viện - Nxb khoa học xã hội - 2007

70- Giáo trình lôgic học đại cương - Học viện Hành chính quốc gia - Nxb giáo dục 2005.

71- Lôgic học - PGS-TS Tô Duy Hợp -TS Nguyễn Anh Tuấn - Nxb TP Hồ Chí Minh 2001

72- Sử ký - Tư Mã Thiên - Phan Ngọc Dịch, Nxb Hà Nội - 2003

73- Tâm lý xã hội - Một số vấn đề lý luận và thực tiễn - TS Phương Kỳ Sơn, Nxb chính trị quốc gia - 2000

74- Hiện tượng ngoại cảm, hiện thực và lý giải - Phạm Ngọc Dương - Nxb Văn hoá - TT - 2009

75- Putin - Từ trung tá KGB đến tổng thống Liên Bang Nga - Nxb Lao động 2001, Lý Cảnh Long - Tạ Ngọc Ái, Thanh An biên dịch

76- Giáo trình Mỹ học Mác-Lênin, Học viện Chính trị quốc gia - Hồ Chí Minh, Phân viện Hà nội-Khoa Triết học, Nxb CTQG, Hà nội, 2003

77- Các tạp chí : Tạp chí Cộng sản, Tạp chí Xây dựng Đảng, Dạy và học ngày nay, Thế giới mới, Tri thức trẻ, Thế giới trong ta, Tài hoa trẻ và các tài liệu khoa học khác.

78- Giáo sư M.F Ôpxiannhicôp, Mỹ học cơ bản và nâng cao, Phạm Văn Bích dịch, Nxb Văn hóa-Thông tin, Hà nội - 2001

79- Tống hồng Binh, Chiến tranh tiền tệ, biên dịch: Nguyễn Lư - Nxb Thanh hóa -2008

GHI CHU: Đã s/c 14-3-2012

CHỮ VIẾT TẮT

A, D: Âm, Dương.

ANT: Âm Dương Ngũ Hành - Thiên Nhân tương ứng

ADNH: Âm Dương Ngũ Hành

BCAD: Biện chứng âm dương

Cặp AD: Cặp âm dương

CNNĐ: Chủ nghĩa nhân đạo

CĐNL: Chế độ Nô lệ

CĐPK: Chế độ Phong kiến

CĐTB: Chế độ Tư bản

CNTB: Chủ nghĩa tư bản

CNXH: Chủ nghĩa xã hội

CĐ: Cái Đẹp

CMTT: Cách mạng thông tin.

CVĐ: Cấp vận động

DVBC: Duy vật biện chứng

DVBCAD: Duy vật biện chứng âm dương

ĐSH: Đồng sở hữu

ĐLAD: Đối lập âm dương

KHCN: Khoa học công nghệ

K,M,Tu,H,To: Kim, Mộc, Thuỷ, Hoả, Thổ.

"Chất và trường": Cấu trúc các vật thể vũ trụ gồm các vật thể có khối lượng (chất) và các trường năng lượng (trường).

GHI CHU: đã s/c 14-3-2012

LLSX: Lực lượng sản xuất

MHĐSH: Mô hình đồng sở hữu

MH: Mỹ học.

MT-TĐ-Mt: Mặt trời, Trái đất, Mặt trăng.

NH: Ngũ Hành.

PĐ: Phủ định

Phần A: Phần tiền lương của người lao động.

Phần B: Phần nộp thuế

Phần C: Phần tư liệu sản xuất, thuộc SHCNCC của người lao động

Phần D: Phần nâng cao đời sống thuộc SHCNCC của người lao động.

QHSX: Quan hệ sản xuất.

Sđd: Sách đã dẫn; tr: trang

SHCNCC: Sở hữu cá nhân chân chính

SHCN: Sở hữu cá nhân

SHCCVM: Sở hữu công cộng văn minh,

SX: Sản xuất

TG: Tác giả

TLSX: Tư liệu sản xuất

VTTH: Vô tuyến truyền hình

Chương VII

NGUYÊN LÝ SỞ HỮU XÃ HỘI CHỦ NGHĨA CỦA C.MÁC, PH.ĂNGGHEN, V.I.LÊNIN VÀ KHUYNH HƯỚNG PHÁT TRIỂN CỦA THẾ GIỚI HIỆN ĐẠI

Phần I

NGUYÊN LÝ SỞ HỮU XÃ HỘI CHỦ NGHĨA CỦA C.MÁC, PH.ĂNGGHEN, V.I.LÊNIN.

Chân lý vẫn tươi xanh trong thế giới hiện đại.

****

I.1- NGUYÊN LÝ SỞ HỮU XÃ HỘI CHỦ NGHĨA

Bước sang thiên niên kỷ mới, học thuyết Mác-Lênin vẫn được các nhà khoa học đánh giá là đỉnh cao của trí tuệ loài người.

Từ khi *Tuyên ngôn của Đảng Cộng sản* ra đời, phong trào xã hội chủ nghĩa thế giới luôn luôn chủ trương lấy Chủ nghĩa Mác và sau này là chủ nghĩa Mác-Lênin làm kim chỉ nam cho mọi thực tiễn cách mạng. Khởi đầu từ Cách mạng tháng Mười Nga, Chủ nghĩa xã hội hiện thực đã cống hiến cho nhân loại những thành quả vĩ đại, không thể phủ nhận.

Tuy nhiên, chủ nghĩa xã hội thực tiễn ở thế kỷ XX đã gặp những tổn thất nặng nề, dẫn tới sự sụp đổ của mô hình Xô viết. Liên Xô sụp đổ còn gây ra cuộc khủng hoảng về lý luận xây dựng chủ nghia xã hội, làm chậm lại bước tiến của phong trào xã hội chủ nghĩa thế giới.

Để tiếp tục phát triển chủ nghĩa xã hội phù hợp quy luật vận động của lịch sử, một câu hỏi kép phải được trả lời dứt khoát:

Phải chăng học thuyết Mác-Lênin chưa tiếp cận đầy đủ các quy luật vận động cơ bản của chủ nghĩa xã hội? Hay là thực tiễn xã hội chủ nghĩa trong thời gian qua đã xa rời các quy luật đó mà dẫn đến thất bại?

Quy luật vận động cơ bản của chủ nghĩa xã hội được Mác và Ăngghen trình bày trong các tác phẩm chủ yếu của học thuyết Mác.

Bốn tác phẩm chủ yếu của học thuyết Mác được in trong các Tuyển tập Các Mác, Phri-đric Ăng-ghen, Nxb Sự thật Hà Nội,1980, 1982, 1983. Các tác phẩm: Hệ tư tưởng Đức, Mác và Ăngghen viết chung năm 1846; Những nguyên lý của chủ nghĩa cộng sản (viết tắt: Những nguyên lý), Ăngghen viết 1847; Tuyên ngôn của Đảng Cộng sản (viết tắt: Tuyên ngôn), Mác và Ăngghen cùng viết, công bố năm 1848. ba tác phẩm này in trong tập I. Bộ Tư bản, tập thứ nhất, quyển I, Mác viết năm 1867, in trong tập III. Phê phán cương lĩnh Gôtha (vt: Gôtha), Mác viết năm 1875, in trong tập IV.

Bước vào thế kỷ XXI, vấn đề sở hữu vẫn là chủ đề tranh luận sôi nổi trong phong trào XHCN thế giới. Điều đó không có gì đáng ngạc nhiên. Vì quy luật vận động của hình thái sở hữu vẫn là động lực cơ bản của vận động lịch sử. Các nhà nhân đạo chủ nghĩa luôn luôn tìm thấy nguyên nhân chủ yếu của những bất công xã hội nằm ngay trong thực tiễn sở hữu. Vì vậy, Mác và Ăngghen đã dày công sáng tạo khoa học cách mạng, nhằm chỉ đường cho nhân loại tự giải phóng khỏi áp bức, bóc lột, xây dung cuộc sống bình đẳng, hạnh phúc; mà trung tâm của khoa học đó là khám phá lý luận và tìm phương thức thực tiễn để xóa bỏ tư hữu, không phải xóa bỏ tư hữu nói chung, mà chỉ xóa bỏ tư hữu tư sản, thứ tư hữu được sử dụng để bóc lột người lao động.

Khoa học phân kỳ tiến trình lịch sử nhân loại thành những giai đoạn. Mỗi gia đoạn vận động và phát triển theo hệ thống các quy luật, bao gồm các quy luật phổ quát và các quy luật đặc trưng. Quy luật phổ quát vận động trong toàn bộ tiến trình lịch sử. Quy luật đặc trưng vận động trong từng giai đoạn, là quy luật để phân biệt sự khác nhau giữa các giai đoạn lịch sử.

Phải khẳng định rằng, chủ nghĩa xã hội là một giai đoạn lịch sử trong tiến trình lịch sử tự nhiên của xã hội loài người, bình đẳng với các giai đoạn lịch sử khác. Là một giai đoạn lịch sử, nên nó phải có phương thức sản xuất riêng của mình, tức là phải có quy luật sở hữu riêng, đặc trưng, không thể lẫn lộn với các giai đoạn lịch sử khác; không thể là sở hữu công cộng của chủ nghĩa cộng sản, và đương nhiên, không thể là sở hữu cá nhân bóc lột của chủ nghĩa tư bản.

Hệ tư tưởng Đức (Sđd, tr. 288) viết: "... một phương thức sản xuất nhất định hay một giai đoạn công nghiệp nhất định là luôn luôn gắn liền với ... một giai đoạn xã hội nhất định; ". Trong Tư bản, tập thứ nhất, quyển I, Mác nhắc lại lời Nhà kinh tế học Pháp, M.Blốc, đồng tình với quan điểm của Mác: "Theo ông thì ... mỗi một thời kỳ lịch sử đều có những quy luật riêng của nó ... Mỗi khi cuộc sống đã vượt qua một thời kỳ phát triển nhất định, đã từ giai đoạn này bước sang giai đoạn khác, thì nó cũng bắt đầu bị các quy luật khác chi phối." (Sđd, tr. 207).

M.Blốc viết tiếp: "Giá trị khoa học của sự nghiên cứu đó chính là ở chỗ giải thích rõ những quy luật đặc thù chi phối sự phát sinh, tồn tại, phát triển và diệt vong của một cơ thể xã hội nhất định và sự thay thế nó bằng một cơ thể khác cao hơn. Và tác phẩm của Mác thực sự đã có một giá trị như vậy." (Sđd, tr.208).

Quy luật đặc thù của một giai đoạn lịch sử mà Mác và Ăngghen dày công nghiên cứu nằm trong hình thái sở hữu của chế độ kinh tế của giai đoạn lịch sử ấy. Quy luật đặc thù của giai đoạn chủ nghĩa tư bản chi phối chủ yếu sự vận động của phong trào công nhân chống chủ nghĩa tư bản.

Tuyên ngôn của Đảng Cộng sản viết: "Trong tất cả những phong trào ấy, họ đều đưa vấn đề chế độ sở hữu lên hàng đầu, coi đó là vấn đề cơ bản của phong trào, không kể chế độ đó phát triển đến trình độ nào. (Sđd, tr.586).

Từ những tư tưởng cơ bản về vấn đề sở hữu và cũng là hạt nhân cốt tủy của học thuyết Mác, chúng ta chỉ có thể tìm nguyên nhân chính xác và cơ bản của những thất bại của Liên Xô nằm trong phạm trù sở hữu. Và từ đó có thể chấm dứt cuộc khủng hoảng về lý luận và phương thức thực tiễn xây dựng chủ nghĩa xã hội theo tư tưởng của học thuyết Mác.

Theo quan niệm của Mác, hoạt động thực tiễn không thể trái quy luật. Trong lời tựa Bộ Tư bản xuất bản lần thứ nhất, Mác viết: " Một xã hội, ngay cả khi phát hiện được quy luật vận động tự nhiên của nó, - mà mục đích cuối cùng của tác phẩm này là tìm ra quy luật kinh tế của xã hội hiện đại - cũng không thể nào nhảy qua các giai đoạn phát triển tự nhiên hay dùng sắc lệnh để xóa bỏ những giai đoạn đó. Nhưng nó có thể rút ngắn và giảm bớt những cơn đau đẻ" (Sđd, tr. 201).

Học thuyết Mác phân kỳ Chủ nghĩa Cộng sản thành hai giai đoạn. Giai đoạn đầu là giai đoạn thoát thai từ chủ nghĩa tư bản, giai đoạn thấp của chủ nghĩa cộng sản, được gọi là giai đoạn chủ nghĩa xã hội. Giai đoạn sau là giai đoạn cao của chủ nghĩa cộng sản, vẫn gọi là chủ nghĩa cộng sản.

Trong tác phẩm "Phê phán cương lĩnh Gôtha", một trong những tác phẩm chủ yếu của học thuyết Mác, Mác đã nói rõ sự phân kỳ này. *Tuy nhiên, sự phân kỳ như vậy đã được xác định từ trước đó*. Bắt đầu từ tác phẩm "Hệ tư tưởng Đức", tác phẩm được các nhà triết học đánh giá là đạt sự chín muồi về tư tưởng học thuyết Mác. Tiếp đến là "Tuyên ngôn của Đảng cộng sản", rồi đến bộ "Tư bản". Đó là bốn tác phẩm chủ yếu của chủ nghĩa Mác. Tư tưởng về "Quy luật sở hữu xã hội chủ nghĩa", đã được Mác và Ăngghen trình bày nhất quán trong cả bốn tác phẩm, đã xác định sự phân kỳ như vậy.

Chúng ta thử nghiên cứu một đoạn văn trong bộ Tư bản, quyển I, chương XIV, nói về xu hướng lịch sử tích lũy tư bản chủ nghĩa, mà các học giả nước ngoài cho rằng, "...đây là câu thách đố của Mác, chỉ có thể treo cao mà không thể triển khai trong thực tiễn..." (Đoạn văn được in trong: Các Mác, Phri-đrich Ăngghen. Tuyển tập, tập III, Nxb Sự thật, Hà nội-1982, tr. 594). Mác viết:

"Giờ tận số của chế độ tư hữu tư bản chủ nghĩa đã điểm. Những kẻ đi tước đoạt bị tước đoạt.

Phương thức chiếm hữu tư bản chủ nghĩa do phương thức sản xuất tư bản chủ nghĩa đẻ ra, và do đó cả chế dộ tư hữu tư bản chủ nghĩa nữa, là sự phủ định đầu tiên đối với *chế độ sở hữu cá nhân* (trong sách in là: "tư hữu cá nhân", tối nghĩa, có lẽ do lỗi in ấn-TG chú thích và nhấn mạnh) dựa trên lao động của bản thân. Nhưng nền sản xuất tư bản chủ nghĩa lại đẻ ra sự phủ định bản thân nó, với tính tất yếu của một quá trình tự nhiên.

Đó là sự phủ định cái phủ định. ***Sự phủ định này không khôi phục chế độ tư hữu, mà khôi phục lại chế độ sở hữu cá nhân*** (TG nhấn mạnh) trên cơ sở những thành tựu của thời đại tư bản chủ nghĩa ; (chỗ này trong sách in dấu ": " là không phù hợp) trên cơ sở của sự hợp tác và sự chiếm hữu công cộng đối với ruộng đất và những tư liệu sản xuất do chính lao động làm ra."

Về tác phẩm "Tư bản…", trong bài báo "C. Mác", Ănggghen viết năm 1877, in trong "Các Mác, Phri-đrích Ăng-ghen, tuyển tập. Tập IV. Nxb Sự thật. Hà Nội – 1983, đánh giá: "… đến năm 1867, tác phẩm chính của Mác, "Tư bản, Phê phán khoa kinh tế chính trị. Quyển thứ nhất", được xuất bản ở Hamburg. Tác phẩm này đã trình bày những nguyên lý cơ bản về kinh tế và xã hội chủ nghĩa của Mác,…".(tr. 505).

Như thế, với hình thức cấu trúc của tác phẩm, đoạn văn trên trình bày nguyên lý cơ bản về kinh tế xã hội chủ nghĩa của học thuyết Mác.

Cần nhận thức rõ những nội dung chủ yếu của đoạn văn này:

Về thời điểm xóa bỏ tư hữu bóc lột, Mác xác định: " Giờ tận số của chế độ tư hữu tư bản chủ nghĩa đã điểm." Mác viết Tư bản vào năm 1867. Nhưng trước đó 20 năm, năm 1846, khi viết Hệ tư tưởng Đức, Mác và Ăngghen cũng đã khẳng định: "Như vậy, tình hình hiện nay đã đi đến chỗ là các cá nhân phải chiếm hữu tổng thể những lực lượng sản xuất hiện có, …, mà trước hết là để đảm bảo sự tồn tại của mình." (Sđd, tr. 360).

Phong trào đấu tranh sôi động chống tư bản của công nhân Châu Âu giữa thế kỷ XIX, chứng minh mâu thuẫn giai cấp gay gắt trong lòng chủ nghĩa tư bản đã đến thời điểm chín muồi phải giải quyết bằng cách mạng vô sản. Sau khi bộ Tư bản ra đời được 4 năm, giai cấp công nhân Pari đã nổi dậy cướp chính quyền và tuyên bố thành lập Công xã Pa ri ngày 28-3-1871. Nhà nước đầu tiên của giai cấp công nhân đã ra đời và ban hành nhiều chính sách chăm lo đến đời sống người lao động, giao cho công nhân quản lý các xí nghiệp. Do còn non nớt về nhiều mặt, Công xã Pari chỉ tồn tại 72 ngày, nhưng đã để lại những bài học quý báu về lý luận và phương pháp cách mạng cho việc chuẩn bị cách mạng Tháng Mười năm 1917.

Như vây, đến giữa thế kỷ XIX, quy luật sở hữu bóc lột đã tạo được những tiền đề hiện thực cần thiết để phủ định chính nó. Cách mạng Tháng Mười đã xóa bỏ bóc lột cho giai cấp nông dân. Tiếc rằng, thực tiễn công nghiệp nước Nga đã vận động lạc hướng tư tưởng sở hữu xã hội chủ nghĩa nên không định hình được phương thức xóa bỏ bóc lột cho giai cấp công nhân. Và ngay đầu thế kỷ XXI này, tiền đề hiện thực vẫn sẵn sàng cho một thực tiễn như vậy, đặc biệt là ở các nước đã có chính quyền dân chủ của nhân dân lao động và có Đảng Cộng sản chân chính lãnh đạo.

- *"Sự phủ định này không khôi phục chế độ tư hữu..."*. Việc giành được chính quyền về tay giai cấp công nhân và nhân dân lao động là một sự phủ định đối với nhà nước tư sản. Do đó nhà nước mới phải thực hiện các phương thức xóa bỏ bóc lột trong mọi ngành kinh tế mà không thể do dự. Công ty cổ phần tư bản là hình thức tổ chức chủ yếu của các xí nghiệp tư bản lớn hiện đại, có nguồn vốn thu được thông qua phát hành và phân phối các cổ phiếu và trái khoán.

Người sở hữu cổ phiếu - cổ đông – nhận thu nhập dưới hình thức lợi tức cổ phần. Công ty cổ phần là hình thức tập trung tư bản nhàn rỗi và là phương thức huy động tiền tiết kiệm trong dân cư để biến chúng thành tư bản. Các xí nghiệp tư bản còn dùng hình thức cưỡng bức công nhân mua cổ phiếu, ví dụ trả tiền thưởng bằng cổ phiếu. Thủ đoạn này nhằm mục đích buộc người công nhận phải quan tâm đến kết quả hoạt động của xí nghiệp và bằng cách đó ngăn cản họ bãi công và những hình thức đấu tranh khác. Do số lượng công ty cổ phần và số lượng cổ đông tăng nhanh, các chính trị gia tư sản đưa ra cái luận thuyết gọi là "dân chủ hóa tư bản", "tư bản toàn dân", người lao động sở hữu cổ phiếu là những nhà tư bản đặc biệt. Thực tế đã bác bỏ luận điệu lừa bịp đó. Cuộc sống của công nhân chủ yếu dựa vào lương. Một số ít cổ phiếu không thể biến họ thành chủ tư bản khi mà cổ phần của nhà tư bản, do tích lũy được giá trị thặng dư lâu dài, đã lớn gấp hàng vạn lần giá trị cổ phiếu của người lao động.

Các công ty cổ phần không phân phối lợi nhuận cho người lao động theo công thức Đồng sở hữu, với cơ chế thị trường còn đậm màu sắc tư bản, mức độ chênh lệch giàu nghèo không thể kiểm soát và không thể khống chế, mức độ bóc lột sẽ ngày càng trầm trọng. Nhất là trong điều kiện của nền kinh tế trí thức, năng suất lao động ngày càng cao, tỷ suất bóc lột giá trị thặng dư ngày càng lớn. Do đó, không thực hiện phương thức Đồng sở hữu, ắt sẽ phủ định ngược, dần dần quay về chủ nghĩa tư bản nguyên thủy!

- *"mà khôi phục chế độ sở hữu cá nhân..."*. Mác đã vận dụng quy luật phủ định của phủ định. Khi giai cấp công nhân giành được chính quyền, không khôi phục chế độ tư hữu tức chế độ sở hữu cá nhân bóc lột. Điều tất yếu tự nhiên *là khôi phục lại chế độ sở hữu cá nhân không bóc lột,* là hình thái sở hữu phổ biến trong nền kinh tế tiểu nông và thủ công nghiệp thời kỳ tiền tư bản, với trình độ khoa học công nghệ còn sơ khai rất lạc hậu, sản xuất dựa vào lao động của bản thân. Thời kỳ tích lũy tư bản, giai cấp tư sản đã xóa bỏ tới 90% phương thức sở hữu này.

Việc tồn tại sở hữu cá nhân trong chế độ xã hội chủ nghĩa ắt tiếp tục tồn tại nền sản xuất hàng hóa và thị trường lưu thông.

- ... *"trên cơ sở những thành tựu của thời đại tư bản chủ nghĩa..."*.

Đây là phủ định xoáy ốc. Việc phủ định không lặp lại y nguyên trạng thái ban đầu mà kế thừa và phát triển trên cơ sở những tiền đề hiện thực đang tồn tại. Tiền đề hiện thực đó là thành quả vận động của giai đoạn lịch sử tư bản chủ nghĩa.Nội dung kế thừa là những thành tựu văn minh nhân loại được sáng tạo trong lòng chủ nghĩa tư bản, phù hợp với những quy luật vận động của chủ nghĩa xã hội. Đó là khoa học công nghệ sản xuất, khoa học quản lý sản xuất hàng hóa, khoa học về thị trường,...

Cần phân biệt khoa học là chân lý khách quan với những thủ đoạn kinh tế nhằm nâng cao hiệu quả bóc lột, như hệ thông kinh tế bong bóng Keynes nhằm giải tỏa mâu thuẫn "sản xuất thừa", đã gây ra cuộc khủng hoảng kinh tế thế giới tồi tệ nhất đầu thế kỷ XXI mà mọi người đều chứng kiến, kể từ sau cuộc khủng hoảng 1929-1930.

- "*... trên cơ sở của sự hợp tác và sự chiếm hữu công cộng về ruộng* đất và các tư liệu sản xuất do chính lao động làm ra."

Khái niệm "chiếm hữu công cộng" trong đoạn văn này không tương đồng với khái niệm sở hữu công cộng của chủ nghĩa cộng sản mà phải hiểu theo cách trình bày của Mác và Ăngghen trong Hệ tư tưởng Đức: "...sự chiếm hữu...nhất thiết phải lệ thuộc vào từng cá nhân..." (Sđ, tr. 361). Chiếm hữu công cộng ở đây là hình thái sở hữu cá nhân trong điều kiện liên hợp sản xuất của những người lao động. Riêng về ruộng đất, là tư liệu sản xuất hoàn toàn do thiên nhiên ban tặng, nhà nước có thể quản lý chung để dễ dàng sử dụng cho kế hoạch phát triển đất nước. Phần đất giành cho nông nghiệp thực hiện như chính sách khoán hộ, khi chưa có khả năng đưa khoa học công nghệ vào đồng ruộng, là hợp quy luật. Người nông dân được giao đất, giao rừng dài hạn, kèm theo những chính sách hợp lý của nhà nước, được coi như tư liệu sản xuất của riêng mình. Thành quả lao động trên đồng ruộng hoàn toàn thuộc quyền sở hữu của họ.

Đoạn văn này là tâm điểm của chủ nghĩa Mác, vừa có ý nghĩa lý luận, vừa hướng dẫn phương thức thực tiễn thực hiện quy luật sở hữu xã hội chủ nghĩa.

Nếu "treo cao" đoạn văn này, có nghĩa rằng, chúng ta đã không lĩnh hội được thực chất của Chủ nghĩa Mác. Từ đó triển khai thực tiễn lạc hướng và kết quả tất yếu dẫn đến thất bại, như từng xẩy ra ở thế kỷ XX. Ở phạm trù kinh tế tiểu nông, chính sách Kinh tế mới của Lênin (NEP) phù hợp với nguyên lý sở hữu xã hội chủ nghĩa trong đoạn văn trên của Mác. Vì vậy, nên kinh tế tiểu nông của nước Nga, thực hiện NEP, đã đạt thắng lợi rạng rỡ. Một số nước xã hội chủ nghĩa sau này đã vận dụng chính sách đó bằng mô hình khoán hộ trong nông nghiệp và thành công đáng ngạc nhiên. Tiếc rằng, Lênin mất đột ngột, đã không có điều kiện tổng kết sự kiểm chứng của thực tiễn đối với NEP để bổ sung, hiệu chỉnh, nhất là khu vực công nghiệp, NEP chưa phù hợp với nguyên lý sở hữu xã hội chủ nghĩa của học thuyết Mác.

Tác phẩm(TP) *Hệ tư tưởng Đức*in trong *C.Mác-Ph.Ăngghen, tuyển tập, tập1, Nxb Sự thật, Hà nội-1980.* Sau khi trình bày về tính tất yếu, điều kiện ,kết quả của việc xóa bỏ chiếm hữu tư nhân, TP viết: "Như vậy, tình hình hiện nay đã đi đến chỗ là các cá nhân phải chiếm hữu tổng thể những lực lượng sản xuất hiện có"(tr-360).“Ngoài ra *quy định sự chiếm hữu* đó, còn là ***những cá nhân đi chiếm hữu*** (tr-360) …trong sự *chiếm hữu* của những người vô sản, một khối lớn các công cụ sản xuất **phải nhất thiết lệ thuộc vào từng cá nhân**, còn *sử dụng* (trong sách in chữ sở hữu là không chính xác, có lẽ do lỗi in ấn) thì phải lệ thuộc vào tất cả các cá nhân…. Ngoài ra *quy định sự chiếm hữu* còn là phương thức thực hiện sự chiếm hữu. ***Sự chiếm hữu chỉ có thể thực hiện bằng sự liên hợp***, một sự liên hợp bắt buộc trở thành phổ biến vì tính chất của bản thân giai cấp vô sản(tr-361*)* ***"Những cá nhân liên hợp mà chiếm hữu những tổng thể lực lượng sản xuất, thì chế độ tư hữu cũng bị thủ tiêu."***(tr-361).

Mác và Ăngghen viết *Hệ tư tưởng Đức* vào năm 1846. Năm sau,1847, Ăngghen viết *Những nguyên lý của chủ nghĩa Cộng sản,* làm rõ hơn tư tưởng sở hữu và phân phối thành quả lao động trình bày trong “Hệ tư tưởng Đức”. Ông viết::”chế độ tư hữu phải được thủ tiêu và được thay thế bằng việc **sử dụng chung** tất cả mọi công cụ sản xuất và ***việc phân phối sản phẩm theo sự thỏa thuân chung, tức là bằng cái mà người ta gọi là sự cộng đồng về tài sản”*** .

Nguyên lý sở hữu của Mác và Ăngghen có thể gọi là nguyên lý **“Đồng sở hữu”**, trong đó, tài sản máy móc không chia nhỏ được, được sử dụng chung để sản xuất ra sản phẩm. Còn sở hữu, vốn tiền tệ mua sắm máy móc do từng cá nhân góp vào. Thành quả lao động được phân phối theo sự thỏa thuận chung, tức là người lao động có quyền lực trong việc phân phối thành quả lao động chân chính của mình. Với nguyên lý Đồng sở hữu, người lao động(đương nhiên, trong đó có ban lãnh đạo doanh nghiệp) thỏa thuận chung trong nguyên tắc trả lương và phân phối lợi nhuận, hiện tượng bóc lột trong sản xuất được xóa bỏ.

Hệ tư tưởng Đức, do Mác và Ăngghen cùng viết năm 1846, trình bày nguyên lý sở hữu xã hội chủ nghĩa và hướng dẫn cụ thể phương thức triển khai trong thực tiễn, đã bị nhà nước tư sản kiểm duyệt, không cho xuất bản. Mãi tới năm 1932 mới tìm thấy bản thảo và xuất bản lần đầu ở Liên xô. Thực tiễn kinh tế Liên Xô sau cách mạng Tháng Mười đã không tiếp cận tác phẩm này. Lênin trăn trở đề ra chính sách kinh tế mới thay thế chính sách cộng sản thời chiến không còn thích hợp.

Hệ tư tưởng Đức động chạm đến những vấn đề cụ thể về sự tồn vong của nhà nước tư sản, nên đã bị các nhà nước tư sản Châu Âu cấm xuất bản. Vì vậy, các tác phẩm sau này của Mác và Ăngghen phải tìm cách diễn đạt vượt lên hàng rào trí tuệ của giai cấp tư sản. Không như vậy, học thuyết Mác sẽ không đến với nhân loại. Hậu quả có thể là, sẽ không có cách mạng Tháng Mười; cho đến ngày nay, nhân loại vẫn phải chìm đắm trong các cuộc chiến tranh cướp đoạt lãnh thổ và thị trường với quy mô và mức độ khốc liệt như cuộc chiến tranh của Hitle.

Mác và Ăngghen đã phải dùng bút pháp ẩn dụ để trình bày các vấn đề cụ thể có khả năng bị kiểm duyệt; tương tự như việc ngụy trang một khẩu trọng pháo, kẻ thù tưởng là bụi cây, còn đồng đội thì phải biết đó là khẩu pháo, khi cần thì sử dụng. Việc nghiên cứu các tác phẩm của Mác và Ăngghen cần chú ý điều đó khi va chạm tới ý nghĩa mơ hồ của câu văn hoặc khái niệm, để không phải "treo cao" những vấn đề cơ bản của học thuyết Mác. Bộ Tư bản có đoạn văn trên đã bị nhà nước tư sản Pháp cấm xuất bản nhiều lần (theo Ăngghen). "Ngày nay, ngay cả thuyết vô thần cũng chỉ là một culpa levis (tội nhẹ) so với việc phê phán các quan hệ sở hữu cổ truyền (sở hữu bóc lột)"- Mác đã viết như vậy (Sđd, Tư bản, tr.202)- Do đó, đoạn văn trên có thể nằm trong trường hợp phải ẩn dụ. Vì nó chứa đựng những vấn đề cụ thể nằm trong nguyên lý cơ bản của học thuyết Mác. Đoạn văn đó là cách diễn đạt ngắn gọn, đầy đủ, tư tưởng sở hữu xã hội chủ nghĩa và phương thức triển khai thực tiễn đã được trình bày cụ thể trong tác phẩm Hệ tư tưởng Đức.

Để xác định quy luật sở hữu xã hội chủ nghĩa, Mác đã vận dụng quy luật "phủ định của phủ định, có nghĩa là *"phủ định phát triển xoáy ốc"*. Việc *khôi phục lại chế độ sở hữu cá nhân* không phải là khôi phục y nguyên hình thái sở hữu cá nhân dựa trên lao động của bản thân trong điều kiện khoa học công nghệ lạc hậu của thời kỳ tiền tư bản; mà khôi phục lại chế độ sở hữu cá nhân trên cơ sở những thành tựu của chủ nghĩa tư bản hiện đại; trên cơ sở sự hiệp tác và sự chiếm hữu công cộng đối với ruộng đất và những tư liệu sản xuất do chính lao động làm ra.

Thành tựu có ý nghĩa của chủ nghĩa tư bản hiện đại là tổ chức được nền sản xuất có trình độ khoa học công nghệ ngày càng cao và khoa học hóa nền kinh tế thị trường tư bản chủ nghĩa. Sản xuất bằng máy móc bắt buộc phải sử dụng chung. Do đó, khi khôi phục lại chế độ sở hữu cá nhân, không thể chia nhỏ cái máy mà người lao động phải hiệp tác để sản xuất sản phẩm. Về sở hữu cá nhân tư liệu sản xuất cũng phải sở hữu trên cơ sở hiệp tác, mà Mác gọi là: "chiếm hữu công cộng". Ăngghen, trong tác phẩm "Những nguyên lý của chủ nghĩa cộng sản", viết năm 1847, ngay sau Hệ tư tưởng Đức viết năm 1846, đã lý giải mô hình sở hữu này và có thể gọi là mô hình Đồng sở hữu. Đồng sở hữu là *liên hợp sử dụng* về phương diện khoa học công nghệ sản xuất, và *liên hợp sở hữu cá nhân* về phương diện tài sản tư liệu sản xuất. Ăngghen khẳng định, trong xí nghiệp đồng sở hữu, người lao động (đương nhiên có cả ban lãnh đạo xí nghiệp) phải đồng thuận trong việc phân phối thành quả lao động (tiền lương và lợi nhuận).

Chế độ sở hữu cá nhân tiền tư bản không có yếu tố bóc lột, thì chế độ sở hữu cá nhân trong Đồng sở hữu cũng không tồn tại yếu tố bóc lột. Bóc lột tư bản chủ nghĩa cơ bản đã bị xóa bỏ. Tuy nhiên, để xóa bỏ bóc lột triệt để chỉ khi thực hiện nền sản xuất không còn sản xuất hàng hóa, không cần tiền tệ, ở giai đoạn sở hữu công cộng cộng sản chủ nghĩa. Song, chủ nghĩa xã hội phải tạo ra tiền đề hiện thưc về thực tiễn và tâm lý-ý thức cho giai đoạn kế tiếp cộng sản chủ nghĩa. Tiền đề hiện thực đó chỉ có thể sáng tạo từ quy luật sở hữu xã hội chủ nghĩa mà Mác và Ăngghen đã xác định.

Khi nghiên cứu các tác phẩm chủ yếu của học thuyết Mác, cần lĩnh hội cả lời văn và tinh thần của học thuyết, cần chú ý tính hệ thống, tính mục đích và lôgic tư duy của tác giả về đối tượng nghiên cứu, được trình bày trong nhiều tác phẩm. Có như vậy mới phát hiện được lỗi dịch thuật, việc lựa chọn các khái niệm không tương đương trong quá trình dịch thuật do đặc điểm ngôn ngữ giữa các dân tộc có những nét khác biệt, lỗi in ấn, các khái niệm đa nghĩa có nghĩa rộng và nghĩa hẹp, và đặc biệt là những đoạn văn ẩn dụ ngụy trang của tác giả,...Nếu không chú ý những điều đó có thể hiểu sai ý tác giả và “treo cao”những vấn đề cơ bản của học thuyết; việc triển khai thực tiễn sẽ lạc hướng và tất yếu dẫn đến thất bại như đã từng xảy ra ở thế kỷ XX.

Đoạn văn nêu trên có sử dụng bút pháp ẩn dụ. Bộ máy kiểm duyệt của nhà nước tư sản, rất chịu khó săm soi các tác phẩm của

Mác và Ăngghen, có lẽ cũng chỉ hiểu lơ mơ đoạn văn đó, đành phải cho qua; nhưng vẫn băn khoăn nên đã đình chỉ xuất bản tác phẩm nhiều lần. Còn các học giả đời sau, do không nghiên cứu kỹ, đã cho rằng đó là câu thách đố của Mác, chỉ có thể treo cao mà không thể triển khai trong thực tiễn.

Khái niệm "sở hữu công cộng" trong các tác phẩm của học thuyết Mác là một khái niệm đa nghĩa, có nghĩa rộng và có nghĩa hẹp, trong nhiều trường hợp được sử dụng với những nội hàm khác biệt nhau, hoặc dùng những cụm từ tương đương khác nhau. Điều đó còn do lỗi dịch thuật hoặc lỗi người viết sách giáo khoa, do không hiểu mức độ sâu sắc của khái niêm mà tùy ý trong việc chọn khái niệm tương đương để dịch.

Khái niệm sở hữu công cộng giai đoạn cộng sản chủ nghĩa và khái niệm sở hữu công cộng thời kỳ xã hội chủ nghĩa có nội hàm khác biệt.

* Nền kinh tế vận động theo quy luật *Sở hữu công cộng-cộng sản chủ nghĩa* được Mác và Ăngghen quy định nội hàm:

- Không còn sản xuất hàng hóa. "... những người sản xuất không trao đổi sản phẩm của mình; ở đây, lao động chi phí vào sản phẩm cũng không biểu hiện ra *thành giá trị* của những sản phẩm ấy,..." (Gôtha, tr.477).

- Không còn thị trường và tiền tệ. "... chủ nghĩa cộng sản phải xóa bỏ buôn bán..." (Tuyên ngôn, tr.561). "... tiền tệ sẽ trở thành thừa..." (Những nguyên lý, tr.457). Và như vậy, bóc lột được triệt để xóa bỏ, không còn khả năng quay trở lại.

- Con người đã phát triển toàn diện (Chủ nghĩa xã hội phải đào tạo con người phát triển toàn diện trước khi bước vào chủ nghĩa cộng sản-TG). "... những con người như hiện nay thì không thể sản xuất công cộng được..." (Những nguyên lý, tr.460)

- Không còn sự đối lập giữa lao động trí óc và lao động

chân tay. Lao động trở thành nhu cầu bậc nhất của sự sống. Cùng với sự phát triển toàn diện của các cá nhân, năng suất lao động của họ không ngừng tăng lên và tất cả các nguồn của cải xã hội đều tuôn ra dồi dào; và đương nhiên không còn chế độ phân phối theo lao động-theo cái *quyền tư sản*, như Mác nói- như ở thời kỳ chủ nghĩa xã hội; làm theo năng lực hưởng theo nhu cầu (Xin xem Gôtha, tr. 478, 479, 480).

- Chủ nghĩa cộng sản và hình thái sở hữu công cộng của nó chỉ có thể vận động trong toàn thế giới, không thể vận động đơn lẻ trong mỗi quốc gia. Chủ nghĩa cộng sản chỉ có thể tồn tại được với tư cách là một tồn tại "có tính lịch sử thế giới"(xin xem Hệ tư tưởng Đức, tr. 298). Sự giải phóng mỗi cá nhân riêng rẽ cũng sẽ được thực hiện theo chừng mực lịch sử sẽ biến thành lịch sử thế giới (xin xem Hệ tư tưởng Đức, tr.301).

- Nhà nước cộng sản chủ nghĩa không còn tính giai cấp. Đó là nhà nước toàn thế giới, điều hành hoạt động toàn bộ thế giới, điều hành nền kinh tế có kế hoạch toàn cầu.

- "Đối với chúng ta, chủ nghĩa cộng sản không phải là một *trạng thái* cần phải sáng tạo ra, không phải là một *lý tưởng* mà hiện thực phải khuôn theo. Chúng ta gọi chủ nghĩa cộng sản là một phong trào *hiện thực,* nó xóa bỏ trạng thái hiện nay. Những điều kiện của phong trào ấy là kết quả của những tiền đề hiện đang tồn tại" (Hệ tư tưởng Đức, tr. 297).

Như vậy, chủ nghĩa tư bản là giai đoạn lịch sử tự nhiên tạo ra những tiền đề cho chủ nghĩa xã hội, còn chủ nghĩa xã hội là giai đoạn lịch sử tự nhiên sáng tạo những tiền đề cho chủ nghĩa cộng sản, mà tiền đề cơ bản nhất là quy luật sở hữu đặc trưng.

Vận động thực tiễn quy luật sở hữu công công-cộng sản chủ nghĩa phải đồng bộ với những điều kiện và hình thái kinh tế của nó. Trên đây tóm tắt một số quan điểm chủ yếu của Mác và Ănggh-hen về vấn đề đó được trình bày trong bốn tác phẩm chủ yếu.

* Quy luật *Sở hữu công cộng-xã hội chủ nghĩa.*

Trong bốn tác phẩm vẫn sử dụng các khái niệm tương đương với khái niệm *Sở hữu công cộng-xã hội chủ nghĩa* và ngày nay vẫn thường sử dụng khái niệm sở hữu công cộng, nên cần phân biệt rõ ràng nội hàm "Sở hữu công cộng-cộng sản chủ nghĩa" và "Sở hữu công cộng-xã hội chủ nghĩa".

Sở hữu công cộng xã hội chủ nghĩa là quy luật sở hữu xã hội chủ nghĩa đã được Mác xác định trong đoạn văn nêu trên. Đó là chế độ sở hữu cá nhân được khôi phục sau khi xóa bỏ tư hữu bóc lột của chế độ tư bản, và vận động trên cơ sở những thành tựu của chủ nghĩa tư bản hiện đại...

Trong Những nguyên lý, trang 452, Ăngghen đã viết:

"... chế độ tư hữu phải được thủ tiêu và phải thay bằng việc sử dụng chung tất cả mọi công cụ sản xuất và việc phân phối sản phẩm theo sự thỏa thuận chung, tức là bằng cái mà người ta gọi là sự cộng đồng về tài sản."

Có thể gọi nguyên lý sở hữu xã hội chủ nghĩa mà Ăngghen nêu ra ở đây là ***nguyên lý Đồng sở hữu***. Đó là thực tiễn sở hữu xã hội chủ nghĩa triển khai quy luật sở hữu xã hội chủ nghĩa mà Mác và Ăngghen đã nêu trong Hệ tư tưởng Đức và được Mác trình bày ngắn gọn trong đoạn văn đã nêu ở bộ Tư bản quyển I, tập I (đã nêu ở trên). Về thực tiễn nguyên lý Đồng sở hữu sẽ được trình bày cụ thể trong phần tiếp theo của tác phẩm này của TG.

Định nghĩa về sở hữu công cộng, trong sách "Giáo trình triết học Mác-Lênin", Nxb CTQG, Hà Nội-2007, trang292, viết như sau: " Sở hữu công cộng là loại hình sở hữu mà trong đó tư liệu sản xuất thuộc về mọi thành viên của mỗi cộng đồng. Nhờ đó, quan hệ giữa người với người trong mỗi cộng đồng là quan hệ bình đẳng, hợp tác, giúp đỡ lẫn nhau." Nếu định nghĩa này được sửa chữa như sau thì hoàn toàn phù hợp với nguyên lý Đồng sở hữu:

"Sở hữu công cộng xã hội chủ nghĩa là loại hình sở hữu tập thể xã hội chủ nghĩa mà trong đó tư liệu sản xuất được sử dụng chung, còn vốn tư liệu sản xuất thuộc về mỗi cá nhân thành viên trong tập thể. Do đó, mỗi thành viên đều có quyền bình đẳng trong việc tổ chức hợp tác sản xuất và phân phối thành quả lao động, hiện tượng bóc lột trong sản xuất bị xóa bỏ."

Nhà nước có thể tham gia góp vốn với tư cách là một thành viên bình đẳng.

Hiện tượng bóc lột trong lưu thông thường tàng hình trong hiện tượng đầu cơ tăng giá, buôn lậu, hàng giả, giá cả thoát ly giá trị, giá độc quyền,...Dạng bóc lột này biến mất khi không còn sản xuất hàng hóa, không còn tiền tệ. Như thế, chỉ có thể xóa bỏ triệt để bóng đen bóc lột trong xã hội cộng sản chủ nghĩa.

Như vậy, nội hàm sở hữu công cộng-xã hội chủ nghĩa khác căn bản với nội hàm sở hữu công cộng-cộng sản chủ nghĩa. Lý luận và thực tiễn về sở hữu công cộng ở thế kỷ XX đã phản ánh sai lạc nguyên lý sở hữu xã hội chủ nghĩa của học thuyết Mác. Nó không giống loại nào trong hai loại sở hữu công cộng nói trên; đó là sự tưởng tượng chủ quan trái quy luật.

Dù diễn đạt bằng hình thức gì và sử dụng các cụm từ đồng nghĩa phong phú đến mức nào thì *xã hội loài người chỉ có hai quy luật sở hữu cơ bản, sở hữu bóc lột và sở hữu không bóc lột*. Sở hữu bóc lột đi qua ba hình thái đặc thù: nô lệ, phong kiến, tư bản. Sở hữu không bóc lột đi qua hai hình thái đặc thù: xã hội chủ nghĩa và cộng sản chủ nghĩa. Trong Bộ Tư bản, Mác cũng phân loại ba dạng sở hữu: tư hữu, sở hữu tập thể và sở hữu công cộng (xem Tư bản, Sđd, tr.591). Chúng ta hiểu rằng, sở hữu tập thể thuộc giai đoạn xã hội chủ nghĩa. Trong khi trình bày nguyên tắc phân phối xã hội chủ nghĩa, Mác cũng sử dụng khái niệm "sở hữu tập thể" (xin xem Gôtha, tr. 481).

Như vậy, quá trình phát triển xã hội là quá trình thay thế tự nhiên các quy luật đặc thù. Quy luật đặc thù, hay quy luật riêng, hay quy luật đặc trưng của một giai đoạn lịch sử là thành quả tương tác của các quy luật phổ quát và quy luật đặc trưng của giai đoạn lịch sử trước đó, vận động trên tiền đề hiện thực được sáng tạo liên tục trong suốt tiến trình phát triển của giai đoạn lịch sử. Cuối mỗi giai đoạn lịch sử, quy luật đặc trưng mất dần sức mạnh chi phối hiện thực vì tạo ra những mâu thuẫn gay gắt trong đời sống hiện thực. Mâu thuẫn gay gắt đó là điều kiện để nẩy mầm quy luật đặc trưng mới có sức mạnh chuyển hóa giai đoạn lịch sử cũ tiến lên giai đoạn lịch sử mới.

Hiểu tư tưởng sở hữu của Mác, cần hiểu cả lời văn và tinh thần học thuyết Mác, hiểu lôgic tư duy của Mác về phạm trù sở hữu, được trình bày trong nhiều tác phẩm, vì quá trình dịch thuật có thể chưa lột tả đúng tư duy của Mác (Tỷ dụ như, "Tuyên ngôn của Đảng Cộng sản", nhiều nước dịch sai, Ăngghen phải dịch lại cho họ). Mặt khác, chúng ta có bài học kiểm chứng đắt giá của thực tiễn sở hữu XHCN ở thế kỷ XX.

Trong *Phê phán cương lĩnh Gôtha,* Mác đã trình bày phương thức phân phối xã hội chủ nghĩa phù hợp với nguyên lý Đồng sở hữu và khẳng định, phân phối trong thời kỳ chủ nghĩa xã hội chỉ có thể phân phối theo hiệu quả lao động, và Mác gọi đó là "quyền tư sản". Bởi vì, "Quyền không bao giờ có thể ở mức cao hơn chế độ kinh tế và sự phát triển văn hóa của xã hội do chế độ kinh tế đó quyết định." (Sđd, tr.480).

Phương thức phân phối mà Mác trình bày tiếp cận từ khái niệm *tổng sản phẩm xã hội.* So sánh với công thức chung của tư bản **T-H-T+m**, trong đó **m** là giá trị thặng dư, có thể tham chiếu như sau:

"Trong tổng sản phẩm đó, tức **T+m,** phải khấu đi:

Một là: phần để thay thế những tư liệu sản xuất đã tiêu dùng- nằm trong **T**;

Hai là : một phần để mở rộng sản xuất- nằm trong **m ;**

đóng thuế- nằm trong **m ;** (TG bổ sung)

Ba là : quỹ dự trữ, hoặc quỹ bảo hiểm,...- nằm trong **m** ;

Bốn là : các loại quỹ khác- nằm trong **m** ; (TG rút gọn các hạng mục)

Cuối cùng mới tới "sự phân phối" - ... - nghĩa là bây giờ, mới tới cái phần những vật phẩm tiêu dùng đem chia cho cá nhân những người sản xuất của tập thể." (Sđd, tr. 476)

Như vậy, phần đem chia cho cá nhân bao gồm hai phần : phần tiền lương (nằm trong **T**) và phần giá trị thặng dư còn lại ; cả hai được gọi là vật phẩm tiêu dùng.

Để nhất quán với nguyên lý Đồng sở hữu, công thức phân phối của Mác cần hiệu chỉnh một chút. Phần vốn tái sản xuất mở rộng nên gộp vào phần giá trị thặng dư còn lại để chia cho cá nhân theo công thức Đồng sở hữu, sau đó cá nhân sẽ góp vốn cho xí nghiệp theo ý muốn của mình, coi như là vốn góp cổ phần cho kỳ kế hoạch sau. Từ đó việc phân phối mới phù hợp theo nguyên tắc phân phối theo lao động, cả về tiền lương và lợi nhuận. Phần vốn cá nhân góp cho kỳ sau cộng với phần vốn cá nhân đã có chính là thành phần vốn tư liệu sản xuất mà cá nhân sở hữu trong vốn tư liệu sản xuất chung của xí nghiệp. Nội dung và giá trị phân phối phải do tập thể những người lao động quyết định, đương nhiên trong đó có ban lãnh đạo cũng nằm trong thành phần người lao động

Nguyên tắc phân phối như vậy khác hẳn nguyên tắc phân phối tư bản. Cũng trong Phê phán cương lĩnh Gôtha, Mác viết : "Nếu những điều kiện vật của sản xuất là *sở hữu tập thể của bản thân những người lao động* thì sẽ có sự phân phối tư liệu tiêu dùng khác với sự phân phối hiện nay (của chủ nghĩa tư bản). (Sđd, tr. 481)

Xin bạn đọc chú ý, ở đây Mác sử dụng khái niệm **sở hữu tập thể của bản thân những người lao động** gồm hai vế : 1)-sở hữu tập thể, 2)- của bản thân những người lao động ; là cùng nội hàm với khái niệm Đồng sở hữu. Và đó là nguyên lý sở hữu xã hội chủ nghĩa. (Nếu bỏ cụm từ "bản thân" thì ý nghĩa sẽ hoàn toàn khác).

Như thế, phần giá trị thặng dư phân phối trở lại cho người lao động được sử dụng vào hai mục đích, mua sắm tư liệu sản xuất và nâng cao đời sống.

Với phương thức phân phối mà Mác đã mô tả như trên, Mác đi đến kết luận: "Cùng một số lượng lao động mà anh ta đã cung cấp cho xã hội dưới một hình thức này thì anh ta lại nhận trở lại của xã hội dưới một hình thức khác." (Gôtha, Sđd, tr.478).

Như vậy, với cách phân phối như Mác chỉ dẫn thì trong lĩnh vực sản xuất không còn yếu tố bóc lột. Cách phân phối như vậy là cách phân phối của nguyên tắc Đồng sở hữu, cách tức phân phối phụ thuộc và tính chất của phương thức sản xuất.

* Căn cứ nội dung khoa học trong các tác phẩm chủ yếu của học thuyết Mác về quy luật sở hữu xã hội chủ nghĩa, có thể diễn đạt quy luật sở hữu xã hội chủ nghĩa bằng các khái niệm đồng nghĩa, cùng nội hàm, sau đây:

<u>Quy luật sở hữu xã hội chủ nghĩa là:</u>

- Quy luật sở hữu cá nhân không bóc lột, hoặc Quy luật sở hữu cá nhân chân chính.

Sở hữu cá nhân không bóc lột vận hành trên nền tảng của khoa học công nghệ hiện đại nên có "ngoại hình" của sở hữu tập thể, là điều kiện thuận lợi để phát triển tâm lý-ý thức làm chủ tập thể.

- Quy luật sở hữu tập thể xã hội chủ nghĩa, hoặc Quy luật sở hữu tập thể văn minh, hoặc Quy luật Đồng sở hữu, hoặc Quy luật sở hữu cổ phần xã hội chủ nghĩa (khác công ty cổ phần tư bản chủ nghĩa hiện đang vận hành).

- Quy luật sở hữu công cộng -xã hội chủ nghĩa.

- Quy luật sở hữu tập thể của bản thân những người lao động.

Các hợp tác xã tự nguyện là hiện thực của mô hình Đồng sở hữu. Xã viên gia nhập hợp tác hoàn toàn tự nguyện, không bị ép buộc dưới bất cứ hình thức nào. Khi vận động nông dân vào hợp tác xã nông nghiệp, Lênin và Hồ Chí Minh luôn luôn nhấn mạnh yếu tố tự nguyện. Có lợi thì họ vào, không lợi họ không vào; đó là quyền của họ. Trong hợp tác xã, xã viên tự nguyện góp vốn cổ phần theo khả năng; họ tham gia quyết định tập thể việc tổ chức sản xuất, mua sắm tư liệu sản xuất, cơ cấu mặt hàng,...Họ thống nhất chế độ trả lương. Sau kỳ kế hoạch, họ quyết định tập thể việc trích lợi nhuận cho các quỹ phúc lợi và các quỹ xã hội khác. Phần lợi nhuận còn lại, sau khi đã nộp thuế, họ phân phối cho xã viên theo nguyên tắc phân phối theo lao động, căn cứ vào tiền lương và giá trị cổ phần trong kỳ kế hoạch. Sang kỳ kế hoạch mới, xã viên lại tiếp tục đóng thêm cổ phần theo kế hoạch mở rộng sản xuất của hợp tác xã. Với phương thức hoạt động của hợp tác xã Đồng sở hữu như vậy, xã viên hoàn toàn làm chủ tư liệu sản xuất, quyết định việc tổ chức sản xuất và phân phối thành quả lao động, bóc lột bị xóa bỏ. Thực tế ở nước ta và nhiều nước tư bản, có nhiều hợp tác xã đồng thuận thực chất là hình thức sản xuất tập thể theo nguyên tắc Đồng sở hữu, nhưng chưa được nghiên cứu về mặt lý luận. Phương thức phân phối thu nhập trên đây hoàn toàn tương đồng với phương thức phân phối thu nhập của tổ chức sản xất tập thể xã hội chủ nghĩa mà Mác đã trình bày trong "Phê phán cương lĩnh Gôtha" khi Ông tiếp cận từ khái niệm "tổng thu nhập của người lao động".

Tư tưởng sở hữu xã hội chủ nghĩa của Mác và Ăngghen hoàn toàn phù hợp với quy luật vận động tâm lý-ý thức của người lao động ở giai đoạn lịch sử xã hội chủ nghĩa. Chế độ sở hữu cá nhân thời kỳ tiền tư bản đã bị chế độ tư hữu bóc lột phủ định. Song, tâm lý sở hữu cá nhân của người lao động vẫn được lưu giữ bền vững trong vô thức đại não của họ và càng được củng cố bền chặt hơn khi xung đột sâu sắc với thực tiễn sở hữu cá nhân cướp đoạt của giai cấp bóc lột. Khi được cách mạng giải phóng, đó là điều kiện vàng để họ đòi lại y nguyên cái họ đã bị chế độ cũ tước đoạt. Đó là quyền sở hữu cá nhân của họ đối với công cụ sản xuất. Kế thừa trạng thái tâm lý phổ biến của cấp vận động cũ rồi tiếp tục cải biến, đó là quy luật của phủ định phát triển. Hơn nữa, quy luật vận động tâm lý-ý thức luôn luôn đứng trong hàng ngũ những quy luật dẫn dắt tiến trình lịch sử và làm chuyển hóa các giai đoạn lịch sử. Do đó, quy luật sở hữu xã hội chủ nghĩa phù hợp với quy luật tâm lý của người lao động, và phù hợp ngay cả tâm lý của nhà tư bản sau khi đã được cách mạng cải tạo, là một sự phù hợp tự nhiên.

Sau khi khẳng định quy luật sở hữu xã hội chủ nghĩa, về cơ bản, coi như chấm dứt hiện tượng khủng hoảng về lý luận và phương thức thực tiễn xây dựng chủ nghĩa xã hội theo tư tưởng của học thuyết Mác.

Đồng thời cũng khẳng định khuynh hướng phát triển của thế giới hiện đại và tương lai tươi sáng của chủ nghĩa xã hội.

Một nhà nước xã hội chủ nghĩa, nếu không vận hành đúng quy luật sở hữu xã hội chủ nghĩa mà vận hành theo một dạng sở hữu mơ hồ, trái quy luật, thì theo quy luật về sự phù hợp giữa thượng tầng kiến trúc và hạ tầng cơ sở, nhà nước đó ắt sẽ dần dần biến dạng và đi lạc đường, như đã từng xảy ra trong phong trào xã hội chủ nghĩa thế giới ở thế kỷ XX.

Ngày nay, khi LHQ và nhiều nước trên thế giới đang giương cao ngọn cờ của chủ nghĩa nhân đạo, dân chủ, nhân quyền, thì đó là thời cơ quốc tế thuận lợi để các nước xã hội chủ nghĩa thực hiện quy luật sở hữu đặc trưng của mình. Con người không bị bóc lột, và tất yếu không bị áp bức, đó là giá trị dân chủ và nhân quyền cao nhất của con người trong giai đoạn lịch sử hiện nay. Chủ nghĩa xã hộithực hiện điều đó tất yếu sẽ được thế giới ủng hộ. Xóa bỏ bóc lột là sự nghiệp nhân đạo của mỗi dân tộc, là việc riêng của mỗi dân tộc, không thể can thiệp từ bên ngoài, dù dưới hình thức "xuất khẩu cách mạng"; lại càng không thể âm mưu xóa bỏ một giá trị nhân quyền và dân chủ cao nhất của một dân tộc. Sức mạnh chủ nghĩa nhân đạo trong thế giới hiện đại không cho phép ai làm điều đó. Nếu trong nội bộ dân tộc có đứa con hư chống lại điều đó thì ắt được nhân dân dạy dỗ.

I.2- CHÍNH SÁCH KINH TẾ MỚI CỦA LÊNIN VÀ NGUYÊN LÝ SỞ HỮU XÃ HỘI CHỦ NGHĨA

Sau khi kết thúc thắng lợi cuộc chiến tranh chống sự can thiệp của 14 nước Đế quốc và bọn phản cách mạng hòng xóa bỏ cách mạng Tháng Mười, chính quyền Xô viết dưới sự lãnh đạo của Đảng Bônsêvich, đứng đầu là Lênin, đã sáng suốt chuyển chính sách cộng sản thời chiến, không còn phù hợp với điều kiện hòa bình, sang chính sách kinh tế mới (NEP).

Chính sách kinh tế mới ra đời 3-1921, sau bốn năm thực hiện đã gặt hái được những thành quả lạc quan. Đặc biệt khu vực kinh tế tiểu nông, chiếm hơn 82% dân số nước Nga, đã thắng lợi ngoạn mục, tỏ rõ được một phần tính chân lý của NEP trong vấn đề sở hữu ở giai đoạn đầu thời kỳ quá độ của chủ nghĩa xã hội.

Thực hiện NEP, năm 1922 đã chấm dứt nạn đói và đến năm 1925, nông nghiệp Liên Xô đã vượt mức trước chiến tranh. Tổng sản lượng lương thực đã tăng từ 42,2 triệu tấn (năm 1921) lên 74,6 triệu tấn (năm 1925). Thắng lợi của nông nghiệp đã tạo điều kiện thuận lợi cho việc khôi phục và phát triển công nghiệp.

Sau khi Lênin mất, NEP đã bị bỏ qua. Hệ thống kinh tế quản lý tập trung mang hình thái sở hữu công cộng *không đúng* với nguyên lý sở hữu xã hội chủ nghĩa của học thuyết Mác, đã thay thế. Hạt mầm sở hữu méo dạng đã được gieo trái tự nhiên, như một bệnh ung thư tiềm ẩn ngày ngày đâm chồi nẩy lộc ; đến thời điểm thuận lợi đã di căn khắp mọi nơi cho đến đại não trung ương rồi tàn phá xã hội Xô viết.

NEP là sáng tạo mới mẻ, chưa có tiền lệ lịch sử nhưng mang tầm vóc thời đại. Lẽ ra, một sáng tạo như vậy phải được thử nghiệm nhiều lần, phải được tổng kết, đánh giá nhiều lần để sửa đổi, bổ sung ngày càng phù hợp hơn với quy luật vận động của nền kinh tế xã hội chủ nghĩa đang trong quá trình khám phá. Song, NEP không may mắn có được hạnh phúc như vậy. Lênin qua đời đột ngột đã không kịp quan sát sự kiểm chứng của thực tiễn đối với công trình mang nặng đẻ đau của mình. Những người kế tục có lẽ không đủ tầm vóc trí tuệ để kế tục công việc của Người.

Dù thiên tài đến đâu, NEP cũng không thể khỏa kín gót chân Asin của một chân lý tương đối. NEP không thể phủ kín mọi quy luật vận động của nền kinh tế đang trong quá trình thai nghén về lý luận và nuôi dưỡng bằng thực tiễn. Do đó, cần phải thông qua kinh nghiệm thực tiễn, sự khám phá mới về lý luận, để sữa chữa và bổ sung vào chỗ còn trống. Việc quan trọng đầu tiên cần phải làm là tham chiếu NEP với học thuyết kinh tế của Mác và Ăngghen.

Khi trăn trở với chính sách kinh tế mới, với mục tiêu cao cả như ghi trong *"Tuyên ngôn về quyền của nhân dân lao động và bị bóc lột"* do Lêninsoạn thảo và được Đại hội III các Xô viết toàn Nga thông qua ngày 12-1-1918, đã tuyên bố: "... nhiệm vụ chủ yếu của chính quyền Xô viết là xóa bỏ hiện tượng người *bóc lột* người,..." (Theo Từ điển chính trị vắn tắt, Nxb Tiến bộ

Matxcova và Nxb Sự thật, 1988, tr.404), Lênin đã không được tiếp cận tác phẩm chủ yếu của học thuyết Mác. Tác phẩm *Hệ tư tưởng Đức* của C.Mác và Ph.Ăngghen cùng viết năm1846, chỉ dẫn hình thái sở hữu ngay sau khi giai cấp công nhân giành chính quyền; do chế độ kiểm duyệt đương thời, đã không được xuất bản. Mãi tới năm 1932, tác phẩm mới được xuất bản lần đầu ở Liên Xô (*Theo chú thích số 31-C.Mác, Ph.Ăngghen, tuyển tập, tậpI, Nxb Sự thật Hà nội-1980-tr.813*), trong khi mô hình "kinh tế tập trung", nhờ vào niềm tin và nhiệt tình sáng tạo của quần chúng cách mạng, đã vận hành ổn định và đơm hoa kết trái ở tuổi thanh xuân thật ngọt ngào. Từ đó, tư duy kinh tế xã hội chủ nghĩa của Hệ tư tưởng Đức khó có thể thay đổi tình hình.

Trong hơn 60 năm, sau cách mạng Tháng Mười, tinh thần lao động quên mình của nhân dân Xô viết đã được liên tục kích thích bằng những biến động lịch sử mang lý tưởng nhân đạo. Song, tinh thần đó không thể duy trì được mãi nếu không có những yếu tố vật chất tương ứng nuôi dưỡng. Việc vận hành kinh tế trái quy luật đã không sáng tạo được tiềm năng vật chất để nuôi dưỡng ý thức xã hội chủ nghĩa trong cán bộ và nhân dân.

Sau Liên Xô sụp đổ, các nước xã hội chủ nghĩa còn lại như Trung quốc, Việt nam, đã dày công tìm con đường mới để ra khỏi khủng hoảng, quyết tâm phát triển thực tiễn nhân đạo theo học thuyết Mác-Lênin. Họ đã tìm đến Chính sách kinh tế mới của Lênin với niềm hy vọng lớn từ thành công của NEP khi Lênin còn sống. Đặc biệt là sự thắng lợi trong kinh tế nông nghiệp, mà tình hình nông nghiệp Liên Xô lúc đó rất giống với thực tiễn nông nghiệp ở Việt nam và Trung Quốc, những nước phổ biến là kinh tế tiểu nông với khoa học công nghệ hầu như chưa có gì. Thắng lợi rực rỡ của nông nghiệp sau khi thực hiện chính sách khoán hộ theo tư tưởng của NEP về kinh tế tiểu nông, đã không phản bội niềm tin ban đầu của họ mà còn được nhân lên với những thành quả đáng kinh ngạc. Lương thực Việt nam từ chỗ thiếu đói triền miên ; năm 1988 chỉ đạt 1 triệu tấn, năm 2007 đạt 5,6 triệu tấn, năm 2012 đạt 39 triệu tấn, cho đến nay đã đứng trong hàng ngũ những nước xuất khẩu gạo hàng đầu thế giới.

Tuy nhiên, trong thời gian thực hiện NEP từ năm 1921 đến 1925, kinh tế công nghiệp Liên Xô tuy có đạt nhiều thành tựu, tổng sản lượng công nghiệp đến năm 1926 đã đạt mức trước chiến tranh. Song, thực tiễn cũng nẩy sinh những vấn đề mà NEP không thể giải đáp. Hiện tượng chênh lệch giàu nghèo quá mức bình thường đã gây ra những tranh luận gay gắt trong ban lãnh đạo Xô viết. Có ý kiến cho rằng, dường như NEP tiềm ẩn sự phục hồi chủ nghĩa tư bản. Tiếc rằng Lênin đã mất nên không có lời giải đáp thuyết phục. Cùng với những nguyên nhân khác nhau, hệ thống kinh tế quản lý tập trung đã thay thế NEP.

Mô hình kinh tế Liên Xô sụp đổ chứng minh phương thức kinh tế Liên Xô không phù hợp quy luật kinh tế xã hội chủ nghĩa. Từ kinh nghiệm đắt giá này, khi tìm đến NEP cũng cần nghiên cứu kỹ lưỡng sự phù hợp của NEP với quy luật, tránh tư duy giáo điều khi vận dụng NEP.

Trước hết, NEP là mô hình đang thử nghiệm, thời gian thử nghiệm còn rất ngắn, lại chưa được tác giả chủ yếu và người chịu trách nhiệm tối cao tổ chức đánh giá tổng kết, hiệu chỉnh, bổ sung, cho phù hợp với sự vận động của thực tiễn. Vì vậy, chúng ta chưa có những kinh nghiệm quý báu về NEP mà còn phải tiếp tục thử nghiệm. Mặt khác, NEP ra đời cách nay đã gần 100 năm, lại có kinh nghiệm của mô hình Xô viết, hiện thực thế giới đã biến đổi nhiều, những chủ trương của NEP có thể không còn là chân lý nữa, những lý giải của Lênin về NEP đến nay có thể phải nhận thức lại. Sau "Tuyên ngôn" công bố lần đầu 25 năm, năm 1872, trong lời tựa viết cho bản tiếng Đức, Ăngghen từng căn dặn: "Chính ngay "Tuyên ngôn" cũng đã giải thích rõ ràng rằng bất cứ ở đâu và bất cứ lúc nào, việc áp dụng những nguyên lý đó cũng phải tùy theo hoàn cảnh lịch sử đương thời, và do đấy, không nên quá câu nệ vào những biện pháp cách mạng nêu ra ở cuối chương II. Đoạn này ngày nay mà viết lại thì về nhiều mặt cũng phải viết khác đi."(Tuyên ngôn, Sđd, tr. 518). Bốn mươi năm sau, năm 1888, trong lời tựa viết cho bản tiếng Anh, Ăngghen lại nhắc lại lời căn dặn đó.

Học thuyết Mác-Lênin là một chỉnh thể, có tính thống nhất cao ở những vấn đề cơ bản nhất, song, cũng có những sáng tạo trong triển khai thực tiễn. Tuy nhiên những sáng tạo đó phải được thực tiễn kiểm chứng khắt khe và công bằng mới trở thành chân lý để tiếp tục vận hành trong cuộc sống. Phương thức vận hành kinh tế là vấn đề trọng đại nhất của cách mạng mà Mác, Ăngghen, Lênin đều kiên trì nghiên cứu. Nếu có sự thống nhất cao giữa ba thiên tài thì chắc chắn phương thức đó sẽ hợp quy luật. Việc đầu tiên để tìm kiếm chân lý là tham chiếu tư tưởng kinh tế xã hội chủ nghĩa của Mác, Ăngghen, Lênin, đồng thời đối chiếu với kết quả thực tiễn.

Phần trên đã trình bày nguyên lý sở hữu xã hội chủ nghĩa do Mác và Ăngghen khám phá. Đó là tư tưởng kinh tế cốt lõi của học thuyết Mác. Chúng ta chỉ cần so sánh nguyên lý đó với chính sách kinh tế mới của Lênin để tìm sự phù hợp trong tư tưởng kinh tế của ba thiên tài.

Nội dung cơ bản của chính sách Kinh tế mới là:

- Bãi bỏ chế độ trưng thu lương thực thừa của nông dân, thay vào đó là thuế nông nghiệp.

- Những xí nghiệp nhỏ trước đây quốc hữu hoá nay cho tư nhân thuê hoặc mua lại để kinh doanh tự do (chủ yếu là các xí nghiệp sản xuất hàng tiêu dùng).

- Mở rộng trao đổi hàng hoá. Cho thương nhân được tự do hoạt động (chủ yếu trong lĩnh vực bán lẻ).

- Thực hiện hạch toán kinh tế trong xí nghiệp quốc doanh.

(Theo Giáo trình Lịch sử Kinh tế, Trường Đại học Kinh tế quốc dân, Nxb Đại học KTQD, Hà nội, 2009, tr. 141).

Trước tiên, chúng ta hãy tham chiếu sự phù hợp về quy luật trong kinh tế tiểu nông.

Kinh tế nước Nga thời kỳ này chủ yếu là kinh tế tiểu nông dựa trên lao động của bản thân người nông dân như hàng ngàn năm trước, chưa có hân hạnh tiếp đón khoa học công nghệ là thành tựu của chủ nghĩa tư bản Nga. Sản xuất tiểu nông chiếm tới 82,3% lao động cả nước, kinh tế nông nghiệp chiếm 51,4% thu nhập quốc dân. Vì vậy, NEP lấy nhiệm vụ khôi phục nông nghiệp làm nhiệm vụ hàng đầu và cấp thiết trước mắt. Mức thuế nông nghiệp lúc này là: bần nông 1,2%, trung nông 3,5%, phú nông 5,6%.

Sau khi thực hiện NEP được hai năm, nông nghiệp đã gặt hái được thành quả ngoạn mục. Năm 1922, Liên Xô vượt qua nạn đói, một trong những hậu quả của chính sách cộng sản thời chiến kéo dài sang thời bình. Năm 1925, nông nghiệp Liên Xô vượt mức trước chiến tranh, tổng sản lượng lương thực tăng từ 42,2 triệu tấn (1921) lên 74,6 triệu tấn (năm 1925). Sự tăng trưởng của nông nghiệp kéo theo sự tăng trưởng của các ngành kinh tế khác. Năm 1925-1926, thu nhập của nhà nước tăng 5 lần so với năm 1922-1923. (Theo Lịch sử Kinh tế, Sđd, tr. 141-142)

Thắng lợi của NEP trong nông nghiệp chứng minh rằng chính sách nông nghiệp của NEP đã đi đúng quy luật sở hữu xã hội chủ nghĩa. NEP đã khôi phục sở hữu cá nhân chân chính của người bần nông, là thành phần chiếm đa số trong nông dân. Sự khôi phục này tuy "nguyên xi", nhưng vẫn đúng quy luật, vì chưa có thành tựu của chủ nghĩa tư bản trên đồng ruộng. Chính quyền Xô viết đánh thuế lương thực chỉ 1,2% số lúa thu hoạch; mức thuế rất thấp này hoàn toàn không mang yếu tố bóc lột. Phần còn lại người nông dân được tự do tiêu thụ ngoài thị trường. Nông dân đã biết số thuế cố định trong nhiều năm, vì vậy họ ra sức thâm canh và khai hoang. Chính sách cộng sản thời chiến trưng thu hết thóc thặng dư của nông dân, làm cho nông dân bất mãn, bỏ cả đồng ruộng. Họ đã đi theo bọn địa chủ chống lại chính quyền Xô viết trong cuộc nổi loạn Cônsác. Chính sách cộng sản thời chiến, nếu kéo dài sang thời bình, là một dạng mô hình sở hữu công cộng ở thế kỷ XX.

Trong chính sách vận động nông dân vào hợp tác xã, Lênin nhiều lần nhấn mạnh yếu tố tự nguyện: họ thấy có lợi hơn thì họ vào, không lợi hơn thì họ không vào, đó là quyền của họ, không được cưỡng bức dưới bất cứ hình thức nào. Hợp tác xã tự nguyện mang tính chất đồng thuận cao trong mọi hoạt động của hợp tác xã, thực sự là một mô hình Đồng sở hữu, không còn yếu tố bóc lột trong nội bộ hợp tác xã trong điều kiện canh tác lạc hậu, thiếu yếu tố khoa học công nghệ.

Như vậy, chính sách kinh tế tiểu nông của NEP hoàn toàn theo đúng quy luật sở hữu xã hội nghĩa của học thuyết Mác.

Điều đó đã được kiểm chứng qua thắng lợi rạng rỡ của nước Nga và của các nước như Trung quốc, Việt nam, trong quá trình thực hiện NEP đối với kinh tế tiểu nông.

Về khinh tế công nghiệp, Lênin chủ trương kế thừa khoa học sản xuất hàng hóa của chủ nghĩa tư bản, kế thừa khoa học công nghệ, kế thừa khoa học thị trường. Đó là những chủ trương chính xác thực hiện thuộc tính kế thừa của quy luật phủ định phát triển, đồng thời phù hợp với quy luật sở hữu chủ nghĩa xã hội. Quy luật sở hữu xã hội chủ nghĩa vận động trong mọi thành phần kinh tế. Tùy từng thành phần mà quy luật đó biểu hiện thành những hình thái khác nhau. Nguyên lý "khôi phục sở hữu cá nhân *trên cơ sở thành tựu của chủ nghĩa tư bản*" đã mang thuộc tính kế thừa những thành quả của chủ nghĩa tư bản còn phù hợp với nền sản xuất hàng hóa xã hội chủ nghĩa. Nền sản xuất hàng hóa còn vận hành dưới chế độ xã hội chủ nghĩa là do chế độ sở hữu cá nhân còn tồn tại, quy định. Tuy nhiên, Lênin chưa kịp đưa ra mô hình Đồng sở hữu trong công nghiệp. Do đó, hiện tượng chênh lệch giàu nghèo ngày càng đậm nét đã làm lòng dân không yên và gây băn khoăn trong ban lãnh đạo Xô viết.Nếu Lênin còn sống, bằng thiên tài của mình, Người có thể hoá giải những băn khoăn đó, bằng việc hiệu chỉnh lại một số nội dung của NEP cho phù hợp hơn với quy luật vận động sở hữu trong thời kỳ CNXH. Tiếc rằng, NEP đã không có hạnh phúc ấy. Lênin đột ngột qua đời đã không kịp khảo sát, tổng kết sự kiểm chứng của thực tiễn đối với NEP. Chênh lệch thu nhập là hiện tượng phải chấp nhận đối với quy luật phân phối theo lao động, một thứ "quyền tư sản" (Mác) còn tồn tại trong điều kiện của nền kinh tế xã hội chủ nghĩa. Vấn đề này đã được Mác giải thích rõ trong "Phê phán cương lĩnh Gôtha". Nhưng sự chênh lệch thu nhập quá mức sẽ không xảy ra nếu thực hiện nguyên lý Đồng sở hữu, phân phối lợi nhuận cho toàn bộ thành viên trong xí nghiệp mà không để lợi nhuận chỉ rơi vào túi của một người. Mác cũng đã trình bày phương thức phân phối Đồng sở hữu trong "Phê phán cương lĩnh Gôtha" tiếp cận từ khái niệm "tổng sản phẩm xã hội", như đã có dịp trình bày trong bài viết này.

NEP đã xóa bỏ bóc lột cho giai cấp nông dân, người bạn đường của giai cấp công nhân thì tất yếu tự nhiên NEP phải xây dựng phương thức xóa bỏ bóc lột cho giai cấp công nhân bằng mô hình Đồng sở hữu.

Phương thức xóa bỏ bóc lột cho giai cấp công nhân hay giai cấp nông dân đều phản ánh nhất quán nguyên lý sở hữu xã hội chủ nghĩa. Vì tiền đề hiện thực khác nhau nên biểu hiện thành hình thức khác nhau. Khu vực kinh tế nông nghiệp nước Nga chưa có thành quả của chủ nghĩa tư bản Nga, chưa có sản xuất hợp tác, do đó Đồng sở hữu chỉ là lao động cá thể. Còn trong khu vực công nghiệp đã có những thành quả của khoa học công nghệ, do đó Đồng sở hữu là sự liên hợp của nhiều công nhân.

Như vậy, trong khi vận dụng NEP cần thực hiện nguyên lý Đồng sở hữu, mô hình thực tiễn của quy luật sở hữu xã hội chủ nghĩa. Từ đây, tư tưởng sở hữu xã hội chủ nghĩa, tư tưởng cốt tủy của chủ nghĩa Mác-Lênin, đã được đồng nhất trong ba thiên tài.

***** Về kinh tế tiểu nông và thủ công nghiệp:***

Cũng trong *Hệ tư tưởng Đức,* Mác và Ăngghen đã phân tích tính tất yếu của sở hữu cá nhân trong sản xuất nhỏ, công cụ sản xuất còn thô sơ lạc hậu. Ở đây chưa phát sinh mâu thuẫn giữa sở hữu cá nhân và tư liệu sản xuất. Chỉ đến đại công nghiệp mới phát sinh mâu thuẫn này. ”Như vậy là, chỉ với công nghiệp lớn mới có khả năng xóa bỏ hiện trạng sản xuất nhỏ”(Sđd, tr-322,323)...”Nhưng trong tất cả các thời kỳ trước(trước đại công nghiệp-TG), sự thủ tiêu nền kinh tế riêng lẻ gắn liền với sự thủ tiêu chế độ sở hữu cá nhân (dựa trên lao động của bản thân) là không thể thực hiện được, vì chưa có những tiền đề vật chất.Tổ chức một nền sản xuất... có tính chất công xã cần có tiền đề là sự sản xuất bằng máy móc, của việc sử dụng những lực lượng tự nhiên và nhiều lực lượng sản xuất khác, chẳng hạn như dẫn thủy, đèn khí, sưởi bằng hơi nước,...,xóa bỏ sự đối lập giữa thành thị và nông thôn. *Không có những điều kiện ấy,* **bản thân nền kinh tế công xã, đến lượt nó, sẽ không thành một lực lượng sản xuấtmới**, *sẽ thiếu mọi cơ sở vật chất, mà chỉ dựa trên một cơ sở thuần túy lý luận, nói cách khác, sẽ đơn thuần là một điều kỳ quặc, mà chỉ dẫn đến một nền kinh tế thầy tu mà thôi.* (tr-341,342). Đoạn văn kiện này của Mác và Ăngghen đã giúp chúng ta khẳng định được rằng, chính sách khoán hộ trong nông nghiệp, phương thức xây dựng nông thôn mới của Việt Nam là hoàn toàn phù hợp với quy luật vân động sở hữu của nền kinh tế tiểu nông.Thành công đáng tự hào của kinh tế nông nghiệp trong nhiều năm qua đã minh chứng hùng hồn cho chân lý đó.

Với chính sách khoán hộ, 30 triệu lao động nông nghiệp(-Theo điều tra dân số năm 2009) đã thoát khỏi bóc lột. Nhà nước cũng miễn thuế cho họ. Trong một đất nước còn nặng về kinh tế nông nghiệp, đó là thành tựu to lớn của chủ nghĩa xã hội . Để nâng cao đời sống cho nông dân, nhà nước đã có chủ trương xây dựng nông thôn mới, kế hoạch công nghệ hóa nông nghiệp.

Việc hiện đại hóa nông nghiệp cần theo mô hình Đồng sở hữu, để bóng đen bóc lột không quay trở lại. Quy chế phân phối trong luật hợp tác xã căn cứ vào cả hai yếu tố: tiền công của người lao động và cổ phần dóng góp của họ theo công thức Đồng sở hữu. Nếu bỏ qua yếu tố tiền công thì phương thức phân phối tương tự như công ty cổ phần tư bản, và như thế hiện tượng bóc lột vẫn tồn tại trong hợp tác xã.

Cho đến thời điểm này, và cả thế kỷ XXI nữa, lý luận và thực tiễn của vấn đề sở hữu, là vấn đề sinh tử của chủ nghĩa xã hội, học thuyết Mác vẫn còn nguyên vẹn tính chân lý!

I.3- MÔ HÌNH NGUYÊN LÝ ĐỒNG SỞ HỮU

Trên cơ sở tư tưởng Đồng sở hữu của Mác và Ăngghen, đề nghị:

Mô hình nguyên lý vận hành tài chính Doanh nghiệp Đồng sở hữu theo nguyên lý sở hữu xã hội chủ nghĩa của học thuyết Mác.

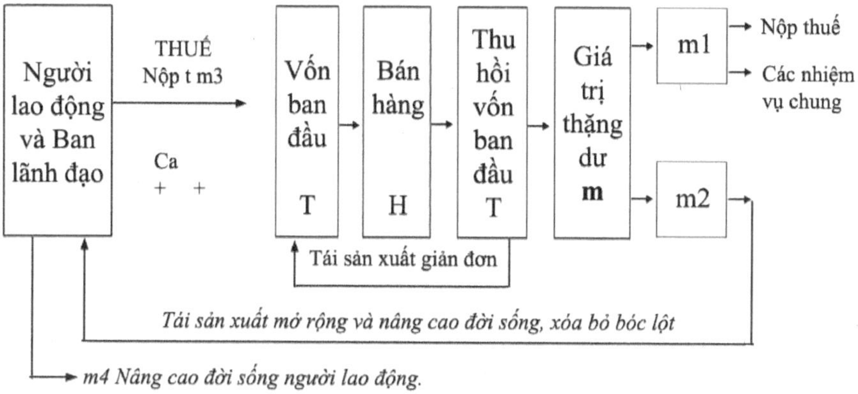

m2

$$m3 + m4 = \frac{x\ (CPi\ +\ TLi)}{CP\ +\ TL}$$

Công thức này có thể viết như sau:

$$\mathbf{m_3 + m_4 = [\, m_2 / (CP + TL) \,] (CPi + TLi)}$$

* $m_3 + m_4$: Lợi nhuận phân phối cho cá nhân người lao động và Ban lãnh đạo.

* m_3 : Vốn cổ phần cá nhân đóng tiếp cho kỳ sau.

* $CP + TL$: Tổng vốn cổ phần và tiền lương toàn doanh nghiệp trong kỳ kế hoạch.

* $CP_i + TL_i$: Tổng vốn cổ phần và tiền lương cá nhân trong kỳ kế hoạch.

Với doanh nghiệp Tư bản, $\mathbf{m_2}$ vào túi nhà tư bản, một phần để tái sản xuất mở rộng, tăng thêm giá trị thặng dư, làm cho giá trị tài sản của nhà TB có thể lên tới nhiều chục tỷ đô la; phần còn lại để sống cuộc sống đế vương.

Với mô hình sở hữu công cộng kiểu cũ, $\mathbf{m_2}$ đưa vào tài sản sở hữu công cộng, một hình thức sở hữu mơ hồ, vô chủ, đã từng mang lại nhiều nghịch lý cho xã hội XHCN ; là **nguyên nhân**

chủ yếu của nhiều nguyên nhân khác nhau, dẫn tới sự suy yếu của Đảng Cộng sản Liên Xô và sự sụp đổ của nhà nước Xô Viết. Chủ tịch Đảng Cộng Sản Nga, Zuganôp từng nói: Liên Xô sụp đổ có nguyên nhân từ sự lũng đoạn tài sản, chân lý và quyền lực!

Lao động của người công nhân có hai nội dung: Lao động cần thiết và lao động thặng dư. Lao động cần thiết để tái sản xuất sức lao động, biểu hiện bằng tiền công. Lao động thặng dư để sản xuất ra giá trị thặng dư, biểu hiện chủ yếu bằng lợi nhuận. Không thể bóc tách minh bạch hai giá trị này trong cùng một thời gian lao động. Xuất phát từ công thức của Mác về tỷ suất bóc lột giá trị thặng dư **m/v**, trong đó, **m** là giá trị thặng dư, **v** là tiền lương, do đó dùng tiền lương làm căn cứ phân phối lợi nhuận là chính xác.

Sau đây là một ví dụ đơn giản về việc thực hiện phương thức phân phối theo nguyên lý Đồng sở hữu. Đơn vị tính 1 triệu. Quy tròn số. Ví dụ này có tính nguyên lý.

Khi tính toán cụ thể cần sử dụng phương pháp toán kinh tế.

Một xí nghiệp công nghệ cao, cần ít người nhưng vốn thiết bị và các tư liệu sản xuất khác có giá trị lớn.

Dữ liệu của công thức như sau (tính theo bảng):

***CP + TL** = 2060 +1546 = 3606

*Gỉa sử sau khi bán hàng thu được tổng lợi nhuận: **m** = 660. Nộp thuế: 200. Sử dụng cho các loại quỹtheo quy định của nhà nước và quyết định của tập thể lao động xí nghiệp: 100.

Tổng cộng $\mathbf{m_1}$ = 200 +100 = 300. Lợi nhuận còn lại phân phối cho người lao động: $\mathbf{m_2}$ = 660 – 300 = 360.

* Lợi nhuận phân phối cho cá nhân người lao động theo công thức, ta có:

$\mathbf{m_{3+}}\, m_4$ = [360/3606] (CPi + Tli) = 0,1(Cpi + Tli)

Kết quả xem bảng, cột 4.

Nếu chỉ phân phối theo giá trị cổ phần mà không căn cứ vào tiền lương ta có

$$\mathbf{m_3 + m_4 = [m_2/ CP] (Cpi)} = 360/2060 = 0{,}175 \text{ (Cpi)}.$$

Kết quả như cột 6.

Bảng thống kê dữ liệu ví dụ tính thu nhập theo sơ đồ Đồng sở hữu

STT	Chức danh người lao động	Tổng tiền lương cá nhân trong kỳ kế hoạch Tli	Tổng giá trị cổ phần cá nhân đóng góp trong kỳ kế hoạch CPi	Tli + CPi	Tổng lợi nhuận cá nhân được phân phối trong kỳ kế hoạch m3 +m4	Tổng thu nhập cá nhân trong kỳ kế hoạch Tli + m3+ m4=	Nếu chỉ Phân phối theo giá trị cổ phần Cpi thì m3+ m4 =
1	Giám đốc	480	200	680	68	548	35
2	Chuyên gia công nghệ.	380	150	530	53	433	16
3	Nhân-viên	96	50	146	14	110	9
4	Công nhân A	120	70	190	19	139	12
5	Cn - B	96	40	136	14	110	7
6	Cn - C	108	50	158	16	124	9
7	Cn - D	84	40	134	13	97	7
8	Cn - E	50	0	50	5	55	0
9	Cn – H	72	50	122	12	84	9

10	Cn - K	60	0	60	6	66	0
11	Cổ đông M	0	50	50	5		9
12	Cổ đông N	0	60	60	6		11
13	Nhà nước	0	1300	1300	130		223
14	Tổng cộng	1546	2060	3606	360		
*	Số cột	1	2	3	4	5	6

Theo kết quả ở cột 6, Cn-E và Cn-K không được phân phối lợi nhuận. Đó là cách phân phối của công ty cổ phần tư bản, hiện tượng bóc lột trong sản xuất

vẫn tồn tại. Như đã phân tích ở các phần trên, Khi chưa có cổ phần, người lao động vẫn sáng tạo ra lợi nhuận bằng giá trị lao động thặng dư. Vì vậy họ phải được phân phối lợi nhuận theo công thức Đồng sở hữu.

Các học giả ngày nay thường mô tả những phương thức phân phối công bằng qua tiền lương và các loại hình phúc lợi chung. Song thường không đề cập đến việc phân phối lợi nhuận cho cá nhân người lao động. Trong chế độ sở hữu cá nhân tiền tư bản, lợi nhuận là giá trị mà người lao động thường sử dụng để sửa chữa và mua sắm tư liệu sản xuất nhằm khôi phục và mở rộng sản xuất cho kỳ sản xuất tiếp theo. Trong mô hình kinh tế Đồng sở hữu mà Mác và Ăngghen đã chỉ dẫn, lợi nhuận cá nhân của người lao động cũng mang ý nghĩa tương tự. Đó là giá trị tư liệu sản xuất mà người lao động sẽ trích góp cổ phần (**m_3**) cho kỳ kế hoạch tiếp theo để xí nghiệp mở rộng sản xuất, phần còn lại nếu có, người lao động sử dụng để nâng cao đời sống (**m_4** **)**.

Trong "Phê phán cương lĩnh Gôtha", Mác đã từng phê phán "… họ quan niệm chủ nghĩa xã hội như là chủ yếu xoay quanh sự phân phối… chủ yếu nhấn mạnh vào cái đó, cũng là một sai lầm.

Bất kỳ một sự phân phối nào về tư liệu tiêu dùng cũng là hậu quả của sự ***phân phối chính ngay những điều kiện sản xuất*** (tức tư liệu sản xuất-TG); nhưng sự phân phối những điều kiện sản xuất lại là một tính chất của chính ngay phương thức sản xuất." (Sđd, tr. 481).

"Nếu những điều kiện vật của sản xuất (tức tư liệu sản xuất-TG) là sở hữu tập thể của *bản thân* những người lao động thì cũng có một sự phân phối những tư liệu tiêu dùng khác với sự phân phối hiện nay." (sự phân phối hiện nay là sự phân phối tư bản-TG. Sđd, tr. 481).

Như vậy, Mác quan niệm phân phối bao hàm hai nội dung: Phân phối tư liệu sản xuất và phân phối tư liệu tiêu dùng.

Phân phối tư liệu tiêu dùng là hậu quả của việc phân phối tư liệu sản xuất. Nhưng sự phân phối tư liệu sản xuất lại phụ thuộc vào tính chất của phương thức sản xuất, tức là phương thức sản xuất bóc lột hay không bóc lột, cũng tức là sở hữu bóc lột hay sở hữu không bóc lột. Trong chế độ sở hữu bóc lột, nhà tư bản không bao giờ phân phối tư liệu sản xuất cho người lao động. Tư liệu sản xuất đó được bản thân người lao động sáng tạo bằng lao động thặng dư của mình. Lao động thặng dư được tiền tệ hóa thông qua đại lượng mà kinh tế học gọi là "lợi nhuận". Thực tế nhà tư bản chiếm đoạt cả tư liệu tiêu dùng bằng cách trả công rẻ mạt. Trong thời đại hợp tác quốc tế, cùng một công việc như nhau, chủ tư bản trả lương cho công nhân ở chính quốc cao gấp nhiều lần tiền lương của công nhân ở các nước mà họ hợp tác sản xuất. Mác từng viết như sau: "…tiền đề của phương thức sản xuất tư bản hiện nay là sự tồn tại của hai giai cấp xã hội: một bên là những nhà tư bản, *những người chiếm hữu tư liệu sản xuất và tư liệu sinh hoạt; …*" (C. Mác, Ph. Ăngghen, tuyển tập. Tập IV, Sđd, tr.512). Như thế, nhà tư bản bóc lột cả tư liệu sản xuất, cả tư liệu tiêu dùng, của người lao động

Do đó, trong mô hình Đồng sở hữu, người lao động phải được quyền quyết định tập thể chế độ trả lương và phân phối lợi nhuận, yếu tố bóc lột mới được xóa bỏ.

Như đã phân tích, chủ nghĩa tư bản đưa ra sáng kiến công ty cổ phần nhằm đánh lừa người lao động và ràng buộc họ. Cổ phần là giá trị lao động quá khứ của người lao động. Lao động quá khứ và lao động thặng dư đều sản sinh lợi nhuận như nhau. Chủ nghĩa tư bản chỉ trả một ít lợi tức cổ phần, còn lợi tức do lao động thặng dư thì họ không trả.Hiện tượng bóc lột vẫn y nguyên trong hình thức công ty cổ phần tư bản.

Ngày nay, các học giả nước ngoài chỉ bàn chung chung về vấn đề công bằng xã hội. Những phương thức công bằng phát minh ra thiếu cơ sở khoa học của học thuyết Mác. Nếu thiếu nhận thức đúng đắn, dẫn dắt thực tiễn sai nguyên lý sở hữu xã hội chủ nghĩa của học thuyết Mác thì mọi phương thức công bằng chỉ là giải pháp tình thế, ngẫu hứng, không cơ bản lâu dài, chỉ có tác dụng tạm thời đối phó với những bức xúc xã hội. Vấn đề "công bằng" trong thời kỳ chủ nghĩa xã hội đã được Mác bàn kỹ về nguyên lý và thực tiễn trong " Phê phán cương lĩnh Gôtha".

Từ bảng dữ liệu của ví dụ trên có thể phân tích đôi điều.

- Kết quả phân phối theo nguyên lý Đồng sở hữu.

Công thức phân phối: m3 + m4 = [m2 / (CP + TL)] [CPi + Tli]

Trong đó: CP + TL = 2060 + 1546 = 3606.

Gỉa sử sau khi bán hàng được lãi: m = 660. Nộp thuế 200, sử dụng cho các quỹ theo quy định của nhà nước và quyết định tập thể của người lao động: 100. Tổng cộng

m_1 = 300. Và m_2 = 660 – 300 = 360. Từ đó, m_2 / CP + TL = 3606/360=0,1

Lợi nhuận phân phối cho cá nhân trong kỳ kế hoạch bằng:

$m_3 + m_4 =$ 0,1 [Cpi + Tli]. Xin xem cột 4.

Tổng thu nhập cá nhân trong kỳ kế hoạch xin xem cột 5.

Bình quân thu nhập của người lao động, tính cho 8 người, từ người số 3 đến người số 10 là công nhân K: 98. Giám đốc có mức thu nhập cao nhất: 548. Như thế, chênh lệch thu nhập trong trường hợp này là: 548/98 = 18 lần. Tuy mức chênh lệch khá đậm nhưng không mang yếu tố bóc lột và phù hợp với nguyên tắc phân phối theo lao động.

- Nếu chỉ phân phối theo giá trị cổ phần mà bỏ qua yếu tố tiền lương:

Kết quả phân phối thể hiện qua cột 6. Đây là phương thức phân phối tư bản. Có hai công nhân E và K chưa góp cổ phần nên không được phân phối lợi nhuận tuy họ đã đóng góp lao động thặng dư để làm ra lợi nhuận. Còn những công nhân khác chỉ được phân phối lợi nhuận theo giá trị cổ phần, lợi nhuận sản sinh ra do lao động thặng dư cũng không được phân phối.

Giả sử đây là một doanh nghiệp tư nhân. Người lao động và nhà nước chưa góp cổ phần; 100% vốn hoạt động là của giám đốc doanh nghiệp. Vẫn sử dụng các dữ liệu tương ứng của bảng, ta có:

Vốn của chủ doanh nghiệp: 2060. Lợi nhuận: 660, m_1 = 300, m_2 = 360.

Khi chưa phân phối lợi nhuận theo nguyên tắc Đồng sở hữu, toàn bộ lợi nhuận thuộc chủ doanh nghiệp. Do đó tổng thu nhập của chủ doanh nghiệp là:

480 + 360 = 840. Bình quân thu nhập của người lao động, không kể chuyên gia công nghệ là 85. Chênh lệch thu nhập: 840/85 = 9,8 lần.

Nếu phân phối thu nhập theo công thức Đồng sở hữu, ta có:

Tổng thu nhập của chủ doanh nghiệp : 528. Thu nhập bình quân của người lao động không kể chuyên gia công nghệ là: 94. Chênh lệch thu nhập bằng 528/94 = 5,6 lần; đã giảm so với trường hợp trên 4,2 lần, tức 4,2/9,8 =43%, giảm 43%. Mức giảm này làm cho chênh lệch giàu nghèo bớt gay gắt. Nếu nhà nước điều tiết thêm bằng thuế thu nhập hợp lý và chủ doanh nghiệp tham gia tích cực vào các công trình phúc lợi chung thì mức chênh lệch thu nhập sẽ không còn làm nên các mảng xám trong xã hội; bức tranh xã hội sẽ ngày càng hấp dẫn hơn, không những đối với nhân dân trong nước mà còn hấp dẫn đối với loài người tiến bộ trên thế giới. Mặt khác, doanh nghiệp bây giờ không còn là doanh nghiệp tư nhân mà đã trở thành doanh nghiệp Đồng sở hữu; chủ doanh nghiệp không còn là nhà tư sản vì không bóc lột, họ vẫn giàu có hơn những người lao động khác, nhưng đó là cái giàu nhờ tài năng và sự cống hiến đích thực, không cướp đoạt lợi ích chân chính của đồng đội. Nếu họ có nguyện vọng và đủ điều kiện thì có thể trở thành đảng viên cộng sản.

Thấy cần thiết đưa thêm một ví dụ tóm tắt, khái quát và phổ biến về sự chênh lệch thu nhập trong hai trường hợp sở hữu.

Doanh nghiep tư nhân có 1000 công nhân viên chức. Bình quân tiền lương trong năm: 5 tr. đồng/th . 12 tháng = 60 triệu đồng cả năm. Lương chủ doanh nghiệp tự quyết định bằng 4 lần lương bình quân công nhân là 240 triệu đồng cả năm. Vốn do chủ doanh nghiệp bỏ ra 10 tỷ đồng. Công nhân chưa góp cổ phần.

Gỉa sử cuối năm thặng dư 4 tỷ. Nộp thuế và chi cho các dạng quỹ xã hội, quỹ phúc lợi doanh nghiệp hết 2 tỷ. Lợi nhuận còn lại hai tỷ thuộc quyền chủ doanh nghiệp. Như vậy, tổng thu nhập của chủ doanh nghiệp trong năm bằng 2000 + 240 = 2.240 triệu đồng. Từ đó, *chênh lệch thu nhập giữa chủ doanh nghiệp và công nhân* là:

2.240/60 = 37 lần (làm tròn số).

Nếu phân phối lợi nhuận cho người lao động theo công thức Đồng sở hữu, ta có:

m_2 = 2000 triệu đồng. CP + TL = 10.000 + 60.240 = 70.240

Lợi nhuận phân phối theo công thức:

$m_3 + m_4 = [2000/70.240](CP_I + TL_I) = 0,03(CP_I + TL_I)$

Lợi nhuận phân phối cho chủ doanh nghiệp bằng: 10.240 ^ 0,03 = 307 tr.đồng.

Tổng thu nhập trong năm của chủ doanh nghiệp bằng: 240 + 307 = 547 tr. đồng.

Lợi nhuận phân phối cho công nhân bằng: 60 ^ 0,03 = 1,8 tr. đồng.

Tổng thu nhập trong năm của người lao động bằng: 60 + 1,8 = 61,8 tr. đồng.

Từ đây chênh lệch thu nhập giữa chủ doanh nghiệp và người lao động bằng: 547 / 61,8 = 9 lần.

Như thế đã giảm mức độ chênh lệch thu nhập từ 37 lần xuống còn 9 lần.

Thực trạng chênh lệch thu nhập vô cùng đa dạng. Song, phương thức Đồng sở hữu đã giảm đáng kể sự chênh lệch thu nhập, dẫn tới sự chênh lệch giàu nghèo ngày càng bức bách, là không thể bàn cãi. Ở đây không phải lấy lợi ích của chủ doanh nghiệp chia cho người lao động mà người lao động lấy lại lợi ích chân chính của mình, còn chủ doanh nghiệp thì hòa mình vào hàng ngũ những người lao động; cái giàu bóc lột trở về với cái giàu chân chính. Đó là cách diễn đạt nhẹ nhàng trong môi trường kinh doanh xã hội chủ nghĩa. Có người phát biểu rằng, Nhà nước xã hội chủ nghĩa này không cho ai giàu quá 20 năm. Đến lúc "trái gió trở trời" nào đó lại đem tài sản người giàu ra quốc hữu hóa, con cừu được vỗ béo để giết thịt! Sự nghi ngờ như vậy không đúng nguyên lý sở hữu xã hội chủ nghĩa. Theo nguyên lý, người ta có thể giàu liên tục cho đến thời kỳ hoàn thiện chủ nghĩa xã hội. Lúc đó con người đã thờ ơ với sự giàu có cá nhân, vì cuộc sống đã quá dư thừa hạnh phúc. Sự vận động của Đồng sở hữu tất yếu dẫn đến điều đó!

Báo chí và các văn kiện của Đảng và Nhà nước, mỗi lần sơ, tổng kết về tình hình đời sống nhân dân và phát triển kinh tế, thường nêu bức xúc về hiện tượng chênh lệch giàu nghèo ngày càng phát triển; kèm theo đó là cách "ăn chơi sang trọng phú quý" bằng những đồng tiền lấy được của đồng loại. Tuy nhiên, chưa thấy nêu ra các phương thức hóa giải. Lẽ nào một nước xã hội chủ nghĩa lại khoanh tay ngồi nhìn bất lực??

Nền kinh tế thị trường hiện tại chưa vận hành thành phần kinh tế Đồng sở hữu, phổ biến vẫn là kinh tế tư nhân và kinh tế cổ phần kinh doanh theo phương thức tư bản. Do đó, *theo quy luật sở hữu cá nhân bóc lột, không thể khống chế sự phát triển của chênh lệch giàu nghèo.*

Bài của Joel Geier, đăng trên tạp chí "International Socialist Review", số tháng 11/2008, Hoa kỳ (Theo "Tài liệu tham khảo – Quan điểm của các Đảng Cộng sản các nước tư bản về xu hướng xã hội chủ nghĩa trong giai đoạn hiện nay", Chuyên đề số 1-2/2010, Thông tấn xã Việt nam xuất bản 2010) cho ta những con số đáng phân tích.

Bài báo viết: "Một số năm gần đây, mức độ bóc lột của các nhà tư bản càng sâu sắc thêm, lương thực tế của công nhân tiếp tục giảm đi, gần như mọi của cải mới được tạo ra đều bị tư bản tước đoạt. Một số dữ liệu có thể chứng minh một cách sinh động điều này. Năm 1973, GDP bình quân đầu người của Mỹ là 20.000 USD, đến năm 2006 là 38.000 USD – trong vòng 30 năm tăng 90%. Tuy nhiên lương công nhân trong thời gian này lại giảm đi. Năm 1973, lương thực tế của công nhân là:

330 USD/tuần, năm 2007 chỉ còn 279 USD/tuần, giảm 15%." (tr.6)

Người ta thường dùng tiêu chí GDP để ca ngợi sự phát triển giàu có của các nước tư bản. Nhưng, sự giàu có này mang lại hạnh phúc cho ai? GDP ở Mỹ tới 90% nhưng thu nhập lao động lại giảm; lợi ích của 90% này vào túi của ai?

Vào năm 2008, nước Mỹ "phát động" cuộc khủng hoảng kinh tế thế giới lớn nhất chưa từng có kể từ 80 năm trở lại đây. Khủng hoảng lan tỏa và kéo dài làm cho cuộc sống của người lao động điêu đứng, phải "thắt lưng buộc bụng" theo kế hoạch cứu nguy của các ông chủ, còn cái túi của các ông chủ cá mập thì cứ "khổng lồ" lên từ các gói tiền cấp cứu khủng hoảng hàng ngàn tỷ USD lấy từ tiền đóng thuế của người lao động (theo tài liệu trên, tr.15, Mỹ đã chi 6000 tỷ, Châu Âu 2300 tỷ, nhưng không ngăn chặn được khủng hoảng). "Khủng hoảng đã làm cho người ta ý thức sáng suốt hơn về sự tàn khốc của chủ nghĩa tư bản" (tr.52). Gói cứu trợ khổng lồ 700 tỷ USD của chính phủ Mỹ thực chất là làm "tiền đề cho các nhà tư bản nắm chắc công cụ quyền lực chủ yếu, đồng thời khiến tài sản của họ hoàn toàn không bị sứt mẻ... Người dân Mỹ đã phải chi trả cho kế hoạch cứu trợ khổng lồ này...mặc dù khủng hoảng không phải do họ gây ra"(tr.54). Khủng hoảng do chính sách của Chủ nghĩa tự do mới mang đến cũng làm sâu sắc hơn đời sống cơ cực của nhân dân Mỹ la tinh, chênh lệch giàu nghèo trầm trọng hơn, mức bảo hiểm xã hội xuống thấp,...Một số nước tương đối khá như Achentina, Pê ru thụt lùi, kinh tế hỗn loạn. "Chủ nghĩa tự do mới là dã man, là phi nhân đạo, nếu không thoát khỏi nó thì chỉ có con đường chết". Quan điểm này của Chavez cũng là nhận thức chung của nhiều người Mỹ la tinh....Chủ nghĩa tự do mới đã đi vào ngõ cụt.... Một thế giới mới khác của chủ nghĩa xã hội là điều có thể..."

(tr.79). Chủ nghĩa tự do mới đã mang lại hiệu ứng tiêu cực cho toàn cầu hóa....ở rất nhiều nước tỷ lệ thất nghiệp tăng cao không giảm, kinh tế suy thoái, phúc lợi xã hội giảm, giá những mặt hàng thiết yếu như lương thực, năng lượng tăng cao, lạm phát triền miên, lợi ích thiết thân của quần chúng trung lưu và lớp dưới bị thiệt hại. Hầu hết có thái độ bất bình đối với đảng cầm quyền đang theo Chủ nghĩa tự do mới..."(tr.121).

Quy luật sở hữu cá nhân bóc lột mang lại hậu quả "tốt đẹp" là như vậy!

Một số nước Bắc Âu đã điều tiết thu nhập để tăng phúc lợi cho người lao động. Song, đó chỉ là giải pháp tình thế của các nhà nước tư sản tiến bộ. Phương pháp đó đã không lan tỏa sang nhiều nước, không bền vững và có nhiều hạn chế, vì cái "dĩ bất biến" là sở hữu bóc lột vẫn tồn tại. Lập trường "nhân đạo" còn nhiều biến động theo quyền lợi của các đảng cầm quyền.

Các nước xã hội chủ nghĩa nếu không phát triển kinh tế theo con đường Đồng sở hữu, ắt các doanh nghiệp theo phương thức tư bản sẽ phát triển. Dưới tác động giảo hoạt của "diễn biến hòa bình", cái "xương sống" là nền kinh tế, sức mạnh chủ yếu của đất nước, sẽ biến dạng sang chủ nghĩa tư bản, Nhà nước xã hội chủ nghĩa cũng sẽ đổi màu theo "quy luật về sự phù hợp giữa thượng tầng kiến trúc và hạ tầng cơ sở", theo "quy luật đời sống xã hội quyết định ý thức xã hội" của học thuyết Mác. Trong quá trình tiến triển của các xí nghiệp tư bản và ý thức hệ tư sản, các giải pháp nâng cao đời sống nhân dân theo định hướng xã hội chủ nghĩa, sẽ dần dần trở thành những giải pháp tình thế như các nước Bắc Âu mà không còn ý nghĩa là đường lối cách mạng nữa.

Nền kinh tế có nhiều thành phần, có nhiều hình thức sở hữu, song, nguyên lý sở hữu xã hội chủ nghĩa chỉ có một. Cây đời mãi mãi tươi xanh, song chân lý giản dị luôn luôn là dòng nhựa sống nuôi dưỡng màu tươi xanh đó.

Tương tự như trong toán học, một định lý hay một tiên đề có thể giải hàng triệu bài toán khác nhau. Nền kinh tế nhiều thành phần, nhiều hình thức sở hữu vận hành trong sản xuất, trong dịch vụ, trong lưu thông,…đều có thể thực hiện nguyên lý đồng sở hữu. Đó là các dạng bài toán thực tế khác nhau nhưng đều ẩn chứa một tiên đề cơ bản.

Mác từng viết: "Chế độ tư hữu, với tư cách là cái đối lập với chế độ sở hữu công cộng, tập thể, chỉ tồn tại ở nơi nào mà tư liệu lao động và những điều kiện bên ngoài của lao động thuộc về tư nhân. Nhưng tùy theo những tư nhân đó là *người lao động hay người không lao động* mà *tính chất của chế độ tư hữu thay đổi.* Những sắc thái vô cùng tận mà nó thể hiện ra khi ta thoạt nhìn, chỉ phản ánh *tình trạng trung gian giữa hai cực ấy* mà thôi." (C.Mác, Ph. Ăngghen, tuyển tập. Tập III, Sđd, tr. 591- TG nhấn mạnh).

Nền kinh tế nhiều thành phần, nhiều hình thức sở hữu, là những hình thức phong phú của hai chế độ sở hữu; là sở hữu không bóc lột khi thực hiện nguyên lý sở hữu xã hội chủ nghĩa của học thuyết Mác, và không thực hiện là sở hữu bóc lột.

Khái niệm "bóc lột" của học thuyết Mác sử dụng trong phạm trù xí nghiệp sản xuất hàng hóa. Song, trong các loại hình kinh tế khác như lưu thông, các loại dịch vụ, v.v., vẫn có những hoạt động tương tự xí nghiệp, vẫn có thể sử dụng phương thức Đồng sở hữu. Loại bóc lột "tàng hình" thường ẩn dấu trong các hoạt động lưu thông, như đầu cơ tăng giá, hàng giả, giá độc quyền, giá cả thoát ly giá trị, hàng chất lượng kém, những loại thuế phi lý của nhà nước tư bản như trường hợp thuế chống bán phá giá cá tra, cá basa của Việt nam ở Mỹ, v.v.. Người lao động trong chủ nghĩa tư bản bị bóc lột khi ở vị trí sản xuất, bước sang vị trí là người tiêu dùng lại bị bóc lột trong lưu thông. Tuy nhiên, loại hình bóc lột trong sản xuất là cơ bản, vì nó có giá trị áp đảo, tồn tại thường xuyên theo quy luật sở hữu bóc lột. Xí nghiệp là nơi tập trung đông đảo người lao động, nơi tập trung mâu thuẫn cơ bản của chủ nghĩa tư bản, mâu thuẫn chủ-thợ. Các dạng bóc lột khác thường là ngẫu nhiên, có thể hạn chế bằng chính sách của nhà nước. Do đó, xóa bỏ bóc lột trong xí nghiệp là nhiệm vụ chủ yếu của nhà nước xã hội chủ nghĩa. Chỉ khi nào không còn sử dụng tiền tệ , không còn sản xuất hàng hóa, thực hiện vào giai đoạn cuối của chủ nghĩa xã hội và bước vào chủ nghĩa cộng sản, bóng đen bóc lột mới hoàn toàn biến mất và không còn hy vọng quay trở lại.

Khi nhận thức về 8 đặc trưng của chủ nghĩa xã hội ở Việt nam ghi trong "Cương lĩnh xây dựng đất nước trong thời kỳ quá độ lên chủ nghĩa xã hội (bổ sung, phát triển năm 2011)", có học giả cho rằng nên bỏ cụm từ "được giải phóng khỏi áp bức, bóc lột, bất công" trong đặc trưng về con người trong nội hàm của xã hội chủ nghĩa. Đặc trưng về con người chỉ viết: "Con người có cuộc sống ấm no, tự do, hạnh phúc, có điều kiện phát triển toàn diện". Và học giả lý giải: "Xác định như thế là chính xác, vì cương lĩnh nói tới *mục tiêu đã xây dựng xong* chủ nghĩa xã hội".

Phải ý thức rằng, xóa bỏ bóc lột là mục tiêu cốt lõi của học thuyết Mác. Nhiệm vụ xóa bỏ tư hữu bóc lột phải thực hiện trong giai đoạn chủ nghĩa xã hội.

Không có nhiệm vụ đó thì cũng không có khái niệm chủ nghĩa xã hội trong học thuyết Mác. Khi xây dựng xong chủ nghĩa xã hội, sản xuất hàng hóa và tiền tệ không còn, bóc lột được xóa bỏ triệt để, xã hội chuyển sang giai đoạn mới, giai đoạn cộng sản chủ nghĩa trên phạm vi toàn thế giới với quy luật sở hữu đặc trưng là "sở hữu công cộng cộng sản chủ nghĩa".

Như thế, mục tiêu xóa bỏ bóc lột là mục tiêu cơ bản của chủ nghĩa xã hội và phải được hoàn thành khi kết thúc giai đoạn lịch sử xã hội chủ nghĩa. Những người vào Đảng Cộng sản đều xuất phát từ lý tưởng cao đẹp là xây dựng xã hội không còn bóc lột, áp bức giữa những con người. Điều tốt đẹp đó họ được nhận thức từ sự tuyên truyền, giáo dục của các thế hệ những nhà cách mạng đi trước và được học tập liên tục, được đọc liên tục qua sách báo Đảng. Bây giờ đặc trưng của chủ nghĩa xã hội lại không ghi vào, tạo ra sự hẫng hụt về nhận thức và niềm tin vào lý tưởng chủ nghĩa xã hội. Mặt khác, nội hàm, đặc trưng của chủ nghĩa xã hội, là cơ sở khoa học để xây dựng đường lối cách mạng trong suốt giai đoạn xã hội chủ nghĩa và xác định chiến lược, sách lược, kế hoạch hoạt động trong từng giai đoạn phát triển. Bỏ đặc trưng "xóa bỏ bóc lột" của chủ nghĩa xã hội, đặc trưng cơ bản nhất của học thuyết Mác, thì chủ nghĩa xã hội thực tế sẽ là gì, không ai hình dung được. Sáng kiến kỳ vĩ đó cần được nhận thức lại!

Theo học thuyết Mác, khi kết thúc chủ nghĩa xã hội lúc này đã lan tỏa ra toàn thế giới, sứ mệnh lịch sử của Đảng Cộng sản cũng hoàn thành. Nhiệm vụ xây dựng chủ nghĩa cộng sản là của nhân dân, dưới sự điều hành của nhà nước toàn cầu, không còn tính giai cấp, không còn Đảng Cộng sản.

Nhiệm vụ xóa bỏ bóc lột được thực hiện trong suốt quá trình xây dựng chủ nghĩa xã hội, bắt đầu từ khi giai cấp công nhân giành được chính quyền nhà nước dưới sự lãnh đạo của ĐảngCộng sản. Nhiệm vụ xóa bỏ bóc lột tiến hành song song với nhiệm vụ phát triển kinh tế kinh tế mà bước đi đầu tiên là xóa bỏ bóc lột trong các loại hình xí nghiệp bằng phương thức Đồng sở hữu.

Chính sách kinh tế mới của Lênin ở nước Nga trong những năm đầu cách mạng Tháng Mười và chính sách khoán hộ trong nông nghiệp hiện nay ở Việt nam, vận dụng NEP, đã xóa bỏ bóc lột cho nông dân trong kinh tế tiểu nông. Phương thức xóa bỏ bóc lột như vậy có thể thực hiện ngay sau khi giành được chính quyền, không những không có cản trở nào mà còn tạo ra sức mạnh vĩ đại về cả vật chất và tinh thần để kiến tạo xã hội mới.

Như trên đã phân tích, việc xóa bỏ bóc lột chỉ được thực hiện triệt để khi không còn sản xuất hàng hóa và đương nhiên không cần sử dụng tiền tệ. Song, việc xóa bỏ bóc lột trong xí nghiệp là bước đi đầu tiên rất cơ bản, rất cần thiết, để sáng tạo những tiền đề tinh thần và vật chất hợp quy luật cho những bước đi tiếp theo. Đó là cái móng nhà để xây tiếp tòa nhà. Cái móng nhà không đúng bản thiết kế ắt tòa nhà sẽ dần dần biến dạng và dẫn đến sụp đổ. Hiện thực lịch sử đã cho bài học đắt giá về điều đó. Điều đó cũng xác định rằng, việc thực hiện quan hệ sản xuất xã hội chủ nghĩa đồng hành với việc thực hiện nguyên lý sở hữu xã hội chủ nghĩa, phải thực hiện ngay sau khi người lao động có chính quyền nhà nước. Xây móng nhà phải thực hiên đúng thiết kế ngay từ viên gạch đầu tiên. Hiện thực, và bài học thực tiễn ở các nước xã hội chủ nghĩa từ trước tới nay, đã chứng minh không thể bác bỏ điều đó. Mọi sự chậm trễ đều phải trả giá.

Những năm 80 của thế kỷ 20, không riêng gì Liên xô, các nước xã hội chủ nghĩa khác cũng gặp khó khăn lớn. Có nước chuyển hóa ý thức hệ, xuất phát từ tồn tại hiện thực, nghiêm trọng đến mức Đảng trung ương phải gửi "Bức thư vạn chữ" cho toàn Đảng, trình bày đúng thực trạng để đảng viên nỗ lực cống hiến những sáng kiến góp phần đưa Đảng thoát khỏi bế tắc. May thay, Chính sách kinh tế mới của Lênin đã trở thành chiếc đũa thần cứu nguy nền kinh tế các nước xã hội chủ nghĩa có nền kinh tế nông nghiệp tiểu nông là chủ yếu. Thành quả sáng giá trong nông nghiệp đã làm cho chủ nghĩa xã hội ở các nước này đứng vững trước bão táp thù trong giặc ngoài. Kinh tế công nghiệp, tuy còn nhỏ yếu, cũng nhờ vào nông nghiệp mà bắt đầu khởi sắc. Vận dụng tư tưởng sáng suốt và hợp quy luật của Lênin trình bày trong NEP về việc kế thừa những thành quả thích hợp từ chủ nghĩa tư bản, như khoa học-công nghệ, sản xuất hàng hóa và khoa học quản lý nền sản xuất hàng hóa, công nghiệp đã có bước phát triển mới; cùng với những thành quả đột phá trong nông nghiệp, đã góp phần rõ rệt nâng cao đời sống nhân dân.

Như trên đã phân tích, NEP của Lênin đã phù hợp một phần quy luật sở hữu xã hội chủ nghĩa mà Mác và Ăngghen đã khám phá, sự phù hợp nhiều hơn trong lĩnh vực kinh tế tiểu nông lạc hậu về khoa học công nghệ. Sự phù hợp như vậy là nguyên nhân chủ yếu của thành công.

Đó là bài học quý giá để chúng ta tiếp tục tháo gỡ những vướng mắc thực tiễn trong hiện tại và tương lai.

Theo *Cương lĩnh xây dựng đất nước trong thời kỳ quá độ lên chủ nghĩa xã hội (bổ sung, phát triển 2011)* của Đại hội XI, thì:

"*Mục tiêu tổng quát khi kết thúc thời kỳ quá độ* ở nước ta là xây dựng được về cơ bản nền tảng kinh tế của chủ nghĩa xã hội với kiến trúc thượng tầng về chính trị, tư tưởng, văn hóa phù hợp, tạo cơ sở làm cho nước ta trở thành một nước xã hội chủ nghĩa ngày càng phồn vinh, hạnh phúc."

Trong đoạn văn trên, khái niệm: "nền tảng kinh tế của chủ nghĩa xã hội" ở thời điểm kết thúc giai đoạn quá độ phải mang nội hàm cơ bản: 1)-Có lực lượng sản xuất tri thức hóa với trình độ khoa học công nghệ cao. 2)-Có quan hệ sản xuất phù hợp, trong đó chủ sở hữu tư liệu sản xuất theo đúng nguyên lý sở hữu xã hội chủ nghĩa của học thuyết Mác, tức quy luật sở hữu cá nhân không bóc lột, thực hiện bằng thực tiễn Đồng sở hữu.

Có nội hàm như vậy mới tạo ra sự phù hợp giữa hạ tầng cơ sở và thượng tầng kiến trúc theo quy luật của học thuyết Mác. Thượng tầng kiến trúc về chính trị chủ yếu là "Nhà nước pháp quyền dân chủ xã hội chủ nghĩa" của dân, do dân, vì dân, dưới sự lãnh đạo của Đảng, theo tư tưởng dân chủ Hồ Chí Minh.

Về tư tưởng, văn hóa, chủ yếu là hình thành ngày càng bền vững ở người lao động ý thức làm chủ tập thể về tư liệu sản xuất và tính tích cực xã hội.

Thực hiện được nội hàm như trên là tạo dựng được "tiền đề đời sống xã hội" bền vững để sản sinh và phát triển những ý thức như vậy.

Có học giả cho rằng chủ nghĩa xã hội có thể hoàn thiện từng phần, nhảy vọt từng phần trước khi hoàn thiện quan hệ sản xuất xã hội chủ nghĩa. Nền văn hóa xã hội chủ nghĩa có thể hoàn thiện trước khi hoàn thiện nền kinh tế. Quan niệm như vậy là không hiện thực. Xã hội xã hội chủ nghĩa là một chỉnh thể; tương tự như cơ thể con người, không thể nhảy cái chân ,cái tay trước rồi mới nhảy con người. Không thể hoàn thiện ý thức làm chủ tập thể khi chưa hoàn thiện phương thức Đồng sở hữu trong vận động kinh tế. Trong trường hợp này, theo học thuyết Mác, ý thức xã hội không thể vượt trước đời sống xã hội!

Lại có học giả cho rằng, thời đại làm ăn với các nước tư bản, nếu xóa bỏ bóc lột sẽ ảnh hưởng tới nguồn đầu tư và sự chống đối ngấm ngầm khác. Nhiều lần chúng ta nhấn mạnh rằng, chúng ta hòa nhập mà không thể hòa tan. Từ bỏ phương thức xóa bỏ bóc lột tức là hòa tan mình vào thế giới tư bản, không thực hiện học thuyết Mác, không còn là chủ nghĩa xã hội; những người đảng viên cũng từ bỏ luôn lý tưởng của mình, danh hiệu cao quý "đảng viên Đảng Cộng sản" không còn ý nghĩa nữa. Câu hỏi day dứt của đồng chí Tổng Bí thư Nguyễn Phú Trọng tại hội nghị cán bộ toàn quốc quán triệt, triển khai Nghị quyết Trung ương IV, khóa XI về xây dựng Đảng ngày 27/02/2012:

"Mai kia Đảng này sẽ là đảng của ai?". Đã được trả lời rồi chăng !?

Mặt khác, sự chống phá của "diễn biến hòa bình" vẫn diễn ra gay gắt. Thực hành xóa bỏ bóc lột sẽ tạo thêm sức mạnh vật chất và tinh thần để vô hiệu hóa các thủ đoạn của địch; hiện tượng "tự diễn biến", hiện tượng tham nhũng, tiêu cực sẽ được kiềm chế có hiệu quả. Một thế hệ cán bộ vững vàng cho hiện tại và tương lai có môi trường trong sáng đẻ tự rèn luyện, tự đào tạo, sẽ có niềm tin vững chắc và có khả năng miễn dịch với những thủ đoạn gian xảo của diễn biến hòa bình.

Chúng ta đã từng chiến thắng hai đế quốc to, *cũng vì mục đích bóc lột* mà trực tiếp đưa quân xâm lược nước ta, với ý chí kiên cường "Không có gì quý hơn độc lập, tự do" của truyền thống dân tộc và lý tưởng xóa bỏ bóc lột của Chủ nghĩa Cộng sản, với sự ủng hộ của bao nhiêu bè bạn quốc tế. Ngày nay chúng ta "đánh nội xâm" trong hòa bình, với sức mạnh dân tộc và sức mạnh chính nghĩa to lớn hơn nhiều. Phong trào xã hội chủ nghĩa, phong trào cánh tả, phong trào tiến bộ của nhân dân thế giới mong chờ thành quả thực tiễn của chúng ta để khẳng định về mặt lý luận, chắc chắn sẽ không ngừng ủng hộ chúng ta. Đất nước Cu ba bé nhỏ, bị Mỹ, cường quốc tư bản mạnh nhất thế giới, chống phá không ngừng, bao vây cấm vận không ngừng hơn 50 năm nay, vẫn đứng hiên ngang bằng ý chí kiên cường và vòng tay bè bạn. Việt nam cũng sẽ như vậy.

Xóa bỏ bóc lột! Sức mạnh của đất nước, sức mạnh đại đoàn kết dân tộc, sức mạnh của Đảng, uy tín của Đảng, uy tín quốc tế của đất nước sẽ được nhân lên nhiều lần. Và đó là sức mạnh vô địch!

***** Thực tiễn Đồng sở hữu mang lại nhiều hiệu ứng nhân quả có ý nghĩa:***

1- Xóa bỏ bóc lột, nhiệm vụ cao cả của CNXH.

Chủ nghĩa tư bảncướp đoạt giá trị thặng dư của người lao động, Chủ nghĩa xã hội trả lại cho họ. Chân lý thật giản dị và hiển nhiên !

2- Nâng cao đời sống con người do người lao động được phân phối lợi nhuận. Nhiệm vụ này còn thực hiện không ngừng trong suốt quá trình xây dựng CNXH bằng tri thức hóa nền kinh tế, hiện đại hóa nông nghiệp, nông thôn, hợp tác quốc tế, v.v..

Đồng sở hữu chỉ tạo ra chênh lệch thu nhập do nguyên tắc phân phối theo lao động mà không tạo ra chênh lệch giàu nghèo quá mức do bóc lột.

3- Khuyến khích làm giàu chân chính.Việc phân phối lợi nhuận không cào bằng, mà căn cứ vào hiệu quả lao động từng cá nhân. Chủ doanh nghiệp có thể giàu hơn mọi người vì tiền lương quản lý cao, đóng góp cổ phần lớn, song đó là giàu chân chính vì không bóc lột. *Họ xứng đáng được kết nạp vào ĐCS khi đủ điều kiện.* Cũng cần nhấn mạnh rằng***, không thể chấp nhận có yếu tố bóc lột trong Đảng.***Con vi rút bóc lột sẽ nhân bản khó kiểm soát, đó là mầm ươm cho một hiện tượng đa đảng ảo trong tương lai***. Mục tiêu xóa bỏ bóc lột không dung hòa với môi trường đa đảng!*** Nếu kết nạp chủ Doanh nghiệp còn yếu tố bóc lột vào Đảng, chúng ta đã vô tình từ bỏ CNXH cả về lý luận và thực tiễn. Đảng Cộng sản có nguồn gốc ra đời từ Học thuyết Mác, học thuyết xóa bỏ bóc lột. Những người đảng viên khi xin gia nhập đảng đều xuất phát từ lý tưởng cao đẹp xóa bỏ bóc lột của Chủ nghĩa xã hội. Do đó, không được có yếu tố bóc lột trong Đảng là một nguyên tắc bất dịch của tổ chức đảng. Không có phương thức và tiến trình xóa bỏ bóc lột trong đường lối xây dựng đất nước, chủ nghĩa xã hội chỉ còn là cái tên để gọi! Vấn đề này sẽ còn quay lại trong đề mục: Nhận thức cho đúng khái niệm: "Đảng là đội tiên phong của giai cấp công nhân, của nhân dân lao động và của toàn dân tộc".

4- Là phương thức chủ yếu để hoàn thiện quan hệ sản xuất xã hội chủ nghĩa.Vì nội hàm chủ yếu của khái niệm"quan hệ sản xuất xã hội chủ nghĩa" là không có chiếm hữu sở hữu, không có bóc lột.

5- **Mô hình ĐSH là hình thức sở hữu tập thể văn minh** vì không có yếu tố bóc lột. Tâm lý làm chủ tập thể được hình thành và phát triển, vì có sự vận động của vật chất làm chủ làm cơ sở (người lao động có quyền lực làm chủ sở hữu và toàn bộ thành quả lao động của mình, không bị ai chiếm đoạt). Bởi vì: "*Không phải ý thức quyết định đời sống mà chính đời sống quyết định ý thức*" ("Hệ tư tưởng đức", Sđd,tr-277). Cuối thời kỳ CNXH, tâm lý sở hữu tập thể văn minh phát triển bền vững, quan hệ xã hội tốt đẹp, hài hòa, vì không còn áp bức bóc lột, đời sống của con người đã được nâng cao vượt bậc, tâm lý sở hữu cá nhân tự tiêu vong, vì người ta không cần đến nó; sở hữu tập thể văn minh tiến hóa một cách tự nhiên sang ***hình thái sở hữu công cộng văn minh,*** là hình thái sở hữu cao nhất của xã hội loài người.

Mô hình kinh tế kế hoạch hóa tập trung chỉ thích ứng với giai đoạn sở hữu công cộng văn minh được thực hiện trên toàn thế giới.

6- **Như vậy, trong tiến trình lịch sử nhân loại, quy luật vận động sở hữu tư liệu sản xuất tiến hóa qua bốn hình thái cơ bản một cách tự nhiên,** là quá trình phủ định phát triển dưới sự dẫn dắt của quy luật phát triển khoa học công nghệ và quy luật phát triển chủ nghĩa nhân đạo, biểu hiện trực tiếp dưới hình thức tiến hóa của quy luật biến đổi hình thái kinh tế xã hội:

+ Hình thái sở hữu công cộng nguyên thủy.

+ Hình thái chiếm hữu sở hữu cá nhân chân chính của người lao động ở các chế độ xã hội có giai cấp.

Trong bài báo "Các Mác", Ăngghen viết: "… Mác đã chứng minh rằng những của cải mà các nhà tư bản hiện nay thu được, cũng hệt như của cải của bọn chủ nô hay của các lãnh chúa phong kiến là bọn bóc lột của lao động nông nô, đều do sự chiếm đoạt lao động không được trả công của người khác, và chứng minh rằng tất cả những hình thức bóc lột ấy chỉ khác nhau ở phương thức dùng để chiếm đoạt lao động không được trả công của người khác mà thôi." (Các Mác, Phriđrich Ăngghen tuyển tập. Tập IV. Sđd, tr.514).

Như vậy, phương thức bóc lột thay đổi theo từng giai đoạn phát triển khoa học- công nghệ sản xuất. Và khái niệm "sự phát triển của chủ nghĩa tư bản" chính là sự phát triển của các phương thức bóc lột phù hợp với từng giai đoạn phát triển khoa học công nghệ nhằm kiếm lợi ích tối đa.

+ Hình thái*liên hợp sở hữu cá nhân* tức sở hữu tập thể văn minh, xóa bỏ sở hữu cá nhân bóc lột, thực hiện sở hữu cá nhân không bóc lột đối với người lao động, theo nguyên lý sở hữu xã hội chủ nghĩa của học thuyết Mác. Giai đoạn này thuộc Chủ nghĩa xã hội.

+ Hình thái sở hữu công cộng văn minh, giai đoạn xã hội văn minh, tức Chủ nghĩa Cộng sản văn minh.

Do đó, trong thời kỳ chủ nghĩa xã hội, con người chỉ thích ứng với hình thái sở hữu tập thể văn minh, có thể gọi đó là **quy luật sở hữu cá nhân chân chính** (vì không có yếu tố bóc lột), mà không thể thích ứng với hình thái sở hữu công cộng mơ hồ, như thế kỷ XX đã triển khai.

Trong bộ Tư bản, tậpI, chương XIV, khi phân tích xu hướng lịch sử của tích lũy tư bản, Mác đã viết:" Nhưng nó chỉ đạt tới sự thịnh vượng, chỉ bộc lộ hết toàn bộ tinh lực của nó, chỉ có được cái hình thái điển hình thích hợp của nó ở chỗ nào mà người lao động là kẻ tư hữu tự do về những điều kiện lao động do chính mình sử dụng, như người nông dân là kẻ sở hữu ruộng đất do chính mình cày cấy, người thợ thủ công là kẻ sở hữu những công cụ mà người đó sử dụng như những nghệ sĩ tài hoa." (*C.Mác-Ph. Ăngghen, tuyển tập, tập III, NXB Sự thật, Hà nội, 1982, tr. 591).* Chủ nghĩa xã hội là kết quả phủ định phát triển trực tiếp từ chủ nghĩa tư bản, ắt phải kế thừa quy luật sở hữu cá nhân từ giai đoạn tiền tư bản và tư bản, rồi cải biến chúng cho phù hợp với quy luật vận động của chủ nghĩa xã hội. Đó là thực hiện nguyên lý Đồng sở hữu, thực hiện quy luật sở hữu cá nhân không bóc lột.

Đối với các doanh nghiệp tư bản, vốn tài sản của người lao động là giá trị thặng dư tích lũy đã bị chủ tư bản cướp đoạt. Khi chuyển sang doanh nghiệp Đồng sở hữu cần bóc tách giá trị thặng dư này để trả lại cho người lao động. Nội dung bóc tách có thể như sau:

1- *Vốn đầu tư ban đầu của nhà tư bản.* Có hai phần chính. Phần vốn chân chính thì trả lại cho họ. Phần vốn hàm chứa giá trị thặng dư tích lũy nhiều đời của người lao động, như vốn kế thừa của chủ tư bản thế hệ trước, hoặc vốn thừa kế từ gia đình tư bản, hàm chứa giá trị thặng dư tích lũy, mà không có khả năng bóc tách để trả lại cho người lao động, thì gộp vào vốn cổ phần của nhà nước.

2- *Giá trị thặng dư tích lũy của những người lao động đã nghỉ hưu.*Vốn này khó trả lại người lao động, nên gộp vào vốn cổ phần của nhà nước.

3- *Giá trị thặng dư tích lũy của những người đang làm việc*, trong đó có chủ doanh nghiệp. Giá trị này phân phối cho mọi người theo nguyên lý Đồng sở hữu. Khi doanh nghiệp tiếp tục hoạt động, giá trị này là vốn cổ phần của các thành viên, nếu người lao động đồng thuận. Việc bóc tách chính xác ba nội dung là điều khó khăn, vì dữ liệu không còn nguyên vẹn. Có thể xây dựng một số nguyên tắc tương đối hợp lý để ứng xử, như: Giá trị lợi nhuận phân phối cho chủ doanh nghiệp không thể cao hơn ba lần mức phân phối bình quân của người lao động, mức lợi nhuận của các chuyên gia công nghệ giỏi có thể cao hơn chủ doanh nghiệp,...Đây là phương thức nhân đạo để cải biến nhà tư bản thành người lao động chân chính. Cái giàu bóc lột chuyển sang cái giàu chân chính! Tài sản chân chính của nhà tư bản không bị mất đi. Như vậy:

Thực chất của nguyên lý Đồng sở hữu là: Liên hợp sử dụng về phương diện khoa học công nghệ sản xuất, và liên

hợp sở hữu cá nhân về phương diện tài sản tư liệu sản xuất.

Nguyên lý Đồng sở hữu không chỉ được rút ra từ tư tưởng sở hữu xã hội chủ nghĩa của Mác và Ăngghen, mà còn tham chiếu từ bài học thực tiễn đắt giá của thế kỷ XX.

Chủ nghĩa xã hội là sự phủ định phát triển chủ nghĩa tư bản ắt phải kế thừa các yếu tố thuận lợi từ chủ nghĩa tư bản, chỉ phủ định chủ yếu hình thái bóc lột. Các yếu tố khác có thể kế thừa ở những mức độ khác nhau và cải biến dần cho phù hợp với quy luật vận động, tức nội hàm của chủ nghĩa xã hội. Do đó, hình thái sở hữu tập thể văn minh, sở hữu cá nhân về tư liệu sản xuất còn vận động thì sản xuất hàng hóa còn tồn tại,vì sản xuất hàng hóa là sản phẩm của sở hữu cá nhân về tư liệu sản xuất, và do đó đòi hỏi có thị trường định hướng xã hội chủ nghĩa, mà định hướng chủ yếu là nguyên lý Đồng sở hữu và các nội hàm của chủ nghĩa xã hội.

Nhiệt tình lao động của nhân dân Xô Viết được kích thích bằng những biến động xã hội mang lý tưởng nhân đạo, đã không duy trì được mãi, khi không có "đời sống vật chất" đảm bảo. Bên cạnh đó, những hình ảnh phản lý tưởng của một bộ phận cán bộ lãnh đạo, cứ hàng ngày, hàng giờ, như dòng nước lạnh dội vào nhiệt tình đó. Lòng tin của nhân dân vào lý tưởng cộng sản tốt đẹp ngày càng suy giảm. *Một bộ phận không nhỏ trong bộ máy lãnh đạo và hàng ngũ trí thức tỏ ra hoài nghi tính chân lý của lý luận xây dựng CNXH. Điều đó gây rối loạn nhận thức về ý thức hệ, dẫn đến rối loạn xã hội, nhất là sau thất bại của đường lối cải tổ và sự phản bội trong bộ máy lãnh đạo cấp cao nhất, cùng với những đòn hiểm của Diễn biến hòa bình. Lênin từng cảnh tỉnh: "Không ai đánh bại được chúng ta, ngoài những sai lầm của chúng ta."*. "Diễn biến hòa bình" rất biết cách "ăn theo" những sai lầm của chúng ta!Đốt cháy giai đoạn, làm trái quy luật, đã mang lại kết cục thật đáng buồn!

7- Mô hình Đồng sở hữu thổi luồng gió trong lành vào môi trường xã hội, nâng cao nhiệt tình lao động và khai mở tiềm năng sáng tạo của con người; rèn luyện bản sắc con người theo quy luật phát triển cái đẹp. Bởi vì "*Con người sáng tạo ra hoàn cảnh đến mức độ nào, thì hoàn cảnh sáng tạo ra con người đến mức độ đó*" (Hệ tư tưởng Đức-Sđd,tr-306). Con người sáng tạo ra hoàn cảnh không bóc lột, hoàn cảnh không bóc lột sẽ mang lại những giá trị nhân văn cao cả đối với quan hệ giữa con người.

Có học giả nước ngoài cho rằng, thời kỳ đầu của chủ nghĩa xã hội nên duy trì yếu tố bóc lột để khuyến khích sản xuất !? Đây là tư duy lộn ngược ! Thời kỳ đầu của chủ nghĩa xã hội còn tồn tại yếu tố bóc lột, là do tiến trình xóa bỏ bóc lột đòi hỏi phải có thời gian, tuyệt nhiên không phải là phương thức thực tiễn của giai đoạn này.Mô hình Đồng sở hữu khuyến khích cả hai thành phần lao động: công nhân và cán bộ lãnh đạo; khuyến khích cả hai lợi ích: vật chất và tinh thần. Vì vậy, lực lượng sản xuất sẽ phát triển nhanh hơn mô hình kinh tế bóc lột. Với"Đạo làm giàu chân chính" ngày càng phổ biến trong tư duy con người, nhiều chủ doanh nghiệp không muốn mang tiếng bóc lột. Họ sẽ nhiệt tình ủng hộ mô hình Đồng sở hữu. Vườn hoa Đồng sở hữu sẽ ngày càng lan tỏa, ngày càng làm phong phú cho hiện thực nhân đạo xã hội chủ nghĩa.

***** Mấy điểm chú ý khi vận hành sơ đồ tài chính Đồng sở hữu:***

1- Lợi nhuận phân phối lại "$\mathbf{m_2}$" chia toàn bộ cho người lao động;"$\mathbf{m_3}$" do từng cá nhân người lao động đóng cổ phần bổ sung vào kỳ kế hoạch sau.

2- Theo công thức, người mua cổ phần ngoài thành viên xí nghiệp không có Tli, người của xí nghiệp chưa mua cổ phần chỉ có Tli mà chưa có Cpi. Bộ máy lãnh đạo và các thành viên có Cpi+Tli cao sẽ có $\mathbf{m_3+m_4}$ cao, Họ sẽ giàu có hơn người khác, nhưng đó là cái giàu chân chính, vì không có yếu tố bóc lột.

3- Đối với các nhà sáng tạo công nghệ và thiết bị sản xuất, cần đưa giá trị sáng tạo này vào vốn cổ phần cá nhân của họ,vì đó là tư liệu sản xuất của họ,họ có quyền được hưởng lợi tức cổ phần. Đương nhiên họ phải chịu chi phí sáng tạo. Đó là hình thức khuyến khích phát triển khoa học công nghệ có hiệu quả, thực hiện tri thức hóa nền kinh tế nhanh chóng hơn.

4- Để đảm bảo chính xác và công bằng trong phân phối lợi ích, tiền lương Tli cần trả theo hiệu quả lao động, với sự tham gia quyết định của những người lao động.

5- Khi có hiện tượng thu nhập không hợp lý, tiềm ẩn yếu tố bóc lột do phương thức phân phối thiếu công bằng, cần điều chỉnh và dùng thuế thu nhập để điều tiết.

6- Hoạt động tài chính phải công khai minh bạch. Nhà nước có pháp chế để bất cứ người lao động nào cũng có thực quyền kiểm tra sổ sách tài chính kế toán doanh nghiệp. Người lao động cử đại diện kiểm toán cùng nhà nước.

7- Doanh nghiệp không có Cpi gọi là doanh nghiệp tư nhân, người lao động chưa góp cổ phần, 100% vốn là của chủ doanh nghiệp. Đảng viên làm kinh tế tư nhân cần theo mô hình Đồng sở hữu. Người làm kinh tế tư nhân theo mô hình này, nếu đủ điều kiện, có thể kết nạp vào Đảng, vì họ không bóc lột. Đó là phương thức tháo gỡ khó khăn trong việc thực hiện nguyên tắc: *Có lao động, không bóc lột,* khi kết nạp chủ doanh nghiệp tư nhân vào Đảng. Cần nhấn mạnh rằng, Đảng Cộng sản có nguồn gốc ra đời từ học thuyết Mác, học thuyết xóa bỏ bóc lột. Các đảng viên vào Đảng đều từ lý tưởng này. Vì vậy, không thể kết nạp vào Đảng người có liên quan đến yếu tố bóc lột. Đó là nguyên tắc "bất dịch" của tổ chức Đảng Cộng sản.

8- Các công ty cổ phần và doanh nghiệp tư nhân chưa phân phối lợi nhuận cho người lao động theo mô hình Đồng sở hữu, yếu tố bóc lột vẫn chưa được loại bỏ.Thời gian đầu vận động họ thực hiện mô hình Đồng sở hữu, sau đó thực hiện theo pháp chế.

9- Các tập đoàn kinh tế lớn của nhà nước, theo quy luật, cần thực hiện mô hình Đồng sở hữu. Trong đó nhà nước là một thành viên góp cổ phần có giá trị lớn, mang tính chủ đạo. Lãnh đạo tập đoàn được góp cổ phần và có chế độ lương tương xứng được quyết định bởi Hội đồng quản trị. Các doanh nghiệp có vốn nước ngoài, nhà nước có chính sách mềm mỏng để thu hút vốn đầu tư, đồng thời bảo vệ lợi ích của người lao động, giảm thiểu bóc lột. Nhà nước không cần thực hiện công nghệ kinh doanh mà sử dụng chính sách vĩ mô để điều tiết vận động kinh tế; đó là quyền uy của hệ thống lớn đối với hệ thống con. Nhà nước tư bản theo "Chủ nghĩa tự do mới" đã bỏ rơi quyền uy của mình, không điều tiết hoạt động kinh tế tư bản; kết quả dẫn đến cuộc khủng hoảng kinh tế trầm trọng đầu thế kỷ XXI, rồi nhà nước lại phải ra tay can thiệp để cứu vãn. Một chính sách vĩ mô sáng suốt vẫn có thể đảm bảo an ninh quốc gia và định hướng xã hội chủ nghĩa. Khi Đồng sở hữu đã phủ kín nền kinh tế thì vấn đề an ninh kinh tế gắn liền với an ninh quốc gia không còn đáng lo ngại.

10- Khi cổ phần hóa các doanh nghiệp nhà nước, để tránh tình trạng tài sản nhà nước bị "tư nhân hóa" như đã từng xảy ra ở nước ngoài, tạo tiền đề cho việc làm giàu bất chính, gây bức xúc trong dư luận, cho rằng, ***cổ phần hóa đã biến thành tư nhân hóa,*** cấu trúc tài sản nhà nước cần được bóc tách theo các nội dung sau đây:

a- **Vốn của nhà nước đã đầu tư.**

b- Giá trị thặng dư tích lũy **(m_2) của những người lao động đã nghỉ hưu.** Vốn này gộp vào vốn cổ phần của nhà nước, vì khó trả lại cho họ.

c- Giá trị thặng dư tích lũy **của những người hiện đang lao động.** Vốn này cần được bóc tách và phân phối lại cho người lao động theo công thức của nguyên lý Đồng sở hữu. Vốn phân phối này thuộc quyền người lao động, là tài sản riêng của họ, họ có đóng vào cổ phần hay không là quyền quyết định của họ, đương nhiên có cả ban lãnh đạo doanh nghiệp. Việc bóc tách khó chính xác. Qúa trình đánh giá tài sản cần công khai minh bạch, có sự tham gia, giám sát của người lao động. Phương thức phân phối tài sản nói trong điểm này cần thông qua hội nghị của người lao động để quyết định, bảo đảm sự đồng thuận rộng rãi.

d- Cần quy định tỷ lệ hợp lý giá trị vốn đóng cổ phần giữa ban lãnh đạo và người lao động bình thường, tránh tình trạng chênh lệch thu nhập quá lớn khi phân phối lợi nhuận, có thể trong đó ẩn dấu những yếu tố không minh bạch trong giai đoạn tiến hành cổ phần hóa xí nghiệp nhà nước. Trong quá trình phân phối lợi nhuận bóc tách, nên quy định các tỷ lệ hợp lý. Ví dụ, giá trị lợi nhuận của Ban lãnh đạo, cao nhất, không quá ba lần bình quân của người lao động, …

I.4- NỘI HÀM CƠ BẢN CỦA PHẠM TRÙ CHỦ NGHĨA XÃ HỘI.

Nội hàm cơ bản của chủ nghĩa xã hội là đặc trưng bản chất, là quy luật vận động cơ bản, quyết định khuynh hướng phát triển của chủ nghĩa xã hội; đồng thời là nội dung chuyển hóa của phủ định phát triển từ chủ nghĩa tư bản. Nó quy định cấp vận động chủ nghĩa xã hội cao hơn cấp vận động tư bản chủ nghĩa.

Chủ nghĩa xã hội là một hình thái xã hội mang những giá trị cao nhất của chủ nghĩa nhân đạo trong tiến trình lịch sử xã hội loài người cho đến giai đoạn chủ nghĩa xã hội. Nội hàm của chủ nghĩa nhân đạo rất rộng, phủ kín mọi lĩnh vực của đời sống xã hội. Mỗi lĩnh vực hoạt động đều thực hiện những yêu cầu nhân đạo chung còn có những yêu cầu nhân đạo đặc trưng cho lĩnh vực hoạt động của mình. Ngành Y có yêu cầu "Thầy thuốc như mẹ hiền", ngành Giáo dụccó yêu cầu "Tiên học Lễ, hậu học Văn"...Do đó khi xác định nội hàm của chủ nghĩa xã hội không thể dàn trải mà phải xác định những nội hàm cơ bản nhất, quyết định đường hướng phát triển cơ bản của chủ nghĩa xã hội. Nội hàm đó là căn cứ chủ yếu để xây dựng đường lối cách mạng của Đảng trong suốt giai đoạn phát triển chủ nghĩa xã hội và xác định chiến lươc, sách lược cách mạng trong từng thời kỳ.

Đồng thời, nội hàm chủ nghĩa xã hội cũng là căn cứ chủ yếu để xây dựng Hiến pháp dân chủ xã hội chủ nghĩa, pháp chế hoạt động của nhà nước pháp quyền dân chủ xã hội chủ nghĩa theo tư tưởng dân chủ Hồ Chí Minh.

Vì vậy, nội hàm phải phản ánh chính xác các quy luật vận động cơ bản của tiến trình chủ nghĩa xã hội, bao gồm các quy luật phổ quát và các quy luật đặc trưng. Phản ánh căn nguyên chủ yếu mà lịch sử phủ định chủ nghĩa tư bản như một tiến trình tất yếu tự nhiên.

Có học giả cho rằng, vì chủ nghĩa xã hội phát triển theo từng giai đoạn nên đặc trưng của chủ nghĩa xã hội chỉ xác định theo từng giai đoạn mà không xác định đến giai đoạn hoàn thành chủ nghĩa xã hội. Vấn đề này cần được bàn thảo kỹ.

Để dễ hiểu, có thể so sánh việc xây dựng chủ nghĩa xã hội tương tự như xây một cái nhà cao tầng. Người chủ ngôi nhà phải biết cái nhà mình xây xong có dáng vẻ, có cấu trúc như thế nào...Ngôi nhà đó phải vẽ thành bản vẽ kiến trúc, phối cảnh, kèm theo nhiều yêu cầu khác. Có như vậy mới xác định được nội dung từng công đoạn xây dựng. Xây dựng chủ nghĩa xã hội cũng thực hiện theo từng giai đọan. Nội dung được xác định theo từng kế hoạch 5 năm, 10 năm, 20 năm,v.v. Người chủ xây dựng là Nhân dân, người được ủy thác là Quốc hội, Chính phủ, người định hướng là Đảng. Nhân dân phải biết bản thiết kế tổng thể mô tả ngôi nhà xã hội chủ nghĩa sau khi hoàn thành có tầm vóc ra sao, đẹp đẽ như thế nào,…, có đúng với bản thiết kế của chủ nghĩa Mác–Lênin, tư tưởng Hồ Chí Minh về chủ nghĩa xã hội hay không. Những điều đó phải hình dung được tương đối rõ ràng trước khi đặt viên gạch đầu tiên xây cái móng nhà chủ nghĩa xã hội. Đảng là người định hướng càng cần phải biết trước điều đó. Có như vậy mới không bị chệch hướng khi xác định chiến lược, sách lược cách mạng trong từng giai đoạn phát triển. Hiện tượng Liên Xô đã hào phóng những kinh nghiệm lịch sử không được phép quên.

Phương thức xây dựng chủ nghĩa xã hội tuân theo các quy luật phổ quát và quy luật đặc thù.Thờ ơ với các quy luật này chắc chắn sẽ dẫn tới thất bại.

Phần II của chương này sẽ trình bày hệ thống các quy luật này. Ở đây xin tóm tắt để tham khảo trong quá trình xác định nội hàm chủ nghĩa xã hội.

Sự vật mới ra đời là thành quả tương tác tầng tầng lớp lớp của các quy luật trên tiền đề hiện thực vận động không ngừng. Quy luật phát triển tương thành đã dẫn dắt sự vật từ khi "mang thai", cùng các quy luật khác kiến tạo hệ thống tương phản cân bằng và loại trừ tương phản đối kháng, đưa sự vật tới trạng thái cân bằng. Đó là thời điểm (điểm nút) mà sự vật mới xứng đáng với tên gọi của nó. Sự vật mới từ khi khai sinh đến thời điểm đạt trạng thái cân bằng, vận động theo các quy luật:

- Các quy luật phổ quát đã tham gia sáng tạo sự vật.

- Các quy luật đặc trưng mới đã nẩy mầm trong lòng sự vật cũ, tiếp tục vận động và hình thành hoàn chỉnh.

Từ cấu trúc và sự vận động của hệ thống quy luật đưa lại hiệu ứng nhân quả là, sự vật mới bao giờ cũng kế thừa những thành quả của sự vật cũ do các quy luật phổ quát sáng tạo nên. Đây là thuộc tính liên tục của vận động sự vật, đặc biệt đối với vận động xã hội; sự nhảy vọt chỉ là nhảy vọt quy luật đặc trưng. Tiến trình Chủ nghĩa xã hội ắt phải kế thừa những thành quả của quy luật phát triển khoa học-công nghệ, quy luật phát triển chủ nghĩa nhân đạo, được sáng tạo trong lòng chủ nghĩa tư bản và tiếp tục cải biến, phát triển. Đồng thời, sự vật mới phải tiếp tục loại bỏ tàn dư của quy luật đặc trưng của sự vật cũ, đảm bảo cho sự vật mới vận động cân bằng từ các quy luật phổ quát và quy luật đặc trưng của chính nó.

Xã hội loài người là một chỉnh thể, vận động theo các quy luật phổ quát nhất của hiện thực, đồng thời vận động theo các quy luật đặc trưng của xã hội loài người, và trong từng giai đoạn lịch sử còn vận động theo quy luật đặc thù của giai đoạn lịch sử đó.

* Hệ thống các quy luật phổ quát vận động trong xã hội hiện đại:

Ở đây, khái niệm "quy luật" được mở rộng. Lênin từng nói, khái niệm, phạm trù, không phải chết cứng. Nó cũng vận động, phát triển và có thể tràn sang nhau,...; không như vậy, khái niệm, phạm trù không phản ánh cuộc sống sinh động. Do đó, có thể quan niệm rằng, quy luật là thuộc tính phổ biến của sự vật. Điều kiện tồn tại và vận động của quy luật cũng được mở rộng. Ở đâu có con người, ở đó có quy luật phát triển khoa học-công nghệ,...; tương tự như trường hợp, ở đâu có vật chất, ở đó có quy luật mâu thuẫn.

1- Các quy luật phổ quát có trước sự sống (quy luật phổ quát cấp cao).

- Hệ thống nguyên lý, quy luật cơ bản của chủ nghĩa duy vật biện chứng.
- Quy luật phát triển tương thành âm dương.
- Quy luật tương phản cân bằng âm dương.

- Quy luật cân bằng âm dương.
- Các quy luật âm dương ngũ hành.

2- Các quy luật riêng có của xã hội loài người.

- Quy luật vật chất quyết định ý thức.
- Quy luật phát triển khoa học công nghệ.
- Quy luật phát triển chủ nghĩa nhân đạo.
- Quy luật vận động sở hữu, từ sở hữu bóc lột tiến hóa lên sở hữu không bóc lột.
- Quy luật thượng tầng kiến trúc phải phù hợp với quy luật vận động sở hữu.
- Quy luật phát triển cái đẹp.
- Các quy luật tâm lý-ý thức cơ bản.

Quy luật riêng có của xã hội loài người là thành quả tương tác của các quy luật phổ quát cấp cao trên đối tượng vật chất là loài người, kể từ khi xã hội loài người xuất hiện.

Xác định nội hàm khái niệm tương ứng với sự vật là xác định các thuộc tính của sự vật, các quy luật vận động của sự vật, ở trạng thái cân bằng âm dương (điểm dừng). Nội hàm của chủ nghĩa xã hội là quy luật vận động của chủ nghia xã hội khi phạm trù đối lập chủ nghĩa xã hội đạt trạng thái cân bằng, thuộc tính tương phản đối kháng là sở hữu cá nhân bóc lột cơ bản đã bị loại bỏ; còn lại thuộc tính thống nhất, thuộc tính đồng nhất và thuộc tính tương phản cân bằng.

<u>Từ sự phân tích nêu trên, đề nghị nội hàm cơ bản của phạm trù chủ nghĩa xã hội theo học thuyết Mác–Lênin, tư tưởng Hồ chí Minh, có sự kế thừa thành quả lý luận của các Đại hội Đảng và căn cứ vào thực tiễn cách mạng Việt nam, như sau:</u>

1- Có nền kinh tế trí thức khoa học-công nghệ cao, vận động theo nguyên lý sở hữu xã hội chủ nghĩa của học thuyết Mác, tức là theo quy luật sở hữu cá nhân không bóc lột. Hiện tượng bóc lột cơ bản được xóa bỏ và không còn khả năng quay trở lại.

2- Con người được sống trong tự do và hạnh phúc trọn vẹn, có đời sống vật chất và tinh thần phong phú, có điều kiện phát triển toàn diện, quan hệ giữa con người bình đẳng, thân ái, mình vì mọi người, mọi người vì mình.

3- Thực hiện quy luật: "Không ngừng phát triển khoa học công nghệ".

4- Thực hiện quy luật: "Không ngừng phát triển chủ nghĩa nhân đạo xã hội chủ nghĩa theo chủ nghĩa Mác-Lênin và tư tưởng Hồ chí Minh".

5- Có "Nhà nước pháp quyền dân chủ xã hội chủ nghĩa" của dân, do dân, vì dân, theo tư tưởng dân chủ Hồ Chí Minh, phù hợp với "quy luật sở hữu cá nhân không bóc lột", do Đảng Cộng sản lãnh đạo.

6- Có nền văn hóa đậm đà bản sắc dân tộc hòa quyện với tinh hoa văn hóa nhân loại.

7- Có hệ thống giáo dục con người phát triển toàn diện, phát triển theo "Quy luật phát triển Cái Đẹp".

8- Có quan hệ Quốc tế vô tư trong sáng, phát triển hòa bình, hữu nghị, hợp tác cùng phát triển, giữa các dân tộc.

9- Có một "Đảng Cộng sản chân chính và duy nhất, theo tư tưởng của chủ nghĩa Mác-Lênin và tư tưởng, đạo đức Hồ Chí Minh" lãnh đạo cách mạng xã hội chủ nghĩa. Không đa nguyên, đa đảng.

10- Có kế hoạch chuẩn bị những tiền đề hiện thực cho giai đoạn lịch sử Cộng sản chủ nghĩa.

Chủ nghĩa xã hội ở giai đoạn hoàn thiện cũng là giai đoạn chuẩn bị cho giai đoạn đầu của Chủ nghĩa Cộng sản. Hình thái hiện thực trong giai đoạn này có thể hình dung là:

• Toàn hành tinh đã phủ kín chủ nghĩa xã hội ở trình độ hoàn thiện hoặc gần hoàn thiện theo nội hàm trên, ở mọi quốc gia. Nhà nước nhân đạo toàn cầu không giai cấp, được ươm mầm từ tổ chức LHQ, đã đủ lông, đủ cánh để sẵn sàng điều hành công việc toàn cầu. Hệ thống quy tắc hướng dẫn hoạt động mọi lĩnh vực đời sống xã hội, làm cơ sở để nhân dân các khu vực tự quản lý đời sống của mình, đã hoàn thiện cơ bản. Đã có phương án tổ chức sản xuất và phân phối toàn cầu đang phối hợp hoạt động ở các quốc gia. Đã có phương án xóa bỏ sản xuất hàng hóa và xóa bỏ tiền tệ cùng lúc trong toàn hành tinh, chuẩn bị tổ chức sở hữu công cộng toàn hành tinh. V.v..

• Đối với các quốc gia, chuẩn bị chuyển nhà nước sang tổ chức tự quản nhân dân cấp địa phương. Chuẩn bị điều kiện để xóa bỏ sản xuất hàng hóa và xóa bỏ tiền tệ. Theo sự điều hành của nhà nước toàn cầu, chuẩn bị tổ chức sản xuất theo nguyên tắc sở hữu công cộng và phân phối sản phẩm tới từng cá nhân. V.v..

• Về nhiệm vụ của Đảng Cộng sản. Đảng lãnh đạo tiến trình xây dựng, hoàn thiện Chủ nghĩa xã hội và nhiệm vụ chuẩn bị cho việc chuyển chủ nghĩa xã hội hoàn thiện lên Chủ nghĩa Cộng sản. Khi Chủ nghĩa xã hội bước vào giai đoạn Chủ nghĩa Cộng sản, Đảng Cộng sản chấm dứt vai trò lịch sử vinh quang của mình và tự giải tán.

Hình dung như vậy để hiểu sâu hơn các nội hàm của chủ nghĩa xã hội. Các nội hàm đó được thực hiện trong suốt tiến trình xây dựng chủ nghĩa xã hội theo kế hoạch phát triển từng giai đoạn, kể từ lúc khởi đầu cho đến thời điểm hoàn thiện. Do đó, việc xác định chính xác nội hàm là nhiệm vụ trọng đại đầu tiên của Đảng cầm quyền. Việc xác định nội hàm không đúng với học thuyết Mác, thực tiễn sẽ lạc hướng và, dù sớm, dù muộn cũng dẫn tới thất bại như mô hình thực tiễn Xô viết.

Các nội hàm cơ bản nêu trên phản ánh đầy đủ các quy luật riêng có của xã hội loài người. Các quy luật này là thành quả sáng tạo của các quy luật phổ quát cấp cao. Do đó, thực hiện các quy luật riêng có cũng đồng thời là thực hiện các quy luật phổ quát cấp cao.

Quy luật vận động đặc trưng cơ bản của chủ nghĩa tư bản là bóc lột giá trị thặng dư, chiếm hữu sở hữu cá nhân chân chính của người lao động. Quy luật vận động đặc trưng cơ bản của chủ nghĩa xã hội ắt phải xóa bỏ bóc lột giá trị thặng dư, thực hiện quyền sở hữu cá nhân chân chính của người lao động bằng mô hình kinh tế "Đồng sở hữu", chuyển hóa sở hữu bóc lột của thiểu số các nhà tư sản lên sở hữu cá nhân văn minh, không bóc lột, của nhân dân lao động.

Xã hội loài người cùng lúc vận động bằng hai quy luật cơ bản: Quy luật phát triển chủ nghĩa nhân đạo và quy luật phát triển khoa học công nghệ, biểu hiện dưới hình thức chuyển hóa hình thái kinh tế xã hội. Chủ nghĩa xã hội là nấc thang phát triển tiếp sau chủ nghĩa tư bản, ắt phải đạt được giá trị nhân đạo cao nhất trong giai đoạn này, là xóa bỏ bóc lột, đồng thời phát triển khoa học công nghệ, để không ngừng nâng cao đời sống con người. "Dân giàu, nước mạnh, dân chủ, công bằng, văn minh" là hiệu ứng nhân quả của hai quy luật đó. Không có "nhân" sẽ không có "quả". Nhiều quốc gia tư bản chủ nghĩa cũng đưa ra mục tiêu "dân giàu nước mạnh..."Song, "văn vẻ" thì nhiều mà "chất phác" thì ít; muối thì ít mặn, mà gừng cũng chẳng mấy cay. Vì, không xóa bỏ bóc lột thì không có công bằng, dân chủ, văn minh thực sự; tiêu chí dân giàu cũng chỉ giành cho thiểu số. Sự chênh lệch giàu nghèo đến não lòng và con đẻ của nó là sự chênh lệch về nhân cách, tô đậm thêm mảng đen của bức tranh xã hội. Dân chủ, hiểu theo nghĩa khái quát nhất, là quyền làm chủ của toàn thể nhân dân, trong một tập thể nhỏ là quyền của số đông. Trong giai đoạn xã hội chủ nghĩa, quyền làm chủ cao nhất của nhân dân là quyền lực đối với thành quả lao động chân chính của mình. Do đó, ***xóa bỏ bóc lột là nội dung dân chủ và nhân quyền căn bản nhất của thời kỳ chủ nghĩa xã hội.*** Các quyền dân chủ khác đều nhằm đảm bảo cho quyền dân chủ cao nhất được thực hiện trong thực tế. Đối với chủ nghĩa tư bản, mọi thứ dân chủ mà họ rao giảng và áp đặt cho người khác, chỉ là thứ dân chủ hạng hai, hạng ba,…, thứ dân chủ bong bóng. Đó là chưa nói đến những âm mưu. Chưa xóa bỏ bóc lột đối với nhân dân lao động của nước họ và nhân dân lao động các nước mà họ hợp tác, thì hãy khoan rao giảng dân chủ, nhân quyền!

"Phát triển dân chủ" là khái niệm cơ bản thuộc phạm trù "phát triển chủ nghĩa nhân đạo". Phát triển là quá trình vận động theo chiều hướng tiến bộ. Trình độ phát triển dân chủ của xã hội loài người đồng hành với trình độ phát triển chủ nghĩa nhân đạo. Khi học thuyết Mác ra đời, chủ nghĩa nhân đạo có bước phát triển nhảy vọt về mặt lý luận. Đồng thời đó cũng là học thuyết về dân chủ và sự phát triển dân chủ khi Mác chứng minh rằng, đã đến thời điểm chủ nghĩa tư bản tạo ra những tiền đề đầy đủ cho việc phủ định nó. Người lao động đã đến lúc tự mình giải phóng khỏi xiềng xích bóc lột, áp bức và làm chủ cuộc sống của mình. Đó là giá trị dân chủ cao nhất của xã hội loài người. Lênin từng viết: "Phát triển dân chủ đến cùng, tìm ra những *hình thức* của sự phát triển ấy, đem thí nghiệm những hình thức ấy trong *thực tiễn*, v.v." (V.I.Lênin, toàn tập. Nxb Tiến bộ, Matxcơva, 1976, t. 33, tr. 97 – Giáo trình Triết học Mác-Lênin trích dẫn, Sđd. tr.342).

Cũng như chủ nghĩa nhân đạo, dân chủ xã hội chủ nghĩa bao quát mọi lĩnh vưc của đời sống xã hội, trong đó dân chủ trong lĩnh vực kinh tế là cơ sở. Nội hàm cơ bản của khái niệm dân chủ tronh lĩnh vực kinh tế lại là "lợi ích công bằng và bình đẳng của con người". Giáo trình Triết học Mác-Lênin viết: "Động lực cơ bản thúc đẩy con người hoạt động trong mọi thời đại, mọi xã hội là lợi ích của chủ thể hoạt động. Do vậy, *lợi ích trở thành một yếu tố quan trọng trong cơ chế hoạt động của quy luật xã hội và trong sự nhận thức của con người về nó."* (Sđd. Tr. 285). Xung đột giữa lợi ích bóc lột và lợi ích bị bóc lột trong chủ nghĩa tư bản tạo ra tiền đề vật chất và ý thức để chủ nghĩa xã hội thay thế chủ nghĩa tư bản. Như thế, cách mạng xã hội chủ nghĩa là cuộc cách mạng thay thế chủ thể về lợi ích: Lợi ích không bóc lột thay chỗ cho lợi ích bóc lột.

Hồ Chí Minh, khi định nghĩa khái niệm "Nước ta là một nước dân chủ", nội hàm đầu tiên trong định nghĩa của Người là: "Bao nhiêu lợi ích đều thuộc về dân". Khái niệm lợi ích có nhiều nội hàm mà Hồ Chí Minh đã nêu lần lượt trong định nghĩa. Song lợi ích trong nội hàm đầu tiên phải hiểu là lợi ích vật chất chân chính của dân, do dân sáng tạo ra bằng sức lao động của mình, bao gồm thành quả của lao động cần thiết và lao động thặng dư, thường được biểu hiện bằng cả tiền lương và cả lợi nhuận trong hoạt động kinh tế. Những lợi ích này là của dân và do dân quyết định phương thức phân phối.

Tiền lệ lịch sử đã để lại một hình thái kinh tế không mang yếu tố bóc lột. Hình thái kinh tế đó trong lịch sử hiện đại là Chính sách kinh tế mới của Lênin đối với kinh tế tiểu nông; và sau này nhiều nước xã hội chủ nghĩa đã vận dụng vào chính sách khoán hộ trong nông nghiệp. Xa xưa hơn nữa, trong thời kỳ nhà Chu, Trung quốc, ra đời cách nay hơn ba ngàn năm (1122 – 221 tr.CN), đã dùng chính sách kinh tế "Tỉnh điền", gần giống chính sách khoán hộ của chúng ta hiện nay. Một đám ruộng quy hoạch theo hình vuông chia thành 9 ô vuông có diện tích bằng nhau, tương tự như hình ma trận sơ cấp, cũng giống chữ "Tỉnh" của Hán ngữ, nên gọi là Tỉnh điền. Tám ô bao quanh chia cho 8 hộ nông dân canh tác và họ được quyền thu hoạch và sử dụng toàn bộ hoa lợi. Ô ở giữa, 8 hộ làm chung và nộp thành quả cho nhà nước. Như vậy, tỷ lệ thu thuế khoảng 11% sản lượng, không mang yếu tố bóc lột. Chu Văn Vương, thời kỳ còn giữ chức Tây bá của Nhà Ân đã đưa ra chính sách này. Nhà Chu đã tồn tại 900 năm, một nhà nước phong kiến trường thọ nhất trong lịch sử Trung hoa và thế giới. Chính sách Tỉnh điền được thực hiện tiếp tục trong suốt 700 năm của nhà Chu. Đây là thời kỳ thịnh trị của nhà Chu. Trong suốt 700 năm, lịch sử không ghi chép một cuộc khởi nghĩa nào của nông dân chống Triều đình hoặc Chư hầu; chỉ có các cuộc chiến tranh giành đất đai của nhau giữa các chư hầu. Yếu tố "nhân hòa" đã làm điểm tựa vững bền cho sự tồn tại lâu dài của nhà Chu.

Chu Văn Vương là tác giả Kinh Dịch, một sáng tạo văn hóa kỳ lạ, được các nhà nghiên cứu xưa nay gọi là Kỳ thư. "Trung Chính", tư tưởng triết học, chính trị, đạo đức hàm chứa trong Kinh Dịch phản ánh sâu sắc Quy luật cân bằng Âm Dương vận hành trong xã hội loài người. Tư tưởng đó đã được thực tiễn hóa bằng chính sách kinh tế tỉnh điền. Ở đây, "thượng tầng kiến trúc" đã hòa hợp với "hạ tầng cơ sở". Trạng thái cân bằng âm dương trong xã hội là trạng thái hòa ái giữa con người, mà trước hết là sự hài hòa về lợi ích. Tỉnh điền rất được lòng dân và được các nhà hiền triết rất ca ngợi. Khổng tử tôn vinh Văn Vương là bậc Thánh Vương và mong ước có được những thành tựu như ông. Khổng Tử cũng phát triển tư tưởng Trung Chính trong Kinh Dịch thành học thuyết Đức trị trong thực tiễn chính trị thời Xuân Thu. Mạnh Tử sống thời Chiến quốc khuyên các vua sau này không nên bỏ tỉnh điền. Vì đó là chính sách dễ chịu nhất đối với dân so với chính sách của nhà Hạ trước đó.

Để Tỉnh điền tồn tại lâu dài, các bậc Tiên hiền đã xây dựng huyền thoại Lạc thư, cho rằng, Tỉnh điền làm theo sách Trời ban, được vẽ trên mu con rùa thần xuất hiện ở sông Lạc. Tiếc rằng, sách trời ban đã không đủ sức mạnh để giữ tỉnh điền. Khoảng 200 năm cuối thời Chu, được lịch sử gọi là thời Chiến quốc (403-221 tr. CN), Tỉnh điền đã bị bỏ. Người ta thu thuế tới 50% thu hoạch để phục vụ cho các cuộc chiến tranh liên miên không ngớt. Gánh nặng đói nghèo, chết chóc lại dồn dập trút xuống người vô tội.

Tỉnh điền là hiện tượng độc đáo về hình thái kinh tế không bóc lột ở thời kỳ phong kiến cách nay 3000 năm, khi khoa học công nghệ coi như chưa xuất hiện. Hiện tượng này phản ánh quy luật nào? Nó được tái tạo trong thời kỳ hiện đại ở chính sách kinh tế mới của Lênin và được nhân bản ở các nước xã hội chủ nghĩa đối với kinh tế tiểu nông, nơi chưa được vinh dự đón tiếp khoa học công nghệ.

Sơ bộ nghiên cứu có thể thấy hai điểm xuất phát chung cho hiện tượng nêu trên.

1)- Đều xuất phát từ lý luận. Văn Vương xuất phát từ quy luật cân bằng âm dương vận động trong xã hội loài người mà ông đã mô tả sâu sắc bằng việc lý giải các quẻ Dịch, một phương thức ẩn dụ để nói về thực tại cuộc sống con người. Văn Vương cũng sử dụng Kinh Dịch để thể hiện tư tưởng triết học, chính trị, đạo đức, làm điểm tựa về tư tưởng để chính sách Tỉnh điền tồn tại lâu dài. Có thể Ông đã xây dựng huyền thoại Hà đồ để bảo vệ và phổ biến Kinh Dịch. Huyền thoại cho rằng, Kinh Dịch có nguồn gốc từ Hà đồ, cũng là sách trời ban như Lạc thư vậy. Còn chính sách kinh tế mới ở nước Nga và được vận dụng ở các nước xã hội chủ nghĩa đều xuất phát từ lý luận Mác-Lênin. Ở đây ta lại bắt gặp sự tương đồng giữa tinh hoa triết học quá khứ và tinh hoa triết học hiện đại.

2)- Việc khám phá lý luận và thực tiễn hóa lý luận thành hiện thực giải phóng con người, đều khởi đầu từ những con người không những có trí tuệ trác việt mà còn có tâm hồn nhân đạo cao cả với lòng yêu thương con người vô bờ bến. C.Mác, Ăngghen, Lênin, cũng như Hồ Chí Minh đều "…trải qua cuộc đời đầy gian khổ hy sinh, vô cùng cao thượng và phong phú, vô cùng trong sáng và đẹp đẽ…" (Điếu văn của BCHTW-ĐCSVN tại Lễ Tang

Chủ tịch Hồ Chí Minh), trong cuộc đấu tranh giải phóng nhân dân khỏi xiềng xích bóc lột, áp bức và xâm lược của bọn tư bản.

Còn Văn Vương, nếu không có lòng nhân ái đặc biệt đối với thần dân nghèo khổ, thì chưa hẳn ông có thể suy tư từ quy luật cân bằng âm dương để sáng tạo ra chính sách Tỉnh điền và kỳ thư Kinh Dịch, cả hai sự kiện đều hàm chứa tấm lòng từ bi cao cả (ý nhà yêu nước Phan Bội Châu). Tại sao Tỉnh điền và Kinh Dịch lại có sức sống kỳ lạ đến như vậy trong chế độ phong kiến (có sách cho rằng nhà Chu thuộc chế độ nô lệ, điều đó không có căn cứ khoa học chính xác)? Không thể cho rằng, xuất phát từ sự mê tín Sách Trời ban. Có thể có ba nguyên nhân cơ bản hòa quyện vào nhau. -1) Nếu căn cứ vào khoa học xã hội hiện đại, thì, phương thức tổ chức tỉnh điền, phù hợp với trình độ lực lượng sản xuất thời kỳ văn minh nông nghiệp. Thời kỳ này kéo dài suốt 700 năm của nhà Chu; suốt 700 năm đó luôn luôn có sự phù hợp giữa lực lượng sản xuất và nội dung tổ chức sản xuất trong quan hệ sản xuất. Đồng thời, nội dung sở hữu của dân và mức thuế nhà nước gần tương tự với chính sách khoán hộ hiện nay, phù hợp lòng dân, phù hợp quy luật cân bằng âm dương giữa nhân dân và tập đoàn thống trị, đảm bảo yếu tố nhân hòa. -2) Mặt khác là sự phù hợp giữa thượng tầng kiến trúc và hạ tầng cơ sở. Tập đoàn thống trị vận hành thượng tầng kiến trúc theo tư tưởng nhân đạo của Kinh Dịch, cũng là tư tưởng của tỉnh điền. Ở đây đời sống và ý thức là hiệu ứng nhân quả của nhau, song rất hòa hợp với nhau. -3) Quần chúng sáng tạo ra lịch sử, song, cần có thiên tài dẫn dắt theo quy luật. Việc khám phá ra quy luật xã hội và dẫn thực tiễn đi đúng con đường quy luật, không chỉ phụ thuộc vào trí tuệ mà còn phụ thuộc vào tình cảm khát khao cháy bỏng của người cầm đuốc soi đường muốn giải phóng con người thoát khỏi những bất công xã hội. Các thiên tài Mác, Ăngghen, Lênin, Hồ Chí Minh,..., đều là những con người có tâm hồn khát khao như vậy trước khi trở thành thiên tài. Tác giả Tỉnh điền cũng là người như vậy. Nếu không có tâm hồn lộng gió từ bi thì không có Tỉnh điền và Kinh Dịch. Bởi vì, trong cùng một giai đoạn lịch sử và những tiền đề hiện thực như nhau, thế giới chỉ xuất hiện một Tỉnh điền mà không có hai. Hiện tượng văn hóa Tỉnh điền có giá trị khoa học hiện đại cần được nghiên cứu vận dụng cả về lý luận và thực tiễn cho thế giới ngày nay.

Tỉnh điền đặt ra một câu hỏi. Tiền đề hiện thực nào sản sinh ra một hình thái kinh tế hợp lòng dân và duy trì được lâu dài đến như vậy? Một trong những tiền đề dễ nhìn thấy là phải có một Ông Vua hiền tài. Song, sau khi Văn Vương qua đời, yếu tố nào đã duy trì chính sách Tỉnh điền tới 700 năm?

Mọi vận động của sự vật đều tuân theo hệ quy luật nào đó. Vì vậy, để trả lời câu hỏi này phải tìm trong hệ quy luật của xã hội loài người hiện đang vận động.

Một sự vật vận hành ổn định lâu dài khi sự vật đó đã đạt trạng thái cân bằng âm dương ổn định. Sự vật đó có Đạo hợp quy luật và hệ thống tương phản cân bằng hoạt động có hiệu quả, Tương phản đối kháng, nếu xuất hiện, sẽ bị loại trừ nhanh chóng.

Sau khi Văn Vương sáng tạo Tỉnh điền và Kinh Dịch và đưa hai phát minh đó vào vận hành trong thực tiễn, xã hội của Tây bá tất yếu sẽ dần dần đi vào trạng thái cân bằng âm dương. Trạng thái cân bằng không chỉ vận động trong hoạt động kinh tế mà còn hoạt động trong lĩnh vực thượng tầng xã hội. Ý thức xã hội sản sinh trên cơ sở Tỉnh điền, được bà đỡ Kinh Dịch cùng hợp sức nuôi dưỡng đã hình thành thói quen về đạo đức Trung Chính trong hàng ngũ quan lại và quần chúng. Văn Vương đã khéo léo sử dụng hình thức bói toán sự việc để giáo dục tư tưởng triết học, chính trị, đạo đức cho quan lại và nhân dân. Trong hoàn cảnh tri thức khoa học còn sơ khai, đó là phương thức giáo dục thích hợp và mang lại hiệu quả. Hơn nữa, quẻ Dịch được cấu trúc trên cơ sở khoa học âm dương, bộ phận bói Dịch của triều đình

Văn Vương đã dự đoán có hiệu nghiệm nhiều vấn đề quốc gia đại sự. Do đó, bên cạnh tấm gương mẫu mực của Văn Vương, uy tín Kinh Dịch đã mang lại sự hấp dẫn và sức thuyết phục lâu dài đối với Tỉnh điền và tư tưởng Trung Chính. Tâm lý-Ý thức Tỉnh điền và Trung Chính đã dần dần trở thành thói quen vô thức trong hoạt động thực tiễn của bộ máy quan lại. Những tàn dư của quy luật đấu tranh sinh tồn, kế thừa từ thế giới tiền loài người, được kiềm chế có hiệu quả. Lịch sử ghi nhận, Nhà Chu đã sản sinh được nhiều vua hiền là xuất phát từ những tiền đề hiện thực này, và đó cũng là yếu tố thuận lợi để nhà Chu duy trì Tỉnh điền 700 năm.

Hai trăm năm tiếp theo, Tỉnh điền dần dần bị xóa bỏ. Bọn quan lại đã nâng mức thuế tới 50%. Dân tình điêu đứng. Xã hội không còn "nhân hòa" nữa. Đạo đức Trung Chính hầu như không tồn tại trong bọn quan lại. Chiến tranh liên miên là điều kiện để cái ác phát triển. Đó là mảnh đất màu mỡ để tư tưởng "pháp trị" ra đời. Tần thủy hoàng tiêu diệt nhà Chu (221 tr.CN) đã dùng hình thức pháp trị rất tàn bạo thay cho đức trị của Khổng Tử. Hành động dã man của nhà Tần đã bị các nhà Nho lên án. Tần thủy hoàng phát động cuộc "đại cách mạng văn hóa" đốt sách, giết nhà Nho. Song không dám đốt Kinh Dịch, vì tin rằng đó là sách Thánh.

Từ hiện tượng Tỉnh điền-Kinh Dịch và chính sách kinh tế tiểu nông của Lênin (1921), đang được vận dụng trong khoán hộ hiện nay, cho ta nhận thức về tiền đề hiện thực sản sinh ra hình thái kinh tế không có yếu tố bóc lột. Một hình thái như vậy có thể thực hiện ở bất cứ giai đoạn lịch sử nào.

Không cần chờ đến giai đoạn cuối cùng của chủ nghĩa tư bản. Không cần chờ khoa học công nghệ phát triển cao.

Điều kiện cần và đủ là có một tập thể lãnh đạo chủ chốt ở cấp Trung ương nhận thức đúng đắn và sâu sắc học thuyết

Mác-Lênin, học thuyết Âm Dương. Và ý nghĩa hơn là có khát vọng cháy bỏng về lý tưởng nhân đạo, muốn giải phóng con người thoát khỏi xiềng xích bóc lột. Lênin từng nói, không có tình cảm đối với con người thì không thể tìm kiếm phương thức giải phóng họ.

Song song với việc vận hành hình thái kinh tế không bóc lột, không ngừng phát triển khoa học công nghệ để nâng cao đời sống cho con người. Điều đó phản ánh hai quy luật cơ bản của xã hội loài người: Quy luật phát triển chủ nghĩa nhân đạo và Quy luật phát triển khoa học công nghệ.

Ngày nay, khi nhận thức được chân lý và phương thức thực tiễn xóa bỏ bóc lột của học thuyết Mác, những chiến sỹ cách mạng có tầm vóc cao thượng, chắc rằng sẽ tìm cách đưa chân lý vào thực tiễn để giải phóng người lao động và nâng cao đời sống cho họ. Còn những ai đang say mê cuộc sống đế vương bằng những đồng tiền "may mắn kiếm được" từ sức lao động của đồng đội sẽ không nhìn thấy chân lý đang tỏa sáng trước mắt họ.

Cùng một nguyên lý sở hữu xã hội chủ nghĩa, phương thức xóa bỏ bóc lột trong sản xuất thực hiện bằng hai cách, tùy thuộc vào trạng thái lao động cá thể hay hợp tác. Đối với kinh tế cá thể trong nông nghiệp và thủ công nghiệp, sản xuất bằng sức lao động bản thân, sử dụng hình thức như nguyên lý khoán hộ hiện đang thực hiện. Đối với hình thức sản xuất hợp tác như các hợp tác xã hoặc doanh nghiệp, sử dụng phương thức Đồng sở hữu.

Phương thức xóa bỏ bóc lột bằng hai phương pháp nói trên thật giản dị và có tính khả thi cao. Ở các quốc gia do Đảng Cộng sản chân chính lãnh đạo, tiền đề hiện thực về vật chất và ý thức hệ đã đầy đủ và sẵn sàng, điều kiện quốc tế cũng thuận lợi, khả năng thực hiện thắng lợi Đồng sở hữu là rõ ràng.

Các quốc gia do Đảng Cộng sản chân chính cầm quyền, việc thực hiện phương thức Đồng sở hữu là một tất yếu tự nhiên;

là tấm gương có sức cuốn hút mạnh mẽ đối với nhân loại tiến bộ. Với các nước đang phát triển, việc thực hiên mô hình Đồng sở hữu trong công nghiệp và phương thức khoán hộ trong nông nghiệp tiểu nông, sẽ làm cho kinh tế của họ phát triển nhanh hơn.

Với các nước Tư bản phát triển, chuyển công ty cổ phần sang công ty Đồng sở hữu, sẽ khó khăn hơn nhiều, bởi sự kiềm chế của tâm lý bóc lột thâm căn cố đế của các chủ tư bản. Tuy nhiên, trong thời đại ngày nay, khi chủ nghĩa nhân đạo đã có những bước phát triển mới, khi trong bộ máy cầm quyền nhà nước tư sản ngày càng xuất hiện nhiều tri thức tiến bộ, muốn "đạo đức hóa chủ nghĩa tư bản", và ở các nước có đảng cầm quyền tiến bộ, quan tâm nhiều đến cuộc sống của người lao động, hạn chế mức độ bóc lột của các chủ tư bản, như một số nước Bắc Âu chẳng hạn, thì việc chuyển công ty tư bản sang công ty Đồng sở hữu sẽ có nhiều triển vọng, nếu tư duy chính trị của những tri thức tiến bộ đang nắm quyền nhà nước nhận thức được rằng, việc xóa bỏ bóc lột là một tiến trình lịch sử mang tính quy luật khách quan của xã hội loài người, và trước mắt họ đã có những tấm gương hiện thực sinh động và hấp dẫn.

Mô hình "Xã hội phúc lợi" Thụy Điển đang được các học giả nghiên cứu. Chính phủ Thụy Điển đã sử dung tới 40% GDP làm quỹ phúc lợi để nâng cao đời sống người lao động. Đó là một chính sách tiến bộ. Song, quỹ phúc lợi mang tính chất phân phối bình quân, đặc điểm của sở hữu công cộng kiểu cũ, không đánh giá trực tiếp thành quả lao động của từng cá nhân người lao động, nên mức độ khuyến khích nhiệt tình lao động và sáng tạo sẽ bị hạn chế.

Mô hình Đồng sở hữu, đánh giá trực tiếp thành quả lao động bằng tiền lương và lợi nhuận trong kỳ kế hoạch, công bằng mà không cào bằng.

Hơn nữa , họ còn được khuyến khích bằng yếu tố tinh thần

vô giá, rằng việc xóa bỏ bóc lột *chỉ dành được bằng sự hy sinh kiên cường của nhiều thế hệ người lao động và những nhà cách mạng cao thượng và quả cảm, rằng thành quả lao động của họ không còn bị cướp đoạt, rằng chủ doanh nghiệp là người lao động trong sạch, là người bạn, người lãnh đạo tin cậy của họ.*

Nhiệt tình lao động và tiềm năng sáng tạo của họ sẽ được khai mở vô hạn!

Con đường đồng sở hữu, đại lộ hoa của chủ nghĩa xã hội.

I.5- NHẬN THỨC LẠI MỘT SỐ KHÁI NIỆM TRONG PHẠM TRÙ CHỦ NGHĨA XÃ HỘI

V.I.Lênin từng viết: "Những khái niệm của con người không bất động, mà luôn luôn vận động, chuyển hóa từ cái nọ sang cái kia, tràn từ cái nọ sang cái kia; không như vậy, chúng không phản ánh đời sống sinh động. Sự phân tích những khái niệm, việc nghiên cứu chúng, nghệ thuật vận dụng chúng" (Ăng ghen), bao giờ cũng đòi hỏi việc nghiên cứu sự vận động của các khái niệm, mối liên hệ giữa chúng, sự chuyển hóa lẫn nhau giữa chúng (Lê nin, toàn tập, tập 29, bút ký triết học, Nxb Tiến bộ Matxcova 1981, tr. 267). "Sự vận động của khái niệm phản ánh sự vận động của thế giới khách quan" (Sđd, tr. 188).

Sự vận động của khái niệm không chỉ phản ánh sự vận động của thế giới khách quan mà còn phản ánh sự phát triển của trí tuệ con người khi nhận thức về thế giới khách quan ấy. Khi hiện tượng khách quan chưa biến đổi căn bản nhưng nhận thức con người có thể thay đổi về hiện tượng khách quan đó do tiếp cận gần hơn với quy luật vận động của nó. Do đó, con người có thể thay đổi khái niệm hoặc thay đổi, bổ sung nội hàm các khái niệm về nó.

Lênin cũng từng viết: "Tư tưởng của người ta đi sâu một

cách vô hạn, từ hiện tượng đến bản chất, từ bản chất cấp một, nếu có thể nói như vậy, đến bản chất cấp hai, v.v., cứ như thế mãi" (V.I. Lênin: Toàn tập, Nxb. Tiến bộ, Matxcơva, 1981, t 29, tr. 268).

Khi con người đi sâu vào bản chất thì khái niệm ban đầu có thể được bổ sung hoặc sửa đổi nội hàm.

Học thuyết Mác được các nhà triết học đánh Giá là đã chin muồi từ tác phẩm "Hệ tư tưởng Đức", do Mác và Ăng ghen cùng viết năm 1848, cách nay gần 160 năm. Hệ tư tưởng Đức đã phát minh chủ nghĩa Duy vật lịch sử, xác định quy luật sở hữu công cộng cộng sản chủ nghĩa, đồng thời xác định nguyên lý sở hữu xã hội chủ nghĩa. Đó là những khám phá mang tầm vóc thời đại. Chính sách kinh tế mới (NEP) của Lênin ra đời năm 1921, cách nay cũng gần 80 năm. Trong khoảng thời gian đó, hiện thưc đã biến đổi khá nhiều, và trí tuệ con người để nhận thức hiện thực, cũng có những bước phát triển. Do đó, một số khái niệm đã được xác định trong quá khứ lịch sử cũng cần nghiên cứu sự vận động hiện tại của nó. Thời đại ngày nay cần nghiên cứu lại một số khái niệm thuộc cả hai phạm trù: phạm trù chủ nghĩa tư bản và phạm trù chủ nghĩa xã hội.

1. Về khái niệm "*Sự phát triển của chủ nghĩa tư bản*".

Tư bản là giá trị mang lại cho kẻ chiếm hữu nó giá trị thặng dư, có được bằng cách bóc lột lao động làm thuê. Như vậy, tư bản là giá trị tự tăng lên nhờ vào lao động thặng dư không được trả công của công nhân. Chủ nghĩa tư bản là Hình thái kinh tế-xã hội dựa trên cơ sở quyền tư hữu về tư liệu sản xuất và việc các nhà tư bản bóc lột lao động làm thuê (Theo Từ điển chính trị vắn tắt, Sđd, tr. 405-406).

Sự phát triển của chủ nghĩa tư bản được Mác mô tả cụ thể trong chương XIV-7, Bộ Tư bản, Tập thứ nhất, Quyển I, dưới nhan đề: "Xu hướng lịch sử của tích lũy tư bản chủ nghĩa". Sau này Lênin đã phát triển thành luận thuyết khoa học về chủ nghĩa đế quốc, còn gọi là chủ nghĩa tư bản độc quyền. Lênin cho rằng, chủ nghĩa đế quốc là giai đoạn cao nhất, giai đoạn cuối cùng của chủ nghĩa tư bản. Chủ nghĩa đế quốc tập hợp bọn tư bản cá mập; chúng nuốt hết tư bản cá bé để tích tụ sản xuất và tư bản. Con số những tên trùm tư bản tiếm đoạt và nắm độc quyền tất cả những cái lợi từ giá trị thặng dư của nhân dân lao động toàn thế giới ngày càng giảm đi không ngừng, thì nạn nghèo khổ, bóc lột ,áp bức, nô dịch ngày càng tăng thêm (theoMác). "Sự tập trung tư liệu sản xuất và xã hội hóa lao động đạt đến cái điểm là chúng không còn thích hợp với cái vỏ tư bản chủ nghĩa của chúng nữa. Cái vỏ đó sẽ vỡ tung ra." (Tư bản, chương XIV-7, Sđd, tr.594)

Như vậy, khái niệm *"Sự phát triển tư bản chủ nghĩa"* nhằm mô tả sự phát triển các phương thức bóc lột giá trị thặng dư tối đa.

Giá trị thặng dư tối đa đó không chỉ tích lũy cho chủ nghĩa tư bản nói chung mà chủ yếu tích lũy vào trong tay bọn tư bản kếch xù. Hậu quả tất yếu của "sự phát triển" đó dẫn chủ nghĩa tư bản xuống hố diệt vong.

Xã hội tư bản vận động bằng hệ thống các quy luật, trong đó có quy luật phổ quát của xã hội loài người mà không là của riêng của chủ nghĩa tư bản. Quy luật phát triển khoa học công nghệ vận động không ngừng trong mọi xã hội. Quy luật sản xuất hàng hóa và kinh tế thị trường là con đẻ của quy luật sở hữu cá nhân. Dù là sở hữu cá nhân tiền tư bản, sở hữu cá nhân bóc lột của tư bản hay sở hữu cá nhân không bóc lột của chủ nghĩa xã hội, đều sản sinh ra nền sản xuất hàng hóa và tất yếu phải có thị trường tiêu thụ hàng hóa. Đó là những quy luật khách quan không do nhà tư bản đẻ ra. Khi trí tuệ loài người phát triển, khoa học công nghệ phát triển, kinh tế hàng hóa và thị trường tất yếu sẽ được khoa học hóa. Các nhà tư bản không thể chỉ ra nội dung sáng tạo khoa học, công nghệ. Đó là thành quả ngẫu nhiên, thành quả riêng của các nhà khoa học. Các nhà tư bản chỉ biết lợi dụng các thành quả đó để phát triển phương thức và hiệu quả bóc lột. Họ đã "sáng tạo" ra các công nghệ bong bóng nhằm kiếm lợi nhuận tối đa, như hệ thống Keynes, chủ nghĩa tự do mới,...Các phát minh trên cả tuyệt vời này đã dẫn chủ nghĩa tư bản thế giới đến cuộc khủng hoảng trầm trọng nhất trong lịch sử chủ nghĩa tư bản, diễn ra đầu thế kỷ XXI. Trong cuộc khủng hoảng đó, cái túi của những nhà tư bản cá mập không bị vơi đi xu nào, vì lại được đổ đầy bằng tiền đóng thuế của người lao động. Còn người lao động thì phải nai lưng gánh chịu hậu quả thất nghiệp, nợ nần, có trường hợp phải mang con bỏ chợ để trông chờ vào những tấm lòng vàng cứu giúp.

Do đó, khái niệm "xóa bỏ chủ nghĩa tư bản" thường dùng đã trở thành thói quen ngôn ngữ, nên nhận thức là xóa bỏ tư hữu tư bản và kế thừa mọi thành quả văn minh của nhân loại được sáng tạo trong lòng xã hội tư bản. Trong bộ Tư bản, chương XIV-7 nêu trên, Mác viết: "Giờ tận số của chế độ tư hữu tư bản chủ nghĩa đã điểm." (Sđd, tr. 594). Trong đoạn văn trên, *Mác không viết,* "giờ tận số của chủ nghĩa tư bản". Việc thay đổi một giai đoạn lịch sử là việc thay thế quy luật đặc trưng, do chính sự vận động của giai đoạn lịch sử đó đã sáng tạo ra những tiền đề hiện thực để xóa bỏ quy luật đặc trưng của nó, theo tiến trình lịch sử tự nhiên. Vì vậy, chủ nghĩa xã hội vận hành quy luật đặc trưng đã được ươm mầm trong lòng chủ nghĩa tư bản là quy luật sở hữu cá nhân không bóc lột, cũng là một tiến trình lịch sử tự nhiên.

2- Khái niệm *"Bỏ qua giai đoạn phát triển tư bản chủ nghĩa"*.

Như trên đã phân tích, giai đoạn phát triển tư bản chủ nghĩa là giai đoạn phát triển các phương thức bóc lột giá trị thặng dư tối đa.

Do đó *"Bỏ qua giai đoạn phát triển tư bản chủ nghĩa" là bỏ qua phương thức bóc lột tư bản chủ nghĩa.*

Điều đó có nghĩa là thực hiện quan hệ sản xuất xã hội chủ nghĩa, với chủ sở hữu tư liệu sản xuất là người lao động, dưới hình thức liên hợp sở hữu cá nhân theo nguyên lý sở hữu xã hội chủ nghĩa của học thuyết Mác.

Thực hiện quan hệ sản xuất xã hội chủ nghĩa tất yếu phải đi đôi với Nhà nước pháp quyền dân chủ xã hội chủ nghĩa, của dân, do dân, vì dân theo tư tưởng dân chủ Hồ Chí Minh, để đảm bảo quy luật về sự phù hợp giữa thượng tầng kiến trúc và hạ tầng cơ sở. Nếu bản chất nhà nước và bản chất quan hệ sản xuất lệch nhau, tất yếu sẽ làm nhà nước dần dần thoái hóa, dẫn tới nghịch biến, như đã từng xẩy ra ở Liên xô.

Như thế, khi nhà nước đã nằm trong tay nhân dân lao động do Đảng Cộng sản lãnh đạo, thì tiến trình lịch sử tự nhiên tất yếu phải xây dựng chủ nghĩa xã hội. Tiến trình lịch sử tự nhiên là tiến trình tuân theo quy luật, không có sự áp đặt trái quy luật bằng tư duy chủ quan hoặc sai lầm. Do đó, khái niệm "Bỏ qua giai đoạn phát triển tư bản chủ nghĩa" không có nội hàm, trở nên vô nghĩa.

Quy luật vận động trên những tiền đề hiện thực. Tiền đề hiện thực không như nhau đối với những sự vật khác nhau. Do đó tiến trình lịch sử tự nhiên sẽ biểu hiện bằng những trạng thái khác nhau và sự vận động của quy luật sẽ cho những thành quả khác nhau trong cùng một mốc thời gian với các sự vật khác nhau.

Có ý kiến cho rằng, Việt nam bỏ qua giai đoạn phát triển chủ nghĩa tư bản là trái với tiến trình lịch sử tự nhiên trong học thuyết Mác. Ý kiến dó cho rằng, chủ nghĩa phong kiến phải đi qua chủ nghĩa tư bản mới tiến hóa lên chủ nghĩa xã hội. Vì vậy, Việt nam bỏ qua giai đoạn phát triển tư bản chủ nghĩa để tiến lên chủ nghĩa xã hội là một đứa trẻ đẻ non! Trong lời tựa viết cho lần xuất bản thứ nhất (1867), tập 1, quyển 1, Mác viết: "…Tôi cho sự phát triển của những hình thái Kinh tế-xã hội là một quá trình lịch sử-tự nhiên,…" (Sđd, tr. 202). Trong Lời bạt viết cho lần xuất bản thứ hai (1872), Mác trích dẫn lời nhận xét của nhà kinh tế học Pháp, M.Block, đối với tác phẩm Tư bản, mà Mác đồng tình: "Ông coi sự vận động xã hội như một quá trình lịch sử tự nhiên, một quá trình phải tuân theo những quy luật….Một sự phân tích sâu sắc hơn đối với các hiện tượng chứng tỏ rằng các cơ thể xã hội cũng khác nhau một cách sâu sắc…do những điều kiện khác nhau, cho nên nó lại tuân theo những quy luật khác nhau." (Sđd, tr. 207).

Như thế, tiến trình lịch sử tự nhiên của vận động xã hội sẽ đi theo những phương thức khác nhau khi tiền đề hiện thực khởi đầu của tiến trình khác nhau.

Như trên đã phân tích, tiền đề hiện thực ở Việt nam sau khi giải phóng và thống nhất Tổ quốc, khác với tiền đề hiện thực của các quốc gia phong kiến khác trong cùng thời kỳ lịch sử. Do đó, Việt nam sẽ đi theo tiến trình riêng với những quy luật phù hợp với tiền đề hiện thực của Việt nam. So sánh thêm với trường hợp Tỉnh điền, cho phép Việt nam xây dựng chủ nghĩa xã hội, thực hiện nguyên lý sở hữu xã hội chủ nghĩa để xóa bỏ bóc lột. Mặt khác, để đi tới một cái đích, ví dụ, từ thành phố Hồ Chí Minh đi về Hà nội, trước đây chỉ đi bằng tàu hỏa, bây giờ có thể đi bằng máy bay nhanh hơn nhiều. Như vậy tiền đề hiện thực đã thay đổi thì phương thức vận động phải thay đổi. Khi khoa học công nghệ thế giới đã có bước phát triển nhảy vọt, hợp tác quốc tế rộng mở, việc hiện đại hóa đất nước sẽ có nhiều thuận lợi. Như vậy, dù vận động theo phương thức riêng, phù hợp với thực tiễn, Việt nam vẫn tuân theo hệ quy luật của xã hội loài người. Xóa bỏ bóc lột trong thời đại quá độ từ chủ nghĩa tư bản lên chủ nghĩa xã hội là tiến trình lịch sử tự nhiên.

Cũng trong Lời bạt nói trên, Mác tiếp tục trích dẫn nhận xét của nhà kinh tế học Pháp, M. Block: "Giá trị khoa học của sự nghiên cứu đó (của Mác) chính là ở chỗ giải thích rõ những

quy luật đặc thù *chi phối sự phát sinh, tồn tại, phát triển và diệt vong của một cơ thể xã hội nhất định và sự thay thế nó bằng một cơ thể khác cao hơn.* Và tác phẩm của Mác đã thực sự có một giá trị như vậy." (Sđd, tr.208).

Quy luật đặc thù của mọi giai đoạn lịch sử là quy luật sở hữu tư liệu sản xuất. Song, quy luật sở hữu trong toàn bộ tiến trình lịch sử chỉ có hai hình thái vận động cơ bản: 1)-*Sở hữu bóc lột* vận động qua ba chế độ Nô lệ, Phong kiến, Tư bản; trong đó, tính chất của quyền lực sở hữu trong quan hệ sản xuất không thay đổi, chỉ thay đổi hình thức tổ chức sản xuất cho phù hợp với trình độ phát triển khoa học công nghệ. Như vậy, quan hệ sản xuất trong ba chế độ nói trên không thay đổi, chỉ thay đổi trình độ phát triển lực lượng sản xuất phù hợp với trình độ phát triển khoa học công nghệ. 2)- *Sở hữu không bóc lột* vận động qua hai chế độ Xã hội chủ nghĩa và Cộng sản chủ nghĩa. Xã hội chủ nghĩa là giai đoạn lịch sử chuẩn bị những tiền đề kinh tế, ý thức, phát triển năng lực toàn diện của con người,…,cho Chủ nghĩa Cộng sản; trong đó, sở hữu không bóc lột còn vận hành ở trạng thái liên hợp sở hữu cá nhân. Giai đoạn hoàn thành chủ nghĩa xã hội, tâm lý sở hữu cá nhân tự tiêu vong và thực tiễn sở hữu sẽ vận hành ở trạng thái sở hữu công cộng trong phạm vi toàn thế giới. Như vậy, tính chất của quan hệ sản xuất trong hai chế độ chủ nghĩa xã hội và cộng sản chủ nghĩa không thay đổi, vẫn là quan hệ sản xuất không bóc lột. Tuy nhiên, hình thức vận động quan hệ sản xuất đảm bảo sự phù hợp với trình độ phát triển lực lượng sản xuất và trình độ phát triển tâm lý-ý thức người lao động.

Việc thay đổi tính chất và hình thức của quan hệ sản xuất có vai trò to lớn của quy luật phát triển chủ nghĩa nhân đạo. Giai cấp tư sản đã mượn ngọn cờ nhân đạo để tập hợp lực lượng quần chúng lật đổ hình thức quan hệ sản xuất phong kiến. Như đã từng chứng minh, chủ nghĩa nhân đạo là ngòi nổ, là động lực cơ bản của mọi vận động xã hội theo chiều hướng tiến bộ. Từ quy luật lịch sử đó, có thể rút ra một kết luận thực tiễn: Trong thời đại ngày nay, muốn thay đổi quan hệ sản xuất tư bản, cần thiết phải phát triển chủ nghĩa nhân đạo cả về lý luận, cả về tâm lý-ý thức nhân dân lao động và trí thức tiến bộ, cả về thực tiễn, chủ yếu là thực tiễn Đồng sở hữu, trong lòng nhà nước tư bản. Đó là việc riêng của mỗi dân tộc. Song, có những tấm gương hiện thực cổ vũ, sẽ tạo dựng được sức mạnh niềm tin.

Xã hội vận động bằng hệ quy luật phổ quát và quy luật đặc thù. Quy luật sở hữu bóc lột thường kìm hãm Quy luật phát triển khoa học công nghệ và quy luật phát triển chủ nghĩa nhân đạo và bị hai quy này đào thải dần trong từng giai đoạn lịch sử. Quy luật sở hữu không bóc lột là người bạn đường trung thành của hai quy luật đó, nên được hai quy luật dẫn dắt lên đỉnh cao là sở hữu công cộng cộng sản chủ nghĩa. Hiện thực và thực tiễn xã hội đã và đang chứng minh như vậy.

Xóa bỏ bóc lột sẽ tạo được những tiền đề mới với sức mạnh to lớn hơn, để phát triển đất nước nhanh hơn, bền vững hơn, *trên cơ sở sự bền vững của con người về niềm tin vững chắc vào thắng lợi của chủ nghĩa xã hội và môi trường đạo đức ngày càng trong sáng.* Và đó là sức mạnh vô địch!

3.- *Cần phân biệt nguyên nhân của hai hiện tượng thu nhập: chênh lệch thu nhập và phân hóa giàu nghèo.*

- Chênh lệch thu nhập sản sinh từ nguyên tắc phân phối xã hội chủ nghĩa: phân phối theo hiệu quả lao động.

Nguyên tắc đó đã được Mác khẳng định trong *Phê phán cương lĩnh Gôtha.*

Mác gọi nguyên tắc đó "vẫn là cái *quyền tư sản*.....Nhưng đó là những thiếu sót không thể tránh khỏi trong giai đoạn đầu những cơn đau đẻ dài. Quyền không bao giờ có thể ở một mức cao hơn chế độ kinh tế và sự phát triển văn hóa của xã hội do chế độ kinh tế đó quyết định." (Sđd, tr. 478, 480).

- Phân hóa giàu nghèo sản sinh từ chế độ sở hữu bóc lột. Phân hóa giàu nghèo là hiện tượng chênh lệch thu nhập ngày càng phát triển quá mức, do chủ sở hữu cướp đoạt giá trị thặng dư của người lao động. Những ví dụ trong mục nguyên lý Đồng sở hữu đã chứng minh rõ ràng, không thể bàn cãi về hiện tượng này. Hiện tượng phân hóa giàu nghèo ngày càng phát triển bức xúc chỉ có thể được kiềm chế tới mức hợp lý khi thực hiện nguyên tắc phân phối theo lao động cho cả hai đối tượng: lãnh đạo và công nhân, cho cả hai nội dung: tiền lương và lợi nhuận, theo nguyên lý Đồng sở hữu. Những ví dụ cụ thể ở mục đã nêu, đã làm rõ điều đó.

Phân hóa giàu nghèo ngày càng bất công là sản phẩm tất yếu của quy luật sở hữu bóc lột và cơ chế thị trường còn đậm đà bản sắc chủ nghĩa tư bản; không thể khống chế có hiệu quả hiện tượng đó bằng các chính sách tình thế, tức là không thể vặn trái quy luật. Chủ nghĩa xã hội chỉ có thể xóa bỏ sự phân hóa giàu nghèo quá mức, trái với bản sắc của mình, bằng việc thực hiện đúng quy luật sở hữu của chủ nghĩa xã hội, ngay từ khi nó ra đời.

Việc thực hiện cơ chế Đồng sở hữu đồng bộ với các chính sách kiềm chế hiện tượng bóc lột tàng hình của thị trường đối với người tiêu dùng, như đầu cơ tăng giá, giá độc quyền, hàng giả, hàng kém chất lượng, giá cả thoát ly giá trị, cạnh tranh không lành mạnh, v.v., sẽ hạn chế có hiệu quả mức độ chênh lệch thu nhập. Thị trường sẽ đậm đà bản sắc chủ nghĩa xã hội. Sản xuất hàng hóa và thị trường lưu thông hàng hóa được sản xuất ra, đó là sản phẩm của quy luật sở hữu cá nhân không bóc lột, tất yếu sẽ ngày càng mang bản chất của chủ nghĩa xã hội. Và thị trường đó có thể quan niệm là "thị trường xã hội chủ nghĩa" đang trong quá trình phát triển hoàn thiện. Và đó cũng là những nội hàm chủ yếu của hai khái niệm: "Hoàn thiện quan hệ sản xuất xã hội chủ nghĩa" và "Hoàn thiện thể chế kinh tế thị trường xã hội chủ nghĩa". Khái niệm " thị trường định hướng xã hội chủ nghĩa" đã mất hết ý nghĩa của nó.

Doanh nghiệp Đồng sở hữu và thị trường xã hội chủ nghĩa có nhiệm vụ sáng tạo những tiền đề vật chất và tâm lý-ý thức cho việc xóa bỏ chính nó; tức xóa bỏ sản xuất hàng hóa dẫn tới việc xóa bỏ thị trường và tiền tệ. Bóng đen bóc lột biến mất giữa ban ngày và không còn cơ hội quay trở lại.

4- Nhận thức về "*Quy luật phù hợp của quan hệ sản xuất và trình độ phát triển của lực lượng sản xuất*".

Quan hệ sản xuất là quan hệ giữa con người trong quá trình sản xuất. Quan hệ sản xuất có ba mặt: Quan hệ về sở hữu đối với tư liệu sản xuất – Quan hệ trong tổ chức và quản lý sản xuất – Quan hệ trong phân phối thành quả lao động.

"Trong ba mặt của quan hệ sản xuất, quan hệ sở hữu về tư liệu sản xuất là quan hệ xuất phát, quan hệ cơ bản, đặc trưng cho quan hệ sản xuất trong từng xã hội." (Giáo trình Triết học Mác-Lênin, Nxb. CTQG, Hà nội-2007, tr. 291).

Trong ba chế độ: Nô lệ, Phong kiến, Tư bản, quan hệ sở hữu không thay đổi. Do đó, quan hệ sản xuất coi như không thay đổi. Chỉ có tổ chức, quản lý sản xuất là thay đổi cho phù hợp với trình độ phát triển khoa học-công nghệ.

Trong hai chế độ : Chủ nghĩa xã hội và Chủ nghĩa cộng sản, tính chất sở hữu không thay đổi, đều là sở hữu không bóc lột. Song hình thức sở hữu có sự vận động, từ hình thức liên hợp sở hữu cá nhân của người lao động tiến lên hình thức sở hữu toàn dân, tức sở hữu công cộng cộng sản chủ nghĩa.

Chủ nghĩa xã hội còn vận động quy luật sở hữu cá nhân, vì vậy còn sản sinh sản xuất hàng hóa và thị trường. Cần nhấn mạnh rằng, hình thái sản xuất hàng hóa và thị trường không phải là của riêng của chủ nghĩa tư bản. Sản xuất hàng hóa và thị trường là con đẻ của sở hữu cá nhân, dù là sở hữu bóc lột hay không bóc lột. Chủ nghĩa xã hội chỉ kế thừa khoa học quản lý và vận hành sản xuất hàng hóa và thị trường từ chủ nghĩa tư bản. Qúa trình kế thừa cần phân biệt chân lý khoa học khách quan và giả học thuật. Gỉa học thuật là giải pháp tình thế của chủ nghĩa tư bản nhằm kéo dài chu kỳ khủng hoảng và tăng hiệu quả bóc lột, như Chủ nghĩa tự do mới, sáng kiến Keynes,…

Chủ nghĩa xã hội có đủ khả năng vận động tổ chức và quản lý sản xuất luôn phù hợp với sự phát triển không ngừng của khoa học công nghệ, nên không phát sinh mâu thuẫn trong lĩnh vực này. Khi thực hiện nguyên lý sở hữu xã hội chủ nghĩa của học thuyết Mác, sự phù hợp giữa trình độ phát triển của lực lượng sản xuất và quan hệ sản xuất trong xí nghiệp được thực hiện, hiện tượng bóc lột chỉ còn vận động trong lưu thông, sẽ được loại bỏ triệt để khi không còn sản xuất hàng hóa và đương nhiên không còn thị trường và tiền tệ. Bước sang chủ nghĩa cộng sản, luôn có sự phù hợp giữa lực lượng sản xuất và quan hệ sản xuất cộng sản chủ nghĩa. Đó là sự phù hợp hoàn thiện nhất trong phương thức sản xuất của xã hội loài người.

Có học giả cho rằng, phát triển nền kinh tế nhiều thành phần đã tạo ra sự phù hợp về quan hệ sản xuất với trình độ phát triển của lực lượng sản xuất (trong các trích dẫn của bài viết, xin không nêu tên tác giả và tên bài báo vì lý do tế nhị).

Ý kiến này cần được lý giải rõ hơn. Quan hệ sản xuất có ba nội dung: Nội dung đầu tiên là quyền sở hữu tư liệu sản xuất trong các thành phần kinh tế đó, là sở hữu bóc lột hay sở hữu không bóc lột? Nếu sở hữu bóc lột là không phù hợp với bản chất nhà nước xã hội chủ nghĩa. Theo thời gian, các doanh nghiệp sở hữu bóc lột ngày càng mạnh lên và còn chịu tác động tiêu cực của diễn biến hòa bình, sẽ làm thoái hóa bản chất xã hội chủ nghĩa của nhà nước. Nhà nước không thể xây dựng thể chế trái quy luật, hạn chế sự phát triển tư bản trong các doanh nghiệp đã cấu trúc bản chất tư bản chủ nghĩa và đã được pháp chế khuyến khích phát triển. Mọi thể chế trái quy luật chỉ có tác dụng tạm thời và hiệu quả thấp. Vì hạ tầng cơ sở là yếu tố cơ bản để hình thành và nuôi dưỡng thượng tầng kiến trúc. Thượng tầng kiến trúc chủ yếu là nhà nước. Sở hữu bóc lột không thể sống chung với nhà nước xã hội chủ nghĩa.

Mặt khác các doanh nghiệp tư nhân thu hút đông đảo lực lượng lao động của đất nước. Đời sống xã hội quyết định ý thức xã hội (Mác). Đời sống sở hữu bóc lột tác động lâu dài sẽ làm lệch nhận thức của nhân dân lao động và làm mất niềm tin của họ đối với chủ nghĩa xã hội. Hiện thực thực tiễn đang hàng ngày, hàng giờ chứng minh như vậy. Giáo dục lý luận không đủ sức mạnh thay thế hiện thực trong việc hình thành và phát triển ý thức. Ở thế kỷ 20, chúng ta đã có nhiều kinh nghiệm về vấn đề này. Giáo trình Triết học Mác-Lênin đã viết: "...phương thức sản xuất vật chất là yếu tố cơ bản nhất của tồn tại xã hội...thay đổi tồn tại xã hội là điều kiện cơ bản nhất để thay đổi ý thức xã hội;..." (Sđd, tr. 354, 371). Phương thức sản xuất tư bản chủ nghĩa duy trì hàng chục năm, tất yếu sẽ làm biến dạng ý thức xã hội chủ nghĩa. Phương thức sản xuất mơ hồ, trái quy luật như phương thức sản xuất sở hữu công cộng kiểu cũ ở thế kỷ 20, đã làm méo mó ý thức xã hội chủ nghĩa trong các nước xã hội chủ nghĩa và mang theo những tổn thất nghiêm trọng. Những biến dạng về ý thức xã hội chủ nghĩa là miếng đất màu mỡ của chiến lược đột phá tư tưởng của "diễn biến hòa bình".

Để lý giải hiện thực và giải quyết những vấn đề thực tiễn chính xác, không chỉ suy lý theo kinh nghiệm mà cần bám sát hệ quy luật phổ quát, quy luật đặc thù, đang vận động trong xã hội xã hội chủ nghĩa; đồng thời bám sát vào tri thức khoa học của chủ nghĩa Mác-Lênin, tư tưởng Hồ Chí Minh. Nhưng phải hiểu cho đúng. Sai lầm trong thực tiễn sở hữu xã hội chủ nghĩa thế kỷ 20 đã cho những bài học đắt giá.

Như đã chứng minh, trình độ lực lượng sản xuất thấp kém nhất là kinh tế tiểu nông, khi chưa hiện diện khoa học công nghệ, như ở nước Nga thời kỳ năm 1921-1926, ở Trung quốc, Việt nam cũng như vậy. Sở hữu kinh tế tiểu nông đang là sở hữu tư nhân dựa trên lao động của bản thân (gia đình). NEP của Lênin thực hiện thời kỳ 1921-1926, được vận dụng vào Việt nam từ 1980 đến nay, dưới hình thức khoán hộ, đều cho thành quả đáng ngạc nhiên. Thắng lợi của chính sách khoán hộ chỉ có thể giải thích rằng, thực tiễn sở hữu đã đi đúng hướng của học thuyết Mác. Và đó là điều khẳng định, khi hiểu đúng quy luật sở hữu xã hội chủ nghĩa của học thuyết Mác. Nếu nhìn lại quá khứ thì các chính sách kinh tế tiểu nông trái với học thuyết Mác đều đã lần lượt thất bại.

Các doanh nghiệp hiện nay đều đã được trang bị khoa học công nghệ ở những trình độ khác nhau, có nhiều trường hợp được trang bị công nghệ cao do hợp tác với nước ngoài, trình độ lực lượng sản xuất hơn hẳn kinh tế tiểu nông. Kinh tế tiểu nông đã không trái học thuyết Mác thì kinh tế doanh nghiệp cũng không thể trái học thuyết Mác.

Có ý kiến cho rằng, mục tiêu của chủ nghĩa xã hội không phải là sở hữu mà là "Dân giàu, nước mạnh, dân chủ, công bằng, văn minh". Nói như vậy có nghĩa rằng, không cần xóa bỏ sở hữu bóc lột chăng? Tại sao chủ nghĩa tư bản lại huy động mọi sức mạnh và còn dùng những hành động rất dã man để duy trì và bảo vệ sở hữu bóc lột của chúng? Câu trả lời thật là đơn giản. Bởi vì chúng muốn giàu, nhưng giàu bằng cách cướp cái giàu của người lao động. Như vậy, người lao động muốn giàu thì phải cướp đoạt lại quyền sở hữu chân chính của mình. Mục tiêu trên muốn đạt được phải xuất phát từ quyền lực sở hữu. Đó là quy luật đã được tiếp cận bằng nhiều phương pháp chứng minh khác nhau, hiện thực, thực tiễn cũng đã chứng minh như vậy. Đã là quy luật thì không thể phủ định một cách tùy tiện.

Có học giả cho rằng cứ để doanh nghiệp tư nhân thực hiện chế độ sở hữu bóc lột sẽ khuyến khích họ góp vốn, tạo vốn, thu hút lao động,…,để phát triển sản xuất. Cứ theo logic đó thì Việt nam nên duy trì sở hữu bóc lột mãi mãi; vì thực hiện chế độ sở hữu không bóc lột thì không ai hào hứng kinh doanh và nền kinh tế sẽ kém phát triển!? Và bây giờ có thể hô vang: chủ nghĩa tư bản vạn tuế, vạn vạn tuế!!!

Thực tiễn tâm lý và quy luật tâm lý con người cho thấy, ai có năng khiếu kinh doanh, họ đều có ý chí vượt mọi khó khăn để thực hiện mục đích kinh doanh. Hơn nữa, kinh doanh theo mô thức Đồng sở hữu sẽ khuyến khích họ nhiều hơn. Họ vẫn giàu hơn người khác nhưng không mang tiếng bóc lột. Họ cùng giai cấp với người lao động và được người lao động yêu mến. Đó là sự động viên tinh thần vô giá mang lại sức mạnh giàu ý nghĩa đối với họ, hơn hẳn sự động viên từ sự giàu có trong chế độ bóc lột. Đối với doanh nhân Việt nam ngày nay, là những người thuộc thế hệ lớn lên sau những bão táp cách mạng. Họ luôn luôn được giáo dục lý tưởng xóa bỏ bóc lột. Hiện thực xóa bỏ bóc lột đã thể hiện rõ ràng đối với giai cấp nông dân, nơi "chôn rau cắt rốn" của hầu hết doanh nhân. Do đó, khi có chủ trương thực hiện mô hình Đồng sở hữu, để thực hiện lý tưởng xóa bỏ bóc lột, chắc chắn sẽ được các doanh nhân ủng hộ. Kinh tế sẽ phát triển mạnh mẽ hơn bởi sự khuyến khích cả vật chất, cả tinh thần đối với cả công nhân, cả Lãnh đạo doanh nghệp. Hiện tượng đòi hối lộ của công chức công quyền đối với doanh nghiệp cũng sẽ được kiềm chế, bởi công nhân sẽ chú ý quản lý tài sản của họ; hơn nữa, gió lành sẽ có tác dụng chữa bệnh chóng lành hơn.

Nhà nước không cần thực hiện công nghệ kinh doanh bằng

hình thức gọi là "doanh nghiệp nhà nước". Nếu loại hình doanh nghiệp này không thực hiện đúng nguyên lý sở hữu xã hội chủ nghĩa của học thuyết Mác thì hiệu quả sẽ rất kém, thậm chí còn để thất thoát tài sản nhà nước vì các "nhóm lợi ích", như vẫn thường xảy ra. Nhà nước muốn nắm các ngành kinh tế chủ chốt liên quan trực tiếp tới an ninh quốc gia, ảnh hưởng lớn tới an sinh xã hội, như ngành điện, viễn thông, xăng dầu,..., chỉ cần góp vốn với giá trị lớn áp đảo vào các công ty Đồng sở hữu của các ngành này, đồng thời cử cán bộ có năng lực kinh doanh giữ chức danh Chủ tịch hội đồng quản trị hoặc giám đốc của công ty. Tiền lương các chức danh này do Hội đồng quản trị quyết định tập thể, tương ứng với trách nhiệm và hiệu quả kinh doanh. Họ được góp cổ phần và việc phân phối lợi nhuận căn cứ vào cả tiền lương và giá trị cổ phần như chế độ Đồng sở hữu quy định. Có như vậy mới khuyến khích được ban lãnh đạo nỗ lực nâng cao hiệu quả kinh doanh và chấm dứt việc hình thành các nhóm lợi ích. Tập thể người lao động phối hợp với kiểm tóan nhà nước kiểm tra hoạt động tài chính và tài sản doanh nghiệp.

Bất cứ thành phần kinh tế nào, nếu xa lánh quy luật sở hữu xã hội chủ nghĩa của học thuyết Mác, đều kém hiệu quả hoặc thất bại và không phản ánh đúng bản chất kinh tế chủ nghĩa xã hội, làm méo mó ý thức làm chủ xã hội chủ nghĩa của người lao động. Mác và Ăngghen đã từng viết: *"Con người sáng tạo ra hoàn cảnh đến mức độ nào, thì hoàn cảnh sáng tạo ra con người đến mức độ đó"*. (Hệ tư tưởng Đức. Sđd, tr. 306). Hoàn cảnh sở hữu bóc lột tất yếu sẽ bôi đen những giá trị nhân văn giữa con người. Hệ tư tưởng Đức còn viết: *" Không phải ý thức quyết định đời sống mà chính đời sống quyết định ý thức."* (Sđd, tr. 277).

Theo quy luật về "sự phù hợp giữa thượng tầng kiến trúc và hạ tầng cơ sở", sở hữu bóc lột là cơ sở kinh tế, cơ sở hạ tầng, sản sinh ra **"tự diễn biến ý thức, tự diễn biến đạo đức"** của kiến trúc thượng tầng xã hội chủ nghĩa. Và đó cũng là mục tiêu đột phá khẩu của "diễn biến hòa bình". *Là quy luật thì khó đảo ngược.* Do đó, việc xóa bỏ sở hữu bóc lột là **"Việc cần làm ngay"**, không thể chần chừ, nếu không muốn chệch hướng xã hội chủ nghĩa.

Khi đánh giá về nguyên nhân chủ yếu dẫn tới sự sụp đổ của nhà nước Xô viết, nhiều ý kiến cho rằng, trước tiên là do sự suy thoái về chính trị, đạo đức của Đảng Cộng sản Liên xô. Song, nguyên nhân của nguyên nhân thì chưa được giải phẫu.

Ý thức về chính trị, đạo đức,..., thuộc phạm trù ý thức xã hội. Giáo trình Triết học Mác-Lênin, viết: "Chủ nghĩa Duy vật lịch sử chỉ rõ rằng tồn tại xã hội quyết định ý thức xã hội, ý thức xã hội là sự phản ánh của tồn tại xã hội. Mỗi khi tồn tại xã hội, nhất là phương thức sản xuất biến đổi thì những tư tưởng và lý luận xã hội, những quan điểm về chính trị, đạo đức, pháp quyền, văn hóa , nghệ thuật, v.v. , sớm muộn sẽ biến đổi theo." (Sđd, tr. 363, 364)

Như vậy, sự biến dạng ý thức xã hội chủ nghĩa trong ĐCS Liên Xô phải tìm trong phương thức sản xuất của Liên xô. Phương thức sản xuất đó có phải là phương thức sản xuất xã hội chủ nghĩa không? Nội hàm chủ yếu của phương thức sản xuất lại là vấn đề sở hữu. Hình thái sở hữu của Liên Xô có đúng quy luật sở hữu xã hội chủ nghĩa mà học thuyết Mác đã xác định không? Như đã chứng minh ở các phần trên, thực tiễn sở hữu của Liên Xô không vận động đúng nguyên lý sở hữu xã hội chủ nghĩa của học thuyết Mác. Đó là nguyên nhân cơ bản của nhiều nguyên nhân khác nhau dẫn tới nghịch biến xã hội Xô viết.

Đó là bài học tiền lệ lịch sử được đánh đổi bằng sự hy sinh to lớn của nhân dân Liên Xô và phong trào xã hội chủ nghĩa, phong trào tiến bộ của nhân dân thế giới.

Do đó, không thể kiến tạo niềm tin vững vàng về ý thức chính trị và đạo đức xã hội chủ nghĩa khi thực tiễn kinh tế xã hội chủ nghĩa đi chệch hướng tư tưởng sở hữu xã hội chủ nghĩa của học thuyết Mác.

Giáo trình Triết học Mác-Lênin cũng viết: "Cần thấy rằng, thay đổi tồn tại xã hội là điều kiện cơ bản nhất để thay đổi ý thức xã hội;..." (Sđd, tr. 371).

Khi trình độ ý thức xã hội đạt tới việc nhận thức quy luật thì ý thức xã hội có thể tác động tích cực vào sự phát triển của tồn tại xã hội. Song, trong trường hợp đang đề cập đối với hầu hết chúng ta hiện nay, những con người bình thường sống ở những thập niên đầu thế kỷ 21, thì chưa tiến tới trường hợp đó.

*** Chỉ có nhận thức sâu sắc những nguyên lý cơ bản của học thuyết Mác-Lênin, tư tưởng Hồ Chí Minh, tức là nhờ vào ý thức của thiên tài, chúng ta mới có thể chủ động góp phần có hiệu quả vào hoạt động thực tiễn.

Nhà nước quản lý, điều hành kinh tế bằng pháp luật, chính sách vĩ mô, mở rộng và làm thuận lợi quan hệ hợp tác quốc tế, kiểm tra phát hiện kịp thời các trở lực để điều tiết. Khái niệm "Kinh tế nhà nước" cần xác định rõ nội hàm đúng quy luật vận động kinh tế xã hội chủ nghĩa. Kinh tế nhà nước có thể là hệ thống tài chính công, thu từ các nguồn thuế, viện trợ,...nhưng tuyệt đối không có nội hàm kinh doanh cụ thể. Kinh tế nhà nước có nguồn lực mạnh có thể cấp cứu khi cần thiết và góp cổ phần "quyền uy" vào ngân hàng và các ngành kinh tế chủ chốt. Nguồn thu lợi nhuận tăng lên, sức mạnh kinh tế nhà nước sẽ tăng lên, miếng đất màu mỡ cho các nhóm lợi ích, không ngừng đâm chồi nẩy lộc, sẽ bị thu hẹp rất nhiều.

Những phương thức vận hành kinh tế xã hội chủ nghĩa trình bày trên đây đảm bảo sự phù hợp tương đối giữa quan hệ sản xuất và trình độ phát triển lực lượng sản xuất, sự phù hợp tương đối giữa hạ tầng cơ sở và thượng tầng kiến trúc, theo tư tưởng của học thuyết Mác và thực tiễn cách mạng Việt nam.

Khi nhân dân lao động đã làm chủ nhà nước, có sự lãnh đạo của Đảng Cộng sản chân chính, mọi chính sách và thực tiễn trái quy luật và trái với học thuyết Mác-Lênin, tư tưởng Hồ Chí Minh, dù sớm, dù muộn đều dẫn đến tổn thất!

5- Nhận thức khái niệm: (Theo Điều lệ Đảng Cộng sản Việt Nam khóa XI).

"Đảng Cộng sản Việt Nam là đội tiên phong của giai cấp công nhân, đồng thời là đội tiên phong của nhân dân lao động và của dân tộc Việt Nam".

Khái niệm trên đây hoàn toàn phù hợp với tư tưởng Hồ Chí Minh khi Người phát biểu tại Đại hội II (1951) của Đảng: "…vì Đảng là Đảng của giai cấp công nhân và nhân dân lao động cho nên Đảng phải là Đảng của dân tộc".

Khái niệm Đảng Cộng sản có nguồn gốc từ phong trào công nhân Châu Âu và học thuyết Mác. Khái niệm đó được công bố chính thức lần đầu tiên trong tác phẩm "Tuyên ngôn của Đảng Cộng sản" (vào tháng 3 năm 1848), cắm mốc son lịch sử đánh dấu sự ra đời của Chủ nghĩa Cộng sản với sứ mệnh giải phóng nhân loại thoát khỏi gông xiềng bóc lột, áp bức của Chủ nghĩa tư bản.

Từ nguồn gốc ra đời và sứ mạng lịch sử của Đảng Cộng sản như vậy, nên trong tổ chức của Đảng không thể tồn tại bóng đen bóc lột. Nếu kết nạp doanh nhân là chủ doanh nghiệp vận động theo phương thức sản xuất tư bản vào Đảng, thì Đảng trở thành một Đảng thập cẩm lộn xộn, không còn mang bản chất là Đảng của giai cấp lao động. Mặt khác, một trong những nhiệm vụ đảng viên là chống tham nhũng; trong 19 điều đảng viên không được làm cũng có một điều là không được tham nhũng. Tham nhũng là hiện tượng cướp đoạt tàng hình; bóc lột là hiện tượng cướp đoạt công khai, được hợp pháp hóa, khi chưa thực hiện mô thức Đồng sở hữu. Trong hoàn cảnh mâu thuẫn như vậy, chủ doanh nghiệp có chống được tham nhũng không? Tuy nhiên, việc hóa giải cũng thật là dễ dàng. Chủ doanh nghiệp sẽ đủ tư cách vào Đảng khi họ xóa bỏ bóng đen bóc lột khỏi doanh nghiệp bằng phương thức Đồng sở hữu. Đối với Việt Nam, đã có nhà nước dân chủ do Đảng Cộng sản lãnh đạo, thì việc xỏa bỏ bóc lột như vậy thực hiện thật là đơn giản.

Giai cấp công nhân là một tập hợp nhỏ trong tập hợp lớn là nhân dân lao động. Do đó, khái niệm "nhân dân lao động" đã bao hàm khái niệm "giai cấp công nhân". Có thể đưa ra khái niệm *"Giai cấp lao động"* bao gồm giai cấp công nhân, nông dân, tri thức làm công hưởng lương và các thành phần lao động khác. Khi nền kinh tế bước vào nền kinh tế trí thức, sản xuất chủ yếu bằng công nghệ cao, công nhân, nông dân sẽ được tri thức hóa, xã hội chỉ còn một hình thái lao động là lao động trí thức; tri thức trở thành tư liệu sản xuất trực tiếp, người trí thức trở thành người làm chủ "tư liệu sản xuất" tri thức của mình. Vì vậy không còn phân biệt thành phần công nhân , nông dân hay tri thức, mà chỉ có một thành phần có thể gọi là "thành phần lao động". Giai cấp lao động chỉ còn lại một thành phần là thành phần lao động. Chủ doanh nghiệp là tri thức; chủ doanh nghiệp Đồng sở hữu nằm trong giai cấp lao động.

Về khái niệm dân tộc. "Dân tộc là cộng đồng người ổn định làm thành nhân dân một nước, có ý thức về sự thống nhất của mình, gắn bó với nhau bởi quyền lợi chính trị, kinh tế, truyền thống văn hóa và truyền thống đấu tranh chung." (Từ điển Tiếng Việt. Hoàng Phê chủ biên. Trung tâm từ điển học-Nxb Giáo dục. Hà Nội-1994. Tr.239).

Như thế, khái niệm Dân tộc không có nội hàm giai cấp. Trong cộng đồng dân tộc bao giờ cũng có hai gia cấp, giai cấp lao động và giai cấp bóc lột. Tuy nhiên, số lượng người trong giai cấp bóc lột và một số tầng lớp khác thường rất ít, khoảng

10% dân số. Cho nên, khái niệm "Đảng của Dân tộc" phải hiểu là Đảng của 90% người lao động. Đảng chỉ thủ tiêu hình thái sở hữu bóc lột mà không phải là tiêu diệt sinh mạng con người bóc lột, Đảng có nhiệm vụ cải tạo người bóc lột thành người lao động bằng biện pháp nhân đạo.

Từ những nhận thức trên đây có thể quan niệm khái quát rằng:

Đảng Cộng sản Việt Nam là đội tiên phong của nhân dân lao động Việt Nam.

Đảng viên của Đảng là những chiến sỹ cách mạng tiên phong về lý luận và tiên phong về hoạt động thực tiễn.

Quan niệm như vậy hoàn toàn phù hợp với học thuyết Mác, khi Mác và Ăngghen chủ trương rằng, muốn giải phóng giai cấp công nhân thì phải giải phóng toàn bộ nhân dân lao động.

Khái niệm "lao động" trong học thuyết Mác cũng rất vận động. Trong "Hệ tư tưởng Đức", Mác viết: "…các nhà kinh tế học hiện đại nói rằng sở hữu là quyền tự do chi phối sức lao động của người khác…sự phân công lao động và sở hữu tư nhân là những từ ngữ cùng nghĩa…" (Sđd, tr. 293)

Như vậy, xóa bỏ tư hữu bóc lột cũng là xóa bỏ sự phân công lao động. Giai đoạn Cộng sản chủ nghĩa con người không phụ thuộc vào sự phân công lao động. Khái niệm "phân công lao động" vận động sang khái niệm "phân công công việc".

Cũng trong "Hệ tư tưởng Đức, Mác viết: "…người vô sản muốn tự khẳng định là những con người, …có nghĩa là phải thủ tiêu lao động." (Sđd, tr. 348)

Ở đây, Mác sử dụng khái niệm "lao động" như một mặt mâu thuẫn của phạm trù đối lập "lao động-bóc lột". Khi bóc lột được xóa bỏ, thì mặt đối lập với nó là lao động, cũng biến mất. Vào giai đoạn cuối của chủ nghĩa xã hội, bóc lột không còn tồn tại, lao động cũng không còn. Do đó, khái niệm "Đảng của nhân dân lao động" cũng không còn và không vận động sang khái niệm "Đảng của nhân dân". Khi bóc lột được xóa bỏ, sứ mệnh lịch sử vinh quang của Đảng Cộng sản cũng hoàn thành, Đảng ngừng hoạt động.

Phần II

KHUYNH HƯỚNG PHÁT TRIỂN CỦA THẾ GIỚI HIỆN ĐẠI và tương lai của Chủ nghĩa Xã hội

****

I- NHỮNG CĂN CỨ KHOA HỌC VÀ HIỆN THỰC, THỰC TIỄN, ĐỂ NGHIÊN CỨU VẤN ĐỀ.

I.1- Ý nghĩa thời đại của việc nhận thức đúng đắn khuynh hướng phát triển của thế giới hiện đại và tương lai của Chủ nghĩa Xã hội.

Mô hình xã hội chủ nghĩa hiện thực Liên Xô sụp đổ có nhiều nguyên nhân. Song, nguyên nhân chủ yếu là sự sai lầm về phương thức thực tiễn triển khai hình thái vận động sở hữu xã hội chủ nghĩa sau khi giai cấp công nhân đã giành được quyền điều hành nhà nước từ tay giai cấp tư sản. Sự sụp đổ của Liên Xô để lại một tiền đề hiện thực. Bằng cách bóp méo bản chất của sự kiện, phủđịnh chân lý của học thuyết Mác, các học giả tư sản không ngớt chứng minh rằng, chủ nghĩa xã hội là sự lựa chọn sai lầm của lịch sử. Rằng, sự vận động của lịch sử đã dừng lại. Rằng, chủ nghĩa tư bản là đỉnh cao nhất của xã hội loài người.

Tuy nhiên, thực tiễn lịch sử 20 năm, sau Liên Xô sụp đổ, làm cho nhân loại nghi ngờ về tính chân lý của giả thuyết đó. Các cuộc khủng hoảng kinh tế diễn ra liên tiếp và trầm trọng, nhấn chìm sự phát triển của ngay chủ nghĩa tư bản, mà các phương thuốc cứu chữa chỉ mang tính chất là những giải pháp tình thế, làm giảm các triệu chứng trầm kha, mà không thể thoát khỏi căn bệnh mãn tính thâm căn cố đế. Như nhiều nhà kinh tế học tư sản đã dự đoán, khủng hoảng kinh tế lánh mặt đâu đó, rồi sẽ chờ thời cơ quay lại.

- Về an ninh thế giới, chủ nghĩa tư bản đã không mang lại sự an bình cho nhân loại. Họ đã đối xử dã man ngay chính với bè bạn tư bản chủ nghĩa của mình. Từ sau Liên Xô sụp đổ, những cuộc chiến tranh liên tiếp xẩy ra, gây bao đau thương tang tóc cho người vô tội. Những cuộc chiến tranh đó đều núp dưới ngọn cờ nhân đạo, song để che dấu những mục đích riêng tư. Lẽ ra, nguyên nhân của các cuộc chiến tranh đó, đều có đầy đủ cơ hội để hoá giải bằng phương thức hoà bình. Thế giới tư bản vẫn còn nhiều mưu toan lỗi thời, đi ngược quy luật phát triển chủ nghĩa nhân đạo và khát vọng hoà bình của nhân loại. Họ vẫn muốn là người độc quyền điều khiển nhân loại theo ý riêng của họ. Thế giới vẫn còn hàng tỷ con người phải chịu cuộc sống nghèo đói, mà một trong những nguyên nhân cơ bản của hiện trạng nghèo khổ đó là do họ mang lại; nhưng họ vẫn đổ nhiều trăm tỷ đôla để sản xuất vũ khí giết người.

- Sự phát triển như vũ bão của khoa học công nghệ đã đưa nhân loại bước vào nền kinh tế trí thức. Song, 70% nhân loại vẫn chịu sự bóc lột, và con đẻ của nó là sự áp bức dưới những hình thức khác nhau, sự áp bức "có văn hoá" xen lẫn sự áp bức kiểu trung cổ.

- Từ hiện thực đó, nhân loại hiểu rằng, chủ nghĩa tư bản không phải là đỉnh Hymalaya của họ. Nhiều phong trào tiến bộ ngay trong lòng chủ nghĩa tư bản, đòi phải thay thế chủ nghĩa tư bản bằng một xã hội tiến bộ, không chỉ quan tâm làm giàu cho một thiểu số bóc lột, mà phải quan tâm đến hoà bình và hạnh phúc của toàn nhân loại.

- Bằng những quy luật khách quan được mô tả trong nguyên lý Duy vật biện chứng, học thuyết Mác-Lênin đã chứng minh rằng, Chủ nghĩa Xã hội, một hình thái kinh tế-xã hội có khả năng xoá bỏ sự bất công của Chủ nghĩa Tư bản, sẽ thay thế Chủ nghĩa Tư bản. Như đã chứng minh ở các chương trên, bằng cách tiếp cận từ học thuyết Âm Dương, cũng khẳng định chân lý đó. Trong chương này thảo luận nhiều hơn về phương thức thực tiễn triển khai lý luận xây dựng chủ nghĩa xã hội.

- Mặc dù tính chân lý của học thuyết Mác-Lênin là không thể bàn cãi. Song, việc triển khai vấn đề sở hữu xã hội chủ nghĩa bằng nhiều mô hình khác nhau ở thế kỷ XX còn nhiều thất bại. Những thất bại đó làm băn khoăn, dao động, về niềm tin vào tính hiện thực của lý luận chủ nghĩa xã hội khoa học trong một bộ phận nhân loại; gây lúng túng trong việc tìm kiếm phương thức thực tiễn của phong trào xã hội chủ nghĩa và phong trào tiến bộ trên thế giới; làm căn cứ hiện thực thực tiễn cho các trào lưu phủ định những tinh hoa của chủ nghĩa Mac-Lênin. Các nước xã hội chủ nghĩa ở thế kỷ XXI đã có nhiều thành công về lý luận và thực tiễn xây dựng chủ nghĩa xã hội tuỳ theo đặc điểm của mỗi nước. Trung quốc đã vươn lên, đứng hàng thứ hai thế giới về thành quả kinh tế. Việt nam, Cuba, đã đạt được những thành tựu phát triển, được bạn bè thế giới khích lệ và hy vọng. Điều đó chứng minh rằng, lý luận, phương thức thực tiễn cải cách, đổi mới, được các nước xã hội chủ nghĩa khởi động từ nửa cuối thế kỷ XX và thực hiện cho tới ngày nay, đã tiếp cận gần hơn quy luật vận động của hình thái sở hữu xã hội chủ nghĩa. Tuy nhiên, thực tại đang đặt ra nhiều vấn đề bức xúc, thêm những thuận lợi, nhưng cũng xuất hiện nhiều thách thức mới, đòi hỏi phải giải quyết về mặt lý luận, đưa lý luận tiếp cận gần hơn nữa chân lý của chủ nghĩa xã hội, phù hợp với bối cảnh của thế giới hiện đại, làm tiền đề cho sự phát triển tiếp theo của thực tiễn. Điều đó mang nhiều ý nghĩa thời đại, không những cần thiết đối với các nước xã hội chủ nghĩa, mà còn cần cho phong trào xã hội chủ nghĩa, các phong trào cánh tả và các phong trào tiến bộ xã hội trên thế giới

- Nếu không xác định chính xác khuynh hướng vận động cơ bản của thế giới hiện đại, không xác định chính xác nội hàm cơ bản của chủ nghĩa xã hội và phương thức thực tiễn thực hiện thành công các nội hàm đó, làm tiền đề hiện thực để chuyển hoá tự nhiên lên Chủ nghĩa Cộng sản, sẽ mang lại những hậu hoạ khó lường. Phong trào xã hội chủ nghĩa, các phong trào tiến bộ xã hội, phong trào cánh tả, và ngay cả phong trào xã hội dân chủ, sẽ không có điểm tựa khoa học để xác lập phương thức thực tiễn đúng đắn, đưa phong trào tiến về phía trước. Do đó, dù sớm, dù muộn, phong trào sẽ lâm vào khủng hoảng trước những đòn tấn công giảo hoạt và liên tục của "diễn biến hoà bình", các phong trào sẽ bị tổn thất và thời cơ khôi phục thật là xa vời. Hạnh phúc thật sự của nhân loại lại trở thành quá khứ bị lãng quên. Theo quy luật phát triển của thế giới hiện thưc, đến một lúc nào đó, thiên tài của loài người sẽ khôi phục được tinh hoa trí tuệ quá khứ và tìm thấy phương thức thực tiễn đúng đắn để biến những tinh hoa ấy thành hiện thực. Tuy nhiên, thời gian phải tính bằng thế kỷ.

- Nếu con đường tương lai và phương thưc thực tiễn để đi trên con đường vinh quang đó, được làm sáng tỏ bằng chân lý khoa học; thì đó là sức mạnh tương thành để cố kết lương tâm toàn nhân loại; củng cố tinh thần, nghị lực của tri thức và nhân loại tiến bộ phấn đấu cho một xã hội tiến bộ. Bởi vì, khi con người không nhìn thấy tương lai tươi đẹp hiện ra trước mắt họ, dù mới chỉ là tưởng tượng và ước mơ; nhưng tưởng tượng và ước mơ đó dựa trên những tri thức khoa học và khả năng tất yếu của hiện thực; thì người ta sẽ co vào cái vỏ ốc của chủ nghĩa hiện sinh, chủ nghĩa thực dụng, quy luật đấu tranh sinh tồn của thế giới tiền loài người; các trào lưu tư tưởng xa lạ với cuộc sống, thậm chí phản nhân đạo, có được mảnh đất màu mỡ, để thi nhau đâm chồi nẩy lộc như cỏ dại sau mưa; bức tranh xinh đẹp của hành tinh xanh, ngôi nhà chung của loài người, sẽ phủ thêm nhiều mảng xám. Các nhà giả học thuật tư sản muốn xoá đi ý thức hệ hợp quy luật đều nhằm mục tiêu như vậy. Cũng như bức tranh của hành tinh, bức tranh trí tuệ của loài người cũng được các nhà giả học thuật phủ thêm nhiều mảng xám. Một Đảng cách mạng chân chính có thể bị mảng xám đó che phủ, nếu không được miễn dịch bằng sức mạnh đề kháng của ý thức hệ hợp quy luật. Sự phát triển của chủ nghĩa dân tộc ích kỷ, chủ nghĩa sô vanh nước lớn, phải chăng, còn có nguyên nhân từ sự mất niềm tin vào lý tưởng nhân đạo.

- Sự phát triển bền vững của mỗi quốc gia, của thế giới hiện đại, theo nhận thức chung của nhân loại, nằm trong sự hài hoà của tam giác phát triển: kinh tế-văn hoá-môi trường tự nhiên; nói chính xác hơn, là nằm trong sự cân bằng chung của tam giác và sự cân bằng của mỗi thành tố làm nên sự cân bằng chung đó. Sự cân bằng đó chỉ thực sự bền vững, khi sự vận động và phát triển của nó, phản ánh sự phát triển của hai quy luật cơ bản của xã hội loài người , là quy luật phát triển chủ nghĩa nhân đạo và quy luật phát triển khoa học công nghệ. Sự phát triển bền vững của thế giới do con người sáng tạo. Vì vậy, trước tiên con người phải phát triển bền vững. Sự phát triển bền vững có vai trò điều khiển là sự phát triển bền vững về ý thức hệ tiến bộ, hợp quy luật. Do đó, chiến lược “diễn biến hoà bình” của chủ nghĩa tư bản đặt mục tiêu số một, mục tiêu đột phá để xoá bỏ chủ nghĩa xã hội, là xoá bỏ ý thức hệ xã hội chủ nghĩa. Từ đó, việc khám phá chính xác quy luật vận động của thế giới hiện đại mang ý nghĩa thời đại sâu sắc.

I.2- Những căn cứ khoa học, hiện thực và thực tiễn để nghiên cứu quyluật phát triển của thế giới hiện đại và Chủ nghĩa Xã hội.

1- Định hướng nghiên cứu.

Mọi sự vật đều vận động theo hệ thống quy luật phổ quát của thế giới hiện thực, đồng thời vận động theo hệ quy luật riêng, được sản sinh từ sự tương tác của hệ quy luật phổ quát trên tiền đề hiện thực của sự vật. Mặt khác, trong từng giai đoạn phát triển, sự vật còn vận động theo quy luật đặc thù của giai đoạn phát triển đó. Quy luật đặc thù được ươm mầm và phát triển từ giai đoạn phát triển trước đó. Khi sự vật chưa đạt trạng thái cân bằng, sự vận động của quy luật đặc thù trên tiền đề hiện thực biến đổi không ngừng sẽ dần dần sáng tạo ra những điều kiện để phủ định ngay chính nó và làm nẩy mầm quy luật đặc thù mới, góp phần quyết định làm chuyển hóa giai đoạn phát triển trước sang giai đoạn phát triển kế tiếp theo quy luật phủ định phát triển. Đương nhiên, việc sáng tạo tiền đề hiện thực là thành quả tổng hợp của cả hệ quy luật.

Khi sự vật chưa tiến tới trạng thái cân bằng, quy luật đặc thù thường mâu thuẫn với hệ quy luật phổ quát và hệ quy luật riêng. Trên tiền đề hiện thực đã được sáng tạo, hệ quy luật phổ quát và hệ quy luật riêng gieo mầm quy luật đặc thù của giai đoạn phát triển kế tiếp, quy luật đặc thù cũ dần dần bị loại bỏ. Khi vận động của sự vật đạt trạng thái cân bằng âm dương, các quy luật hoàn toàn thống nhất vận động theo một hướng, đảm bảo cho sự vật không xuất hiện tương phản đối kháng, duy trì được trạng thái cân bằng ổn định lâu dài.

Xã hội loài người là một chỉnh thể, là một "sự vật" được cấu trúc bằng những con người. Do đó, tiến trình phát triển tự nhiên của xã hội loài người, kể từ khi ra đời đến nay, trải qua các giai đoạn lịch sử, đều tuân theo những quy luật như vậy.

Để dễ dàng trong việc phân tích, xin trình bày hệ thống các quy luật phổ quát đang vận động trong xã hội loài người.

2- Hệ thống hóa các quy luật phổ quát đang vận động và

quyết định khuynh hướng phát triển của xã hội hiện đại.

** Đặc điểm vận động của các quy luật.

Sự vật vận động bằng hệ thống các quy luật, trong đó có các quy luật phổ quát triết học và các quy luật của khoa học cụ thể. Trong số rất nhiều quy luật vận động trong cùng một sự vật, có các quy luật "điều khiển" chung, nằm trong số các quy luật phổ quát. Trong đội ngũ các quy luật điều khiển chung, có quy luật điều khiển chung nhất, ảnh hưởng tới tiến trình phát triển của sự vật từ khi hình thành đến trạng thái cân bằng, phối hợp sự vận động của các quy luật và giữ cho sự vật vận hành cân bằng lâu dài; có quy luật ảnh hưởng trong từng giai đoạn phát triển nhất định, mang tính đặc thù, đặc trưng cho giai đoạn đó. Quy luật đặc thù cùng các quy luật phổ quát sáng tạo ra tiền đề hiện thực để phủ định chính nó, khi sự vật chưa đạt trạng thái cân bằng, để hình thành quy luật đặc thù cho giai đoạn phát triển tiếp sau.

Các quy luật còn tương tác với nhau để sản sinh ra những quy luật mới. Các quy luật phổ quát tương tác với quy luật đặc thù trong từng giai đoạn phát triển làm nẩy mầm quy luật đặc thù cho giai đoạn phát triển kế tiếp; ví dụ như, các quy luật phổ quát vận động trong xã hội tư bản tương tác với quy luật sở hữu bóc lột; thành quả tương tác làm đâm chồi nẩy lộc quy luật sở hữu cá nhân không bóc lột. Các quy luật vận động xã hội tương tác với quy luật sinh lý đại não, phản ánh quy luật âm dương ngũ hành, đã sản sinh ra quy luật vận động tâm lý-ý thức, mang đăc trưng riêng cho từng đại não.

Các quy luật mới được khai sinh tiếp tục tương tác với các quy luật đã khai sinh ra nó, để sản sinh những quy luật mới thứ cấp hơn.

Các quy luật vận động song song, mỗi quy luật có vai trò riêng, đặc trưng, nhưng có mối liên hệ chặt chẽ với nhau như những cặp âm dương thành phần trong một cấu trúc âm dương tổng thể, và có một quy luật điều khiển chung.

Thành quả hiện thực thực tiễn trong một thời điểm nào đó, là tổng hòa kết quả vận động của các quy luật trên những tiền đề hiện thực đã được sáng tạo liên tục trước đó.

Sự vật mới ra đời là thành quả tương tác tầng tầng lớp lớp của các quy luật. Quy luật phát triển tương thành đã dẫn dắt sự vật từ khi "mang thai", cùng các quy luật khác kiến tạo hệ thống tương phản cân bằng và loại trừ tương phản đối kháng, đưa sự vật tới trạng thái cân bằng. Đó là thời điểm (điểm nút) ra đời của sự vật mới, xứng đáng với tên gọi của nó. Sự vật mới vận động theo các quy luật:

- Các quy luật phổ quát đã tham gia sáng tạo sự vật.

- Các quy luật đặc thù đã nẩy mầm trong lòng sự vật cũ, tiếp tục vận động và hình thành những quy luật đặc thù mới.

Từ cấu trúc và sự vận động của hệ thống quy luật đưa lại hiệu ứng nhân quả là, sự vật mới bao giờ cũng kế thừa những thành quả của sự vật cũ do các quy luật phổ quát sáng tạo nên. Đây là thuộc tính liên tục của vận động sự vật, đặc biệt đối với vận động xã hội, sự nhảy vọt chỉ là nhảy vọt quy luật đặc trưng. Chủ nghĩa xã hội ắt phải kế thừa những thành quả của quy luật phát triển khoa học-công nghệ, quy luật phát triển chủ nghĩa nhân đạo, được sáng tạo trong lòng chủ nghĩa tư bản và tiếp tục cải biến, phát triển. Đồng thời, sự vật mới phải tiếp tục loại bỏ tàn dư của quy luật đặc trưng của sự vật cũ, đảm bảo cho sự vật mới vận động từ các quy luật phổ quát và quy luật đặc trưng của chính nó.

Xã hội loài người là một chỉnh thể, vận động theo các quy luật phổ quát nhất của hiện thực, đồng thời vận động theo các quy luật đặc trưng của xã hội loài người, và trong từng giai đoạn lịch sử còn vận động theo quy luật đặc thù của giai đoạn lịch sử đó.

* Hệ thống các quy luật phổ quát vận động trong xã hội hiện đại:

Ở đây, khái niệm "quy luật" được mở rộng. V.I.Lênin từng viết: "Những khái niệm của con người không bất động, mà luôn luôn vận động, chuyển hóa từ cái nọ sang cái kia, tràn từ cái nọ sang cái kia; không như vậy, chúng không phản ánh đời sống sinh động. Sự phân tích những khái niệm, việc nghiên cứu chúng, nghệ thuật vận dụng chúng" (Ăng ghen), bao giờ cũng đòi hỏi việc nghiên cứu sự vận động của các khái niệm, mối liên hệ giữa chúng, sự chuyển hóa lẫn nhau giữa chúng (Lê nin, toàn tập, tập 29, bút ký triết học, Nxb Tiến bộ Matxcơva 1981, tr. 267).

Do đó, có thể quan niệm rằng, quy luật là thuộc tính phổ biến của sự vật

* Hệ thống các quy luật phổ quát vận động trong xã hội hiện đại:

Ở đây, khái niệm "quy luật" được mở rộng. V.I.Lênin từng viết: "Những khái niệm của con người không bất động, mà luôn luôn vận động, chuyển hóa từ cái nọ sang cái kia, tràn từ cái nọ sang cái kia; không như vậy, chúng không phản ánh đời sống sinh động. Sự phân tích những khái niệm, việc nghiên cứu chúng, nghệ thuật vận dụng chúng" (Ăng ghen), bao giờ cũng đòi hỏi việc nghiên cứu sự vận động của các khái niệm, mối liên hệ giữa chúng, sự chuyển hóa lẫn nhau giữa chúng (Lê nin, toàn tập, tập 29, bút ký triết học, Nxb Tiến bộ Matxcơva 1981, tr. 267).

Do đó, có thể quan niệm rằng, quy luật là thuộc tính phổ biến của sự vật. Điều kiện tồn tại và vận động của quy luật cũng được mở rộng. Ở đâu có con người, ở đó có quy luật phát triển khoa học công nghệ,...; tương tự như trường hợp, ở đâu có vật chất, ở đó có quy luật mâu thuẫn.

1- Các quy luật phổ quát có trước sự sống (quy luật phổ quát cấp cao).

- Hệ thống nguyên lý, quy luật cơ bản của chủ nghĩa duy vật biện chứng đã được học thuyết Mác-Lênin mô tả.
- Quy luật phát triển tương thành âm dương.
- Quy luật tương phản cân bằng âm dương.
- Quy luật cân bằng âm dương.
- Các quy luật âm dương ngũ hành.

Các quy luật này đã được mô tả ở các chương trên.

2- Các quy luật riêng có của xã hội loài người.

- Quy luật vật chất quyết định ý thức, đã được chủ nghĩa duy vật biện chứng mô tả.
- Quy luật phát triển khoa học công nghệ. (sẽ chứng minh tiếp)
- Quy luật phát triển chủ nghĩa nhân đạo. (sẽ chứng minh tiếp)
- Quy luật vận động sở hữu, từ sở hữu bóc lột tiến hóa lên sở hữu không bóc lột, đã được chủ nghĩa duy vật lịch sử mô tả.
- Quy luật thượng tầng kiến trúc phải phù hợp với quy luật vận động sở hữu, đã được chủ nghĩa duy vật lịch sử mô tả.
- Quy luật phát triển Cái Đẹp, do khoa học Mỹ học khám phá.
- Các quy luật tâm lý-ý thức cơ bản, được trình bày trong chương III nói về hoạt động âm dương của đại não.

Quy luật riêng có của xã hội loài người là thành quả tương tác của các quy luật phổ quát cấp cao trên đối tượng vật chất là loài người, kể từ khi xã hội loài người xuất hiện.

Khi quan sát hình thái phức tạp của hiện tượng tranh dành lãnh thổ, biển đảo, tài nguyên của dận tộc khác, của chủ nghĩa dân tộc ích kỷ, một số học giả cho rằng, dường như quy luật đấu tranh sinh tồn của thế giới tiền loài người vẫn là quy luật của thế giới hiện đại? Hiện thực là, tàn dư của hiện tượng đấu tranh sinh tồn của thế giới loài vật vẫn còn biểu hiện ở mức độ khác nhau ở nơi này, nơi khác. Học thuyết Đacuyn xã hội, vận dụng quy luật đấu tranh sinh tồn của thế giới loài vật, cho rằng xã hội loài người cũng đi theo quy luật đó, đã bị các nhà khoa học bác bỏ từ những thế kỷ trước, coi như một học thuyết phản tiến bộ.

Xã hội loài người khác hẳn thế giới loài vật ở thuộc tính vận động trí tuệ, tâm lý, ý thức, theo khuynh hướng của chủ nghĩa nhân đạo, phát triển quan hệ nhân tình, bình đẳng giữa con người. Theo quy luật phủ định phát triển, hiện tượng đấu tranh sinh tồn được kế thừa sang xã hội loài người ở thời kỳ bình minh của lịch sử. Trong quá trình phát triển của mình, hiện tượng đó được các quy luật vận động trong xã hội loài người cải biến. Sự tương tác giữa các quy luật loại bỏ dần quy luật đấu tranh sinh tồn. Tâm lý quyền lực tuyệt đối của động vật đứng đầu bầy đàn, được kế thừa dưới dạng độc đoán, chuyên quyền của chủ nô, vua quan. Hiện tượng này được dần dần cải biến sang quyền lực tập thể, Quốc hội, quyền lực của nhân dân. Hiện tượng tranh giành không gian sinh tồn, được kế thừa dưới dạng những cuộc chiến tranh xâm lược, được cải biến thành ý thức tôn trọng nền độc lập của các dân tộc, biểu hiện ở Hiến chương LHQ và pháp luật quốc tế; cao hơn là ý thức về chủ nghĩa dân tộc chân chính. Hiện tượng tranh giành thức ăn được kế thừa dưới dạng sở hữu bóc lột, đang được cải biến thành dạng sở hữu không bóc lột. Như vậy, quy luật đấu tranh sinh tồn chỉ tồn tại ở dạng tàn dư mà không đứng trong hàng ngũ những quy luật vận động cơ bản của xã hội loài người.

Thế giới vô sinh vận động mù quáng theo các quy luật phổ quát và quy luật riêng của chúng, chủ yếu là các quy luật của khoa học tự nhiên, theo từng cấp vận động.

Thế giới hữu sinh trên trái đất, ngoài việc vận động theo quy luật như thế giới vô sinh còn vận động theo quy luật âm dương ngũ hành, quy luật đặc thù của trái đất. Quy luật âm dương ngũ hành có công không nhỏ trong việc dẫn dắt thé giới hữu sinh phát triển thành xã hội loài người.

Khác với thế giới vô sinh và thế giới tiền loài người, xã hội loài người là cấp vận động cao nhất của hiện thực, được cấu trúc bằng các đối tượng vật chất, vừa vận động theo quy luật, vừa có khả năng vận động tự thân, tức là vận động theo tâm lý-ý thức chủ quan. Khi tâm lý-ý thức chủ quan nhận thức không phù hợp quy luật khách quan, thường đưa thực tiễn đến thất bại. Đặc biệt, đối với tư duy chính trị có tầm ảnh hưởng quốc gia hoặc quốc tế, nếu nhận thức không phù hợp quy luật, có thể đẩy nhân loại vào những cuộc chiến tranh phi nghĩa.

Xã hội cùng lúc chịu tác động của nhiều quy luật, mỗi quy luật là một lực, tất cả các quy luật đều tác động cùng chiều, tạo thành hợp lực, thúc đẩy xã hội tiến về phía trước. Nếu thiếu nhận thức một quy luật, có nghĩa là hành động thực tiễn trái quy luật đó, sẽ làm giảm sức mạnh của hợp lực. Nếu hành động trái với nhiều quy luật, có thể quay ngược sự tiến bộ xã hội.

Xã hội loài người tổ chức thành nhà nước. Nhà nước, bắt đầu từ nhà nước tư sản, đã điều khiển xã hội bằng "hệ thống thượng tầng ý thức", có thể sử dụng khái niệm "Đạo" để diễn đạt ngắn gọn hệ thống này. Đạo là hệ thống bao gồm Ý thức hệ, Đường lối của Đảng cầm quyền, Hiến pháp, Pháp luật, Đạo đức, chính sách,... Đạo là công cụ điều hành xã hội thực hiện các quy luật. Do đó, Đạo phải thể hiện đúng các quy luật. Đạo bỏ qua hoặc biểu hiện trái quy luật nào, Đạo sẽ giảm uy lực và hiệu quả điều hành, tương phản đối kháng có thời cơ phát triển, làm mất ổn định xã hội. Các quy luật phải thể hiện đầy đủ trong các nội dung chủ yếu của Đạo. Đó là Ý thức hệ, Đường lối của Đảng cầm quyền, Hiến pháp, Pháp luật, Đạo đức,...

Các quy luật riêng của xã hội là thành quả tương tác của các quy luật phổ quát cấp cao (có trước loài người) trên tiền đề hiện thực là thế giới tiền loài người và loài người kể từ khi xuất hiện. Các quy luật riêng tác động trực tiếp, dễ nhận biết. Song, các quy luật chung có vai trò rất lớn, điều hành, phối hợp hoạt động các quy luật riêng, bảo đảm cho quy luật riêng phản ánh tính chất cơ bản của quy luật chung. Có thể so sánh với hoạt động của dàn nhạc giao hưởng, tuy còn nhiều khập khễnh; các quy luật như những nhạc cụ, trong đó quy luật cấp cao là những nhạc cụ chính; mỗi nhạc cụ có bản sắc của mình và giữ những nhiệm vụ khác nhau trong dàn nhạc, song đều tuân theo sự chỉ huy của nhạc trưởng. Bản nhạc giao hưởng được nhạc sĩ sáng tác phải phù hợp với bản sắc của các nhạc cụ. Bản nhạc có vai trò như Đạo của một nhà nước.

Xã hội loài người là thành quả tương tác của quy luật phổ quát cấp cao. Vì vậy, khuynh hướng phát triển của xã hội hiện đại phải phù hợp với thuộc tính vận động của quy luật phổ quát cấp cao.

Mặt khác, tác động của quy luật cấp cao còn được biểu hiện qua quy luật riêng như những công cụ sản xuất. Vận động chính xác quy luật riêng là vận động đúng hướng quy luật cấp cao.

Từ sau Vụ nổ lớn, các sự vật hình thành có khuynh hướng phát triển đến trạng thái cân bằng âm dương. Xã hội loài người được sinh ra cũng nhờ khuynh hướng này. Đây là khuynh hướng vận động cơ bản của nhóm quy luật cấp cao. Cũng từ khuynh hướng này, các quy luật riêng của xã hội đã ra đời.

Xã hội loài người là một đối tượng vật chất, được các quy luật phổ quát cấp cao tương tác trên những tiền đề hiện thực vận động và biến đổi liên tục, mà khai sinh ra. Khi mới chào đời, xã hội là một cặp đối lập âm dương chưa cân bằng. Các quy luật cấp cao tiếp tục sản sinh ra những quy luật riêng, làm "công cụ" đặc hiệu, tiếp tục đưa cặp âm dương tiến tới trạng thái cân bằng.

Để đưa cặp âm dương tới trạng thái cân bằng, phải loại trừ tương phản đối kháng. Nguồn gốc đối kháng trong xã hội loài người là sự kế thừa tàn dư của quy luật đấu tranh sinh tồn của thế giới loài vật. Các tàn dư đấu tranh sinh tồn đã gây ra những thực tiễn đối kháng khác nhau trong xã hội, mà hậu quả của nó là gây đau thương cho con người và tổn thất cho sự phát triển nền văn minh nhân loại.

Quy luật phát triển tương thành giữ vai trò chủ yếu trong việc tập hợp lực lượng, phối hợp, điều hòa các quy luật để loại trừ đối kháng của quy luật đấu tranh sinh tồn.

Ở đây có vai trò đặc hiệu của quy luật phát triển trí tuệ, tâm lý, ý thức trong từng giai đoạn lịch sử. Tuy là sản phẩm của vật chất (xã hội, tự nhiên và cấu trúc sinh lý đại não); song, quy luật ý thức, sau khi được phát triển qua một giai đoạn lịch sử, lại đứng trong hàng ngũ các quy luật tác động vào xã hội và có vai trò dẫn dắt. Con người hành động theo sự điều khiển của ý thức. Trước khi làm việc gì, người ta đều suy nghĩ, và trí tuệ, ý thức, tâm lý chỉ dẫn cho người ta làm việc đó như thế nào. Công dân của một quốc gia hành động theo sự điều hành của cấp lãnh đạo. Lãnh đạo điều hành theo phương thức nào phải căn cứ vào Đạo, tức là hệ thống ý thức đã được xác lập từ trước, sự năng động, sáng tạo đều phải căn cứ vào đó. Hiện thực thực tiễn luôn luôn chứng minh như vậy. Do đó, sự phù hợp giữa quy luật phát triển tâm lý, ý thức và các quy luật khác có vai trò thúc đẩy sự tiến bộ lịch sử. Song, đó là thành quả lao động trí tuệ vô cùng gian khổ và lâu dài của nhiều thế hệ.

Khi muốn chuyển hóa một thực tại xã hội cho phù hợp với quy luật, không thể không giáo dục, tuyên truyền về quy luật, phương thức chuyển hóa cho lực lượng sẽ làm cuộc thay đổi. Lênin từng nói, không có lý luận cách mạng thì không có phong trào cách mạng. Ngày nay, những tiền đề hiện thực để chuyển hóa sở hữu bóc lột sang sở hữu không bóc lột đã bộc lộ ngày càng rõ ràng ở nhiều quốc gia. Điều còn thiếu là hệ thống tâm lý-ý thức về điều đó chưa được xác lập mạnh mẽ, chưa định hướng được rõ ràng phương thức thực tiễn.

Cần chú ý rằng, lý luận và phương thức thực tiễn thực hiện lý luận đó, đều phải phù hợp quy luật và cùng chung một hệ quy luật. Nếu phương thức thực tiễn đi lạc nguồn gốc lý luận thì kết quả thực tiễn sẽ phản lại lý luận. Tiền lệ lịch sử đã để lại những bài học đắt giá về điều đó.

Quy luật phát triển khoa học công nghệ đã cải biến các hình thức sở hữu bóc lột qua các giai đoạn nô lệ, phong kiến, tư bản, góp phần sáng tạo những tiền đề hiện thực để xóa bỏ nó, mà học thuyết Mác đã chứng minh. Đó là tàn dư quy luật đấu tranh sinh tồn sống dai dẳng nhất trong xã hội loài người.

Quy luật phát triển chủ nghĩa nhân đạo, tạo ra ngòi nổ, động lực cho mọi đảo lộn lịch sử có bản chất cách mạng, góp phần tiêu diệt mọi cuộc chiến tranh phi nghĩa, làm nẩy mầm các tư tưởng nhân đạo về dân chủ, nhân quyền, tôn trọng độc lập dân tộc, giữ gìn hòa bình, ngăn chặn mọi cuộc chiến tranh, phát triển tình hữu nghị và hợp tác giữa các dân tộc. Quy luật đó làm nẩy mầm các điểm hội tụ quốc tế và khu vực như LHQ, WTO, WHO, các tổ chức hợp tác khu vực, là tiền đề để thống nhất hóa loài người vào một quốc gia toàn hành tinh. Đó là những điều kiện làm tàn lụi quy luật đấu tranh sinh tồn về tranh giành không gian sinh tồn.

Quy luật phát triển chủ nghĩa nhân đạo còn cải biến hiện tượng độc tôn, chuyên quyền. Thay vào đó là quyền lực dân chủ, là việc tổ chức quyền lực tập thể, Quốc hội, quyền lực thuộc về nhân dân, nhà nước của dân, do dân, vì dân.

Các quy luật không hoạt động đơn độc mà có quan hệ chặt chẽ với nhau, hòa vào nhau, thúc đẩy lẫn nhau, sử dụng hiệu ứng nhân quả của nhau. Hành động thực tiễn của con người mang lại kết quả tối ưu khi biết vận dụng, phối hợp tất cả mọi quy luật trong cùng thực tiễn ấy. Đạo cụ thể như đường lối, chính sách, một bộ luật,..., phản ánh đầy đủ mọi quy luật, sẽ mang lại hiệu quả tốt nhất trong thực tiễn. Kết quả thực tiễn là hiệu quả tổng hòa của mọi quy luật vận động trên cùng một tiền đề hiện thực.

Khó có thể sắp đặt thứ tự về tầm ảnh hưởng của các quy luật. Tuy nhiên. có hai quy luật tác động vào tư duy hàng ngày của nhân loại và gắn liền với khát vọng cháy bỏng của con người. Đó là quy luật phát triển khoa học công nghệ, điểm tựa cơ bản để con người không ngừng nâng cao đời sống của mình. Đó là quy luật phát triển chủ nghĩa nhân đạo, điểm tựa cơ bản để con người được sống trong hòa bình, bình đẳng, không còn bị bóc lột, áp bức, được sống trong môi trường tràn đầy tình nhân ái. Kết quả hiện thực thực tiễn của cả hai quy luật bổ sung cho nhau, làm phong phú sức mạnh hiện thực của nhau và có thể mang lại giai điệu hòa âm chung của bản đại giao hưởng Hạnh phúc Con Người.

Sự điều chỉnh mang tính tất yếu của tiến trình lịch sử tự nhiên của chủ nghĩa tư bản, chỉ có thể điều chỉnh theo hai quy luật này. Ngày nay, khi thế giới bước vào nền kinh tế trí thức, nhờ sự phát triển nhảy vọt của khoa học công nghệ, nhân loại được tri thức hóa, tâm lý-ý thức về chủ nghĩa nhân đạo sẽ bừng lên mạnh mẽ. Đó là tiền đề hiện thực để chủ nghĩa tư bản chuyển hoá hòa bình lên chủ nghĩa xã hội, sở hữu bóc lột chuyển sang sở hữu không bóc lột theo nguyên lý sở hữu xã hội chủ nghĩa của học thuyết Mác. Tuy còn sự quấy nhiễu của chủ nghĩa dân tộc ích kỷ và tâm lý bóc lột thâm căn cố đế của một bộ phận giai cấp tư sản, song, đó là khuynh hướng phát triển của thế giới hiện đại, không thể đảo ngược.

Để quá trình phân tích và tổng hợp có tính hệ thống, cần đánh giá vai trò của các quy luật cấp cao. Cũng như hệ quy luật riêng, hệ quy luật cấp cao có mối quan hệ khăng khít với nhau, hòa hợp với nhau trong tiến trình vận động. Giữa hai hệ quy luật, hệ quy luật cấp cao là bản chất, quy định sự tồn tại và phát triển của hệ quy luật riêng, vì nó là nguyên nhân của hệ quy luật riêng. Trong quá trình vận động của hệ riêng, hệ cấp cao luôn luôn có mặt để giữ quyền uy bản chất của mình, định hướng cho hệ riêng luôn luôn phù hợp với hệ cấp cao, tuy rằng, hệ riêng hoạt động phong phú và cụ thể hơn hệ cấp cao.

Xã hội loài người là một cặp âm dương tổng thể, trong đó có nhiều cặp âm dương thành phần. Giai đoạn non trẻ của xã hội loài người, lực lượng tương phản đối kháng còn mạnh do kế thừa các yếu tố đối kháng của quy luật đấu tranh sinh tồn từ thế giới tiền loài người.

Khuynh hướng vận động của quy luật cấp cao là đưa các cặp đối lập đã hình thành đến trạng thái cân bằng. Để đạt mục đích đó, hệ quy luật cấp cao điều hành hệ quy luật riêng loại bỏ các tương phản đối kháng. Các lực lượng đối kháng thực hiện quy luật đấu tranh sinh tồn kế thừa từ thế giới loài vật. Đó là những lực lượng phi nghĩa. Để trừ bỏ nó, cần tạo sức mạnh cho lực lượng chính nghĩa. Lực lượng chính nghĩa là một cặp âm dương. Để lực lượng này có sức mạnh áp đảo kẻ thù, cần phát triển sức mạnh tương thành, tăng cường tính thống nhất, cấu trúc hệ thống tương phản cân bằng có hiệu quả để loại trừ mâu thuẫn nội bộ, làm cho cặp âm dương luôn luôn vận động ở trạng thái cân bằng. Trong tiến trình lịch sử nhân loại, lực lượng chính nghĩa luôn luôn vận động theo quy luật *phát triển* chủ nghĩa nhân đạo. Đó là thuộc tính của hệ quy luật cấp cao được di truyền sang hệ quy luật riêng.

Vận động trong đối tượng vật chất xã hội, quy luật *phát triển* tương thành luôn luôn tác động vào hai cặp âm dương: "con người-con người", "con người-tự nhiên", nhằm đưa hai cặp âm dương tới trạng thái cân bằng. Con người và tự nhiên ngày càng hiểu biết nhau. Con người hiểu biết nhiều quy luật tự nhiên, đã trở thành người bạn của tự nhiên; tự nhiên hào phóng ban cho con người nhiều của cải vật chất để không ngừng nâng cao đời sống cho con người. Sự vận động của cặp âm dương con người-tự nhiên đã sáng tạo ra quy luật phát triển khoa học công nghệ, góp phần không nhỏ cải biến sở hữu bóc lột phủ định phát triển thành sở hữu không bóc lột. Cặp âm dương con người-con người vận động theo xu hướng phát triển mối quan hệ tốt đẹp giữa con người và con người; đảm bảo sự cân bằng âm dương trong cấu trúc đại não, làm cho con người có cảm giác thư thái, hạnh phúc, yêu mến người khác và mọi vật chung quanh. Vận động của cặp âm dương con người-con người sáng tạo ra quy luật *phát triển* chủ nghĩa nhân đạo.

Nhìn khái quát tiến trình lịch sử nhân loại, các cuộc chiến tranh phi nghĩa đều lần lượt thất bại, dù có những thời điểm thắng lợi tạm thời rất "hoành tráng"! Các cuộc chiến tranh khổng lồ của Thành cát tư hãn, của Napôlêông, của Hitle,...chung cuộc là ca khúc khải hoàn theo giai điệu u hồn. Cuối thế kỷ XX, thắng lợi của dân tộc Việt Nam trong hai cuộc kháng chiến thần thánh, ghi nhận công lao to lớn của quy luật phát triển tương thành, phát triển được sức mạnh của toàn dân tộc và sức mạnh quốc tế theo tinh thần của chủ nghĩa nhân đạo, tạo thành sức mạnh tổng hợp chiến thắng kẻ thù.

Từ căn cứ khoa học và hiện thực lịch sử, có thể đi tới tư duy biện chứng rằng, chủ nghĩa nhân đạo chân chính luôn luôn chiến thắng, khuynh hướng phát triển của xã hội hiện đại là khuynh hướng phát triển của chủ nghĩa nhân đạo. Hiện thực thực tiễn đang chứng minh điều đó!

Sự phát triển nhảy vọt của chủ nghĩa nhân đạo thành văn gắn liền với sự ra đời của học thuyết Mác. Học thuyết đó đã kiến tạo sự phát triển nhảy vọt của tâm lý-ý thức nhân loại về tính tất yếu, điều kiện và lực lượng giải phóng họ khỏi xiềng xích bóc lột. Tâm lý-ý thức đó đã được thực tiễn hóa thành phong trào cách mạng vô sản sau khi học thuyết ra đời, tiêu biểu là Cách mạng Xã hội chủ nghĩa Tháng Mười Nga vĩ đại. Mô hình thực tiễn xã hội chủ nghĩa Xô viết thất bại do vi phạm hàng loạt quy luật định hình sự phát triển của chủ nghĩa xã hội.

Trước tiên phải kể đến việc vi phạm quy luật phát triển chủ nghĩa nhân đạo. Học thuyết Mác đã chỉ ra rằng, khi giai cấp vô sản nắm được chính quyền nhà nước phải *"khôi phục lại chế độ sở hữu cá nhân* trên cơ sở những thành tựu của chủ nghĩa tư bản hiện đại...(đã dẫn ở trên). Điều đó có nghĩa là, sau khi xóa bỏ tư hữu, tức xóa bỏ sở hữu cá nhân bóc lột thì khôi phục lại chế độ sở hữu cá nhân *không bóc lột,* trên cơ sở của nền sản xuất công nghiệp hóa.Đó là bước nhảy vọt của hình thái sở hữu, đồng thời là bước nhảy vọt của chủ nghĩa nhân đạo thực tiễn, vận hành trong giai đoạn lịch sử xã hội chủ nghĩa. Suốt thời gian xây dựng chủ nghĩa xã hội, người ta chỉ nói xóa bỏ bóc lột trên lý luận mà không định hình được phương thức xóa bỏ bóc lột trong thực tiễn. Người ta đã thực hành một dạng quan hệ sản xuất mơ hồ dựa trên một hình thái sở hữu trái quy luật. Theo quy luật về sự phù hợp giữa thượng tầng kiến trúc và hạ tầng cơ sở, nhà nước xã hội chủ nghĩa vận hành hạ tầng cơ sở trái quy luật, ắt sẽ dần dần biến dạng rồi thoái hóa, như đã xảy ra.

Tiếp theo phải kể đến việc vi phạm quy luật phát triển khoa học công nghệ. Nhà nước Xô viết đã không chú ý đầy đủ việc đẩy mạnh phát triển khoa học công nghệ trong các ngành kinh tế, làm cho năng suất lao động bị tụt hậu khá xa so với chủ nghĩa tư bản. Đời sống nhân dân ngày càng khó khăn; không có điều kiện hiện đại hóa nông nghiệp và phát triển các nhiệm vụ nhân đạo,...

Vi phạm nhiều quy luật tất yếu phải dẫn đến nghịch biến!

Là quy luật đặc thù, mang bản chất của một giai đoạn lịch sử trong tiến trình lịch sử tự nhiên của nhân loại, việc nhận thức và thực hiện chính xác quy luật sở hữu xã hội chủ nghĩa, đã được học thuyết Mác khám phá, là một vấn đề trọng đại đối với hiện tại và tương lai của chủ nghĩa xã hội.

Từ thuộc tính hệ thống của các đối tượng vận động trong

mối liên hệ phổ biến của thế giới hiện thực, căn cứ khoa học đúng đắn nhất để nghiên cứu vấn đề là học thuyết Mác-Lênin, tư tưởng Hồ Chí Minh. Đó là khoa học chính xác nhất, tiếp cận gần với hiện thực nhất, mà tầm trí tuệ vượt lên trên mọi tư tưởng khoa học tiến bộ về thế giới khách quan đã có trước đó. Các học thuyết đó đã được thực tiễn phổ biến, vận động trong bão táp hàng thế kỷ, kiểm duyệt khắt khe và công bằng. Từ những thành công và thất bại trong việc triển khai học thuyết đó trong thực tiễn, càng chứng minh tính chân lý của học thuyết đó. Mọi sai lầm và thất bại của thực tiễn, đều có nguyên nhân từ sự hiểu biết nhầm lẫn và sự biến dịch ngược hướng của chân lý đó. Thất bại đắt giá nhất là thất bại của các mô hình sở hữu xã hội chủ nghĩa được triển khai ở thế kỷ XX. Thất bại đó là nguyên nhân cơ bản, đem lại sự sụp đổ của hệ thống xã hội chủ nghĩa Liên xô-Đông Âu và sự khó khăn của nhân dân lao động các nước còn lại, mà căn nguyên chủ yếu là sự vi phạm nguyên lý sở hữu xã hội chủ nghĩa của Mác, Ăngghen, Lênin.

Học thuyết Mác đã có công khám phá các quy luật vận động phổ quát của thế giới hiện thực đồng thời ứng dụng để phát hiện các quy luật vận động lịch sử. Theo học thuyết Mác, tiến trình lịch sử tự nhiên của xã hội loài người vận động theo quy luật về sự phù hợp giữa quan hệ sản xuất và trình độ phát triển của lực lượng sản xuất. Tiến trình đó được chia thành nhiều giai đoạn mà mỗi giai đoạn có một hình thái sở hữu đặc thù khác nhau. . Qúa trình chuyển hóa các giai đoạn lịch sử là quá trình thay thế các quy luật sở hữu đặc thù. Vấn đề sở hữu được học thuyết Mác đặt trọng tâm nghiên cứu. Một mặt, đó là quy luật đặc thù, một trong những quy luật cơ bản nhất của tiến trình lịch sử; mặt khác, quy luật đó trực tiếp gắn bó với hạnh phúc của nhân loại cần lao. Mục đích nhân đạo cao cả nhất của học thuyết Mác là giải phóng loài người thoát khỏi gông xiềng bóc lột, áp bức.

Muốn đạt mục đích đó, người lao động phải cướp đoạt lại

quyền sở hữu tư liệu sản xuất từ tay bọn chủ tư sản, kẻ đã sử dụng những phương pháp đẫm máu để ăn cướp tư liệu sản xuất của họ từ thời kỳ tích lũy tiền tư bản, biến họ thành những người vô sản phải bản sức lao động cho bọn tư bản, để chúng bóc lột lao động thặng dư của họ.

Việc khám phá quy luật đặc thù của xã hội loài người là khám phá mang tầm vóc lịch sử. Khám phá đó dẫn tới việc phát hiện quy luật đặc thù của giai đoạn chủ nghĩa xã hội, giai đoạn lịch sử kế tiếp chủ nghĩa tư bản. Đó là quy luật sở hữu cá nhân không bóc lột, bắt đầu vận hành trên những tiền đề được chuẩn bị trong giai đoạn lịch sử tư bản chủ nghĩa. Những khám phá thiên tài như vậy đã chỉ dẫn cho nhân loại phương thức tự giải phóng và kiến tạo hạnh phúc cho mình.

Tuy nhiên, một học thuyết dù thiên tài đến đâu, cũng mang thuộc tính của chân lý tương đối. Bất cứ đối tượng hiện thực nào cũng là đối tượng nhận thức vô cùng. Vì vậy, một chân lý tương đối bao giờ cũng để lại một khoảng trời hiện thực của đối tượng nghiên cứu, mà không mô tả hết được mọi quy luật vận động của nó, đặc biệt các quy luật ở chiều sâu vi mô, siêu vi mô. Do đó, để nhận thức đầy đủ hơn, tiếp cận gần hơn đối tượng hiện thực, cần khám phá thêm nhiều chân lý khác, để bổ sung vào chỗ còn trống. Đã gọi là chân lý, thì chân lý sau không phủ định chân lý trước, mà bổ sung vào chỗ còn trống của chân lý trước; có thể tràn sang chân lý trước, nghĩa là có những trùng hợp nhất định. Các chân lý tương đối tổng hoà thành "chân lý tương đối" mới, rộng lớn hơn, tiếp cận ngày càng gần chân lý tuyệt đối, mô tả đầy đủ hơn, sâu sắc hơn, đối tượng nghiên cứu. Ví dụ, có thể phối hợp tư tưởng sở hữu của Mác và Ăngghen, trình bày trong *Hệ tư tưởng Đức*, được Mác nhấn mạnh lại trong *Tư bản* tập một, với tư tưởng sở hữu của Lênin trong chính sách Kinh tế mới (NEP), thành một chân lý tổng hoà (không phải là tổng gộp) bổ sung cho nhau, chắc chắn sẽ phản ánh chính xác hơn quy luật vận động sở hữu xã hội chủ nghĩa.

Khuynh hướng vận động của thế giới hiện đại là đối tượng nghiên cứu mang tính khái quát. Nó có mối liên hệ rộng lớn với nhiều chân lý khoa học khác nhau, đã được khám phá, đặc biệt là những chân lý mang tính phổ quát triết học. Có thể phối hợp học thuyết Âm Dương Ngũ hành, đã được trình bày ở chương một, và những nội dung trình bày ở các chương trên, để nghiên cứu vấn đề này.

Ngày nay, tri thức nhân loại đã có những bước tiến lớn, những bổ sung khổng lồ so với các thế kỷ trước. Không thể bỏ qua những thành tựu khoa học mới mẻ đó trong việc nghiên cứu sự phát triển của triết học, đặc biệt là quy luật vận động của thế giới hiện đại. Ví dụ, từ học thuyết "Vụ nổ lớn" (Bigbang), có thể phát hiện "quy luật phát triển tương thành", quy luật phổ quát nhất của thế giới hiện thực, mà việc nhận thức nó có thể lý giải nhiều vấn đề của thực tại và giải quyết các nhiệm vụ thực tiễn.

Tương tác của các quy luật đang vận động sản sinh ra những quy luật mới. Hình thái vận động của xã hội loài người đến thời điểm hiện tại, là hiệu ứng nhân quả tầng tầng, lớp lớp, của các quy luật, vận động suốt 13,7 tỷ năm, từ sau Vụ nổ lớn. Lịch sử đã trải qua nhiều giai đoạn. Trong những giai đoạn đó, một mặt, vận động theo những quy luật phổ quát nhất; mặt khác, lịch sử còn vận động theo những quy luật riêng, đặc trưng cho từng giai đoạn. Những quy luật riêng đó, cũng là thành quả tương tác của các quy luật phổ quát vận động trên các tiền đề hiện thực tương ứng. Quy luật riêng, đặc thù chấm dứt vai trò của mình khi điều kiện phát sinh và nuôi dưỡng nó đã thay đổi, do sự vận động và phát triển của chính bản thân nó và các quy luật phổ quát. Bước sang giai đoạn kế tiếp, xã hội sẽ vận động theo quy luật đặc thù tương ứng đã được nảy mầm và phát triển trong giai đoạn lịch sử trước đó.

Sự vật mới ra đời do sự chuyển hoá nhảy vọt từ sự vật cũ. Nhảy vọt nhưng không đứt quãng, mà có tính liên tục, kế thừa. Vì đó chỉ là sự thay thế các quy luật riêng mang tính giai đoạn. Còn quy luật chung vẫn tiếp tục vận động. Sự vật mới kế thừa những thành quả vận động của quy luật chung, và chỉ phủ định quy luật riêng của sự vật cũ, không còn tương thích với nó.

Vì vậy, để tìm kiếm quy luật phát triển của thế giới hiện đại, cần xác định những quy luật phổ quát tiếp tục vận động trong giai đoạn lịch sử mới, quy luật riêng cơ bản của giai đoạn lịch sử cũ, quy luật mới đang nẩy mầm và phát triển, có khuynh hướng thay thế quy luật đặc thù, cơ bản, của giai đoạn lịch sử cũ.

Chủ nghĩa xã hội tiếp tục kế thừa thành quả của quy luật phát triển khoa học công nghệ sản sinh trong lòng chủ nghĩa tư bản; kế thừa những thành quả của quy luật phát triển chủ nghĩa nhân đạo, rồi cải biến hình thái của chúng, cho phù hợp với nội hàm nhân đạo của chủ nghĩa xã hội; kế thừa khoa học kinh tế thị trường; kế thừa những thành quả văn minh, văn hoá, được nhân loại sáng tạo trong lòng chủ nghĩa tư bản, v.v...

Sự vận động và phát triển của các quy luật phổ quát, tạo ra những tiền đề hiện thực, khai sinh những quy luật mới, phù hợp với tiền đề hiện thực đó, dần dần phủ định quy luật riêng của giai đoạn lịch sử trước đó; và từ đó sáng tạo ra giai đoạn lịch sử mới, với quy luật vận động riêng, cơ bản, đặc trưng cho giai đoạn lịch sử mới. Qúa trình phủ định quy luật đặc thù là quá trình dẫn dắt sự vật tới trạng thái cân bằng âm dương.

Khi sự vật đạt trạng thái cân bằng, quy luật đặc thù không còn bị phủ định nữa mà cùng vận động hợp lực với hệ quy luật, tạo thành sức mạnh tổng hợp để duy trì trạng thái vận động cân bằng của sự vật. Khi bước vào chủ nghĩa cộng sản, xã hội đạt trạng thái cân bằng âm dương, quy luật đặc thù là sở hữu công cộng không còn bị phủ định.

Dưới sự dẫn dắt của quy luật phát triển tương thành, quy luật cân bằng âm dương, sự phát triển của khoa học công nghệ và chủ nghĩa nhân đạo trong lòng chủ nghĩa tư bản, đến thời điểm hiện tại của thế kỷ XXI, đã tạo ra những tiền đề hiện thực, có khuynh hướng phủ định quy luật vận động đặc thù của chủ nghĩa tư bản. Quy luật sở hữu cá nhân bóc lột của thiểu số nhà tư bản, phải nhường chỗ cho quy luật sở hữu cá nhân không bóc lột của đa số nhân dân lao động; Sở hữu tập thể văn minh thay cho "sở hữu tập thể bóc lột", mô hình Đồng sở hữu xã hội chủ nghĩa, thay cho mô hình công ty cổ phần tư bản chủ nghĩa. Hiện tượng bóc lột trong sản xuất bị xoá bỏ! Đó là quy luật vận động đặc thù của chủ nghĩa xã hội thay thế quy luật vận động đặc thù của chủ nghĩa tư bản.

3- Những quy luật phổ quát của thế giới hiện thực điều khiển quá trìnhvận động và phát triển của xã hội loài người.

1- Những quy luật cơ bản của học thuyết Duy vật biện chứng:

Những quy luật cơ bản của học thuyết Duy vật biện chứng đã được mô tả trong khoa học triết học Mác-Lênin, có thể phân ra hai bộ phận:

Bộ phận thứ nhất bao gồm các quy luật phổ quát vận động trong toàn bộ thế giới hiện thực, tự nhiên, tư duy và xã hội. Đó là:

a- Nguyên lý liên hệ phổ biến giữa các sự vật, hiện tượng, hay giữa các mặt của cùng một sự vật, hiện tượng, trong thế giới hiện thực.

b- Nguyên lý về sự phát triển của quá trình vận động tiến lên, từ thấp đến ao, từ đơn giản đến phức tạp, từ kém hoàn thiện đến hoàn thiện hơn.

Hiện thực của nguyên lý này đã được chứng minh bằng nhiều khám phá khoa học cụ thể. Vũ trụ học hiện đại đã mô tả quá trình hình thành vũ trụ từ sau Vụ nổ lớn (Bigbang). Qúa trình hình thành đi qua nhiều nấc thang từ thấp đến cao: ban đầu là các hạt siêu cơ bản, cơ bản, rồi đến hạt nguyên tử hydro, hêli, rồi đến các vì sao, các thiên hà, đại thiên hà. Khoảng tám tỷ năm sau Vụ nổ lớn, Hệ Mặt trời ra đời, trong đó có cái nôi xanh Trái Đất, nơi chôn rau, cắt rốn và nuôi dưỡng loài người. Hành trình tiến hoá của vũ trụ tiếp tục gặt hái thành quả vĩ đại trên Hành tinh xanh này. Học thuyết tiến hoá Đacuyn đã chứng minh quá trình phát triển từ mầm sống đầu tiên cho đến con người. Sự vận động trí tuệ không dừng lại. Học thuyết Mác-Lênin ra đời chứng minh cho quá trình phát triển từ thấp đến cao của xã hội loài người. Như vậy, cho đến thời điểm này, Vũ trụ đã tiến hoá qua các cấp vận động: siêu cơ bản, cơ bản, cơ, lý, hoá, sinh học, tâm lý-ý thức của con người, xã hội loài người. Nhận thức của con người về thế giới, cũng đi từ thấp đến cao, phản ánh quy luật tiến hoá của tư duy. Có thể ở nhiềuHệ mặt trời khác, mà con người trên trái đất đang săn đón, cũng có một tiến trình như vậy, đến sớm hơn, hoặc muộn hơn tiến trình trên trái đất. Nhưng, có lẽ, đỉnh phát triển cao nhất của xã hội loài người, cũng là nấc thang cao nhất, mà Vũ trụ có thể phấn đấu tới.

c- Quy luật thống nhất và đấu tranh của các mặt đối lập.

Để diễn đạt ngắn gọn, có thể dùng các khái niệm "phạm trù mâu thuẫn", "phạm trù đối lập", "phạm trù âm dương", phạm trù đối lập âm dương", "cặp âm dương", để mô tả ẩn dụ về quy luật này.

Trong các vật thể có cấu trúc chặt chẽ, các vật thể và hiện tượng có mối liên hệ với nhau, đều có thể tạo thành hai mặt đối lập, vận động theo quy luật mâu thuẫn. Sự vật, hiện tượng cùng lúc vận động theo nhiều quy luật khác nhau. Quy luật mâu thuẫn chỉ là một trong những quy luật đó. Song, quy luật này phủ kín mọi đối tượng hiện thực, đóng vai trò chủ yếu trong tương tác với các quy luật khác, để giữ cho sự vật vận động cân bằng hoăc chuyển hoá sang sự vật mới, theo sự dẫn dắt của "quy luật phát triển tương thành".

Phạm trù đối lập nổi lên bề mặt hình thái vận động của xã hội hiện đại. Để nhìn rõ khuynh hướng vận động của xã hội hiện đại, cần nghiên cứu sự vận động của các thuộc tính phạm trù đối lập trong quá trình tương tác với các quy luật phổ quát khác và hiệu ứng nhân quả của các tương tác đó.

Phạm trù đối lập không chỉ mô tả các thuộc tính vận động trái ngược nhau, mà trong đó còn nhiều thuộc tính khác, quan trọng hơn, cơ bản hơn, như thuộc tính đồng nhất, thuộc tính thống nhất, thuộc tính tương phản cân bằng,...Các thuộc tính này ngày càng có vai trò quyết định xu hướng phát triển của thế giới.

d- Quy luật chuyển hoá từ những sự thay đổi về lượng thành những sự thay đổi về chất và ngược lại.

Chất của sự vật là thành quả vận động của quy luật đặc thù của sự vật. Sự vật vận động theo nhiều quy luật phổ quát, đồng thời vận động theo quy luật đặc thù. Thành quả phản ánh đậm nét sự vận động của quy luật đặc thù là thông tin cơ bản để phân biệt sự vật này với sự vật khác. Sự vật, hiện tượng, được cấu trúc bằng nhiều cặp âm dương thành phần. Do đó, trong sự vật có nhiều chất và nhiều lượng, tức, có nhiều quy luật riêng, đặc thù, tương ứng với từng cặp âm dương đó. Song, cặp âm dương cơ bản của sự vật, mang quy luật riêng đặc trưng cho sự vật, và chi phối các quy luật riêng của các cặp thành phần. Trong cơ thể người, các tạng phủ vận động theo quy luật sinh học chung, đồng thời vận động theo quy luật riêng của tạng phủ. Song, đều chịu sự chi phối của cặp âm dương cơ bản là đại não. Thành quả quy luật tâm lý riêng của đại não, là thông tin cơ bản để phân biệt người này và người khác.

Trong vận động xã hội, nội hàm cơ bản là quy luật riêng cơ

bản, là "chất" của xã hội đó. Vì vậy, để xác định khuynh hướng của vận động xã hội, điều trước tiên và cần thiết, phải xác định chính xác nội hàm cơ bản và quan sát thành quả vận động của chúng. Quy luật riêng cơ bản, nội hàm đặc trưng cơ bản của chủ nghĩa tư bản, là "tư hữu bóc lột giá trị thặng dư". Thành quả vận động của quy luật đó là sự tha hoá của lao động và con người, là sự xung đột giai cấp, là cuộc sống quá thấp kém của người lao động so với ông chủ, là sự chênh lệch giàu nghèo đến não lòng, là chiến tranh tiền tệ, là chiến tranh xâm lược, là sự từ chối những chủ trương nhân đạo toàn cầu, v.v., và v.v....Đó là cái chất cơ bản của chủ nghĩa tư bản. Đó là hiệu ứng nhân quả chủ quan của quy luật riêng. Bên cạnh cái chất cơ bản, đặc trưng cho chủ nghĩa tư bản, còn có những hiệu ứng nhân quả khách quan, mang tính nhân loại. Đó là thành quả vận động của các quy luật phổ quát, như, quy luật phát triển tri thức và khoa học công nghệ, quy luật phát triển cái đẹp, quy luật phát triển chủ nghĩa nhân đạo,... đã mang lại những thành quả phát triển văn minh nhân loại trong lòng chủ nghĩa tư bản, làm đẹp cho chủ nghĩa tư bản, mà xã hội kế tiếp phải kế thừa. Những thành quả văn minh khách quan càng hùng hậu, càng sâu sắc, càng thấm đậm chủ nghĩa nhân đạo, thì cuộc sống của nhân dân lao động sẽ càng được cải thiện, xung đột giai cấp sẽ giảm dần. Đó là yếu tố thuận lợi để chủ nghĩa tư bản tiến hoá hoà bình lên chủ nghĩa xã hội.

e- Quy luật phủ định của phủ định.

Xuất phát từ một tiền đề hiện thực, được gọi là những điều kiện vật chất khởi đầu, dưới sự tương tác của nhiều quy luật phổ quát và các mối liên hệ, trong nội bộ tiền đề vật chất hình thành và phát triển những quy luật vận động riêng, thích ứng với đặc điểm của tiền đề đó, đồng thời loại bỏ dần các yếu tố đối kháng trong tiền đề, để sự vật mới được nẩy mầm tương ứng với quy luật vận động đặc thù. Dưới sự dẫn dắt của quy luật phát triển tương thành, sự vật mới vận động tới trạng thái cân bằng, sau khi yếu tố đối kháng đã suy yếu, không còn khả năng ảnh hưởng tới quy luật vận động đặc thù của sự vật mới. Tại trạng thái cân bằng, sự vật được đặt tên, phản ánh quy luật vận động riêng của nó.

Tuy nhiên, trạng thái cân bằng không tồn tại mãi mãi; nó có thể bị phá vỡ từ các nguyên nhân sau đây:

Cặp AD đang vận động cân bằng, bị các cặp AD trong mối liên hệ phổ biến tác động đối kháng, có thể phá vỡ sự cân bằng, dẫn đến chuyển hoá sang sự vật mới. Một quả bom nguyên tử phá vỡ sự cân bằng của nhiều sự vật, có thể làm chuyển hoá một chế độ xã hội.

Cặp AD tổng thể cấu trúc bằng nhiều cặp AD thành phần. Các cặp AD thành phần đang vận động cân bằng. Nếu cặp AD tổng thể mất cân bằng, các cặp AD thành phần sẽ mất cân bằng và chuyển hoá theo nhiều hướng khác nhau.

Phủ định thường mang lại ba hiệu ứng nhân quả. 1)- Phủ định biện chứng, hay phủ định phát triển, là loại phủ định mà sự vật mới ra đời có cấp vận động cao hơn sự vật cũ. Từ sau Vụ nổ lớn, thế giới hiện thực vận động phổ biến theo quy luật phủ định phát triển. Nhờ đó mà các sự vật có cấp vận động phát triển từ thấp đến cao lần lượt ra đời; thế giới hữu sinh đã phát triển thành xã hội loài người. Trong mỗi cấp vận động cũng có quá trình phủ định phát triển. Thế giới hữu sinh tiến hoá qua từng giai đoạn phủ định phát triển, từ mầm sống đầu tiên côaxécva, vi khuẩn, cho đến động vật có xương sống. Xã hội loài người tiến bộ qua từng giai đoạn phủ định phát triển các hình thái kinh tế-xã hội. Phủ định tự thân thường là phủ định phát triển. 2)- Phủ định hình thức, là loại phủ định không thay đổi quy luật vận động riêng của sự vật, mà chỉ thay đổi một vài yếu tố không cơ bản nào đó. Việc thay đổi các triều đại Phong kiến, việc bầu cử theo nhiệm kỳ, thuộc loại phủ định hình thức; và ngay cả việc phủ định của ba chế độ tiền sử : Nô lệ, Phong kiến, Tư bản, cũng chỉ là phủ định hình thức; vì quy luật riêng, quy luật sở hữu bóc lột vẫn còn nguyên vẹn. 3)- Phủ định thụt lùi, là loại phủ định đưa sự vật về cấp vận động thấp hơn; thường xẩy ra ở thế giới vô sinh. Đối với vận động xã hội, phủ định thụt lùi có thể xẩy ra ở các trường hợp mà phương thức thực tiễn không phù hợp với quy luật phát triển, sản sinh ra tương phản đối kháng; nếu không đủ sức mạnh tương thành để loại trừ đối kháng, sẽ dẫn tới phủ định thụt lùi.

Từ sau Vụ nổ lớn cho tới ngày nay, thế giới hiện thực, kể cả hiện thực xã hội trên trái đất, vận động theo quy luật phát triển. Phủ định phát triển thường xẩy ra ở các sự vật vận động ở trạng thái không cân bằng. Yếu tố đối kháng phát triển tới mức có đủ sức mạnh chi phối, rồi loại bỏ quy luật vận động riêng của sự vật. Trong trường hợp này, sự vật mới ra đời theo "phương thức song song", như đã mô tả ở chương I nói về học thuyết âm dương.

Phủ định phát triển là thành quả tương tác của các quy luật phổ quát và quy luật riêng của đối tượng hiện thực. Sự tương giao đó, tạo ra những tiền đề hiện thực thực tiễn, dẫn tới hình thành quy luật riêng mới, ngày càng phù hợp với quy luật phổ quát, và tất yếu là phải loại bỏ quy luật riêng cũ đã lỗi thời.

Đối với vận động xã hội, đứng trong hàng ngũ các quy luật phổ quát, phải kể đến các quy luật tâm lý, ý thức. Tâm lý, ý thức, là sản phẩm cao cấp của vận động hiện thực; nó có mặt thường xuyên trong thực tiễn và có sức mạnh chi phối thành quả thực tiễn, với vai trò là một trong những thành phần tương tác trong quần thể quy luật phổ quát. Phủ định phát triển chỉ thành công khi có sự tham gia của ý thức hệ tiến bộ. Tức là một quy luật riêng, tiến bộ, phù hợp với quy luật phổ quát và quy luật phủ định phát triển, chỉ có thể đâm chồi nẩy lộc trên những tiền đề vật chất thực tại bằng sự nuôi dưỡng của ý thức tiến bộ, hợp quy luật. Y thức tiến bộ sẽ được khẳng định mạnh mẽ trong tư duy nhân loại và nhân lên nhiều lần sức mạnh thực tiễn của mình, khi thực tại đã có hình ảnh sinh động và hấp dẫn về một hiện thực thực tiễn của ý thức hệ tiến bộ. “Không có lý luận cách mạng thì không có phong trào cách mạng” (Lênin); và sự thành công hay thất bại của phong trào cách mạng, chứng thực sự đúng đắn của lý luận đó. Khuynh hướng vận động của thế giới theo quy luật phủ định phát triển, không thể thiếu sự dẫn đường của ý thức hệ hợp quy luật.

h- Quy luật phản ánh, tâm lý và ý thức.

Là quy luật phổ quát của hiện thực, phản ánh là sự tái tạo lại thông tin của đối tượng tương tác giữa khách thể và chủ thể. Chất và lượng tái tạo thông tin nhiều hay ít, chính xác đến mức độ , phụ thuộc vào nhiều yếu tố chủ quan và khách quan liên hệ với các đối tượng tương tác, rất phức tạp. Đối tượng hiện thực có cấp vận động càng cao, sự phản ánh càng đa dạng, phong phú; trí tuệ chủ thể phản ánh có chỉ số thông minh càng cao, khách thể được phản ánh càng hoàn thiện, càng có chiều sâu bản chất. Chỉ số thông minh của trí tuệ phụ thuộc cấu trúc sinh lý âm dương ngũ hành của đại não. Khi cấu trúc ADNH bị mất cân bằng thái quá, nội dung phản ánh sẽ bị hạn chế và méo mó, tương tự như một cái gương không phẳng sẽ làm xấu đi hình ảnh xinh đẹp của con người. Ngoài ra, những động cơ lợi ích chủ quan, tình cảm yêu ghét, sự đánh lừa của hiện tượng,...đều chi phối mạnh mẽ độ chính xác của nội dung phản ánh. Người xưa thường dạy: “Một sự việc, chính mắt ta trông thấy, tai ta nghe thấy, mà có khi còn nhìn nhận không đúng; huống chi chỉ nghe phong thanh qua người khác”. Bản chất của sự kiện sẽ bị xô lệch đi rất nhiều, nếu thiếu cảnh giác với những khiếm khuyết về chủ quan và khách quan của sự phản ánh.

Có thể quan niệm rằng, các sự vật được sinh ra là thành quả phản ánh các quy luật vào các tiền đề vật chất hiện thực. Mọi sự vật đều lưu giữ và vận hành theo các quy luật đã sản sinh ra nó. Con người ra đời nhờ sự tương tác của rất nhiều quy luật trên đối tượng vật chất cấu thành bào thai. Con người đã vận động và phát triển theo các quy luật đó. Đến lượt, các sản phẩm sáng tạo của con người, đối tượng khách thể tương tác trực tiếp với con người, ắt sẽ phản ánh thông tin về con người. Sản phẩm sáng tạo của con người phản ánh các quy luật đã khai sinh ra con người, thành quả tương giao của các quy luật, quy luật vận động riêng của cá thể con người. Quy luật vận động riêng được phản ánh qua cấu trúc âm dương ngũ hành, đặc trưng cho từng cá thể. Hầu như mọi quy luật hiện thực, kể cả toán học, do con người khám phá, đều vận hành trong cấu trúc con người. Con người đã "phỏng sinh học" ngay chính bản thân mình, mà mình đã thờ ơ về điều kỳ diệu đó. Các sản phẩm cụ thể như hệ máy nghe nhìn truyền thanh truyền hình, rôbốt,..., đã phản ánh chính xác cấu trúc bộ máy thính giác, thị giác, cơ cấu điều khiển của đại não. Hệ thống tương phản cân bằng, tự động điều chỉnh, có mặt hầu khắp các sản phẩm sáng tạo, đặc biệt trong các máy tự động, là sự mô phỏng chính xác nguyên lý tự động điều chỉnh của con người. Các sản phẩm sáng tạo xã hội, như phương thức tổ chức các loại hình hoạt động xã hội, đều mang dấu ấn của quy luật cân bằng âm dương ngũ hành, vận động trong đại não và cơ thể con người. Con người chưa được nhiều tự do đối với quy luật âm dương ngũ hành, mà còn nô lệ vào tính tất yếu của nó, vì chưa được khoa học nhiệt tình nghiên cứu, chưa nhận thức rõ ràng về nó, nhất là trong lĩnh vực khoa học xã hội.

Các sản phẩm sáng tạo từ chất liệu tự nhiên, cấu trúc nên thiên nhiên thứ hai, thường phản ánh các quy luật tự nhiên và quy luật phát triển cái đẹp vô thức; các quy luật xã hội thường phản ánh nhiều hơn trong sáng tạo về đề tài huyền thoại, tôn giáo, mà chủ yếu là phản ánh ý thức huyền thoại và tôn giáo. Chỉ khi ý thức hệ tiến bộ ra đời, sản phẩm sáng tạo mới có một mảng phản ánh ý thức hệ tiến bộ. Các sáng tạo của con người rất ít phản ánh cái ác; với các sản phẩm sáng tạo từ chất liệu tự nhiên hình ảnh cái ác hầu như không có. Điều đó chứng minh rõ ràng rằng quy luật vận động của xã hội loài người mang tính hướng thiện, phát triển điều thiện.

Các sản phẩm sáng tạo từ chất liệu vận động xã hội, như quan hệ sản xuất, thượng tầng kiến trúc xã hội, tổ chức bạo lực của nhà nước,... khai sinh từ khi xuất hiện nhà nước nô lệ, thường phản ánh dấu ấn kế thừa từ "xã hội tiền loài người"; vì vậy, đan xen giữa cái thiện và cái ác. Song, theo quy luật phát triển tương thành, quy luật phát triển cân bằng âm dương trong đại não con người, các sản phẩm sáng tạo xã hội sẽ đi theo quy luật phát triển chủ nghĩa nhân đạo, phát triển tính thiện, loại bỏ dần đi đến loại bỏ vĩnh viễn cái ác.

Từ căn cứ khoa học, căn cứ hiện thực và thực tiễn phổ biến đã mô tả ở trên, có thể rút ra kinh nghiệm thực tế rằng, tiếp cận từ sản phẩm sáng tạo của con người, có thể nghiên cứu quy luật vận hành trong con người, đặc biệt là quy luật vận hành của đại não. Phải chăng, mạng internet, mạng "liên hệ phổ biến bằng trường" toàn cầu, do đại não con người sáng tạo ra, lại là sản phẩm "phỏng sinh học", phản ánh mạng lưới thông tin trong đại não con người?! Các hệ thống quản lý dữ liệu bằng phần mềm vi tính, là sự bắt chước có sáng tạo hệ thống quản lý thông tin trong đại não?! Sự bắt chước không từ một sơ đồ cụ thể rõ ràng, mà sự bắt chước từ sự chỉ bảo của cấu truc ẩn thức đại não, từ linh cảm khoa học, từ quy luật phản ánh; tất cả đều được "điều khiển từ xa!"

Tâm lý, ý thức là sự phản ánh các quy luật vận động của thế giới hiện thực, tự nhiên và xã hội vào đại não con người. Nói chính xác hơn, tâm lý, ý thức là thành quả tương tác của các quy luật phổ quát, các quy luật riêng, của các đối tượng hiện thực và quy luật vận động sinh lý của đại não, tổ chức vật chất cao nhất, tinh vi nhất của vũ trụ. Thành quả tương tác được đại não lưu giữ bằng các đội quân lôgic nơron. Đội quân này phải thường xuyên "sống" và liên hệ thông tin.

Muốn thay đổi tâm lý ý thức, đại não phải phá vỡ cấu trúc nơron và các mối liện hệ lưu giữ ý thức cũ và tổ chức lại theo ý thức mới, hoặc "nhấn chìm" cấu trúc lôgic cũ vào tầng sâu của bộ nhớ vô thức và thay vào đó cấu trúc mới. Điều đó giải thích tại sao, nhận thức thường chậm hơn hiện thực thực tiễn. Việc phá vỡ một cấu trúc nơron, trong nhiều trường hợp rất khó khăn. Những cấu trúc vô thức được di truyền từ các thế hệ tiền loài người, vận động trong trạng thái cân bằng âm dương rất bền; nếu lại được liên tục củng cố qua nhiều thế hệ loài người, cấu trúc đó bền vững "như kim cương", chỉ có nhấn chìm vào tầng sâu vô thức mà rất khó phá vỡ. Tâm lý cướp đoạt "cái ăn" của đồng loại ở xã hội tiền loài người; đó là tâm lý vô thức cấp thấp rất bền vững. Tâm lý cấp thấp được di truyền sang loài người. Đó là thuộc tính kế thừa của phủ định phát triển. Thời kỳ công xã nguyên thuỷ, tâm lý cấp thấp không có điều kiện vận hành, vì vật chất sản xuất ra không đủ nuôi sống thị tộc. Mặt khác, tâm lý đó bị tâm lý "bản thiện" của tình mẹ con kiềm chế. Đây là thời kỳ Mẫu hệ, người mẹ có quyền uy tối thượng. Khi có của cải dự trữ, tâm lý cấp thấp đã bùng phát ở những cá nhân có quyền lực, tạo ra tiền đề hiện thực để chế độ chiếm hữu bóc lột ra đời. Nguồn gốc của hiện tượng tham nhũng cũng được lý giải tương tự.

Tâm lý cướp đoạt được củng cố qua nhiều thế hệ ở các gia đình tư hữu bóc lột, lại được pháp lý xã hội tư hữu bảo vệ, nên càng bền chặt. Song, không có cấu trúc nào cân bằng mãi mãi; đặc biệt, khi quy luật vận động riêng của cấuTừ những thành tựu của khoa học hiện đại, phát hiện ra quy luật tương phản cân bằng. Đó chính là quy luật tự động điều chỉnh có mặt ở mọi sự vật, hiện tượng của thế giới hiện thực. Quy luật tương phản cân bằng có vai trò không thể thiếu trong quá trình hình thành sự vật mới, đưa sự vật tới trạng thái cân bằng và giữ cho sự vật vận hành cân bằng lâu dài. Quy luật tương phản cân bằng đã được mô tả trong chương I nói về học thuyết âm dương. Thế giới hiện đại đang vận động tới trạng thái cân bằng, có sự đóng góp to lớn của quy luật tương phản cân bằng. Tương phản đối kháng trong thế giới hiện đại đang trúc đó đối kháng với sự phát triển của các quy luật phổ quát, thì cấu trúc đó sẽ bị "mài mòn" hoặc bị phá vỡ, nhường chỗ cho những cấu trúc mới, ra đời hợp quy luật.

Tâm lý dân tộc ích kỷ được kế thừa từ vô thức tiến hoá và quá khứ lịch sử, bị ý thức hệ tiến bộ đẩy lùi vào tầng sâu vô thức; lại có thể bùng phát trở lại, nếu ý thức hệ tiến bộ bị mất niềm tin hiện thực, không đủ sức mạnh chân lý và thực tiễn để kiềm chế.

* Phủ định phát triển mang tính tất yếu của vận động lịch sử. Sự phát triển của khoa học công nghệ thúc đẩy lực lượng sản xuất phát triển, là yếu tố tạo ra tiền đề hiện thực cho mọi chuyển hoá lịch sử; ngọn cờ chủ nghĩa nhân đạo luôn luôn là động lực, là ngòi nổ của chuyển hoá đó.

2- Những quy luật cơ bản trong học thuyết Â m Dương.

a- Quy luật phát triển tương thành âm dương.

Học thuyết Vụ nổ lớn mô tả quá trình hình thành vũ trụ, ra đời ở thế kỷ XX, đã cung cấp những bằng chứng khoa học và hiện thực để phát hiện quy luật "phát triển tương thành âm dương". Có thể diễn đạt quy luật này, một cách gần đúng, bằng khái niệm "quy luật phát triển tính thống nhất giữa các mặt đối lập âm dương". Hai khái niệm có những nội hàm tương đồng nhưng không hoàn toàn trùng nhau. Vì vậy, dùng khái niệm "quy luật phát triển tương thành âm dương", vắn tắt là "quy luật phát triển tương thành", phù hợp hơn. Quy luật này đã được chứng minh trong chương I nói về học thuyết âm dương. Đây là quy luật phổ quát nhất của thế giới hiện thực vận động từ sau vụ nổ lớn và đang tiếp tục vận động. Quy luật phát triển tương thành điều khiển quá trình vận động và phát triển của phạm trù đối lập, điều khiển phạm trù lượng chất và phạm trù phủ định phát triển, dẫn dắt phạm trù đối lập tới trạng thái cân bằng âm dương. Nhờ đó, từ sau vụ nổ lớn của một điểm "kỳ dị" bé xíu, vũ trụ mênh mông, hùng vĩ, mới được ra đời với hàng trăm tỷ vì sao lấp lánh. Sự ra đời của Hệ Mặt trời,..., rồi con người và xã hội loài người, có công sức vĩ đại của quy luật phát triển tương thành. Nền văn minh của xã hội loài người đã đạt được thành tựu kỳ diệu, đang tiến về tương lai với những thành quả kỳ diệu hơn, luôn luôn có sự dìu dắt của quy luật phát triển tương thành. Thế giới hiện đại đang và sẽ đi theo con đường mà quy luật phát triển tương thành đang đi.

b- Quy luật tương phản cân bằng âm dương.

có khuynh hướng chuyển dần sang tương phản cân bằng. Điều đó hợp quy luật và không thể đảo ngược. Học thuyết Duy vật biện chứng đã đưa ra khái niệm "đấu tranh" (đấu tranh để trong ngoặc nháy kép), tương ứng với khái niệm tương phản cân bằng, song, chưa được kinh điển lý giải rõ ràng về tính tất yếu và phổ biến của khái niệm đó trong hiện thực, thực tiễn.

c- Quy luật cân bằng âm dương.

Mọi vật thể vũ trụ đã được đặt tên, đều vận hành ở trạng thái tiến tới cân bằng âm dương hoặc đã đạt trạng thái cân bằng âm dương với mức độ "sai lệch cân bằng" khác nhau. Vì vậy, trạng thái cân bằng âm dương mang tính quy luật phổ quát.

Cân bằng âm dương là trạng thái đặc biệt của sự vật, vận động theo quy luật phổ quát và quy luật riêng có; biểu hiện bằng tính thống nhất, tính đồng nhất, thuộc tính tương phản cân bằng. Thuộc tính tương phản đối kháng bị loại trừ, đến mức, không còn khả năng ảnh hưởng tới quy luật vận động chủ yếu của sự vật. Quy luật riêng là yếu tố cơ bản, để phân biệt sự vật này với sự vật khác.

- Mọi sự vật, hiện tượng, không bao giờ đạt cân bằng tuyệt đối. Nó dao động chung quanh "vị trí cân bằng bền", tương tự như con lắc đơn dao động chunh quanh một trục thẳng đứng, tưởng tượng là trục đó xuyên tâm trái đất. Độ "sai lệch cân bằng" là độ sai lệch cho phép, để sự vật vẫn vận động trong trạng thái cân bằng. Sai lệch cân bằng luôn luôn hiện diện, vì những sai sót trong thực hiện quy luật chung và riêng, vì những tàn dư đối kháng, vì tác động theo nhiều hướng khác nhau của các cặp âm dương liên hệ. Tương phản cân bằng có nhiệm vụ phát hiện sự sai lệch, giúp cho hệ thống điều chỉnh. Sai lệch vượt ngoài phạm vi cho phép, sự vật sẽ mất cân bằng.

- Quy luật cân bằng âm dương được các Hiền triết Phương Đông nhấn mạnh nhiều lần. "Âm Dương tương giao, có Hoà mới sinh vạn vật, không Hoà không sinh vạn vật". Các mặt đối lập tương tác với nhau, đạt "điểm dừng", vật thể mới ra đời với tên gọi của nó. Các sáng tạo nổi tiếng về lý luận và thực tiễn của người xưa, đều thấm đượm nguyên lý cân bằng âm dương. Kỳ thư Kinh Dịch với nguyên lý "trung chính", chính sách kinh tế "Tỉnh điền", thuyết đức trị trong chính trị, Nội kinh, học thuyết Trung Dung, các bộ môn Dự đoán học,..., đều lấy tư tưởng cân bằng AD làm cơ sở lý luận và phương pháp luận. Như vậy, khái niệm cân bằng AD đã ra đời trước khái niệm điểm dừng hàng ngàn năm. Cân bằng âm dương là trạng thái vận hành đăc biệt của thế giới hiện thực, là hình thái vận động trực tiếp đã sản sinh ra vũ trụ cho đến con người và xã hội loài người. Nó xứng đáng đứng trong hàng ngũ những quy luật phổ quát nhất của thế giới khách quan, để quyết định tương lai của nhân loại.

Các tổ chức liên kết nhân loại toàn cầu, như Liên Hợp Quốc, WTO,...; và nhiều tổ chức liên kết khu vực, như APEC, ASEAN, EU,..., hầu như đã phủ kín hành tinh. Đó là những "*phạm trù đối lập, những cặp âm dương*" của xã hội hiện đại. Những cặp âm dương đó đang vận động theo khuynh hướng tăng cường tính thống nhất, tăng cường tính đồng nhất, ngày càng giảm tính đối kháng và chuyển dần tương phản đối kháng sang tương phản cân bằng, sử dụng các biện pháp hoà bình, hợp tác, ngoại giao mềm mỏng, tăng cường tin cậy lẫn nhau, để giải quyết mâu thuẫn trong tổ chức. Có như vậy mới tăng cường được hiệu quả hoạt động của tổ chức, đưa tổ chưc tới trạng thái ổn định bền vững. Trạng thái ổn định đó là trạng thái cân bằng âm dương của các phạm trù đối lập. Mỗi tổ chức hoạt động cân bằng sẽ tạo ra những tiền đề hiện thực để cố kết toàn nhân loại trong một tổ chức chung, hành động theo một mục tiêu chung, điều khiển bằng bộ máy lãnh đạo chung. Khuynh hướng đó mang tính tất yếu của một tiến trình lịch sử-tự nhiên, đang được sự dẫn dắt của đội ngũ những quy luật phổ quát có quyền uy nhất của thế giới hiện thưc đã sáng tạo ra lịch sử như ngày nay, nên không thể đảo ngược.

Lịch sử đầu thế kỷ XXI đang chứng kiến những hiện tượng làm cho nhân loại phải cảnh giác. Đó là xung đột khu vực, chạy đua vũ trang, những toan tính của chủ nghĩa dân tộc ích kỷ,... Dòng sông lịch sử liên tục cuồn cuộn chảy, mang theo những thành quả văn minh, ngày càng dồi dào, ngày càng rực rỡ, đi về hiện tại và tương lai; nhưng cũng mang theo những tàn dư dã man của quá khứ. Những tàn dư dã man đó, sẽ được sức mạnh của nền văn minh, ngày càng hùng hậu, gột rửa và loại bỏ nhanh hơn bất kỳ thời gian nào của quá khứ. Đối với nhiều quốc gia, cuộc chạy đua vũ trang ngày nay mang mục tiêu bảo vệ tổ quốc, tạo sức mạnh để tương phản cân bằng có hiệu quả, góp phần bảo vệ hoà bình, hiện thực hoá thế giới đa cực, kiềm chế những hành động phi nghĩa của chủ nghĩa siêu cường ích kỷ. Mục tiêu đó nổi trội hơn mục tiêu xâm lược. Những kẻ có dã tâm ắt phải tính đến điều đó, nếu không muốn bị cô lập và thất bại. Thời kỳ làm mưa, làm gió của những kẻ đam mê siêu bóc lột và đam mê quyền lực đã qua rồi!

Cuộc hành quân của đội hình những quy luật “dữ oai hùm”,

dưới sự chỉ huy của quy luật phát triển tương thành, đang dẫn dắt nhân loại đi vào trạng thái cân bằng âm dương, tràn đầy hạnh phúc.

d- Quy luật Ngũ hành.

Hiện thực về Quy luật ngũ hành đã được chứng minh ở chương I. Đó là quy luật âm dương đặc thù vận hành trên trái đất, do quy luật vận động của Hệ mặt trời-trái đất-mặt trăng sáng tạo ra. Quy luật ngũ hành hoà quyện với quy luật âm dương như một chỉnh thể thống nhất, luôn luôn đông thời tác động vào các đối tượng hiện thực trên trái đất. Vì vậy, sử dụng khái niệm "quy luật âm dương ngũ hành" để mô tả sẽ chính xác hơn.

Mọi vật thể vũ trụ, kể cả con người, suy đến cùng, đều được cấu trúc bằng cặp âm dương cơ bản "chất-trường". Mọi vật thể vận động được là nhờ trường năng lượng. Năng lượng là yếu tố cần thiết nhất để các hạt siêu cơ bản, các hạt cơ bản liên kết với nhau. Qúa trình liên kết phát triển từ những cấu trúc nhỏ thành cấu trúc lớn. Đại vũ trụ, rồi con người được sinh ra nhờ các quá trình liên kết không ngừng. Tất cả mọi hình thái liên kết đa dạng, phong phú, phức tạp và tinh vi của thế giới hiện thực, đều có bàn tay siêu quyền lực của năng lượng.

Năng lượng không chỉ đơn thuần là yếu tố cần có của vận động, mà còn là yếu tố quy định quy luật vận động của vật thể. Năng lượng vận động có quy luật và được sinh ra từ Vụ nổ lớn. Trong quá trình hình thành vật thể vũ trụ, quy luật năng lượng ban đầu đã sản sinh ra những quy luật hậu duệ vô cùng đa dạng, vô cùng phong phú, muôn hình nghìn vẻ, tương ứng với sự phong phú của các vật thể trong vũ trụ. Bản thân mỗi vật thể cũng hàm chứa năng lượng vận động, và tham gia tương tác với các hình thái năng lượng có trong môi trường sống của chúng. Qúa trình tương tác năng lượng, tầng tầng lớp lớp, kéo dài suốt 13,7 tỷ năm qua, đã sản sinh ra một thế giới thật là kỳ lạ. Festival của những kỳ lạ, có lẽ hội ngộ ở hành tinh Xanh. Nơi đây, Vũ trụ có thể tự hào về thiên tài sáng tạo của mình. Thành quả sáng tạo vĩ đại nhất, thiên tài nhất, là con người và xã hội loài người. Song, kỳ quan vũ trụ mỹ lệ đó vẫn chưa hoàn chỉnh. Công việc sáng tạo còn tiếp diễn.

Để sáng tạo con người, trường năng lượng mang quy luật âm dương ngũ hành là một trong những bước chuẩn bị đầu tiên, rất cơ bản, đồng hành với việc ra đời của hệ mặt trời-trái đất-mặt trăng. Đó là trường tổng hợp của năng lượng điện từ mặt trời và năng lượng hấp dẫn toàn hệ, vận hành trên trái đất, phản ánh quy luật vận động của hệ.

Năng lượng của tinh vân nguyên thuỷ, sản phẩm của vụ nổ siêu sao nào đó, cách nay khoảng 7 tỷ năm, là nguồn gốc năng lượng của hệ mặt trời. Năng lượng nguyên thuỷ tích tụ trong các hành tinh, một phần là năng lượng tĩnh dưới dạng $E = mc^2$, một phần là năng lượng động, làm nên sự vận động của toàn hệ. Mặt trời được tích tụ khối lượng vật chất, tạo ra năng lượng hấp dẫn ở tâm đủ lớn, là điều kiện cần thiết để có phản ứng nhiệt hạt nhân giải phóng năng lượng tĩnh xẩy ra. Năng lượng điện từ, từ phản ứng nhiệt hạch, ban phát về trái đất rất lớn. Đó là nguồn năng lượng cơ bản của trái đất, cùng với năng lượng hấp dẫn của hệ, khai sinh và nuôi dưỡng sự sống phát triển. Thế giới hữu sinh, động vật và thực vật vô cùng phong phú như ngày nay, được phát triển từ những mầm sống đầu tiên, ra đời cách nay khoảng 3,7 tỷ năm, đều được sự nuôi dưỡng của hai nguồn năng lượng đó.

Nguồn năng lượng mang quy luật âm dương ngũ hành thường xuyên tương tác với chất trên trái đất, cùng với các quy luật phổ quát của vũ trụ, đã mô tả ở phần trên, là nguồn gốc tiến hoá của thế giới hữu sinh cho đến con người. Quy luật vận động của chất phản ánh quy luật vận động của năng lượng.

Quy luật vận động của cá thể thế giới hữu sinh đều tiềm ẩn quy luật âm dương ngũ hành. Điều đó giải thích tại sao, thế giới hữu sinh, từ thực vật đến động vật; từ con vi khuẩn bé xíu đến con người, đều có chung mật mã di truyền ADN. Cấu trúc mật mã di truyền cũng mang hình ảnh của quy luật âm dương ngũ hành. Không những cá thể mà cộng đồng thế giới hữu sinh cũng tiềm ẩn quy luật âm dương ngũ hành trong cấu trúc và vận động của mình. Các nhóm loài đều có cùng gen di truyền, cấu trúc bằng ADN, tiềm ẩn quy luật âm dương ngũ hành.

Từ trực quan và linh cảm khoa học, với khả năng trừu tượng hoá cao, sau khi khám phá quy luật âm dương ngũ hành, người Phương Đông đã ứng dụng vào Y học, Dự đoán học, Khí công, Võ thuật,...,và Chính trị học, đạt được những thành quả đáng ghi nhận và kế thừa, phát triển. Điều đó chứng minh rằng, quy luật âm dương ngũ hành mang giá trị là quy luật vận động riêng, đặc trưng, có tính phổ quát, của thế giới hữu sinh trên hành tinh Xanh. Là chân lý tương đối, học thuyết âm dương ngũ hành không thể lý giải mọi thuộc tính của đối tượng hiện thực trên trái đất. *Vì bất cứ đối tượng hiện thực nào cũng là thành quả tổng hoà của nhiều quy luật; vì vậy, quy luật vận dộng của chúng mang dấu ấn của nhiều quy luật khác nhau, trong đó* có *quy luật cụ thể và quy luật phổ quát.* Song, quy luật âm dương ngũ hành có quyền uy lớn đối với thế giới hữu sinh, khí hậu thời tiết và những chấn động lớn trong vận động của trái đất, như di chuyển lục địa, động đất bão lụt,...; vì vậy, có thể dùng quy luật âm dương ngũ hành để soi sáng bản chất các sự kiện trong phạm vi quyền lực của nó. Tuy nhiên, để mô tả đầy đủ hơn, giải quyết được nhiều vấn đề hơn với một đối tượng hiện thực, cần quan tâm đến nhiều quy luật khác đang vận động trong đối tượng nghiên cứu. Ví dụ, cơ thể sinh học con người vận động bằng nhiều quy luật của khoa học tự nhiên, trong đóquy luật âm dương ngũ hành có sức mạnh vượt trội.

Y học Phương Đông đã vận dụng quy luật âm dương ngũ hành để bảo vệ sức khoẻ, đạt thành tựu lớn lao hơn 2000 năm.

Song, còn một khoảng trống về sức khoẻ và bệnh tật con người mà Y học âm dương ngũ hành không thể giải quyết. Y học Phương Tây đã bù vào khoảng trống đó, bằng việc sử dụng nhiều quy luật khác, ngoài quy luật âm dương ngũ hành, cũng đang vận động trong con người, để tìm ra các phương pháp bảo vệ sức khoẻ. Nguyên lý Đông-Tây Y kết hợp và cùng tiến lên khoa học hiện đại là quy luật vận động tất yếu của khoa học Y học. Một ví dụ khác, Dự đoán học Phương Đông có uy tín hàng ngàn năm nay, sử dựng nguyên lý âm dương ngũ hành làm căn cứ khoa học. Có nhiều nhánh dự đoán khác nhau, như Tử vi đẩu số, Tứ trụ, Kinh Dịch, Bát tự hà lạc,... Song, không thể bao quát mọi thông tin vận động xã hội của con người. Vẫn còn một khoảng trống hiện thực chưa giải quyết được. Điều đó gây nghi ngờ về bản chất khoa học của Dự đoán học Phương Đông. Nếu hiểu rằng, có nhiều quy luật phổ quát chi phối vận động xã hội của con người, trong đó, quy luật âm dương ngũ hành chỉ là một, thì khoảng trống đó cần được bổ sung bằng nhiều khoa học dự đoán theo các quy luật khác. Tuy nhiên, Dự đoán học âm dương ngũ hành đã dự đoán được những thông tin chủ yếu nhất, và thành quả đó tạo nên uy tín thực tiễn hàng ngàn năm của phương pháp dự đoán này. Điều đó cũng chứng minh rằng, quy luật âm dương ngũ hành chi phối chủ yếu quá trình vận động và tiến hoá của thế giới hữu sinh, trong đó có con người và xã hội loài người. Khoa học hiện đại muốn có những thành quả đặc sắc trong nghiên cứu của mình, không thể có thái độ thờ ơ đối với quy luật âm dương ngũ hành. Việc nhận thức đúng đắn khuynh hướng tiến hoá của xã hội loài người không thể gạt ra ngoài quy luật đó!

Vận dụng quy luật âm dương ngũ hành để nghiên cứu quy luật xã hội đã được trình bày tại chương I, chương nói về quy luật âm dương ngũ hành. Phần viết này mở rộng và bổ sung thêm một số nhận thức về vấn đề này.

3- Những quy luật vận động cơ bản của xã hội loài người.

Các quy luật phổ quát của học thuyết Duy vật biện chứng và học thuyết Âm dương đã được trình bày ở phần trên. Những quy luật vận động cơ bản của xã hội loài người là thành quả tương tác của các quy luật phổ quát đó trên đối tượng hiện thực tự nhiên và xã hội. Học thuyết Duy vật lịch sử đã khái quát quy luật vận động kinh tế, xã hội của các giai đoạn lịch sử thành phạm trù "hình thái kinh tế-xã hội". Đó là phạm trù khoa học, phản ánh chính xác "tiến trình lịch sử- tự nhiên"(Mác) của xã hội loài người; làm căn cứ để tìm tòi các phương thức thực tiễn cách mạng, nhằm giải phóng nhân loại thoát khỏi gông xiềng bóc lột, áp bức; đưa nhân loại tiến lên xã hội hoà bình, hạnh phúc và văn minh.

Thực tiễn cách mạng theo học thuyết Duy vật lịch sử, kể từ cách mạng Tháng Mười Nga, đã mang lại những cống hiến vĩ đại cho nhân loại trên con đường phát triển theo khuynh hướng chủ nghĩa nhân đạo, chăm lo hạnh phúc cho tất cả mọi người. Song, thực tiễn thì vận động và phát triển mà phương thức cách mạng không vận động và điều chỉnh cho phù hợp. Mâu thuẫn gay gắt giữa quy luật vận động cách mạng và phương thức thực tiễn, cùng với cái tâm và cái tầm của ban lãnh đạo không tương xứng với nhiệm vụ lịch sử, đã đưa nhà nước Xô viết tới sụp đổ. Tiền lệ lịch sử để lại những bài học đắt giá *về sự phù hợp giữa lý luận cách mạng xã hội chủ nghĩa và phương thức thực tiễn thực hiện lý luận cách mạng xã hội chủ nghĩa.* Việc khám phá chính xác về mặt lý luận đi song song với việc tìm phương thức thực tiễn phù hợp, để biến lý luận thành hiện thực, là nguyên lý sinh tử của cách mạng. Một chính sách tốt, nhưng công nghệ thực hiện chính sách không phù hợp; chính sách, dù tốt đến đâu, cũng khó đi vào cuộc sống. Đó là bài học thực tế phổ biến.

Quy luật vận động đặc trưng cho một giai đoạn lịch sử, là thành quả tương tác của nhiều quy luật, đặc biệt là các quy luật phổ quát, quy luật riêng của giai đoạn lịch sử trước đó, trên những tiền đề hiện thực đã được sáng tạo đến thời điểm lịch sử đó. Các quy luật phổ quát đó là nguyên nhân của nguyên nhân, là "nguyên nhân ở tầm sâu vi mô" của quy luật riêng, đặc trưng cho một giai đoạn lịch sử.

Như vậy, thành quả sáng tạo của một giai đoạn lịch sử, là thành quả vận động của nhiều quy luật, trên những tiền đề hiện thực khởi đầu và những thành quả nối tiếp nhau sau đó, cho đến lúc chuyển sang giai đoạn lịch sử mới. Quy luật riêng của giai đoạn lịch sử mới, đã được gieo mầm và phát triển trong giai đoạn lịch sử cũ; là thành quả của các quy luật phổ quát, đã không ngừng biến đổi hiện thực thực tiễn, cho đến lúc, hiện thực thực tiễn không còn phù hợp với quy luật vận động riêng, đặc trưng cho giai đoạn lịch sử cũ, và bắt đầu tạo ra tiền đề hiện thực, để quy luật riêng của giai đoạn lịch sử mới, nẩy mầm. Như vậy, giai đoạn lịch sử mới phải kế thừa những thành quả sáng tạo của các quy luật phổ quát trong giai đoạn lịch sử cũ và chỉ cải biến những thành quả của quy luật riêng cũ cho phù hợp với quy luật đặc trưng của giai đoạn lịch sử mới. Ví dụ như, Chủ nghĩa xã hội phải kế thừa thành quả hiện thực của quy luật phát triển khoa học và công nghệ, quy luật phát triển chủ nghĩa nhân đạo, quy luật phát triển cái đẹp, quy luật phát triển kinh tế thị trường,...Đó là quy luật phổ quát của toàn bộ lịch sử xã hội loài người đến thời điểm chủ nghĩa xã hội. Chủ nghĩa xã hội chỉ cải biến hiện thực của quy luật riêng của chủ nghĩa tư bản, là quy luật bóc lột giá trị thặng dư, chuyển sang hiện thực, phản ánh quy luật đăc trưng của chủ nghĩa xã hội, là quy luật xoá bỏ bóc lột giá trị thặng dư, bằng mô hình sở hữu tập thể văn minh, sẽ được trình bày ở các phần tiếp theo.

Từ tri thức khoa học hiện đại, từ kinh nghiệm lịch sử, từ hiện thực thực tiễn đang vận động, có thể khái quát những quy luật vận động phổ quát của xã hội loài người như sau:

- a- Quy luật phát triển khoa học và công nghệ.

Xã hội loài người là một chỉnh thể, là một vật thể vũ trụ, được cấu trúc bằng những con người. Là một chỉnh thể, xã hội loài người, một mặt, vận động theo các quy luật phổ quát của thế giới hiện thực, đồng thời cũng vận động theo các quy luật đặc thù , riêng có, như bao vật thể vũ trụ khác. Quy luật riêng có là thành quả tương tác của các quy luật phổ quát trên tiền đề hiện thực là con người. Con người vận động trong hai mối quan hệ, nói ngắn gọn là hai phạm trù: "con người-thiên nhiên" và "con người-xã hội". Quy luật phát triển tương thành tác động theo khuynh hướng làm giảm và loại bỏ đối kháng trong hai cặp phạm trù đối lập này. Đó là nhiệm vụ vinh quang và cố hữu của quy luật đó đối với bất cứ cặp đối lập nào đang vận động và phát triển.

Kể từ khi sản xuất ra tư liệu sinh hoạt đầu tiên, cũng là hoạt động khoa học công nghệ đầu tiên, con người bắt đầu thoát khỏi thế giới loài vật. Từ đó, con người có khát vọng chinh phục thiên nhiên để không ngừng nâng cao đời sống của mình. Tâm lý đam mê sáng tạo công cụ sản xuất trở thành thuộc tính bản chất của con người ngay từ buổi bình minh của lịch sử. Từ đó hình thành "Quy luật phát triển khoa học công nghệ". Quy luật phát triển khoa học công nghệ vận động suốt chiều dài lịch sử xã hội loài người, không là của riêng của bất cứ giai đoạn lịch sử nào. Đó là sự phát triển văn minh trí tuệ loài người. Lịch sử vận động và phát triển theo quy luật. Quy luật phát triển khoa học công nghệ xứng đáng là một trong những quy luật đứng ở vị trí đầu tàu của lịch sử.

Qúa trình phát triển khoa học công nghệ là quá trình con người ngày càng hiểu sâu sắc bản tính của thiên nhiên, phát hiện ngày càng nhiều quy luật vận động của nó. Và ngay cấu trúc và vận động sinh lý của con người là nơi hội tụ rất nhiều quy luật của thiên nhiên ở đó. Hiểu nhau nhiều thành bạn tri kỷ. Con người đã không còn đối xử với thiên nhiên như những tên nô lệ thời trung cổ, coi việc bảo vệ thiên nhiên là một trong những yếu tố cơ bản của phát triển bền vững. Còn thiên nhiên đã hào phóng ban cho con người những tiềm năng quý giá của mình để không ngừng phát triển khoa học công nghệ. Như vậy, quá trình phát triển khoa học công nghệ là quá trình giảm đối kháng trong cặp phạm trù "con người-thiên nhiên". Xét đến cùng, con người cũng là thiên nhiên, nhưng là thiên nhiên đạt tới ý thức về mình (Ăngghen).

Có thể cho rằng, phát triển khoa học công nghệ là do ý muốn của con người, không có quy luật nào điều khiển cả! Con người là một vật thể vũ trụ, được vũ trụ sáng tạo suốt 13,7 tỷ năm, theo các quy luật của vũ trụ. Các nhà khoa học vũ trụ đã nói rằng, dường như việc sinh ra con người đã được chương trình hóa trong "Điểm kỳ dị". Đó là giả thuyết không thể kiểm chứng, nhưng được sự chia sẻ của các nhà khoa học. Mọi vật thể vũ trụ đều vận động theo quy luật. Mọi hành động của con người đều tuân theo các quy luật. Tâm lý, ý muốn của con người có sự tương tác của sóng vũ trụ vận động theo quy luật. Vận động tâm lý-ý thức của đại não là vận động bằng sóng điện từ. Vì vậy, chịu sự tương tác của sóng vũ trụ qua các huyệt, các cửa hút (luân xa) mà thực tiễn khí công học đã minh chứng. Chúng ta không nhìn thấy, bằng các giác quan, quy luật phát triển tương thành và phương thức tác động của nó vào thế giới hiện thực. Song, thông qua những thành quả hiện thực mang tính phổ biến, chúng ta thấy bằng quá trình tư duy, có tồn tại một quy luật như vậy. Niu-tơn quan sát quả táo rơi phát hiện quy luật vạn vật hấp dẫn. Đây cũng là trường hợp tương tự.

Tâm lý, ý thức, ý muốn, các quyết định của con người không phải là sản phẩm riêng của đại não, mà còn là thành quả tương tác của các quy luật của thế giới hiện thực vào đại não. Do đó, vận động xã hội mang tính quy luật, độc lập với ý thức của cá nhân con người và là một dạng tồn tại của vật chất. Quy luật phát triển tương thành tác động vào đại não con người, là một yếu tố cấu thành tâm lý đam mê sáng tạo và ham hiểu biết thiên nhiên của con người, nguồn gốc hình thành quy luật phát triển khoa học công nghệ. Quy luật phát triển khoa học công nghê vận động bằng con người, vì vậy đó là quy luật xã hội. Cấp vận động cao thường kế thừa ít nhiều ở cấp vận động thấp. Động vật tiền loài người chưa có biểu hiện chế tạo công cụ, tức chưa hoạt động khoa học công nghệ. Vì vậy, loài người không kế thừa được gì.

- b- Quy luật phát triển chủ nghĩa nhân đạo.

Con người cùng lúc vận động trong hai mối quan hệ tức trong hai cặp phạm trù âm dương: con người-tự nhiên và con người-xã hội. Trong quá trình hợp tác lao động sản xuất và lao động khoa học, ngôn ngữ phát triển, giao lưu tâm lý-ý thức ngày càng phát triển. Sức khỏe đại não là hạnh phúc bực nhất của con người. Song, sức khỏe đại não lại chịu ảnh hưởng rất lớn của tương tác tâm lý trong quan hệ xã hội. Một tác động tâm lý không thuận trong các mối quan hệ sẽ làm mất cân bằng âm dương của đại não và gây ra bệnh tật, làm cho con người khó chịu hoặc đau buồn. Vì vậy, tâm lý của con người muốn có mối quan hệ tốt đẹp giữa những con người. Đó là tiền đề hiện thực để hình thành quy luật phát triển chủ nghĩa nhân đạo.

Chủ nghĩa nhân đạo có nhiều nội hàm. Song, nội hàm cơ bản nhất là sự bình đẳng, công bằng về lợi ích, khi con người còn phải lo toan cho đời sống cá nhân và gia đình. Tuy nhiên, sự hình thành tâm lý nhân đạo chịu ảnh hưởng của nhiều yếu tố phức tạp. Trong đó, yếu tố kế thừa vô thức tâm lý cấp thấp của động vật tiền loài người là rất đáng kể, nhất là thời kỳ bình minh của xã hội loài người.

Sự kế thừa này nằm trong thuộc tính kế thừa của quy luật phủ định phát triển. Cấp vận động cao bao giờ cũng kế thừa it, nhiều quy luật vận động của các cấp vân động thấp, rồi cải biến dần cho phù hợp với quy luật vận động của cấp vận động cao.

Vì các cấp vận động thường vận động chung các quy luật phổ quát. Thành quả vận động và phát triển của các quy luật phổ quát thường được kế thừa sang cấp vận động cấp cao, rồi tiếp tục cải biến và phát triển.

Tâm lý cấp thấp của động vật tiền loài người thường biểu hiện ở các hình thái chủ yếu: 1) tâm lý đam mê và bảo vệ quyền lực của động vật đứng đầu bầy đàn; 2) tâm lý bảo vệ lãnh thổ sinh tồn và tranh giành mở rộng lãnh thổ với các bầy đàn khác; 3) tâm lý cướp dật cái ăn của đồng loại; 4) tâm lý về tình cảm mẹ con. Các hình thái tâm lý này được biểu hiện phong phú trong hành động của động vật. Ba dạng tâm lý 1-2-3 nằm trong nội hàm khái niệm "đấu tranh sinh tồn" của khoa học Sinh vật học.

Khi lý giải hiện tượng phức tạp của chủ nghĩa dận tộc ích kỷ, chủ nghĩa sô vanh nước lớn đang vận động trong thế giới hiện đại, có học giả cho rằng, thế giới ngày nay vẫn tồn tại bằng quy luật "đấu tranh sinh tồn". Đó là nhận thức sai lầm và siêu hình. Mọi sự vật đều biến đổi và phát triển. Không thể phủ nhận hiện trạng tâm lý con người có kế thừa tâm lý động vật cấp thấp. Song, xã hội loài người đang cải biến tâm lý cấp thấp đó cho phù hợp với quy luật vận động của xã hội loài người.

Tâm lý quyền lực cấp thấp, đầu tiên được kế thừa bằng hình thái quyền lực cá nhân, độc đoán, coi thường nhân dân, đang được lịch sử cải biến sang quyền lực của tập thể số ít, rồi tiến đến "Mọi quyền lực đều thuộc về nhân dân"(Hồ Chí Minh). Tâm lý về lãnh thổ được cải biến thành tâm lý độc lập dân tộc "Không có gì quý hơn độc lập tự do", "chủ nghĩa dân tộc chân chính là tiền đề để phát triển Chủ nghĩa xã hội (ý Hồ Chí Minh)". Tâm lý cướp đoạt của đồng loại được kế thừa dưới hình thái "sở hữu bóc lột" ở ba chế độ tiền sử, đang được sự phát triển lịch sử tự nhiên cải biến sang hình thái "sở hữu không bóc lột" bằng phương thức "Đồng sở hữu", tức sở hữu tập thể văn minh, rồi tiến hóa tự nhiên lên sở hữu công cộng văn minh, bóc lột được triệt để xóa bỏ.

Sự kế thừa tâm lý "đấu tranh sinh tồn" từ động vật tiền loài người gây trở ngại cho quá trình hình thành quy luật phát triển chủ nghĩa nhân đạo. Song, nhờ sự cải biến của lịch sử, tâm lý nhân đạo vẫn tiếp tục phát triển. Tâm lý "đấu tranh sinh tồn" dần dần bị chôn sâu trong bộ nhớ vô thức của đại não. Tuy nhiên, khi gặp điều kiện thuận lợi, tâm lý đó được kích thích, vùng dậy, hoành hành trong xã hội. Hiện tượng chủ nghĩa dân tộc ích kỷ, tranh giành đất đai, biển đảo, tài nguyên của dân tộc khác; hiện tượng bóc lột tàng hình (tham nhũng),..., là những trường hợp như vậy. Những hiện tượng như vậy sẽ mất đi khi tư duy chính trị của ai đó nhận thức được quy luật vận động của hiện thực và sở hữu bóc lột được xóa bỏ.

Sự phát triển của chủ nghĩa nhân đạo trong thế giới hiện đại biểu hiện vô cùng phong phú. Đó là việc ngăn chặn chiến tranh hạt nhân và kiềm chế các cuộc chiến tranh quy mô nhỏ hơn. Đó là việc hình thành LHQ và các tổ chức khu vực và thế giới để giải quyết các nhiệm vụ nhân đạo toàn cầu. Đó là xu thế hòa bình và hợp tác để cùng phát triển, nhằm không ngừng nâng cao đời sống các dân tộc. Đó là việc bảo vệ thiên nhiên và môi trường sống. Đó là cuộc đấu tranh phát triển dân chủ và nhân quyền. Đó là cuộc đấu tranh để hiện tượng người bóc lột người được xóa bỏ. Xóa bỏ bóc lột mang lại giá trị dân chủ và nhân quyền cao nhất trong thế giới ngày nay, v. v., và v. v..

Cách mạng Tháng Mười Nga cắm một mốc son chói lọi trên con đường phát triển chủ nghĩa nhân đạo. Do sai lầm trong vận hành quy luật sở hữu xã hội chủ nghĩa và việc thực hiện các quy luật phổ quát, đặc biệt là chưa chú ý đúng mức đến quy luật phát triển khoa học công nghệ và quy luật phát triển chủ nghĩa nhân đạo, Nhà nước Xô viết đã sụp đổ. Mô hình xã hội chủ nghĩa thực tiễn Liên Xô sụp đổ. Đó là sản phẩm dị hóa của hệ quy luật phát triển xã hội chủ nghĩa. Còn sản phẩm đồng hóa, có nghĩa là những thành quả thực tiễn và lý luận, vật chất và tinh thần của cách mạng Tháng Mười của gần 80 năm xây dựng chủ nghĩa xã hội, là một tài sản đồ sộ và vô giá đối với nhân loại hiện đại. Tài sản đó đang ảnh hưởng lớn đến hiện tại và xu thế phát triển của thế giới. Nó cắm một mốc lớn vào lịch sử, đánh dấu việc chuyển giai đoạn từ chủ nghĩa tư bản lên chủ nghĩa xã hội. Đó là cách đánh giá khách quan, không thiên kiến và tỉnh táo đối với một hiện tượng phức tạp bực nhất của lịch sử. Ngoài ra, bài học phản biện đắt giá sẽ có giá trị định hướng điều chỉnh lý luận xây dựng xã hội chủ nghĩa chính xác hơn.

Nhìn lại sau 20 năm Liên Xô sụp đổ, thế giới tư bản càng lâm vào khủng hoảng trầm trọng hơn. Khủng hoảng kinh tế mang tầm thế kỷ và kéo dài chưa dứt, chiến tranh và khủng bố xảy ra liên miên, xu hướng ly tâm chủ nghĩa tư bản ngày càng rõ nét,..., như vậy là, Liên Xô sụp đổ không giúp ích gì cho chủ nghĩa tư bản tiếp tục phát triển, thật đáng buồn.

Tuy còn nhiều lúng túng về phương thức, song, nhiều nước tư bản muốn tự cải tạo để thoát khỏi khủng hoảng theo khuynh hướng phát triển chủ nghĩa nhân đạo, hoặc tuyên bố đi theo con đường của chủ nghĩa xã hội theo cách riêng của mình. Tuy chưa thoát khỏi khủng hoảng về lý luận xây dựng chủ nghĩa xã hội, song, lý tưởng nhân đạo xã hội chủ nghĩa, những thành quả của Liên Xô và các nước xã hội chủ nghĩa còn lại, đang củng cố niềm tin của nhân loại.

Quy luật phát triển chủ nghĩa nhân đạo đang đi tiếp con đường vinh quang của mình ngày càng nhanh hơn và mạnh mẽ hơn!

Quy luật phát triển chủ nghĩa nhân đạo và quy luật phát triển khoa học công nghệ đều vận động bằng con người. Bất cứ hai sự vật nào có liên hệ với nhau đều có thể lập thành một cặp đối lập âm dương. Vì vậy, hai quy luật làm thành cặp phạm trù âm dương có đủ bốn thuộc tính cơ bản. Thuộc tính thống nhất biểu hiện hai quy luật đều nhằm nâng cao hạnh phúc con người. Khi khoa học công nghệ phát triển, sản xuất phát triển, tạo điều kiện để thực hiện các nhiệm vụ nhân đạo và nâng cao đời sống con người, từ đó sáng tạo khoa học công nghệ có thêm sức mạnh mới. Hai quy luật đều vận động bằng con người, đó là thuộc tính đồng nhất.

Thuộc tính cơ bản thứ ba là thuộc tính tương phản cân bằng. Xã hội loài người là cấp vận động cao nhất của thế giới hiện thực. Vì vậy có hệ thống tương phản cân bằng tinh vi và phức tạp nhất, được hình thành trong quá trình phát triển và hoàn chỉnh khi xã hội đạt trạng thái cân bằng. Trạng thái cân bằng của xã hội là trạng thái không còn đối kháng giữa con người và con người. Một nhà nước nhân đạo toàn cầu, không mang tính giai cấp, điều hành mọi hoạt động của xã hội. Con người phát triển toàn diện và tự do. LHQ là mầm ươm cho một nhà nước toàn cầu như vậy. Hiện nay, xã hội chưa đạt trạng thái cân bằng âm dương, còn nhiều đối kháng. Hệ thống tương phản cân bằng đang hình thành ở các quốc gia và các tổ chức hợp tác khu vực. Phạm vi toàn cầu rộng lớn, hệ thống tương phản cân bằng được hình thành bắt đầu từ LHQ với Hiến chương thấm đượm chủ nghĩa nhân đạo. Từ khi thành lập đến nay, tuy bị các thế lực đen tối cản trở và thao túng., LHQ vẫn hoạt động và đấu tranh cho mục đích giảm thiểu đối kháng và củng cố hòa bình thế giới, thực hiện các nhiệm vụ nhân đạo toàn cầu. Đối kháng giữa khoa học công nghệ và chủ nghĩa nhân đạo biểu hiện bằng đối kháng giữa con người. Các thế lực dã man sử dụng khoa học công nghệ để chế tạo vũ khí đàn áp con người. Do đó, việc loại trừ đối kháng trong cặp âm dương khoa học công nghệ và chủ nghĩa nhân đạo cũng thực hiện bằng con người.

Xã hội loài người vận động và phát triển bằng hệ thống các

quy luật phổ quát và dưới sự tác động trực tiếp của quy luật đặc trưng và cơ bản nhất:

"Quy luật quan hệ sản xuất phù hợp với trình độ phát triển của lực lượng sản xuất".

Song, mỗi quy luật lại được sản sinh từ sự tương tác của các quy luật trên những tiền đề hiện thực. Quy luật mới là hiệu ứng nhân quả của các quy luật nguyên nhân. Khoa học tự nhiên hiện đại ngày càng đi sâu vào tầm vi mô của các đối tượng vật chất và khám phá ra nhiều quy luật mới, là "nguyên nhân", là nguồn gốc của các quy luật đã được khám phá. Việc khám phá ra các "quy luật nguyên nhân" đã đưa khoa học công nghệ tới những bước phát triển nhảy vọt, đưa nền kinh tế tiến vào nền "kinh tế trí thức". Công nghệ cao có mặt trong mọi lĩnh vực, mạng Internet,..., là một trong những thành quả như thế.

Đã đến lúc khoa học xã hội, dựa vào những thành tựu mới nhất của khoa học tự nhiên và sự phát triển của trí tuệ, cũng cần đi sâu phát hiện những "quy luật nguyên nhân" của các quy luật triết học và các quy luật xã hội đã được khám phá. Có như vậy mới đưa khoa học xã hội tiếp tục phát triển, và điều có ý nghĩa hơn là có cơ sở lý luận để kịp thời lý giải và giải quyết đúng đắn những vướng mắc thực tiễn đang nảy sinh không ngừng trong công cuộc cải tạo thế giới, nhất là sau Liên Xô sụp đổ.

Lênin từng viết: "Tư tưởng của người ta đi sâu một cách vô hạn, từ hiện tượng đến bản chất, từ bản chất cấp một, nếu có thể nói như vậy, đến bản chất cấp hai, v.v., và cứ như thế mãi" (V.I. Lênin: Toàn tập, Nxb. Tiến bộ, Matxcơva, 1981, t 29, tr. 268).

Khi con người đi sâu vào bản chất thì khái niệm ban đầu có thể được bổ sung hoặc sửa đổi nội hàm.

Một trong những cản trở sáng tạo, mang bản chất khoa học,

mà các nhà hoạt động lý luận phải luôn luôn cảnh giác (ở đây không đề cập đến những cản trở do động cơ lợi ích, hoăc những quan niệm danh dự tầm thường, hoăc thiếu hoạt động thực tiễn). Đó là tính bảo thủ của thói quen trong cấu trúc đại não. Đại não lưu giữ các thành quả tri thức, tâm lý,..., bằng hệ thống cấu trúc nơron trong các bộ nhớ. Hệ thống này thường xuyên phải sống và liên hệ thông tin với các khu vực liên quan. Khi một nội dung tri thức được thường xuyên củng cố, bằng công tác giảng dạy, hoặc công tác nghiên cứu ứng dụng,..., hệ thống nơron lưu giữ tri thức đó càng được củng cố bền chặt, làm cho thói quen tư duy về tri thức đó trở thành vô thức trong đại não. Đó là nguyên nhân chủ yếu của hiện tượng giáo điều, bảo thủ, trì trệ, trong tư duy lý luận. Nếu thiếu cảnh giác với hiện tượng này, các nhà hoạt động lý luận đã cao tuổi, rất khó sáng tạo, hoặc khó chấp nhận những quan điểm mới...hình như xúc phạm tới thành trì trí thức bất khả xâm phạm của các học thuyết "thiên tài" mà họ đã từng học thuộc và ngưỡng mộ. Mặc dù có bậc Thiên tài đã nhắc nhở rằng, đối với các chân lý khoa học đã được khám phá cần giữ thái độ "hoài nghi tất cả"(ý của Mác), rằng học thuyết của họ không phải là giáo điều mà là kim chỉ nam cho hành động(Mác), rằng học thuyết không có tham vọng lý giải, giải quyết tất cả, mà chỉ trình bày một phương pháp duy nhất khoa học để nghiên cứu thế giới (Mác).

Tai hại hơn nữa, tư duy giáo điều đã làm chúng ta khó phát hiện nhận thức sai lầm của chính mình đối với những tư tưởng thiên tài của các học thuyết thiên tài. Nhận thức sai lầm đó đã đưa thực tiễn đi lạc đường, gây tổn thất rất nặng nề, làm chậm trễ bước tiến của nền văn minh nhân loại. Không hiểu tư tưởng về "quy luật sở hữu xã hội chủ nghĩa" của Mác và Ăngghen, đã làm sụp đổ nhiều mô hình sở hữu, như mô hình công xã nhân dân, mô hình hợp tác xã tiểu nông bậc cao, mô hình xã hội chủ nghĩa thực tiễn Liên xô..., gây ra "cuộc khủng hoảng về lý luận xây dựng xã hội chủ nghĩa" trong phong trào xã hội chủ nghĩa thế giới.

Hơn thế nữa, có kẻ tự xưng là chủ nghĩa xã hội "đặc sắc"(!?) nhưng thiếu niềm tin vào lý tưởng nhân đạo xã hội chủ nghĩa, công khai kế thừa tâm lý đấu tranh sinh tồn của động vật cấp thấp, trắng trợn tìm mọi cách cướp giật tài nguyên, đất đai, biển đảo của các nước láng giềng, mà còn lớn tiếng rêu rao rằng mình là người đang bị hại!? Thật là (nếu cho rằng quá lời thì xin lỗi) vừa ăn cướp vừa la làng, làm đĩ già mồm. Họ đang cố ý đánh lừa nhân dân nước họ và nhân dân thế giới để chuẩn bị dư luận cho những hành động xấu xa tiếp sau đó. Một sự khôn ngoan thật là "đặc sắc"!!! Hành động đó xa lạ với chủ nghĩa nhân đạo và chủ nghĩa xã hội đặc sắc đang phát triển mạnh mẽ trong thế giới hiện đại.

"Quy luật quan hệ sản xuất phù hợp với trình độ phát triển của lực lượng sản xuất" là thành quả tương tác của hai quy luật: Quy luật phát triển khoa học công nghệ và quy luật phát triển chủ nghĩa nhân đạo, vận động trên tiền đề hiện thực là xã hội loài người, kể từ khi xã hội loài người mở trang sử bình minh của mình.

Khoa học công nghệ phát triển dẫn tới mâu thuẫn giữa phương pháp tổ chức sản xuất có trình độ khoa học công nghệ đã lạc hậu, với quy trình công nghệ tiên tiến. Điều đó đòi hỏi phải loại bỏ cách tổ chức sản xuất lỗi thời. Khi khoa học công nghệ tiên tiến hơn, phát triển trên phạm vi rộng lớn, tất yếu dẫn tới việc xóa bỏ chế độ cũ. Chế độ Nô lệ, rồi chế độ Phong kiến lần lượt bị đào thải, nhường chỗ cho chế độ tư bản. Các chính trị gia tư sản mượn ngọn cờ của chủ nghĩa nhân đạo, tập hợp lực lượng quần chúng để làm cuộc đảo lộn như vậy.

Đây là những cuộc cách mạng nửa vời, những bước nhảy vọt nhỏ. Bởi vì, ở cả ba chế độ, sở hữu bóc lột không thay đổi, chỉ thay đổi hình thức bóc lột (vì vậy, Mác gọi là ba chế độ "tiền sử"). Do đó, cả ba chế độ, quan hệ sản xuất không hề thay đổi. Sự phù hợp giữa quan hệ sản xuất và trình độ phát triển lực lượng sản xuất trong ba chế độ, chủ yếu là sự phù hợp giữa trình độ tổ chức sản xuất và khoa học công nghệ ngày càng tiên tiến. Với căn cứ khoa học và thực tiễn như vậy, tư duy biện chứng tất yếu dẫn tới kết luận rằng, quy luật phát triển khoa học công nghệ là một trong những lực lượng chủ yếu đào thải các chế độ bóc lột.

Tuy nhiên, quá trình loại bỏ không diễn ra tự nhiên như người ta vứt bỏ một đồ vật đã hỏng. Chủ nghĩa nhân đạo đã hình thành và phát triển từ chế độ Nô lệ, đòi hỏi phải xóa bỏ áp bức bóc lột đối với nhân dân lao động. Những ông chủ bóc lột tương lai đã giương lên ngọn cờ nhân đạo này để lật đổ chế độ Phong kiến. Khi đã yên vị, họ liền vứt bỏ ngọn cờ đó và trả ơn những người đã khiêng họ đặt lên ngai vàng bằng dùi cui và cơm hẩm.

Sự phát triển bóc lột của chủ nghĩa tư bản đã có công sáng tạo những tiền đề hiện thực, cùng với những tinh hoa khoa học quá khứ, làm căn cứ khoa học và thực tiễn, đưa chủ nghĩa nhân đạo lý luận phát triển nhảy vọt. Đó là sự ra đời của học thuyết Mác, chứng minh rằng, chế độ sở hữu bóc lột sẽ được thay thế bằng chế độ sở hữu không bóc lột. Và đó là một bước tiến tự nhiên trong tiến trình lịch sử tự nhiên của nhân loại. Lênin đã thực tiễn hóa chủ nghĩa nhân đạo lý luận bằng cuộc cách mạng Tháng Mười Nga vĩ đại, cắm mốc son lịch sử sáng ngời trên con đường phát triển chủ nghĩa nhân đạo hiện thực.

Như vậy, Lịch sử nhân loại đã chứng minh rõ ràng rằng, chủ nghĩa nhân đạo luôn luôn là ngòi nổ và là động lực cho mọi cuộc cách mạng đảo lộn thế giới cũ.

Quy luật phát triển chủ nghĩa nhân đạo và Quy luật phát triển khoa học công nghệ là hai lực lượng cơ bản và trực tiếp dẫn đường tiến trình tự nhiên của lịch sử. Đó là hai quy luật "nguyên nhân" tác thành "quy luật về sự phù hợp giữa quan hệ sản xuất và trình độ phát triển của lực lượng sản xuất". Để phát hiện chính xác khuynh hướng phát triển của thế giới hiện đại, để xã hội vận động đúng quy luật phát triển tự nhiên của nó, tất yếu phải nghiên cứu cả ba quy luật và những quy luật phổ quát khác nữa.

Tiếp cận từ hệ thống quy luật phổ quát đang vận động trong xã hội loài người, được mô tả bằng hai dòng triết học: dòng triết học âm dương và dòng triết học duy vật biện chứng, cho ta nhận thức sâu sắc rằng:

Xã hội hiện đại đang vận động theo tiến trình hướng tới những giá trị nhân văn cao cả nhất của xã hội loài người. Đó là một xã hội không còn bóc lột, con người sống với nhau trong sự bình đẳng và lòng nhân ái, có điều kiện phát triển toàn diện và tự do, có cuộc sống hạnh phúc trọn vẹn.

Do đặc điểm tiền đề hiện thực lúc ra đời chưa có đủ thông tin về tri thức khoa học tự nhiên và xã hội như hoàn cảnh ra đời của học thuyết Mác, trạng thái vận động xã hội cũng khác xa bối cảnh lịch sử của thời đại Mác, Ăngghen, cho nên học thuyết âm dương chưa mô tả những quy luật cụ thể của vận động xã hội. Sau này Khổng Tử, Trâu Diễn, Đổng trọng Thư, Chu Hy, đã tìm cách vận dụng học thuyết Âm Dương Ngũ Hành vào tư tưởng chính trị, song đều bị bóp méo sang chủ nghĩa duy tâm, duy ý chí.

Chỉ có Văn Vương, người sáng lập triều đại nhà Chu, đã vận dụng thành công học thuyết âm dương vào tư tưởng chính trị bằng chính sách kinh tế Tỉnh điền hợp lòng dân và văn hóa Kinh Dịch tương ứng với chính sách kinh tế đó. Sự thành công đó, một mặt xuất phát từ sự nhận thức sâu sắc quy luật âm dương, đặc biệt là quy luật cân bằng âm dương, song, yếu tố có ý nghĩa quyết định hơn cho sự thành công đó, như đã chứng minh ở chương Kinh Dịch, là tấm lòng nhân ái giàu lòng yêu thương con người. Tư tưởng chính trị-kinh tế của Văn Vương đã sáng tạo ra hình thái xã hội nhân hòa bền vững, là điều kiện vàng để

Nhà Chu tồn tại tới 900 năm, trong đó có 700 năm cường thịnh.

Chủ nghĩa Mác-Lênin có tầm bao quát rộng lớn, vừa hàm chứa tri thức phổ quát triết học của thế giới hiện thực, vừa hàm chứa tri thức phổ quát triết học của vận động xã hội thực tại; do đó có giá trị thực tiễn rất cụ thể đối với việc cải tạo thế giới ngày nay.

Tuy nhiên, dưới ánh sáng của triết học Mác-Lênin và khoa học hiện đại, có thể nhận thức được tinh hoa của học thuyết âm dương ngũ hành. Tinh hoa dòng triết học này đã cống hiến cho nhân loại những giá trị tri thức vô giá. Đó là những quy luật phổ quát của thế giới hiện thực mà học thuyết duy vật biện chứng chưa đề cập đến hoặc mô tả chưa trọn vẹn. Những quy luật phổ quát của học thuyết âm dương ngũ hành đứng trong đội ngũ những quy luật phổ quát của thế giới hiện thực sẽ góp phần lý giải dễ dàng hơn những vấn đề của hiện thực và giải quyết hiệu quả hơn những nhiệm vụ thực tiễn của thế giới đương đại.

Nếu nhận thức sâu sắc hệ thống quy luật này, sẽ tìm ra phương thức hóa giải những mâu thuẫn của thời đại nhanh chóng hơn, tránh được những tổn thất cho nền văn minh nhân loại và những bất hạnh cho con người, đưa nhanh hành tinh xanh tới đích vinh quang của hòa bình bền vững và hạnh phúc trọn vẹn cho nhân loại.

II- VÀI NÉT VỀ TRẠNG THÁI VẬN ĐỘNG THỰC TẠI CỦA THẾ GIỚI ĐƯƠNG ĐẠI.

II.1- Những quy luật chi phối trạng thái vận động của thực tại.

Tiếp cận từ hệ quy luật phổ quát vận động trong toàn bộ tiến trình lịch sử của xã hội loài người và hệ quy luật đặc thù vận động trong từng giai đoạn lịch sử, đã cho ta nhận thức về khuynh hướng phát triển của xã hội loài người. Khuynh hướng đó dẫn dắt xã hội loài người tiến tới trạng thái cân bằng âm dương ở giai đoạn lịch sử chủ nghĩa cộng sản, giai đoạn mà lịch sử vận động ở hình thái hạnh phúc cao nhất của con người trước khi suy biến cùng hệ mặt trời.

Thực tại đang vận động theo khuynh hướng đó, và đang ở vị trí trung gian của con đường vinh quang đó.

Thực tại đang ở vị trí trung gian, vì vậy "phạm trù đối lập xã hội loài người" đang ở trạng thái chưa cân bằng âm dương. Tương phản đối kháng chủ yếu là tàn dư quy luật đấu tranh sinh tồn của thế giới tiền loài người, vẫn đang hoành hành trong hiện thực. Hệ thống tương phản cân bằng đang trong quá trình hình thành, chưa hoàn chỉnh. Do đó, vận động thực tại của hai mặt đối lập đang đan xen giữa tính thống nhất, tính đồng nhất, tương phản cân bằng và tương phản đối kháng.

"Phạm trù đối lập xã hội loài người" được cấu trúc bằng nhiều cặp đối lập âm dương thành phần. Ví dụ như mỗi quốc gia là một cặp âm dương; hai quốc gia có mối liên hệ với nhau là một cặp âm dương; mỗi tổ chức khu vực là một cặp âm dương, v.v..Bất cứ đối tượng hiện thực nào có liên hệ với nhau đều cấu trúc thành cặp âm dương với những thuộc tính cơ bản như nhau: thuộc tính thống nhất, đồng nhất, tương phản cân bằng và tương phản đối kháng. Các cặp âm dương thành phần đều vận động theo hệ quy luật phổ quát. Song mỗi cặp âm dương thành phần còn vận động theo những quy luật đặc thù. Quy luật đặc thù là yếu tố để phân biệt sự khác nhau giữa các đối tượng hiện thực. Cùng một mã di truyền AND, cùng vận động theo những quy luật phổ quát như nhau, nhưng thế giới hữu sinh vô cùng đa dạng vì quy luật đặc thù khác nhau và vận động trên những tiền đề hiện thực khác nhau. Thế giới loài người cũng vận động theo những trạng thái như vậy. Trạng thái vận động đó là căn nguyên của những diễn biến thực tại đa dạng, phức tạp, muôn hình muôn vẻ; có những diễn biến bất ngờ và những biến đổi nhanh chóng không lường hết được.

Tuy nhiên, thế giới không phải là đối tượng hiện thực vận động hỗn độn. Dù hình thái vận động nhiều vẻ và phong phú đến mức độ nàothì vẫn phải đi theo một con đường định sẵn. Đó là con đường quy luật, con đường của hệ quy luật phổ quát.

Như đã nhiều lần chứng minh, hệ quy luật phổ quát của xã hội loài người vận động theo khuynh hướng phát triển chủ nghĩa nhân đạo và đang dẫn dắt "phạm trù đối lập xã hội loài người" tiến tới trạng thái vận động cân bằng.Vì vậy, giai đoạn lịch sử tiếp sau bao giờ cũng tiến bộ hơn giai đoạn trước theo khuynh hướng đó. Thế kỷ 21 chắc chắn sẽ tiến bộ rõ rệt hơn thế kỷ 20 về nền văn minh nói chung và đặc biệt tiến bộ về văn minh nhân đạo. Đó là biện chứng vận động của thực tại và cũng là biện chứng vận động của tư duy chính trị mẫn tiệp. Những ai đang ở vị trí có tầm ảnh hưởng tới vận mệnh nhân loại, nếu có được tư duy sáng suốt như vậy, chắc chắn sẽ không có hành động ảnh hưởng tới sự phát triển của chủ nghĩa nhân văn và coi thường tình hữu nghị giữa các dân tộc.

II.2- Những sự kiện vận động chính yếu của thực tại.

Đây là đề tài rộng lớn và sâu sắc. Để mô tả rõ nét cần đến trí tuệ và công sức của nhiều nhà khoa học. Trong phạm vi chủ đề cuốn sách và khả năng bản thân, tác giả chỉ mô tả khái quát một số sự kiện chính có thể chứng minh cho vấn đề đang được nghiên cứu.

1- Các dạng vận động nằm trong phạm trù "tàn dư của quy luật đấu tranh sinh tồn"

a- Chế độ tư hữu bóc lột.

Hiện thân là chủ nghĩa tư bản, vẫn chìm đắm trong cuộc khủng hoảng kinh tế chu kỳ tồi tệ nhất, mang bản chất của "lỗi hệ thống", kể từ 80 năm qua.

Cuộc khủng hoảng kinh tế "vĩ đại" lần thứ nhất của chủ nghĩa tư bản xuất hiện vào năm 1929 và kéo dài tới 1933. Cơn bão táp khủng hoảng đã tàn phá nghiêm trọng lực lượng sản xuất và của cải tiêu dùng, gây tổn thất to lớn cho cuộc sống của người lao động. Riêng ở Mỹ, nền kinh tế đã thụt lùi về quá khứ 20 năm. Sản xuất công nghiệp giảm 36%; 92 lò luyện thép công suất 4 triệu tấn/năm bị phá hủy; 6,4 triệu con lợn bị giết bỏ đi; 13 vạn công ty bị phá sản; 10.000 ngân hàng phải đóng cửa; 10 vạn lít sữa bò đổ xuống cống; thu nhập công nghiệp giảm 50%. Đỉnh điểm khủng hoảng ở Mỹ năm 1932 có hơn 12 triệu người bị thất nghiệp (chiếm 25% lực lượng lao đông). Điều ngạc nhiên và khó hiểu là, trong khủng hoảng, hàng triệu người lao động, trẻ em, người già bị đói khát, nhưng lương thực thực phẩm đã bị phá hủy không nương tay. Những ông chủ nhân đạo sợ rằng, nếu phân phát các thứ đó cho người lao động, khi sản xuất phục hồi, họ sẽ phải bán hàng sụt giá, vì người mua giảm đi.

Cuộc khủng hoảng kinh tế thế giới "vĩ đại" lần thứ hai, được "phát động" từ Mỹ năm 2008, cho đến nay (2013) vẫn chưa hồi phục và còn diễn biến phức tạp. Chưa có số liệu tổng kết thiệt hại. Song, lãnh đạo một số nước tư bản và nhiều chuyên gia kinh tế tư bản đánh giá rằng, cuộc khủng hoảng này còn nghiêm trọng hơn cuộc khủng hoảng những năm 1929-1933 của thế kỷ trước. Theo Joel Geier, viết trong tạp chí "International Socialist Review": "...tính toán cho biết, đến nay Mỹ đã giành 6000 tỷ đô la từ tiền thu thuế để tháo gỡ khó khăn, Châu Âu cũng đã giành 2.300 tỷ... Việc can thiệp của nhà nước ít nhiều có giảm nhẹ cuộc khủng hoảng trong nước, nhưng đã không ngăn chặn được đà suy thoái của nền kinh tế thế giới." "Chủ nghĩa tự do mới lấy tư hữu hóa làm trung tâm, mở màn cho cuộc khủng hoảng kinh tế lớn nhất của chủ nghĩa tư bản phương Tây từ hơn 70 năm trở lại đây. Ngay cả hãng thông tấn Anh Reuteurs, trong bản tin ngày 15-10-2008, cũng đã nói: Với việc xẩy ra cuộc khủng hoảng tài chính Phố Uôn, chủ nghĩa tư bản, mà trước đây chúng ta đã quá hiểu về nó, đang sắp đến ngày tận số, dự báo của Mác năm xưa đã được kiểm chứng."

Từ sau đại khủng hoảng 1929-1933, chủ nghĩa tư bản không ngừng tìm tòi các sáng kiến kéo dài chu kỳ khủng hoảng, giảm nhẹ tổn thất của khủng hoảng, đẩy tác hại khủng hoảng về phía nhân dân lao động. Chủ nghĩa tự do mới và hệ thống Keynes là những sáng kiến như vậy. Chủ nghĩa tự do mới chủ trương triệt dể tư hữu hóa nền kinh tế; nhà nước không can thiệp vào nền kinh tế; để thị trường tự điều tiết. Sáng kiến Keynes, có thời kỳ gọi là cuộc cách mạng Keynes, chủ trương khuyến khích nhà nước và nhân dân tăng cường tiêu dùng, nhằm giải tỏa "sản xuất dư thừa". Hệ thống kép *"Chủ nghĩa tự do mới-Keynes"* là cha đẻ của hệ thống tín dụng bong bóng lãi suất cho vay thấp, nhằm khuyến khích nhân dân lao động vay tiền ngân hàng để mở rộng tiêu dùng nhiều hơn tiền lương thực tế của mình. Các ngân hàng ảo, bong bóng "có thể cho vay với số vốn cao gấp 30, 40 thậm chí 50 lần vốn thực tế của họ."

Có thể tóm tắt chu trình khủng hoảng cổ điển và hiện đại như sau:

Chu trình các cuộc khủng hoảng cổ điển là: Tư hữu bóc lột – người lao động không đủ khả năng tiêu dùng hết sản phẩm sản xuất ra – sản xuất dư thừa tương đối – khủng hoảng thừa – tiêu hủy của cải dư thừa, đào thải năng lực sản xuất dư thừa – trở về điểm xuất phát.

Chu trình tạo ra khủng hoảng hiện đại là: Tư hữu bóc lột – sản xuất dư thừa tương đối –người lao động tiêu dùng quá khả năng thanh toán – tỷ lệ vi phạm hợp đồng tăng – khủng hoảng kinh tế - đào thải năng lực sản xuất dư thừa – trở về điểm xuất phát.

Như vậy, hai chu trình không khác nhau về bản chất. Đều là khủng hoảng thừa tương đối. Chỉ khác về hiện tượng biểu hiện. Trong khủng hoảng cổ điển, hàng hóa không bán được. Trong khủng hoảng hiện đại, tiêu dùng quá khả năng thanh toán dẫn tới vi phạm hợp đồng kinh tế, biểu hiện thành hiện tượng thiếu tiền hoạt động của các ngân hàng cho vay. Như vậy, chu kỳ khủng hoảng hiện đại được kéo dài và tránh được tội ác tiêu hủy của cải tiêu dung, bản chất khủng hoảng được che đậy kỹ hơn, chủ tư bản còn trốn tránh được sự chỉ trích về đạo đức và đẩy sự chỉ trích đó sang người lao động. Một học giả nước ngoài nhận xét rất chuẩn xác rằng: "Từ khủng hoảng cổ điển diễn biến thành khủng hoảng hiện đại, chẳng qua là đá quả bóng từ bên cung sang bên cầu, đẩy lùi sự bùng nổ mâu thuẫn nội tại của chủ nghĩa tư bản từ hiện tại sang tương lai."

Về nguyên nhân gây ra khủng hoảng; các học giả tư sản đổ lỗi cho hệ thống quản lý yếu kém, có nhiều sai sót. Họ muốn lẩn trốn nguyên nhân thực sự của nó. Đó là "cái gốc" sản sinh ra khủng hoảng. Cái gốc không được nhổ đi thì cái mầm khủng hoảng sẽ tiếp tục đâm chồi nẩy lộc hết đợt này đến đợt khác. Người ta gọi những cái mầm đó là những cái "lỗi hệ thống". Lỗi hệ thống được sản sinh từ chế độ sở hữu bóc lột. Đó là nguyên nhân thực sự của khủng hoảng mà các học giả tư sản ngoảnh mặt đi, không muốn nhìn nó. Các học giả Bồ đào nha cho rằng: " … những giải pháp mà nhà nước tư bản ứng phó với khủng hoảng hiện nay không chỉ là tạm thời, mà còn không thể giải quyết được bản thân khủng hoảng, đồng thời những biện pháp này còn trở thành nhân tố cơ bản làm cho cuộc khủng hoảng sâu sắc hơn, gieo mầm cho cuộc khủng hoảng mới."

Một nhóm học giả nước ngoài, khi nghiên cứu cuộc khủng hoảng kinh tế hiện đại đều cho rằng: "Trong khuôn khổ chế độ tư bản thống trị, bất cứ giải pháp nào cũng không thể loại trừ tận gốc "khủng hoảng thừa" . Đúng như Mác đã nói: "Nguyên nhân cơ bản nhất của tất cả các cuộc khủng hoảng thực sự đều không nằm ngoài sự nghèo khó của quần chúng và khả năng tiêu dùng hạn chế của họ, nền sản xuất tư bản lại bất chấp tình hình đó, dường như chỉ có khả năng tiêu dùng tuyệt đối của xã hội mới là giới hạn phát triển của lực lượng sản xuất".

Mác cho rằng, nếu không chịu điều chỉnh quan hệ sản xuất, thì "tất cả các biện pháp giải quyết khủng hoảng đều làm cho khủng hoảng trầm trọng hơn"

"Theo một học giả Mỹ nổi tiếng là David Schweickrt, chủ nghĩa tư bản có những khuyết tật không thẻ khắc phục nổi…D. Reda đã liệt kê 10 vết thương không thể lành sẹo và ông nhiều lần nhắc lại rằng thế giới tư bản ngày nay "bệnh tình vô cùng trầm trọng, mỗi ngày một xấu đi".

"Trong bối cảnh đó ngày càng nhiều quần chúng cảm nhận được nguyên nhân của khủng hoảng kinh tế. Chỉ khổ một nỗi là "không thể thay thế" chủ nghĩa tư bản. (?)

Tương lai sẽ thay thế. Vì: Như đã nhiều lần chứng minh.

Chủ nghĩa tư bản không phải là sự lựa chọn cuối cùng của lịch sử!

b- *Có những thế lực muốn thiết lập thế giới đơn cực.*

Họ muốn thống trị thế giới bằng quyền uy tối thượng. Họ

cho rằng họ đủ sức mạnh để quyết định tất cả. *"Đó là thế giới một ông chủ, một chủ thể quyền lực."*

Và dĩ nhiên điều đó không có gì chung với dân chủ. Bởi vì dân chủ, như mọi người đều biết-là quyền lực của đa số, trong đó có chú trọng lợi ích và quan điểm của thiểu số. Đó là nói theo nội hàm hẹp của khái niệm dân chủ. Nội hàm bao quát của khái niệm dân chủ hiện đại là quyền lực của đa số nhân dân. Những người thường ban phát hào phóng cho nhân loại khái niệm dân chủ, nhân quyền nhưng bản thân mình, vì lý do chân chính nào đó, lại không muốn thực hiện điều này cho lắm. Hay là có một thứ dân chủ đơn cực riêng cho họ, thứ dân chủ kế thừa từ quy luật đấu tranh sinh tồn tiền loài người!?

Đối với thế giới hiện đại, mô hình đơn cực không chỉ không thể chấp nhận được mà còn không thể khả thi. Bởi vì, những sự kiện bất thường và bức xúc của thế giới hiện đại thường phải được giải quyết bằng những nguồn lực lớn mà không có sự đồng thuận và tham gia của nhiều lực lượng thì không thể giải quyết thành công.Mặt khác, hình mẫu đó thiếu "cái gốc" của nền văn minh hiện đại, nó phủ định quy luật phát triển chủ nghĩa nhân đạo.

Những gì rắc rối đang diễn ra trên thế giới hôm nay, phần lớn đều là hệ quả của chủ nghĩa đơn cực. Những hành động đơn phương, thường là vi phạm luật pháp quốc tế, đã không giải quyết được vấn đề nào cả. Hơn nữa, nó lại là nguyên nhân của những thảm kịch mới cho con người và tạo ra những ổ căng thẳng mới. Sau sự kiện Liên xô, những cuộc chiến tranh, những xung đột khu vực và địa phương không hề giảm đi. Thế giới tư bản cũng đã cảm nhận rõ ràng điều đó. Trong những cuộc xung đột đó con số thương vong không hề ít đi mà thậm chí còn nhiều hơn trước kia. *"Nhiều hơn đáng kể, hơn một cách đáng kể!"* (V.Putin)

Hiện nay thế giới đang chứng kiến một sự áp dụng hầu như không gì kiềm chế, áp dụng thái quá sức mạnh quân sự, đẩy thế giới lâm vào một mớ bòng bong hết cuộc xung đột này đến cuộc xung đột khác. Kết cục là không đủ sức giải quyết một cách tổng thể bất kỳ một cuộc xung đột nào. Ngay cả giải pháp chính trị cũng trở nên không thể. Hiện tượng Irăc, Apganittăng, lại còn hiện tượng "lưỡi bò" xuất hiện ở Biển Đông nữa,..., là những minh chứng.

Hiện tượng vượt lên dư luận, đánh lừa nhân dân trong nước, tìm mọi thủ pháp bất lương để tranh cướp tài nguyên, biển đảo của dân tộc khác, mà đàng sau nó là sự nẩy mầm của *"chủ nghĩa đơn cực mới"*, nhắc nhở nhân loại phải cảnh giác và kiên quyết ngăn chặn.

Chúng ta chứng kiến sự coi thường ngày càng tăng đối với những nguyên tắc cơ bản của luật pháp quốc tế. Hơn thế nữa, những chuẩn mực quốc gia, dĩ nhiên, trước hết là Hoa kỳ, đã vượt qua biên giới nước mình trong tất cả các lĩnh vực: kinh tế, chính trị, nhân đạo, văn hóa,..., để áp đặt cho các quốc gia khác.

"Chủ nghĩa đơn cực là hết sức nguy hiểm. Nó dẫn đến tình trạng không một ai cảm thấy mình được an toàn. Tôi muốn nhấn mạnh điều này-không một ai cảm thấy mình được an toàn! Bởi vì, không một ai cảm thấy mình được luật pháp quốc tế bảo vệ như ẩn sau một bức tường đá chắc chắn. Một chính sách như vậy tất nhiên là chất xúc tác cho chạy đua vũ trang.

Sự chi phối của yếu tố sức mạnh tất yếu dẫn đến hàng loạt nước tìm cách sở hữu vũ khí giết người hàng loạt. Hơn thế nữa đã xuất hiện nguy cơ hoàn toàn mới, trước đây chưa từng được biết đến, nhưng ngày nay đang dần có tính chất toàn cầu. Những nguy cơ như chủ nghĩa khủng bố." (V.Putin)

Tuy nhiên, như trên đã phân tích, chủ nghĩa đơn cực không thể vận hành "thành công" với ý nghĩa toàn diện của từ này. Thực tiễn những năm tháng gần đây cũng đã chứng minh như vậy. Nó đi trái quy luật phát triển chủ nghĩa nhân đạo tất yếu sẽ được quy luật điều chỉnh.

Những lực lượng lành mạnh của thế giới không dung hòa với chủ nghĩa đơn cực đang nỗ lực cải biến chủ nghĩa đơn cực sang chủ nghĩa đa cực. Họ đang tìm cách cân bằng lợi ích và sức mạnh giữa các chủ thể giao tiếp quốc tế. Và điều đó đang có nhiều triển vọng. Ví dụ như tổng thu nhập GDP của Ấn Độ và Trung Quốc tính theo sức mua bình quân đã lớn hơn Hoa Kỳ. Và GDP cũng tính theo nguyên tắc đó của nhóm BRIC – Brazil, Nga, Ấn Độ và Trung Quốc đang vượt GDP của Liên minh Châu Âu. Theo đánh giá của các chuyên gia, khoảng cách đó còn tiếp tục lớn lên trong tương lai hiện hữu của lịch sử.

Không nghi ngờ rằng, tiềm năng kinh tế của những trung tâm tăng trưởng mới tất yếu sẽ được chuyển đổi thành ảnh hưởng chính trị và sẽ củng cố xu hướng đa cực.

Từ đó xu hướng ngoại giao đa phương đang phát triển và lớn mạnh. Tính chất công khai, minh bạch và dự đoán được trong chính trị phải thay thế cho việc áp dụng sức mạnh. Sức mạnh nên là giải pháp cuối cùng nhưng do Hiến chương LHQ quyết định.

Hiện nay nhân loại đang chứng kiến tình trạng có những quốc gia, trong khi luật pháp trong nước cấm áp dụng án tử hình ngay cả với tội giết người và tội phạm nguy hiểm khác, lại dễ dàng tham gia vào các chiến dịch quân sự khó có thể gọi là hợp pháp.Trong các chiến dịch đó có hàng trăm, hàng ngàn người vô tội thiệt mạng.

Quy luật phát triển chủ nghĩa nhân đạo đang sản sinh những tư duy chính trị lành mạnh. Họ đặt câu hỏi và tự trả lời: *"Chẳng lẽ chúng ta lại nhu nhược khoanh tay đứng nhìn những gì đang xảy ra? Tất nhiên chúng ta không thể khoanh tay đứng nhìn. Tất nhiên là không."*(V.Putin)

Và phương thức giải quyết mâu thuẫn của họ không phải là

sức mạnh, không phải là chiến tranh, mà là phương thức dân chủ. Họ đề cao và tôn trọng vai trò của Hiến chương LHQ và pháp luật quốc tế. *"Nếu không thể thì tình hình chỉ đi vào ngõ cụt và danh sách những sai lầm nghiêm trọng ngày một tăng lên. Tất nhiên đồng thời cần phấn đấu sao cho luật pháp quốc tế có tính chất toàn diện cả trong khái niệm cũng như cách áp dụng những tiêu chuẩn của nó."*(V.Putin)

Quy luật phát triển chủ nghĩa nhân đạo sẽ phát triển mạnh mẽ những tư duy sáng suốt và lành mạnh như vậy trong thế giới hiện đại và cố kết họ thành sức mạnh cải biến có hiệu quả những tư tưởng đơn cực.

Cái "đường lưỡi bò" không xương lắt léo, nhưng hàm ẩn "*chủ nghĩa đơn cực mới trong tương lai*", xuất hiện ở biển Đông, chắc rằng sẽ được sức mạnh cân bằng lợi ích của các thành tố theo tư tưởng đa cực cho quay về vị trí xuất phát.

2- Các dạng vận động thuộc phạm trù "Quy luật phát triển chủ nghĩa nhân đạo".

a- Xu hướng phát triển xã hội chủ nghĩa trong giai đoạn hiện nay.

Sau sự biến Liên xô, phong trào xã hội chủ nghĩa rơi vào trạng thái khủng hoảng về lý luận và phương thức thực tiễn xây dựng chủ nghĩa xã hội. Các đảng cộng sản và công nhân các nước đang nỗ lự tìm tòi lý luận để khôi phục phong trào. Cuộc khủng hoảng kinh tế hiện đại của chủ nghĩa tư bản càng khẳng định mạnh mẽ tính tất yếu phải thay thế chủ nghĩa tư bản bằng chủ nghĩa xã hội. Tuy chưa sáng tỏ về mặt lý luận nhưng niềm tin vào lý tưởng nhân đạo xã hội chủ nghĩa, đã được chứng minh một phần bằng hiện thực xã hội chủ nghĩa, đã đằm sâu trong trái tim nhân loại. Phong trào "Chủ nghĩa xã hội thế kỷ 21" nổi lên rầm rộ ở châu Mỹ la tinh là một minh chứng hùng hồn cho niềm tin như vậy.

Chủ nghĩa xã hội sẽ nhanh chóng ra khỏi khủng hoảng khi xác định chính xác nguyên nhân cơ bản của nghịch lý Xô Viết. Và điều đó có thể thực hiện khi nghiên cứu lại và nhận thức đúng đắn tư tưởng sở hữu xã hội chủ nghĩa đã được Mác và Ăngghen khám phá.

Giai đoạn khủng hoảng của chủ nghĩa xã hội là thời cơ vàng để chủ nghĩa tư bản kéo dài sự tồn tại của mình. Nhưng chắc rằng niềm vui đó sẽ không được lâu. Việc làm sáng tỏ lý luận và phương thức thực tiễn xây dựng chủ nghĩa xã hội sẽ là bước đột phá để phục hưng phong trào xã hội chủ nghĩa và phát triển các phong trào cánh tả, các phong trào tiến bộ xã hội. Những phong trào như vậy sẽ phát triển ngay trong lòng các nước tư bản và chủ nghĩa tư bản nhanh chóng bị suy yếu. Bởi vì thay thế chủ nghĩa tư bản đã trở thành nhu cầu bức xúc của nhân dân lao động trong thời đại ngày nay.

Tuy nhiên, cũng cần một tấm gương hiện thực sinh động chứng minh tính chân lý của chủ nghĩa xã hội. Bài nghiên cứu nhan đề: *"Khủng hoảng kinh tế của tư bản phương Tây và chủ nghĩa xã hội thế giới đương đại"* của hai đồng tác giả Cao Quế Vân-Thích Quế Phong thuộc Đại học Lan châu-TQ viết: "…các nước xã hội chủ nghĩa nhất định sẽ nêu tấm gương về Chủ nghĩa xã hội có thể thay thế cho nhân dân các nước phương Tây vốn vẫn luôn khổ vì "không thể thay thế được". Bài nghiên cứu nhan đề : *"Đổi mới và tiến lên trong thoái trào"* của "Nhóm đề tài thuộc Viện Nghiên cứu Xây dựng Đảng-Ban Tổ chức Trung ương Đảng Cộng sản Trung quốc" viết: "Lực lượng cầm quyền trong đó có Đảng Cộng sản Trung Quốc không ngừng giành được những thành tựu mới,…, trở thành "điểm sáng" trong giai đoạn thoái trào của phong trào xã hội chủ nghĩa thế giới. Rất nhiều Đảng Cộng sản ở nước ngoài khi giao lưu với Đảng Cộng sản Trung Quốc đều bày tỏ, thành công của ĐCSTQ đã giúp các đảng này tăng thêm động lực đổi mới, nhìn thấy niềm hy vọng để phấn đấu."

Phong trào xã hội chủ nghĩa thế giới và nhân loại tiến bộ mong muốn Trung Quốc trở thành ngọn hải đăng ngời sáng vì những tiềm năng cách mạng và sức mạnh to lớn về nhiều mặt cùng những thắng lợi đã đạt được trong công cuộc xây dựng "Chủ nghĩa xã hội đặc sắc Trung Quốc".

Tuy nhiên, Chủ nghĩa xã hội là hình thái xã hội mang bản sắc nhân đạo, là mục tiêu và lý tưởng cao đẹp của xã hội loài người. Xã hội đó không cho phép kế thừa "quy luật đấu tranh sinh tồn" của quá khứ tiền loài người. Xã hội đó coi trọng tình hữu nghị và hợp tác bình đẳng cùng phát triển giữa các dân tộc. Nếu ai đó mang danh chủ nghĩa xã hội, mà vi phạm những chuẩn mực như vậy là đã phá hoại niềm tin của nhân loại vào tương lai của chủ nghĩa xã hội. Phải chăng nội hàm của khái niệm "Chủ nghĩa xã hội đặc sắc" khác với nội hàm của khái niệm "chủ nghĩa xã hội theo học thuyết Mác"? Và như vậy thì không thể trở thành ngọn hải đăng của phong trào xã hội chủ nghĩa hiện đại.

Hiện nay, trong hơn 100 quốc gia trên thế giới có 127 chính đảng vẫn giữ tên gọi Đảng Cộng sản hoặc mang tính chất Macx-it, tổng cộng có hơn 7 triệu đảng viên (không bao gồm các đảng cầm quyền). Trong đó, châu Á có 29 đảng, châu Phi 9 đảng, châu Âu 55 đảng, châu Đại Dương 3, châu Mỹ 32. Ba mươi đảng có hơn một vạn đảng viên. Một số đảng có số lượng đảng viên lớn, như Đảng Cộng sản Ấn Độ 796 nghìn người, Đảng Cộng sản Nam Phi 230 nghìn, Đảng Cộng sản Brazil 200 nghìn, Đảng Cộng sản Nga 160 nghìn, Đảng Cộng sản Pháp 130 nghìn, Đảng Cộng sản Nhật 400 nghìn; 25 đảng cầm quyền hoặc tham gia chính quyền.

Chủ nghĩa Mác vẫn là khởi nguồn lý luận của các đảng, song được thời đại hóa và dân tộc hóa. Khó khăn lớn nhất là các đảng chưa thống nhất được hệ thống lý luận hoàn chỉnh về việc thực hiện và phát triển Chủ nghĩa xã hội trong điều kiện toàn cầu hóa, thông tin hóa. Phương thức đấu tranh giành chính quyền trong hòa bình, dân chủ , phi bạo lực, kết hợp đấu tranh trong nghị trường với phong trào đấu tranh hòa bình của quần chúng, là sự lựa chọn chung của các đảng cộng sản chưa cầm quyền.

Hầu hết các đảng cộng sản đều bị chế độ tư bản hiện hành ràng buộc bằng "thể chế cuộc chơi". Không gian vận động của Đảng không ngừng bị thu hẹp. Mặt khác, những năm gần đây, để tranh giành cử tri, dù là chính đảng cánh tả, cánh hữu, thậm chí cả các đảng chính trị tôn giáo, đều giành nắm ngọn cờ công bằng bình đẳng, khiến những chủ trương của đảng cộng sản vốn được lòng dân nhất như công bằng xã hội, tạo việc làm, nâng cao phúc lợi xã hội lại bị các đảng đủ loại màu sắc "đánh cắp"; do đó, đánh cắp luôn cả quần chúng của đảng, làm tỷ lệ phiếu bầu cho đảng cộng sản thấp đi.

Từ hiện tượng bầu cử này, việc vận dụng nguyên lý sở hữu xã hội chủ nghĩa của học thuyết Mác, đưa vào cương lĩnh tranh cử của các đảng cộng sản, sẽ trở thành nội dung bản sắc của đảng cộng sản, khác cơ bản với cương lĩnh tranh cử của các đảng khác. Nội dung bản sắc đó có sức mạnh vượt lên "thủ đoạn cuộc chơi" của nhà nước tư sản. Có như vậy đảng cộng sản mới hy vọng có thể giành chính quyền bằng lá phiếu bầu cử hòa bình. Ăngghen từng nói, chính quyền tư sản sợ lá phiếu bầu cử hơn sợ cách mạng bạo lực của công nhân.

b- *Xu hướng cấu trúc nhân loại thành một chỉnh thể toàn cầu, hòa bình, hợp tác cùng phát triển.*

Quy luật phát triển tương thành và hệ quy luật phổ quát, trực tiếp là hai quy luật cơ bản của xã hội loài người: Quy luật phát triển chủ nghĩa nhân đạo và Quy luật phát triển khoa học công nghệ, đang cố kết nhân loại từ tổ chức nhỏ thành tổ chức lớn. Các tổ chức liên kết khu vực, các tổ chức chuyên môn toàn cầu, LHQ, dường như đã phủ kín hành tinh xanh. Đó là những mầm hội tụ để cố kết rộng hơn, sâu hơn, chặt chẽ hơn và như vậy hoạt động ngày càng hiệu quả hơn.

Cùng vận động chung theo một hệ quy luật phổ quát cấp cao, quá trình cấu trúc xã hội loài người thành một chỉnh thể tương tự như việc cấu trúc những vật thể nhỏ thành các vì sao trong vũ trụ.

Các tổ chức khu vực muốn trở thành một tổ chức *"cộng đồng"*, đòi hỏi tổ chức đó phải hoạt động với tính thống nhất cao, tính đồng nhất cao, không có tương phản đối khảng, mọi mâu thuẫn đều được giải quyết bằng "quy luật tương phản cân bằng" trên bàn hội nghị. Chẳng hạn Cộng đồng Liên minh châu Âu, Cộng đồng ASEAN,…, đang phấn đấu là những cộng động như thế.

Trạng thái vận động của cộng đồng như vậy chính là trạng thái cân bằng âm dương của một mầm hội tụ. Vận động trong cân bằng sẽ làm cho cộng đồng ổn định lâu dài và đạt hiệu quả vận động tốt nhất. Đương nhiên, điều quan trọng hàng đầu là mục đích hoạt động của cộng đồng phải phù hợp với quy luật. Nếu mục đích trái quy luật, dù sớm, dù muộn, trạng thái cân bằng sẽ bị quy luật phá vỡ. Tổ chức ASEAN đề ra mục tiêu cơ bản: Tất cả vì nhân dân. Mục tiêu đó phù hợp với quy luật phát triển chủ nghĩa nhân đạo trong thế giới hiện đại.

Trong một tổ chức, nếu có một thành viên hành động trái quy luật, trái nguyên tắc chung, tổ chức đó cần vận dụng quy luật tương phản cân bằng để điều chỉnh. Nếu điều chỉnh thành công thì đó là một tổ chức mạnh, đang tiếp cận trạng thái vận động cân bằng.

Mọi cấu trúc thành phần đều vận động cân bằng, hợp quy luật, tất yếu toàn hành tinh sẽ trở thành một cấu trúc hoàn chỉnh. Hệ quy luật tất yếu sẽ dẫn dắt hành tinh xanh tới trạng thái đó. Như đã nhiều lần chứng minh, đó là trạng thái mà con người có cuộc sống hạnh phúc thỏa mãn nhất.

Khi nào thì hành tinh xanh đạt được trạng thái hạnh phúc

đó? Khó có lời giải chính xác cho câu thách đố mang tầm vóc thời đại. Song, dự đoán tương lai thường mang màu sắc lãng mạn, ước mơ và niềm tin vào hiện thực tương lai; tuy nhiên vẫn tiềm ẩn những cơ sở khoa học. Có thể dự đoán rằng, khoảng giữa thế kỷ 21 này, phong trào xã hội chủ nghĩa sẽ thoát khỏi khủng hoảng về lý luận và phương thức thực tiễn xây dựng chủ nghĩa xã hội theo học thuyết Mác. Nửa cuối thế kỷ 21, chủ nghĩa xã hội đâm chồi nẩy lộc mạnh mẽ khắp hành tinh và tiếp tục phát triển sang thế kỷ 22. Cuối thế kỷ 22, chủ nghĩa xã hội đã phủ kín hành tinh. Thế kỷ 23 hoàn thiện chủ nghĩa xã hội thế giới, đồng thời chuẩn bị hoàn chỉnh tiền đề chuyển sang chủ nghĩa cộng sản. Thế kỷ 24, nhân loại sẽ mở trang lịch sử vinh quang nhất trong tiến trình lịch sử của mình:

Lịch sử của Xã Hội Loài Người.

Có thể hiện thực sẽ đến nhanh hơn dự đoán này.Chủ nghĩa tư bản được khai sinh từ thế kỷ 16, đến thế kỷ 22 đã có lịch sử 7 thế kỷ. Chủ nghĩa xã hội ra đời từ Cách mạng tháng Mười Nga năm 1917, hoàn thiện vào thế kỷ 23, kéo dài 4 thế kỷ. Với sự phát triển mạnh mẽ của khoa học công nghệ và chủ nghĩa nhân đạo đang được hiện thực thực tiễn chứng minh, sự phát triển tiến tới hoàn thiện của chủ nghĩa xã hội kéo dài khoảng 4 thế kỷ là có thể hình dung được. Theo dự đoán của các nhà khoa học, hệ mặt trời còn vận động ổn định như hiện nay khoảng 5 tỷ năm nữa. Theo hệ quy luật phổ quát, khí hậu trái đất ngày càng bình ổn hơn nếu con người hòa thuận và yêu quý môi trường sống. Với tư duy mới, sự biến đổi khí hậu chắc chắn sẽ được loài người điều chỉnh. Theo các tài liệu lịch sử, chế độ công xã nguyên thủy ra đời và vận động cách nay từ 4 vạn năm đến 6000 năm; chế độ nô lệ ra đời ở lưu vực sông Nil Ai cập cách nay khoảng 4000 năm; chế độ phong kiến nhà Chu Trung Quốc xuất hiện cách nay hơn 3000 năm; chế độ tư bản chào đời ở châu Âu cách nay gần 500 năm. Như thế, thời gian tiến hóa của xã hội loài người từ khi được vũ trụ khai sinh đến thời điểm cân bằng ổn định là xã hội cộng sản chủ nghĩa chỉ khoảng hơn 4 vạn năm, không đáng kể so với thời gian con người sống trong niềm vui trọn vẹn khoảng 5 tỷ năm nữa. Người ta lo lắng rằng, trái đất sẽ bị thiên thạch hủy diệt. Song, chu kỳ để thiên thạch lớn (khoảng 10km) như thiên thạch đã hủy diệt loài khủng long cách nay 65 triệu năm, vẫn còn dài lắm. Vì từ khi trái đất ra đời đến khi xuất hiện thiên thạch đó cũng khoảng 4 tỷ năm. Với trình độ khoa học ngày càng phát triển, con người có thể phát hiện thiên thạch đó trước khi hành tinh xanh tiếp đón vị khách quý hàng chục năm. Lúc đó con người đã có thể di tản một bộ phận nhân loại tạm thời lên sao Hỏa, lên các "trại tị nạn" trên mặt trăng hoặc các khu vực lánh nạn thiên thạch đã được chuẩn bị trên trái đất. Lúc đó, bộ phận nhân loại may mắn thoát khỏi tai họa vũ trụ sẽ tiếp tục xây dựng cuộc sống văn minh cộng sản chủ nghĩa trên cái nôi chôn rau cắt rốn của mình.

3- Khoa học, công nghệ tiếp tục phát triển mạnh mẽ.

Mục này không làm nhiệm vụ thống kê các thành tựu phát triển khoa học, công nghệ. Vì công việc đồ sộ đó đã được nhiều tài liệu khoa học đề cập đầy đủ. Ở đây chỉ phân tích vai trò của quy luật phát triển khoa học-công nghệ đối với những chuyển biến lịch sử.

Quy luật phát triển khoa học-công nghệ là một trong hai quy luật chủ chốt của vận động lịch sử. Khoa học công nghệ tác động mạnh mẽ vào sự phát triển lực lượng sản xuất, đã đóng vai trò chủ yếu trong việc cải biến chế độ nô lệ và chế độ phong kiến. Đương nhiên trong quá trình chuyển hóa hai chế độ, có sự tác động to lớn của quy luật phát triển chủ nghĩa nhân đạo, với vai trò là ngòi nổ và động lực cho những biến đổi mang tính chất cách mạng. Vai trò của quy luật phát triển chủ nghĩa nhân đạo đã được chứng minh ở các chương trên.

Từ hiện thực đó, một câu hỏi cần có lời giải thỏa đáng: Quy luật phát triển khoa học công nghệ sẽ tác động như thế nào trong quá trình cải tạo chủ nghĩa tư bản?

Như đã mô tả ở các chương trước, việc thay thế quan hệ sản xuất của chế độ Nô lệ và chế độ Phong kiến chỉ mang màu sắc hình thức. Cái được thay thế là phương pháp tổ chức và quản lý sản xuất sao cho phù hợp với trình độ phát triển khoa học công nghệ. Còn tính chất sở hữu, nội hàm cơ bản của khái niệm quan hệ sản xuất, không thay đổi, vẫn là tư hữu bóc lột. Từ chế độ tư bản chuyển hóa lên chế độ xã hội chủ nghĩa, nội hàm cơ bản của quan hệ sản xuất phải được thay thế. Tư hữu bóc lột phải được cải biến bằng tư hữu không bóc lột như nguyên lý sở hữu xã hội chủ nghĩa mà học thuyết Mác đã khám phá. Phương thức sản xuất tư bản chủ nghĩa sẽ không gặp mâu thuẫn giữa cách thức tổ chức quản lý sản xuất và trình độ phát triển khoa học công nghệ. Chủ nghĩa tư bản đã đủ trí khôn để thường xuyên tránh được mâu thuẫn đó.

Vào đầu những năm 80 của thế kỷ trước, nhiều công ty Mỹ đã tăng cường đầu tư vốn để đổi mới trang thiết bị, kỹ thuật và công nghệ, mục đích tăng sức cạnh tranh của hàng hóa Mỹ trên thế giới, song thực tế đã không đạt được như mong muốn. Người Mỹ phát hiện ra rằng, nguyên nhân chủ yếu là phương pháp tổ chức sản xuất và quản lý chưa phù hợp với trình độ thiết bị và công nghệ tự động hóa. Họ đã tìm cách khắc phục mâu thuẫn đó bằng việc đổi mới phương pháp tổ chức và quản lý sản xuất, đồng thời nâng cao trình độ khoa học-công nghệ cho các nhà quản lý và công nhân của xí nghiệp, công ty.

Thực tiễn đó chứng minh rằng, khoa học-công nghệ không đóng vai trò đặc hiệu trong việc chuyển hóa chủ nghĩa tư bản lên chủ nghĩa xã hội như trường hợp từ chế độ phong kiến sang chế độ tư bản. Nó đóng vai trò thứ hai sau quy luật phát triển chủ nghĩa nhân đạo.

Như vậy, trong chế độ tư bản, mâu thuẫn giữa trình độ lực lượng sản xuất và quan hệ sản xuất tập trung chủ yếu là mâu thuẫn giữa quyền lựctư hữu và trình độ lực lượng sản xuất.Trong trình độ lực lượng sản xuất tư bản chủ nghĩa, yếu tố tinh thần, ý thức, tâm lý và trình độ khoa học công nghệ của người lao động ngày càng đóng vai trò quan trọng; đặc biệt, trong nền kinh tế trí thức đang phát triển mạnh mẽ, tri thức đang trở thành lực lượng sản xuất trực tiếp, tâm lý, ý thức người lao động càng đòi hỏi sự đối xử công bằng, bình đẳng về lợi ích giữa chủ và thợ. Dưới chế độ áp bức, tâm lý đó đành phải "dấu mình chờ thời". Khi được giác ngộ về lý luận và có điều kiện, thời cơ, tâm lý đó sẽ biến thành sức mạnhvật chất trong cuộc đấu tranh đòi xóa bỏ chề độ bóc lột. Đó là thực tiễn vận động của quy luật phát triển chủ nghĩa nhân đạo có sự phối hợp của quy luật phát triển khoa học-công nghệ.

Sự phát triển khoa học công nghệ là lực lượng chủ yếu thúc đẩy quá trình toàn cầu hóa về kinh tế và toàn cầu hóa về thông tin.

Ngày nay, tỷ trọng các ngành công nghệ cao đã chiếm trên 50% tổng sản phẩm xã hội ở Mỹ, trên 30% ở Nhật và các nước châu Âu; khoa học công nghệ đã góp hơn 60% vào tăng trưởng kịnh tế, trong đó 3/5 là từ tăng năng suất lao động.

Thành tựu đó thúc đẩy sự phát triển của các công ty xuyên quốc gia, yếu tố chủ yếu của toàn cầu hóa kinh tế. Đầu những năm 70 của thế kỷ trước, toàn thế giới có 7000 công ty xuyên quốc gia, đến năm 1999 tăng lên 60.000 cty, khống chế 1/3 tài sản vốn và 40% giá trị sản xuất của thế giới. Năm 1988, tổng kim ngạch tiêu thụ của 500 cty xuyên quốc gia của Mỹ ở ngoài nước Mỹ là 4.952,3 tỷ USD, lớn hơn cả tổng giá trị sản lượng quốc dân của Mỹ trong cùng thời gian ấy.

Toàn cầu hóa sản sinh hai hiệu ứng nhân quả. Hiệu ứng chủ quan đạt mục đích của chủ nghĩa tư bản là tăng cường được hiệu quả bóc lột giá trị thặng dư.

Bài nghiên cứu của Giáo sư Nhiếp Vận Lân, nghiên cứu viên đặc biệt thuộc Viện Khoa học xã hội Trung Quốc, nhan đề: *"Khủng hoảng tài chính và lý luận-sách lược của các Đảng Cộng sản các nước tư bản"* viết: "...toàn cầu hóa đang bị các nhà tư bản độc quyền lợi dụng để củng cố sự thống trị và tăng thêm lợi nhuận...kinh tế toàn cầu tuyệt đối không phải là nơi trao đổi tự do mà là sự thống trị tàn khốc của một số ít quốc gia và công ty xuyên quốc gia hùng mạnh. Toàn cầu hóa càng phát triển, mức độ bóc lột giai cấp công nhân càng nặng nề hơn, sự bóc lột quần chúng lao động ở các nước đang phát triển càng trắng trợn hơn." Sự phát triển của khoa học-công nghệ làm cho năng suất lao động tăng lên vượt bậc, trong khi tiền lương công nhân tăng nhỏ giọt, thậm chí tiền lương thực tế còn bị giảm như ở Mỹ. Tiền lương đối với người lao động ở các nước đang phát triển bị các công ty xuyên quốc gia trả thấp hơn rất nhiều so với tiền lương của công nhân chính quốc, khi cùng sản xuất một sản phẩm. Vì vậy tỷ suất bóc lột giá trị thặng dư có trường hợp tăng tới 500 lần. Sự bóc lột nặng nề như vậy là nguyên nhân chủ yếu của khủng hoảng kinh tế. Khoa học –công nghệ phát triển làm cho năng suất lao động tăng rất cao, sản phẩm sản xuất ra tăng ào ạt nhưng người lao động bị trả lương không tương ứng nên không có điều kiện tiêu thụ hết sản phẩm mà họ sản xuất ra, tất yếu dẫn đến khủng hoảng kinh tế.

Khoa học công nghệ càng phát triển, toàn cầu hóa kinh tế tư bản càng phát triển, chu kỳ khủng hoảng càng đến nhanh, mức độ khốc liệt của khủng hoảng càng dữ dội, thời gian phục hồi càng kéo dài, cuộc sống của người lao động toàn thế giới càng bi đát. Đó là điều kiện thuận lợi để giác ngộ quần chúng và làm cho họ hiểu rằng chủ nghĩa tư bản cần phải thay thế và có phương thức để thay thế. Ăngghen từng nói, nếu chủ nghĩa tư bản càng tăng cường bóc lột áp bức quần chúng, càng làm cho quần chúng phẫn nộ, thì như vậy, chủ nghĩa tư bản đã làm việc nhiều cho cách mạng, thúc đẩy cách mạng chóng xảy ra.

Chủ nghĩa tư bản không có phép thần nào thoát khỏi khủng hoảng. Nếu để xảy ra khủng hoảng cổ điển, hủy bỏ sản phẩm tiêu dùng trong lúc cuộc sống người lao động đang gặp khốn khó do chính họ gây ra, thì đó là tội ác bẩn thỉu nhất mà nhân loại thế kỷ 21 này không thể tha thứ, và chủ nghĩa tư bản sẽ chóng đi về "thiên đường" đặc biệt của chúng.

Khả năng để keó dài thêm cuộc sống đế vương của các ông chủ, chỉ có thể là điều chỉnh chính sách đối với người lao động theo khuynh hướng của chủ nghĩa nhân đạo như Tổng thống mỹ Franklin Roosevelt đã thực hiện trong thời kỳ khủng hoảng cổ điển 1929-1933. Chính sách hạn chế xảy ra khủng hoảng của Roosevelt là quan tâm nhiều hơn đến người lao động, tăng thu nhập cho họ. Chính sách đó thử thách túi tiền của các ông chủ, vì vậy chỉ là giải pháp tình thế tạm thời. Sau đó, khủng hoảng vẫn liên tiếp xảy ra và đạt tới cao trào vào đầu thế kỷ 21.

Vận động thực tiễn bao giờ cũng đưa lại nhiều hiệu ứng nhân quả, trong đó có nhân quả chủ quan và nhân quả khách quan. Nhân quả chủ quan phù hợp với mục tiêu của chủ thể thực tiễn, nhân quả khách quan nằm ngoài mục tiêu của chủ thể. Cả hai loại hiệu ứng nhân quả đều là thành quả tương tác của hệ quy luật trên cùng tiền đề hiện thực.

Toàn cầu hóa là thành quả tương tác của quy luật phát triển khoa học công nghệ và quy luật sở hữu bóc lột. Vì vậy, toàn cầu hóa là hiện thực phát triển khách quan của thời đại. Thành quả chủ quan mang lại giá trị thặng dư phát triển ào ạt cho chủ sở hữu; thành quả khách quan là sự phát triển của nền văn minh nhân loại, đồng thời thúc đẩy nhanh hơn chu kỳ khủng hoảng của chủ nghĩa tư bản, và do đó thúc đẩy nhanh hơn quá trình thay thế chế độ sở hữu cá nhân bóc lột bằng chế độ sở hữu cá nhân không bóc lột. Toàn cầu hóa còn có tác động tích cực vào quá trình cấu trúc nhân loại toàn cầu dưới sự dẫn dắt của quy luật phát triển chủ nghĩa nhân đạo, xu hướng hòa bình và hợp tác cùng phát triển là thành quả khách quan của toàn cầu hóa. Toàn cầu hóa tạo ra khả năng bóc lột kiệt quệ thế giới thứ ba; song, nếu các nước đang phát triển có chính sách khôn khéo về đi trước đón đầu khoa học-công nghệ và bảo vệ tài nguyên thì có thể kiến trúc những điểm tựa để nâng cao trình độ khoa học công nghệ cho mình và hạn chế sự kiềm chế về khoa học-công nghệ của các nước mạnh, dần dần thoát khỏi tình trạng chỉ là quốc gia lắp ghép làm thuê, cũng là hạn chế sự bóc lột của họ.

Theo hệ quy luật, chủ nghĩa tư bản tất yếu phải nhường vị trí lịch sử cho chủ nghĩa xã hội. Tuy nhiên, các ông chủ nhân hậu với tâm lý tư hữu thâm căn cố đế không bao giờ tự nguyện nhường chính quyền cho người lao động. Do đó, những tri thức tiến bộ muốn giải phóng nhân loại, phải nghiên cứu đầy đủ hệ quy luật và biết vận dụng chúng trong những chuyển hóa cách mạng.

Phương thức hòa bình chuyển hóa chủ nghĩa tư bản lên chủ nghĩa xã hội là sự lựa chọn phổ biến của các đảng cộng sản trên thế giới. Phương thức đó phù hợp với tiền đề hiện thực của thế giới ngày nay, được sáng tạo bởi hệ quy luật vận động không ngừng trên những tiền đề hiện thực cũng vận động không ngừng trong suốt nhiều thế kỷ qua.Sinh thời Mác và Ăngghen đã chủ trương tận dụng mọi cơ hội thuận lợi để tiến hành cách mạng trong hòa bình. Mác từng nói, đã đến lúc có thể chia tay vui vẻ với chủ nghĩa tư bản. Học thuyết Mác mang bản chất của chủ nghĩa nhân đạo, vì vậy, không bao giờ say sưa với cách mạng bạo lực. Chỉ trong trường hợp giai cấp tư sản đàn áp không khoan nhượng, người lao động chịu đựng không nổi phải cầm súng thì người cộng sản mới bảo vệ họ trên chiến trường, cũng với tinh thần dũng cảm như bảo vệ họ về mặt lý luận. Ăngghen đã nói về điều đó trong tác phẩm: “Những nguyên lý của chủ nghĩa cộng sản”, và đã đề cập ở chương IV sách này.

Dù chủ trương sử dụng phương thức hòa bình, nhưng giai cấp tư sản cũng không "vui vẻ" chia tay với những tài sản đồ sộ đã cướp đoạt được. Chỉ khi những "nhà cách mạng hòa bình" chiếm được đa số áp đảo trong nghị viện mới có thể thực hiện được nguyện vọng của nhân dân lao động. Điều đó chỉ có thể thực hiện bằng lá phiếu của cử tri lao động. Ăngghen đã từng nói, giai cấp công nhân có thể lợi dụng chế độ dân chủ tư sản để giành chính quyền bằng lá phiếu của nhân dân lao động; giai cấp tư sản sợ lá phiếu của cử tri hơn là cách mạng bạo lực. Giai cấp tư sản cảnh giác cao độ với nguyên lý đó của Ăngghen. Họ dùng mọi thủ đoạn của cuộc chơi, do họ sắp đặt bằng pháp quyền tư sản, để hạn chế đến mức thấp nhất những lá phiếu bầu cho đảng cộng sản. Khó khăn đó chỉ có thể khắc phục bằng cương lĩnh bầu cử phù hợp với quy luật cơ bản của học thuyết Mác. Quy luật đó mang tính tất yếu, phù hợp với quy luật tâm lý-ý thức của cử tri lao động, do đó nó có sức mạnh áp đảo mọi cương lĩnh dân chủ và nhân đạo giả hiệu, nó làm nổi bật đặc trưng bản chất riêng có của đảng cộng sản mà không đảng nào có thể nương nhờ được.

Như đã chứng minh ở chương IV, từ hệ quy luật và kinh nghiệm lịch sử có thể rút ra nguyên lý rằng: *Chủ nghĩa nhân đạo luôn là ngòi nổ và động lực của mọi đảo lộn lịch sử mang bản chất cách mạng.* Nguyên lý đó vừa có giá trị lý luận vừa là kim chỉ nam cho hoạt động thực tiễn. Trong từng giai đoạn lịch sử, việc vận dụng nguyên lý đó phải phù hợp với tiền đề hiện thực đã được sáng tạo và hệ quy luật đang vận động.

Thời đại ngày nay, việc chuyển hóa hòa bình từ chủ nghĩa tư bản lên chủ nghĩa xã hội, khái niệm "ngòi nổ" không còn tương đồng với khái niệm bạo lực vũ trang, mà đó là những lá phiếu cử tri lao động bầu cho các đại diện của mình trúng cử vào nghị viện với tỷ lệ áp đảo về số phiếu và số lượng đại diện, so với đại diện tư sản. Những cử tri đi bầu cho đảng cộng sản với số lượng áp đảo như vậy, đó chính là động lực của đảo lộn cách mạng.

Mọi sáng tạo khoa học đều đòi hỏi sự kiên trì chịu đựng gian khổ và tinh thần hy sinh, kể cả sinh mệnh. Lịch sử sáng tạo khoa học, công nghệ đã từng chứng kiến nhiều sự hy sinh của các nhà khoa học và công nhân; lịch sử sáng tạo xã hội lại càng như vậy. Việc giành dật lá phiếu cử tri về phía đảng cộng sản, dù ẩn dấu dưới phương thức hòa bình, cũng không hề đơn giản. Thời kỳ còn sử dụng cách mạng bạo lực, ví dụ như cách mạng Tháng Mười Nga, cách mạng Tháng Tám của Việt Nam, đòi hỏi sự kiên trì của công tác tư tưởng và tổ chức. Công việc chuẩn bị cho cách mạng hòa bình cũng không thua kém, trong nhiều trường hợp đòi hỏi thời gian phải lâu dài hơn, sự hy sinh gian khổ phải nhiều hơn, đặc biệt đối với những "Nhà cách mạng hòa bình". Sự cuồng nhiệt đối với tư hữu, bộ máy đàn áp đồ sộ của nhà nước tư sản, cùng với những mánh lới dày dạn kinh nghiệm trong việc chống cộng sản, sẽ còn gây nhiều khó khăn và nguy hiểm cho những Nhà nhân đạo chủ nghĩa. Tuy nhiên, sức mạnh của chân lý thời đại, nếu được thấm sâu vào ý thức và tình cảm quần chúng, đặc biệt khi có sự cổ vũ của những hiện thực sinh động và hấp dẫn, sẽ là sức mạnh vô địch.

Khoa học-công nghệ đã sáng tạo mạng thông tin toàn cầu. Đó là điều kiện thuận lợi để gieo mầm chân lý và lan tỏa những tư tưởng văn minh của thời đại; đó cũng là điều kiện thuận lợi cho công tác phát triển tư tưởng và tổ chức của từng đảng cộng sản. Chăm lo cho sự nghiệp nhân đạo là nhiệm vụ riêng củamỗi dân tộc; can thiệp từ bên ngoài là trái quy luật. Không thể đảo ngược tiến trình lịch sử tự nhiên và quy luật tâm lý của các dân tộc. Tuy nhiên, việc phổ biến rộng rãi và kịp thời những khám phá khoa học, những tư tưởng khoa học, kể cả khoa học tự nhiên và khoa học nhân văn, là nhiệm vụ của toàn nhân loại. Nhiệm vụ đó phù hợp với Quy luật phát triển khoa học-công nghệ và Quy luật phát triển chủ nghĩa nhân đạo.

Từ những điều đã mô tả một cách khách quan, đưa đến

nhận thức rằng, quy luật phát triển khoa học-công nghệ đã góp phần to lớn vào quá trình vận động của quy luật phát triển chủ nghĩa nhân đạo. Đó là hai quy luật phổ quát đặc trưng cho xã hội loài người, dẫn dắt xã hội loài người đến tương lai hòa bình vĩnh viễn và hạnh phúc trọn vẹn.

Đó cũng là khuynh hướng phát triển của thế giới hiện đại, *vận động theo hệ quy luật phổ quát của thế giới hiện thực* và hệ quy luật phổ quát đặc trưng của xã hội loài người.

Từ hiện tượng chính sách kinh tế Tỉnh điền của nhà Chu cách nay 3000 năm, chính sách Kinh tế mới của Lênin đối với kinh tế tiểu nông ở nước Nga thời kỳ 1921-1926, chính sách khoán hộ trong nông nghiệp của Việt nam thực hiện từ cuối thế kỷ 20, có thể nhận thức rằng, hình thái kinh tế không bóc lột trong sản xuất có thể thực hiện trong nền kinh tế lạc hậu về khoa học, công nghệ ở bất cứ thời kỳ lịch sử nào và nó luôn phù hợp với mọi trình độ của lực lượng sản xuất. Bởi vì, khi người lao động được làm chủ tư liệu sản xuất và thành quả lao động của mình thì bất cứ trình độ công cụ lao động như thế nào, họ vẫn hăng say lao động và mang lại kết quả tốt đẹp. Thành công của chính sách khoán hộ đã chứng minh rõ ràng điều đó.Thời kỳ lịch sử cộng sản chủ nghĩa, quan hệ sản xuất không thay đổi, quy luật sở hữu không thay đổi, khoa học công nghệ phát triển không có điểm dừng; do đó trình độ lực lượng sản xuất luôn tiến về phía trước, nhưng sẽ không bao giờ mâu thuẫn với quan hệ sản xuất không bóc lột.

Từ căn cứ khoa học và hiện thực lịch sử có thể nhận thức biện chứng rằng: Hình thái kinh tế không bóc lột luôn phù hợp với mọi trình độ phát triển của lực lượng sản xuất.

Tuy nhiên, phương thức thực tiễn thực hiện hình thái kinh tế không bóc lột phải phù hợp với tiền đề hiện thực. Với kinh tế tiểu nông, hầu như chưa có vai trò của khoa học công nghệ, sử dụng phương thức khoán hộ như đã làm là tương đối phù hợp. Với kinh tế hợp tác xã và kinh tế công nghiệp, có sự hiện diện của khoa học, công nghệ và lao động hợp tác, sản xuất hàng hóa vẫn tồn tại, thì sử dụng phương thức Đồng sở hữu trong các loại hình sản xuất hàng hóa. Với hình thái kinh tế cộng sản chủ nghĩa, khi tâm lý sở hữu cá nhân đã tự tiêu vong, sản xuất hàng hóa và tiền tệ không còn tồn tại, thì thực hiện quy luật sở hữu công cộng bằng mô hình “Đồng sở hữu toàn hành tinh”.

Điều kiện cần và đủ để kiến tạo trên thực tế hình thái kinh tế không bóc lột là hình thành một tập thể lãnh đạo am hiểu sâu sắc quy luật vận động của thế giới hiện thực. Tập thể lãnh đạo đó có tấm lòng nhân ái cao cả, yêu thương người lao động, căm thù hiện trạng bóc lột áp bức, muốn xóa bỏ nó với một nghị lực phi thường và quyết tâm cao độ. Tập thể lãnh đạo đó là sự hòa quyện giữa tri thức khoa học và tình cảm mãnh liệt đối với con người. Chính sách kinh tế “Tỉnh điền” của triều đình Văn Vương, chính sách Kinh tế mới của Đảng Bônsêvich Nga, chính sách khoán hộ của Đảng Cộng sản Việt Nam, đều được hiện thực hóa trên cơ sở điều kiện cần và đủ như vậy.

Hiện tượng H.Chavez ở châu Mỹ la tinh xuất hiện đầu thế kỷ 21 cũng chứng minh cho nguyên lý đó. Chavez là tổng thống Vênêxuêla trong khoảng thời gian xảy ra cuộc đại khủng hoảng kinh tế toàn cầu, bùng nổ từ Mỹ vào tháng 9-2008 và lan tỏa nhanh chóng ra khắp thế giới. Khủng hoảng đã làm cho các nước châu Mỹ la tinh kiệt quệ, gây phẫn nộ trong cả hàng ngũ cầm quyền của các nước. Chavez tuyên bố: “Chủ nghĩa tự do mới là dã man, là phi nhân đạo, nếu không thoát khỏi nó thì chỉ có con đường chết” . Ông chủ trương xây dựng “Chủ nghĩa xã hội thế kỷ 21” và tìm tòi lý luận cho mô hình đó. Trong thực tiễn, ông đề ra các chính sách cải thiện đời sống của người lao động, ủng hộ mạnh mẽ các nhà nước tiến bộ và phong trào cánh tả Mỹ la tinh. “Chủ nghĩa xã hội thế kỷ 21” trở thành phong trào chung của Mỹ la tinh.

Tiếc rằng, ông đã bị bệnh ung thư và qua đời khi mới nhậm chức Tổng thống nhiệm kỳ hai vào năm 2013. Nhân dân lao động đất nước Vênêxuêla và châu Mỹ la tinh vô cùng thương tiếc ông với tình cảm tự nhiên và chân thành. Họ tôn vinh ông là "Tổng thống của người nghèo". Nhà nước Vênêxuêla quyết định giữ gìn lâu dài thi hài của ông. Trong cuộc bầu cử Tổng thống mới thay thế ông, người đi theo con đường nhân đạo của ông và được ông giới thiệu, đã được nhân dân tín nhiệm gửi gắm niềm tin.

Với các nhà nước xã hội chủ nghĩa do Đảng Cộng sản chân chính lãnh đạo, đã có sẵn một tập thể như vậy; chỉ cần nhận thứcđúng đắn nguyên lý sở hữu xã hội chủ nghĩa của học thuyết Mác là có thể kiến trúc hình thái kinh tế không bóc lột. Hình thái kinh tế không bóc lột ở giai đoạn xã hội chủ nghĩa, tuy việc xóa bỏ bóc lột chưa thể triệt để vì còn tồn tại sản xuất hàng hóa và còn sử dụng tiền tệ, song đó là hình thái kinh tế cần thiết để sáng tạo tiền đề cho việc xóa bỏ triệt để hiện tượng bóc lột ở giai đoạn lịch sử kế tiếp, giai đoạn cộng sản chủ nghĩa.

Trước mắt, đó là hình thái kinh tế cần thiết để không ngừng nâng cao đời sống vật chất và tinh thần của nhân dân, kiềm chế và giảm thiểu có hiệu quả hiện tượng phân hóa giàu nghèo và các hiện tượng tiêu cực khác,thực hiện được giá trị dân chủ và nhân quyền cao nhất của con người trong giai đoạn lịch sử hiện tại, tăng cường sự đồng thuận xã hội, vô hiệu hóa tác hại của "diễn biến hòa bình", rèn luyện được đội ngũ cán bộ vững vàng về tri thức và niềm tin vào sự thắng lợi của chủ nghĩa xã hội. Đó là hiện thực sinh động và hấp dẫn đối với phong trào xã hội chủ nghĩa và nhân loại tiến bộ trên thế giới.

Đối với các đảng cộng sản chưa cầm quyền nhà nước, như đã phân tích, cần có cương lĩnh tranh cử phù hợp với nguyên lý sở hữu xã hội chủ nghĩa của học thuyết Mác để mở rộng lực lượng cử tri ủng hộ đảng. Từ đó, phấn đấu nâng cao dần số lượng đại biểu của đảng tham gia nghị viện. Khi số lượng đại biểu của đảng và các lực lượng tiến bộ ủng hộ đảng chiếm đa số áp đảo trong nghị viện, đảng trở thành lực lượng cầm quyền nhà nước, lúc đó là thời cơ để cấu trúc hình thái kinh tế xã hội chủ nghĩa không bóc lột. Nguyên lý sở hữu không bóc lột của học thuyết Mác có đủ sức mạnh loại trừ mọi thủ pháp cuộc chơi của giai cấp tư sản nhằm loại trừ đại biểu của đảng tham gia nghị viện.

4- Sơ đồ tiến hóa của xã hội loài người.

Từ sự mô tả hệ thống quy luật của triết học duy vật biện chứng, triết học duy vật lịch sử, triết học âm dương, quy luật ngũ hành, và học thuyết vũ trụ hiện đại: Học thuyết Vụ nổ lớn-Big-bang, đề nghị sơ đồ tiến hóa của xã hội loài người như sau: xin xem sơ đồ.

SƠ ĐỒ TIẾN HÓA CỦA XÃ HỘI LOÀI NGƯỜI

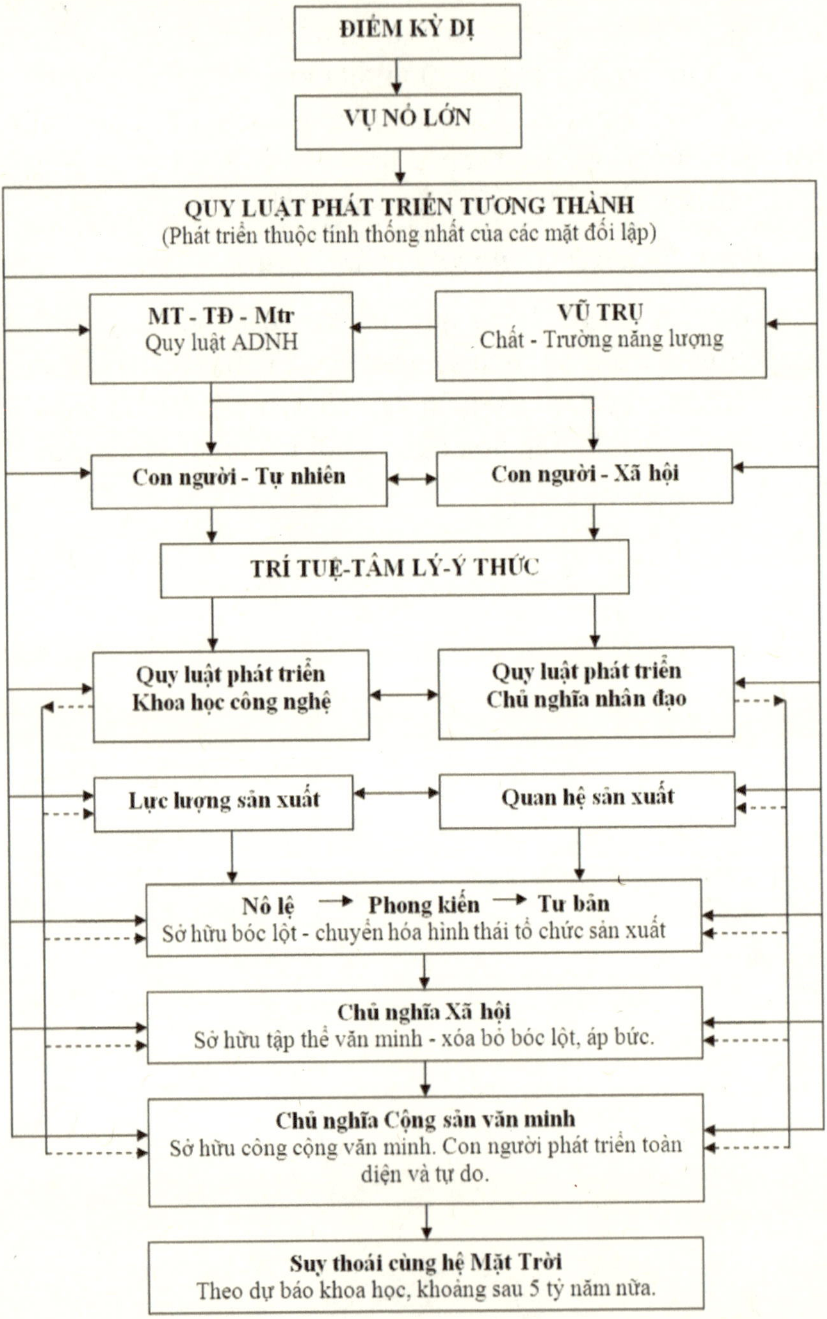

TÀI LIỆU THAM KHẢO

Trân trọng cảm ơn các Tác giả và Dịch giả!

1- Các Mác- Phriđrich Ăngghen, tuyển tập, tập I, II, III, IV.

Nxb Sự thật-Hà Nội-1980, 1982, 1983.

2- C. Mác- Ph. Ăngghen, toàn tập, tập 20, Nxb CTQG-Sự thật

Hà Nội- 1994 (Chống Đuy Rinh- Biện chứng của tự nhiên).

3- Lênin, toàn tập, tập 29, Nxb Tiến bộ Matxcơcva-1981

4- Lênin. Về cách mạng XHCN và xây dựng chủ nghĩa xã hội Nxb Sự thật Hà Nội-1967.

5- Hồ Chí Minh toàn tập, tập I , Nxb CTQG - H2000.

6- Kinh Dịch- Ngô Tất Tố dịch, Nxb T.P. Hồ Chí Minh-1995

7- Mai Hoa Dịch - Thiệu Khang Tiết, Ông Văn Tùng dịch - NXB Văn hoá Thông tin - 1995

8- Kinh Dịch - Đạo của người quân tử - Nguyễn Hiến Lê - Nxb Văn hoá - 1994

9- Tứ thư - Đoàn Trung Còn dịch - Nxb Thuận Hoá 2006,

10- Đại học thuyết minh, Lý Minh Tuấn - Nxb Văn hoá Thông tin, 2004

11- Khổng Tử - Nguyễn Hiến Lê - Nxb Văn hoá - 1991

12- Hàn Phi Tử-Nguyễn Hiến Lê-Giản chi-Nxb Văn hoá Thông tin-1995

13- Thiên thời-Địa lợi-Nhân hoà. Nguyễn An và Nguyễn Văn Mậu dịch, Tác giả Bạch Huyết - Nxb Văn hoá Thông tin - Hà Nội 1998.

14- Đàm Thiên - Thuyết Địa - Luận Nhân - Ngô Bạch - Trường Huyền lược dịch - Nxb Mũi Cà Mau - 1997.

15- Dự đoán theo Tứ Trụ - Thiệu Vĩ Hoa, Nguyễn Văn Mậu dịch - Nxb Văn hoá Thông tin, Hà Nội - 1996

16- Chu Dịch với dự đoán học-Mạnh Hà dịch-Nxb Văn hoá, 1995

17- Tám chữ Hà lạc và quỹ đạo đời người, Xuân Cang, Nxb Văn hoá - Thông tin - 2000

18- Kinh Dịch và hệ nhị phân - Hoàng Tuấn, Nxb Văn hoá - Thông tin - Hà Nội 2002

19- Chu Dịch dự đoán - Các ví dụ có giải Thiệu Vĩ Hoa - Nguyễn Văn Mậu dịch. Nxb Văn hóa - Thông tin - 1998

20- Khoa học nhận dạng - Lê Giảng biên soạn, Nxb Văn hoá Dân tộc - Hà Nội 1997

21- Nhân tướng học - Việt Chương biên soạn, Nxb Văn hoá - Thông tin, Hà Nội 1998

22- Giải mã cuộc đời - Thiệu Vĩ Hoa - Minh Lâm, tổng hợp và biên dịch. Nxb Hà Nội - 2008

23- Phong Thuỷ - Eva Wong - Nguyễn Hoàng Hải dịch, Nxb Văn hoá Thông tin 2004

24- Nhân điện-Nguyễn Đình Phư-Nxb Văn hoá-Thông tin Hà Nội 1996

25- Con người và môi trường sống - Vũ Văn Bằng, Nxb Văn hoá - Thông tin 2004

26- Chữa bệnh theo Chu Dịch - Lý Ngọc Sơn, Lý Kiện Dân, Nguyễn Quang Thái dịch - Nxb Văn hoá - Thông tin, 2002.

27- Hi Di với nền văn hoá Trung Hoa đời Tống, Dương Thành biên soạn. Nxb Lao động 2005.

28- Hi Di khảo luận-Dương Thành biên khảo-Nxb Lao động, 2007.

29- Tử vi hàm số - Nguyễn Phát Lộc - viết 1972

Tủ sách khoa học Nhân văn xuất bản, Sài Gòn 1974

30- Giải phẫu sinh lý người - Tạ Thuý Lan - Trần Thị Loan, Nxb Đại học Sư phạm 2007.

31- Bài giảng sinh lý học - Bộ môn Sinh lý học - Đại học Y khoa Hà Nội 1998, tập 1 - Nxb Y học Hà Nội.

32- Bài giảng y học dân tộc, tập I và tập II - Bộ môn y học dân tộc, Trường Đại học y Hà Nội - Nxb Y học - Hà Nội 1987.

33- Hoàng Đế Nội Kinh Tố Vấn. Nguyễn Tử Siêu dịch, Nhà thuốc Hồng Khê xuất bản, Sài Gòn 1954

34- Hải Thượng Y Tông Tâm Lĩnh, 4 tập - Lê Trần Đức dịch - Nxb Y học Hà Nội

35- Mỗi ngày mười phút với Chu Dịch - Lôi Đạc Dương thu ái biên dịch - Nxb Văn học Hà Nội.

36- Đạo Đức Kinh - Lão Tử, Thu Giang Nguyễn Duy Cần dịch và bình chú, Nxb Văn học, Hà Nội 1992

37- Nam Hoa kinh - Trang Tử, Thu Giang Nguyễn Duy Cần dịch và bình chú, Nxb Văn học Hà Nội 1992.

38- "Người: Tây Tạng nghĩ về cái chết", nguyên tác Bardo Tho dol, Nguyễn Châu và Nguyễn Minh Tiến dịch-Nxb VHTT, 2005.

39- Chân Thiền, Đại sư Tai sen Deshimaru - Ngô Thành Nhân, Trần Đình Cáo dịch - Nxb Tổng hợp thành phố Hồ Chí Minh , 2005.

40- Almanach những nền văn minh thế giới, Nxb VHTT - 2007

41- Vũ trụ nhìn thấy và không nhìn thấy, V.N. Komarốp. Nguyễn Đạt dịch- Nxb Khoa học và Kỹ thuật Hà Nội 1985.

42- Thiên văn học - Phạm Viết Trinh, Nguyễn Đình Noãn. Nxb Đại học Sư phạm 2005.

43- Giáo trình Thiên văn đại cương - Phạm Viết Trinh, Nguyễn Đình Noãn biên soạn - NXB Giáo dục 1980.

44- 811 - Lịch, thời tiết và vấn đề năm nhuận, Đài Khí tượng Nghệ An biên soạn 1966.

45- Vì sao nên dùng Dương lịch - Nguyễn Xiển - Nxb phổ thông - 1968.

46- Tâm lý học - P.A.Ruđich - Nguyễn Văn Hiếu dịch. Nxb Thể dục thể thao 1980.

47- Những học thuyết cơ bản của y học cổ truyền, GS. Bành Khửu và TS Đặng Quốc Khánh - Nxb Hà Hội, 2002.

48- Đại cương triết học sử Trung Quốc, Phùng Hữu Lan. Nguyễn Văn Dương dịch - Nxb Thanh Niên - 1999.

49- Vấn đề con người và chủ nghĩa "Lý luận không có con người", GS Trần Đức Thảo. Nxb TPHCM, 2002.

50- Tìm hiểu tư tưởng chính trị Nho giáo Việt Nam từ Lê Thánh Tông đến Minh Mệnh. TS Nguyễn Hoài Văn -Nxb CTQG, 2002.

51- Bách khoa toàn thư tuổi trẻ - Bách khoa trí thức - Nxb Phụ nữ 2005.

52- Văn hoá học - Đoàn Văn Chúc - Nxb Lao động 2004.

53- Xây dựng môi trường văn hoá, một số vấn đề lý luận và thực tiễn. Ban Tư tưởng văn hoá Trung ương, 2004.

54- Những vấn đề lớn của thế giới và quá trình hội nhập, phát triển của nước ta, Ban tư tưởng văn hoá Trung ương - Nxb CTQG - HN 2004.

55- Thế giới, khu vực và một số nước lớn bước vào năm 2004. Ban Tư tưởng văn hoá Trung ương - Nxb CTQG- 2004.

56- Lẽ phải của chúng ta - Hội đồng lý luận Trung ương. Nxb chính trị quốc gia, 2004.

57- Thông tấn xã Việt Nam. Tài liệu tham khảo số 1-2/2010

58- Giáo trình Lịch sử Kinh tế. Trường Đại học Kinh tế quốc dân-Khoa Kinh tế-Bộ môn Lịch sử Kinh tế. Nxb Kinh tế quốc dân, Hà nội, 2009.

59- LêNin: Về cách mạng xã hội chủ nghĩa và xây dựng chủ nghĩa xã hội. Nxb Sự Thật - Hà Nội 1967.

60- Triết học Mác - Lênin - Chủ nghĩa duy vật biện chứng - Chương trình cao cấp - Khoa triết học - Trường Đảng cao cấp Nguyễn ái Quốc - Nxb Sách giáo khoa Mác-Lênin-HN 1985.

61- Giáo trình triết học Mác - Lênin - Bộ Giáo dục - Đào tạo. Nxb Chính trị quốc gia - Hà Nội 2007.

62- Giáo trình kinh tế chính trị Mác - Lênin - Bộ Giáo dục - Đào tạo - Nxb Chính trị quốc gia 2006.

63- Giáo trình Chủ nghĩa xã hội khoa học - Bộ Giáo dục - Đào tạo - Nxb Chính trị quốc gia - Hà Nội 2004.

64- Giáo trình Chính trị học - Học viện Hành chính quốc gia. Nxb Giáo dục 2006

65- Phân tâm học - J.P. Charrier - Lê Thanh Hoàng Dân dịch. Nxb Trẻ - Sài Gòn 1972.

66- 102 sự kiện nổi tiếng thế giới - Nxb Văn hoá Thông tin 1999

67- Thế giới quả là rộng lớn và có rất nhiều việc phải làm - Kim Woo Choong

68- Thế giới phẳng - ThomasL.Friedman - Nxb Trẻ - 2007

69- Đạo và Đời - Nguyễn Khắc Viện - Nxb khoa học xã hội - 2007

70- Giáo trình lôgíc học đại cương - Học viện Hành chính quốc gia. Nxb giáo dục 2005.

71- Lôgic học - PGS-TS Tô Duy Hợp -TS Nguyễn Anh Tuấn - Nxb TP Hồ Chí Minh 2001

72- Sử ký - Tư Mã Thiên - Phan Ngọc Dịch, Nxb Hà Nội - 2003.

73- Tâm lý xã hội - Một số vấn đề lý luận và thực tiễn - TS Phương Kỳ Sơn, Nxb chính trị quốc gia - 2000.

74- Hiện tượng ngoại cảm, hiện thực và lý giải. Phạm Ngọc Dương - Nxb Văn hoá - TT - 2009.

75- Putin - Từ trung tá KGB đến tổng thống Liên Bang Nga - Nxb Lao động 2001, Lý Cảnh Long - Tạ Ngọc ái, Thanh An biên dịch

76- Giáo trình Mỹ học Mác-Lênin, Học viện Chính trị quốc gia

Hồ Chí Minh, Phân viện Hà nội-Khoa Triết học, Nxb CTQG, Hà nội, 2003.

77- Các tạp chí: Tạp chí Cộng sản, Tạp chí Xây dựng Đảng, Tạp chí tuyên giáo, Dạy và học ngày nay, Thế giới mới, Tri thức trẻ, Thế giới trong ta, Tài hoa trẻ và các tài liệu khoa học khác.

78- Giáo sư M.F Ôpxiannhicôp, Mỹ học cơ bản và nâng cao, Phạm Văn Bích dịch, Nxb Văn hóa-Thông tin, Hà nội - 2001.

79- Tống hồng Binh, Chiến tranh tiền tệ, biên dịch: Nguyễn Lư.

Nxb Thanh hóa -2008.

80- Các Cương lĩnh, Nghị quyết Đại hội Đảng toàn quốc lần thứ IX, X, XI.

8-3-2019

XÃ HỘI SỐ, PHẢI CHĂNG LÀ PHƯƠNG THỨC THỰC TIỄN CƠ BẢN CỦA CHỦ NGHĨA XÃ HỘI

I. MỞ ĐẦU

Tác giả bài viết này được đọc hai Nội san "Người Viettel" của Tập đoàn công nghiệp Viễn thông Quân đội, xuất bản năm 2018 và 2019.

Nội dung Nội san rất phong phú, tập trung đề cập đến Cuộc cách mạng XÃ HỘI SỐ đang vận hành sôi động trên hành tinh, mà Việt Nam không những không thể đứng nhìn mà phải nhanh chóng đồng hành cùng con tàu Cách mạng đó, nếu không muốn trở thành nô lệ cho thế giới văn minh đang nhanh chân tiến bước. Hiệp hội những nhà kinh doanh Châu Âu, Euro-Cham ở Việt Nam đã khuyến nghị chúng ta rằng, Việt Nam phải nhanh chóng thực hiện cuộc cách mạng công nghệ "4.0", đẩy mạnh ứng dụng công nghệ số trong sản xuất và điều hành Chính Phủ để kết nối số với các nước. Chúng ta cũng đã kết nối số với Singapor.

XÃ HỘI SỐ là xã hội kết nối sâu rộng và triệt để giữa những con người, giữa con người và vạn vật, giữa vạn vật với nhau, đang tồn tại và vận động trong môi trường sống của con người.

Việc kết nối thực hiện bằng công nghệ số hướng tới mục tiêu cao đẹp mà ngàn đời nay con người hằng khao khát.

Xã hội số thực hiện cấu trúc một xã hội giàu mạnh, dân chủ, công bằng, văn minh, một thế giới phẳng hoàn thiện, một thế giới hòa bình vĩnh viễn, trong đó con người có cuộc sống hạnh phúc vật chất và tinh thần, quan hệ xã hội hoàn toàn bình đẳng, giàu tình nhân ái; cụm từ bóc lột, áp bức và chiến tranh mãi mãi biến khỏi ngôn ngữ nhân loại.

Bằng thế mạnh đã được sáng tạo, Viettel tự nhận trọng trách đi tiên phong dẫn dắt cuộc Cách mạng số hóa tại Việt Nam.

Những thành công xuất sắc vận dụng công nghệ số trong thời gian qua đem lại niềm tin khoa học và thực tiễn vững chắc cho cuộc Cách mạng số hóa tại nước ta.

Kiến tạo Chính Phủ Số là công việc nền tảng để xây dựng xã hội số đang được triển khai và đã gặt hái những thành quả ban đầu, đem lại niềm hứng khởi cho những ai đang thực hiện và lan tỏa nhanh chóng sang những nơi đang ấp ủ ước mơ.

Một số thực tiễn cơ bản của ngành Y, đã được số hóa theo mô hình Chính Phủ điện tử, đem lại những lợi ích ngạc nhiên cho người bệnh và thầy thuốc.

Ngành Giáo Dục đang nỗ lực lột bỏ những trở ngại mà bấy lâu nay cải cách không ngừng nghỉ, nhưng thành quả vẫn cứ gây khó chịu cho những mục đích tốt đẹp, để hiên ngang đi vào con đường Chính Phủ điện tử.

Triết lý Giáo Dục, một vấn đề được cho là tri thức cơ bản của của thực tiễn giáo dục, đã được các học giả thảo luận trong nhiều năm nay, song chưa đưa tới kết luận đồng thuận. Kỳ họp Quốc Hội cuối năm 2018 đã nêu vấn đề này và tạo ra cuộc tranh luận sôi nổi trên báo Đại Biểu Nhân Dân. Song, vấn đề vẫn còn nhiều bâng khuâng. Có thể, Chính Phủ điện tử của Bộ Giáo Dục sẽ làm yên lòng Đất Nước và Nhân Dân. Mọi triết lý giáo dục, dù đã tường minh hay còn tiềm tàng, sẽ được thực hiện, gần như vô thức, bằng công nghệ số. Con người làm việc bằng công nghệ số có khả năng tự đào tạo, tự giáo dục rất hiệu quả; con người đạt trình độ "con người tự do", "mình vì mọi người, mọi người vì mình".

Bộ Giáo Dục có vai trò vinh quang trong việc đào tạo lớp lớp thế hệ công dân số cho Xã hội số. Thế hệ trẻ nước ta ngày nay tiếp thu rất nhanh tin học. Đó là một trong những thuận lợi cơ bản để Cuộc Cách mạng Xã hội số liên tục đạt được thành quả thực tiễn và tiến tới hoàn thiện trong thời gian không xa.

Đất Nước ta đang thực hiện cuộc tranh đấu chống "giặc nội xâm". Nhóm lợi ích không ngừng cản trở và làm thiệt hại quá trình vươn lên của Đất Nước. Cuộc đấu tranh đã đạt được nhiều thành quả lạc quan, nâng cao niềm tin đối với Đảng và Nhà Nước. Song, cuộc chiến mới chỉ là bước đầu. Nhóm lợi ích như những con virút chống kháng sinh. Khi có môi trường thuận lợi nó sẽ tiếp tục sinh sôi nẩy nở. Việc thực hiện Chính Phủ điện tử, mà mọi hoạt động kinh tế, tài chính đều được số hóa, minh bạch, được lưu vào cổng thông tin dữ liệu quốc gia để bất cứ ai cũng có thể kiểm tra. Nhóm lợi ích không còn đất dụng võ. Không thể tham nhũng, không dám tham nhũng sẽ trở thành hiện thực lâu bền.

II. CƠ SỞ KHOA HỌC CỦA CUỘC CÁCH MẠNG XÃ HỘI SỐ

Cách mạng số hóa không chỉ là thành tố của cuộc cách mạng công nghiệp lần thứ tư, thường được viết tắt là cuộc cách mạng "4.0". Đó là cuộc cách mạng tổng hòa giữa cách mạng khoa học tự nhiên và cách mạng khoa học xã hội. Khái niệm "Cách mạng XÃ HỘI SỐ" sẽ phù hợp hơn với những nội hàm của nó.

Mọi cuộc cách mạng sáng tạo ra hiện thực mới, khác hẳn về chất so với hiện thực cũ, đều là thành quả phủ định biện chứng (còn gọi là phủ định phát triển hay phủ định xoáy ốc) trên những tiền đề hiện thực được sáng tạo không ngừng.

Bài viết này thảo luận về nội hàm xã hội của cuộc cách mạng Xã hội số, mà các bài viết về xã hội số ít đề cập đến.

Những mục tiêu cách mạng, hình thái vận động, phát triển của cách mạng xã hội số, hoàn toàn phù hợp với hệ tư tưởng thiên tài của C.Mác, Ăngghen, Lênin, Hồ Chí Minh về Cách mạng xã hội chủ nghĩa.

Ph.Ăngghen từng căn dặn, mỗi khi khoa học tự nhiên hay khoa học xã hội có những phát minh mới mang giá trị vạch đường thời đại thì chủ nghĩa duy vật phải chứng minh tính quy luật của nó hoặc phát hiện tính quy luật khái quát của nó để bổ sung vào đội ngũ những quy luật phổ biến nhất của thế giới hiện thực.

"Xã hội số" là phát hiện mang giá trị cải tạo thời đại. Hiện tượng vật chất đó không phải là hiện tượng nằm trong đột phá triết học mà là hình thái thực tiễn của phép biện chứng duy vật và phép biện chứng lịch sử đã được Triết học Macxit khám phá.

Hệ quy luật vận động và phát triển của thế giới vật chất vô sinh đã sản sinh ra sự sống của thế giới hữu sinh, bắt đầu từ dòng họ vi khuẩn, cách nay gần 5 tỷ năm. Và hệ quy luật đó đã dẫn dắt hệ sự sống đầu tiên, trải qua những tiền đề hiện thực biến đổi không ngừng và những quy luật đặc thù cho từng giai đoạn phát triển, để khai sinh ra xã hội loài người.

Từ khi ra đời đến nay, xã hội loài người vận động và phát triển phù hợp với hệ quy luật phổ quát của phép biện chứng Macxit và hệ quy luật phổ quát của phép biện chứng triết học Âm Dương, trên những tiền đề hiện thực luôn được sáng tạo biến đổi.

Xã hội loài người vận động và phát triển trên hai mối quan

hệ cơ bản: quan hệ giữa con người và giới tự nhiên, quan hệ giữa con người và xã hội. Dưới sự điều khiển của hệ quy luật vận động trên những tiền đề hiện thực đổi mới không ngừng, đã sáng tạo ra hai quy luật phổ quát của xã hội loài người. Đó là quy luật phát triển khoa học công nghệ và quy luật phát triển chủ nghĩa nhân đạo. Hai quy luật này điều hành trực tiếp phương thức thực tiễn của xã hội loài người, đưa ra những thành quả hiện thực mà con người dễ nhận thức. Tuy vậy, thời kỳ đầu tiên của lịch sử, quy luật tàn dư của giai đoạn tiền loài người, quy luật đấu tranh sinh tồn, vẫn còn được kế thừa ồn ã, chen lấn hai quy luật phổ quát, làm cho những thành quả thực tiễn bị méo mó. Những thành quả hiện thực đó là hiện thực Hình thái kinh tế - xã hội của những giai đoạn lịch sử nhất định. Khái niệm Hình thái kinh tế - xã hội thuộc phạm trù chủ nghĩa duy vật lịch sử.

Các cuộc cách mạng xã hội vĩ đại trong lịch sử là cách mạng chuyển hóa Hình thái kinh tế - xã hội, mà vai trò điều khiển trực tiếp là hai quy luật cơ bản: quy luật phát triển chủ nghĩa nhân đạo và quy luật phát triển khoa học công nghệ. Khi tàn dư quy luật đấu tranh sinh tồn còn những nhiễu, thành quả thực tiễn của hai quy luật này có những thời điểm phát sinh đối kháng, như hiện tượng đe dọa chiến tranh hạt nhân, hiện tượng đe dọa chiến tranh vũ trụ,… Song, quy luật phát triển chủ nghĩa nhân đạo đã nỗ lực kiềm chế đối kháng, vì vậy thành quả phát triển khoa học công nghệ về năng lượng hạt nhân đã không được sử dụng để gây chiến tranh thế giới thứ ba, tuy rằng nhân loại còn phải thường xuyên cảnh giác với âm mưu đấu tranh sinh tồn.

Ở nước ta, Cách mạng Xã hội số là cuộc cách mạng toàn dân với mục tiêu nhân văn cao đẹp: Vì Xã hội, Vì Con Người. Do vậy, tàn dư đấu tranh sinh tồn đang dần bị loại trừ có hiệu quả bằng những thành quả thực tiễn của chủ nghĩa Mác-Lênin. Công nghệ số, Chính Phủ điện tử sẽ là lực lượng xóa bỏ triệt để tàn dư dã man này. Tác nhân gây rối bị đào thải, hai quy luật sẽ vận hành hòa quyện với nhau trong một thực tiễn chung và kiến tạo thành quả chung. Mọi công trình kiến trúc công nghệ số đều mang giá trị của chủ nghĩa nhân đạo xã hội chủ nghĩa.

Quyền lực sở hữu tư liệu sản xuất quy định bản chất cốt lõi của hình thái kinh tế - xã hội, đồng thời quy định bản chất của chế độ xã hội. Quyền lực đó, nếu nằm trong tay một ông chủ, đó là chế độ sở hữu cá nhân tư bản chủ nghĩa, thường gọi là chế độ tư hữu. Quyền lực đó, nếu nằm trong tay mọi thành viên xí nghiệp, là chế độ sở hữu cá nhân xã hội chủ nghĩa. Chế độ sở hữu cá nhân xã hội chủ nghĩa về tư liệu sản xuất, được Mác khám phá trong học thuyết Giá trị thặng dư, chỉ dẫn tường minh trong đoạn văn kết luận của học thuyết này, dưới tiêu đề:

"7- Xu hướng lịch sử của tích lũy tư bản chủ nghĩa"

(Xin xem: "Tư bản. Phê phán khoa kinh tế chính trị. Tập thứ nhất. Quyển I. Được in trong C.Mác, Ph.Ăngghen. Tuyển tập. Tập III. Nxb Sự thật Hà Nội- 1982, tr. 590).

Mác viết:

"Phương thức chiếm hữu tư bản chủ nghĩa do phương thức sản xuất tư bản chủ nghĩa đẻ ra và do đó cả **chế độ tư hữu** tư bản chủ nghĩa nữa là sự phủ định đầu tiên đối với ***chế độ sở hữu cá nhân*** *dựa trên lao động của bản thân.* Nhưng nền sản xuất tư bản chủ nghĩa lại đẻ ra sự phủ định bản thân nó, với tính tất yếu của một quá trình tự nhiên. Đó là sự phủ định cái phủ định. Sự phủ định này **không khôi phục lại chế độ tư hữu,** ***mà khôi phục lại chế độ sở hữu cá nhân*** *trên cơ sở những thành tựu của thời đại tư bản chủ nghĩa;"*...

(Sđd, tr. 594. Phần nhấn mạnh là của Tác giả bài viết này)

Đây là đoạn văn trình bày **Tư tưởng cốt tủy của học thuyết Mác.**

Là công cụ khoa học vĩ đại, cả về mặt lý luận, cả về mặt chỉ dẫn phương thức thực tiễn, để cải tạo xã hội hiện đại.

Mác đã dày công quan sát hành trình vận động và phát triển của phương thức sản xuất tư bản chủ nghĩa và phát hiện ra hình thái kết thúc của nó. Vận dụng quy luật phủ định xoáy ốc, Mác đồng thời khám phá ra chế độ sở hữu cá nhân của phương thức sản xuất tiếp theo, tức phương thức sản xuất xã hội chủ nghĩa.

(Trong tác phẩm "Sự tương đồng kỳ diệu giữa hai dòng triết học. Quy luật phát triển tương thành và tương lai xã hội loài người", TG đã phân tích cặn kẽ đoạn văn này trong Quyển III, Chương VII và trong một số bài viết bổ sung.)

Mác phát hiện rằng, sự phủ định cái phủ định sẽ không khôi phục lại chế độ tư hữu, tức không khôi phục lại chế độ sở hữu cá nhân một ông chủ, chế độ sở hữu cá nhân mang yếu tố bóc lột, *mà khôi phục lại "chế độ sở hữu cá nhân"*... Đây là chế độ sở hữu cá nhân dựa trên lao động của bản thân nên không mang theo yếu tố bóc lột, thuộc thời kỳ tiền tư bản, mà theo "Tuyên ngôn của đảng cộng sản" chế độ này đã bị thời kỳ tích lũy tiền tư bản phá hủy tới 9/10, nay khôi phục lại.

Chế độ sở hữu cá nhân không bóc lột là quy luật sở hữu tư liệu sản xuất của phương thức sản xuất xã hội chủ nghĩa thay thế quy luật sở hữu cá nhân bóc lột của phương thức sản xuất tư bản chủ nghĩa.

Chế độ sở hữu cá nhân xã hội chủ nghĩa ra đời là thành quả vận động của hệ quy luật trên tiền đề hiện thực do chủ nghĩa tư bản sáng tạo ra. Đây là tiến trình lịch sử tự nhiên, không phải sáng tạo chủ quan của thiên tài, không phải là lý tưởng mà hiện thực phải khuôn theo (theo ý của Mác).

Tiền đề hiện thực được chủ nghĩa tư bản sáng tạo là nền sản xuất bằng máy móc và sự liên hiệp những người lao động sử dụng tư liệu sản xuất đã vật thể hóa trong quá trình sản xuất, còn tiền vốn của tư liệu sản xuất do chủ tư bản nắm quyền làm chủ. Với quyền làm chủ này, chủ tư bản hưởng thụ luôn giá trị lao động thặng dư của công nhân. Đó là hiện thực của khái niệm "bóc lột".

Khái niệm "bóc lột" là khái niệm khoa học được các nhà tư tưởng trước Mác phát hiện, nhưng còn ở trạng thái định tính. Mác đã sử dụng toán học để mô tả làm cho khái niệm đó có hình hài hiện thực rõ ràng, cho đến nay các trí tuệ minh mẫn và khách quan chưa hề bác bỏ. Như vậy, "bóc lột" là khái niệm vừa khoa học, vừa hiện thực. Đó là khái niệm cơ bản nhất của học thuyết Mácxít về chủ nghĩa tư bản. Nếu khái niệm đó không hiện thực tường minh thì chủ nghĩa Mác–Lênin sẽ không ra đời.

Né tránh một khái niệm kinh tế khoa học và hiện thực, rất khó tìm ra một thể chế thực tiễn phù hợp quy luật để điều hành phát triển có hiệu quả.

Hiện thực thực tiễn xí nghiệp thực hiện chế độ sở hữu cá nhân không bóc lột là "Công ty cổ phần xã hội chủ nghĩa", hoặc "Xí nghiệp cổ phần xã hội chủ nghĩa".

Trong xí nghiệp này, người lao động liên hiệp với nhau sử dụng tư liệu sản xuất đã vật thể hóa để sản xuất hàng hóa lưu thông trên thị trường; còn vốn tư liệu sản xuất, là cổ phần, thể hiện bằng tiền tệ do mọi thành viên góp vào, là quyền sở hữu của cá nhân thành viên. Người lao động, kể cả bộ máy lãnh đạo xí nghiệp, làm chủ phần tư liệu sản xuất tương ứng với cổ phần mà họ đóng góp. Trong xí nghiệp xã hội chủ nghĩa không còn cụm từ "ông chủ-người làm thuê" mà tất cả mọi thành viên đều làm chủ tư liệu sản xuất và tham gia vào mọi quyết định của xí nghiệp. Việc phân phối thành quả lao động, bao gồm tiền lương và lợi nhuận, theo nguyên tắc phân phối theo hiệu quả lao động và do tập thể quyết định. Với xí nghiệp xã hội chủ nghĩa, bóng đen bóc lột biến mất giữa ban ngày và biến đi mãi mãi. Khái niệm giai cấp cũng mãi mãi lùi vào dĩ vãng.

Quy luật vận động và phát triển khoa học – công nghệ đã dẫn dắt nền kinh tế phát triển thành nền kinh tế tri thức. Nền kinh tế tri thức cũng không ngừng vận động và phát triển. Ngày nay, tri thức đã trở thành lực lượng sản xuất trực tiếp. Công nghệ tin học được ứng dụng rộng rãi trong sản xuất và mọi mặt đời sống xã hội, đem lại nhiều thành quả hạnh phúc và văn minh trong đời sống con người. Những tiền đề hiện thực sản sinh không ngừng nghỉ của quy luật vận động và phát triển khoa học công nghệ, đồng thời làm thai nghén và đã sinh ra cuộc cách mạng công nghiệp lần thứ tư "4.0". "Công nghệ lõi" của cuộc cách mạng này là "công nghệ số".

Công nghệ số áp dụng vào sản xuất và sáng tạo đạt những thành quả vượt trội đến không ngờ, hấp dẫn mọi quốc gia trên thế giới. Nền văn minh sẽ có những bước nhảy vọt! Không những nhảy vọt về văn minh vật chất mà còn nhảy vọt về văn minh tinh thần.

Nhiều khu vực đam mê công nghệ số nhằm sản xuất ra những sản phẩm hàng hóa nhiều, nhanh, tốt, rẻ, hàm chứa nhiều yếu tố khoa học công nghệ cao, mới lạ, cống hiến cho người tiêu dùng những lợi ích hấp dẫn; do đó có sức cạnh tranh cao, đem lại lợi nhuận lớn. Những khu vực này chưa chú ý đúng mức tới nội hàm xã hội của cuộc cách mạng số trong mục tiêu sản xuất của họ. Tuy vậy, do tính quy luật của của cuộc cách mạng, thành quả tiến bộ xã hội vẫn biểu hiện ngày càng rõ nét. Một hoạt động thực tiễn bao giờ cũng mang lại hai dạng thức thành quả: thành quả chủ quan do mục đích mặc định của người điều hành thực tiễn, thành quả khách quan do tác động của hệ quy luật, nằm ngoài mục tiêu ban đầu. Là sản phẩm của quy luật, những thành quả khách quan này cũng là những kết nối để hội tụ nhân loại vào một thế giới phẳng ngày càng hoàn thiện.

Quy luật sở hữu cá nhân không bóc lột được công nghệ số thực hiện có hiệu quả triệt để khi mỗi thành viên xí nghiệp là một công dân số và thực tiễn kinh doanh của xí nghiệp thực hiện theo thiết chế Chính Phủ điện tử. Với thiết chế kinh doanh công nghệ số, mọi hoạt động kinh tế, tài chính đều được số hóa, minh bạch, rõ ràng, kiểm toán chặt chẽ; mọi số liệu đều được lưu trữ trong hệ thống dữ liệu số của quốc gia mà bất cứ công dân số nào cũng có thể kiểm tra, kiểm soát bằng điện thoại thông minh của mình. Với thiết chế trả lương, lợi nhuận và các lợi ích khác theo nguyên tắc dân chủ, công bằng, công khai, minh bạch, đồng thuận trong công dân số, sẽ không có ai bị bỏ lại phía sau, sẽ không có hiện tượng phân hóa giàu nghèo ngày càng phát triển cực đoan, sẽ không có nhóm lợi ích. Một nền kinh tế nhân văn rất hiện thực và thực tiễn, sinh động và hấp dẫn, đang được khai hóa.

Với thiết chế Chính Phủ điện tử, với hệ điều hành kinh tế và tài chính thống nhất bằng công nghệ số, hàm chứa tư tưởng nền kinh tế nhân văn, khái niêm "bóc lột" gây nhức nhối bao đời cho tư duy nhân đạo, sẽ không còn hình bóng trong hiện thực, thực tiễn của xã hội văn minh. Từ hiện thực đó có thể nhận thức rằng, với hệ điều hành kinh tế - tài chính theo thiết chế chính phủ điện tử như vậy, tư liệu sản xuất là công nghệ số, thuộc mọi công dân số, là sở hữu toàn dân.

Với thực tiễn công nghệ số, không còn phân biệt Doanh nghiệp tư nhân hay Doanh nghiệp nhà nước. Mọi Doanh nghiệp đều thực hiện thống nhất một hệ điều hành số, mọi thành viên bất cứ Doanh nghiệp nào đều là công dân số. Khi thế hệ trẻ được đào tạo công nghệ số ở nhà trường, quá trình khởi nghiệp sẽ nhẹ nhàng.

Như vậy, ở Việt Nam, cuộc Cách mạng XÃ HỘI SỐ là cuộc cách mạng thực hiện những mục tiêu kinh tế và mục tiêu nhân đạo xã hội chủ nghĩa bằng Công nghệ số. Hay nói cách khác, Cuộc cách mạng Xã hội số là phương thức thực tiễn thực hiện nền tảng Hình thái kinh tế - xã hội Xã hội chủ nghĩa bằng công nghệ số.

Việt Nam thực hiện thắng lợi Cuộc Cách mạng Xã hội số, sẽ là bài học lý luận và thực tiễn có sức mạnh lan tỏa.

Thành quả thực tiễn của Cách mạng Xã hội số chứng minh tính hiện thực những tiên đoán thiên tài của Mác. Mác dự đoán rằng, trong nền sản xuất tương lai, của cải vật chất sẽ tuôn ra như nước chảy, vì vậy, con người có thể làm theo năng lực hưởng theo nhu cầu; khái niệm phân công lao động không còn là thực tiễn tất yếu của tổ chức sản xuất, mọi người đều có quyền làm việc theo cách riêng của mình vì ai cũng có thể điều khiển thiết bị theo công nghệ đã phát triển vượt bậc và đều được đào tạo như nhau; xã hội tương lai sẽ không còn sản xuất hàng hóa và xóa bỏ tiền tệ.

Lời kêu gọi Đại đoàn kết vô sản toàn thế giới của Mác, Ăngghen, Lênin, và lời kêu gọi Đại đoàn kết Dân tộc Việt Nam của Chủ Tịch Hồ Chí Minh, sẽ được hành trình vận động và phát triển của công nghệ số kiến tạo thành hiện thực thực tiễn Đại Đoàn Kết toàn nhân loại trên Hành tinh Xanh. Có ai đó không hài lòng nhưng quy luật có đủ sức mạnh quyền lực để không cho phép ai đi trái con đường của mình.

III – NHỮNG LỢI THẾ VÀNG VÀ NHỮNG CẢN TRỞ CẦN NHANH CHÓNG KHẮC PHỤC

Nội san Người Viettel năm 2018 cho rằng cuộc Cách mạng Xã hội số ở Nước ta đang có bốn lợi thế lớn. Đây là chia sẻ của Trung tướng Nguyễn Mạnh Hùng, Bộ Trưởng Bộ Thông tin và Truyền thông, nguyên là Tổng Giám đốc Tập đoàn công nghiệp viễn thông Quân đội, tại diễn đàn "Cuộc cách mạng công nghiệp 4.0. Được và mất", do Thời báo kinh tế Việt Nam tổ chức. Tác giả bài viết này xin mượn ý chính để thảo luận.

1- Lợi thế của người đi sau:

Mục tiêu của một cuộc cách mạng là làm cho *cái mới tiến bộ hoàn toàn thay thế cái cũ lỗi thời.* Các nước phát triển đã đầu tư hàng triệu tỷ đô la vào những cái cũ và đã đem lại những vị thế đang có, bây giờ từ biệt nó là điều rất không dễ dàng. Việt Nam đi sau. Những cái đã cũ của chúng ta có giá trị chưa nhiều, nếu phải đào thải cũng không gây xúc động lớn. Trong cuộc chiến chống ngoại xâm, Bác Hồ từng tuyên bố: Dù Hà Nội, Hải Phòng có thể bị tàn phá, nhưng Nhân Dân Việt Nam quyết không sợ. "Không có gì quý hơn Độc Lập, Tự Do. Đến ngày thắng lợi chúng ta sẽ xây dựng đất nước ta đàng hoàng hơn, to đẹp hơn". Chân lý không dừng lại. Chân lý "Không có gì quý hơn Độc Lập, Tự Do" đang vận động và phát triển. Trên những tiền đề hiện thực ngày ngày xuất hiện, cuộc cách mạng Xã hội số đã sinh ra đúng quy luật khách quan, là tiến trình tự nhiên của cách mạng Việt Nam. Cách mạng Xã hội số thắng lợi, Đất Nước "Độc Lập – Tự Do" sẽ đàng hoàng hơn, to đẹp hơn, sánh vai với các cường quốc năm châu, hiên ngang dạo bước trên con đường của "Thế Giới Phẳng"!

2- Lợi thế của một nước đang phát triển:

Một nước "đang phát triển" nghĩa là mang yếu tố "đi sau" và được cái lợi của người đi sau. Cuộc cách mạng công nghiệp 4.0 có thực tiễn công nghệ rất cao nhưng cần giải quyết mọi nhu cầu của cuộc sống, trong đó có những nhu cầu rất nhỏ. Nước ta là một nước đang "khởi tạo", nên có rất nhiều vấn đề, rất nhiều nhu cầu, nhưng sẽ được giả quyết đi thẳng vào công nghệ số, công nghệ hiện đại, không phải "đi trước đón đầu". Do đó, thành quả thực tiễn sẽ không thua kém ai, không chạy sau ai.

3- Là sự nghiệp của toàn dân, là ngày hội của quần chúng:

Ở nước ta, Cuộc cách mạng Xã hội số vẫn nằm trong phạm trù Cách mạng XHCN, theo Chủ nghĩa Mác – Lênin – Tư tưởng Hồ Chí Minh. Do đó triết lý "Cách mạng là sự nghiệp quần chúng" vẫn mãi mãi tươi xanh. Phương thức thực tiễn của cuộc cách mạng số phải khai thác được sức mạnh toàn dân. Mọi người đều là công dân số. Hiện thực này sẽ được thực hiện trong chương trình đào tạo của các nhà trường. Sau một số niên khóa của nhà trường, công dân số sẽ phủ kín Đất Nước. Một sức mạnh vĩ đại sẽ được kiến tạo!

Làm việc bằng công nghệ số, lợi ích sẽ được nhìn thấy hằng ngày. Tình thân ái giữa những con người cũng được đâm chồi nẩy lộc hàng ngày. Những điều đó làm cho môi trường làm việc luôn luôn tỏa hương như một ngày hội.

4- Cuộc cách mạng này Việt Nam có thể đi đầu :

Khi tư duy về các cuộc cách mạng khoa học công nghệ, chúng ta thường nghĩ rằng Việt Nam may lắm chỉ có thể đi trước đón đầu một số lĩnh vực. Quan điểm của "Người Viettel" cho rằng, trong cuộc cách mạng về Xã hội số, chúng ta có đủ tiền đề hiện thực về con người thông minh và bản lĩnh cách mạng, về khoa học, thực tiễn, cơ sở vật chất, và những thành công hứng khởi trong nhiều thử nghiệm điển hình, chúng ta có thể vượt lên phía trước.

Cuộc cách mạng công nghệ nào cũng chỉ có giá trị khi làm được những cái mà người khác chưa làm. Đối với chúng ta, những nền tảng cơ bản của cuộc cách mạng này đến cuối năm 2019 sẽ được chuẩn bị tương đối đầy đủ trong phạm vi cả nước, một thành tựu mà ngay cả những nước tiên tiến cũng chưa làm được. Viettel xứng đáng là người đi tiên phong dẫn dắt cuộc cuộc cách mạng số hóa tại Việt Nam, khi có tư duy bản lĩnh vượt lên thời đại và đã thực tiễn hóa tư duy đó. Nền tảng về kết nối, về hệ tri thức, kiến thức công nghệ, cơ sở dữ liệu quốc gia về các vấn đề và nhu cầu, v. v. đã được chuẩn bị và ứng dụng thực tế có hiệu quả.

Từ những sáng tạo và sử dụng thiết bị công nghệ số, sử dụng công nghệ Chính phủ điện tử, Thành phố thông minh, sự tiếp thu tin học nhanh nhạy của thế hệ trẻ, v.v. cho thấy người Việt Nam có tiềm năng trí tuệ sắc sảo rất đáng tin cậy và tự hào.

Viettel đặt nhiều hy vọng vào khả năng thu hút nhân tài Việt Nam đang làm việc ở nước ngoài và nhân tài Quốc tế hợp tác với mình trong sự nghiệp đầy vinh quang và cũng nhiều thách thức này. Song, niềm tin rất vững vàng trên cơ sở những tiền đề hiện thực đã được chứng minh rất thuyết phục ở tầm quốc tế. Đầu xuân 2019, tại Paris, Hội nghị những nhà khoa học Việt Nam có tầm ảnh hưởng quốc tế, đang làm việc ở nước ngoài, đã nêu quyết tâm cống hiến cho quê hương những sáng tạo có giá trị nâng tầm « Thương hiệu Việt Nam » sánh vai với các quốc gia tiên tiến trên thế giới. Lâu nay, việc thu hút nhân tài là công việc nhiều gian khổ thì nay dường như đã thành công?!

Cách mạng Xã hội số không ngừng vận động và phát triển, cấu trúc nên một xã hội văn minh hoàn thiện.

Hai nội hàm của xã hội số song song vận động dưới sự điều khiển của hai quy luật chủ yếu nhất của xã hội loài người.

Quy luật phát triển khoa học công nghệ dẫn dắt nền sản xuất vật chất tiến tới phương thức sản xuất bằng công nghệ số hóa. Con người sẽ được hưởng nền văn minh vật chất công nghệ số vô cùng dồi dào, tiện lợi và hấp dẫn.

Hạnh phúc con người không dừng lại đó. Nội hàm "Cuộc cách mạng toàn dân" tiềm ẩn giá trị nhân đạo, là "nội hàm Xã hội" trong khái niệm Cách mạng Xã hội số, quy luật phát triển chủ nghĩa nhân đạo sẽ dẫn dắt vận động và phát triển của nội hàm này. Nội hàm này sẽ phát triển tới hiện thực thực tiễn văn minh giữa những con người.

Như trên đã phân tích, trong quá trình vận động và phát triển của Cách mạng Xã hội số, tàn dư quy luật đấu tranh sinh tồn tiền loài người sẽ dần bị đào thải triệt để. Đều do con người thực hiện, hai quy luật sẽ vận động trong một thực tiễn chung và cho ra một thành quả chung.

Thành quả chung hòa quyện nền văn minh vật chất và văn minh tinh thần trong cuộc sống của **Con Người và Xã Hội Loài Người.**

Trên cơ sở khoa học, kinh nghiệm lịch sử và hiện thực thực tiễn, có thể mạnh dạn dự đoán rằng : Nền kinh tế thị trường định hướng xã hội chủ nghĩa ở Việt Nam sẽ kết thúc sứ mệnh vinh quang của mình là thời kỳ quá độ xã hội chủ nghĩa trong thế kỷ XXI, và thực tế đó sẽ lan tỏa toàn hành tinh trong thế kỷ XXII.

Hiện thực về một **THẾ GIỚI PHẲNG HOÀN THIỆN, TƯƠNG LAI RẠNG RỠ của XÃ HỘI LOÀI NGƯỜI** trên Hành Tinh Xanh sẽ đến không muộn hơn thế kỷ XXII?!

Hà Nội, ngày 18 tháng 3 năm 2019

Nguyễn Tùng Uyên

NGUYỄN TÙNG UYÊN

Sinh 1943, nguyên Bí Thư Đảng Uỷ, Phó Giám đốc Kỹ Thuật,

Nhà máy Quốc phòng ZI3I hai lần Anh Hùng.

Địa chỉ liên lạc: Nguyễn thị Nguyệt (con gái ruột Tác Giả), nhà Công vụ Quân Đội, 165 Phường Mai Dịch, Cầu Giấy, Hà Nội.

MỤC LỤC

QUYỂN 1

CHƯƠNG MỞ ĐẦU

QUYỂN 2

Liên lạc Tác giả

Nguyễn Tùng Uyên

minhnguyet071@gmail.com

Liên lạc Nhà xuất bản

Nhân Ảnh

han.le3359@gmail.com

(408) 722-5626

www.ingramcontent.com/pod-product-compliance
Lightning Source LLC
LaVergne TN
LVHW100131061126
851857LV00010B/53

* 9 7 8 1 9 8 9 7 0 5 1 3 1 *